குன்னிமுத்து

குன்னிமுத்து

குமாரசெல்வா (பி. 1964)

குமரி மாவட்டம் விளவங்கோடு வட்டம் மார்த்தாண்டம் சொந்த ஊர். பெற்றோர் செல்லையன் நாடார் – செல்லத்தாய். இரண்டு ஆண்மக்களில் இவர் மூத்தவர்.

திருமணமாகிப் பத்து வருடம் குழந்தை இல்லாத பெற்றோர், இவர் பிறந்ததும் பெறற்கரிய செல்வமாக அழைத்த இயற்பெயர் செல்வகுமார். இலக்கியம் தனக்குள் பிடிபட ஆரம்பித்தபோது, யதார்த்தம் தலைகீழான உணர்வில் இவர் மாற்றி அமைத்த புனைபெயர் குமாரசெல்வா.

ஐந்து வயதில் இளம்பிள்ளைவாதத்தால் பீடிக்கப்பட்டுத் தாயாரால் ஊர் ஊராகச் சுமந்து சென்று வைத்தியம் பார்த்து நோயின் சுவடுகூடத் தெரியாத அளவுக்குக் குணமடைந்தவர். ஏழுவயதில் தந்தையை இழந்து வறுமையை உண்டு ஊக்கம் பெற்றார். கல்வி, திருமணம், வேலைவாய்ப்பு அனைத்தையும் தாயின் கடின உழைப்பால் பெற்று, அதன் பலன் எதையுமே காணாமல் மறைந்த அந்த வாழ்வின் உன்னதத்தைப் பேறாய் அடைந்தவர்.

இவர் மனைவி டாக்டர் சரோஜாபாய், ஹோமியோபதி மருத்துவர். சீகன்பால்க், தியான்செல்வ் என இரண்டு மக்கள். கல்லூரி ஒன்றில் தமிழ்மொழி, இலக்கியம் கற்பிப்பது தொழில்.

முகவரி : 14-101A, மக்கவிளாகம், வழுதூர், அம்சி, தேங்காய்ப்பட்டணம் 629173, கன்னியாகுமரி மாவட்டம்.

செல்பேசி: 9443808834

குமாரசெல்வா

குன்னிமுத்து

காலச்சுவடு பதிப்பகம்

குன்னிமுத்து ♦ நாவல் ♦ ஆசிரியர்: குமாரசெல்வா ♦ © செ. செல்வகுமார் ♦ முதல் பதிப்பு: டிசம்பர் 2012, மூன்றாம் (குறும்) பதிப்பு: டிசம்பர் 2017 ♦ வெளியீடு: காலச்சுவடு பப்ளிகேஷன்ஸ் (பி) லிட்., 669, கே. பி. சாலை, நாகர்கோவில் 629001

kunnimuttu ♦ Novel ♦ Author: Kumaraselva ♦ © C. Selvakumar ♦ Language: Tamil ♦ First Edition: December 2012, Third (Short) Edition: December 2017 ♦ Size : Demy 1 x 8 ♦ Paper: 18.6 kg maplitho ♦ Pages: 432

Published by Kalachuvadu Publications Pvt. Ltd., 669, K.P. Road, Nagercoil 629001, India ♦ Phone: 91-4652-278525 ♦ e-mail: publications @kalachuvadu.com ♦ Printed at Aruna Enterprises, Chennai 600001

ISBN: 978-93-81969-63-2

12/2017/S.No. 508, kcp 2018, 18.6 (3) OLL

ஐசக் அருமைராசன் நினைவுகளுக்கு

முன்னுரை

நிறைய யோசித்து இறுதியில் வெளியிடுவதென்று முடிவு செய்துவிட்டேன். எனது எந்தப் படைப்புமே இது போல முதல் வடிவத்தில் வெளிவந்த வரலாறு இல்லை. ஒரு கதையை ஒன்பது வருடங்களாக வைத்து செதுக்கிய அனுபவமும் எனக்குண்டு. ஒரு நாவல் எழுதிப் பார்ப்ப தென்ற முடிவுக்கு வந்த பிறகு எழுதி முடித்துவிட்டுப் பல மாற்றங்கள் செய்து சற்று சாவகாசமாக வெளி யிட்டால் என்ன என்று ஒரு யோசனை மனதில் இருந்தது. நண்பர் சோ. தர்மனும் அதையே எடுத்துரைத்தார். தனது 'கூகை' நாவல் பிரசுரமாவதற்கு முன்னால் பல தடவை எழுதப்பட்ட விஷயங்களை எல்லாம் சொன் னார். அவர் கூறியதுபோல அவசரமல்ல, என்னைப் பொறுத்தவரையில் கிடந்தால் அதே கிடப்பு, எழுந்தால் ஒரே எழுச்சி. எனவேதான் எழுதிய சூட்டோடு வெளியிடுவ தென்று முடிவுசெய்துவிட்டேன்.

பன்னிரண்டு நாட்களில் நான் எழுதி முடித்த நாவல் இது. இதன் இறுதிப் பகுதிகள் தொடர்ந்து எட்டு மணி நேரம் பேருந்துப் பயணத்தில் எழுதப்பட்டவை. சென்னையில் தொடங்கிய எழுத்து குமரியில் நிறைவு பெற்றது. வெளியூரில் உட்கார்ந்து நான் இதுவரைக்கும் எதையுமே எழுதியதில்லை. எனது நண்பர், ஒருவகை யில் மாணாக்கரும்கூட, மணல் கம்பெனி ஒன்றில் பொறியியலாளராகப் பணிபுரிகின்றவர், பக்கத்து மாவட்டத்திலுள்ள கடற்கரைப் பகுதி ஒன்றில் எனக்காக ஒரு அறை ஒதுக்கி இருப்பதாகவும், எப்போது வேண்டு மானாலும் அங்கு போய்த் தங்கி எழுதலாம் என்றும் என்னிடம் அடிக்கடி நினைவுபடுத்துவார். ஒரு நாள் இரண்டு நாள் சுற்றுலா உணர்வோடு சென்றிருக்கிறேனே

தவிர, ஒருநாள்கூட எழுத வேண்டும் என்ற எண்ணம் எனக்கு அங்கு சென்றபிறகும் ஏற்பட்டது இல்லை. முடியாது என்பதல்ல, எழுத ஓடாது என்பதே உண்மை. இப்போதுதான் தெரிகிறது, எழுதுவதற்கு வெளியூரைப் போல அருமையான சூழல் வேறு கிடையாது என்பது. குடும்பமோ, ஊர் உலகமோ குறுக்கிட முடியாத நிலைகளில்தான் நம்மால் இயங்க முடிகிறது. கொண்டாட்டங்களும் களியாட்டங்களும் அண்டக்கூடாது. அதற்கொரு துறவு மனநிலையும் கூட இருக்க வேண்டும்.

அவ்வாறு ஒரு சூழ்நிலை எனக்குத் தற்செயலாக அமைந்தது. இந்த வருடம் ஜனவரி மாதம் இருபதாம் தேதி முதல் முப்பதாம் தேதிவரைக்கும் இந்திய மொழிகளின் நடுவண் நிறுவன மொழி, தரவுத் தொகுப்புச் சேர்த்தியம் சென்னையிலுள்ள எஸ்.ஆர்.எம். பல்கலைக்கழகத் தமிழ்ப் பேராயத்துடன் இணைந்து 'தமிழ்க் கணினி மொழியியல்' என்னும் தலைப்பில் பயிலரங்கம் ஒன்றை நடத்தியது. அந்தத் தனியார் பல்கலைக்கழகத்தில் தமிழ்க் கணினியியலுக்கென்று 'கணினித் தமிழ்க் கல்வித் துறை' என்றொரு தனித் துறையே இருப்பது குறிப்பிடத்தக்கது.

சென்னைப் புறநகரில் காட்டாங்குளத்தூர் என்றொரு ஊர். கோழிப் பண்ணைகளும், வடஇந்திய மண்பாண்டக் கலைஞர் களும் என கிராமத்துச் சாயலையே திரும்பத் திரும்ப தரும் அளவுக்கு மாநகரின் இரைச்சலால் மூடப்படாத இடம். ஒரு சின்ன ரெயில் நிலையம் 'பொத்தேரி' என்ற பெயரில். அதுகூட அடிக்கடி நாகர்கோயிலுக்கு அடுத்துள்ள புத்தேரியையே எனக்கு நினைவூட்டியது. எஸ்.ஆர்.எம். பல்கலைக்கழக வளாகத்தில் ராஜராஜ சோழன் வாள் தரித்து நின்று வரவேற்றார். கம்பன் போன்ற புலவர் பெருமக்களின் பெயரிலமைந்த தெருக்களும் கட்டிடங்களும்கூட எம்மை ஆதரித்தன. பயன் என்ன? தமிழ்க் கணினி மொழியோடு என்னால் ஒன்றுபடமுடிய வில்லை. பைத்தான் என்றும், சைத்தான் என்றும் ஒலித்த மொழிகளின் பொருள் என்னவென்று அறிய முற்படும் போதே அதனை உனது மண்டையில் ஏறுவதற்கு விட மாட்டோம் என்ற வகையில் அறிஞர் பெருமக்களின் விவாதமும் விமர்சனங்களும் தூள் பறத்தின. குளிரூட்டப்பட்ட அறைகளும், தங்கும் விடுதிகளும், வெளியே ஆயிரக் கணக்கான மாணவ மாணவியர்களின் சிறகடிப்புகளும், அவர் களோடு சேர்ந்து உணவுண்ணும் பாக்கியமும் பரவசத்தை ஏற்படுத்துவதற்குப் பதிலாக எனக்குள் ஒரு குற்ற உணர்வை உருவாக்கின. எனக்கு இதர பணியில் (*O.D.*) அனுமதி தந்து அனுப்பிவைத்த கல்லூரி முதல்வர், தமிழ்க் கணினி குறித்து

அனைத்தையும் கற்றுக்கொண்டு வரவேண்டும் எனக் கூறிய வார்த்தைகள் வந்து செவிகளில் எதிரொலித்ததே காரணம். பேசாமல் ஊருக்குத் திரும்பிவிடலாமா என்றுகூட நினைத்தேன்.

வயிற்றுப்பாட்டிற்காகச் செய்யும் தொழிலில் அன்றாடம் நான் மிதித்துச் செல்லும் பூச்சிமுள்களுக்கு மத்தியில் வகுப்பறைகளில் போய் நிற்கும்போது எதிரே பூத்துக் குலுங்கும் மாணவமணிகளின் முகங்களே எனக்குள்ள ஒரே ஆறுதல்; மன நிம்மதி. இந்த உலகத்தில் நான் பார்க்கும் தொழிலுக்காக எனக்கு ஏற்படும் சிறப்பைவிட நான் ஒரு எழுத்தாளன் என்பதற்கே பெருமைப்படுகிறேன். நான் யாரிடமும் என்னை ஒரு பேராசிரியனாக எந்த ஒரு நாளும், எந்தவொரு இடத்திலும் அறிமுகப்படுத்தியது இல்லை. எனக்கு அறிமுகமில்லாத எவரும் என்னை அவ்வாறு கருதியதும் இல்லை. பஸ் டிரைவர், கண்டக்டர், போலீஸ், இராணுவ வீரர் இதுபோன்ற தொழில்களையே நான் பார்க்கிறேனா என்று என்னிடம் முதன் முதலாகப் பேசும் பலரும் கேட்டிருக்கிறார்கள். அப்போதெல்லாம் அவர்களிடம் நான் என்னை ஒரு எழுத்துக்காரன் என்றுதான் அறிமுகம் செய்திருக்கிறேன். வருடந்தோறும் எனது மாணவமணிகளில் பலர் எனக்கொரு டயரி தருவதை வழக்கமாகக் கொண்டிருக்கிறார்கள். 'சார் இந்த வருடம் நீங்கள் இது நிறைய கதை எழுத வேண்டும்' என்று அவர்கள் கூறும் போது உண்மையிலேயே நான் அடையும் ஆனந்தத்திற்கு அளவே இல்லை. கல்லூரிப் படிப்பை முடித்துவிட்டுச் சென்ற பிறகுகூட என்னை மறக்காமல், டயரி கொடுத்து அனுப்புவதை வழக்கமாகக் கொண்ட மாணவிகள் பலர் இப்போதும் உண்டு. இவர்களெல்லாம் நான் எழுதுவதைப் படிக்கிறார்களோ இல்லையோ, என்னை ஒரு எழுத்தாளனாகக் கருதுகிறார்கள் என்பதுதான் இந்த உலகத்தில் எனக்குள்ள பெருஞ்சிறப்பு.

எனது சக பேராசிரியர் சஜன் வருடந்தோறும் பெரிய சைசிலான ஒரு 'ஸ்டேட் பாங்க் ஆப் இந்தியா'வின் டயரி தருவது உண்டு. அதைப் பார்க்கும்போது இந்த வருடம் இது நிறைய எழுத வேண்டும் என்றொரு உந்துசக்தி எனக்குள் உடனே ஏற்பட்டுவிடும். அன்றும் அப்படித்தான். அவர் தந்த 2012ஆம் ஆண்டிற்கான டயரியை உற்றுப் பார்த்தேன். பதினொன்று முழு நாட்கள் இருக்கின்றன. ஒரு நாவல் எழுதிப் பார்த்தால் என்ன என்ற அசட்டுத் துணிச்சல் ஏற்பட அந்த டயரியில் எழுதத் தொடங்கினேன். இரவு பகல் பார்க்காமல் எழுத்தைத் தொடர்ந்தேன். இவ்வாறு பிறந்ததே இந்த நாவல்.

ஏன் நாவல் எழுதிப்பார்க்க நினைத்தேன் என்றால் ஏற்கனவே ஒரு நாவல் எழுத முயன்று மேலே தொடர

முடியாமல் அரைகுறையாக நிறுத்திவைத்திருந்தேன். சின்ன தோதில் ஒரு நாவல் எழுதிப்பார்த்து அதனைத் தொடரலாம் என்பதற்காகவே நாவல் எழுதினேன். எனவே ஒரு விதத்தில் இதனை நான் எழுதிப் படித்த நாவல் என்றும் சொல்லாம். ஆனால் முடித்த பிறகே பேருண்மை ஒன்றைக் கண்டு கொண்டேன். ஒரு நாவல் மாதிரி இன்னொரு நாவலை எழுத முடியாது என்பதே அது. பறவை பறந்து செல்ல, எறும்பு ஊர்ந்து செல்ல, மீன் நீந்திச் செல்ல வரையறை செய்யப்பட்ட தடம் எதுவும் எப்படிக் கிடையாதோ அதுபோலவே நல்ல ஒரு படைப்புக்கு எந்த முன்வடிவமோ, மாதிரி வகைகளோ கிடையாது. அரைகுறையாக நின்றுபோன அந்த நாவலின் இயக்கம் அதற்குள்ளேதான் இருக்கிறது. இன்னொரு நாவலை வைத்தொன்றும் அதன் இயக்கத்தை ஒருபோதும் சரிப்படுத்தி விட முடியாது. இரண்டும் வேறுவேறு அசைவுகளையும் இயக்கங்களையும் கொண்டனவாகும்.

எழுதிக்கொண்டிருக்கும்போது பல தடவைகள் என்னை எதுவோ நடத்திச்செல்வது மாதிரி ஒரு உணர்வு எனக்குள் இருந்துவந்தது. வகுப்பறையின் ஓரத்தில் கடைசி மனிதனாக இருந்து எழுதிக்கொண்டிருந்த என்னை யாரும் கவனிக்கவும் இல்லை, பொருட்படுத்தவும் இல்லை. அதுதான் எனக்கு மிகவும் வசதியாகப் போய்விட்டது. அறையில் என்னுடன் தங்கியிருந்த பாரதியார் பல்கலைக்கழக மாணவர் இருவர், அவர்களது தோழி ஒருத்தி, இவர்களுக்கு மட்டும்தான் நான் எழுதிக்கொண்டிருக்கும் விஷயம் குறித்து தெரியும். இறுதியாக வந்த மாணவர்கள் அறை தேடித் திரிந்தபோது நான்தான் என்னுடன் அவர்களைத் தங்கும்படி செய்தேன். மாணவர் களோடு தங்குவதா? தனியே தங்குங்கள் அல்லது எங்களோடு வந்துசேருங்கள் என்று பேராசிரியர்கள் கூறியபோது அதனை நிராகரித்தேன். காரணம், மாணவ மனோபாவத்தை அறிய முற்படும் எனக்கு அவர்களின் வாசக அனுபவம் குறித்தும், இலக்கிய அறிதல் குறித்தும் அறிய விழையும் ஆர்வம் எப்போதுமே உண்டு. எனது எதிர்பார்ப்பை அவர்கள் பொய்த்துப்போக விடவில்லை. ஆசிரியர்களைவிட அதிகமாக வாசித்தும் யோசித்தும் வைத்திருந்தார்கள். நான் ஒவ்வொரு பகுதியை எழுதி முடிக்கும்போதும் அவர்கள் வாசித்து என்னை உற்சாகப்படுத்திக்கொண்டே வந்தார்கள். இதுவும் எனக்குப் புதியதுதான். நான் பிறர்முன் வைத்து இதற்கு முன்னால் ஒரு நாளும் எழுதியதில்லை. எந்தப் படைப்பையும் எனக்குள் வைத்து யாருக்கும் தெரியாமல் எழுதியிருக்கிறேன். தனிமை எனது உற்பத்தி மூலமாக இருந்ததை இந்த நிகழ்வு உடைத்துப் போட்டது.

மதியத்திற்குப் பிறகு சில நேரங்களில் தூக்கம் என்னைத் தழுவியது உண்டு. அப்போதும் எனது கரம் எழுதிக்கொண்டு தான் இருந்தது. கிறக்கம் நீங்கிப் பார்த்தபோது விழித்த நிலையில் இருந்து எழுதியதைவிட ஆழமாகவும் சிறப்பாகவும் அமைந்திருந்தது கண்டு வியப்புற்றேன். எனக்கு வேலை கிடைப் பதற்கு முன்பு தமிழ்நாட்டிலுள்ள பல இடங்களில் நடைபெறும் இலக்கியக் கூட்டங்களில் கலந்துகொள்ள போக்குவரத்துச் செலவுகளுக்குச் சிரமப்பட்ட நாட்கள் உண்டு. அதற்கொரு எளிய வழியை அன்று நான் கண்டுபிடித்துவைத்திருந்தேன். லாறிப் பேட்டையில் எனக்குத் தெரிந்த பல ஓட்டுநர் நண்பர்கள் உண்டு. அவர்கள் லோடுக்குச் செல்லும்போது கூடச் சென்றுவிடுவேன். திருச்சி போக வேண்டும் என்று வைத்துக்கொள்ளுங்கள். இரவு செல்லும் லாறியில் ஏறினால் அதிகாலையில் கொண்டு விடுவார்கள். பகல் என்றால் ஒரு நேரம் அவர்களின் உணவுக் கான செலவைப் பார்த்துக்கொண்டால் போதும். யாத்திரை யோடு கணக்கிடும்போது அது மிகவும் சொற்பமானதாகும். என்னைச் செலவு செய்யவிடாமல் எனக்குச் செலவு செய்த ஓட்டுநர்களும் உண்டு. காரணம், கதைபேசி தூங்கவிடாமல் செய்வதால் என்மீது அவர்களுக்கு எப்போதும் ஒரு ஈர்ப்பு உண்டு. ஒருநாள் தூத்துக்குடி சாலையில் செல்லும்போது ஓட்டுநர் ஒருவர் என்னிடம், ‘அண்ணே! நீங்க இருப்பதால் இந்த நள்ளிரவிலும் ஒங்க பேச்சைக் கேட்டுக்கொண்டு ஜாலியாக லாறி ஓட்டுகிறேன். இல்லை என்றால் இந்த ரோடு வரும்போது ஸ்டியரிங்கில் அந்த மரக்கட்டையைத் தூக்கி வைத்துவிட்டு நிம்மதியாகத் தூங்கிவிடுவேன். இருபது நிமிடம் கழித்து முழிப்பு வரும். அதுவரை லாறி அதன் உணர்வில் ஓடிக்கொண்டே இருக்கும்’ என்றார். எனக்குப் பகீரென வந்தது. அதுபோலவே, நான் தூங்கிய பிறகும் என் எழுத்து ஓடிக் கொண்டிருந்ததும், ஒரு சின்னப் பிசிறுகூட இல்லாமல் நேர்த்தியாக அமைந்திருந்ததும் வியப்புக்குரிய விஷயமல்லவா?

பதினொரு நாட்கள் முடிவடைந்தன. நாவல் முழுமை யடையவில்லை. ஊருக்கு வந்துதான் நிறைவடையும் என்று கருதியிருந்த எனக்குத் தொடர்ந்து எழுதிக்கொண்டே இருந்ததன் தாக்கமோ என்னவோ, பேருந்தில் அமர்ந்த பிறகும் எழுதத் தோன்றியது. சரியான எழுத்தின் வடிவம் தாளில் பதியா விட்டாலும் எழுதினேன். இரவு வந்தது. விளக்கு வெளிச்சம் அதிகமாக விழாத இடத்தில் உட்கார்ந்து நான் எழுதுவதைக் கவனித்த நடத்துநர், காலியான பின்னிருக்கை பக்கம் உள்ள விளக்கைப் போடுமாறு ஓட்டுநரிடம் சொன்னார். என்னிடம் வந்து பவ்வியமாக, ‘சார் இங்கே வந்து உட்கார்ந்து எழுதலாம் அல்லவா?’ என்று கேட்டார். தாங்க முடியாத ஆச்சரியத்தில்

திக்குமுக்காடிப்போய் அவர் கூறிய இடத்தில் சென்றமர்ந்து எழுதினேன். தமிழ்நாட்டில் எழுத்தாளர்களுக்கு மதிப்பில்லை என்று இனிமேல் எவன் சொல்லவோ, எழுதவோ செய்கிறானோ அவனை முதலில் தூக்கிலேற்ற வேண்டும் என்று எனக்குள்ளாக ஒரு கர்வம் பிறந்தது.

அதிகாலை நேரம் பேருந்து குமரி மாவட்ட எல்லையில் அமைந்த சுறுசுறுப்பான டீக்கடை முன்பு நின்றது. கண்டக்டர் திரும்பவும் அதே பவ்வியத்துடன் என்னிடம் வந்து, 'டீ குடிக்கப்போகலாம் சார்' என்றார். என் மனதில் ஒரு கணம் கம்பனுக்குக் குலோத்துங்க மன்னன் வெற்றிலை மடித்துத் தரும் காட்சி ஓடியது. மிடுக்குடன் வெளியில் இறங்கினேன். கடைக்கு எதிரில் அமைந்த வெட்டவெளி மைதானத்தில் கோடு வரைந்ததுபோல ஒரு நீண்ட பாதை. அதைக் கவனித்த வாறு சாயை குடித்துக்கொண்டு நின்ற எனது சிந்தனையை அவர் கலைத்தார். 'சார், எனது மனைவியின் உறவுக்காரர் ஒருவர், எனக்கு மாமா முறை வேண்டும். அவர் டூட்டி முடிந்து வீட்டுக்கு வந்த பிறகும் இப்படித்தான் எப்போதும் கேஸ் கட்டுகளை வைத்து உங்களைப்போல எழுதிக்கொண்டிருப்பார்' என்றார். அவர் எனக்குத் தந்த மரியாதையின் தன்மையை அறிந்ததும் அவர் கருதிய ரைட்டர் நானல்ல என்று எப்படி விளக்குவதெனத் தெரியாமல் நின்றேன். அதே சமயம் டீக் கடையில், 'என்னை யாரென்று எண்ணி எண்ணி நீ பார்க் கிறாய்?' என்ற பாடல் ஒலிக்கவே பேருந்தில் ஏறிக் கடைசி ஒரு வரி எழுதி அத்துடன் நாவலை முடித்தேன்.

'நதி, ஒரு துளியில் தோன்றி இன்னொரு துளியில் முடிகிறது' என்று ஒரு கவிஞன் எழுதினான். இவ்வாறாக இந்த நாவலும் ஒரு வரி அல்லது வார்த்தையில் தோன்றி இன்னொரு வரி அல்லது வார்த்தையில் நிறைவு பெற்றது.

❍

நாவல், தமிழ் இலக்கியத்தில் இன்று எட்டி இருக்கும் மாற்றங்களும் வளர்ச்சியும் 1980களில் சிறு பத்திரிகையாளர் களின் உழைப்பினால் ஏற்பட்டதாகும். கண்ணுக்குத் தெரியாத திசைகளிலிருந்துகொண்டு இயங்கிய தனிமனிதர்கள், சிறு குழுக்கள் உருவாக்கிய எழுச்சிதான் இது. குறிப்பாக வணிக மற்றும் யதார்த்தம் என்ற பெயரில் வந்துகொண்டிருந்த வார்ப்பட எழுத்துக்களிலிருந்தும் விலகிக் கதையையும் சொல்லும் முறையையும், புதுமொழியையும் இவர்கள்தான் உருவாக்கினார்கள். தமிழ் நாவல் வரலாறு 1990களுக்குப் பிறகு புதிதாக எழுதும் அளவுக்குக் கிளை விரித்துப் படர்ந்து

நிற்கும் இந்த வளர்ச்சி கால்நூற்றாண்டைத் தாண்டாத இடை வெளியில் சாதித்தவை அனேகம்.

தமிழவன், சாரு நிவேதிதா, கோணங்கி, எம்.ஜி. சுரேஷ், பிரேம் – ரமேஷ், சு. வேணுகோபால் எனத் தொடங்கி சுதேச மித்திரன், பா. வெங்கடேசன், பிரான்சிஸ் கிருபா, வாமுகோமு, வேலுசரவணன் எனத் தொடரும் பெயர்களுக்குப் பின்னால் உள்ள எழுத்துவகைகளில்தான் எத்தனை எத்தனை உலகங் களும் வித்தியாசங்களும் கொட்டிக்கிடக்கின்றன.

கதை என்பது முன்பெல்லாம் கதையைச் சொல்வது. இப்போது கதை வேறு, சொல்வது வேறு என்று ஆன பிறகு எழுதுவதுகூடச் சாதாரண நிலையிலிருந்து அசாதாரண நிலைக்குத் தள்ளப்பட்டுவிட்டது. வித்தியாசமான மொழியில் கதை சொல்பவர்களும், பெருங்கனத்தோடு மகாபாரத அள வுக்குக் கதைசெய்பவர்களும், யதார்த்தத்தின் உண்மையான தோற்றத்தில் கதைபடைப்பவர்களும் என மூன்று நான்கு போக்கில் தமிழ் நாவலின் ஒழுக்கு பாய்ந்துகொண்டே செல்கின்றது. நாலாவது வகை மேற்கூறிய மூன்று போக்கு களுக்கு வெளியிலான ப. சிங்காரம், பால்ஹாரிஸ் டானியேல் *(Red Tea)* போன்றவர்கள் வெளிப்படுத்தும் உலகங்களாகும்.

ஒரு சொல்லிலோ, பொருளிலோ நிற்காத ‘பாழி’ சுழற்றும் சொற்கள் இருள்வமௌத்திகம் கொண்டவையாக விழும் போது அர்த்தம் தேடும் மூளைக்கு ஆயாசமாகவும், அர்த்தங் கடந்த மனசுக்குப் பறக்கும் ஒட்டகம்போலவும் இருக்கின்றன. ‘பாழி’யைப் ‘படிகவிசிறி’யாக விளக்கும் கோணங்கியை நோக்கும்போதே அம்பாகத் தாக்கவந்து முத்தங்களாக மாறும் இதழ்களைப்போல வார்த்தைகள் மாறுகின்றன. நாவலுக்குள் ஒற்றை மனிதனாக யாருமே நுழைய முடியாது. மீறிச்சென்றான் என்றால் பல்வேறு வடிவங்களில் திரும்பி வரவேண்டியது இருக்கும். கனசதுரமாக, தோற்றமெய்ம்மை களாக எழுத்துக்களை மாற்றும் எம்.ஜி. சுரேஷ் போன்றவர் களும், கனவும் நனவும் கலந்து தொன்மங்களைச் சரித்திரத்தில் நிழல்களாகப் படியக் காட்டும் தமிழவனும், திணையில் பெருமை யுறும் தமிழர் மரபைக் குலைத்துக்காட்டும் பிரேமும் நிகழ்த்திய நாவல் உலகின் மாயாஜாலங்கள் பிரமிக்கவைப்பவை.

கொடுக்குமூங்கில் தாவரத்தால் வெண்ணந்தக நோய்க்கு இரையாகும் நிலையில் ‘நீலவேணியின் பயணம்’ என்ற வியாசகம் முக்கியத்துவப்படும் ‘தாண்டவராயன் கதை’தான் தற்காலத்திய பாரதக் கதை பாணியிலான நாவலாக இருக்க முடியும். இந்நாட்டைத் தாண்டி பயணிக்கும் கதையில் ஃபென்

சதுப்புநில ஒடுக்கப்பட்ட எலினார் மனதில் தோன்றும் கதையாடல்கள் ட்ரிஸ்டிராமின் அனுபவங்களாக இருக்கின்றன. துயிலார் இனக்குழு சார்ந்த சொக்கெளடவின் புரிதலில் ட்ரிஸ்டிராம் இயக்கப்படுகிறான். பெருங்காப்பியப் புனைவுகள் எல்லாம் இதுபோன்ற சிறுஅடையாளங்களிலிருந்து விரிவு பெற்றவையாகும்போது அவை கதைசொல்லும் தன்மையை அரவணைத்து மேலும் சிறக்கின்றன. குன்றக்குறவர் சொல்லி லிருந்து இளங்கோ இப்படித்தான் தனது கதைசொல்லலை விரித்தார். திரும்பவும் அவர் அதைக் கொண்டுபோய் பூசாரி களின் கையில் கொடுத்திருக்கலாம். அவ்வாறு அவர் செய்ய வில்லை. குமரிமண்ணில் மகாவீரர் இருந்த இடங்களெல்லாம் மகாதேவர் (சிவன்) இருக்கும் இடங்களாக மாறியது போல் புத்தனை சிவனாக்கும் முயற்சிக்காக எல்லாம் ஒரு நாவல் எழுதத் தேவை இல்லை, கட்டுரையே போதும். எனவே 'காவிய பரிமாணம்' மிக்க எழுத்துக்களைக் கட்டுடைக்கும் போது அதற்கு மாற்றாக எந்த நாட்டு எல்லையைத் தாண்டி யும் பயணிக்கும் 'தாண்டவராயன் கதை' போன்றவற்றை முன்வைத்துப் பேசலாம்.

நாவலின் பெரும்பரப்பு எனச் சொல்லப்படுவது என்னைப் பொறுத்தவரைக்கும் பிரமாண்டம். வியப்புக்குரியது பிரமாண் டம். வியக்கவைப்பது அடிப்படை. பக்கவிரிவை ஒரு உத்தியாக கடைபிடிக்கும் தன்மை எல்லை விஸ்தரிப்பு போன்று அபாயகர மானது. இருநூறு கோடி ரூபாய்க்குப் படமெடுப்பது போன்ற பிரமாண்டம் எவ்வாறு பணக்கொழுப்பை இரையாக வைத்து மக்களைத் தூண்டிலிட முயல்கிறதோ, அதுபோன்ற இன்னொரு வித்தையைத்தான் பக்கவிரிவிலும் காட்டுகிறார்கள். இன்றைய மலையாள இலக்கியத்தின் புதிய வரவு 'மைக்ரோ நாவல்கள்'. வெறும் முப்பத்திரெண்டு பக்கத்தில் நூற்றாண்டுகளின் சரித்திரத்தைக் கூறும் சிறிய நாவல். இந்திய தத்துவமரபைக் கூறவோ, எட்கார் தர்ஸ்டன் எழுத்துக்களைச் சேர்க்கவோ தலையணை போதும், நாவல் தேவை இல்லை.

உண்மையான அல்லது அசல் யதார்த்த நாவல்கள் இக்காலப்பகுதிகளில்தான் தோற்றம் பெற்றன எனலாம். தமிழில் யதார்த்த நாவல்கள் இன்னமும் தோன்றவில்லை என்ற முழக்கம் ஒரு காலத்தில் தமிழ்கூறு நல்லுலகம் முழுக்கவும் ஒலித்துக்கொண்டிருந்தது. 1960களில் தொடங்கி தமிழில் போலி யதார்த்த நாவல்கள் புற்றீசலைப்போல் புறப்பட்டு வந்தன. அவை 'மக்கள் இலக்கியங்'களாக மேடைதோறும் முன்வைக்கப்பட்டன. உண்மைக்கும் போலிக்குமான வித்தியாசத்தை 'ஆழிசூழ் உலகு' நாவலை

வாசித்துவிட்டு அறியலாம். அஞ்சலை, ஏழரைப்பங்காளி வகையறா, கற்றாளை, துருக்கித்தொப்பி, கூகை, சோளகர் தொட்டி, ஒதிஎறியப்படாத முட்டைகள் என யதார்த்தத்தின் அசல் உலகை வேறு சொல்லப்பட்ட யதார்த்தங்கள் எதுவு மின்றி இந்தக் காலப்பகுதிகளில்தான் வெளிக்கொணர்ந்தது. கருத்துநிலை உருவாக்கமாக இல்லாமல் ஓரளவுக்கு தமிழ்கூறும் நல்லுலகின் எல்லா பாகங்களிலும் உள்ள மக்கள் தங்கள் வாழ்க்கையை எழுத்துக்களில் வெளிப்படுத் தினார்கள். பெரியவர்களுக்கு மட்டுமல்ல, குழந்தைகளுக்கும் கூட நாவல் எழுதிய முயற்சியும் நடந்தது. இது 1960களில் பேசப்பட்ட யதார்த்தவாதக் கதைகளிலிருந்தும் வேறுபட்டது என்பதைத்தான் கூறுகிறேன். ஒரு குறிப்பிட்ட சமூகம் அல்லது மக்கள் குழுவினரின் வாழ்க்கைப் பின்னணியில் பதிவு செய்து எழுதிய நாவல்கள் வித்தியாசமான உலகங்களைத் தமிழ் மொழிக்குத் திறந்து காட்டின. அந்த அளவுக்கு ஆங்காங்கே எழுதுவதற்கு ஆட்கள் தோன்றினார்கள். பெரும்பாலும் அவர்கள் இளைஞர்களாக இருந்தார்கள். பெண்களும் அதில் இருந்தனர்.

இந்தப் பின்னணியின் தொடர்ச்சியிலும் சற்றே விடுபட்டும் நான் எழுதிய ‘குன்னிமுத்து’ வெளிப்படையாகக் கதை சொல்லும் முறையில் அமைக்கப்பட்டதற்கான காரணம், இதுவரைக்கும் சொல்லப்படாத யதார்த்தத்தைச் சொல்ல முனைந்ததால்தான். ஒரு அரசியல் புனைவென்றால் அது பெருங்கதைத் தன்மைக்குள் பயணப்பட்டே இதுவரைக்கும் குமரியில் வெளிவந்திருக்கிறது. ‘ஏற்கனவே சொல்லப்பட்ட மனிதர்க’ளைத் தவிர்த்து அரசியலின் நெளிவான முகத்தையும், தெளிவான தோற்றத்தையும் சொன்ன நாவல் இங்கிருந்து உருவாகவில்லை. சிறுபான்மைக் கதைஅரசியல் தோற்றம் பெறவே இல்லை. புனைவுகளுக்குள்ளே மூடப்பட்ட முதலை முட்டைகளாகப் பின் வரலாற்றில் வாய்பிளந்து நிற்கும் எழுத்துக்களில் அமைந்த நாவல்கள் இங்கு உற்பத்தி செய்யப்பட்டிருக்கின்றன.

எனது பதினொன்றாவது வயதில் எமர்ஜென்சியின் தாக்கத்தை தேசிய நெடுஞ்சாலை ஓரமாக அமைந்த எனது வீட்டிலிருந்து கவனித்தவன். பதினேழாவது வயதில் மண்டைக் காடு கலவரத்தைப் பார்த்தவன். இருபத்திநான்கு வயதில் மண்டல் கமிஷன் ஏற்படுத்திய அதிர்வுகளை நாடு முழுக்கவும், குறிப்பாக தில்லி போட்கிளப் மைதானத்தில் நேரடியாகக் கண்டவன். எனக்குள் நிழல்போலக் கிடக்கும் அந்த யதார்த்தம் திரும்பத்திரும்ப அவை உருவாக்கிய வன்முறைகளைவிட

அதிகமாக நிகழ்த்தும் எழுத்துப்பதிவுகளைப் பார்க்கும்போது அவை தரிசனங்களாகவும் மறுபக்கங்களாகவும் முன்வைக்கப் படும்போது இந்தப் புனைவுகள் சொல்லும் உண்மைகளெல் லாம் போலியானவையென்றும், 1960களுக்கும் அப்பால் செல்லும் யதார்த்தங்களென்றும் முடிவுக்கு வருகிறேன். இவை மீதான இன்னொரு புனைவைக் கட்சி அரசியல் போல எனக்குச் செய்ய உடன்பாடில்லை. எனவேதான் நிகழ்வின் மீதான இன்னொரு அசைவை உள் அரசியலாக இந்த நாவலில் கொண்டுவந்திருக்கிறேன். ஏற்கனவே வரையப்பட்ட ஓவியம்மீது எழுதப்பட்ட இன்னொரு வரைதல் போலவும் தெரியலாம்.

◯

நாவலின் மையப்பாத்திரமான இருளி, நான் சந்தித்த ஒரு பெண். முந்திரித் தொழிற்சாலையில் வேலை செய்து ஜீவனம் நடத்துபவள். சமுதாயத்தில் படித்தவர்களாகிய நாம்தான் பெரியவர்கள் என்னும் நினைப்பு பொதுவாக நமக்கு உண்டு. பெரிய மனிதர்கள் ஒன்றுமில்லாமல் வீழ்ந்துவிடும்போது சாதாரணமானவர்கள் வாழ்ந்துகொண்டிருப்பதை நான் அடிக்கடி பார்ப்பதுண்டு, நினைப்பதும் உண்டு. வாழ்க்கையின் இந்த இயக்கத்தையே நாவலில் பதிவுசெய்ய நான் விரும்பினேன். எனக்குள் கருத்துருவாக இருந்ததும் இதுதான்.

இருளி என்பது அவள் உடல்ரீதியாகச் சமூகம் சுமத்திய குறைபாடு. அவளுக்கு சுந்தரி, பாக்கியமலர் என இரண்டு பெயர்கள் உண்டு. முதல் பெயர் அவளிடமிருந்து பறிக்கப்பட்டு அவளை மணந்துகொண்டவனின் இரண்டாவது மனைவிக்குப் பிறந்த மகளுக்குச் சூட்டப்பட்டது. அவளைப் பெயரற்றவ ளாக்கும் முயற்சியில் குடும்பமும் சமூகமும் வெற்றி பெற்றன. இரண்டாவது பெயர் அவள் பெந்தேகோஸ்தில் சேர்ந்தபோது சூட்டப்பட்டது. அதையும் யாரும் பயன்படுத்தவில்லை. அவளுக்கென்று பெயர் அடையாளம்கூட மறுக்கப்படுகிறது. அவள் இருளியாகத்தான் பிறக்கிறாள். இருளியாகத்தான் கடைசிவரையிலும் இருக்கிறாள். அடையாள அழிப்பு என்பது ஒரு பெரிய அரசியல் தளத்தில்தான் நிகழ வேண்டும் என்பதில்லை. வளமை இல்லாதவளுக்குப் பெண் என்ற அந்தஸ்து இருக்கட்டும், மனித உயிர் என்ற அடையாளத்தைத் தரவே உலகம் மறுக்கிறது.

ஆனாலும் அவளால் உலகை வெல்ல முடிகிறது. அவளை விட பலம் வாய்ந்த, சக்திமிக்கவர்கள் வீழ்ந்துபோகிறார்கள். லட்சியவாதிகள் பின்னடைவைச் சந்திக்கிறார்கள். தோழர்

ஸ்டீபன் எவ்வளவு ஆற்றல்மிக்கவனாக, தன்முனைப்புற்றவனாக இருந்தபோதிலும் அவன் லட்சியம் அகப்படாமல் போகிறது. தனது லட்சியத்தை இருளியின்மேல் திணிக்க முயல, அவளோ எதிர்திசையில் தெரியாமலேயே பயணப்படுகிறாள். நடராசன், வண்டாளம் கொல்லப்படுகிறார்கள். திறமைமிக்க பங்கிராஸ் வைத்தியர் தோற்று தேசாந்தரம் செல்கிறார். ஒன்றுமில்லாத இருளி, உடல்குறையோடு எல்லாராலும் பார்க்கப் பட்டவள் தன்மீது வாழ்க்கை சுமத்திய இருளை அனாயாசமாக ஊடுருவிக் கடக்கிறாள்.

வாழ்க்கையில் பொருட்படுத்தாத மனிதர்களின் வெற்றி தான் நிஜமான வெற்றி என்று நான் கருதுகிறேன். 'வல்லன வாழும்' என்பதல்ல, வலிமை இல்லாதனவும் இங்கு வாழ்ந்து கொண்டிருக்கின்றன என்பதுதான் உண்மை. உலகத்தை வெல்ல அலெக்சாண்டர் புறப்பட்டான். நெப்போலியன் புறப்பட்டான். ஹிட்லர் புறப்பட்டான். அவர்களால் ஜெயிக்க முடியவில்லை. 'நான் உலகத்தை ஜெயித்தேன்!' என்று வரலாற்றில் கொல்லப்பட்ட ஒரு மனிதர் கூறினார். அவர் பெற்றதுதான் நிஜமான வெற்றி. அந்த வெற்றியைத்தான் இருளியும் அடைகிறாள்.

இந்த நாவல் உருவாகக் காரணமாக இருந்த அனைத்து சூழல்களோடும் எனக்கு மிகுந்த ஈடுபாடும் கடப்பாடும் மனசில் எப்போதும் உண்டு. காணும்போதெல்லாம் காரியமாக, மென்மையான குரலில், 'ஒரு நாவல் எழுதிப்பார்க்கப் பிடாதா? எப்பேர்பட்ட வளமும், பின்னணியும் உங்கள் பகுதிகளில் உள்ளன' என்று என்னை ஊக்கப்படுத்தும் தோப்பில் மீரான்தான் நான் நாவல் எழுதிப்பார்க்கக் காரணமானவர் என்பதை நினைக்கும்போது என் இதயம் அவரை முதலில் நன்றிப்பெருக்குடன் ஏறெடுத்துப் பார்க்கிறது. இதன் அச்சாக்கப் பணிகளில் முனைப்புடன் ஈடுபட்ட ஜெபா, கலா, மணிகண்டன், ராமநாதன், மேற்பார்வையிட்ட ஷாலினி ஆகியோருக்கும், மிகக் குறுகிய காலத்தில் தீவிர உழைப்போடு நாவலை வெளிக்கொணரும் காலச்சுவடு பதிப்பகத்திற்கும், அருமை நண்பர் கண்ணனுக்கும் எனது நன்றிகள்.

குமாரசெல்வா

வழுதூர்
19.12.2012

குபீரென வாளியை உற்சாகமாகத் துளைத்தது நீரின் ஓசை. அதன் ஒலிச்சிதறல் இரவை உலுக்கியது. நீரின் மதர்ப்பினால் கையை எடுத்த பிறகும் குழாயின் அதிர்வு ஓயாமல் தொடர்ந்தது. பொங்கிப் பிரவகிக்கும் பெருக்கில், ஓடும் நதியை இழுத்து வந்தது போல இருந்தது. அதன் துடிப்பு உள்வீட்டில் படுத்திருந்த கிழவியைத் தொட்டது. அது அவளைச் சல்லியப்படுத்தி இருக்க வேண்டும். ஒரவாக்கிலிருந்து மல்லாக்கப் படுத்தாள். அந்த அசைவு வானத்து நட்சத்திரங்களைச் சலனப் படுத்தியது. அவள் துயரத்தில் விரிந்த பாக்கியமலர். உலகத்தைத் தரிசிப்பதில் எந்தத் தயக்கமும் இல்லை அவளுக்கு. கண்கள் மெதுவாகத் திறந்து மூடின. உள்ளி லும், வெளியிலும் இருளின் பெருங்கடல். ஊடுருவிப் பார்க்க இயலாத உடலின் சோர்வும், நள்ளிரவின் மசவலும் எழும்பவிடவில்லை.

கழிவறையின் கதவு திறந்தது. கூடவே வெளிச்சமும் வந்து விழுந்தது. இருட்டில் பேரொளியை வாரித்தூவியது போல இருந்தது. கொலுசு குலுங்கும் சத்தத்துடன் வெளியே வந்த சுந்தரி, இடுப்பில் மறைவாகச் சொருகி வைத்திருந்த துணியை உதறி அசையில் காயப்போட்டாள். குனிந்து உள்பாவாடையில் கைகளில் படிந்த நீரைத் துடைத்து விட்டு நிமிர்ந்தாள். கதவைச் சாத்தும் முன்பு கழிவறை விளக்கின் தயவில் கிழவியைப் பார்த்தாள். வயதான குழந்தையின் முதுமழலைச் சாயல் நெஞ்சில் பதிந்தது. உறக்கத்திலும் அனுபவத்தின் குதூகலம் அவள் முகத்தில் தாண்டவமாடத்தான் செய்கிறது.

கிழவிக்கு சுருங்கிய நெற்றி. சுருளான தலைமயிர் களின் இடையே கதிர்பரவல்கள்போல ஊடுருவிய நரை. முயல்கள் முகம் பார்த்து முணுமுணுப்பது போல உதடுகள் யாரை நோக்கியோ இறைஞ்சியபடி இருக்கும். கண்கள் தூச்சம் குறைவு என்பதால் ஒடுக்கியே பார்ப் பாள். அதைப் பயன்படுத்தி நேற்று இவள் விளையாடிய விளையாட்டு நினைவுக்கு வந்தது.

கிழவி மரிச்சினிகிழங்கு அவிக்கும்போது சக்கையையோ, பப்பாளிக்காயையோ கூடப்போட்டு மயக்குவாள். அதற்காக வைத்திருந்த பப்பாளிக்காய் பழுத்தும் பழுக்காத ஓதங்காயாக இருந்தது. இளமஞ்சள் நிறங்கொண்ட அதனை இவள் துணியில் போடும் சோப்பு வடிவத்தில் நறுக்கி கிழவி பயன் படுத்தும் சோப்புடப்பியில் வைத்துவிட்டு ஒளித்து நின்றாள். தேய்த்துப் பார்த்துவிட்டு சலிப்படைந்த கிழவி சுந்தரியை விளித்துப் பராதி சொன்னாள்.

“என்னத்த சவுக்காரம் விக்கியானுவளோ? தெரியல்ல மக்கா!”

“ஏன்?”

“பதையே வரல்ல”

“கிழங்குதுண்டு சோப்பா இருக்குமோ?”

உதட்டில் நெளிந்த புன்னகை ரேகைகளை மறைத்தவாறு இவள் ஒன்றும் அறியாததுபோலக் கேட்டாள்.

“மரக்கட்ட.”

அதற்குமேல் தன்னால் அடக்கமுடியவில்லை. சிரித்து வயிறு புண்ணாகி விட்டது. அதன் பிறகே அதற்குள் ஒளித்திருந்த கிறுத்திருமம் கிழவிக்குப் புரிந்தது.

“என்ன எப்பம் நேரத்துக்கு மடச்சி ஆக்கிப்போட்டியே?”

“அய்யோ அம்மா, அது சும்மா வெளையாட்டுக்கு.”

“கொப்பனுக்க மொவளே, வேற யாருட்டெ நீ வெளை யாடுவ? நாந்தானே உண்டு ஒனக்கு.”

அவள் கோபம் தலைக்கேறியது.

“கண்டவனுவள எல்லாம் ஓறுமபடுத்தப்பிடாது. அது எனக்குப் பிடிச்சி காணாது.”

திருப்பிய முகத்தைக் கிழவி கஷ்டப்பட்டு தன்பக்கமாக இழுத்தாள். கன்னத்தில் வரைந்த கோடு கையில் ஈரமாய்ப் பிசுபிசுத்தது.

“போட்டு மவளே.”

“என்னத்தப் போட்டு?”

“மாய ஒலகமாக்கும். இதில திக்காரம் பிடிச்ச ஒண்ணுமே இல்ல . . . சாந்தப்படு.”

"நீ சாந்தப்பட்டுதான் இந்தக் கெதிய அடஞ்ச."

அந்தச் சீற்றம் தேவைஇல்லையோ என்று இப்போது நினைக்கிறாள். கோபப்படவேண்டியவளே தன்னைச் சாந்தப் படுத்தும் நிலையில் தனக்கு அதற்கானத் தகுதி என்ன இருக்கிறது என்றும் யோசித்தாள். வாழ்க்கையின் குரூரம் நிறைந்த சந்துபொந்துகள் வழியே நுழைந்து திரும்பின கிழவியின் பெருந்தன்மை. 'பாவம்' என்று அவளையும் அறியாமல் வாய் முணுமுணுத்தது.

அவள் அப்பாவின் மகளோ, அம்மாவின் மகளோ அல்ல. கிழவியின் மகள். சொந்த மகளல்ல. சொந்தமகளைக் காட்டிலும் சொந்தமான மகள். கிழவி பெறாத மகள் என்றும் சொல்லலாம். நாற்பதுக்கும் அதிகமான வயது வித்தியாசம் இருவருக்கிடை யிலும் உண்டு. பாட்டியும். பேத்தியுமான கோணத்தில் பலர் பார்த்தும், கேட்டும் இருக்கிறார்கள். ஆனால் அம்மா என்பதை உறவுமுறை கூடமறுக்காது. உலகமும் அதனை மறுக்கமுடியாது. எந்த அதிகாரமும் அதற்கு குறுக்கே வராது. இல்லை என்று சொல்ல முடியுமா? எத்தனை வித்தியாசமான, ஆனால் இணக்கமான உறவு அது.

கிழவி திரும்பவும் புரண்டாள். அவள் கனவிலோ, நேரிலோ நாயகள் ஊளையிட்டன. வாழ்க்கையில் எதையுமே பொருட் படுத்திப் பழக்கமில்லாதவள் அவள். தன்மேல் விழும் அவமான எச்சில்களை எதிர்த்து நிற்கும் வலிமை இல்லாததால் எல்லா வற்றையும் பொறுமையாக ஏற்கப் பழகினாள். எதிலுமே பொருளிருப்பதாக அவள் கருதவில்லை. அர்த்தமென ஒரு காலத்தில் நினைத்தவைகூட எந்தப் பயனையும் தராத வாழ்க்கை அவளுக்கு. ஒதுக்கப்பட்ட உலகத்தில் அவள் ஒதுங்கியே வாழ்ந் தாள். எனவேதான் வயதுக்கேற்ற எந்தக்கவலையும் அவளைத் தீண்டமுடியாமல் ஒளிர்ந்தோங்கி நிற்கிறது மனசின் புன்னகை. துயரம் அலைகளைப் போன்றது. அதன் எதிர்முகம் செல்பவன்தான் அலைகழிக்கப்படுவான். கடந்து செல்பவன் காலத்தை வென்றவன். கிழவியால் உடலைக் கடந்து செல்ல முடியவில்லை. அதுதான் அவளது துயரம். அந்தப் போராட் டத்தில் ரொம்பத்தான் களைத்துப்போனாள். மற்ற பெண்களை விட மிகப்பெரிய விடுதலை தனக்கு வாய்த்ததாக அதனை உண்மையிலேயே அவள் கருதினாள். ரேஷன்கார்டு சுட்டும் அறுபத்தி இரண்டு வயதையும் மீறிய முற்றல் அவள் தோற்றத்தில் தெரிந்தாலும், பலவீனத்தைப் பலமாகக் கருதிய உடம்பு அது.

குழாய் திரும்பவும் பிசிறடித்தது. மகளின் கொலுசுச் சத்தம் கிழவியைக் கலைத்தது. அதற்குப் பரிகாரமாக ஒரு இருமல் மட்டும் வெளியே தெறித்துத் தூக்கம் தொடர்ந்தது. வீட்டிற்குள் நுழையும் போது குறுக்கே காற்றை விசிறி அடித்த வாறு எதுவோ கடந்துச் சென்றது. நரிச்சியாகத்தான் இருக்க வேண்டும். இது போன்ற உறங்காத ராத்திரிகளில் கூரைமீது அவைகள் கொண்டு போடும் வாதுமைக் கொட்டைகளின் சத்தத்தில் பயந்திருக்கிறாள்.

ஒரு அறை மட்டுமே கொண்ட அந்த வீடு சிமெண்ட் செங்கற்களால் கட்டப்பட்டது. அறையின் வடக்கைப் பார்த்து வெளியில் இறங்கி கழிவறைக்கு வரவேண்டும். வீட்டுடன் ஒட்டியும், விலகியும் இருக்கும் அதன் இருப்பைக் குழாயின் பிசிறடிக்கும் ஓசை அவ்வப்போது வெளிப்படுத்துகிறது. கட்டிட அமைப்பின் இயல்போ என்னவோ, வாளியில் விழும் துளிநீர் கூட 'டப்! டப்!' பென்று வீட்டுக்குள்ளே பேரொலிக்கும்.

புளியமரங்களால் சூழப்பட்ட பள்ளத்தாக்கில் அந்த வீடு இருந்தது. பின்புறவழியாக மேடுயர்ந்த மலையும், பாறைக் கூட்டமுமான அந்தப் பகுதி இன்றுகூட ஒதுக்குப் புறம்தான். கிரானைட் கற்கள் வெளிநாட்டுக்கு ஏற்றுமதியானபோது கப்பலில் தாங்கலுக்காக புளியமரங்கள் முறிக்கப்பட்டதால் சற்றுவெளிச்சம் ஏற்பட்டு இப்போது சூரியன் அங்கும் உதிக் கிறது. விடுமுறை நாட்களில் பொடியன்கள் கிரிக்கெட் அடிக்க வருவார்கள். அதனால் மைதானம் உருவாகி மனித அரவம் அந்த அத்துவானக் காட்டில் ஒலிக்க ஆரம்பித்தது. அவர்கள் செய்யும் குறும்புகளையும், அணிந்திருக்கும் ஆடைகளையும், ஒவ்வொரு அசைவுகளையும் புதுப்பிராணியைப் பார்ப்பது போல கிழவி நடையில் உட்கார்ந்து பார்ப்பாள். அவள் வீட்டு ஆஸ்பெட்டாஸ் கூரையில் பந்து வந்து விழும். ஒருநாள் கூட அதற்காக யாரிடமும் அவள் சினந்து பேசியதை எவரும் கண்டதில்லை.

நான்கு நாய்கள் கிழவியைச் சுற்றி வளைக்கின்றன. அவள் வேகம் வேகமாய் சந்தையிலிருந்து வீட்டுக்குத் திரும்புகிறாள். ஓட்டமும், நடையுமாகச் செல்லும் அவளை வழிமறிக்கும் நாய்கள், துள்ளிக் குதிக்கின்றன. அவற்றை விலக்கி நிறுத்த அவளால் களியவில்லை. ஏன் அவைகள் தன்னைக் குறிவைக் கின்றன என்பது தெரியாமல் அங்கலாய்க்கிறாள். சாலையில் எத்தனையோ பேர் செல்கிறார்கள். யாரும் உதவிக்கு வராத தோடு தன்னைக் கேலிப்பொருளாகப் பார்த்துச் சிரிக்கவும் செய்கிறார்கள். பையில் இருக்கும் அரிசியைக் கொண்டுவந்து

குமாரசெல்வா

இனிமேல்தான் சோறு பொங்க வேண்டும் என்ற அவசரம் அவளுக்கு. ஒருவேளை உள்ளே இருப்பது மீன் என நினைத்து நாய்கள் தன்னைப் பின் தொடர்கின்றனவோ? தன்னிடம் மீன்நாற்றம் வீச எந்தக் காரணமும் இல்லையே.

பரம்பில் சுருண்ட பெதப்பை இழுத்து சரிப்படுத்திய சுந்தரி இயல்பற்ற நிலையில் இருந்தாள். திரும்பவும் கழிவறைக்குப் போகவேண்டும் போல இருந்தது. உட்கார்ந்த நிலையில் கால்களை நீட்டியவள் நிலத்தில் தட்டினாள். மரத்ததுபோல பெருச்சில பற்றியது. உணர்வு திரும்பும் வரைக்கும் அப்படியே இருந்துவிட்டு கிழவியின் அருகில் படுத்தாள்.

"போக்கெடுத்துதான் போவுது."

அவள் வாய் முணுமுணுத்தது. கால்களில் படிந்த நீரை கைகளின் துணையின்றி மிதித்தவாறு துடைத்தவள், தொடைகளை ஒன்றோடொன்று சேர்த்து இறுக்கினாள். அவள் தூக்கம் எப்போதோ பறந்துவிட்டது. சற்று நின்று அடங்கிய கிழவியின் மூச்சுக்காற்று திரும்பவும் மேலேறி பேனாமூடியில் காற்றை ஊதினால் எழும்பும் விசில் சத்தம் போல ஒலிக்கிறது. எந்தக் கவலையும் இல்லாத உலகில், தனியொரு மனுஷியாய், என்ன அற்புதமான உறக்கம். என்ன விலை கொடுத்துப் பெறமுடியும் இப்படி ஒரு நிம்மதியை. அவள் ஏக்கத்தால் நிரப்பப்பட்டாள். தொண்டை அடைத்ததுபோல இருந்தது. குடத்திலிருந்து நீரெடுத்துக் குடிக்க நினைத்து எழும்ப மடியாய் இருந்ததால் தவிர்த்தாள். அவள் உடல் முறுங்கியது. கைகளை எடுத்து மார்பின் மீது வைத்தவள் எதையோ நினைத்துக் கீழே போட்டாள். பத்திரகாளி அம்மன் கோயில் ஆலமர நிழற் தாங்கலில் மனம் மையம் கொண்டது.

வாஜ்பாய் அரசு ஆட்சிப் பொறுப்பேற்றதும் பத்திரகாளி கோயில் பூசாரியாக இருந்த தங்கநாடான் மாற்றப்பட்டான். கோயில் கமிற்றி அரசியலாக மாறியது. எம்.பி.யின் ஆதரவு கோஷ்டியினர் கோயிலுக்குச் சொந்தமான நிலபுலன்களையும், கல்வி நிலையங்களையும் கைப்பற்றினர். கை பல ஜனநாயகத்தில் வெற்றிகண்ட உறுப்பினர்கள் அனைத்தையும் ஆண்டு பூண்டனர். ஒரேநாள் இரவில் 'பத்திரகாளியம்மன் கல்வியியல் கல்லூரி' என்றபெயர், 'வேலுத்தம்பி தளவாய் கல்வியியல் கல்லூரி'யாக மாறியது.

தங்கநாடான் ஒன்றும் எதிர் குரூப் அல்ல. அவனும் ஆளும் கட்சிதான். வாஜ்பாயின் கரத்தை வலுப்படுத்தியதில் அவனுக்கும் பெரிய பங்கு உண்டு. சாமி கும்பிட வரும் பெண்களை ஒருங்கிணைத்து திருவிளக்கு பூசைகள் நடத்தினான். ஞாயிறுதோறும் ஊர் ஊராக மதபாட சாலைகள் அமைத்து வகுப்பெடுத்தான். இறுதியில் இந்து ஆட்சியை நிறுவிவிட்டான்.

ஒருநாள் புதிய கமிற்றி உறுப்பினர் பத்மநாபன் தம்பி தன்னை வந்து சந்திக்குமாறு ஆள்சொல்லி அனுப்பினார். தங்கநாடானுக்கு தாங்க முடியாத சந்தோசம். தன்னைப் பாராட்டத்தான் அழைக்கிறார் என்று நினைத்தான்.

"தங்கநாடானுக்கு சமஸ்கிருதம் அறியாமோ?"

"தெரியாது."

"பின்ன நின்னக்கொண்டு எந்துசெய்யான் கழியும்?"

அவரது தொனி வித்தியாசமாக இருப்பதைக் கவனித்தவன் மேற்கொண்டு என்ன சொல்லப் போகிறாரோ என்ற பரபரப்பில் நின்றுகொண்டிருந்தான்.

"அவிடெ இரிக்கு."

"வேண்டாம், நிக்கியேன்."

"பின்ன ... நாள ராவிலெ தென்காசியினடுத்துள்ள ஒரு போற்றி இவிடெ வரும்."

"எதுக்கு?"

"போற்றியுடெ பணி எந்தாணெந்நு நினக்கு அறியில்லே?"

அப்போதுதான் தங்கநாடானுக்கு அவரது பேச்சின் அர்த்தமும், அதன் பின்னணியும் புரியவந்தது. தான் இனிமேல் அங்கு பூசை செய்ய முடியாது என்பதை உணர்ந்தான். தலைமுறை காலமாகத் தங்கள் குடும்பத்தினர் தொடர்ந்து செய்துவந்த திருப்பணிகள் முடிவுக்கு வந்ததை அறிந்தபோது அதனை ஏற்க முடியாமல் திணறினான்.

"அப்ப நான் என்ன செய்யணும்?"

"அது நீயாணு தீர்மானிக்கணும், கேட்டோ."

அவனுக்கு அங்கிருந்து போவதா, நிற்பதா என்று தெரியவில்லை. அழுகை வரும்போல இருந்தது. அதைவிட அதிகமாக ஆத்திரமும் வந்தது.

"பின்ன, ஆ தாக்கோல இவிடெ தரு ..."

அவன் ஆதாரமே கழன்றது போலத் தளர்ந்தான். சாவிக் கொத்திலிருந்து தனக்குச் சொந்தமான சைக்கிள் சாவியை மட்டும் உருவி எடுத்துவிட்டு மொத்தத்தையும் அவர் கையில் தந்தான். அதன் பிறகு தம்பியிடம் எந்த எதிர்வினையும் இல்லாத தால் கதவைப் பார்த்து நடந்தவாறு வெளியே வந்தான்.

“ஞான் எந்து செய்யணும்ணு அயாள் சோதிச்சல்லே?”

“அதே.”

“இவம்மார்க்கு தேவசம் போர்டு ஆனையளுக்க அஞ்சாங் கால கைகாரியம் செய்யுந்நதாணு ஏற்றமும் நல்ல பணி.”

கூட இருந்த அவரது நண்பர்களும் உறவினர்களும் விழுந்து விழுந்து சிரிப்பது கண்ட தங்கநாடானுக்கு இரத்தம் தலைக் கேறியது. குனிந்து ஒரு கல்லை எடுத்தான். பத்மநாபன் தம்பியின் வீட்டைப் பார்த்து எறிந்தான். குறிதவறி பக்கத்து விளையில் நின்ற பனைமரத்தில் பட்டுத் தெறித்தது. அவன் தாத்தா ஏறிய பனைமரம் அது. திரும்பி அவன் மண்டையில் விழுந்து பதம் பார்த்தது அந்தக் கல். கீழே சாய்ந்தவன் இரத்த வெள்ளத் தில் மிதந்தான்.

திருவிழா காலங்களில் ஒரே இடத்தில் எல்லா யானைகளும் ஒன்று கூடுவதால் பெண் யானையைக் கண்டதும் ஆண் யானைகளுக்கு வெறி கிளம்பும். அதைத் தணிப்பதற்காக ஆண் யானைகளுக்கு மைதுனம் செய்துவிடும் வேலை நடக்கும். அதை செய்வதற்கு கூலியாகக் கிடைக்கும் அஞ்சோ, பத்தோ ரூபாயைப் பெறுவதற்காக குடிகாரர்களும், விலக்கப்பட்டவர் களும் காத்துக் கிடப்பார்கள் என்று தங்கநாடான் கேள்விப் பட்டிருக்கிறான். இதுகாலமும் அம்மையைக் குளிப்பாட்டி தூபங்காட்டித் துதிபாடிய தன்னை, இப்போது எந்த வேலை செய்யத் தகுதியுள்ளவனாகக் கூறி கேவலப்படுத்துகிறார் என்பதைப் புரிந்ததும் மூர்ச்சையானான்.

புதிய பூசாரியை எல்லோருக்கும் பிடித்துப் போனது. குறிப்பாக அவன் நிறமும், பவ்வியமும் அனைவருக்கும் இஷ்டப் பட்டது. இதுவரை அம்மனின் ஜோதி தவழும் முகத்திற்கருகே திருஷ்டிபொம்மைபோல நின்ற கறுத்த தங்கநாடான் எங்கே, தந்தச்சிலைபோல நிற்கும் கிருஷ்ணதேவன் போற்றி எங்கே. கொன்ன மொழி கேட்டுப் பழகிய காதுகளில் அசரீரிபோல வந்துநிறைந்தது சமஸ்கிருத மந்திரம்.

ஆறுமாத காலத்திற்குள் கோயிலுக்குப் பக்கத்து விளையில் பத்துசென்ட் பூமியை விலை முடித்த போற்றிக்கு ஊர்கூடி வீடு கட்டிக் கொடுத்து ஆதரித்தது. ஒரு கிராமமே நிறையும்

எண்ணிக்கை கொண்ட தனது பெருங்குடும்பத்தைக் கொண்டு வந்து அதில் குடியேற்றினான். பக்கத்திலுள்ள குக்கிராமங் களுக்குச் சென்று மண்ணுடன் கலந்துகொண்டிருந்த சிறுகோயில்களை அங்குள்ள மக்களை வைத்துப் புனரமைத்து ஒவ்வொன்றிலும் தனது குடும்ப உறுப்பினர்களைப் பூசாரி யாக்கினான்.

கோயில் தனக்கிழைத்த கொடுமைகளை தங்கநாடான் வருவோர் போவாரிடத்தில் கொஞ்சநாள் வாய்ப்பாறிக் கொண்டிருந்தான். யாரும் அவன் விஷயத்தில் அக்கறை காட்டாதது வருத்தமாக இருந்தது. எம்.பி.யிடம் முறையிட்ட போது ‘பூசை செய்ய லாயக்கில்லை’ என்று பத்மநாபன் தம்பி கூறியதையே இன்னொரு விதத்தில் சொன்னார். இந்த நிலையில் ஆறுதல் கூற வந்த ‘அய்யாவழி’ கோவிந்தராஜன், அவனை ‘தர்மபதி’யில் பூசாரி ஆக்க சம்மதித்தார். பெந்தெ கோஸ்து ஜெபப்புரையிலிருந்து வந்த பவுலோஸ் பாவவழி களிலிருந்து விலகி, இரட்சிக்கப்பட்டு, முழுகி ஸ்நானம் எடுத்து, அன்னிய பாஷை பேசுமாறு எடுத்துரைத்தான். அவன் வயிற்றுக்கான பாஷைக்கு முதலில் வழிதெரியவில்லை. இறுதி யில் வாழ்க்கை அவனை கோயில் முக்கில் ஒரு சைக்கிள் கடை வைத்து மனைவி பிள்ளைகளைப் பரிபாலிக்கச் செய்தது.

கிழவியின் முன்னால் ரெட்டைக்காளை பூட்டப்பட்ட வண்டி வந்து நின்றது. நீண்ட கொம்புகள் உடைய அந்தக் காளைகள் யாரும் இயக்காமல் சுயமாகவே அவளைச் சுமந்து கொண்டு ஜல்! ஜல்! என்று ஓடுகின்றன. நாய்கள் தொடர முடியாமல் தவிக்கின்றன. தளர்ந்து மூச்சிரைத்து நாக்கையும் தொங்கப்போட்டுக்கொண்டு நிற்கின்றன. அந்த இயலாமை யிலும் அவளைப் பார்த்துக் குரைத்து அதன் வாயிலாகப் பழிவாங்க முற்படுகின்றன. காளைகளின் பாய்ச்சல் நாய்களின் உருவங்களைக் கொஞ்சம் கொஞ்சமாகக் குறைத்து உருத் தெரியாமல் ஆக்கிவிட்டன. அவள் நெடும்பாதையைக் கடந்து கடலுக்கு வந்துவிட்டாள். காளைவண்டி படகாக மாறி நீரைக் கிழித்து முன்னேறிச் செல்கிறது. அவள் வானத்தின் விளிம்பிற்கு வந்துவிட்டாள். மேகங்களைத் தொட்டுத்தாவி மேலே ஏறி அமரவேண்டும். அவை பறக்கும் தட்டுக்களைப்போல சுமந்து அவளை தேவலோகம் கொண்டுசேர்க்கும்.

கிழவிக்கு ஒருகாலத்தில் கணவன் ஒருத்தன் இருந்தான். இருட்டுக்கு ஆன்மா உண்டென்றால் அது அவனாகத்தான்

இருப்பான். ஆள்கூட்டத்தில் வந்து நின்றால் அந்த இடமே இருண்டு விடும். கைவசம் இருந்த கூர்மையான நடவடிக்கைகள் தார் இருட்டிலும் பொறிகளைப் போல ஒளிர்ந்து மரித்தன. உடல் அனுங்கி அவன் வேலை செய்ததை யாரும் கண்டிருக்க மாட்டார்கள். எளிதான எதையாவது செய்து உயிர் வாழ்வதையே வாழ்க்கையின் இலட்சியமாகக்கொண்டிருந்தான். அந்த எளிதான காரியங்கள் யாவும் எத்துவாளித்தனங்களாக இருந்தன.

வண்டாளம் வேலையன் பெயர். பகுதியைப் பட்டம் விழுங்கியதால் மீதிதான் பெயராக விளங்கியது. ஆளைத் தெரியாதவர்களுக்குக்கூட பெயரும், புகழும் பிரபலம். மருந்து வைத்தியனுக்கு மட்டும்தான் தெரியும். நோய் எல்லோருக்கும் தெரிவது போன்ற பிரபலம் அது. சாவதும், பிழைப்பதும் அறியாமல் ஒரு பிராணியைப் போலவே அவன் நடந்தான். காற்றைப்போல எந்த இடத்தில் இருப்பான், எந்த இடத்தில் இருக்கமாட்டான் என்று யாருக்கும் தெரியாது. எந்த இடத்திலும் பிழைப்பான். எஸ்கிமோக்களிடம் கொண்டு விட்டாலும் அங்கேயும் யாரையாவது ஏமாற்றி எந்த ஆபத்தும் இல்லாமல் தப்பிவிடுவான். நீக்கமற நிறைந்து உலகத்தோடு விளங்கும் அவன் அறிவின் இருளான வெளியில் பல அத்தியாயங்களுக் கான குறிப்புக்களை வைத்திருந்தான். அவை வாசித்தும், யோசித்தும் காணமுடியாத நிகழ்த்துதலாக இருந்தன.

எங்கும், எவரிடத்திலும் சுலபமாகக் கலந்துவிடும் கலையை அவன் கற்று வைத்திருந்தான். அவனோடு தொடர்புடைய அல்லது அவன் விரும்பிய எந்த நிகழ்வோடும் விலகி இருந்த தில்லை. எந்த மொழியும் தெரியாத அவனிடம் பல மொழிகள் இருந்தன. அதைக்கொண்டு எந்தவீட்டிலும் சுலபமாகப் புகுந்து விடுவான். ஒவ்வொரு மனிதர்களுக்கும் ஒவ்வொரு மொழியை அவன் உருவாக்கி வைத்திருந்தான். அதன் வீச்சுக்கு யாருமே விழாமலிருக்க முடியாது.

“மாமா, ஒரு குலைய வெலபேசி முடிச்சேன். ஒடையக் காரருக்கு வாதம். மருந்து குடிச்சி பத்தியம் வேறா, நாந்தான் வெட்டி எடுக்கணும் பாருங்க. வெட்டோத்தி குடுங்களேன்?”

“மக்களே, அந்த வெட்டோத்திய எடுத்திற்று வா!”

“குழந்தைய அனுப்புங்க, பழம் குடுத்து விடுகேன்.”

“அதெல்லாம் வேண்டாம், எங்களுக்கு வெள உண்டு.”

வெள்ளை வேட்டி, சட்டை மீதான நம்பிக்கை சில நிமிடங்களிலேயே வெளுத்துப் போகும். விஷயத்தைக் கேள்விப் படுகிறவர்கள், ‘வண்டாளம் இங்க வந்தும் வேலையக்

காட்டீற்றானா?' என்று கேட்பார்கள். அப்போதுதான் உடையக் காரருக்கு தான் ஏமாற்றப்பட்ட விஷயம் தெரியவரும். பிறகு வெட்டோத்திக்கு ஈடான பணம்கொடுத்து சாராயம் விற்பவனிடமிருந்தோ, மாம்பட்டை யாவாரியிடமிருந்தோ மீட்க நேரிடும். மறுநாள் அவர் வண்டாளத்தை நேரில் கண்டு விடுகிறார் என்று வைத்துக் கொள்வோம், பொதுஇடத்தில் நான்குபேர் மத்தியில் என்றால் மலையாளத்திலோ, பாண்டித் தமிழிலோ பேசி தான் வேறு என்று சாதித்து விடுவான். ஆள் அவன்தான் என்பது எல்லோருக்கும் தெரியும். அவர்களுக்கு அது தெரியும் என்பதும் அவனுக்குத் தெரியும். ஆனால் ஒன்றும் செய்ய முடியாமல் நின்று தவிப்பார்கள். தனியாக யாரிடமாவது வந்து வசமாக மாட்டினால் ஆள் எப்படிப்பட்டவர் என்பதை ஆராய்வான். முரடன் என்றால், 'அண்ணே மருந்து குடிச்சி பத்தியம். அடிக்கிறதானா அடியுங்க. பிறகு நீங்கதான் என்ன செமந்திட்டுப் போவ வேண்டியதிருக்கும்' என்பான். கைகள் இரண்டும் கும்பிட்ட நிலையில் இருக்கும். ஆள் சற்று மானியன் என்றால் அவனை சமாளிக்க கைவசம் விதம்விதமான கெட்ட வார்த்தைகளை வண்டிக்கணக்கில் வைத்திருந்தான். அதற்காக அவனுக்கு 'டாக்டர்' பட்டமே கொடுக்கலாம். இன்று பலர் வாங்குவதை விட மதிப்பு மிக்கதாகவும் இருக்கும். எதிரே நிற்பவனின் செத்துப்போன தாயார் தொட்டு நேற்று சடங்கான மகள் வரைக்கும் அம்மணமாகிப் போய்விடுவார்கள். ஒருதடவை அவனிடம் வாய் கொடுத்துப் பார்த்தவர்கள் நிச்சயமாகத் திரும்பவும் அந்தத்தவறை ஒருபோதும் செய்யமாட்டார்கள்.

வேட்டி சட்டையில் என்றில்லை, விதம்விதமான கெட்அப்களில் வருவான். இடுப்பில் துண்டுடன் சட்டை எதுவும் அணியாமல் வியர்வை குளித்த உடம்பில் செம்மண் ஒட்டி இருக்க, வேலைக்கான கருவிகள் வாடகைக்கு கொடுக்கும் கடையில் வந்துநிற்பான். கையாள் வேடம் அவனுக்கு கச்சிதமாகப் பொருந்தி என்னிடம் ஏமாறு என்று யாரையும் அழைக்கும். கடைக்காரரிடம் ஊரிலுள்ள முக்கியப் பிரமுகர் ஒருவரின் பெயரை அவன் வாய் உதிர்க்கும். அந்தப் பெயர் உச்சரிப்புமுறை யாரையும் எழும்பி நின்று சல்யூட் அடிக்க வைக்கும். அவர் வீட்டில் வேலை நடப்பதாகச் சொல்வான். மொத்தக் கடையையும் அவன் வசம் ஒப்படைத்துவிட்டுக் கடைக்காரர் பவ்வியமாக ஒதுங்கி நிற்பார். அதன் பிறகு நம்மாட்டியோ, பிக்காசோ, நிலந்தல்லியோ அவன் பொருளாதாரத் தேவைக்குத் தகுந்தபடியான பொருட்கள் அங்கிருந்து நேரடியாக சாராயக் கடைக்குச் சென்றுவிடும். ஒரு தடவை கைவண்டிகூட அவ்வாறு போனதுண்டு.

வண்டாளம் செய்வது தவறோ, சரியோ, அதைச் செய்யும் முறையில் அவனிடம் ஒரு ரசனை இருந்தது. அதுதான் தொடர்ந்து அவனைப் பாதுகாத்தும் வந்தது. இழந்தவனுக்குத் தான் கவலையே தவிர பார்ப்பவர்களுக்கு அவன் நடவடிக் கைகள் யாவும் வேடிக்கையைத் தந்தன. அவனை அடித்து இழுத்துச் செல்லவரும் போலீசாரே சில சமயங்களில் அந்தச் சூழ்நிலையையும் மறந்து பொட்டிச் சிரித்து விடுவார்கள். ஒரு வகையில் எல்லோரையும் தனது ரசிகனாக மாற்றிவிடும் இயல்பு அவனிடம் இருந்தது. இதையும் ஒரு கலையாகக் கண்டு கொண்டிருக்கும் போதே கண்ணைத் தோண்டி எடுப்பதுதான் அவனது நோக்கமாக இருந்தது. அதன் பிறகும் அவன் நடத்தும் குரூரங்களை யார் கண்ணும் மேம்போக்காகவே கண்டு சென்றது.

ஒருதடவை ‘வண்டாளம்’ என்றால் என்னவென்று கிழவியிடம் சுந்தரி கேட்டாள். பெரிய மரங்களின் மீது வண்டாளம் விழுந்ததென்றால் அதை உறுஞ்சி தன்னை வளர்த்து முழுக்கப் படர்ந்து விடும் என்றாள் கிழவி. வண்டாளத்தின் இலைகள் பெரியதாக இருக்கும் என்றவளின் பதிலிலிருந்து அவன் ஒட்டுண்ணித்தனத்தின் சரியான குறியீடு என்பதாகப் புரிந்துகொண்டாள்.

அவன் எப்படி இருப்பான் என்று சுந்தரி சிரமப்பட்டுக் கொஞ்சம் நினைத்துப் பார்த்தாள். தனது கழுத்தில் கிடந்த தங்கச்சங்கிலியை அறுத்துச் சென்றவன் முகத்தை சிறுமி ஒருத்தி நினைவுபடுத்திப் பார்ப்பதுபோல இருந்தது அது. அவள் தனது மூன்று வயது வரை மட்டுமே அவனுடன் வாழ்ந்தாள். மீசை முறுக்கிய அந்த முகம் கலைந்துபோன நீரில் அலையும் தோற்றம் போலவே மங்கலாகத் தெரிந்தது.

கிழவி தனது குடும்பவாழ்க்கை குறித்து பலமுறை அவளிடம் பேசி இருக்கிறாள். அதில் தெரிவது வெறும் தகவல் போலவே இருக்கும். கிழவியின் குரல் எந்த உணர்ச்சியையும் எளிதில் வெளிக்காட்டாது. அவள் எட்டு வருடங்கள் அவனோடு குடும்பம் நடத்தி இருக்கிறாள். அந்த நாட்கள் பத்து தலைமுறைகள் அனுபவிக்கும் துயரங்களை அவள்மீது சுமத்தியது. அதில் துன்பங்களை அவள் அதிகமும் தவிர்த்தே பேசினாள். அவனிடமிருந்து பெற்ற சுவாரசியமான அனுபவங்களின் பொறியே அவளிடமிருந்து தெறித்து விழுந்தன. அவற்றில் சில இன்றும் ஆனந்தப் படவைக்கும் தன்மை கொண்டவை.

வண்டாளம் ஒரு சாப்பாட்டுப்பிரியன். பொதுவாக நல்ல குடிகாரன் சாப்பிடவே மாட்டான் என்றுதான் சொல்வார்கள்.

இவன் அதற்கு நேர்மாறாக விளங்கினான். மீன்கள் என்றால் அவனுக்கு உயிர். மீன் இல்லை என்றால் குடிக்கவே மாட்டான். ஆற்றில் சென்று சூண்டைப் போட்டு மீன்பிடித்து, பிடித்த மீனை உடனே சுட்டு கள் குடிப்பது அவனுக்குப் பிடித்தமான ஒன்று.

அவனுக்குப் பல நண்பர்கள் இருந்தார்கள். எல்லோருமாகச் சேர்ந்து மீன்பிடிக்க உதவி செய்தனர். தங்களின் பங்காக குறைவானதை எடுத்து அவனுக்கு எப்போதும் நிறையக் கொடுத்தனர். பதிலாக வண்டாளம் எதையாவது களவாண்டு வந்து அவர்களுக்குக் கொடுத்தான். அவன் ஏமாற்றி சம்பாதிப் பதில் தொண்ணூற்றொன்பது சதவீத செலவு சாராயமும், மீனும்தான்.

நாள்தோறும் முடங்காமல் அந்திக்கடை சென்று மீன் வாங்குவான். அதற்காக கமுகம்பாளையில் செய்த தோண்டி ஒன்று எப்போதும் வீட்டு கூரைச் சாய்ப்பில் தொங்கும். அது நிறைய வாங்குவான். சூரைமீன் தலையும், முள்ளுமாக வாங்கும் போது அவன் சென்ற பாதையை சுடுகாட்டுக்கு பூ போல இரத்தத்துளிகள் அடையாளப்படுத்தும். முசும்பு அடிக்கும் மீன்களின் மீதுதான் அவனுக்கு கொள்ளைப் பிரியம். பூவலாந்தேட்டு மீன் கண்டால் விடமாட்டான். ஓந்தான் சாளையின் நெய் முதுகெலும்புக்கு நல்லது என்பான். கிளாத்தியில் கறுப்பு தான் வாங்குவான். கள்ளுசீசனில் தவறாமல் மரிச்சினி கிழங்குடன் தினமும் அதுதான். புள்ளிக் கலவை மீன் தின்றால் உடம்பில் தேமல் வரும் என்று சொல்லி விட்டு அதையும் விலக்காமல் உண்பான். வாளை மீனிலுள்ள விஷத்தைப் பனங்கிழங்கு முறிக்கும் என்று மித்ருபேதம் காட்டி விட்டு பொரித்துச் சாப்பிடுவான்.

மீனுக்குள்ள மருத்துவ பலன்கள்கூட அவனுக்குத் தெரியும். வாதத்துக்கு எந்த மீன், வாயுவுக்கு எந்த மீன் என்றெல்லாம் பட்டியலே வைத்திருந்தான். காய்ச்சலோ, தொண்டை நொம்பலமோ வந்தால் நல்லமிளகுப் போட்டு மீன்குழம்பு வைப்பான். அதைக்கொண்டே சரிப்படுத்திவிடுவான். திருமண மாகியும் குழந்தைப் பேறில்லாதவர்களுக்கான மீன், குழந்தை பெற்றவளுக்கு பால்சுரக்க வைக்கும் மீன், குடும்பக் கட்டுப் பாட்டு மீன், வயாக்ரா மீன் கூட தெரிந்து வைத்திருந்தான் என்றால் பாருங்களேன்.

மீன் இல்லாத சீசனில் ஆற்றையோ குளத்தையோ கலக்கப் போவான். சிறிய கைலிப்பொடியையும் விடமாட்டான். சூண்டை போட்டுப் பிடிப்பதும் உண்டு, வீச்சுவலை கொண்டு

பிடிப்பதும் உண்டு. ரெயில்வே பாலத்தடியில் ஒரு தடவை ஆற்றில் மீன்பிடிக்க வெடிகொழுத்திப் போட்டு சிலமாதம் சிறைவாசம் இருந்த வரலாறும் உண்டு. குளத்து மீனில் பொத்தையும், சிலோப்பியாவும் அவனது விருப்பம். திருமண மான புதுசில் ஒருநாள் பெருங்குளத்தைக் கலக்கினார்கள். சிலோப்பியாவும், பஞ்சலையுமாகக் கொண்டு வந்து பங்கு வைத்தார்கள். மூன்று நாட்களாக வைத்துத் தின்ற பிறகும் தீரவில்லை. குளம் வற்றிய பிறகு தொழியில் பதுங்கிய பொத்தை மீனை ஒருவாரமாகப் பிடித்தார்கள். அந்த நாட்களில் வீட்டைச் சுற்றி நாய் பற்றங்களின் நடமாட்டம் மிகவும் அதிகமாக இருந்தது. மீனின் முள்களை அவை சவைக்கும் ஒலி அருவருப்பாக இருக்கும். இரவில் தூங்கமுடியாமல் அவள் அவஸ்தைப்படுவது பற்றி அவன் கவலைப்படுவதே கிடையாது. நிம்மதியான துயிலில் மிதப்பான்.

கிழவிக்கு அன்றும் சரி இன்றும் சரி மீன் பிடித்தமானது தான். ஆனால் அவனைப்போல எதையும் அளவுக்கு மீறி உபயோகிப்பது இல்லை. அவன் எதையும் உச்சத்திலிருந்துதான் தொடங்கினான். எனவேதான் மேலிருந்து வாழ்க்கையை ஆரம்பித்தவன் கீழேவருவதுபோல அவன் முடிவும் சுலபத்தில் நிகழ்ந்ததாக கிழவி உணர்ந்தாள்.

அவன் தன்னை நெருங்கும்போது ஏதாவது ஒரு வாடை உடம்பிலிருந்து வீசும். பீடி, மீன், சாராயம், வெற்றிலை என்று எதுவுமே அவளுக்குப் பிடிச்சு காணாது. ஆனால் வாய் திறந்து சொல்லத் தயங்கினாள். சிலசமயம் அவளையும் மீறி மனம் வெளிப்பட்டும் இருக்கிறது.

“கையக் கழுவப் பிடாதா?”

“ஏன்?”

“முசும்பு அடிக்குது.”

மீனிலெயாவது அடிக்கட்டேன்.”

திருமணமாகி ரெண்டுமாசம் கழிவதற்குள் குத்திக் காட்டத் தொடங்கிவிட்டான். அவள் பேச்சை நிறுத்திவிட்டு எழப் போனாள். அவன் பிடித்து கீழே இருத்திவிட்டுத் தொடர்ந்தான்.

“மீனு தின்னத் தெரியாதவன் எவனும் பெண்ணுகெட்ட லாயக்கில்லாதவனாக்கும்.”

அவள் மௌனம் தொடர்ந்தாள்.

“ஏண்ணு கேக்க மாட்டியா?”

“ஏனாக்கும்?”

"மீன் வாசன பிடிச்சாதான் பெண்வாசனையும் பிடிக்கும்."

அவள் குலுங்கச் சிரித்தாள்.

"அப்ப மீனு தின்னாத்தவன் எவனும் பெண்ணு கெட்டேலியா? அவம் பெண்டாட்டிக்குத்தான் புள்ள பெறக்கல்லியா?"

"பெறக்கும். ஆனா அதெல்லாம் கொறபிரசவமாக்கும், கேட்டியா!"

கிழவியின் பார்வையில் இன்றும் அவன் வெறுக்கத் தக்கவன் அல்ல. தனது தகப்பன்தான் என்றாலும் சுந்தரிக்கு அவனை நினைக்கும்போது அருவருப்பே மேலிட்டது. ஆனால் அவளையும் அறியாமல் அவன் உணர்வுகள் யாவும் உள்மனதில் ஏதோ ஓர் அணுவில் பதிந்துதான் இருந்தன.

கருணைவனம் சி.எஸ்.ஐ. சபை அரசியல், கட்சி அரசியல் கூத்துக்களையும் மிஞ்சியதாகும். அதன் செயலாளர் நடராசன் எட்டு வருடங்கள் முன்பு இதே கோயிலின் பக்கவாசலில் ஒரு சூலாயுதத்தை நட்டு காணிக்கைப் பெட்டியைக் கொண்டு வைத்து, அதன் காரணமாக உருவான மதச் சண்டையில் இரண்டுபேர் கைகால் இழக்க காரணமானான். கோயிலுக்கு வரும் பெண்களைக் கேலி செய்து ஏற்பட்ட அடிதடியில் கழுத்துநெட்டில் வெட்டுபட்டு 'வீர இந்து' பட்டம் பெற்றவன். கோயிலுக்கெதிரே மேடை போட்டு அவன் சார்ந்த இந்து கட்சியின் மாநிலத்தலைவர் இராமகிருஷ்ணனை அழைத்து வந்து, 'இந்துக்களின் துப்பலில் கிறித்தவர்கள் மிதப்பார்கள்' என்று பேசவைத்தான். அந்த ஊரில் முதன்முதலாக காவிக் கொடியேற்றி இந்து கட்சியின் கிளை அமைத்தவனும் இதே நடராசன்தான்.

அவன் கிறித்தவனாக மாறிய நிகழ்ச்சியை அறிவதற்கு முன்னால் குல வரலாற்றைத் தெரிவது அவசியம். நடராசனின் தகப்பன் விக்கன் வேதமுத்து பாரம்பரிய கல்லெறி மாடன் வழிபாட்டுக் குடும்பத்தைச் சேர்ந்தவன். வாரந்தோறும் தவறாமல் கோழி அறுத்து வாதைக்குக் கொடுக்கும் வழக்கத்தைக் கொண்டவன். வங்கலையா மரிச்சுப்போன முன்ஜென்மங்களை நோக்கி அவன் நிண்ணு கூவினா விளி கேட்கும் என்று சொல்வார்கள். என்றாலும் தனது பாரம்பரியத்திற்கேற்ப மந்தபுத்தியேகொண்டவன். இடதுகைக்கும் வலதுகைக்கும்

உள்ள வித்தியாசம் இன்றுவரை விக்கனுக்குத் தெரியாது. காலையில் அவன் சூரியோதயம் செய்யும் அழகே தனி. மேற்குத் திசையைப் பார்த்து கரங்களைக் குவித்து வாயில் எதையோ முணுமுணுப்பான். பொடியன்கள் இந்தக் காட்சியில் குஷியாகி, 'சூரியன் உதிக்கும் திசை மேற்கு' என்று கேலி செய்வார்கள். கோபம் தலைக்கேறிய விக்கன், 'விளங்காமப் போ... போ... போ... வியலே' என்று சாபங்களை வீசுவான். யாராவது கேலி பேசினால், எத்தனை நுட்பமாக இருந்தாலும் அதனை உடனடியாகக் கண்டுபிடிக்கும் புத்தியை மட்டும் கொண்டிருந்தான்.

திருவிழா என்றாலும், பொது நிகழ்ச்சியானாலும் எங்கு சினிமா திரையிடுகிறார்களோ அங்கெல்லாம் விக்கனை முன் வரிசையில் காணலாம். அவன் தலையைக் கண்டதும் குஷியாகும் மைக்செட்காரர்கள், 'ஒரு வார்த்தை கேட்க ஒரு வருஷம் காத்திருந்தேன்' பாடலை ஒலிபரப்பினால் போதும், விக்கன் வாயிலிருந்து கெட்ட வார்த்தை ஊற்றுக்கள் மடை திறக்கும்.

அன்றும் ஒரு நிகழ்ச்சியில் அப்படித்தான் முன் வரிசையில் உட்கார்ந்திருந்தான். கழுத்தில் கிடந்த கவுணியை எடுத்து உடல் மறையப் போர்த்தியபடி சிகரெட் கொழுத்தி கையை நீட்டியவாறு பந்தா பண்ணிக்கொண்டிருந்தான். அவன் பின்னந் தலையில் 'கொடுக்'கென்று கடலை அளவு சைசில் ஒரு கல் வந்து விழுந்தது.

விக்கன் எழுந்து திரும்பி நின்றான்.

"எ... எ... எந்தப் ப... ப... ப... பண்ணிக்குப் பெறந்த ப... ப... பயவிலே?"

கை விரல், தாளத்திற்கேற்ப பத்திரம் காட்டியபடி அசைந்தது.

கீழே அமரும் முன்பே அடுத்த கல் செவியைத் தொட்டவாறு பக்கவாட்டில் பாயவே அவன் கோபம் இன்னும் பல மடங்கானது.

"கொ... கொ... கொம்மைய ஓ... ஓ... ஓ..."

அடுத்த கல் கழுத்துநெட்டில் பதிந்தது.

"வே... வே... சத் தே... தே... தே..."

கூறிக் கொண்டே வேட்டியைத் தூக்கி மொத்தக் கூட்டத் தினரிடையே காட்டினான். அப்போது சரியாக ஒரு கல் அவன் பிடுக்கில் வந்து விழுந்தது. கூட்டத்தில் யார் எறிவது என்பதைக் கண்டுபிடிக்க முடியாத நிலையில் கீழே குனிந்து

குன்னிமுத்து 35

கை நிறைய மணலை வாரி எல்லார் தலையிலும் வீசினான். மொத்தக் கூட்டமும் எழும்பி வந்து விக்கனைத் தூக்கிப் போட்டுத் தல்லியது.

அத்தகைய சிறப்பு வாய்ந்த வேதமுத்துவின் ஆறு மக்களில் இரண்டாவது தவப்புதல்வன் தான் நடராசன். தகப்பனின் மந்தப்புத்தி மாறி யாரையும் பற்றித்து வாழும் குணம் புதல்வனுக்கு அமைந்ததால் நடராசன் விக்கனுக்குப் பிறந்தவன் தானா என்ற ஐயமும் ஊரில் உண்டு.

அப்போது சி.எஸ்.ஐ. சபை செயலாளராக இருந்தவர் பொன்னையா கம்பவுண்டர். அவரது தாத்தா காலந்தொட்டே பாரம்பரிய கிறித்தவர். அவர் தந்தை தேவசகாயம் வைத்தியர் வர்மவித்தையில் பெயர் கேட்டவர். கம்பவுண்டரும் ஒடிவு முறிவுக்குத் தடவுவது உண்டு.

கோயில் பிரச்சினையில் நடராசன் குறிவைத்த முதல் நபர் கம்பவுண்டர். அவரது பதவிசான வாழ்க்கை அவன் கண்ணை உறுத்தியது. டயோசிசன் அரசியலில் தனக்குள்ள செல்வாக்கைப் பயன்படுத்தி மகன் ஸ்டீபனை மிஷன் பள்ளிக் கூடத்தில் வாத்தியாராகச் செய்தது வேறு வயிற்றெரிச்சலைக் கிளப்பியது. ஐ.டி.ஐ. படித்த தனது மகன் வேலை பார்க்க தனது மதத்தில் எந்த நிறுவனமும் இல்லாதது வருத்தமடையச் செய்வதற்குப் பதிலாக பிறர்மேல் ஆத்திரம் கொள்ள வைத்தது. தாங்களும் அவ்வாறு எதையாவது உருவாக்குவது தங்களைச் சார்ந்தவர்களை உயர்வாக்கும் என்ற எண்ணத்தை நடராசன் நினைத்துக்கூடப் பார்க்கவில்லை.

அந்த வருடம் சபரிமலை சென்று திரும்பிய நடராசன் வீட்டுக்கு வந்து அப்போது தான் ஐயப்பன் படத்திற்கு முன்னால் விளக்கேற்றி வைத்து மாலையைக் கழற்றினான். கோயில் வாசலில் சூலாயுதம் நட்ட நிகழ்ச்சியில் கிறித்தவர்களை ஒருங்கிணைத்து எஸ்.பி.யிடம் புகார் செய்த ஸ்டீபனை பழிவாங்க இதுதான் சரியான சந்தர்ப்பம் என்று நடராசன் கருதினான். தனது கழுத்திலிருந்து துளசிமணிமாலையை ஸ்டீபன் அறுத்தெறிந்ததாக காவல்துறையில் பொய்ப்புகார் அளித்தான். அவனைக் கைது செய்து வழக்குப் பதிவுசெய்ய இந்து அமைப்பினர் சாலை மறியல் போராட்டத்தில் ஈடுபட்டார்கள்.

ஸ்டீபன் கைது செய்யப்பட்டதும் ஆசிரியர் சங்கம் களத்தில் இறங்கியது. அவன் அதில் பொறுப்பாளனாக இருந்தான். காவல்துறை அதிகாரி கூட அவனுக்கு சீனியரான ஆசிரியர் களிடம் படித்தவர் என்பதால் பக்குவமாக நடந்துகொண்டார்.

கம்யூனிஸ்ட் கட்சி கண்டனப் பொதுக்கூட்டத்துக்குத் தயாரானதும் விடுதலை செய்யப்பட்டான். காவல்துறையை யும் அரசு அதிகாரிகளையும் கண்டித்து இந்து அமைப்பினர் மாவட்டம் முழுக்க போஸ்டர் ஒட்டினர். ஊர் ரெண்டுபட்டு அடிதடியில் இறங்கியது.

கம்பவுண்டர் பிரச்சினையின் தீவிரத்தை உணர்ந்தாலும் தனது போக்கில் வழக்கம்போல இயங்கிக்கொண்டு தான் இருந்தார். அன்றும் தொடுவெட்டி சென்றுவிட்டு இரவு வீடு திரும்பினார். மெயின்ரோட்டிலிருந்து விலகி ஒற்றையடிப் பாதையை அடையும் விலக்கில் பத்தடி தூரம் நடந்திருக்க மாட்டார், இரண்டடி நீளமுள்ள தடியின் துண்டொன்று பறந்து வந்து கால்களுக்கிடையில் விழுந்தது. அவர் நிலை தடுமாறி குப்புறச் சரிந்தார். திடீரென்று நிகழ்ந்த அதனை எதிர்கொள்ள முடியாமல் கைகளை ஊன்றி எழும்ப முயன்றதும் ஒரு கும்பல் குண்டாந்தடிகளோடு ஓடிவருவது தெரிந்தது. தப்புவதுதான் உசிதம் என்று நினைத்தவர் ஒரு இடுமுடுக்கைக் கண்டதும் அதன் வழியே நுழைந்து வட்டி அருள்தாஸ் வீட்டு வடக்குப்புற மதில் மேல் ஏறி ஏதோ விசையில் குதித்தும் விட்டார். கால் மூட்டுக்கள் இரண்டும் மடங்கிவிட்டன. எழும்பி நிற்க பலமுறை முயன்றும் அவரால் முடியவில்லை. கைகளைத் தரையில் ஊன்றித் தவழ்ந்தபடி பின்வீட்டுப் பகுதியில் வந்து கோழிக்கூட்டின் அருகே பதுங்கி இருந்தார். விரட்டிய படியே வந்தவர்கள் அவரைக் காணாத வெறியில் தடிகளை மரங்கள் மீதும், கோட்டைச் சுவர்கள் மீதும் வீசியவாறு அங்குமிங்குமாகப் பாய்ந்து கொண்டிருந்தனர். கோழிகள் அவரைக் கண்டு எழுப்பிய சத்தம் குலைநடுக்கத்தை ஏற்படுத்தியது.

வீட்டுக்குள் உட்கார்ந்து மதுவருந்திக் கொண்டிருந்த அருள்தாஸ் நிதானமாக குப்பியை மூடி கட்டிலுக்கடியில் வைத்துவிட்டு வெளிக்கதவைத் திறந்தான். கம்பவுண்டர் சுவரேறிக் குதித்ததையும், கால்கள் மடங்கியதையும், நடக்க முடியாமல் கைகளால் தவழ்ந்து வந்ததையும் ஜன்னல் வழியே சினிமா காட்சியைக் காண்பதுபோல அவன் கண்கள் பார்த்துக் கொண்டுதான் இருந்தன. ஆனால் எந்த உணர்ச்சிகளையும் அவை வெளிப்படுத்தவில்லை.

அருள்தாசும் கருணைவனம் சி.எஸ்.ஐ. சபை உறுப்பினர் தான். அவனது 'அருள் பைனான்ஸ்'சில் கணக்கு வைத்திருப் பவர்களில் பெரும்பாலானவர்கள் கம்பவுண்டரை விரட்டிக் கொண்டுவரும் கும்பலைச் சேர்ந்தவர்கள். அவர்களைப் பகைத் தால் சீட்டு வியாபாரம் படுத்துவிடும் என நன்றாகப் புரிந்தான். தனது பத்துவட்டித் தொழிலின் மகிமையால் நான்குமுறை

டீக்கனார் தேர்தலில் கம்பவுண்டர் அணியிடம் தோற்றுப்போன வெப்றாளம் வேறு அவன் மனதில் இருந்தது. எனவே எதிர் வினையாற்ற இடந்தரவில்லை.

கால்மூட்டின் வேதனை பொறுக்க முடியாமல் பொன்னையா கம்பவுண்டர் முனகிக் கொண்டிருந்தார். கோழிகள் கூட்டினுள்ளே அங்குமிங்குமாகப் பரபரத்துக் கொண்டிருந்தன. வெளியே வந்த அருள்தாசைப் பார்த்து கைவிரலை வாயில் காட்டி 'தண்ணி வேண்டும்' என்று குறிப்பால் கேட்டார்.

"இஞ்ச பாரும் கம்பவுண்டரே, நீரு என்ன பெழச்ச விடமாட்டீரு போல இருக்கு. எனக்க பெண்டாட்டி அவா வீட்டில கொழந்த பெத்துக் கெடக்கியா. நான் பத்து பேர நம்பி பெழச்சியவன்னு ஒமக்கு நல்லாத் தெரியும். இந்தச் சீரில நீரு இப்ப இஞ்ச அடைக்கலம் கேட்டுவந்த கதை தெரிஞ்சா இந்தப் பயக்க எனக்க வீட்ட அடிச்சி நொறுக்கவும் தயங்க மாட்டானுவ. நம்மளத் தொந்தரவு செய்யாம வெளியப் போற வழியப் பாரும்."

கம்பவுண்டருக்கு தன்மானம் சூடுவெள்ளம் கொதித்தது. இந்த சந்தர்ப்பத்தில் அருள்தாஸ் இப்படிப் பேசுவான் என்று அவர் சிறிதும் எதிர்பார்க்கவில்லை. வாயில் வந்த வார்த்தை களை சிரமப்பட்டு அடக்கியவாறு மெதுவாகப் பேசினார்.

"அருள்தாசே! உனக்கிட்ட நான் உயிர்பிச்ச கேட்டு வரல்ல. எனக்க உயிரக் காப்பாற்ற ஓடின எடத்தில ஒனக்க வீடு இருந்தது. அதான் இஞ்ச வரவேண்டியதாச்சி. ஒனக்கு அது பிடிச்சேலேண்ணு உண்டுமானா, என்னத் தூக்கி அந்தக் கோட்டைச் சொவருக்கு வெளிய கொண்டு வச்சிரு. நான் எக்கேடாவது கெட்டுப் போறேன். என்னால எழும்பி நடக்க முடியாது பாரு, அதுனாலத்தான் ஒனக்க தயவு வேண்டியதாச்சி."

வலி பொறுக்க முடியாத பொன்னையா கம்பவுண்டர் அப்படியே நிலத்தில் சாய்ந்தார்.

அம்மன் கோயில் முன்பு படர்ந்து மூடிய பல நூற்றாண்டுகளைக் கண்ட வயதும் இளமையும் கொண்ட ஆலமரம். அதனடியில் வந்து ஒதுங்கும் போதெல்லாம் தானும் கிழவியும் இணைந்து ஒரே மரமாக நிற்பது போன்ற உணர்வு சுந்தரிக்குள் படரும். அதன் அருகில்தான் அவள் படிக்கும்

ஆசிரியர் பயிற்சிக் கல்லூரியும் இருக்கிறது. ஓய்வான நேரங்களில் அதன் மடியில் குளிர்ச்சியை அனுபவிப்பது அவளுக்குப் பிடித்தமான ஒன்று.

ஒருநாள் மதியம் சாப்பிட்டுவிட்டு ஆலமரத்துக்கு கிழக்கே அமைந்த கிணற்றில் சோற்றுப் பாத்திரம் கழுவிக்கொண்டு நிற்கும்போது அம்மன் கோயில் பூசாரி குடத்தில் நீரெடுக்க வந்தான். நெஞ்சைப் பாதியாக அளந்ததுபோன்ற பூணூலுடன் உச்சிக் குடுமியைப் பார்த்து பெண்ணனாக இருக்குமோ? என்று நினைத்தாள். ஆண் சாயலை விட அவனிடம் மேலிட்ட பெண் தன்மையே அதிகமும் அவளை மயக்கியது.

பாத்திரம் கழுவும்போது மூடியிலிருந்த கருவப்பில, தக்காளித் தோல்களுடன் மீன்முள் ஒன்று கிணற்றினடியில் விழுந்தது. பார்வைக்கு பூரான் போல நீண்டு கிடந்த அதனைக் கண்டு பூசாரி குடத்தைக் கையில் எடுத்துக்கொண்டு பதறியடித்த படி வேகமாக திரும்பி நடந்தான்.

"பூசாரியாரே! நில்லுங்க. ஏன் ஓடுதிய?"

"அபச்சாரம்! அபச்சாரம்!"

"உபசாரமா? அதெல்லாம் எனக்கு வேண்டாம்."

"என்ன படிக்கிறேள்?"

"பி.எட்."

"தேவஸ்தானம் காலேஜிலா?"

"ஆமா."

"சாமிக்கு ஜலம் எடுக்கிற கெணத்தில மாமிசம் கொட்டுறது எப்படிண்ணு அங்க படிச்சுத் தாறாளோ?"

"இது மாமிசம் இல்ல, பாக்கணும். மீனுமுள்ளு."

"நாசமாப் போச்சு."

"நீங்க மீனு தின்ன மாட்டியளா?"

"கேக்கவே சகிக்கல. நாங்க ஆச்சாரம் பாக்கிறவாள்."

"அப்படீண்ணா?"

"சுத்த பத்தம் தவறவே மாட்டோம்."

"அப்ப கல்யாணம் செய்ய மாட்டியளா?"

"ஏன்? பேஷா செய்வோமே. எங்க தோப்பனாரு விவாகம் செய்யாம நான் பெறந்திருக்க முடியுமோ?"

"மீன் வாசன பிடிக்காதவனுக்கு புள்ளையே பெறக்காது, கேட்டியளா? ஒருவேள தப்பித்தவறிப் பெறந்தாலும் அது கொறபிரசவமாகத்தான் இருக்கும்."

"அப்படி யாரு சொன்னா?"

"எங்க . . ."

அவனப் போய் அப்பா என்பதா?

"எங்க ஊரில அப்படி சொல்லுவாங்க."

"ரொம்ப நல்ல ஊரு."

அவன் சிரித்ததை நினைத்து அவளும் சிரித்தாள். அந்த ஒலியில் பக்கத்தில் படுத்திருந்த கிழவியின் குறட்டை மெல்லக் குறைவதை உணர்ந்ததும் சிரிப்பு நின்றது. எழும்பி திரும்பவும் கழிவறைக்குச் சென்றாள்.

தேவலோகத்தில் கிழவியின் முன்னால் காமதேனு பசு வந்துநின்றது. அதன் உடம்பில் ஆபரணங்களும், வைரங்களும் ஜொலித்தன. எதைக் கேட்டாலும் கொடுக்கும் என்று அதைப் பற்றி யாரோ எடுத்துரைத்தார்கள். ஆனால் பசுவின் உருவமும் தலையாட்டலும் பயத்தை உருவாக்க, ஓட நினைத்தாள். அவளது கால்கள் எழவில்லை.

"உனக்கு என்ன வேண்டும்?"

பசு கேட்டது.

"காளி வேண்டும்."

"காளி எதற்கு வேண்டும்?"

"இரத்தத்திற்கு."

"இரத்தத்திற்கா?"

"ஆமா. பசுவே! நீ பால்தான் தருவே."

"அதுவும் இரத்தம் தானே?"

"உனது இரத்தம்! எனக்குத் தேவை எனது இரத்தம். அதைத் தருவியா?"

"காளி தருவாளா?"

"காளி எனக்க கொரவளையக் கடிச்சாண்ணா ரெத்தம் தானா வந்துடும்."

பசுவுக்கு கோபம் வந்தது.

குமாரசெல்வா

"நான் கொம்பெடுத்துக் குத்தினாலும் ரெத்தம் வரும். பாக்கிறியா?"

பின்னுக்கு வந்து பாய்ச்சலெடுத்து அவளை முட்டித் தள்ளியது பசு. கீழே வந்து பாதாளக் கடலில் பொத்தென விழுந்தாள் கிழவி.

நெஞ்சில் கைவைத்தவாறு எழும்பி உட்கார்ந்தாள். கிழவிக்கு இருதயம் நின்றுவிடும் போல இருந்தது. சொப்பனத்தில் முட்டியமாடு பக்கத்தில் எங்கும் நிற்கிறதோ என்று பயந்து கைகளால் இருட்டில் தப்பரவினாள். அருகில் படுத்திருந்த மகளைக் காணவில்லை. வெப்றாளத்தில் ஒரு கணம் அங்கலாய்த்தாள்.

"சுந்தரி! மவளே சுந்தரி!"

கதவு சாத்திக் கிடந்தது. வெளியே வந்தவள் நெஞ்சில் ஈரக்காற்று அடித்ததும் பயம் இன்னும் அதிகப்பட்டது. கொஞ்சம் நாட்களாக அவளைப் பற்றி அரசல்புரசலாகக் கேட்ட செய்திகள் யாவும் உண்மையாகிப் போய் விடுமோ என்ற நினைப்பில் செயலற்றாள்.

குழாயின் பிசிறல் கேட்டதும் கிழவி உயிர்த்தாள்.

"அம்மா சுந்தரி..."

"நான் இங்க இருக்கேன்."

அந்த வயோதிக நிலையிலும் விழுகின்ற பனியைத் தாங்கிக் கொண்டு காவல் நின்றாள் கிழவி.

பரம்பில் கால்களை நீட்டிக் கொண்டு அமர்ந்தபோது சுந்தரி வந்து படுத்தாள். அவள் முதுகைத் தடவிக் கொடுத்தவள் வாஞ்சையோடு கேட்டாள்.

"இதுவரைக்கும் படிச்சிற்றா இருந்த மக்கா?"

"இல்ல அம்மா, ஒறக்கம் வராமக் கெடந்தேன்."

"கண்டதையும் கடியதையும் நெனச்சிட்டு கெடக்கப் பிடாது. காலத்த எழும்பி படிச்சப் போணும். ஒறங்கு மக்கா."

மாசி பிறக்கும்போது அவளுக்கு இருபத்தொண்ணு வயசு முடியும். வாத்திச்சி வேலைக்குப் படிக்கிறாண்ணு பேரு, சின்னக் குழந்தையாகவே இன்னமும் இருக்கா. தவப்பனுக்க பிடிவாதம் மட்டும் குறைச்சலில்லாம அப்படியே இருக்கு...

கிழவி பெருமூச்சு விட்டாள்.

குன்னிமுத்து

கருணைவனம் சி.எஸ்.ஐ. சபை பிரச்சினை டயோசிசன் கவனத்திற்கு கொண்டு செல்லப்பட்டது. அதற்கு முன்பே செய்தித்தாளிலும், கிறித்தவ அமைப்புக்கள் வழியாகவும் பேராயர் உட்பட அனைவருமே நிகழ்வுகளை அன்றாடம் அறிந்து கொண்டுதான் இருந்தனர். மாவட்ட காவல்துறை கண்காணிப் பாளரைத் தொடர்பு கொண்ட பேராயர், கிறித்தவ பெரு மக்களுக்கு பாதுகாப்பளிக்குமாறு கேட்டுக்கொண்டார். இறைமக்கள் ஜெபத்திலும் தவத்திலும் கருணைவனம் திருச்சபை மக்களைத் தாங்கும்படி டயோசிசன் மாத இதழில் கடிதம் எழுதினார்.

டயோசிசன் லே செகரெட்டரி கிறிஸ்துராஜ் இந்தப் பிரச்சினையில் தலையிடுவதை அவ்வளவாக விரும்பவில்லை. காரணம், பொன்னையா கம்பவுண்டர் அவருக்கு எதிரான தர்மதுரை அணியைச் சேர்ந்தவர். முன்பொரு தேர்தலில் அவர் தோற்றுப்போக பொன்னையா கம்பவுண்டர் முன்னின்று சேகரித்த வாக்குகள் காரணமாக இருந்ததால் கிறிஸ்துராஜுக்கு ஒருவித வன்மம் கம்பவுண்டர் மீது எப்போதும் உண்டு. அதைப் பயன்படுத்த சந்தர்ப்பம் வாய்த்ததாகக் கருதினார்.

நாகர்கோயில் வந்து கிறிஸ்துராஜை சந்திக்க நடராசனுக்கு முதலில் சற்று தயக்கமாகத்தான் இருந்தது. ஏதேனும் சூழ்ச்சி மறைந்து இருக்கிறதோ என்றும் எண்ணினான். ஒரு ஞாயிற்றுக் கிழமை காலையில் அவனோடு உணவைப் பகிர்ந்துகொண்ட கிறிஸ்துராஜ் அதனைத் தனது வளர்ச்சிக்கான கள்ளக்காதலாகக் கருதினார். நடராசன் அதனை நிஜக் காதலாகவே வளர்த்தி எடுத்தால் என்ன என்று சிந்தித்தான். அவர்களுக்குள் வித்தியாச மான, அதே சமயம் விபரீதமான அரசியல் உறவு ஒன்று ஏற்பட்டது. அதன்படி ஐம்பதுக்கும் அதிகமான நபர்களோடு கிறித்தவமத்தைத் தழுவிய நடராசன், அதே சி.எஸ்.ஐ. சபை உறுப்பினரானான்.

செய்தியைக் கேள்விப்பட்ட கம்பவுண்டரால் நம்பமுடிய வில்லை. இந்த திடீர் திருப்பத்தை அவர் சிரமப்பட்டே எதிர் கொண்டார். அவர் துக்கம் சந்தோசமாக மாறியது. தங்களுக் கெதிராகச் செயல்பட்ட ஒருவன் அதுபோன்ற ஒரு கூட்டம் இளைஞர்களுடன் தங்களிடம் வந்துசேர்வது அவரைப் பொறுத்த வரையில் கர்த்தரின் அருளைத் தவிர வேறொன்றாக இருக்க முடியாதென்று கருதினார். சபை மக்களின் ஜெபமும், தான் முன்னின்று நடத்திய உபவாசக் கூட்டங்களும் சவுலாக கிறித்தவர்களுக்கு எதிராகப் புறப்பட்டவனைப் பவுலாக மாற்றிய ஆண்டவரால் நடராசனையும் இரட்சிக்கப்பட வைத்திருக்கிறது

என்று பலரிடம் கூறி ஆனந்தமடைந்தார். நடராசன் மதம் மாறியதற்கு ஊரில் கூறப்பட்ட காரணங்கள் வேறு அதனை உறுதி செய்யும் ஆதாரங்களாக அவருக்குத் தெரிந்தன.

“பெண்டாட்டிக்குப் பேய்பிடியாம். எங்கயெல்லாமோ பெய் மந்திரவாதமொக்க செஞ்சி பாத்தான், தீரல்ல. வீட்டில கல்லெறி வந்து விழுதாம். கல்லெறி மாடனுக்க ஒவத்திரம் தாங்க முடியாம போனப் பெறவுதான் வேதக்காரனா மாறியதா நேந்தினுமாம். இப்ப வீட்டிலெ கல்லெறியும் நிண்ணுது. பெண்டாட்டிக்கும் சொகம் உண்டாம்.”

கர்த்தர் தமது பிள்ளைகளை ஒருபோதும் கைவிடமாட்டார் என்று அந்த ஞாயிற்றுக்கிழமை பீடத்தில் ஏறி நின்று பொன்னையா கம்பவுண்டர் பிரசங்கம் செய்தார். அப்போது நடராசன் ஞானஸ்நானம் பெற்று அமர்ந்திருந்தான். அதிகம் துன்பப்படுத்தும் கிறித்தவர்களுக்கெதிரான மக்களை அவர் நொறுக்கி தன்னிடம் சேர்த்துக்கொள்வார் என்று கூறியபோது நடராசனின் கண்கள் மூடி கைகள் வணக்க நிலையில் இருந்தன. அது அநேகர் உள்ளத்தை உருக்கின.

கம்பவுண்டரின் சந்தோசத்தை கர்த்தரால் துக்கமாகவும் மாற்றமுடியும் என்பதை அவர் சீக்கிரத்திலேயே அறிந்து கொண்டார். அப்போதுதான் நடராசனின் நோக்கம் அவருக்குத் தெரியவந்தது. கர்த்தரை விட பெரிய மூளை அவனுடையது என்பதை அவர் ஒத்துக்கொண்டார். பெரிய வியாழனன்று நடந்த நற்கருணை ஆராதனையில் பேராயர் நேரடியாக வந்து திருச்சபையில் சேர்ந்த ஐம்பத்திஇரண்டு பேர்க்கும் திருவிருந்தளித்து அவர்களுடன் கிறிஸ்துவின் ரத்தத்தையும், மாமிசத்தையும் பகிர்ந்துகொண்டார்.

கம்பவுண்டரின் பார்வையில் அவர்கள் தினந்தோறும் சாத்தானின் இரத்தத்தையும், பிசாசின் மாமிசத்தையும் பகிர்ந்து கொள்பவர்கள். திருச்சபையில் அவர்களை வைக்க வேண்டிய இடத்தில் வைக்காமல் அதற்கும் மேலாக வைப்பதன் அரசியல் தான் அவரது வயிற்றைக் கலக்கியது. அதன் பின்னணி தன்னைக் குறிவைப்பது என்பது தெரியாமல் தனது ஆதரவாளர்களும் நடராசனின் இணைவை வரவேற்பது அவரது பிடி நழுவுவதை உணர்த்தியது. இதற்கான மொத்தப் பெருமையும் டயோசிசன் செகரெட்டரி கிறிஸ்துராஜை வந்தடைந்தது. அரசியல் சாதுரியம் என்று அவரைப் புகழ்ந்தவர்கள் உண்டு. புறமதத்தவரை கிறிஸ்துவின் வழியில் கொண்டுவந்த நல்ல மேய்ப்பன் என்று அவரைப் பாராட்டியவர்கள் உண்டு. எல்லாவற்றிற்கும் மேலாக மாவட்டத்தில் மத நல்லிணக்கத்தை உருவாக்கினார் என்று

மாவட்ட ஆட்சித்தலைவர் அரசாங்கத்திடம் கிறிஸ்துராஜுக்கு விருது வழங்குமாறு சிபாரிசு செய்திருந்தார்.

அந்தத் தடவை நடந்த டயோசிசன் தேர்தலில் கிறிஸ்துராஜ் அணியினர் வெகுசுலபமாக வெற்றி பெற்று பல குழுக்களைக் கைப்பற்றினர். அதற்கான காரணம் நடராசன் என்பதால் அவன் மீது தனி மதிப்பு ஏற்பட்டது. எல்லா தேர்தலிலும் ஆள் பலமே பிரதானமாகக் கருதப்பட்டு வந்தது. ஒவ்வொரு சபையிலும் எந்த அணியினர் தேர்வு செய்யப்படுகிறார்கள் என்பதை வைத்து டயோசிசன் செகரெட்டரி யாரென்பதைச் சொல்லிவிடலாம். முதன்முதலாக அப்படி சொல்லமுடியாது என்பதை நிரூபித்தது இந்தத் தேர்தல்.

நடராசனின் தொடர்பினால் கிறிஸ்துராஜிடம் நட்பு கொண்ட பிரபல தொழிலதிபர் பெருமாள்சாமி ஒன்றும் பரம்பரை பணக்காரர் அல்ல. ஆற்றில் மணல் அள்ளும் தொழிலாளியாக வாழ்க்கையைத் தொடங்கினார். பிறகு செங்கற்சூளை முதலாளி. இன்று மாவட்டத்திலுள்ள பெரும் புள்ளி. இந்துக்கட்சியின் மாநில பொறுப்பாளர்.

“தம்பி கிறிஸ்துராஜ்! யார் வேணும்ணாலும் கவுன்சிலரா வரட்டும். கவலையேபடாத. வெலைக்கு வாங்கீடுவோம்.”

“கன்னியாகுமரியிலுள்ள லாட்ஜ்கள மூணுநாளு குத்தகைக்கு எடுப்போம். நல்லா குளிப்பாட்டுவோம். அண்ணாச்சி செலவு செய்வாரு. பெறவு ஓட்டு சொளையா வராதா?”

நடராசனின் வியூகமே வென்றது.

கருணைவனம் திருச்சபையில் நடந்த தேர்தலில் தலைமுறை காலமாக செயலர் பதவியில் இருந்து வந்த கம்பவுண்டரின் குடும்பம் முதன்முதலாகத் தோற்கடிக்கப்பட்டது. நாலு ஓட்டு வித்தியாசத்தில் சின்ன பையன்களிடம் தோற்றுப் போனார் பொன்னையா.

பொன்னையா டீக்கனாரை வீழ்த்தியது பணமல்ல, எண்ணிக்கை. இதுகாலமும் குடும்ப ஓட்டுக்களை வாங்கி வெற்றி பெற்றுக்கொண்டிருந்த அவரது செயலர் பதவி அதைவிட அதிகமாகப் புதிதாய் வந்து இணைந்த நடராசனின் அணியினரால் சிறிதாக்கப்பட்டு பறிக்கப்பட்டது. தான் நிறுத்திய எல்லாரும் டீக்கனார் ஆனநிலையில் புதிய சபை செயலாளராக அன்று மாலை கூடிய சபைக்குழுவால் நடராசன் தேர்ந் தெடுக்கப்பட்டான்.

"கோயில இடிச்ச நிண்ணவனெல்லாம் இண்ணைக்கு செயலாளர். ஏசுவே! கண்ணத்தெறந்து நீரே எல்லாத்தையும் பாத்துக்கிடும். எங்க கையில ஒண்ணுமே இல்ல."

பொன்னையா ஆகாசத்தை நோக்கி கும்பிட்டார்.

"கம்பவுண்டரே! இனிமே நீரு அதையும் இதையும் பேசப்புடாது. பேசியும் பிரயோஜனமில்ல பாரும். ஆண்டவருக்க சித்தத்த யாராலெயும் மாத்தமுடியாது. நடராசன கர்த்தர் மோசேயப் போல தனது ஜனத்த வழிநடத்திச் செல்ல தெரிந்து கொண்டார். இல்லேண்ணு ஒம்மால சொல்லமுடியுமா?"

அவருக்கு அழுவதா? சிரிப்பதா? என்று தெரியவில்லை.

நடராசன் பெருமாள்சாமியின் துணையோடு சாதுரிய மாகக் காய்களை நகர்த்தத் தொடங்கினான். சபை கணக்கு வழக்குகளைக் கவனிக்க நம்பிக்கையான ஒருவனைக் கணக்கராக நியமித்து அதன்மூலம் பொருளாதாரப் பிடிப்பைத் தனது கைவசம் வைத்திருந்தான். கல்லூரி, பள்ளிகளில் நடைபெறும் நியமனங்களில் பெருமாள்சாமிக்கு கிடைக்கும் பங்கில் ஒரு சிறுபகுதி நடராசனையும் வந்தடைகிறது. அட்மிஷன் சமயங்களில் பிரின்சிபால்களிடம் பேசி வாங்கும் இடங்களை நல்ல விலைக்கு விற்றுக் காசாக்குகிறான். டயோசிசன் செயற்குழு நடக்கும் நேரங்களில் அடிதடி நிகழும் எனத் தெரிந்தால் கிறிஸ்துராஜ் அணிக்கு ஆதரவாக அடியாட்களைத் திரட்டிச் செல்கிறான். இவ்வாறு குறுகியகாலத்தில் மாவட்டம் முழுவதும் பிரபலமான ஒரு நபராக விளங்கினான் நடராசன்.

கல்லூரி இடைவெளியில் கோயிலுக்கு சாமி கும்பிட வருவது சுந்தரியின் வழக்கம். அவ்வாறு வரும்போதெல்லாம் முன்பு அவளிடம் இத்தனை பரபரப்பு இருக்காது. என்று புதிய பூசாரியைப் பார்த்தாளோ அவன் சாயல் அவளுக்குள் ஊர்ந்து நெளிந்து கொண்டிருக்கிறது. ஒரு பெண்ணுக்கு ஆண்வேடமிட்டது போன்ற காட்சியில் இடையிடையே அம்மனாகவும் அவன் தெரிந்தான். பக்தி கலந்த பயம் மனசில் ஏற்பட்டாலும் அவளையும் அறியாமல் அவனிடம் பழக வேண்டும் என்ற தோழமை உணர்வு உள்ளுக்குள் கிளர்ந்தது.

"யார் பெயருக்கு அர்ச்சனை?"

"அம்மா பெயருக்கு."

"அம்மா பெயர் என்ன?"

"அம்மா பெயரா?"

அவள் நினைத்துப் பார்த்தாள். கிழவிக்குப் பெயர் ஒன்றும் இல்லாமல் இல்லை. 'சுந்தரி' உண்மையில் தன்பெயர் அல்ல. கிழவியின் பெயர். கிழவியின் தகப்பன் பாச்சாடி உயிரோடிருந்த காலம் வரை அவளை 'சுந்தரி' என்று அவன் அழைப்பதை எல்லோரும் கேட்கலாம். வண்டாளம் அவளைத் திருமணம் செய்தபோது கல்யாண எழுத்தில் அந்தப் பெயரே அச்சிடப் பட்டிருந்தது.

சுந்தரி என்ற பெயர் இப்போது தனக்காகிப் போனது. அவளைப் பெயரற்றவளாக்கும் முயற்சியில் தனது தகப்பனான வண்டாளமும், அவனது இரண்டாவது மனைவியான தன்னைப் பெற்றெடுத்த தாயாரும் தனக்கு கிழவியின் பெயரைச் சூட்டியதன் மர்மம் இப்போது விளங்கியது.

கிழவிக்கு வேறு என்ன பெயர்?

தனக்கு இரண்டு அல்லது இரண்டரை வயதிருக்கும். கணவனை இன்னொருத்திக்குப் பறிகொடுத்த கோலத்தில் அவள் தனது வீட்டின் முன்பாகத் தினமும் காலையில் அண்டி ஆபீசுக்கு வேலைசெய்யப் போய்க்கொண்டிருப்பாள். தன்னைப் பெற்றெடுத்த தாயார் தன்னுடன் படிக்கும் பள்ளிப் பிள்ளை களையும் சேர்த்து வைத்துக்கொண்டு அவளது வட்டப்பெயரை விளிக்குமாறு கூறுவாள். அவ்வாறு செய்தால் தலைக்கு ஒருதுண்டு கருப்பட்டி கிடைக்கும். அந்த ஆர்வத்தில் மற்ற பிள்ளைகளுடன் சேர்ந்து தானும் அவளைக் கேலி செய்து அழைத்திருக்கிறாள்.

"இருளி . . ."

காது கேட்காதது போலவோ, இந்த உலகத்தில் அவள் இல்லாதது போலவோ நகர்ந்து செல்வாள். சில சமயங்களில் பிள்ளைகளைப் பார்த்து அவள் வேதனை பொங்க சிரிப்பாள். அப்போதெல்லாம் பதிலுக்குச் சிரிக்கலாம் போல பிள்ளை களுக்குத் தோன்றும். எனினும் கருப்பட்டி ஆசையே குரலில் முந்தி நிற்கும்.

"இருளீ . . . ஒனக்கென்ன செவிடா?"

அப்போதும் அவள் சிரிக்கத்தான் செய்தாளே தவிர கோபப்படவில்லை. இப்போது அவற்றையெல்லாம் நினைத்துப் பார்க்கும்போது சுந்தரிக்கு சங்கடமாக இருக்கிறது.

பூசாரியிடம் இப்போது 'இருளி' என்று பெயரைச் சொல்ல முடியுமா? அது உடம்பின் ஊனம் அல்லவா? ஒரு பெண்ணின்

குறை என உலகம் சொல்வதை இன்னொரு பெண்ணே பறை சாற்றுவதா? வேண்டாம்.

கிழவிக்கு இன்னொரு நல்ல பெயர் உண்டு. அவள் பெந்தெகோஸ்து சபையில் சேர்ந்த போது பிரசங்கியார் வைத்த பெயர். பாக்கியமலர்! என்ன அழகான பெயர். உண்மையிலேயே அவள் குணத்திற்கு மிகவும் பொருத்தமான பெயர். ஆனால் அந்தப் பெயரில் ஒருவர் கூட அவளை அழைப்பதை இது நாள் வரைக்கும் தான் பார்த்ததில்லையே. சபைக் கணக்கு வழக்கு புத்தகத்தில் மட்டுமே எழுதப்பட்டுள்ள அந்தப் பெயர் மக்களின் மனக்கணக்கில் இன்னும் வரவில்லையே.

பூசாரியிடம் இப்போது 'பாக்கியமலர்' என்று சொன்னால் கிறித்தவர்களுக்கு அர்ச்சனை எல்லாம் கிடையாது என்று சொல்லிவிடுவான். சிலவேளை தாய் மதம் திரும்பி பெயரை மாற்றிக்கொண்டு வரவும் கட்டளையிடுவான். தன்னுடன் படித்த கிறிஸ்டி என்ற பெண், இந்துநாடார்களுக்கு மட்டுமே பிற்படுத்தப்பட்டோர் சலுகை இருந்த காலத்தில் தாய் மதம் திரும்பி தனது பெயரை சரஸ்வதி என்று மாற்றிய காட்சி அவள் மனதில் தோன்றி மறைந்தது.

என்ன பெயர் சொல்வது? பெயர்களைத் தோற்றுவிக்கும் சக்திதான் அவளுக்கு இல்லாமல் போய்விட்டது. பெயருமா இல்லாமல் போய்விட்டது?

"எனக்க அய்யா."

"அம்மா எல்லாம் சரிதான். அம்மா பெயர் என்ன?"

"தெரியாது."

"கோத்திரமென்ன?"

"தெரியாது."

"நட்சத்திரமென்ன?"

"தெரியாது."

"நாள் என்ன?"

"தெரியாது."

"சாமி பெயராவது தெரியுமோ?"

"தெரியும். பத்திரகாளி அம்மன்."

"அதுவும் தெரியாது."

"என்ன தெரியாது?"

"இப்போ பத்ரேஸ்வரி யாக்கும்."

"யாரு மாத்தினா?"

"யாரு மாத்தணும்? சாமி பேரு அதுதான்."

"பூசாரி மாறினா, சாமி பெயரும் மாறீடுமோ? இது என்னடா திருக்கூத்து?"

"அப்பிடி பேசாதே, சாமிக்குத்தம்."

"ஆமா, சாமி கொவுட்டில குத்தும்."

"மேற்படியாள் பெயர் என்னவோ?"

"மேப்படியா? அதென்ன படி?"

"ஒங்க பேரு?"

"அது படி ஒண்ணும் இல்ல, சுந்தரியாக்கும்."

"நல்ல, அழகான பெயர்."

அவளுக்கு வெட்கமாக இருந்தது.

"சுந்தரி பெயருக்கு ஒரு அர்ச்சனை பேஷா செய்யலாமே?"

" . . . ."

"ஏன், செய்யக்கூடாதா?"

"வேண்டாம்."

"நல்ல பெயரில்லியோ?"

"ம்க்கும் . . ."

"அழகான பெயரில்லியோ?"

"வேண்டாம்."

"பிடிவாதம் பிடிக்காதேள்!"

"ஒருவாதமும் பிடிக்கல்ல."

"சுந்தரி என்றாலே அர்த்தம் அழகு."

"எனக்கு மயக்கமா வருது."

"பெயரில மட்டுமா அழகிருக்கு?"

"நான் வேண்டாம்! வேண்டாம்!ணு செல்லியேன். சும்மா ஒமக்கென்ன?"

"எனக்கொண்ணுமில்ல, அர்ச்சன ஒனக்குச் செய்யலா மாண்ணு கேக்கிறேன் . . ."

“ஒண்ணும் வேண்டாம்ணு செல்லியேன், கேக்கமாட்டீரா?”

அவள் ஓடியே போனாள்.

கிழவி சந்தைக்குச் செல்லும்போது குறுக்கு வழியில் கோயிலை ஒட்டிய பாதை வழியாகச் செல்வதுண்டு. முழுவதுமாக உள்ளே செல்லாமல் விலகி வெளியே வந்து பள்ளிக்கூட வாசல் வழியாக ரோட்டில் வருவாள். நேராகச் சென்றால் கோயில் நடைக்கு கொண்டுபோகும்.

பலவருடங்களுக்கு முன்பு ஒருநாள் கோயில் வழியாக அவள் கடந்தபோது யாரோ அவள் முதுகுக்குப் பின்னால் நின்று, ‘வாழவேண்டிய பெண்கள் நிற்கும் இடத்தில் வறடுகளை யார் உள்ள விட்டினும்?’ என்று கேட்டதிலிருந்து அந்தவழியில் அவள் செல்வதில்லை. யாரோ தனது ஊரைச் சேர்ந்த ஒருத்திதான் அவ்வாறு பேசி இருக்கவேண்டும். வேறு யாருக்கு வெளிப்படையாக இப்படித் தனது குறை வெளியே தெரியும்.

“இருளி . . .”

யாரென்று திரும்பிப் பார்த்தாள். முக்கு கடையிலிருந்து தங்கநாடான் அவளை விளித்தான்.

“நான் செல்லித்தாறேன்ணு வருத்தப்படாத. வரவர சுந்தரிக்க போக்கு செரியில்லாத பெய்ட்டிருக்கு.”

“செல்லணும்.”

“அவளப் பெத்த தள்ளையப்போல பெய்டப்பிடாதுண்ணு நல்ல எண்ணத்தில செல்லியேன்.”

“வோ. எனக்குத் தெரியும், செல்லணும்.”

“இவா பள்ளீல ‘கட்’ அடிச்சிற்று வந்து அடிக்கடி ஆலமரத்துக்க மூட்டில போற்றீட்ட பேசிக்கிட்டு நிக்கியா!”

“எண்ணு தொட்டு?”

“கொறய நாளா நடந்திட்டிருக்கு.”

“மெய்தானா?”

“அம்மன் சத்தியமா!”

“இண்ணு கண்டீரா?”

“நீ வாறதுக்கு எப்பம் மின்னதான் போனா. இது அடிக்கடி நடக்குது.”

“பரியழிஞ்சாச்சி”

“அதிலெயும் அந்தப் போற்றி அத்தற சரிஇல்ல. நெறைய பெண்ணுவள சதிச்சவனாக்கும்.”

“வேற ஆரும் இத அறியண்டாம். இனிமே கருத்தா இருந்து கவனிச்சியேன்.”

“காலம் பழையது போல இல்ல பாரு, அதாக்கும் சென்னது.”

“சென்னது நல்லாப் போச்சி.”

கிழவி அதன்பிறகு சந்தைக்குச் செல்லவில்லை. வீட்டை நோக்கி நடந்தாள். வாய்க்காலில் இறங்கி வயலை மறுகடக்கும் போது சிறிது நேரம் அப்படியே நின்றாள். கண்கள் ஆச்சரியத்தில் விரிந்தன. அவளெதிரே முள்ளுமுருக்கு மரம் ஒன்று இரத்தச் சிவப்பாகப் பூத்துக் குலுங்கி நின்றது. கையிலிருந்த அரிப் பெட்டியைத் தரையில் போட்டுவிட்டு மீன்வாங்க வைத்திருந்த கரிஇலையை விரித்து கட்டாந்தரையில் அப்படியே உட்கார்ந்தாள்.

சுந்தரி அப்போது முன்சிறை பள்ளிக்கூடத்தில் படித்துக் கொண்டிருந்தாள். காலையில் எந்த வித்தியாசமும் இன்றி பள்ளிக்குச் சென்றாள். உச்சைக்குப் போல வீட்டில் ஆள் வந்தது. கிழவிக்கு விஷயத்தைக் கேட்டதும் உடம்பெல்லாம் புல்லரித்தது. வீட்டை அடைக்க மறந்து அப்படியே வெளியில் இறங்கி ஓடினாள். வயல்வரப்பில் இறங்கியதும் கண்களை ஏறெடுத்துப் பார்த்தாள். அவளால் நம்பவே முடியவில்லை. புதிய முகத்துடன், அதிகம் மெருகுடன் . . .

அதோ சுந்தரி வருகிறாள், ஒரு தேவதைபோல. அவளை நடுவே விட்டு நான்கைந்து பெண்கள் மெதுவாக நடத்திக் கொண்டு வருகிறார்கள். ஒரு பெண்ணின் கையில் அவள் பாடபுத்தகங்களும், காலையில் கொண்டுபோன சோற்றுப் பாத்திரமும் இருக்கிறது. ஒரு பெண் தனது ஜெம்பரிலிருந்து ஊக்குகளை எடுத்து அவள் பாவாடையின் சில பகுதிகளை ஒன்றோடொன்று சேர்த்து கொருத்துக்கொண்டிருக்கிறாள்.

இருளியால் அடக்கமுடியவில்லை. ஓடிவந்து சுந்தரியைக் கட்டித் தழுவுகிறாள்.

“என்ன பெத்த தாயே . . . பொன்னுமக்கா! ஒனக்கொரு நல்லகாலம் வரணும்னு இந்தப் பாவி எத்தென நாளா தவங்கிடந் திருப்பேண்ணு தெரியுமா? என் ஏக்கமெல்லாம் தீந்துது. என் வருத்தமெல்லாம் ஒஞ்சுது. எனக்க ராசாத்தி, யாரெல்லாம் என்னப் பாத்து என்னெல்லாம் செல்லிச்சினும். எனக்கு நல்லகாலம் வந்தாச்சி மக்களே . . .”

அவளுக்குத் தொண்டை அடைத்து குரல் வெளியே வர மறுத்தது. அக்கம்பக்கத்திலுள்ளவர்கள் வயல்வரப்புக்களில்

திரண்டு நின்று வேடிக்கை பார்க்கிறார்கள். அடக்க முடியாத உணர்ச்சிப்பெருக்கில் இருளி அப்படியே உட்கார்ந்து விட்டாள்.

அவள் இத்தனை வருடம் எவ்வளவு இழிசொற்களைத் தாங்கி இருக்கிறாள் என்பது அவள் மனசுக்குத்தான் தெரியும். எல்லோரும் அவளை இருளி என்று கேலி செய்தபோதோ, மலட்டு முண்டம் என்று அவமரியாதையாக அழைத்தபோதோ அடையாத வருத்தத்தை சுந்தரி விஷயத்தில் அவள் அடைந் திருக்கிறாள். சாதாரணமாக சந்தையில் ஒரு பொருளை விலை குறைத்துக் கேட்டாலே போதும், அவர்களின் தாக்குதல் அவள் உடலாகத்தான் இருந்தது.

ஒரு நாள் மரக்கறி கச்சோடக்காரியிடம் மாங்காய் ஒன்றை விலைபேசினாள். அவள் சொன்ன விலையிலிருந்து நாலணா தான் குறைத்துக் கேட்டாள். அவளையும் சுந்தரியையும் சேர்த்து அவள் அறுத்துக் கிழித்தாள்.

“ஒன்ன காச்ச கண்டு பெத்த சக்களத்திக்க மொவா ஒருத்தி ஒனக்க கூட இருக்காளே, அதுவும் ஒன்னப்போல இருளியாத் தான் போவும்.”

பக்கத்தில் மீன் விற்றுக்கொண்டிருந்த முக்கூச்சிக்கு இருளியைப் பார்க்கப் பாவமாகத் தோன்றியது. அவளைத் தேற்றும் விதமாக சில வார்த்தைகள் பேசவேண்டும்போல இருந்தது.

“ஏண்டி நாடாச்சி! தருவேன், மாட்டேன்ணு சொல்லு. வீட்டில இருக்கிய மக்கள என்னத்துக்கு விளிச்சியே! அதுவ என்ன பாவம் செஞ்சுதுவோ?”

“நீ போடி கடப்பெறத்தா!”

“எல்லா மக்களையும் நம்ம மக்களப்போல நென. மொவளே! ஒன்ன ஆண்டவர் பாத்திடுவாரு. ஒனக்கோ, பிள்ளைக்கோ ஒரு கொறையும் வராது. தைரியமா இரு.”

அவள் வாய்க்குத்தான் முதல் சர்க்கரை போட வேண்டும் என்று நினைத்தாள். சுற்றி நின்று வயல்வெளியைப் பார்த்தாள். அன்றும் மிருக்கு இப்படித்தான் பூத்துக்குலுங்கியது. கதிர்மணிகள் எல்லாம் இரத்தச் சிவப்பாய்த் தலையாட்டின.

வெயில் உக்கிரமாய் அடித்தது. வீட்டிற்குச் செல்ல மனம் வரவில்லை. சுந்தரியைப் படிக்கும் இடத்தில் சென்று பார்த்தால் என்ன என்று தோன்றியது. மறுபடியும் கோயில் வளாகம் நோக்கி நடந்தாள்.

பிள்ளைகள் மைதானத்தில் ஆடும் புலியும் விளையாடிக் கொண்டு நின்றார்கள். அவள் அமைதியாகக் கடந்து சென்று சுந்தரி தென்படுகிறாளா என்று பார்த்தாள். அவள் அளவிலான எவரையும் காணவில்லை. வகுப்புகள் அமைதியாக நடந்து கொண்டிருந்தன. இனி அவள் மதிய இடைவேளைக்குத்தான் வெளியே வருவாள். வராந்தாவில் உட்கார்ந்து மற்ற பிள்ளை களுடன் சேர்ந்து உணவருந்துவாள். அப்போது பார்க்கலாம் என்று வெளியே அடைத்துக் கிடந்த ஆரம்ப சுகாதார நிலையத்தின் வாசலில் அமர்ந்தாள்.

போற்றிபிராமணன் கோயில் வாசலில் நின்றான். கிழவி அவனைக் கூர்ந்து பார்த்தாள். இவனாகத்தான் இருக்க வேண்டும் என்று நினைத்தாள். நல்ல அழகு, பாம்பு மாதிரி. அதனால்தான் சுந்தரி வீழ்ந்தாளா? அவள் தன்னைப்போல படிப்பறியாதவள் அல்லவே, எளிதில் வீழ்வதற்கு.

எவ்வளவு விழிப்பாய் இருக்கவேண்டும் என்று நினைத் தாலும் கண்களைத் திறந்துகொண்டு தூண்டிலில் விழுகிறதே மீன், அது போன்றதுதானா இதயம்? அதற்கு அழகு இருந்தாலும் வீழ்ச்சிதான், இல்லாவிட்டாலும் வீழ்ச்சிதான். பிறகு வண்டாளத் திடம் தான் எப்படி விழுந்தேன்?

கிழவி நினைத்துப் பார்த்தாள்.

கரடி வாத்தியார் மூஞ்சியைப் பார்த்தால் கரடி தோற்று விடும். அத்தனை சிறப்பான பொருத்தம். தனக்கு சீதனமாகக் கிடைத்த பியட்காரின் பின்சீட்டில் வலதுகையை நீட்டிவைத்து உட்கார்ந்திருப்பதைக் காணும்போது மயிர் அடர்ந்த கையும், கிருதா வைத்த தலையும் அந்த மிருகத்தின் இன்னொரு பரிமாணத்தை வெளிப்படுத்தும். பையன்கள் கரும்பலகையில் வனவிலங்குகள் குறித்து வரையும்போதோ, எழுதும்போதோ கரடி இடம்பெற்றால் அவர் அடங்க பத்து நாட்கள் ஆகும். அந்த அளவுக்கு இஞ்சி மனிதர்.

வண்டாளம் அவர் விளையிலிருந்து ஒரு மூடு மரிச்சீனி கிழங்கு பிடுங்கிவிட்டான். அதனை அவரால் பொறுக்கமுடிய வில்லை. முதலில் மனைவி தடுத்துப்பார்த்தாள். அவர் வெப்றாளம் அடங்கவில்லை. பிறகு மகள் பேசிப்பார்த்தாள். எரியும் நெருப்பில் பெட்ரோல் ஊற்றியதுபோல இருந்தது அவள் ஆறுதல். யார் சொல்லியும் மாறாத மனநிலையில் வீட்டு முன்வராந்தாவில் அங்குமிங்குமாக நடந்துகொண் டிருந்தார்.

அவனை ஆள்வைத்து ரெண்டு தட்டுதட்டினால் என்ன என்று முதலில் யோசித்தார். அதற்காகும் செலவு அவரைப் பின்வாங்க வைத்தது. எத்தனை அடி வாங்கினாலும் அசையாத அம்மியைப் போன்றவன் வண்டாளம். நித்தம் அவன் வாங்கிக் கட்டும் அடிகளுக்கு வேறொருத்தனென்றால் இதற்கு முன்பு செத்திருப்பான். அடிக்கு ஒன்றும் பயப்படமாட்டான். அவனை வேறு என்னதான் செய்வது?

"இங்க பாருங்க, அஞ்சிரூவா பெறாத வகை. யாரை வைத்தாவது அவனை வெலக்கிப் பார்க்கலாம். அதுக்குப் பெறகு பிடுங்கமாட்டான்."

"ஓகோ! அவங்கால்ல விழுந்து நான், 'அய்யாதுரையே! இனிமே பிடுங்காதேண்'ணு கேக்கணும்ணுகூட சொல்லுவ போல இருக்கே! அவன் வெலக்கினா கேக்க கூடியவனாடி? ஏன் வாயமூடீற்று நிக்கிய? பதில் சொல்லு."

அவர் பொட்டித் தெறிப்பில் கிடுங்கிய மனைவி கதவுக்குப் பின்புறம் பதுங்கினாள்.

"எனக்கு யாருமே புத்தி சொல்லித் தரண்டாம். என்ன செய்யணும்ணு ரொம்ப நல்லாவே தெரியும்."

கிளியைப் போலத் தலையை வெளியே நீட்டியவள், அவன் எதிரே நின்று மோதும் அளவுக்கு நாம் மோசமானவர்களல்ல என்பதையும், நமது தகுதிக்கு அது உகந்ததல்ல என்றும் எவ்வளவோ பொறுமையாக எடுத்துரைத்தாள். அவர் கேட்பதாக இல்லை.

"போடீ பைத்தியக்காரி! எங்க ஃபேமிலியப் பற்றி என்ன நெனச்ச நீ? ஒரு பிரச்சினைண்ணு வந்தா அற்றம் காணாம விடமாட்டோம்."

"சொல்லியதக் கேளுங்க."

"எத்தன டிஎஸ்.பிக்கள்? எஸ்.பி. கூட இருக்கிறார். இதெல்லாம் வச்சிற்று நான் சும்மா இருந்தா நாளை யாருமே நம்மள மதிக்க மாட்டினும். எனக்க பவர் என்னாண்ணு காட்டப் போறேன், பாத்துக்க."

குளித்து ஒருங்கி காலையில் நல்ல துணியாகப் போட்டு விட்டு காவல்நிலையம் சென்றார். சப்இன்ஸ்பெக்டர் இல்லை. ரைட்டர் இருந்தான். தனது குடும்பத்திலுள்ள சில போலீஸ் அதிகாரிகளின் பெயரை மந்திரம்போல உச்சரித்துப் பார்த்தும் அவன் அதில் மயங்கியதாகத் தெரியவில்லை.

"வண்டாளம்தான் பிடுங்கினான்ணு உறுதியா தெரியுமா வாத்தியாரே?"

"நான் கண்ணால பாத்தனே ..."

"அதில்ல, பய ஒருமாதிரிப்பட்டவன். ஒம்ம கண்ணில கண்டதையே ஏழுவிதமா மாற்றிப்போடுவான்."

"இந்த பீக்கிறிப்பயலா?"

"பீக்கிறியோ? சீக்கிறியோ? கண்கண்ட சாட்சி ஒம்மிட்ட உண்டுமா?"

வாத்தியார் யோசித்தார்.

"இல்லேண்ணா விடும். ரெண்டு சாட்சிகள ஒம்மால தயார் பண்ண முடியுமா?"

"முடியும்."

"அப்ப அந்த ராஸ்கல விடப்பிடாது. ஒரு கம்ப்ளெய்ன்ட் எழுதிக்குடும்."

"சரி."

"பேப்பர் வச்சிருக்கீரா?"

"இல்ல."

ரைட்டர் பேப்பர் தருவான் என்ற நம்பிக்கையில் அவன் இழுத்துத் திறந்த மேசைடிராயரை எட்டிப் பார்த்தார்.

"எதிரபெய் ரைட்டா திரும்பினா ஒரு பேப்பர் ஸ்டோர் இருக்கு. ஒரு கொயர் பேப்பரும் ஒரு பவுண்டன் பேனாவும் வாங்கீற்று வாரும்."

"ஒரு கம்ப்ளெய்ன்ட் எழுத ஒரு கொயர் பேப்பர் என்னத்துக்கு? பேனா எங்கிட்ட இருக்கும்போது புதுசா எதுக்கு?"

"இங்க பாரும், ஒம்ம வாத்தியார் வேலைய பள்ளிக் கொடத்தில செய்யும். இஞ்ச காட்டண்டாம். வண்டாளத்த பிடிச்சணுமா? வேண்டாமா?"

"பிடிச்சணும்."

"அப்ப சொன்னத செய்யும்."

ஆசிரியர் ரைட்டனின் மாணவனாக மாறி பேப்பரையும் பேனாவையும் அவன் சொன்னதுபோல வாங்கிக் கொடுத்தார்.

"வண்டாளம் ரொம்பத்தான் ஒம்மள தொந்தரவு செய்யான் இல்லியா?"

"ஆமா."

"ஒரு டாக்சி பிடிச்சிற்று வாரும். பயல கையோட தூக்கீருவோம்."

கார் வந்து நின்றது.

"கான்ஸ்டபிள் பைவ் நாட் செவன், நைன், டென் ..."

"எஸ் சார்!"

"எல்லாரும் வண்டில ஏறுங்க."

கரடி வாத்தியார் களிப்படைந்தார். வண்டாளம் இண்ணோட செத்தான் என்று அவர் மனம் கூறியது. தன்னிடம் வாலாட்டுபவனுக்கு இதுதான் கதி என்ற மமதையில் சுற்றிலும் ஒரு பார்வையை விட்டார். ராணுவ பாதுகாப்பில் நிற்கும் அமைச்சரைப்போல காக்கிகளின் நடுவே தன்னை நினைத்துக்கொண்டார்.

"வண்டி நேரா முபாரக் ஓட்டலுக்குப் போட்டு."

வாத்தியார் முகம் காற்றுபோன பலூனானது.

நாலுபேருக்கும் சேர்த்து நானூற்று எட்டு ரூபாய் பில். அஞ்சிரூவா பெறாத மரிச்சினி கிழங்கிற்கு இதுவரை ஐநூறு ரூபாய் அருகில் செலவு செய்தாயிற்று. இன்னும் என்னென்ன நடக்கப் போகிறதோ என்ற அங்கலாய்ப்பில் கரடியார் வண்டியில் ஏறி உட்கார்ந்தார்.

கோயில் முக்கில் அடுத்து யாரைப் பொடியிடலாம் என்ற சிந்தனையில் நின்ற வண்டாளம் முன்பு கார் நின்றது. கதவைத் திறந்து இறங்கிய காவல்காரர்கள் அதே வேகத்தில் சடசடவென அவனை அடிக்கத் தொடங்கினார்கள். கைகளால் அடிகளை மறித்த அவனது சட்டைக்காலரைப் பிடித்து இழுத்ததும் 'சாரே! சாரே!' என்று கெஞ்சியவனை வண்டியில் உருட்டினர். தாங்கள் அமர்ந்திருக்கும் சீட்டிற்குக் கீழே உட்காரவைத்து அவன் கழுத்து வளைவில் ஒரு கான்ஸ்டபிள் பூட்ஸ்காலால் மிதித்து தப்பியோடாமல் பாதுகாத்தனர்.

இருளிக்கு அப்போது இருபத்தெட்டு வயது. பங்கிராஸ் வைத்தியர் வீட்டுக்கு மருந்து வாங்க பாச்சாடியுடன் சென்று கொண்டிருந்தாள். ரோட்டில் ஆட்கள் கூடிநின்ற அந்த சம்பவத்தின் பின்னணி தெரியாமல் கூர்ந்து பார்த்தாள். அப்போதுதான் வண்டாளத்தைப் போலீசார் அடித்தார்கள். அவளால் அந்தக் காட்சியைக் காணப் பொறுக்கவில்லை. மயக்கம் வருவதுபோலத் தள்ளாடினாள்.

சாதாரணமாகவே அவள் பயந்த சுபாவம் கொண்டவள். காக்கி உடையில் லைன்மேனைக் கண்டாலே அவளுக்குள் நடுக்கம் பிறக்கும். போலீஸ்காரர்களும், அவர்களின் பூட்ஸ் சத்தமும், கையில் வைத்திருக்கும் லத்திக்கம்பும் கலவரத்தை உருவாக்கவே அவளுக்குள்ளிருந்து ஏக்கமும் பெருமூச்சுக்களும் வெளிக்கிளம்பின.

"சம்பவம் என்ன?"

"என்னாண்ணு தெரியலையே."

தெரிந்த யாரோ விஷயத்தை விளக்கினார்கள்.

"கரடி வாத்தியான் வெளையில இருந்து வண்டாளம் ஒரு மூடு கெழங்கு பிடுங்கினான் போலத் தெரியுது. அதுக்கு அவரு போலீசக் கொண்டு வந்திருக்காராம்."

"கரடிக்கென்ன நீக்கம்பா? ஒருமூடு கெழங்கு தானே, அதுக்குப் போய் போலீசா?"

"வாத்தியான் படிச்சவன் இல்லியா, கொஞ்சம் பாத் தெடுத்துப் பரிமாற வேண்டாமா? எடுத்ததுக்கும், பிடிச்சதுக்கும் இஞ்சியானா எவம் மதிப்பான்?"

எல்லாரும் வாத்தியாரைத்தான் திட்டினார்கள். வயிற்றுப் பசியால் திருடி இருப்பான் போல இருக்கு. பாவம் அவன் என்று வண்டாளத்தின் மீது இருளி பரிதாபம் கொண்டாள்.

போலீஸ் லாக்கப்பிலிருந்து கொண்டு சோகத்துடன் பார்த்த வண்டாளத்தை திமிராக நோக்கினார் கரடி. 'தொலச்சுப் புடுவேன்' என்று சுண்டுவிரலைக் காட்டி எச்சரித்தார். அவன் சோகமெல்லாம் தனக்கானதென்று சில நிமிடங்களிலேயே அவர் புரிந்துகொண்டார்.

"உள்ள தள்ளிட்டீங்க, பயல சுலபத்தில வெளிய விடாதீங்க."

"அத நீங்க சொல்லணுமா, எங்களுக்குத் தெரியாதா?"

"நல்லா போட்டுத் தல்லுங்க! இனிமே அவன் திருடப் பிடாது. இதோட திருந்தணும்."

"செரி வாத்தியாரே, ஒரு பார்சல் தோசையோ இட்லியோ ரசவடை வச்சி வாங்கீட்டு வாரும்."

"யாருக்கு?"

"வண்டாளத்துக்குத்தான்."

"எனக்க வெளைல திருடின பெயலுக்கு நான் காப்பி வேண்டித் தாறதா? நல்லாத்தான் இருக்கு."

"பிறகு அவனுக்கு நாங்களா வாங்கித் தரணும்? விவகாரம் ஒங்க ரெண்டுபேருக்கிடையிலும். நீங்கதான் வாங்கிக் கொடுக்கணும்."

"இது நியாயம்தானா? கார் வாடகை எல்லாம் சேத்து எழுநூறு ரூபாய்க்கு மேல செலவாக்கியாச்சி. எனக்கு கேசும் வேண்டாம், ஒண்ணும் வேண்டாம், நான் போறேன்."

"ஓய் வாத்தியாரே! நாங்க என்ன இஞ்ச வேலமெனக் கெட்டு இருக்கியம்ணு நெனச்சீரா? நீரு வேணும்ணு சொல்லம்ப பிடிச்சியதுக்கும், வேண்டாம்ணு சொல்லம்ப விடுகதுக்கும் நாங்க கேணையம்மாரு இல்ல, கேட்டீரா? கேசு எழுதியாச்சி.

இனி முழு ஒத்துழைப்பு தரணும். இல்லேண்ணா வேறமாதிரியா மாறீடும். புரிஞ்சி நடந்துக்க!”

அந்த மிரட்டலில் சூடுதட்டிய கரடிக்கு தேகம் வியர்த்தது. மனைவியும் மகளும் சொன்ன புத்திமதியின் முக்கியத்துவம் இப்போது புரிந்தது.

“நான் என்ன செய்யணும்?”

பரிதாபமாக அவர் குரல் ஒலித்தது.

“இவனக் கொஞ்சம் விசாரிக்க வேண்டியதிருக்கு. நீரு பெறகு வாரும்.”

“சரி.”

“மத்தியானம் இவனுக்கு சோறு வாங்கித் தரணும், மறந்துராதேயும்.”

சுவாசிக்கும் பிணமாய்க் கடந்து சென்றது கரடி.

பொன்னையா கம்பவுண்டர் எந்தக் கோயிலுக்கும் போகாமல் சில காலம் இருந்தார். அவரைப் பொறுத்தவரைக்கும் ஞாயிறு தோறும் கோயிலுக்குப் போவதைத் தவிர்க்க இயலாமல் பெரிதும் வருந்தினார். பரம்பரைப் பழக்கம் சுலபத்தில் விடுவதாக இல்லை. வேறு கிளைசபை எதிலும் சென்று ஒட்டலாமா என்று யோசித்துக் கொண்டிருக்கும் போதுதான் பவுலோஸ் அவருக்கு அறிமுகமானான்.

பவுலோஸ் கேரளாவைச் சேர்ந்தவன். மலையாளம் பேசுவதால் அதை மட்டும் நம்பலாம். சொந்த ஊரைக் கேட்டால் சில சமயம் பாலக்காடு என்பான், வேறொரு சமயம் கோழிக்கோடு என்பான். குடும்ப வாழ்க்கையை ஏசுவின் ஊழியத்திற்காகத் துறந்த வரலாற்றைக் கூறிக் கொண்டிருக்கும் போதே பரிசுத்த விசுவாசி ஒருத்தியை ஆண்டவர் காட்டினால் இனிகூட விவாகம் செய்யத் தயாராய் இருப்பதாகத் தெரிவிப் பான். மேக்கோடு பக்கம் ஒரு ஜெபப்புரையில் ஊழியம் செய்துகொண்டிருக்கும்போது காணிக்கையாக வாழைக்குலை யொன்று வந்தது. பழம் பங்குவைப்பதில் ஏற்பட்ட தகராறில் வெளியேறியவன் புதிதாக ஒரு ஜெபப்புரை துவங்கும் முயற்சி யில் இருந்தபோது கம்பவுண்டரின் அறிமுகம் கிடைத்தது. அவரது மனசைக் கரைத்து பெந்தெகோஸ்து ஐக்கியத்துக்கு நேராகக் கொண்டுவந்தான்.

கம்பவுண்டரின் மனைவி பவுலோசுடனான சகவாசத்தை ஆரம்பத்திலிருந்தே எதிர்த்தாள். குடும்பம் பரம்பரையாக

வந்த சமூக வாழ்க்கையிலிருந்து குலைந்துவிடும் என்று அச்சப் பட்டாள். அதனைப் பொருட்படுத்தாத கம்பவுண்டர் அவளுக்கு புத்திமதிகள் எடுத்துரைத்தார்.

"சுகந்தி! சி.எஸ்.ஐ. சபையில ஏன் மக்கள் அதிகமா போறாங்க தெரியுமா? கல்லறத்தோட்டத்துக்கும், கல்யாணத்துக் காகவும்தான். பின்ன காலேஜிலயும் பள்ளிக்கூடங்களிலேயும் அட்மிஷன், வேலைவாய்ப்புகள்ணு எதாவது கிடைக்கும். பெரிய அடிபோட்டுத்தான் அதெல்லாம் வாங்கணும். மற்றபடி ஆத்மா பரலோகம் போணும்ணு யாருக்குமே அங்க ஆக்ரகம் இல்ல. அதுனால ஆவிக்குரிய ஐக்கியத்தில சேரியது நல்லது!"

"அப்பிடி நெனக்காதீங்க. சொந்தபந்தம் எல்லாம் நம்மள தனியா ஒதுக்கி வச்சிருவினும்."

"ஆமா! அவங்கதான் இப்ப படியளக்கினும் பாரு."

"ஸ்டீபனுக்கு பெண்ணு கிட்டாது, நான் சொல்லீற்றேன்."

"விசுவாசிகளிலெயும் நல்ல பெரிய பணக்காரங்க இருக்கத் தான் செய்யினும்."

"என்னதோ? நாலு ஆளுவளப்போல நடக்கிய வழியப் பாருங்க."

சிலநாட்களில் பொன்னையா கம்பவுண்டர் பவுலோசின் ஆலோசனையைக் கேட்டு 'சீயோன் பெந்தெகோஸ்தே சபை' என்றொரு ஐக்கியத்தை உருவாக்கினார். குறுகிய காலத்தில் அது நல்ல வளர்ச்சியைப் பெற்று ஜெபப்புரையாக இருந்த இடம் மாடிக்கட்டிடமாக உயர்ந்து நின்றது.

கம்பவுண்டருக்கு ஒரே ஒரு தம்பி. முழுப்பெயர் தேவதாஸ். பைண்டர் தாஸ் என்றால் தெரியாதவர்கள் அந்த ஊரில் இருக்கமாட்டார்கள். ஆஸ்மா நோயால் அவஸ்தைப்படும் அவர் தனது நோய்க்கு மட்டுமல்ல, வயிற்றுக்கும் வழி அறியாமல் தவித்து வந்தார். சிலசமயங்களில் வாசலைத் திறந்து அண்ணன் முகத்தில் படும்படியாக வந்து நிற்பார். கம்பவுண்டர் அவரைக் கண்டதாகவே காட்டிக்கொள்ளமாட்டார்.

இப்போது அவர் நாயை அவிழ்த்துவிடும் செயலைக் கடைபிடிக்கிறார். அநாவசியமாக யாரும் வாசற்கதவைத் திறப்பது அவருக்குப் பிடிக்காத விஷயம். மௌனமாக தகப்பனின் மனசை உள்வாங்கிய ஸ்டீபன் நாயை அடித்துவிரட்டிவிட்டு எல்லோரையும் அரவணைப்பான். கோட்டைச் சுவருக்கு

வெளியே பைண்டர் தாசின் குடும்பத்தை நோக்கி அவன் கரங்கள் நீண்டன.

ஸ்டீபனின் போக்குதான் பொன்னையா கம்பவுண்டரை மிகுந்த கவலைக்குள்ளாக்கியது. சி.எஸ்.ஐ. சபை செயலாளராக இருந்தபோது டயோசிசன் அரசியல் சதுரங்கப் பலகையில் காய்களை நகர்த்தி மிஷன் பள்ளிக்கூடத்தில் வாத்தியார் வேலைவாங்கிக் கொடுத்தார். அதை வைத்து பெரிய கணக்குக ளெல்லாம் அவர் மனதிற்குள் போட்டு வைத்திருக்கிறார். அவற்றை எல்லாம் தகர்க்கும் வகையில்தான் என்னவோ, சின்ன வயதிலிருந்து சண்டே ஸ்கூல், பாடகர் குழு என கிறிஸ்தவ ஐக்கியத்தில் வளர்த்தி எடுக்கப்பட்ட அவன் கம்யூனிஸ்ட் கட்சியில் சேர்ந்துவிட்டான்.

ஆரம்பத்தில் ஆசிரியர் சங்கத்தில் உறுப்பினராகச் சேர்ந்த போதே கம்பவுண்டர் அவனிடம் தனது எதிர்ப்பைத் தெரிவித் தார். நம்ம மிஷன் மேனேஜ்மென்றுக்கு எதிராகச் செயல்படக் கூடாது என்று எச்சரித்தார். ஒருநாள் பள்ளிக்கூட ஆசிரியர் களோடு ரோட்டில் நின்று 'கல்வியைப் பொதுவுடைமையாக்கு!' என்று கோஷம் போட்டதை அறிந்த பள்ளி தாளாளர் கம்பவுண்டரிடம் விஷயத்தைத் தெரிவித்தார்.

"மகனுக்கு வேலை கொடுக்க மிஷன் வேணும். பள்ளிக்கூடம் அரசாங்கத்துக்கு சொந்தம்ணா வேலை கெடச்சிருக்குமா ஓய்?"

"சின்னப்பய தெரியாம பேசுகான். நான் வெலக்கியேன் பாரும். பிஷப் ஒண்ணும் அறியண்டாம்."

"இதுக்கு முன்ன போட்டுக் குடுக்காம இருப்பானுவளா நம்ம ஆட்கள். பயலுக்க வால நறுக்கப் பாரும். சண்டே கிளாஸ் எடுத்தபய ரோட்டில கொடியும் பிடிச்சிட்டு நிண்ணு மொழங்கியாண்ணா அது ஒம்ம குற்றமாக்கும்."

கம்பவுண்டர் தலைகுனிந்து திரும்பினார்.

பிறகு பெண் ஆசிரியர்களுக்கு பேறுகால விடுப்பு கேட்டு நடந்த போராட்டத்தில் கைது செய்யப்பட்டு பாளையங் கோட்டை சிறையில் அடைக்கப்பட்டான். கம்பவுண்டர் நிலைகுலைந்து போனார். கிறித்தவமுறையில் பரிசுத்த வாழ்க்கை வாழக்கூடிய குடும்பத்தைச் சேர்ந்த பையன் பாவிகளும், பரதேசிகளும் இருக்கக்கூடிய சிறைச்சாலைக்குச் செல்வதா? அவரது இரத்தம் கொதித்தது. இரண்டில் ஒன்று பார்த்துவிட வேண்டியதுதான் என்று பாளையங்கோட்டைக்கு வண்டி யேறினார்.

"ஒனக்க மனசில என்னவாக்கும் நெனச்சிட்டிருக்கே? எனக்கு இப்ப அத அறியணும்."

"அய்யோ, சத்தம் போடாங்க அப்பா. எங்க போராட்டம் பற்றி பேச்சுவார்த்தை நடந்துகிட்டிருக்கு. அது வெற்றி பெறணும்ணுதான் மனசில நெனச்சிகிட்டிருக்கேன்."

"நல்ல குடும்பத்தில உள்ளவன் மக்க இப்பிடி ஜெயிலுக்கு வருவினுமா? கழிச்சிப் போட்டவன் ஆயிட்டியேடா?"

"ஒம்ம பைபிள்ல பவுலும், சீலாவும் சிறைச்சாலைல இருந்தாங்களே, அவங்களும் கழிச்சிப் போட்டவங்கதானா?"

"அடி செருப்பால. நாயே, பைபிள எதுத்துப் பேசிய அளவுக்கு வளந்துட்டியா நீ?"

அவரது சத்தத்தைக் கேட்டு ஜெயிலர் அங்கு வந்தார்.

"யார் இது? ஒங்க அப்பாவா சார்?"

"ஆமா."

"அய்யா, வணக்கம்."

கம்பவுண்டர் ஆச்சரியத்தில் நின்றார். ஜெயில் என்றால் அடிப்பார்கள், உதைப்பார்கள் என்றுதான் கேள்விப்பட்டிருக்கிறார். போலீஸ்காரன் கைதியான தனது மகனை எவ்வளவு மரியாதையாக 'சார்' என்று கூப்பிடுகிறான். தனக்கு வணக்கம் செய்கிறான். இதெல்லாம் உண்மைதானா என்று நம்பமுடியாமல் திகைத்தார்.

"அய்யா, இப்பிடி ஒரு மகன் கிடைக்க நீங்க குடுத்து வச்சிருக்கணும். தமிழ் தெரியாத அதிகாரிகளுட்ட பேச இங்கிலீஷ் தெரியாம நெறய போலீஸ்காரங்க கஷ்டப்பட்டாங்க. ஏழே நாள்ல அய்யா எல்லாரையும் பேச வச்சிட்டாருண்ணா பாருங்களேன்."

"இங்கிலீசும் பேச வைப்பான், சிந்தாபாத்தும் போட வைப்பான். இவன்தானே?"

"அப்பிடி கொறச்சி மதிப்பிடாதீங்க. இங்க இருக்கிற எல்லா ஆசிரியர்களுமே ஒவ்வொரு விதத்தில மேதைங்க. அதோ இருக்கிறாரே தமிழய்யா, அவரு சங்கப்பாடல்களை அப்படியே சொல்லி உரை தருவாரு பாருங்க, புல்லரிச்சிப் போகும். நம்ம தமிழ் மொழிமேல ஒரு மரியாத இந்த ஒருவார காலத்துக்குள்ளால இங்க எல்லாருக்கும் வந்திற்று பாருங்க. எஸ்.பி. ஐயா கூட ராத்திரி வந்து கம்ப்யூட்டர் பற்றி நெறைய இவங்களுட்டெ இருந்து தெரிஞ்சிட்டுப் போறாரு."

“கட்டிலு மெத்தையோட கெடக்கவேண்டிய எடத்தையும் விட்டுட்டு ஜெயில்ல வந்து கெடக்கியவனுவள ரொம்பவும் போற்றிப் புகழாதீங்க. பள்ளிப் பிள்ளையளுக்கும் படிச்சி குடுத்து நாள ஜெயிலுக்கு கொண்டுவரப் போறானுவ.”

“அதெல்லாங் கெடையாது. எங்ககிட்ட மொரட்டுத்தனமா பழகிய கைதிகளுட்ட உட்காந்து பேசி அவங்க பிள்ளையள படிக்க வைக்க உதவி செய்யறதா சொல்லி அட்றஸ் எல்லாம் வாங்கி வச்சிருக்காங்க. இவங்க இங்க வந்த பிறகு கைதியகூட ஒழுங்காயிட்டாங்க.”

“சரி, இப்ப எதுக்குப் போராட்டம் நடத்தியானுவ? ஏதோ பிரசவ விடுப்பாம். எவ பெத்தா என்ன? எவ செத்தா என்ன? இவனுவளுக்க வேலை ஒழுங்கா படிச்சி குடுக்கியதுதானே?”

ஸ்டீபனுக்கு கோபம் பொத்துக்கொண்டு வந்தது.

“அப்பா! கொஞ்சம் மனிதாபிமானத்தோட சிந்தியுங்க. இப்பிடி அடுத்தவன் கஷ்டநஷ்டம் தெரியாம பேசாதீங்க!”

“சார் அப்பாட்ட கோபப்படாதீங்க. அவருக்கு நான் எடுத்துச் சொல்றேன்.”

கம்பவுண்டரை அவனிடமிருந்து பிரித்து வெளியே கொண்டுவந்த இளவயது ஜெயிலர் முதலில் ஒரு நாற்காலியில் அமர வைத்தான். ரொம்ப தூரம் நடந்து சென்று அவர் குடிப்பதற்கு டீயும் பிஸ்கட்டும் கொண்டுவந்து கொடுத்தான்.

“அய்யா, அதோ துப்பாக்கி வச்சிட்டு நிற்கிறானே பாரா, அவன் மனைவி பள்ளிக்கூட டீச்சர். ஆசிரியைகளைத் தனியா அழைச்சிப் பேசும் தலைமை ஆசிரியை, ‘எவளும் பள்ளி நாட்கள்ல வயிறத் தள்ளீட்டு நிண்ணா நடக்கிறதே வேற. எல்லாம் லீவில வச்சிடுங்க’ என்று மிரட்டுவாங்க. அது எப்படி அய்யா லீவில வைக்க முடியும்? இவம் மனைவிக்கு அதையும் மீறி கொழந்த உருவாச்சி. அதுவும் மொதல் கொழந்த. கோபப்பட்ட தலைமை ஆசிரியை அந்த டீச்சரை பள்ளி மைதானத்துக்கு இழுத்துட்டுப் போய் கதறக்கதற ஓடவச்சி கருவக் கலைச்சிட்டாங்க. அந்த தலைமை ஆசிரியையை சுட்டுக் கொல்லணும்போல எனக்கே வெறி உண்டாச்சி. பிரசவ விடுப்பு கேட்டு இவங்க போராடுவது ரொம்ப நியாயம் பாருங்க.”

“சரிபோலத்தான் தோணுது.”

“போல என்னங்க, சரியேதான்.”

ஜெயிலர் சிரித்தபோது கம்பவுண்டரும் தவிர்க்க முடியாமல் சிரித்து வைத்தார்.

“இங்க ஆசிரியர்களுக்கு எந்த சிரமமும் இல்ல. காலைல தாமிரவருணியில குளிச்சிட்டு வாறாங்க. பாராவும் கண்டுக்கிற தில்ல. நேத்து பாருங்க, ரோல்கால்ல வர்க்கீஸ், இன்னாசி என்று ரெண்டு டீச்சர்ஸ் இல்ல. விசாரிச்ச பெறவு சினிமா பாக்க போனதா அறிஞ்சோம். பதட்டப்படாதீங்க, வந்துரு வாங்கண்ணு போலீஸ்காரங்களுட்ட சொன்னேன். அதுபோல வந்துட்டாங்க. நம்ம ஆசிரியர்கள நம்பாம வேற யாரை சார் நம்பறது?”

“இதெல்லாம் ஓவர். சினிமா பாக்க விட்டிருக்கப்படாது.”

“எங்களுக்கு எப்படித் தெரியும், சினிமா பாக்கத்தான் போறாங்கண்ணு. ஒங்களப்போல உற்றார் உறவினர் பார்க்க வரும்போது பண்டம், பலகாரம் கொண்டுவந்தா மொதல்ல இவங்க கொடுக்கிறது யாருமே பார்க்கவராம இருக்கிற கைதிகளுக்கு. ஒரு ஆயுள்கால கைதி சொல்றாரு, ‘இவங்களப் போல ஊரில நாலு மனுஷங்கள நான் சந்திச்சிருந்தா, இப்பிடி ஜெயிலுக்கு வந்திருக்கவே மாட்டேன்’ணு. ஆமா, மகனப் பாக்க வந்தீங்களே, ஒண்ணும் வாங்கீட்டு வரலியா?”

“நான் ரொம்ப கோபத்தோட கெளம்பினேன். இவனுட்ட சண்ட போடயாக்கும் வந்தேன். பாடம் படிச்சி குடுக்கிய வாத்தியானுவளுக்கு சங்கமும், மண்ணாங்கட்டியும் என்னத்துக்கு?”

“கண்டிப்பா அவசியம். நாங்க சங்கம் இல்லாம எவ்வளவு திண்டாடுகிறோம்ணு எங்களுக்குத்தான் தெரியுது. ஊமையா மனசுக்குள்ள அழுதுட்டு வெளிய காக்கியப் போட்டு தாம் தூம்ணு குதிக்கிறோம். எங்க பிரச்சினைகளை ஆள்பவர்களிடம் சொல்ல எங்களுக்கொரு சங்கம் இல்ல.”

“இவங்கள பின்னால நின்று ஆட்டியது கம்யூனிஸ்ட்காரங் களாக்கும், தெரியுமா?”

“ஒரு விஷயம் தெரியுமா உங்களுக்கு? சட்டசபையில போலீஸ்மானியக் கோரிக்கை நடக்கறதுக்கு முந்தினநாளு எங்க ஆபிசர்கள் ராத்திரி ரகசியமா போய் சந்திச்சது கம்யூனிஸ்ட் எம்.எல்.ஏ.க்களையாக்கும். எங்க பிரச்சினைகளை எல்லாம் அவங்கதான் தெளிவா எடுத்து வச்சாங்க. இண்ணைக்கு அரசியல்ல கம்யூனிஸ்ட்காரங்களத் தவிர யாரையுமே நம்ப முடியல்ல.”

பேருந்தில் ஏறி அமர்ந்த பிறகும் ஜெயிலரிடம் பேசிய பேச்சுகள் கம்பவுண்டரின் காதில் ரீங்கரித்தன. அவன் சொல்வது

போல உண்மையிலேயே ஸ்டீபன் நல்லவன்தானா? ஊருக்கு நல்லவனாக இருந்தால் மட்டும் போதுமா? பெற்ற தகப்பனின் ஆசையை நிறைவேற்றத் தெரியாதவனாக அல்லவா இருக்கிறான். ஒருவேளை அவன் நல்ல ஆசிரியனாக இருக்கலாம். ஜெயிலரும் அப்படித்தானே கூறினான்.

“அய்யா, ஒரு நல்ல ஆசிரியன் சாகப் போற நிமிஷத்தில கூட கற்றுக்கொடுத்துட்டுதான் சாவான்னு ஒங்க மகன் ஒரு நாள் சொன்னாரு. சேகுவாராண்ணு ஒருத்தரப் பற்றி சொல்லும் போது, அமெரிக்க ராணுவம் அவரக் கைதுபண்ணி ஒரு பள்ளிக்கூடத்தில கொண்டு வச்சிருந்தாங்க. கொஞ்ச நேரத்தில சுட்டுக் கொல்லப் போறாங்க. கரும்பலகையில ஆசிரியை ஒரு பிரெஞ்சு சொல்லைத் தவறா எழுதி இருந்தாங்க. அதத் திருத்திக் கொடுத்துவிட்டு சொல்றாரு, ‘கியூபாவில வெறும் ரெண்டே வருஷத்துல எல்லாரையும் எழுதப் படிக்கத் தெரிஞ்சவரா மாற்றீட்டோம்.’ இதுதாங்க நமக்குத் தேவை. சேகுவாரா புத்தகம் திருநெல்வேலியில கிடைக்கும்ணு சொன்னாரு. வாங்கிப் படிக்கணும்.”

இவன் எப்படி இந்த விஷயங்களை எல்லாம் அறிந்து கொள்கிறான்? சிவந்த கனமுடைய புத்தகங்களைப் படித்துக் குறிப்பெடுப்பானே, அவைகள்தான் அவனுக்குக் கற்றுக் கொடுக்கின்றனவா? இப்போது போலீஸ்காரர்களையும் ஊடுருவி விட்டதே இவனது பேச்சுக்கள். காலம் கடைசியாகிக் கொண்டிருப்பதன் சாட்சியங்களாகத்தான் இப்படி நடக்கிறதா?

ஸ்டீபன் கட்சி வகுப்புகள் நடத்தச் செல்வதும், கையில் தொடக்கூடாத மக்களை அழைத்துக்கொண்டு ஊர்வலம் போவதும் அவரை மிகவும் வேதனைப்படுத்தியது. ‘அப்பன் பெரசங்கியாரு, மவன் கம்யூனிஸ்ட்’ என்று பலர் அவரது காதுபட பேசினர். சென்றவாரம் வெளிக்கூட்டம் ஒன்றில் பிரசங்கித்துக் கொண்டு நின்றபோது குடிகாரன் ஒருவன் வந்து நின்று, ‘மொதல்ல ஒனக்க மகன ரெச்சிக்கப்பட வச்சிட்டு அடுத்தவியளுட்ட சொல்லு!’ என நேரடியாகப் புத்தி சொன்னான். ‘நல்ல வேலையும் வச்சிட்டு ஏம்பிலே இப்பிடித் திரியே?’ என்று முகம் பார்த்துக் கேட்டாயிற்று. ஆரம்பத்தில் பதில் பேசாமல் செல்வதோ, சிரித்து மழுப்புவதோ என செய்பவன் இப்போது நேருக்கு நேர் நின்று பதில் கேள்வி கேட்கத் தொடங்கி விட்டான்.

“ஒம்மளப்போல ஜனங்கள ஏமாத்தச் சொல்லுதீரோ?”

“நான் யாரலே ஏமாத்தினேன்?”

“பரலோகத்தில எடம் வாங்கித் தாரேண்ணு அப்பாவி கூலித் தொழிலாளிகளுட்ட மாசந்தோறும் பத்தில ஒண்ணு தசமபாகம் வேண்டுதீரே, காலேஜில எடம்வாங்கித் தாரேண்ணு பணம் வாங்குற நடராசனுக்கும், ஒமக்கும் என்ன வித்தியாசம் இருக்கு? சொல்லும்.”

“லேய், தெருவில நிண்ணு உண்டியல் குலுக்கி பிச்சை எடுக்கிற ஒனக்க தோழர்களவிடவா நான் ஏமாத்தினேன்?”

“நாங்க தெருவில பிச்சை எடுத்து மக்களுக்காக இயக்கம் கட்டுறோம். நீரு மக்கள ஏமாத்தி கொள்ளையடிச்சி சுயலாபம் பார்க்கிறீர். ரெண்டும் வேற.”

பயலுட்ட பேசி ஜெயிக்க முடியாது. அவன் படிக்கிற புத்தகங்கள் அப்படிப்பட்டவை. இப்போது அவன் கொச்சுத்தாடி வேறு வளர்க்கிறான். இனி பீடியும் குடிக்கத் தொடங்குவான். அடிக்கடி வானத்தைப் பார்த்துக்கொண்டு தாடையில் சொறியவும் செய்கிறான். இதெல்லாம் அவன் கம்யூனிஸ்டாகிக் கொண்டிருப்பதின் லட்சணங்கள்.

விடக்கூடாது. இப்படியே விட்டா சீரழிஞ்சு போவான். வீட்டுக்கு ஒரே பிள்ளை. நல்ல மொதலுகிட்டிய இடமா பாத்து மொதல்ல ஒரு சம்மந்தம் முடிச்சா பய அடங்கிப் போவான். நம்ம சபைக்கு வரும் தாமசின் மொவள இவனுக்கு கேட்டா என்ன? அந்தப் பெண்ணு அழகாட்டும் இருப்பா. வெள்ளறடையில தாய்வழி கெடச்ச ஒருவாடு ஏக்கர் ரப்பர் தோட்டமும் உண்டு. நம்ம பெய பரிசுத்த ஐக்கியத்துக்குள்ள வருவானா?

அவரது ஆதங்கத்தை மகனைப்போல மனைவியும் புரியாதது மேலும் சங்கடத்தில் ஆழ்த்தியது. அவள் இன்னமும் சி.எஸ்.ஐ. சபைக்கே சென்றுகொண்டிருக்கிறாள். தான் ஜெபப்புரை தொடங்கியதும் வெள்ளை ஜிப்பா, வேட்டியில் மாறி, ‘பொன்னையா பிரசங்கியார்’ ஆனதுபோல அவளும் கைநீள ஜெம்பரணிந்து உடன் ஊழியக்காரியாக வருவாள் என்று நினைத்திருந்த அவரது கனவு பலிக்காமற்போய்விட்டது.

“சுகந்தி, நம்ம ஜெபப்புரைக்கு நீயே வராட்டா ஊர்காரங்க என்ன பேசுவினும்ணு நெனச்சிப்பாரு.”

“என்ன பேசுவாங்களோ?”

“பெண்டாட்டிக்காரியே எதிருண்ணு பேசுவாங்க.”

“மகன் மிஷன் பள்ளியில வாத்தியாருண்ணு தெரிஞ்ச யாருமே அப்பிடி நெனச்சமாட்டாங்க.”

"ஞாயிறு காலம பத்து மணியோட கோயில் ஆராதன முடியுது. அதுக்குப் பெறவு நம்ம கூட்டத்துக்கு எவ்வளவோ பேரு அங்க இருந்தும் வருனும். ஒனக்கு மட்டும் வாறதுக்கு என்னா?"

"நான் ஒரு போதகருக்க மகள் பாருங்க. எங்கெயாவது ஒரு எடத்துலதான் என்னால இருக்கமுடியும்."

அவள் தீர்க்கமான முடிவைக் கண்டு பொன்னையா பிரசங்கியார் மிரண்டு நிற்கும்போது பவுலோஸ் வந்தான்.

"பாஸ்டர், அந்த சி.எஸ்.ஐ.காரன் இருக்கானே காதறுத் தானுக்க மகன் ஜெபசிங், அவனுக்கு இண்ணாக்கும் கல்யாணம். கெட்டு நடத்தப் போவண்டாமா?"

"போவுலாம் டேய், ஏன் வெப்றாளப்படுக?"

"மணி பத்து கழியுதே?"

"கார் வந்துற்றா?"

"நம்ம காரு பிடிச்சிற்றுப் பெய்தான் அதுக்குள்ள வாடகை பைசா வேண்டணும்."

"அதுவும் அப்பிடியா? இஞ்ச ஒரு சின்ன தர்க்கம் ஓடீற்று இருக்கு."

"யாருட்டெ?"

"வேறயாரு? ஒனக்க அக்காளுட்டதான். சி.எஸ்.ஐ. காரனிட்ட ஆவியும் இல்ல, அனலும் இல்ல. நம்ம வீட்டில இருக்கிய ஜெபக்கூட்டத்த விட்டுட்டு ஏன் அங்க போறேண்ணு கேட்டா, நான் அப்படித்தான் நடப்பேன்ணு அடம்பிடிக்கியா பாரு. எனக்கு இவளால பெரிய மானக்கேடு உண்டாவுது."

சுகந்தி பதிலுக்கு எதையோ பேசவந்தாள். அதற்குமுன் அவளை இடைமறித்த பவுலோஸ், பேச்சை நீளவிடாமல் பார்த்துக்கொண்டான்.

"பாஸ்டரே, எதுக்கும் ஒரு காலம் உண்டும்ணு பைபிள் சொல்லுது. விதைக்க ஒரு காலம் உண்டும்ணா, அறுக்க ஒரு காலம் உண்டு. ஆனைக்கு ஒரு காலம் உண்டும்ணா, பூனைக்கு ஒரு காலம் உண்டு. அதன் பிரகாரம் அக்கா கூடிய சீக்கிரம் நம்ம இரட்சிப்பின் ஐக்கியத்தில வரப் போறாங்க."

"எங்க வரப் போறாளோ?"

அவர் கடுப்புடன் வெளியே இறங்கி நடந்தார்.

கிழவி அப்படியே கண்ணயர்ந்துவிட்டாள். ஆரம்ப சுகாதார நிலையத்தில் பணிபுரியும் தாதி ஒருத்தி அவளைத் தட்டி எழுப்பி கதவைத் திறந்து உள்ளே சென்றாள். ஊருக்குப் போய் சொட்டு மருந்து கொடுத்துவிட்டு வருகிறாள்போலத் தெரிகிறது.

நேரம் மதியம் தாண்டி இருந்தது. பள்ளிக்கூடம் விட்டு பிள்ளைகள் வெளியே வந்துகொண்டிருந்தனர். கிழவியால் அதனை நம்பமுடியவில்லை. இவ்வளவு சீக்கிரம் விடமாட்டார் களே. வீட்டிற்குச் சென்றுகொண்டிருந்த பிள்ளையை நிறுத்திக் கேட்டாள்.

"நாள பத்தாங்கிளாசுக்கு பரிச்ச. அதுனால நேரமே விட்டினும்."

பள்ளிக்கூடம் ஒன்றின் அறையிலே தற்காலிகமாக நடந்து கொண்டிருந்த கல்வியியல் கல்லூரியின் வகுப்பறை நோக்கி அவள் நடந்தாள். யாரையும் அங்கு காணவில்லை. வெளியே இறங்கிவந்து சுந்தரி தென்படுகிறாளா? என்று பார்த்தாள். ஆலமரத்தடியில் போற்றியுடன் அவள் பேசிக்கொண்டு நிற்பது போல கண்களுக்குத் தெரிந்தது.

அவள் நடந்து வருவது கண்ட சுந்தரிக்கு நெஞ்சு படபடத்தது. அந்த சமயம் கிழவியை அங்கு அவள் எதிர்பார்க்கவில்லை. எதற்கு வந்திருப்பாள் என்று யோசிக்கக்கூட நேரமில்லை. ஆலம்விழுதுகளுக்கிடையே மெதுவாக மறைந்து நின்றாள்.

"ஏன் ஒளியறே?"

"எனக்க அம்மா வருனும்."

இவ்வளவு வயசான அம்மாவா?"

போற்றியால் நம்பமுடியவில்லை.

"அய்யோ . . . எங்க ஒளிச்சியது?"

"சாமி பக்கமாபோய் ஒளிஞ்சிக்க."

"கதவு அடச்சிக் கெடக்கே?"

"இந்தா சாவி."

"கருவறைக்குள்ள போகலாமா?"

"ஆபத்துக்குப் பாவம் இல்ல. கதவை நன்னா சாத்திக்க."

அவளை உள்ளே அனுப்பிவிட்டு ஆலம்விழுதுகளை ஒடித்த வாறு நின்றுகொண்டிருந்த கிருஷ்ணதேவன் போற்றியின்

கண்கள் அயலகத்தார் யாராவது தன்னைக் கவனிக்கிறார்களா என்பதைத் தேடி ஆராய்நதன. கிழவி அங்கு வந்து பார்த்தபோது அவனைத் தவிர யாரும் இல்லை. எப்படி பேசுவது என்று அவளுக்குத் தயக்கமாக இருந்தது. அதற்கு முன்பு அவனே பேசினான்.

"சாமி கும்புட வந்தேளா? நாலு மணிக்குப் பிறகு வாங்கோ. அதுக்கு முன்னால அறைதெறக்காது."

"இந்தப் பள்ளீல படிச்சிய பிள்ள ஒருத்தி இப்ப இஞ்ச வந்தாளா?"

"பள்ளிக்கூட சமயத்தில யாருமே இங்க வரமாட்டாங்க. லீவு விட்டதால எல்லாரும் வீட்டுக்குப் போயிருப்பாங்க."

கிழவி திரும்பினாள். அவள் தலை மறையும்வரை காத்து நின்ற போற்றி வெளியே வந்து தங்கநாடானின் சைக்கிள் கடையைப் பார்த்தான். பக்கத்திலிருக்கும் பூக்கடையைப் பார்த்தான். முறுக்கான் கடையைப் பார்த்தான். எந்தக் கடையிலும் யாரும் இல்லை. மதியம் சாப்பிட வீட்டுக்குச் சென்ற எவரும் திரும்பி வரவில்லை.

பூனைபோல உள்ளே நடந்து சென்றவன் கதவை அடைத்துக் கொண்டியைப் போட்டான். இருட்டறையில் சாமி சிலையின் முதுகுப்பகுதியில் பதுங்கி இருந்த சுந்தரி எழும்பி நின்றாள். எதேச்சையாக, அதேசமயம் வேண்டுமென்றே குத்துவிளக்கில் கால்இடறி விழுவதுபோல சாய்ந்தவனை அவள் உடலால் தாங்கினாள். அறையின் இருட்டும், காற்று வராததால் ஏற்பட்ட வியர்வையின் கசங்கலும் ஒருகணம் அவளை மதிமயங்க வைத்தது. ஆனால் மறுகணம் விழித்தாள்.

"அய்யோ ... பயமா இருக்கு."

"என்ன பயம்?"

"எனக்குப் போணும், விடுங்க."

"எப்படிப் போகமுடியும்?"

"அய்யோ ... இருட்டா இருக்கே."

அவன் தீப்பெட்டியை உரசி குத்துவிளக்கில் ஒரு திரியை எரியவைத்தான். அது இன்னும் வெப்பத்தை அதிகரித்தது.

"தயவுசெய்து கதவத் தெறங்க."

அவள் பதட்டமாக இருந்தாள்.

"வெளிய ஆட்கள் நிப்பாங்களே?"

“கடவுளே, நான் என்ன செய்வேன்?”

“சத்தம் போட்டுக் கெடுத்திராத.”

“எனக்கு வெளிய போணும்.”

அவள் பிடிவாதமாக இருந்தாள்.

விட்டுப் பிடிப்போம் என்று மனதில் நினைத்தவன் திரியை அணைத்துவிட்டு கொண்டியை இறக்கி கதவை விரலிடுக்கு அளவு திறந்து சுற்றுமுற்றும் பார்த்தான். உள்ளே புகுந்த காற்று அவளுக்கு ஆசுவாசமாக இருந்தது.

வெளியே வந்து நின்று அக்கம்பக்கத்தைக் கவனித்துவிட்டு இறங்கி மெல்ல வரச்சொல்லலாமா என்று யோசித்துக் கொண்டிருக்கும்போதே அவள் கூடையைத் திறந்ததும் பறந்து செல்லும் கோழிக்குஞ்சைப் போலத் தெருவில் இறங்கி ஓடி விட்டாள். அவனுக்கு உதறலெடுத்து உள்ளே போய் அமர்ந் திருந்தான். கதவிடுக்கு வழியே தூரத்தில் அவள் புள்ளிபோலத் தேய்ந்துகொண்டிருப்பது தெரிந்தது. கையில்தானே இருக்கிறது, ஒருநாள் வாய்க்குள் போகும்படி வாய்க்காமலா போகும் என்று தன்னைத் தேற்றிக்கொண்டு முழுக்கதவையும் திறந்து வைத்தான்.

கிழவி வீடுவந்து சேர்ந்தபோது சுந்தரி வீட்டுநடையில் உட்கார்ந்திருப்பதைக் கண்டாள். தங்கநாடானின் பேச்சைக் கேட்டு அவளை சந்தேகப்பட்டதற்காக வருந்தினாள். குறுக்கு வழியிலும் வீட்டுக்கு வரமுடியும் என்பதை ஏனோ அவள் மறந்துபோனாள். சுந்தரி கிழவியைவிட தலைமுறை பிந்தியவள் என்றாலும் அவளைவிட வழிமுறைகள் பல தெரிந்தவள். எனவேதான் கிழவியைப் போல எதிலும் அகப்படாமல் தப்பிக்கும் விதத்தில் நடந்துகொண்டாள்.

“நேரத்த விட்டினுமா மக்கா?”

“வோ. அரிப்பெட்டியோட பெய்ட்டு ஒண்ணும் வேண்டாம வந்திருக்கியே, எங்கயாக்கும் போன?”

“சந்தைக்குத்தான் போனேன். வழியில பிள்ளிய வீட்டுக்குப் போறதக் கண்டேன். பள்ளிக்குப் பெய் ஒன்னத் தேடினேன். வீட்டுக்கு வந்ததா செல்லிச்சினும். பெறவு நான் ஒண்ணும் வேண்டாத வந்தேன். எல்லாம் அந்திக்குப் பாக்கலாம்.”

“ஒனக்க போக்கு கொள்ளாம்.”

“சோறு தின்னியா மக்கா?”

“இல்ல.”

காலையில் கொண்டுபோன சோற்றுப் பாத்திரத்தைக் கிழவி தூக்கிப் பார்த்தாள். அது அப்படியே கனத்தது.

"எனக்குத் தலைவலியா இருக்குது. கொஞ்சநேரம் கெடக் கியேன்."

"கடையறையில பெய் குளுச வேண்டீற்று வரட்டா?"

"வேண்டாம். நீ சும்மா இரு."

பின்மதிய வெயில் ஆஸ்பெட்டாசில் விழுந்து வீடே தகித்தது. வியர்த்துக் கொட்டிய கிழவி கால்களிலும், மேலிலும் தண்ணீரை விட்டு ஏத்தாப்பால் துடைத்துக்கொண்டாள். அந்த வெக்கையில் இழுத்து மூடிக்கொண்டு தூங்குவதுபோலக் கிடந்தாள் சுந்தரி.

போற்றியின் தேகம் அவள்மீது பதிந்தபோது பஞ்சுபோல கனத்தது. அவளால் தவிர்க்க முடிந்த ஆனால் விருப்பம் கலந்த சுமையாக அது இருந்தது. நான் ஏன் அதை வெறுத்து ஒதுக்கித் தள்ளினேன் என்று இப்போது வருந்தினாள். சந்தனவாசம் வீசிய அவன் தேகம் அவள் மனசுக்குள் குறுகுறுத்தது. குத்து விளக்கின் ஒளியில் சுவர்ணம்போல ஜொலித்த அந்தத் தோற்றம் வெள்ளைநிற மலைப்பாம்பாக மாறி அவளை சுற்றி வளைத்தது.

கிழவி அந்தக் கொள்ளை வெயிலிலும் நம்மாட்டி பிடித்து வெளியே வெடடிக்கொண்டிருந்தாள். அந்தச் சத்தம் சுந்தரிக்கு ஏனோ இடையூறை ஏற்படுத்தியது. வீட்டைச் சுற்றிலும் பழ மரங்களாக பேரையும், பப்பாளியும் அவள் நிறைய வைத்திருந் தாள். பப்பாளிக்காயில் அவள் கூட்டு வைத்தாளென்றால் ஏழு வீடு மணக்கும். உளுந்தை உடைத்துப் போட்டுத் தாளித்து கலகலப்புண்டாக்குவாள். சுந்தரிக்கு அந்தக் கூட்டு நன்றாகப் பிடிக்கும். முருங்கை மரங்களும் நட்டிருந்தாள். சந்தைக்கு மீன் வாங்கச் செல்லும்போது கையில் எதையாவது கொண்டுசென்று விற்க அவள் வீட்டுத் தோட்டம் பயன்பட்டது. சொந்த பயன் பாட்டிற்கும் அவள் அதையே நம்பி இருந்தாள். எலக்கறி என்பது 'சைவசிக்கன்' என்று ஒருநாள் யாரோ சொன்னது கேட்டு தேங்காய் போட்டு வறுத்து அடிக்கடி கூட்டு வைப்பாள். எலக்கறி கொத்துக்களை இட்லிகுட்டுவத்தில் நீரூற்றி வேகவைத்து நீரை வடித்தெடுப்பாள். பொன்னிறத்தில் தகதகக்கும் அதனை சுந்தரிக்கு குடிக்கக் கொடுப்பாள். அவளுக்கு ஏனோ அது பிடிப்பதில்லை. கண்பார்வைக்கு நல்லது என்று சொல்லி வற்புறுத்தி அவள் வயிற்றுக்குள் தள்ளுவாள். அடுத்த நிமிடம் வாந்தியெடுக்க வெளியே ஓடுவாள் சுந்தரி. முருங்கைக்காய்கள் அதிகமாக கிடைக்கும்போது நீளவாக்கில் இரண்டாகப் பிளந்து அம்மியில் வைத்து அகப்பையால் உள்ளே உள்ள சதைப்பகுதியை

வழித்து முட்டையும் அடித்து ஊற்றி ஒரு கூட்டு வைப்பாள். அது சுந்தரிக்கு மிகவும் பிடிக்கும். சிலசமயங்களில் சீனிசட்டி யோடு தூக்கிக் கொண்டுபோய் வைத்து வெறும் கூட்டை அவள் வாரித் தின்பதும் உண்டு.

கிழவியின் சேமிப்பிலேயே சுந்தரி படித்து வருகிறாள். பிள்ளைகளுக்கு டியூஷன் எடுத்து கையில் இரண்டாயிரம் ரூபாய்வரை தேற்றி வைத்திருக்கிறாள். கல்லூரியிலிருந்து இந்த வருடம் கொடைக்கானல், மூணாறு என சுற்றுலா செல்வதாகக் கூறி இருக்கிறார்கள். தாராளமாகச் செலவுசெய்து அந்த மூன்று நாட்களை சுகமாக அனுபவிக்க வேண்டும் என்று நினைத் திருந்தாள்.

இப்போது அதில் மாற்றம் செய்யவேண்டும்போலத் தோன்றியது. சுற்றுலா எல்லாம் பிறகு பார்க்கலாம். கோயில் திருவிழா வரப்போகிறது. அப்போது போற்றிக்கு பட்டுவேட்டி, வாழைக்குலை, தேங்காய் என அவரவர் தகுதிக்கு ஏற்பக் கொடுப்பார்கள். அரிசியும், பொரியும் கொடுக்கும் ஏழைகளும் உண்டு. இந்தப் பணத்தில் என்ன வாங்க முடியும்? பட்டு வேட்டிக்குப் பணம் காணாது. ஒரு நேரியலும், வாழைக்குலையும் வாங்கிக் கொடுத்தாலோ? கிழவி தடுத்தால் என்ன செய்வது?

அவளை சமாளிக்கலாம். படிப்பு நல்லாவரணும்ணு அம்மனுட்ட நேந்துட்டேன். போற்றிக்கு குடுக்காட்டா படிப்பில முன்னேற முடியாதுண்ணு சொன்னா ஒத்துக்குவா. மற்றபடியும் யாருக்கும் ஒருவகை குடுக்கியதுக்கு குறுக்கே அவா நிக்கமாட்டா.

திருவிழாவை நினைக்கும்போது அவளுக்கு சந்தோசம் புரண்டது. இரவுபகல் தெரியாமல் அசையும் வண்ணங்களும், வாணவேடிக்கைகளும் மனசில் நிறைந்தன. யானைகளும், ஊர்வலங்களும், உற்சாக கரைபுரளல்களும், விளையாட்டுக்களும் விரைந்தோடின. கோயிலைச் சுற்றி முளைக்கும் கடைகளில் வளையல்களும், விளையாட்டுப் பொருட்களுமாக வந்து குவியும். கரும்புகள் தோகைவிரித்து நிற்கும். மத்தங்காய்கள் குதிரை முட்டைகளாக உருளும். தேன்குழல் கடைகளில் ஈ மொய்ப்பது போல எப்போதும் ஆட்கள் குழுமி நிற்பர். தேன்குழல் நமக்குப் பிடிக்கும். போற்றிக்குப் பிடிக்குமா? நாம் கொடுத்தால் போற்றி வாங்கித் தின்பாரா? தேன்குழல் வேண்டாம். காலேஜ் பியூன் மந்திரிக்கு வேண்டீற்று போனானே, அது என்னது? ஃபர்ஸ்ட் குவாலிட்டி கேஷ்யூநெட். வி.எல்.சி. முதலாளிக்க அண்டிண்ணு தனியா சொன்னானே, ஆங் ... அதுதான் போற்றிக்குப் பற்றினது. யாருட்டெயும் சொல்லாம ஒருநாள் குழித்துறைக்குப்பெய் வேண்டீற்று வரணும்.

"சுந்தரி . . . ஐயோ சுந்தரி, இஞ்ச வாடியேய்."

கிழவி கூக்குரலிட்டாள்.

"ச்சே . . . இதென்னது இப்படிக் கெடந்து கூவியா? மனுஷர கொஞ்சநேரம் நிம்மதியா கெடக்கவிடமாட்டியா?"

"மக்களே . . . பாம்பு."

"எங்க? எங்க?"

சுந்தரி எழுந்து வெளியே ஓடினாள்.

"அன்னா பாரு ஓடுது."

ஆடாமல் அனுங்காமல் எந்த அலட்டலும் இன்றி மெதுவாக ஊர்ந்து சென்ற அதனை அவள் பார்த்துக் கொண்டிருந்தாள். பயத்தையும் மீறிய ஒரு ஈர்ப்பு சுந்தரியின் மனதில் ஊர்ந்தது.

"எடியே! நான் அந்த மரிச்சினிமுட்டில வெட்டிப்பறக் கீட்டு நிண்ணேனா, சருவுக்க இடையில ஒரு அனக்கம் கேட்டுது. திரும்பிப் பாத்தா படம் விரிச்சிட்டு எழும்பிநிண்ணு ஆடுது. இவள கொத்தட்டாண்ணு வரங்கேக்குதுண்ணு உள்ள விஷயம் எனக்குத் தெரிஞ்சிப் போச்சி. நான் காறித்துப்பினேன்."

"ஏன் துப்பினே?"

"பின்ன இல்லாம? ஏவாள ஏமாத்தின இந்த துஷ்ட ஜந்துவ கோயில்கட்டி கும்பிடவா சொல்லிய?"

"பாவம் அது. அழகா இருக்கு."

"அழகிலதாண்டி பாவம் இருக்கு."

"எவ்வளவு அமைதியா போவுது."

"அது கொத்தினா நீ செத்திருவ."

"சாவதும் ஒரு சுகம்தான்."

"என்னது? நீ பாம்புகொத்தி சாவ நெனக்கிதியா? ஒனக்குப் பைத்தியமா பிடிச்சிருக்கு?"

"பாம்பு படம்விரிச்சி நிக்கம்ப என்ன ஏன் நீ விளிச்சல்ல? எத்தின சேலா இருந்திருக்கு?"

"சேலா? அத்தனையும் வெஷமாக்கும்."

"எழும்பி நிக்கம்ப அதுக்க தலையில முத்தம் வைக்கணும்ணு தோணுது"

"முத்தமா? பாம்பு தலையிலா? ஒனக்கென்ன பித்தம் பிடிச்சிருக்கா?"

"இது பித்தமல்ல, உன்மத்தம்."

"என்ன ஊமத்தங்காயோ?"

"என் சித்தமெல்லாம் இப்ப அந்தப் பாம்புதான் நெறஞ்சிருக்கு."

"ஒன் நட்சத்திரமே ஒரு பாம்புதான்."

"என்னது?"

"ரோகிணி."

"நட்சத்திரம் பாம்பா இருக்கலாம். ஆனா, நான் பாம்பா இருக்க முடியாது."

"ஏன்?"

"பாம்பு ஆண்."

"ஆணா?"

"நாகராஜன்."

"அதெப்படி?"

"அது அப்படித்தான்."

"புரியும்படியா சொல்லு."

"நீ காவுக்குப் பெய்ருக்குதியா?"

"என்னத்துக்கு?"

"நாகராஜன் மேல பால்ஊற்றி செம்பருத்திப்பூ வச்சி கும்பிடுவாங்களே, பாத்ததில்லையா?"

"பாத்திருக்கேன்."

"எனக்கும் அப்பிடி கும்பிடத்தோணுது."

"ஆமா, நாகத்துக்கு எதுக்கு பாலும், செம்பருத்திப் பூவும் படைக்கினும்?"

"பால் ஆண்பால்; பூ பெண்பால்!"

"இதென்ன பிரளயம்?"

"அதுதான் உண்மை."

"பாலும், பூவும் அதுனாலத்தான் பூசையில் சேருதோ?"

"ஆமா. பால், சிவப்பின் இன்னொரு நிறம்."

"அப்படீண்ணா?"

"ரெத்தம்!"

"பூ?"

"இரத்தத்தின் நிறம். செம்பருத்தீ!"

கிழவிக்கு தேகம் சிலிர்த்தது. அவள் சதைகளுக்குள் எதுவோ குறுகுறுத்தது. அதன் அதிர்வைத் தாங்க முடியாமல் கைகள் நடுங்கின.

"எல்லா இடத்தையும் விட காவில நிக்கிய செம்பருத்தி மட்டும் ஏன் இப்படி பூத்துக் கொட்டுது?"

கிழவி நம்மாட்டியைக் கீழே போட்டுவிட்டு மரிச்சினி மூட்டில் உட்காந்து யோசித்தாள். அவளுக்கு எதுவெல்லாமோ பிடிபடுவதுபோலத் தோன்றியது.

நடராசன் வீட்டில் கல்லெறிமாடனின் உபத்திரவம் மும்முரமாக இருந்த கதையை அறிவதற்கு முன்னால் அவன் மனைவி கிரேசி குறித்து தெரிவது அவசியம். அவள் கேரளா வில் இடுக்கி மாவட்டத்தைச் சேர்ந்தவள். அங்கிருந்து எப்படி பிடுங்கி இங்கு நடப்பட்டாள் என்பதன் ரகசியம் நடராசனுக்கு மட்டுமல்ல எல்லாருக்கும் தெரிந்ததுதான்.

அப்போது நடராசன் அங்கு ஏலக்காய் வியாபாரம் செய்துகொண்டிருந்தான். அது ஏலக்காய் வியாபாரம் என்று சொல்பவர்களும் உண்டு, கஞ்சாவியாபாரம் என்று சொல் பவர்களும் உண்டு. கள்ளநோட்டு விவகாரம் என்று சொல் பவர்களும் உண்டு, கடத்தல் தொழில் என்று சொல்பவர்களும் உண்டு. இவ்வாறாக என்ன தொழில் என்று யாருக்கும் தெரியாத ஒரு தொழிலை அவன் செய்துகொண்டிருந்தான்.

கையில் ஒரு சாக்கு இருக்கும். கக்கத்தில் செய்தித்தாள் இருக்கும். அது காசு கொடுத்து வாங்குவதல்ல, ஓசியில் யாரிட மிருந்தோ பெற்றதாக இருக்கும். சட்டைக்கடியில் இடுப்பைச் சுற்றிக் கட்டியிருக்கும் தொவர்த்துக்கு பல ஊர்களின் மண் வாசனை தெரியும். விடுதியில் அறை எடுத்து தங்கமாட்டான். இரவுநேரம் பேருந்து நிலையங்களில் உட்கார்ந்து உறங்குவான். ரோந்துவரும் போலீசாரிடம் சிக்கி பலதடவை லாக்கப்களில்

உறங்கியதும் உண்டு. அவனுக்குத் தெரியாத ஆறுகளும் இல்லை, அவன் உடல் படாத குளங்களும் இல்லை.

இப்போது நடராசன் அங்கு எல்லோருக்கும் அறிமுகமானவன். அன்று அவனொரு நாடோடி. போகிற வழியில் எங்கு பாட்டுச் சத்தம் கேட்டாலும் நின்றுவிடுவான். அது திருமணவீடுதானா என்பதை உறுதிசெய்வான். அதற்கு அவனைப் போன்ற பலரை நம்பி இருந்தான். பரஸ்பரம் உதவிகள் தங்குதடையில்லாமல் கிடைத்துவந்தன. தன்னை யாருக்கும் தெரியாது என்ற நம்பிக்கையில் துணிந்துபோய் பந்தியில் உட்கார்ந்து சாப்பிடுவான்.

அப்படி ஒருநாள் சாப்பிட்டுக் கொண்டிருக்கும்போது அவனைப் பலமுறை அறிந்துவைத்திருந்த சில இளைஞர்கள் வந்து யாரென்று வினவினார்கள்.

"நான் மாப்பிளை வீட்டுக்காரன்."

"நாங்களும் மாப்பிளை வீட்டுக்காரங்கதான். அட்றச சொல்லு."

"எதுக்கு?"

அவன் குரலில் பரிதாபம் ஒலித்தது.

"அட்றஸ் இல்லாத பயக்களுட்ட இதென்ன கேள்வி? கேர் ஆப் பிளாட்பாம் கேசு."

"ஊரான் சாப்பாடு உப்பில்லாமலும் இறங்கும்."

அவனைப் பார்க்க கிரேசிக்கு பாவமாக இருந்தது. தனது உறவினர் என்று சொல்லலாமா என யோசித்தாள். ஒருவேளை அவன் இல்லை என்று சொல்லிவிட்டாலோ எனத் தயங்கினாள். அவனை அவள் அப்பாவி என்று நினைத்தாள். அவனோ எந்த சொரணையும் இல்லாமல் சாப்பிட்டுக் கொண்டிருந்தான்.

வெளியே கைகழுவ வந்தவனை அந்த இளைஞர்கள் பின்தொடர்வதைக் கவனித்த அவள் நடராசனை நிறுத்தி பேச முயன்றாள். அவனுக்கும் அறிகமானவர்கள் திருமண வீட்டில் இருக்கிறார்கள் என்பதைக் கண்டதும் இளைஞர்கள் இன்னொரு திசையில் நடந்தனர். அவள் அவனைத் தனது வீட்டிற்கு அழைத்து வந்தாள்.

"கூட யாரும் வரல்லியா?"

"நான் மட்டும்தான்."

"என்ன வியாபாரம்?"

“பலதும் உண்டு.”

“எங்க தங்கி இருக்கிறீங்க?”

“எங்கும் தங்கியது இல்ல.”

“நீங்க நம்ம வீட்டிலேயே இனிமே தங்கலாம்.”

“அப்படியா?”

“ஆமா.”

அது முதற்கொண்டு நடராசன் கிரேசியின் வீட்டிலேயே தனது பொருட்களைப் பாதுகாப்பிற்காகக் கொண்டு வைத்தான். அவளும் அதனை காத்துக் கொடுத்தாள். அவனுக்கும் அது சிரமம் குறைத்ததாகத் தோன்றியது. ஒருநாள் அப்படி தங்கி இருந்தபோது போலீசார் வீட்டை முற்றுகையிட்டனர். பயந்துபோன நடராசனை ஜீப்பில் உருட்டினர். அப்போதுதான் அந்த வீட்டில் சாராய வியாபாரமும், வேறுபல தொழில்களும் நடப்பதை அறிந்துகொண்டான்.

தனக்காக சிறைசென்ற நடராசன் மீது கிரேசிக்கு காதல் பிறந்தது. அவள் தாயார் தனது தொழிலுக்கு அவன் உதவியாக இருப்பான் என்று எதிர்பார்த்தாள். அதன்படி நான்கு வருடம் அவர்களோடு தங்கி இருந்து அந்தத் தொழிலில் மாமியாருக்கு பேருதவிகள் செய்தான். மாமியாரின் மரணத்திற்குப் பிறகே கிரேசியை மணந்துகொள்ளவும் தனது ஊருக்கு அழைத்து வரவும் அவனால் முடிந்தது.

ஒரு வியாழக்கிழமைவாக்கில் சொந்த ஊரிலிருந்து ரெயிலேறிச் செல்வான். ஞாயிறு காலை திரும்ப வருவான். மூன்று நாட்களிலும் ரவுண்டாக மூவாயிரம் ரூபாய் குறைந்தது சம்பாதித்து வந்து சேமிப்பில் வைப்பான். வாரத்தின் இறுதி நாட்களில் ரோட்டில் வாறபோறவரை வழிப்பறி செய்து குடிக்கவும் வீட்டுச்செலவை கவனிக்கவும் செய்வான். அது வம்புக்கிழுத்து வழக்குண்டாக்கி பணம் கறப்பதாகவும் இருக்கும், நாகரிகமாகப் பேசி நயந்து பெறுவதாகவும் இருக்கும். திருமணத் திற்கு முன்பும் அப்படித்தான், அதற்குப் பின்பும் அப்படித்தான் அவனுக்கு வாழ்க்கை சிரமம் இல்லாமல் ஓடிக்கொண்டிருக்கிறது.

கூலி வேலை செய்துவிட்டு சம்பளம் வாங்கிவரும் நாலுபேர் ஓரிடத்தில் கூடினால் நடராசனின் தலை நிச்சயம் அங்கு உயர்ந்து காணும். யாராவது ஒருவனைக் கூட அழைத்துக் கொண்டு அவர்கள் பணத்தில் முதல்நாள் குடிப்பான். கூடச் செல்பவன் அடுத்தநாள் இவனைக் குடிக்க கூட்டிக் கொண்டு போவான். இவ்வாறு ஒவ்வொரு நாளும் ஓசியில்

அவனது தாகம் தீர்ந்தது. பனையேறிகளில் எவனாவது கள்ளுக்கலையம் போட்டிருந்தால் நேரே அவனிடம் சென்று இன்ஸ்பெக்டர் தன்னை அழைத்து விசாரிக்க அனுப்பியதாக கப்சாவிடுவான். பதறியடித்த பனையேறியிடம் சீசன் முடிகிற வரைக்கும் தனக்கு ஓசியில் கள்ளு தந்தால் நல்லபடியாகச் சொல்வதாக வாக்கு ஒப்பந்தம் போடுவான். கல்யாண தரகனோ, நிலபுலன் சம்பந்தமான புரோக்கரோ எங்காவது பேசிக் கொண்டிருந்தால் இடையே புகுந்து ரெண்டு வார்த்தை பேசி தானும் அந்த வியாபாரத்தில் ஈடுபட்டதாகச் சொல்லி பணம்பிடுங்குவான்.

சி.எஸ்.ஐ. சபை செயலாளரான பிறகு நச்சாபிச்சா செலவுக்கான பணம் காணிக்கை பையிலிருந்து தவறாமல் கிடைத்துவந்தது. அதனை அமுதசுரபியாக அவன் கருதி இருந்தான். புதன்கிழமை ஆராதனையில் காணிக்கை பிரிக்க அவன் செல்வதில்லை. பாத்திரத்தில் அன்று காணிக்கை பிரிப்பதால் விழும் பணம் வெளிப்படையாகத் தெரியும். அன்று ரெண்டோ மூன்றோ பேர்தான் ஆராதனையில் கலந்துகொள்வதால் காணிக்கையும் அவ்வளவாக விழாது. நாட்டயர் தன்னந்தனியே மைக்கில், ‘வாரீரோ வினை தீரீரோ எனைக் காரீரோ ஜீவன் தாரீரோ’ என்று நீட்டிக்கொண்டே நிற்கும்போது குடம்நொறுக்கியின் கடையில் சர்பத் கிளாசில் குவார்டர் பாட்டிலைக் கவிழ்த்துக்கொண்டு நிற்பான் நடராசன். ‘சர்ச்சில ஆராதன நடக்குது, இஞ்ச செகரெட்டரி குடிச்சி மறியான்’ என்றும், ‘ஆராதன முடிஞ்சபெறவு குடிச்சப்பிடாதா?’ என்றும் வரும் விமர்சனங்களை அவன் பொருட்படுத்த மாட்டான்.

சபையில் எந்த போதகர் வந்தாலும் அவரை எப்படி கவனிப்பதென்பது நடராசனுக்கு கைவந்த கலை. தற்போதைய சபை ஊழியர் ஐசக் பக்தசிங்கும் அதற்குத் தப்பவில்லை. ஐசக் ஆரம்பத்தில் கொஞ்சநாட்கள் சபைஊழியத்தில் சரியாகத் தான் இருந்தான். அதனால் பயனில்லை என்பதை செயல் ரீதியாகக் கண்டபிறகு நடராசனின் எல்லாவிதமான கள்ளத் தனங்களுக்கும் உட்பட்டு அவனோடு ஒத்துப்போக வேண்டிய தாயிற்று. இல்லை என்றால் அங்கியைக்கூட வெளுக்க முடியாது என்பது நடைமுறை யதார்த்தம்.

கிறிஸ்மஸ் பஜனை அந்த ஊரில் மூன்று தினங்கள் நடக்கும். இறுதிநாள் கிறிஸ்மஸ் தாத்தாவுடன் வீடுவீடாகச் சென்று சிறப்புக் காணிக்கை பிரிப்பார்கள். ஒருநாள் முழுக்க நடந்து எல்லா வீடுகளையும் சந்தித்து கிறிஸ்துபிறப்பு வாழ்த்துக் களைத் தெரிவிக்கும் அந்த நிகழ்ச்சியின்போது சில வீடுகளில்

விருந்து கொடுத்து வரவேற்பதும் உண்டு. சபையிலுள்ள சின்னஞ்சிறார்கள் தொட்டு பலரும் சேர்ந்து பாடிப் பிரித்த காணிக்கைப் பணத்தை ஒரு நீளமான மேசையில் குவியலாகத் தட்டி வைப்பார்கள். எண்ணத் தொடங்கும் முன்பே தனது கையை அகலவிரித்து ஒரு பிடி ரூபாய் நோட்டுக்களை வாரி சபை ஊழியர் கையில் நடராசன் கொடுப்பான். ஐசக் மனங்குளிர்ந்து முகம் சிரிப்பதை அப்போது காணலாம். அது எந்தக் கணக்கிலும் வராத பணம். இதனை மறுக்காமல் ஏற்றுக்கொள்ளும் ஐசக்கால் நடராசன் தனக்காக கணக்கில் வராத பணத்தை எடுக்கும்போது மட்டும் எப்படி மறுக்க முடியும்? பார்த்துக்கொண்டு சும்மா இருக்கத்தான் முடியும்.

இப்போதெல்லாம் நடராசன் இல்லாத நாட்களில் அவன் வீட்டுக்கு இரவு ஒன்பது மணிக்குப்பிறகு ஐசக் ஊழியம் செய்யப் போகிறான். ஞாயிறு மதியம் வீட்டிலிருந்து சாப்பாடு கொண்டு வந்து உண்டவன் அதைக் கைவிட்டுவிட்டு செகரெட்டரி வீட்டில் உணவருந்துகிறான். இயேசு பாவிகள் வீட்டில் சாப்பிட்டதை நினைத்து தனது மனசாட்சியைத் திருப்தி செய்கிறான். ஆராதனை நாட்களில் கோயில் பிள்ளையை விட்டு சாவி வாங்கி கோயிலைத் திறந்தவன் இப்போது நடராசன் வீட்டுக்கு ஓசைப்படாமல் சென்று சாவியைப் பெறுகிறான். எல்லா விதங்களிலும் அவனை வீழ்த்திய நடராசன் முன்னால் ஓலை எழுதிக் கொடுக்கப்படாத அடிமையாக மாறி இயேசுவை விற்கும் தொழிலில் விளைச்சலை அனுபவிக்கிறான்.

கடந்த சபைநாளின்போது ஆராதனை ஒருபுறத்தில் நடந்துகொண்டிருந்தது. மறுபுறம் மதிய விருந்துக்கான ஏற்பாடுகள் முடியுந்தறுவாயில் இருந்தன. வீட்டைவிட்டுப் புறப்பட்டுப்போன சகோதரன் திரும்பி வந்தால் சபைநாளுக்கு அனைவருக்கும் அன்பின் விருந்து வழங்குவதாக சாந்தா என்பவள் நேர்ந்திருந்தாள். தம்பி திரும்பி வந்ததற்கான நேர்ச்சைக் கடனுக்குரிய விருந்து பணத்தில் அடித்த ரூபாய் நடராசன் மடியில் பதுங்கி இருந்தது. இனிதான் எவ்வளவென்று எண்ணிப் பார்க்க வேண்டும். இடையில் சமையற்காரனை அழைத்த நடராசன் கோயிலின் தெற்குப்பக்கமாக அவனைக் கொண்டு நிறுத்திப் பேசினான்.

“பிரான்சிசே! புதுக்கடை வரைக்கும் பெய்ட்டு வா. பைக் ஒப்புவிச்சி தாறேன்.”

“பைசா தாரும்.”

“ஒரு ஃபுல்லு எடு என்னா.”

“அது என்னத்துக்குத் தெவையும்? அஞ்சாறுவேரு உண்டே?”

“யாரெல்லாம்?”

“குணமணி, தவசிமுத்து, தங்கப்பன் . . .”

“அந்த நாய்களெல்லாம் வேண்டாம். நீ, நான், ரமேஷ் பய, இத்தினபேரும் போரும்.”

“அப்ப ஒரு ஃபுல் மதி.”

“கையில பைசா இருந்தா வேண்டீற்று வா! ஒடுக்கம் தாறேன்.”

நடராசனின் முழுக் குணமும் தெரிந்த பிரான்சிஸ் எங்கும் போகாமல் அங்கேயே நின்றான். ஆராதனை இறுதிக் கட்டத்தை எட்டிக்கொண்டிருக்கும் நிலையில் சபை பாடகர்குழு சிறப்புக் காணிக்கை பாடல் பாடியது. நடராசன் பரபரப்பாக உள்ளே சென்றான். கொஞ்சநேரம் காணிக்கை எடுத்துவிட்டு பிறகு வெளியே நிற்பவர்களிடம் எடுக்க வருவதுபோல வந்தவன் பையினுள் கையைவிட்டு ஒரு பிடி ரூபாயை வாரி அதிலிருந்த நூறு ரூபாய்த் தாள்களில் நான்கை எடுத்து பிரான்சிசின் சட்டைப் பாக்கெட்டில் வைத்தான்.

“நடராசா! இந்தப் பைசா வேண்டாம்.”

அவன் பாக்கெட்டிலிருந்து எடுத்து பணத்தை திரும்பவும் காணிக்கைப்பையில் போட்டான்.

“நான் கத்தோலிக்கன்னாலும் நாம ஒரே கடவுள கும்பிடு கிறவங்கதான். பங்கு மக்கள் நம்பி போட்ட காணிக்க பைசாயில கைவச்சி குடிக்க நெனச்சப்பிடாது.”

“இது அரசாங்கம் அடிச்சிய நோட்டு.”

“நோட்டு அரசாங்கம் அடிச்சியதுண்ணாலும் காணிக்க போடுகது ஜனங்களாக்கும்.”

“பெரிய யோக்கியம் பேச வந்துட்டான். சும்மா நில்லுடேய். ஒனக்க சீலம் எல்லாரும் அறிஞ்சதுதான்.”

“எனக்க சீலம் எப்பிடியும் இருக்கட்டு, ஆனா காணிக்க பைசாயில கைவெச்சி குடிச்சா ஆண்டவர் என்ன அடிச்சி நொறுக்கிப் போடுவாரு.”

“அப்பிடி பாத்தா நான் இதுக்கு முன்னால செத்திருக் கணும். அதெல்லாம் ஒண்ணும் செய்யாது. பெய் வேண்டீற்று வா.”

“ஒம்ம கையில இருந்து பைசா தாரும், வேண்டீற்று வாறேன்.”

அவன் தீர்க்கமாகச் சொல்லிவிட்டான்.

ஊரான் காசில் ஊதாரித்தனம் செய்யும் நடராசனை திருமணத்திற்குப் பிறகு கிரேசிக்குப் பிடிக்கவில்லை. வீட்டுச் செலவுக்கு கஞ்சனாக இருந்தான். நோய் வந்தால் கூட பணம் செலவழிக்கத் தயங்கினான். சொந்த நாட்டில் சாராயம் விற்ற பணத்தில் தண்ணீராகச் செலவழித்துப் பழக்கப்பட்டவள் கையில் நயா பைசா இல்லாமல் மிகவும் சிரமப்பட்டாள். அவன் தாயார் வேறு அவளைக் கொடுமைப்படுத்தினாள். பழங்காலத்து மனுஷியான அவளோடு எந்த விதத்திலும் இடைபட முடியவில்லை. உப்பு பானையில் கூட விரல்கொண்டு அடையாளம் வைப்பாள். அரிசிப் பானையைத் திறந்தால் அங்கேயும் மூன்று குழிகள் இருக்கும். அவள் எடுத்துக் கொடுக்கும் பொருள்களுக்கு மேலே இவள் எதையும் பயன் படுத்தக் கூடாது என்ற கண்காணிப்பு அதுவென்று புரிந்து கொண்டாள்.

அவளுக்கு கொஞ்சமாவது ஆறுதலாக இருந்தது மாமனார் வேதமுத்துதான். மகன் வயிற்றில் இருந்த சமயம். காலையில் சூடாக தோசை தின்னணும்போல இருக்கும். கிழவி பழஞ்சி குடிக்கச் சொல்வாள். குறிப்பால் உணரும் வேதமுத்து மூணுமுக்கு ரோட்டுக்கு கப்பிக்கப்பி நடந்து வந்து தோசையும், சாம்பாரும் வாங்கிக் கொடுப்பார்.

“பி . . . பிள்ள, மு . . . மு . . . முறிக்குள்ள பெ . . . பெய் இருந்து து . . . து . . . துண்ணு.”

“மாமா, எனக்கு ரெண்டு போரும், நீங்க தின்னுங்க.”

“ஒ . . . ஒ . . . ஒடுக்கம் து . . . துண்ணு ம . . . ம . . . மவளே.”

“வேண்டாம், போரும்.”

“அ . . . அ . . . அந்த பொ . . . பொ . . . பொறுக்கி எங்க போ . . . போ . . . போனான்?”

“வெளிய பெய்ருக்கு.”

“ச . . . ச . . . சவத்துப் பயலுக்கு பி . . . பிள்ளகுட்டிய எ . . . எ . . . என்னத்துக்கு?”

அவள் தின்றபிறகு கிழவியை அறியாமல் இலையோடு சேர்த்துப் பொதிந்த தாளை அடுத்த விளையில் எறிந்துவிட்டு

கமுக்கமாக அமர்ந்திருப்பார் கிழவர். அதுபோல வேத முத்துவுக்குப் பிடித்தமான பேரீச்சம்பழத்தை வாங்கி கிழவிக்கு அறியாமல் அவள் கொடுப்பதுண்டு. நடராசன் இவ்வளவு விலையுயர்ந்த பொருட்களை வாங்குவதில்லை என்று கிழவர் நினைத்தாலும் இவளுக்கு எங்கிருந்து பணம் வருகிறது என்பதை அவர் சிந்தித்ததும் இல்லை, சந்தேகித்ததும் இல்லை.

வீட்டின் தெற்குப்பாகம் ஒரு புளிய மரம் கொப்பொடிய குளை ஒடிய காய்த்து நின்றது. கிரேசியின் கவனம் அதன்மீது சென்றது. மாமியாக்கிழவி கண்ணயரும் சமயங்களில் எல்லாம் தோட்டைக்கம்பெடுத்து உலுக்குவாள். நீளமான வாளைப்புளி. முப்பது நாற்பது தேறினாலே போதும், ஒரு கிலோ மறியும். விளையைப் பார்க்கச் செல்வதுபோல தோப்புக்குப் போவாள். கற்கண்டு வருக்கை மாவின் மூட்டில் அமர்ந்து முந்தியில் சுமந்த புளியைத் தட்டி உடைத்துக் குத்துவாள். கறையான் புற்றில் இலையில் பொதிந்து புளியை ஒளித்து வைத்துவிட்டு ஒன்றும் தெரியாதவள்போல வீட்டுக்கு வருவாள்.

ஒருநாள் அவ்வாறு செல்லும்போது வண்டாளம் அவளைக் கடந்து போனான். வெளிக்கிருக்கச் செல்கிறாள் என்று அவன் நினைத்தான். கிரேசியின் மனதில் வேறுபல எண்ணங்கள் உருண்டன.

"அண்ணே!"

"என்னையா விளிச்ச?"

"ஆமாண்ணே."

"என்ன விஷயம்?"

"கொஞ்சம் புளி இருக்கு, விற்றுத் தருவீரா?"

"கொண்டா!"

"யாரும் அறியருது."

"செரி."

அன்று சாயங்காலம் காசைக் கொண்டுவந்து அப்படியே தந்தான். அவள் கையிலும் இப்போது பணம். இஷ்டம்போல செலவாக்கலாம்.

அடுத்த தடவை அவன் விற்றுத்தந்த பணத்தில் இரண்டு ரூபாய் எடுத்து கையில் கொடுத்தாள். வண்டாளம் ஏற்கனவே ஐந்து ரூபாய் இசுக்கி இருந்தான். கோளுக்க மேல கோளுதான் அடிக்குது என்று மனசில் நினைத்தான்.

"இல்ல, வேண்டாம்."

"சும்மா வேண்டுங்க."

"ஒரு ஒபகாரம் செய்யும்போது பைசா வேண்டுலாமா?"

"இருக்கட்டு. சிகரெட் வேண்டுங்க."

அவன் கையைப் பிடித்து திணித்தபோது வண்டாளத்திற்கு கிறக்கமாய் இருந்தது.

கிரேசியின் பொருளாதாரத் தேவைகள் ஆடம்பரமாகப் பூர்த்தி செய்யப்படாவிட்டாலும் ஓரளவு திருப்திகரமாக நிறைவேறிக்கொண்டிருந்தது. இப்போதெல்லாம் மாமியாக்காரி எப்போது ஊற்றுக்கு குளிக்கப்போவாள் என்பதைப் பார்த்து வைத்துவிட்டு தோப்புக்குச் சென்றுவிடுவாள். கிழவி அடித்து நனைத்துக் குளித்து ஊர்க்கதை பேசிவிட்டு வர நேரம் பிடிக்கும். அதற்கிடையில் இரண்டு மூன்று கிலோ புளியைக் குத்தி விடுவாள். அவளோடு சேர்ந்து வண்டாளமும் இப்போது துணைபுரிவான்.

"அண்ணே, இந்த எழவு பீடிய என்னத்துக்கு இழுக்கிறிய? பைசா கூடத் தாறேன். சிகரெட் வேண்டிக் குடியுங்க."

"எல்லாம் ஒண்ணுபோலத்தான் இருக்கும்."

"அப்பிடி இல்ல. பீடி பீடிதான், சிகரெட்டு சிகரெட்டுதான். வித்தியாசம் உண்டு."

அவள் கண்சிமிட்டலின் அர்த்தங்கள் புரியாத அளவுக்கு வண்டாளம் மடையனா என்ன?

"அப்ப நான் சிகரெட் பிடிக்கணும், நீ அதப் பார்க்கணும். அப்படித்தானே?"

"ஆமா."

"வாங்கீற்று வாரேன்."

"அண்ணே சார்மினார்ணு கேட்டு வாங்குங்க."

அவள் புளியைக் குத்தி முடித்துவிட்டு தோடுகளை வாரி வழக்கம்போல ஒரு மூலையில் போட்டுத் தீ கொழுத்தினாள். கொட்டையைத் தனியே ஒரு மரத்தின் மூட்டில் குவித்துப் போட்டாள். ஒரு நாள் சாக்கு கொண்டு வந்து வாரி அதையும் விற்று காசாக்க வேண்டும் என்று நினைத்தாள்.

வண்டாளம் வருவதைக் கண்டதும் அவள் வயிறு ஏனோ குளிர்ந்தது. இப்போதெல்லாம் அவன் பக்கத்தில் நின்றாலே

உடம்பு பதறுவதுபோல இருக்கிறது. பயம் கலந்த அந்த உணர்வை நடராசனிடம் அவள் ஒருநாள் கூட அனுபவித்தது இல்லை.

புளியந்தோடு எரிந்த தீயில் சிகரெட் கொழுத்திய வண்டாளம் உற்சாகம் பொங்க ஊதித்தள்ளினான். பிறகு வேண்டுமென்றே ஒரு மரத்தின் மறைவில் ஒதுங்கி இருந்து புகையை விட்டான்.

"அந்த வாடை எனக்கு நல்லா பிடிக்கும்."

"இஞ்ச வா!"

அவள் அவன் பக்கத்தில் சென்று அமர்ந்தாள்.

"நடராசன் சிகரெட் பிடிக்கமாட்டானா?"

கேட்டவாறு அவள் தலையிலும் முகத்திலுமாகப் புகையை ஊதினான். மூச்சை இழுத்து உள்வாங்கி அந்த மணத்தை அவள் அனுபவித்தாள்.

"அவரு சிகரெட் பிடிச்சா இருமல் வருது."

வண்டாளம் அவள் வாயில் சிகரெட்டை வைத்து இழுக்கச் சொன்னான். நெஞ்சில் புகை அடைந்து இருமல் வந்து திக்குமுக்காடினாள்.

"ஒனக்கும் இருமல் வருதே?"

அவள் கண்களிலும் மூக்கிலும் நீர்வழிய அவனைப் பார்த்துச் சிரித்தாள்.

"இங்க பாரு, ஒரேயடியா உறியாத. பூனை பால் குடிக்கியது போல மெல்ல இழு. ஆமா, அப்படித்தான். மூக்கிலோடி வெளியக் கொண்டுவா புகைய."

"வேண்டாம், மதி. எனக்குப் பிடிக்கண்டாம். நீங்க இழுத்துப் புகை விட்டா போதும்."

"அப்ப நான்தான் செய்யணும்?"

"ஆமா."

அவன் அவள் தோளில் கையை வைத்து இழுத்து அணைத்தான். அவள் எந்தத் தடையும் சொல்லவில்லை.

பவுலோஸ் ஒரு அம்பாசிடர் காரை வாடகை அமர்த்திக் கொண்டு வந்து பொன்னையா பிரசங்கி முன் நிறுத்தினான். கார் தூய வெள்ளை நிறம் தானா என்று பரீட்சித்துக்

கொண்டிருந்தன பிரசங்கியின் கண்கள். அவருக்கு எல்லாமே தூய வெள்ளையாகத்தான் இருக்கவேண்டும். வெள்ளை ஜிப்பா, வேட்டியுடன் அருகில் நின்ற பவுலோசை முன்சீட்டில் இருத்தி விட்டு கைநீள ஜெம்பரணிந்த ஊழியக்காரிகள் சாராள், வசந்தாவுடன் பின்சீட்டில் அமர்ந்தார் பிரசங்கியார். என்றாலும் அவர் மனசு திருப்தி அடையவில்லை. தாமஸ் டெய்லரின் கடைக்கு முன்னால் வண்டியை நிறுத்தச் சொன்னார்.

"பிரதர், சி.எஸ்.ஐ. சபையிலிருந்து ஒரு பையன் நம்ம ஐக்கியத்துக்கு வந்து கல்யாணம் செய்கிறான். பள்ளியாடி வரை ஒண்ணு போயிட்டு வரலாமா?"

"ஆண்டவர் சித்தம், போயிட்டு வரலாம் அய்யா. வேலையும் அதிகம் ஒண்ணும் இல்ல, ஸ்தோத்திரம். சும்மாதான் இருக்கணும்."

"அல்லேலூயா! சேவியர் தம்பி எங்க?"

"உள்ள இருக்கான்."

"அவனையும் கூப்பிடுங்க, வரட்டும்."

பவுலோசை இறங்க வைத்துவிட்டு ஊழியக்காரிகளை முன்சீட்டில் உட்காரவைத்த பிரசங்கியார், 'அல்லேலூயா' என்று திரும்பவும் ஒருதடவை கொட்டாவி விட்டு விட்டு நால்வருமாக பின்சீட்டில் அமர்ந்தனர். வண்டி முழுவதுமாக நிறைந்த பிறகே திருப்தி அடைந்தார்.

அவர் எப்போதுமே அப்படித்தான். தனக்குப் பின்னால் ஒரு பெரியகூட்டம் இருப்பதுபோல காட்ட முனைவார். பொது இடங்களில் தனக்கு எடுபிடி செய்ய ஆட்கள் இருக்கிறார்கள் என்று நிறுவினால் அதன்வாயிலாக வெகுஜனங்களுக்கு மத்தியில் தானொரு பெரிய ஆள் என்பதை அவர்கள் மனதில் எளிதாகப் பதியவைக்கலாம் என நம்பினார். வெளிக்கூட்டங்களில் பிரசங்கம் செய்வதற்கு முன்பு ஒருவனை வைத்து பிளாஸ்கிலிருந்து காப்பி ஊற்றித் தர வைப்பார். கையை நீட்டும்போது தயாராக நிற்கும் ஒருவன் வெள்ளை நிற கைக்குட்டை தருவான். நெற்றியில் நாசூக்காக வியர்வையை ஒற்றியெடுத்து விட்டுத் திரும்ப அவனிடம் கொடுப்பார். இதுபோல பலவித்தைகள் அவருக்குத் தெரியும்.

எல்லா வெள்ளை உடைகளுக்கும் மத்தியில் அவர்கள் கையில் வைத்திருந்த பைபிள்மட்டும் கறுப்பாய் இருந்து பகட்டியது. வண்டி சொகுசாய் வந்து திருமணவீட்டின்முன் நின்றது. அதிலிருந்து பந்தாவாக இறங்கிய பிரசங்கியார், மற்ற ஐவரும் புடைசூழ வந்து திருமண மேடையில் அமர்ந்தார்.

அது மிகவும் ஏழ்மையான திருமணம். மணப் பெண்ணின் தகப்பனார் முன்பே இறந்துபோனதால் கொத்தனுக்கு கையாளாக வேலை பார்க்கும் இளைய சகோதரன் ஒருவனின் உழைப்பை மட்டுமே நம்பி வாழும் குடும்பம். அக்கா மீது மிகுந்த பற்று வைத்திருக்கும் அந்தப் பையன் உண்ணாமல், குடிக்காமல் சேர்த்து வைத்த சொற்பபணத்தில்தான் இந்தத் திருமணம் நடக்கிறது. சொந்தபந்தங்கள் யாருமே உதவாத நிலையில் அனாதைகளைப் போல ஒதுங்கிய மிகவும் பாவப்பட்ட குடும்பத்திற்கு அந்தத் திருமணம் என்பது தங்கள் தகுதிக்கு மீறிய ஒன்றாகவே இருக்கிறது. முதலாக கையில் கொடுப்பது வெறும் பத்தாயிரம் ரூபாய் மட்டும்தான். அதில் ஆயிரம் ரூபாய் சபைக்கு என்று பேசி திருமணம் நடத்த வந்திருந்தார் பிரசங்கியார்.

மணமகன் குடும்பத்தினர் முன்பே வந்து அமர்ந்திருந்தனர். பிரசங்கியாருக்கு யாரோ குடிக்க பால் கொண்டுவந்து கொடுத்தார்கள். அதை அவர் தனிக்கௌரவம் போல பாவித்து அருந்திக் கொண்டிருக்கையில் அவருடன் கூடவந்தவர்களுக்கு வெறும் தேயிலைத் தண்ணீர் வழங்கப்பட்டது. பவுலோஸ் முகத்தைக் கடுப்பாகக் காட்டியபடியே குடித்துத் தீர்த்தான். பிரசங்கியார் நேரத்தைக் கடத்திக் கொண்டிருந்தாரே தவிர திருமண ஆராதனை தொடங்குவதுபோலத் தெரியவில்லை. மணி பதினொன்றைத் தாண்டிவிட்டது.

“பாஸ்டரே, கெட்டு நடத்தலாம் இல்லையா?”

பெண்ணின் சகோதரன் வந்து கேட்டான்.

“நடத்தலாம்தான். ஆனா மாப்பிள மரியாதைக்காவது எனக்கிட்ட வந்து ஸ்தோத்திரம் சொல்லல்ல. இப்பிடிப்பட்ட அவிசுவாசிகளுக்கு எப்பிடி நான் கெட்டுநடத்தி வச்சியது?”

“ஒரு பெரிய பாஸ்டர் வந்து உட்காந்திருக்காரு. ஏன்னு மாப்பிள வந்து கேக்கணுமா, வேண்டாமா? இல்ல, தெரியாமத் தான் கேக்கறேன், கெட்டு நடத்த வந்தவருக்கு இது மாப்பிளக் காரன் காட்டிய மரியாதைதானா?”

பவுலோஸ் கேட்டான்.

செய்தி மணமகன் வீட்டாரைச் சென்றடைந்தது. மண மகனின் சகோதரி அவனை அழைத்துவந்து பிரசங்கியார் முன் நிறுத்திவிட்டுக் கூறினாள்.

“பாஸ்டருக்கு ஸ்தோத்திரம் சொல்லு.”

“பாஸ்டரே, ஸ்தோத்திரம்!”

அவன் கைகள் கும்பிட்ட நிலையில் இருந்தன.

“ஸ்தோத்திரம் எல்லாம் இருக்கட்டும், இதென்ன சாத்தானுக்க மீசை?”

“எல்லாரும் வச்சிய மீசைதான்.”

“எல்லாரும்ணா? ஒங்க சி.எஸ்.ஐ. காரங்களா?”

“மீசையில சி.எஸ்.ஐ. மீசை, பெந்தேகோஸ்து மீசைண்ணு உண்டுமா?”

“விசுவாசத்தப் பற்றி ஒனக்குத் தெரியுமா?”

“தெரியாது.”

“அந்த பிசாசுக்கூட்டத்திடம் நான் பேசி நேரங்களைய விரும்பல்ல”

“சாத்தான், பிசாசுண்ணு இதென்ன பேச்சு? ஒழுங்கா பேசும்!”

“டேய் பிள்ள! யார எதுத்துப் பேசிய? அவர் பாஸ்டராக்கும். தெரியாம வார்த்தைகள விடாத.”

ஊழியக்காரி ஒருத்தி அலறினாள்.

“பாஸ்டருண்ணா அடுத்தவனுட்ட எப்படி பேசணும்ணு தெரிஞ்சிருக்கணும்.”

“யாரப் பேசத் தெரியாதவர்ணு சொல்லிய? சத்திய வசனங்கள மணிக்கணக்கா பேசத்தெரிஞ்சவர் அவரு. பைபிள கரைச்சு குடிச்சவரப் பாத்து ஒரு சாதாரண கூலிக்காரன் பேசியதக் கேட்டுட்டு என்னால சும்மா இருக்க முடியாது.”

கூடவந்த தாமஸ் டெய்லர் அலம்பினார்.

“டெய்லரே! நீரு இதப் பேசப்பிடாது. கூலிக்காரன்ணா கேவலமா, இல்லையாண்ணு பாஸ்டருக்க மகன் ஸ்டீபன் தோழரக் கேட்டுத் தெரிவமே?”

யாரோ ஒருவன் இடையிலே புகுந்து தனக்கு வேட்டு வைக்கிறான் என்பது பிரசங்கியாருக்கு நன்றாகத் தெரிந்தது. ஸ்டீபனின் பெயரை இழுத்ததும் ஒருநாளும் இல்லாத ஆவேசம் அவரை வந்தடைந்தது.

“பன்றிகளுக்குள் புகுந்த லேகியோன்களே! நடுக்கடலில் விழுந்து சாவுங்கள்.”

“திருமண வீட்டில வந்திருந்துட்டு சாபமா போடுதீரு? எங்க எடத்தில வந்து இதுபோல நீரு பேசி இருந்தா வெவரம் அறிஞ்சிருப்பீரு.”

“அப்பாலே போ சாத்தானே!”

“தொட்டித் தெம்மாடி போல பேசப்பிடாது. பெறவு தானகெடு வேண்டிக் கெட்டுவீரு.”

“பாஸ்டர தானகெடு பேசுவியா? ஒனக்க வாய் புளுத்துப் போவும்.”

விசுவாசிகள் கூட்டம் மொத்தமாக மாப்பிளைப் பையனுக் கெதிராகத் திரண்டு நின்று கூக்குரலிட்டனர். காய்கறி சந்தையில் லோடுமேனாக வேலைபார்க்கும் அவன் அடிண்ணா அடி, வெட்டுண்ணா வெட்டுண்ணு பலதும் கண்டவன். விசுவாசிகளின் கூச்சலைப் பொருட்படுத்தாதவன் ஒரு மரியாதைக்காக தன்னுடன் வந்தவர்களை அடங்கி இருக்கச் சொல்லிவிட்டு தானும் அமைதியாக உட்கார்ந்தான்.

“பாஸ்டரு எவ்வளவு பெரிய பரிசுத்தவான். அவருக்கெதிரா பேசினா, தம்பி ... அது பயங்கரம்! எனக்க வாயால நான் சொல்லத் தயாரில்ல. எரி நரகத்திற்குத்தான் கொண்டு சேர்க்கும். அல்லே ... லுயா!”

பவுலோஸ் கூறிமுடித்ததும் கூடி இருந்த அனைவரும் அவனுடன் சேர்ந்து ‘அல்லேலூயா!’ கோஷம் போட்டனர்.

“ஆவிக்குரிய அனுபவம் இல்லாதவன் அப்படித்தான் பேசுவான். ஆனா ஒண்ணு, மீசைய எடுத்துட்டு வராட்டா இந்தத் திருமணம் நடக்காது.”

“எனக்கு மயிரே மாத்திரம்.”

“இவன் இதப்பேசல்ல. இவனுக்குள்ள இருக்கிய பிசாசு பேசுது. ஏழுவாதைகள் இவன் உடம்பில சஞ்சரிக்கிற விஷயம் எனக்குத் தெரிஞ்சிப் போச்சி.”

“நொட்டிச்சுது.”

“பாத்தியளா? இனிமே ஒவ்வொண்ணா வெளிய எடுத்துக் கொண்டுவரப் போறேன். அதுனால எல்லாரும் ஜெபத்தோட இருந்து கண்களை பரிசுத்த ஆவிக்கு நேராக ஏறெடுப்போம்.”

விசுவாசிகளின் வாய் எதையோ முணு முணுத்தவாறு பிரார்த்தித்தன. அந்த இடம் முழுவதும் தேனீக்களின் இரைச்சல் போன்ற ஒலியால் நிரம்பின.

“நீரு கல்யாணத்த நடத்தி வைப்பீரா, மாட்டீரா?”

“மீசைய எடுத்துட்டு வா! நடத்தி வைக்கியேன்.”

“அது நடக்காது!”

“அப்ப கல்யாணமும் நடக்காது!”

“பாஸ்டரே! பய செறுப்பக்காரன். ஏதோ தெரியாம பேசிப்போட்டான். அவனுட்ட நீங்க மல்லுக்கு நிக்கண்டாம். நீங்க பெரிய மனுஷன். பெண்ணுக்கு வேற கதியில்ல. கொமரு அழியட்டு. கெட்டு நடத்தியதுக்குள்ள வழியப்பாரும்.”

யாரோ பொதுமனுஷன் முன்னால் வந்து பிரசங்கியாரிடம் முறையிட்டதுபோலக் கூறினான். இதைக் கேட்டதும் அவருக்கு கோபம் பொத்துக்கொண்டு வந்தது.

“என்னவாக்கும் நெனச்சிருக்கிய? நான் என்ன ஒங்களுக்க வேலக்காரனா, நீங்கள் சொல்லியத கேக்கியதுக்கு? நான் ஆண்டவனுக்க ஊழியக்காரன். அவர் இவனக் குறிச்சி செல சத்தியங்கள எனக்கிட்டெ வெளிப்படுத்தீட்டு உண்டு. அதை யாக்கும் அவனுட்ட செய்யக் சொல்லியேன்.”

“நான் மீச வச்சியது ஆண்டவனுக்கு பிடிச்சல்லண்ணா அவரு வந்து எனக்கிட்ட செல்லட்டு.”

“டேய் பிள்ள, ரெத்தபுஷ்டியில என்னதாவது பேசி வெறுதால சாபத்த வேண்டிக் கெட்டாத. பாஸ்டர் பரிசுத்தவான். எத்தின பிசாசுகள வெரட்டினவரு தெரியுமா? செத்தவன உயிரோட எழுப்பி இருக்காரு. எவ்வளவு அற்புதங்கள் செய்திருக்காரு. அவர் சொல்லியத தட்டாம கேளு.”

“அப்ப அவரு இருக்கவேண்டிய எடம் அரசாங்க ஆசுத்திரியாக்கும். அங்கபெய் இருக்கச் சொல்லு.”

திருமண வீடு ரெண்டுபட்டது. மணமகன் மேடையிலிருந்து கீழே இறங்கினான். சகோதரி தடுத்துப் பார்த்தாள். அவன் கேட்பதாய் இல்லை.

“கெட்ட வந்து இருந்த பெறவு கீழ எறங்கப்பிடாது. பெறவு ஒண்ணுமே அளக்காம போவும்.”

“போவட்டு. இப்பிடி ஒரு பாஸ்டரு மாவட்டத்துக்கு ஒண்ணிருந்தா போரும், ஜனங்களுக்கு நல்லா படியளக்கத்தான் செய்யும்.”

பந்தலின் ஒருமுனைக்குச் சென்ற அவன் தன்னுடன் வந்தவர்களில் சிலரை அழைத்து எதையோ பேசினான். அவர்களில் வயதான ஒருவர் மணப்பெண்ணின் சகோதரனை அழைத்தார்.

“நாங்க போறோம். நீ ஒனக்கே சகோதரிய மீசை இல்லாத ஒருத்தனுக்கு கெட்டிக்குடு.”

“இதென்ன பேச்சு? பேசி மொதலும் கையில வேண்டீற்று திரும்பிப் பெய்ருவியளா? நாங்க அதப் பாத்துட்டு சும்மா இருந்திருவமா? பெய்ப்பாருங்க.”

சாரத்தை மடித்துக் கட்டிக்கொண்டு அடிப்பதற்குப் பாய்ந்து வந்தான் ஒருவன். அவனுக்கு ஆதரவாக ஆக்குப் புரையிலிருந்து ஐந்தாறு தலைகள் உயர்ந்தன.

“லேய், இந்த வேலை எல்லாம் எங்களுட்ட வேண்டாம். மூலச்சல் காரனுவளப் பற்றி ஒங்களுக்குத் தெரியாதுண்ணா கேட்டு அறியுங்க.”

“எல்லாம் கேட்டதும், பாத்ததும்தான்.”

“ஒருவாடு பாத்திருப்பிய. கண்டாலே தெரியுது.”

“கொளம் எத்தன குண்டி கண்டிருக்கிண்ணு நெனச்சிதிய. குண்டி எத்தன கொளம் கண்டிருக்குண்ணு தெரியுமாலே ஒங்களுக்கு?”

“லேய், வார்த்தையள அளந்து பேசுங்க. அதிக சாமர்த்தியம் காட்டினா அவிச்ச சோற மண்ணுலதான் வெட்டிப் பூத்துவிய. அதுதான் நடக்கப் போவுது.”

மணப்பையனின் கையை யாரோ பிடிப்பதுபோல இருந்தது. தனியே இழுத்துச் சென்றவன் பெண்ணின் சகோதரன். அவன் சிரமப்பட்டு பேசமுயன்றான். வார்த்தைகள் வெளியே வரவில்லை. அடக்கமுடியாத அழுகையே தெறித்து வந்தது.

“மச்சான் . . . எனக்க அக்கா பாவம்.”

தழுதழுத்த குரலில் அந்த சின்னப் பையனால் அவ்வளவும் மட்டுமே கூறமுடிந்தது. கவலை மிகுதியால் வாடிய தலையை மாப்பிள்ளைப் பையனின் தோளில் சாய்த்தான்.

“அய்யே . . . எதுக்கு அழுகே? கண்ணத் தொட. எல்லாம் அறிஞ்சிதானே பெண்ணெடுத்தேன். விட்டுட்டுப் பெய்ருவமா? எனக்கு மூணு சகோதரிகள். கெட்டி குடுக்க நான் என்ன பாடுபட்டிருப்பேன்ணு ஒனக்கிட்ட செல்லண்டாம். சண்டை சச்சரவு இல்லாம எந்தக் கல்யாணம்தான் நடந்திருக்கு? பேடிச்சாத, இந்தக் கல்யாணமும் நடக்கத்தான் போவுது.”

“பாஸ்டரு சம்மதிப்பாரா?”

“பாஸ்டர் சம்மதிக்காட்டா அவன் அப்பன் இருக்கிறான். பேசாம நடக்கியத மட்டும் பாரு.”

மணப்பையன் ஏதோ தீர்மானத்திற்கு வந்தவனைப்போல வீட்டிற்குள்ளே ஏறிச் சென்றான். மொத்த கல்யாணவீடும்

அடுத்து என்ன நடக்கப்போகிறது என்ற அங்கலாய்ப்பில் அதனைப் பார்த்துக்கொண்டிருந்தது. கட்டிலில் சோர்ந்து கிடந்த மணப்பெண் அவனைக் கண்டதும் எழும்பி உட்கார்ந்தாள்.

"வா! நமக்கு எங்கெயாவது ரெஜிஸ்டர் ஆபீசிலபெய் கெட்டீற்று வரலாம்."

அவன் அவள் கையைப் பற்றி இழுத்தான்.

"இதென்ன கூத்து? கெட்டியதுக்கு மின்ன வீட்டுக்குள்ள ஏறி பெண்ணுக்க கையப் பிடிச்சியான். கேப்பாருங்கேள்வியும் அத்த குடும்பம்ணு நெனச்சிட்டாவிலே வெளையாடுக?"

விசுவாசி ஒருத்தி குறுக்கே வந்து வழிமறித்து அவர்களைத் தடுப்பதுபோல நின்று பேசினாள்.

"இனி எந்தப் பேச்சும் ஒங்களுட்ட இல்ல. அரைமணி நேரங்கூட ஆவாது. ரெஜிஸ்டர்ல கெட்டுமுடிச்சிற்று வாறோம்."

"தள்ளையும் தவப்பனையும் விட்டுட்டு ஓடிப்போற கேசுகள் இல்லா ரெஜிஸ்டர் ஆபீசுக்கு கெட்டப்போவினும். நாங்க லெச்சணத்தோட பரிமாறிய குடும்பம். காவூசுப் பயலுவளுக்குப் பெறந்த சேகரங்க இல்ல."

"ஓடிப்போறவங்களுக்கு மட்டும்தான் ரெஜிஸ்டர் ஆபீசுண்ணு யாரு சொன்னா? எல்லாருக்கும் உள்ளதுதான். பின்ன அரசாங்கம் காணியதுக்கா அங்க ஆளுகள வேலகுடுத்து வச்சிருக்கு?"

பவுலோஸ் பிரசங்கியாரின் அருகில் வந்து அமர்ந்து நிலைமை தங்கள் பிடியை விட்டு விலகிக் கொண்டிருப்பதை எடுத்துரைத்தான். இனியும் சும்மா இருந்தால் தாங்கள் அங்கே வந்ததற்கான அர்த்தம் மாறிவிடும் சூழ்நிலை உருவாவதை உணர்த்தினான். மாப்பிள்ளைப் பயல் இவ்வளவு தன்றேடம் கொண்டவனாக இருப்பான் என்று அவரும் நினைக்கவில்லை. அவர்களைப் பொறுத்தவரையில் திருமணம் நடக்காவிட்டால் ஆயிரம்ரூபாய் கிடைக்காமற் போய்விடும் என்ற கவலையே பிரதானமாக இருந்தது.

"தம்பி! உலகத்தில மகிமை பாராட்ட எதுவுமே இல்ல. ஆண்டவர் முன்னால நாமெல்லாரும் அற்பப் பிறவிகள். பாஸ்டர் பெரியமனசு பண்ணி கல்யாணம் நடத்தி வைப்பாரு. நீ அதுக்குப் பெறகு மீசைய எடுத்துட்டு பரிசுத்த வாழ்க்கை வாழணும். அதுதான் பரலோக ராஜியத்துக்கு நேரா நம்மள வழிநடத்திச் செல்லும்."

பவுலோசின் குட்டி பிரசங்கத்திற்குப் பிறகு பிரசங்கியார் ஒருபாடல் பாடி திருமண ஆராதனையைத் தொடங்கினார். மணி ஒன்றரை தாண்டிவிட்டது. பிள்ளைகள் பசியால் வாடி வதங்கிக் கிடந்தனர். காலஅருமை அறியாத இருவரும் பரிசுத்த ஆவியால் நிறைவதும், பாடுவதும், துள்ளுவதுமாக நீட்டித்துக் கொண்டே சென்றனர்.

மணப்பெண்ணுடன் படித்த தோழி ஒருத்தி திருமணமாகி தாழக்குடிக்குச் சென்றாள். அவள் பக்கத்துவீட்டில் ஒரு வெள்ளாளர் குடும்பம் வசித்து வந்தது. தகப்பனற்ற அந்தப் பிள்ளைகள் தோழியின் குடும்பத்தினரிடம் மிகவும் பற்றும் பாசமும் கொண்டிருந்தனர். மணப்பெண்ணின் சகோதரன் கல்யாண எழுத்து போடச் செல்லும்போது தோழி வீட்டார் அவர்களுக்கும் அழைப்பிதழ் கொடுக்க வைத்தனர். அதன்பேரில் அவர்களும் இந்தத் திருமணத்திற்கு வருகை தந்தனர்.

அந்த வெள்ளாளர் குடும்பத்தினருக்கு அங்கு நிகழ்பவைகள் அனைத்தும் வேடிக்கையாகத் தெரிந்தன. திருமண வீட்டில் நடந்த வாக்கு வாதங்களும், அடிதடி முயற்சிகளும் அவர்கள் இதுவரையிலும் பார்த்தறியாதவைகளாக இருந்தன. இப்போது அங்கே நடைபெற்றுக் கொண்டிருக்கும் ஜெபமும் விநோதமாக அமைந்தது.

"மங்கலமான காரியத்தில ஏன் அழறாங்க?"

"அது வந்து அழுகை இல்லம்மா, ஜெபம்" தோழி கூறினாள்.

"ஜெபமா தெரியல்ல, மொகத்தப் பாருங்க."

பிரசங்கியாரும், பவுலோசும், இதரவிசுவாசிகளும் ஏதோ புளிப்பான பொருளை வாயில் போட்டதும் முகம் மாறுமே, அதுபோன்ற பாவனையைக் காட்டியவாறு 'ஏசுவே...' என்று பிதற்றிக் கொண்டிருந்தனர்.

"வரதட்சணை பிரச்சினையா?"

"இல்லம்மா, ஜெபம்தான் அது."

"இப்படியா ஜெபிப்பாங்க?"

அந்த சிறுமியின் சந்தேகம் இறுதிவரை தீர்க்கப்படாமலேயே நீடித்தது.

பிரசங்கியார் இப்போது அன்னியபாஷை பேசத் தொடங்கினார். அதனை ஊழியக்காரி சாராள் தமிழில் மொழி பெயர்த்தாள். அந்த ஊரில் மிகப்பெரிய அழிவு

வரப்போகிறது என்ற அவரது அறிவிப்பை குறி சொல்பவனிடம் கணக்கு கேட்டுக் கொண்டிருக்கும் திருக்கூட்டம்போலக் கண்டு களித்துக்கொண்டிருந்தது திருமண வீடு. பின்னணியில் செண்டைமேளமும் இருந்தால் அம்மன்கோயில் சாமியாட்டத் திற்கும் அதற்கும் வித்தியாசம் இல்லை. எல்லா நிகழ்ச்சிகளும் நடந்தேறி ஒரு வழியாக திருமண ஆராதனை நிறைவுக்கு வந்தபோது மணி மூன்று நாற்பது.

பிரசங்கியாருக்கும், அவருடன் வந்தவர்களுக்கும் வீட்டிற் குள்ளே தனிப்பந்தி வைத்து உடனே விருந்து வழங்கப்பட்டது. விசுவாசிகளின் மொத்த உபசரிப்பும் அவர்களைச் சுற்றியே இருந்தது. திருமணப்பந்தலில் மலர்சொரி பாடலும், வாழ்த்து மலர் படிப்பதும் எனத் தொடர்ந்தது. பசியால் வதங்கிய குழந்தைகளின் துயரம் கண்ட யாரோ ஒருவர் அந்த சின்ன பந்தலையே உணவருந்தும் விதத்தில் பெஞ்சுகளைத் தூக்கிப் போட்டு மாற்றி சாப்பிட அமர்த்தினார். கூட்டு விளம்பி, சோறு போட்டதுதான் தாமதம், புயலைப் போல பாய்ந்துவந்த பவுலோஸ் மேடையில் ஏறி மைக்கை உருவிக் கையில் எடுத்தான்.

"ஊற்றாதே! ஊற்றாதே! பருப்புக்கறிய ஊற்றாதே!"

விளம்பிக்கொண்டு நின்றவர்கள் அப்படியே ஒதுங்கினர்.

"பத்துதடவை அல்லேலூயா சொல்லுங்க!"

"அல்லேலூயா!"

"இயேசுவின் ரத்தம் ஜெயம்! சொல்லுங்க"

"இயேசுவின் ரத்தம் ஜெயம்!"

பசி பொறுக்க முடியாதவர்கள் பருப்பு, சாம்பார் இல்லாமல் கூட்டுக்களை சோறோடு சேர்த்து பிசைந்து ஆவேறி சாப்பிடு வதைக் கண்டான் பவுலோஸ்.

"பாடுவோமா? எல்லோரும் கைகளைத்தட்டி உற்சாகமாகப் பாடுவோம்."

"சந்தோசம் பொங்குதே!
சந்தோசம் பொங்குதே!
சந்தோசம் என்னில் பொங்குதே...
அல்லேலூயா, இயேசு என்னை ரட்சித்தார்,
முற்றும் என்னை மாற்றினார்,
சந்தோசம் என்னில் பொங்குதே..."

"யாருமே கைதட்டாம இருக்கக்கூடாது. எல்லோரும் பாடுங்க. ஆண்டவரைப் பாடாத வாய் அடைத்துப் போகும்."

கையிலிருந்த சோற்றுப் பருக்கையோடு பலர் கைகளைத் தட்டிப் பாடினார்கள். அவனது குரலைப் பொருட்படுத் தாதவர்களுக்கு ஆண்டவர் அளிக்கும் தண்டனைகளைப் பட்டியலிட்டவாறே பாட்டுப் பாடினான். சிலர் பயந்து சோறை ஒதுக்கி வைத்தனர். சிறுவர்கள் பலர் தாக்குப் பிடிக்க முடியாமல் சோற்று இலையின் மீது முகம் கவிழ்த்து உறங்கினார் கள். பந்தலுக்கு வெளியிலிருந்து பவுலோசுக்கு எதிரான சில குரல்கள் வெளிக்கிளம்பின.

"ஏம்பிலே வெளம்பியத நெறுத்தினிய? பருப்பு, சாம்பார ஊற்றுங்கலே, ஆளுவ தின்னுட்டு போட்டு."

"பெரசங்கியாரு வெலக்கியாரு."

"எவம்பிலே பெரசங்கி? அவன் பாட்டும், கூத்தும் ஜெபப்பெரையிலதான்னு சொல்லுங்க. கல்யாணப் பெரையில வேண்டாம். நாறிப் போவான்."

பவுலோஸ் நிலமையைப் புரிந்தான். மெல்ல நழுவுவதுதான் சிறந்தது என்று அவனுக்குத் தோன்றியது.

"இடைவிடாமல் ஜெபம் பண்ணுங்கள். கர்த்தருக்குள் எப்போதும் சந்தோசமாயிருங்கள். இது இயேசுவின் கட்டளை."

"இதச் சாப்பிடாம இருந்து சொல்லு."

"நான் வாரத்தில் பாதிநாள் உபவாசம் இருப்பது எனது ஆண்டவருக்குத் தெரியும்."

"அதுதான் சாப்பிட்டுட்டு வந்து அடுத்தவியள சாப்பிட விடாமச் செய்யிறியோ?"

"ஆண்டவரே! தேசத்தில் வடிப்பழக்கமும், குடிப்பழக்கமும் அதிகரித்து வருகிறது. குடிகாரர்களின் சதியை நாசம் பண்ணும் கர்த்தாவே . . ."

அதற்குள் பலமான சில கெட்டவார்த்தைகள் வந்து விழவே மைக்கை தரையில் போட்டுவிட்டு பவுலோஸ் ஒதுங்கிக் கொண்டான். அவனது ஊழிய வாஞ்சையை மெச்சிய பொன்னையா பிரசங்கியார் தனது அருகில் அமர்த்தி தோளில் தட்டி பாராட்டினார்.

மணப்பெண்ணின் சகோதரன் பத்து நூறுரூபாய் நோட்டுக் களை எடுத்து ஒரு தாளில் பொதிந்து பாஸ்டரின் பைபிள்மேல் வைத்தான். கண்களை மூடி மந்திரம் உச்சரிப்பதைப்போல ஜெபித்துவிட்டு அதனைப்பிரித்து பவுலோஸ் கையில் இரண்டு தாள்களை எடுத்து நீட்டினார்.

"கர்த்தர் இதனை விரும்பமாட்டார்."

"பரிசுத்த ஆவியின் பெயரில் இதனைத் தருகிறேன்."

"திருமணத்தை ரெண்டுபேருமாகத்தானே நடத்தினோம். பணத்தில் பாதிப்பங்கு எனக்குண்டு."

"நான் பெரிய பாஸ்டர்!"

பொன்னையா பிரசங்கி நெஞ்சில் கையைத்தட்டிச் சொன்னதைக் கேட்டு மணமக்கள் உட்பட அங்கே சாப்பிட்டுக் கொண்டிருந்த அனைவரும் சிரித்தனர்.

ஈயகுண்டு பாறை, சாம்ராஜ்ய கனவுகளோடு யுத்தம் நடத்திய மன்னர்களுடன் தொடர்புடைய மலைப்பகுதியாக இருக்கவேண்டும். அதன் பதுங்கு குழிகளும், மறைவிடங்களும் இயற்கையாகவே சண்டை நிகழ்த்த வாய்ப்புள்ள இடமென பறை சாற்றியது. பாறைகளின் உடைவுகளும், சரிவுகளும் பீரங்கி குண்டுகளின் முழக்கம் எதிரொலித்த நிகழ்வை எடுத்து ரைக்கும். காலந்தோறும் அதிலிருந்து புதிய கதைகள் பிறந்து கொண்டே இருந்தன.

சீதையை இராவணன் கவர்ந்து சென்றபோது அவள் கண்களிலிருந்து விழுந்த துளிநீர் கண்ணீர்குளமாக மாறிக் கிடந்தது. இந்தக்கதையும் ஈயகுண்டு பாறையோடு சம்பந்தப் பட்டது. வீட்டிற்குப் பின்னால் உயர்ந்துகொண்டே செல்லும் நிலப்பகுதியில் நடந்து வந்து கண்ணீர்குளத்தில் குளித்து விட்டு துணிகளைப் பாறையில் உலர்த்தியவாறு வெகுநேரம் அந்த இடத்தில் வீற்றிருப்பது இருளிக்குப் பிடிக்கும். அப்போதெல்லாம் தனிமையே அவளுக்குத் துணைநிற்கும்.

குளத்திற்கு தெற்குப் பக்கம் மலைச்சரிவில் உட்கார்ந்து வெகுநேரம் அவள் தன்னையே மறந்திருப்பாள். பக்கத் திலிருக்கும் மரங்களில் படர்ந்துகிடக்கும் கொடிகளிலிருந்து குன்னிமுத்துக்கள் பாறைகளில் இரத்தத்துளிகளைப்போல சிதறிக்கிடப்பதைக் காணும் போதெல்லாம் அவள் தேகம் சிலிர்க்கும். தனக்குள் நிகழாத இயற்கை, புறத்தில் இன்னொரு நிகழ்வாக இயங்குவது கண்டு ஆத்திரமாகவும், சில சமயங்களில் உற்சாகமாகவும், வெறுப்பாகவும், ஏன் வியப்பாகவும் கூட அவளுக்குள் இருக்கும். கண்களை மூடிக்கொண்டு அமர்ந்து மௌனமாகப் பெருமூச்சு விடுவாள்.

பங்கிராஸ் வைத்தியர் கையை மலத்தினார்.

“பாச்சாடி, நம்மால பற்றாது. பத்துவரியமா வைத்தியம் பாக்கியேன். மொவளுக்கிப்ப இருபத்தெட்டு வயசு. வண்டி வண்டியா லேகியம் குடுத்துப் பாத்தாச்சி. ஏண்ணு கேக்கல்லியே?”

“அப்பிடி செல்லப்பிடாது வைத்தியரே, நான் ஒங்களதான் மலபோல நம்பி இருக்கேன்.”

“இனி பிரயோஜனமில்லண்ணு சொல்லுதேன்.”

“இதுக்கொரு நல்ல கண்காச்சயக் கண்டுட்டு கண்ணு மூடலாம்ணு பாத்தா நடக்காதுண்ணுல்லா தோணுது.”

இருளிக்கு ஏனோ சீதையின் நினைவு வந்தது. அவள் தன்னைப் போன்றவளாக இருந்தால் அந்த இராவணன் தூக்கிச் செல்லும்போது கீழே விழுந்த கண்ணீர்த்துளி கலக்கத்தில் பிறந்ததாக இருந்திருக்காது. அது இன்பக் கண்ணீராகவே இருந்திருக்கும். தனது துன்பம் என்று இதில் எதுவுமே இல்லாத போது எதற்கு வருந்த வேண்டும் என்றும் நினைத்துப் பார்த்தாள்.

வைத்தியரும் அதையேதான் சொன்னார்.

“வயசுக்கு வந்த பொம்பிளைக எம்பிடு கஷ்டப்படுனும்ணு செல்லண்டாம். பாச்சாடி, இவள ஒரு பையனப்போல நெனச்சிப்பாரு, கஷ்டமே வராது. கல்யாணமாகி, கொழந்த பெத்து, கெழவியாகி, மக்க கைய எதிர்பார்த்து வாழியது இல்ல ஒரு பெண்ணோட வாழ்க்க. துணிஞ்சி நிண்ணு நாலு பேருக்கக்கூட இடைபட்டு, கஷ்டநஷ்டங்கள அனுபவிச்சி, அதில வாற ஒவத்திரவங்கள எதிர்த்து வாழுறதுதான் உண்மையான வாழ்க்க.”

“எனக்க காலத்துக்குப் பெறவு இவளுக்கொரு போக்கிடம் இல்லாதத நெனச்சித்தான் வைத்தியரே எனக்கு வருத்தம்.”

“ஒரு பூகம்பம் வந்தா எல்லாருக்க வாழ்க்கையும் போக்கிடம் இல்லாமத்தான் போவும். அதுக்காக அப்பிடி ஆகீடுமோண்ணு நெனச்சிட்டே இருந்தா ஜீவிச்ச முடியுமா?”

வைத்தியரின் பேச்சுதான் அவளுக்கு வைத்தியத்தை விட மிகப்பெரிய மருந்தாக இருந்தது.

“பாச்சாடி, பழைய காலம் போல இல்ல. பயலுவளுக்கு நல்ல சம்பளம். எனக்கு பச்சில அரைக்கியதுக்கும், எண்ணெ காய்ச்சியதுக்கும் ஆளுவ கொறவு. இவா இஞ்ச நிக்கட்டு. நீயும் அப்பப்ப வந்து பாத்துட்டு போ. மாசம் கையில என்னவும் சக்கறம் தாறேன்.”

பங்கிராஸ் வைத்தியர் 'பாலர்சிகிச்சை'யில் பெயர் கேட்டவர். குழந்தை தோஷத்தை வெறும் எண்ணெயாலே குணப்படுத்தி விடுவார். ஒரு சொட்டு எண்ணெய் இந்த அற்புதம் செய்கிறதே என்று இருளி பலதடவை அவரது சிகிச்சை முறையைக்கண்டு வியந்திருக்கிறாள்.

தக்கலை அரசு மருத்துவமனையில் ஒருத்திக்கு குழந்தை பிறந்த அரைமணி நேரத்தில் அந்த சம்பவம் நடந்தது. அவள் மாமியாக்காரி ஆண்குழந்தை என்ற சந்தோசத்தில் குழந்தையை வாங்கி கையில் வைத்திருந்தாள். அக்கம்பக்கத் திலுள்ள படுக்கைகளில் இருந்த நோயாளிகளின் உறவுக்காரப் பெண்கள் சூழ்ந்து நின்று வேடிக்கை பார்த்துக்கொண்டிருந்தனர். அவர்களில் ஒருத்தி குழந்தையின் தொப்புள் கொடி நுனுக்கில் கைவைத்து எதையோ பார்த்தாள். அங்கே ஒரு கல் இருக்குமாம். அதன் தன்மையை அறிந்துவிட்டு, 'அடுத்த குழந்தையும் ஆண் தான்' எனக் கூறியவாறு அகன்றாள். சற்றுநேரத்தில் மாமியாக் காரிக்கு தொடைகள் குளிர்வதுபோல உணரவே கூர்ந்து நோக்கினாள். குழந்தையின் தொப்புள்கொடி அவிழ்ந்து இரத்தம் வெளியேறி அவள் சேலைமுழுக்க சிவப்புஈரம் நனைத்திருந்தது. 'அய்யோ . . .' என்று அலறியேவிட்டாள்.

குழந்தை நாளுக்கு நாள் மெலிந்துகொண்டே வந்தது. கண்கள் ஒளியற்று மலங்க விழித்துப் பார்த்தது. அழக்கூட சக்தியற்ற நிலையில் வாடிக்கிடந்தது. அதன் உதடுகள் கறுத்திருந்த நிலையைப் பார்த்து அக்கம் பக்கத்திலுள்ளவர்கள், 'சுண்டு கறுத்த குழந்தை பிழைக்காது' என்று பெற்றவள் காதுபடவே பேசினார்கள். எல்லோரும் கலக்கத்தில் ஆழ்ந்தனர்.

நாகர்கோயிலில் இருந்து சிறப்பு மருத்துவர் ஒருவர் வந்து குழந்தையை சோதித்துவிட்டு, 'தைராய்டு டெஸ்ட்' செய்ய வேண்டும் என்று எழுதி வைத்தார். இரத்தம் போன குழந்தையின் கையைப் பிதுங்கி திரும்பவும் இரத்தம் எடுத்தனர். அந்த மறுக்கத்தைக் காண சகிக்காத குழந்தையின் தாய் மயங்கி விழுந்தாள். அப்போதுதான் ஆஸ்பத்திரியில் இருக்கும் யாரையோ பார்த்துச் செல்ல பங்கிராஸ் வைத்தியர் அங்கு சென்றிருந்தார்.

"இந்தப் பொம்பிள ஏன் மயங்கிக் கெடக்குது?"

"அவளுக்கு சங்கடம்."

"சங்கடத்தில மயங்கினாளா?"

"கன்னிமின்னியா ஒரு ஆண்குழந்தையப் பெற்றும் அவா சந்தோசம் காண குடுத்து வச்சேல."

“என்னவாம்?”

விஷயத்தை அறிந்த பங்கிராஸ், தான் ஒரு வைத்தியர் என்ற விவரத்தைக் கூறாமலேயே, ‘கொழந்தைக்கு வேற மருந்து குடுத்துப் பாப்பமா?’ என்று கேட்டார். அவர்கள் ஒரு பதிலும் சொல்லாதிருக்கவே, ‘பிள்ளைக்க அப்பன் எங்க?’ என்று கேட்டார். அவன் வெளியே போனதாக கிழவி ஒருத்தி பதிலுரைத்தாள்.

“தவப்பன் வந்ததும், புதுக்கடையில பங்கிராசுண்ணு கேட்டா செல்லுவினும். வந்து பாக்கச் சொல்லு.”

“பங்கிராசு பேரு கேட்ட வைத்தியர் இல்லா? நீங்களா அது?”

ஒருத்தி கேட்டாள். இவர் பதில் சொல்லாமல் நடந்தார்.

பேருந்துநிறுத்தத்தில் அவரைத் தேடி தலை தெறிக்க ஒருவன் ஓடிவருவதை வைத்தியர் கவனித்தார். ‘சரிதான்’ என்று அவர் வாய் முணுமுணுத்தது.

“வைத்தியரே, எக்க கொழந்தைய நீங்கதான் காப்பாத்தணும்.”

“கரையத நெறுத்தீட்டு நான் சொல்லியத கேளு. கேப்ப இல்லியா?”

“வோ, கேக்கியேன்.”

“நேரா கருங்கைக்கு வண்டியேறு. யாக்கோவு கொத்தனுக்க வீடு யாதுண்ணு கேளு, சொல்லுவினும். அவனுக்க பய ஒருத்தன் எம்.ஏ. படிச்சிட்டு வேல கிடைக்காம நாலு பசுக்கள வாங்கி பாலு கறந்து வித்து பெழச்சிட்டிருக்கான். அவனுட்ட இருந்து அரைக்குப்பி நெய் வேண்டீற்று வா! கேட்டியா?”

“வேண்டுலாம்.”

“வேறெ எங்கும் பெய் வேண்டாத என்னா.”

“செரி.”

“இருட்டும் முன்னெ புதுக்கடைக்கு வந்துரு.”

“வந்திரியேன்.”

“பின்னெ கருங்க சந்தையில இருந்து ஒரு கிலோ இஞ்சி வேண்டீற்று வந்தா தள்ளைக்கும் ஒரு மருந்து செஞ்சி தாறேன்.”

“செரி, இத வச்சிடணும்.”

“என்னது?”

“அட்வான்சு.”

“ரூவாய்க்காலே இத நான் செய்யேன்?”

“பொறுத்துக்கிடணும். தெரியாம சென்னேன்.”

“நாட்டுத் தெற்றி எங்கெயும் கிட்டினா பூவோடசேத்து பறிச்சிட்டுவா! மிச்சம் மருந்தெ நான் பாத்துக்கிடுதேன்.”

இரண்டு நாட்களில் ஒரு ஹார்லிக்ஸ் பாட்டில் நிறைய கட்டிப்பச்சை நிறத்தில் மருந்துநெய் செய்துகொடுத்தார். அதனைக் காலையில் ஒரு சொட்டு உள்ளுக்கு கொடுத்து நெஞ்சில் தேய்த்து குழந்தையை வெயிலில் காட்டிவரச் சொன்னார். ஒருவாரம் கழியவில்லை, அதற்குள் குழந்தை கையையும், காலையும் அடித்து விளையாடத் தொடங்கியது. தாய்க்கு உள்ளம் குளிர்ந்தது.

குணமான பிறகு குழந்தையையும் கொண்டு அதன் தாயும், தகப்பனும், கிழவியுமாக புதுக்கடைக்கு வைத்தியரைக் காணவந்தனர்.

“ஒரு சொட்டு நெய் உள்ள போனதும் பிள்ள, ‘கியாவ்’ என சத்தம் போட்டு கசறத் தொடங்குவான் பாரும் வைத்தியரே. எனக்க தங்கம், ரெத்தம் எல்லாம் பெய் எப்பிடி கெடந்தது தெரியுமா? செத்து போவப் பாத்துது.”

“இந்த மருந்து நெய்ய இவனுக்க அஞ்சி வயசுவரக் குடுக்கலாம். மீதி வந்தா ஆரோக்கியமாக இருக்கிய மற்ற கொழந்தையளுக்கும் குடுக்கலாம். காலப்பழுதில்ல. ஒலகம் அழியதுவர கெடாம அப்பிடியே ஓரம் ஏறீட்டே இருக்கும். பத்திரமா வச்சிக்க. அடுத்த கொழந்தைக்கு ஒவகாரப்படும்”

அந்தப் பெண் நாணத்தால் தலைகுனிந்தாள்.

“கொழந்தைக்கு என்னபேரு வச்சிருக்கே?”

வைத்தியரை நிமிர்ந்து பார்த்தவளின் கண்கள் மறுகணம் குளமாயின.

“எனக்க தெய்வத்துக்க பேர வச்சிருக்கேன்.”

“தெய்வத்துக்க பேரு என்னவோ?”

“அத நான் என் வாயால சொல்லமாட்டேன்.”

பக்கத்தில் நின்ற கிழவி ‘பங்கிராஸ்’ என்று சொன்னாள். அந்த இடத்தில் ஆழ்ந்த மௌனம் நிலவியது.

“கொழந்தைய பத்திரமா பாத்துக்கா. அஞ்சி வயசு கழியட்டும், ‘கதலி ரசாயனம்’ வச்சி தாறேன். பய எப்பிடி நெடுநெடுண்ணு வளரியான் பாத்துக்க.”

அவள் கண்ணீரில் ஆனந்த புன்னகை தெரிந்தது.

வைத்தியர் ‘கதலி ரசாயனம்’ செய்வது ஒரு அற்புதமான நிகழ்ச்சி. பழுத்தும் பழுக்காத நிலையில் இருக்கும் ‘நெய்க்கதலி’ குலையை பத்தாயத்துக்கு மேலே ஏறி கழிக்கோல் கம்பில் தொங்க விடுவார். மேலே ஓட்டின்மீது விழும் வெயிலின் சூடு சுள்ளென அடிக்கும் இடமாக அது இருக்கும். குலையினுள் மரப்பொடியைத் திணித்துத் துறுத்தி இறுக்கி புத்தன் வேட்டியைக் கிழித்து வரிந்து கட்டுவார். சூடு தகிக்க விரிந்து கொடுக்கும் காய்பழுத்து கீழே வைத்த தாம்பாளத்தட்டில் சொட்டுச் சொட்டாக நெய்விழத் தொடங்கும். அதைப் பயன்படுத்தி மருந்துப்பொருட்களும் சேர்த்து தயாரிக்கும் லேகியமே ‘கதலி ரசாயனம்.’

கணைபற்றி வளர்ச்சி குன்றிய குழந்தைகளுக்கு அது கண்கண்ட மருந்தாகத் திகழ்ந்தது. வைத்தியர் பணம் பிடுங்கி இந்தத் தொழிலை செய்யவில்லை. எனினும் அவரது தேவைக்கு அதிகமாகவே மக்கள் பொருளாலும், பணத்தாலும் தாங் கினார்கள். கண்கண்ட தெய்வமாகப் போற்றித் தொழுதனர்.

இருளியின் வாழ்க்கையிலும் ஒரு ஒளி அப்போதுதான் வீசத் தொடங்கியது. மனம், நீர் விட்ட பயிர் முளைவிடுவதைப் போல விரிய முனைந்தது.

மருந்து வைக்கும் போது எண்ணெய் காய்ந்ததா என்று பதம்பார்க்க நாலுபேர் கையில் வெற்றிலையைப் பிய்த்துப் போடுமாறு கொடுப்பார். என்ன மாயம் செய்வாரோ தெரியாது, யார் போட்டாலும் பொட்டாது. கடைசியாக அவளைப் பார்ப்பார்.

“நீ போடம்மா.”

அவள் போடுவாள். பொடுபொடுவெனப் பொட்டித் தெறிக்கும்.

“நீ யோகக் காரியாக்கும். ஒனக்கு நல்லமாப்பிள கிட்டுவான்.”

“போங்க வைத்தியரே.”

“அட வெக்கத்தப் பாரு.”

இருளி தனது வாழ்க்கையில் கொஞ்சமாவது சிரித்து மகிழ்ந்தது வைத்தியர் வீட்டில் நின்ற அந்த சில நாட்கள் மட்டும்தான்.

காற்று, உலரப்போட்ட சேலையை அடித்துச் சென்றது. குன்னிமுத்தின் சிதறல்களிலிருந்து பார்வையை விலக்கியவள் அதை எடுக்க கீழே இறங்கி வந்தாள். பாறை இடுக்கின் வழியே ஏதோ அசைவு தெரிவதைக் கண்டு திகைத்து நின்றாள். அது நாய்கள் வந்து ஒதுங்கும் குகை அடிவாரமாக இருந்தது. மழை விழுந்தால் நீர்உள்ளே செல்லாத அளவில் பாறைச்சரிவில் உருட்டு வைத்து அமைக்கப்பட்ட சமணர் படுகை அது. உள்ளே யாரோ நோயால் துடிப்பதுபோலத் தெரிந்தது. வேகமாக கீழே இறங்கிச் சென்றாள். வண்டாளம் அங்கே காக்காய் வலிப்பில் துடித்துக் கொண்டிருந்தான். துடிப்பின் இடையில் அரைக்கண் திறந்து தன்னைக் கவனிக்கிறாளா என்று அவன் பார்ப்பதை மட்டும் அவள் காணவில்லை.

ஈரத்துணியைப் பிழிந்து அவன் முகத்தில் விட்டதும் மயக்கந் தெளிவதைப்போல எழுந்து உட்கார்ந்தான். அவன் முகம் இரக்க பாவனையோடு அவளைப் பார்த்தது. அவன் ஒவ்வொரு அசைவும் அவளது மனசை தன்பக்கம் ஈர்க்கும் நோக்கில் இருந்தது.

“என்ன செய்யுது?”

“ஒண்ணும் இல்ல.”

கைகாலு வெட்டி இழுத்தத பாத்தேனே . . .”

“ஒருத்தன் கள்ள கேசு குடுத்து போலீசு என்ன நல்லா அடிச்சுது.”

“நானும் கண்டேன்.”

“அந்த அடிபட்ட பெறவுதான் இப்பிடி வருது.”

“அய்யோ . . . பாவம்.”

“எனக்கு யாரு இருக்கியா?”

வண்டாளம் அழுதது கண்டு அவளால் பொறுக்கமுடிய வில்லை.

“கரையாதயும், உமக்கு எல்லாரும் உண்டு.”

“எல்லாரும்ணா?”

“ஒம்ம சோக்கேடுக்கு நல்ல வைத்தியர் ஒருத்தர் இருக்கிறார். நான் இப்ப அவருட்டெதான் வேல பாக்கியேன். நாள அங்க வாரும்.”

தனது முந்திச் சுருட்டிலிருந்து பத்துரூபாயை எடுத்து அவனிடம் தந்தாள். ரெண்டு மூன்றுநாள் திருப்தியாக

சாராயம் குடிக்கலாம் என்று நினைத்தவாறு அதனைப் பெற்றுக் கொண்டான் வண்டாளம்.

விக்கன் வேதமுத்துவுக்கு கடுமையான வயிற்றுவலி. அவர் வேதனையால் துடிதுடித்தார். கட்டிலிலிருந்து ஒருதடவை கீழே விழுந்து புழுபோல நெளிந்தார். அது கண்டு கிரேசிக்குப் பொறுக்கவில்லை. அவர் வேதனைப்படும்போது அவளுக்குத் தான் நொந்தது. அவள் ஆறுதல் ஒன்றும் நொம்பலத்தை நிறுத்தவில்லை.

குடியை திடீரென நிறுத்தியதால்தான் இப்படி ஆனது என்று கருதினான் நடராசன். சாப்பாடும் முன்புபோல இறங்கவில்லை. ஜீரணக்கோளாறு என்று நினைத்தவன் தகப்பனுக்கு மாம்பட்டை வாங்கிக் கொடுத்துப் பார்த்தான். ஏனென்று கேட்கவில்லை. மிலிட்டரி ரம் வாங்கிக்கொடுத்தான். கிழவர் கையும் காலும் பரத்திக்கொண்டு ராத்திரி முழுவதும் ஓர்மை இல்லாமல் கிடந்தார். காலையில் எழுந்து நிற்க யாலு இல்லை. வயிற்றிலிருந்து இரத்தமாக அறுத்துத் தள்ளியது. கால்கள் தளர்ந்து விட்டன. உடனே வண்டி பிடித்து குழித்துறை அரசு மருத்துவமனையில் கொண்டுவந்து சேர்த்தான்.

கிழவரைப் பிடித்து இருத்துவதும், கக்கூஸ் கொண்டு விடுவதும் நடராசனுக்கு எரிச்சலாக இருந்தது. கிழவரின் தொணதொணப்பு வேறு அவனை கோபப்படுத்தியது. கிரேசி நிறைமாத கர்ப்பிணியாக இருந்ததால் அவளால் மாமனாருக்கு எதுவும் செய்ய இயலவில்லை என்ற மனக்கவலை. அவள்மீது உண்மையான அக்கறை வைத்திருக்கும் ஒரே ஜீவன் அந்த வீட்டில் அவர் மட்டும்தான்.

டாக்டர் பரிசோதித்துப் பார்த்துவிட்டு திருவனந்தபுரம் மருத்துவக்கல்லூரிக்கு அனுப்பிவைத்தார். நடராசனுடன் படித்த அரிகிருஷ்ணன் செகரெட்டரியேற்றில் நல்ல பதவியில் இருப்பதால் அவரது சிபாரிசின் பெயரில் பெரிய மருத்துவர்கள் இடைபட்டு நோயைக் கண்டுபிடித்தனர். பெருங்குடலில் புற்றுநோய்.

"இனி மருந்து பாக்கண்டாம்ணு டாக்டர்கள் செல்லியாச்சி. வேதன தீரியதுக்கு மட்டும்தான் இப்ப சிகிச்சை நடக்குது. இதுக்கு மேல மருந்து தின்னா ஒம்ம ஒடம்பு தாங்காதுண்ணாக்கும் கேள்வி."

"வே . . . வேதன ம . . . ம . . . ம . . . மனியனுக்கு எப்ப தீரும்? கு . . . கு . . . குழியில எறங்கம்பதான் தீ . . . தீரும்."

நடராசனின் பேச்சில் தொனித்த பொருளை அந்த கிடையிலும் உணர்ந்து கொண்ட வேதமுத்து சலிப்புடன் பதில் பேசினார்.

"யாவாரத்துக்குப் பெய் ஒருவாடு நாளாச்சி. கையில சக்கறம் காணிய சீசன்ல இப்பிடி ஒரு மறுக்கம்."

"ஒன்ன யாருடேய் சோ . . . சோ . . . சோலிக்குப் போவண்டாம்ணு செ . . . செல்லிச்சினும்? எ . . . எ . . . என்னதோ நான் பி . . . பிடிச்சி இருத்தி வச்சிருக்கியது போல இல்லியா பே . . . பே . . . பேசியான்."

"பாத்தாலும் குற்றம், பாக்காட்டாலும் குற்றம்."

"நீ ஒ . . . ஒனக்க சோலியப் பா . . . பா . . . த் துட்டுப் போடேய். என்ன யா . . . யா . . . யாரும் பாக்கண்டாம்."

"நாள வண்டாளம் வருவான்."

"எ . . . எனக்கு ஒரு வெண்டளயமும் வே . . . வேண்டாம்."

"தனட்டம் கெடப்பீரா?"

"வீட்டில கொ . . . கொ . . . கொண்டு விடு. கெழவியும், நானும் எ . . . எங்க பாட பா . . . பா . . . பாக்கியோம்."

மறுநாள் டாக்டர் வந்து பார்த்தார். இரண்டு கையையும் கூப்பி அவரை வரவேற்றார் கிழவர். தலைமாட்டில் தொங்கிய சார்ட்டைப் பார்த்தவர் முகத்தில் திருப்தி தெரிந்தது.

"தாத்தா எப்பிடி இருக்கிய?"

"சொ . . . சொ . . . சொகம்ணு செல்லமுடியுமா?"

கிழவரின் குறும்பை டாக்டர் ரசித்தார்.

"இருந்தாலும் சொ . . . சொகம்தான்."

"அப்படித்தான் இருக்கணும் தாத்தா."

"தெ . . . தெரசரே! நான் சோக்கே . . . கே . . . கேட்டுக்காரன். வை . . . வை . . . வைத்தியம் செல்லப்பிடாது. எண்ணாலும் செ . . . செல்லியேன்."

"தாத்தா அதிகம் பேசப்பிடாது."

"வா . . . வா . . . வாயில சோக்கேடு செ . . . செறுப்பத்திலே உள்ளதியான் பி . . . பி . . . பிள்ள. வயிற்றில தானே இ . . . இப்ப கொழப்பம்."

டாக்டர் சிரித்தே விட்டார்.

"பொல்லாத தாத்தா."

“வேதனைக்கு ம ... மருந்து தா ... தா ... தாறிய, சரிதான். இந்த வே ... வேதனைய எல்லாம் ஒ ... ஒ ... ஒரேயடியா தீக்கிய மருந்து ஒ ... ஒங்களுட்ட உண்டுமா? அ ... அத எனக்குத் தா ... தா ... தாருங்க.”

கிழவரின் குரலில் ஒலித்த பொருளை அறிந்த டாக்டர் கணநேரம் திகைத்து அப்படியே நின்றார்.

“ம ... ம ... மனசிலா ... க ... கல்லியா? நான் சா ... சாவியதுக்கு ஒ ... ஒங்களுட்ட மருந்து உ ... உ ... உண்டுமா? அத எனக்குத் தா ... தா ... ருங்க!”

“அப்படி எல்லாம் பேசப்பிடாது. பெறகு எதுக்கு இங்க வந்திய? வந்தது போலவா இருக்கு இப்ப? எல்லாரும் சாக நெனச்சா இங்க வாறாங்க? இங்க குணமாகிறத மட்டும்தான் பேசமுடியும்.”

டாக்டர் கோபத்துடன் வெளியே இறங்கி நடந்தார். அவர் மலர்ந்த முகத்தோடு நுழைந்தபோது இருந்த அமைதி மறைந்து இறுக்கம் சூழ்ந்து கொண்டது. காலடி ஓசைகள் கனத்தசத்தத்துடன் தேய்ந்து மறைந்தன.

“கொ ... கொ ... கொணமா? எ ... எனக்கா?”

கிழவர் துள்ளி எழும்பி கட்டிலில் உட்கார்ந்தார். அவரிடம் புதிய உத்வேகமும், உற்சாகமும் ஏற்பட்டது போல இருந்தது. தன்னிடமிகுந்த கறுப்பை டாக்டர் எடுத்துக்கொண்டு வெளிச்சத்தை விட்டுச் சென்றது போல இருந்தது அந்தச் சூழல்.

சாயங்கால நேரத்தில் உள்ளூர் ஜங்ஷன் வந்து மாலை செய்தித்தாள் படித்துவிட்டு ஒரு சாயையும் குடித்து சற்று காலாற நடந்து வருவது நடராசனின் வழக்கமான செயல். அன்றும் அப்படித்தான் வெளியே வந்தான். அப்போதுதான் டாக்டர் வார்டுக்கு விஜயம் செய்து கிழவருடன் உரையாடினார். இதொன்றும் அறியாத நடராசன் வழக்கத்தைவிட அதிகம் நேரத்தை வெளியே சுற்றுவதில் செலவிட்டு விட்டு இருட்டிய பிறகு மருத்துவக் கல்லூரியை அடைந்தபோது கட்டிலில் கிழவரைக் காணவில்லை.

ஒரு இடமும் அறியாத அவர் வேறு எங்கும் போயிருக்க முடியாது என்ற நினைப்பில் மருத்துவதாதியிடம் சென்று விசாரித்தான். எல்லாருமாகச் சேர்ந்து அந்த வளாகத்தை அரித்துத் தேடிப்பார்த்தனர். எங்கேயும் அவர் இல்லை.

ஒரு இரவுமுழுக்க உள்ளூர் ஜங்ஷனிலிருந்து கேசவதாசபுரம் வரை அதன் சுற்றுபாடு முழுக்கவும் கால்நடையாக

நடந்து தேடிப்பார்த்தான். தகவல் அறிந்து வந்த அரிகிருஷ்ண னும் தன் பங்குக்கு சிறீகாரியம் வரை சல்லடை போட்டுப் பார்த்தார். கடைசியில் போலீசுக்குப் போகஇருந்த விஷயத்தை கமுக்கமாக டிஸ்சார்ஜ் என முடித்து தம்பானூரில் நடராசனை வண்டியேற்றிவிட்டு நகர்ந்தார் பால்யநண்பர்.

கிழவரின் வேட்டி, சாரம் அடங்கிய துணிப்பொதியோடு செம்பு பாத்திரங்களையும் சேர்த்து தோளில் சுமந்தவாறு ராமுழுதும் தூங்காத அலுப்பில் ஊருக்குள் நுழைந்த நடராசனின் கண்ணில் முதலில் தென்பட்டது தகப்பனார்தான். ஓடிப்போய் ஒரு சவுட்டு விடலாமா என்று ஆத்திரமாய் வந்தது. குடம்நொறுக்கியின் கடையில் அமர்ந்து கால்மேல் கால் போட்டவாறு சாயை குடித்துக்கொண்டிருந்தார் கிழவர். நடராசனுக்கு ஆத்திரத்தின் உச்சியில்தான் மூளை கொஞ்சம் போல அனுங்கும். இடம், சூழல் அதற்கு ஏற்றதல்ல என்று தன்னைக் கட்டுப்படுத்திக் கொண்டான். தகப்பனை பலர்காணத் தயவாக அழைத்துக்கொண்டு வீடுவந்து சேர்ந்தான்.

வாய்க்காலில் ஒரு கறுத்த பண்ணியைப் போட்டு அறுத்துக் கொண்டிருந்தனர். குளிக்கச் சென்ற நடராசன் கடன்வைத்து காக்கிலோ பண்ணி இறைச்சி எடுத்தான். வேலியில் நின்ற பப்பாளிமரத்திலிருந்து ஒரு காயை மட்டையால் குத்தி தள்ளிப் போட்டு வாய்க்காலில் கழுவினான். அதன் தோலைச் சீவி எடுத்துவிட்டு பெரிய சைசில் துண்டுகளாக்கி இறைச்சியுடன் சேர்த்து வேகவைத்தான். ரொம்பநேரம் வெந்து நீர்வற்றியதும் பப்பாளிக்காயை எடுத்து தூரப்போட்டான். பண்ணியிலுள்ள நெய்யையும், கொழுப்பையும் உறிஞ்சி எடுத்த அது மஞ்சள் நிறத்தில் வெண்ணெய்க் கட்டிபோல இருந்தது. இறைச்சியுடன் கிரேசி சிவக்கச் சிவக்க வற்றல் மிளகாய்ப்பொடியை வாரிப் போட்டு சீனிச்சட்டியில் வைத்துப் பொன்னிறமாக வதக்கி எடுத்தாள். ஒரு துண்டெடுத்து வாயில்போட்டுப் பார்த்தவளுக்கு அவ்வளவையும் தின்று தீர்க்கும் கொதி வந்தது. குழந்தை வயிற்றிலிருக்கும்போது பண்ணி தின்னால் பிறக்கும் பிள்ளை யின் தலைமயிர் கருகருவென வளரும் என்று யாரோ சொன்னதை அப்போது நினைத்துக்கொண்டாள்.

நடராசன் ஒரு வாழைஇலையில் பண்ணி இறைச்சியை வாரிப்பொதிந்து கட்டிக்கொண்டு எங்கோ கிளம்பினான். வழமையான நிகழ்வு என்பதால் கிரேசியும் எங்கே என்று கேட்கவில்லை. ஊரைப் பலதடவைகள் சுற்றிவந்த பிறகும் எந்த ஏமாளியும் அன்று அகப்படவில்லை. தனக்குப் போதாத சமயம் என்று சலித்துக்கொண்டவன் கடைசியாக குடம் நொறுக்கியின் கடையில் வந்து ஒதுங்கினான்.

யாரோ ஒருவன் பீடிவாங்கி இழுத்துவிட்டு மோரிஸ் பழமொன்றை மடியில் பொதிவதைக் கண்ட நடராசன் அவனைக் கூர்ந்து கவனித்தான். ஆள் அந்த ஏரியாவில் உள்ளவனைப் போலத் தெரியவில்லை. வழிப்போக்கனாகத் தான் இருக்க வேண்டும்.

“அடுத்து எங்கெயும் படம் ஓடுதா?”

நடராசன் அவனிடம் கேட்டுப்பார்த்தான்.

“படமா?”

“அயிற்றம் விற்பனை நடக்குதாண்ணு விசாரிச்சேன். ஒங்களுக்கு எந்த இடம்?”

“மணக்குடி, கடப்பெறம்.”

“தெரியுது.”

“நானும் அதத்தான் விசாரிச்சி வந்தேன். கீழ விளையில கலக்கல் நடக்கியதா கேள்விப்பட்டதும் பெய்ப் பாக்கலா மேண்ணுதான் போயிட்டிருக்கேன்.”

“கலக்கலா?”

குதிகால் தெறிக்கப் பறந்த நடராசன் இடத்தை அடைந்தான். தனது ஆட்கள்தான் அங்கே நின்றுகொண்டி ருப்பதைக் கண்டான். அவர்களிடையே வண்டாளம் சுறுசுறுப் பாக இயங்கிக்கொண்டிருந்தான். ஒரு மண்ணெண்ணெய் பேரலில் எரிசாராயத்தை விட்டு கிணற்று நீரைமொண்டு கலக்கல் வேலை மும்முரமாக நடந்துகொண்டிருந்தது. முக்கால் பங்கு நீர் நிறைந்ததும் வண்டாளம் ஒரு செரட்டையில் பிடித்து வைத்திருந்த உம்பிளுந்த குஞ்சுகளை நீரில் மிதக்க விட்டுப் பார்த்தான். அவை ஊதியிருந்த வயிறு மேப்பட செத்து கீழே சென்றன.

“பாவிப்பயலே, இன்னும் நெறைய வெள்ளம் சேரு. கண்ணு பீசாவிப் பெய்ரும்.”

“சிலோப்பியா குஞ்சு இல்லியா?”

யாரோ கேட்டார்கள்.

“என்னத்துக்கு?”

“செரியான பாகத்த அதுதான் காட்டும்.”

“இது மதி. எப்பம் வெள்ளம் கூடிச்சிதுண்ணா ஒண்ணும் செய்யாது. பெறவு வாய் பெளக்கும்பதான் சிலோப்பியா கண்ணிலோடி நீந்தும்.”

“மதிடேய், நிறுத்துங்க ஒங்க வாசகத்தை. வார்னீஷ கலக்கி குடிச்சிய பெயலுவளுக்கு ஸ்பிரிட் குடிச்சியதா பெரிசு? வாயளுக்க நீளமோ பொடலங்காய்.”

“மாப்பிள பினாயில ஜீரணிச்சவனாக்கும். அவன் அப்பிடித் தான் பேசுவான்.”

“கொப்பன் பாலிடாலு கேசு. லோகத்தில உள்ளவன் எல்லாரும் அப்பிடி இருக்கணும்ணு உண்டா?”

வண்டாளம் ஒரு குப்பி நிறைய முக்கிக்கோரி நடராசன் கையில் கொடுத்தான். அதற்கான பணம் தனது வேலைக் கூலியிலிருந்து கழிப்பதென்பது எழுதப்படாத ஒப்பந்தம். சமீபகாலமாக அவன் நடராசனுடன் ரொம்பவும் அணையத் தொடங்கி இருந்தான். நடராசனுக்கு அது சந்தேகத்தைத் தந்தது. எச்சரிக்கை உணர்வோடும், தீவிர விழிப்போடும்தான் அவனிடம் பழகினான். மதியம் ஒருமணிக்குப் போல இருவருமாக மீண்டும் குடம் நொறுக்கியின் கடையில் கூடினார்கள்.

“இறைச்சி நம்ம கணக்கு.”

“எடேய் நடராசா! நீ எண்ணைக்குத்தான் குடிச்சிய கணக்க தீத்திருக்கே? சொல்லு பாக்கலாம்.”

“வண்டாளம், ஒன்னாண செல்லியேன் கேட்டுக்க. ஒரு மாசமா மெடிக்கல் காலேஜில மூப்பில வச்சிட்டிருந்தேம் பாரு, எங்கையில இப்ப நயாபைசா இல்ல. எங்கோட்டு எல்லாமோ தீந்து போச்சி.”

“வேற யாருக்குமா செலவழிச்ச? பெத்த தகப்பன் தானே. அதுக்கும் கணக்கு பாக்கவா செய்யுத?”

“கெழவன் நம்மள தீத்துட்டுதான் ஒழிவான் போல இருக்கு. நான் இங்க இழுத்தா அவன் அங்க இழுக்கியான்.”

“ஒம்ம அண்ணனாருக்கு ஒரு கடமையும் இல்லியா?”

குடம்நொறுக்கி கேட்டான்.

“ஆறு மக்க உண்டு. ஒருத்தி பெட்டச்சி, விடும். அவளுக்க மாப்பிள, கெழவன ஒருநாளு மாமாண்ணு விளிச்சத நான் கேட்டிட்டில்ல. நாலுபேரு காரியமா ஒதுங்கீட்டினும். ஏத்துப் பிடிச்ச நான்மட்டும்தான் இப்ப உண்டு.”

“தெக்கு கண்டத்த ஒம்ம பேரிலதானே இஷ்டதானம் செஞ்சிருக்காரு. இண்ணு என்ன வெலமதிப்புள்ள பூமி அது. எண்ணாலும் வருத்தமா?”

வண்டாளம் துண்டு செய்தியொன்றை இடையில் போட்டான்.

"எல்லாம் காலங்கழிஞ்ச பெறவுதானே. அதுக்கு மின்ன நம்ம காலம் கழிஞ்சிருமோண்ணு இருக்கு."

"கொண்ணன விட ஒமக்கு அறுபதுசென்ட் கூடுதல்தான் கெடச்சிருக்கு. சும்மா மூக்கு சிணுங்காதெயும்"

"நமக்கு கழியல்ல வண்டாளம். ஒருவாரம் மூத்தவன் வீட்டில போட்டு. மறுவாரம் நான் பாக்கியேன். மத்த பயலுவளும் என்னெங்கிலும் செய்யட்டு. ஒரு ஒதுக்கம் உண்டாக்காம கணக்கு தீராது."

"ஓய் அப்படி என்னெங்கிலும் செஞ்சி போடாதெயும். பெறவு ஒமக்குத்தான் பாடு."

குடம்நொறுக்கி குறுக்கிட்டான்.

"என்ன பாடு?"

"நான் செல்லியேண்ணு தேச்சியப்படாத. காலத்த சாயகுடிச் சிற்றிருக்கம்ப பாத்திரமங்கலம் சர்வேயரப் பற்றி அன்னளிச்சாரு பாத்துக்க. கிழவருக்க ஆட்ட ஓட்டம் பாக்கும்ப தெக்கு கண்டத்த கையளிச்சித் தள்ளவாக்கும் பிளான்போலத் தெரியுது. நான் சென்னேன்ணு பெய் கேட்டிராத. நமக்கிதில கெடந்துழைச்சப் பற்றாது பெறவு."

நடராசனுக்கு அவன் அடித்துக்கொண்டிருக்கும் சரக்கைவிட போதை அதிகம் தலைக்கேறியது. உடல் வியர்த்துக் கொட்டிற்று. நெற்றியைக் கையால் வழித்து நீர்முத்துக்களைக் கீழே தெளித்தான்.

"வண்டாளம், நமக்கொண்ணு பொழி வரைக்கும் பெய்ட்டு வரலாம்."

"எதுக்கு?"

கடலக் கண்டு ஒருவாடு நாளாச்சி."

"ஆமா, கள்ளன் கொண்டு பெய்ற்றாலோ?"

"ஒங்களுக்கெல்லாம் நேரப்போக்குக்கு பற்றின இடம் அதுதான். பெய் இருங்க."

குடம் நொறுக்கி சொன்னான்.

"கொஞ்சம் காற்று வாங்கீட்டு வாறோம்."

"காற்றையா வாங்கப் போற? அத வச்சி யாவாரம் செய்ய முடியாது நடராசா!"

“நடராசன் கையில வெல போகாத பொருளும் உண்டா? காற்றென்ன, கடலையே விப்பான்.”

இருவரின் தலைமறைந்ததும் தனது கடையில் நின்ற ஒருவரிடம் குடம் நொறுக்கி இன்னொரு விதமாகப் பேசினான்.

“பாத்தீரா ஓய், இருட்ட வெளுக்க இஞ்ச கடையெக் காத்துக்கெட்டிக் கெடக்கிய நம்ம வீட்டில அரைநாள் பட்டினி, முழுநாள் பட்டினி. ஒரு வேலையும் செய்யாம ஊரு சுற்றிய பயலுவளுக்கு வாழ்க்க ராஜகம்பீரமா கழியுது.”

விக்கன் மறுநாள் காலையில் வழக்கம்போல வாய்க் காலுக்கு வந்தார். பின்தலையில் அரைவட்ட ஒளிவீசிய தலைமயிர்கள் உதிர்ந்து தேகம் சற்று வாடிய நிலையில் ஏதோ ஒரு உத்வேகத்தில் இயங்கிக்கொண்டு இருந்தார். காலைக் கடன்களை முடித்துவிட்டு இடுப்பில் ஒரு துண்டையும் கட்டிக் கொண்டு வழக்கம்போல ஓடும் நதிக்கு எதிரே நின்றவாறு மேற்குத்திசையைப் பார்த்து சூரிய நமஸ்காரம் செய்தார். அவரது அகத்திரையில் கிருஷ்ணபகவான் ஒளித்து விளையாடு வதுபோலத் தெரிந்தது. கண்களைத் திறந்து பார்த்தார். வேலிப் படலையை ஒட்டிநின்ற கள்ளிப்புதரில் அவன் மறைந்தது போல இருந்தது. இப்போது நனவா? நினைவா? என்ற பேதம் தொடர ஏதோ ஒரு ஆனந்தத்தில், ‘உண்ணிக் கண்ணா ஓடிவா!’ என்று பாட்டுப் பாடினார். சக்கரம் சுழலும் கரத்தின் பின்னணி குரலாக சங்கு ஒலித்ததும் இன்னும் குஷியானார். மேகத்தில், தவழும் குழந்தையும், வெண்ணெயும் கலந்து புரண்டன. ஒவ்வொரு அவதாரமும் மாறுவேடப் போட்டியைப் போல மாறி மாறி வந்து கொண்டிருக்கவே கண்களின் முன்னால் மயிற்பீலிகள் பறந்து எல்லாவற்றையும் பார்வையற்றதாக்கி விட்டன. கருநீலசக்கரம் ஆயிரக்கணக்கில் சுழன்று வண்ண மயமாக்கின. தரையில் தவழ்ந்து வரும் அந்த உருவம் எழும்பியது போல மட்டும்தான் தெரிந்தது. அதன் கால் விக்கனின் முதுகில் பதிந்ததும் உருக்குபோலக் கனத்து வாய்க்காலில் தொழுதபடி முகங்குப்புற விழுந்தார். பிறகு எழும்பவே இல்லை.

முட்டளவு நீரில் விக்கன் மூழ்கிச் செத்த கதையை ஊர்மக்கள் அறியவந்தபோது மணி பத்தைத் தாண்டிச் சென்றுகொண்டிருந்தது. ஊரிலுள்ள இளைஞர்கள் தூக்கிக் கொண்டு வந்து கிடத்தினர். கிழவரின் கதை வேதனைப்படாமல் ஒரு முடிவுக்கு வந்ததாகப் பலரும் கூடிநின்று பேசினார்கள். அவர் முற்றத்தில் கிடத்தப்பட்டிருந்த நிலை கிரேசியை மிகுந்த துயரத்திற்குள்ளாக்கியது. ‘எக்க பொன்னு மாமோய் . . .’ என்று அலறியடித்து விழுந்த அவளுக்குப் பிரசவவலி உடனே கண்டது.

அடுத்த சில நிமிடங்களில் குழந்தையும் பிறந்தது. ‘ஆம் பிளப்பிள்ளை’ என்று கூறிய மருத்துவச்சி, ‘செத்துப்போன தாத்தாயார அப்பிடியே உரிச்சி வச்சித்தான் கொழந்த ஜெனிச்சிருக்கு’ என்றும் சொன்னாள்.

வருஷம் ஒன்று இன்னா என்று ஓடிப்போனது. மகனுக்கு சுரேஷ் என்று பெயர் சூட்டி பிறந்தநாள் கொண்டாடிக் கொண்டிருந்தது நடராசன் குடும்பம். கிரேசிக்கு அந்தநாளில் அவித்துப் பொரிப்பது அவ்வளவாக இஷ்டப்படவில்லை. எனினும் எல்லா வேலைகளையும் பொறுமையாக செய்து முடித்துவிட்டு சோகமே உருவாக அமர்ந்திருந்தாள்.

நாட்டயர் வீட்டுக்கு வந்து ஜெபித்தார். ஐசக் பக்தசிங் செராம்பூருக்கு படிக்கச் சென்றுவிட்டதால் அவனுக்குப் பதிலாக புதிதாக வந்தவர் அவர். வயதானவர் என்று அவருக் கெதிராக திருச்சபை மக்கள் பேராயரிடம் மாற்றுவதற்கான மனுவை அளித்திருந்தனர். தனது அனுபவ முதிர்ச்சியால் எதிர்கொண்டு அவர்களிடம் எந்த வெறுப்பும் கொள்ளாமல் தனது பணிகளைச் செவ்வனே செய்து வந்தார் அவர். கிரேசிக்கு ஆறுதல் கூறியவர் பிறந்தநாள் வாழ்த்து அட்டையைக் கொடுத்து விட்டுச் சென்றார்.

வெயில் அடிக்கும் முன்பே வழக்கமாக வெள்ளத்தில் மிதக்கும் நடராசன் நாட்டயர் வந்துவிட்டுப் போகட்டும் என்றோ நிதானமாக அன்று இருந்தான். ஐசக்கைப் போல அல்ல, இவர் சில விஷயங்களில் கண்டிப்பானவர் என்பதை நேரில் கண்டிருக்கிறான். மட்டுமல்ல, மனதில் சந்தோசமாக இருக்கும் பொழுதுகளில் வீட்டில் அவன் முடங்கி விடுவதைக் கிரேசி கவனித்திருக்கிறாள். அன்று எங்கும் போகாமல் குழந்தையுடன் விளையாடிக் கொண்டிருந்தான்.

கிரேசியின் மனதில் திரண்ட கவலை மேகம் எப்போது வெடிக்குமென்று தெரியாமல் உருண்டு கொண்டிருந்தது. அந்த வீட்டில் யாராவது மகன் பிறந்த நாளில் இறந்துபோன குடும்பத்தின் மிகப்பெரிய தாய்மரத்தை நினைக்கிறார்களா என்று யோசித்தாள். கிழவிகூட காலையில் ஊற்றுக்குச் சென்று குளித்துவிட்டு ஈரத்துணியோடு முக்கு கடையில் உட்கார்ந்து கதை பேசிக்கொண்டிருப்பதை அனைவரும் கண்டனர். மாமனாரின் இழப்பு அந்தக் குடும்பத்தில் எந்தப் பாதிப்பையும் ஏற்படுத்தவில்லை என்பதை அவள் உணர்ந்து கொண்டாள்.

தாய்வீட்டின் மையப்பகுதியைப் பிரித்து முன்னால் வார்த்து புதியவீடு எழுப்பியபோது தெக்கது மட்டும் பொழிக் காமல் அப்படியே விட்டுவைக்கப்பட்டிருந்தது. அந்த அறைக்கு

வெளியே வாசல் வைத்து உருவாக்கிய அடிச்சுகூட்டில்தான் விக்கன் தனது கடைசி காலத்தைக் கழித்துவந்தார். இந்த ஒரு வருடத்தில் அதனை யாருமே பயன்படுத்தாததால் வலைகட்டி தூசுபடிந்து வாழாத பகுதியாக மாறிவிட்டது. பக்கவாட்டில் சாரிவைக்கப்பட்டிருந்த கிழவன் படுத்துறங்கிய நார்க்கட்டிலைப் பார்த்ததும் கிரேசிக்கு கண்ணீர் வந்தது.

நடராசன் வெளியே இறங்கி நின்றுகொண்டிருந்தான். எதிர்த்த வீட்டிலிருந்து ஒரு பையன் கல்லூரியில் படித்து வந்தான். அவனுடன் படிக்கும் நான்கைந்து பையன்கள் வீட்டுத் திண்ணையில் உட்கார்ந்து பேசிக்கொண்டிருந்தனர். அவன் தாயார் காலையில் அண்டி ஆபீஸ் சென்றுவிட்டதால் வீட்டில் வேறுயாரும் இல்லை. அந்த சூழ்நிலை நடராசனுக்கு சாதாரண மாகத் தெரியாததால் அவனது நோட்டம் அவர்களின் மீது பதிந்தபடி இருந்தது.

வீட்டின் வடக்குப்புறத்தில் அசைவு தெரியவே கூர்ந்து கவனித்தான். ஒரு பையன் கையில் சாப்பாட்டுப் பொட்டலங் களுடன் வேறு பொட்டலமும் கொண்டு வேலி எத்திச் சாடி வருவது தெரிந்தது. ‘பயலுவ ஏதோ பெண்ணு கொண்டு வாறது மாதிரி இல்லா பதுங்கினானுவ. இம்பிடு தானா மேற்றர்?’ என்று முணுமுணுத்த நடராசன், வீட்டுக்குள்ளே வந்து ஒதுங்கியவாறு நின்றான். பயல்கள் குஷிபொங்க முறிக்குள் செல்வது தெரிந்தது. ‘இதுதான் சமயம்’ என்று முணுமுணுத்த நடராசன் வாசல் திறந்து தெருவில் இறங்கினான். பாதஓசையை மறைத்தவாறு பூமியில் பதித்து அந்த வீட்டை அடைந்து முறிக்கு வெளியில் வந்துநின்றான்.

புரோட்டாவும் இறைச்சியுமாக மொத்தம் ஏழு பொதிகள் திறந்திருக்க, ஒரு முழுபாட்டில் அயல்நாட்டு மதுவை வாங்கி வைத்துக்கொண்டு அதனை குடிக்கத் தெரியாமல் பையன்கள் திணறிக்கொண்டிருந்தார்கள். முதல் அனுபவம் என்பது அவர்களின் பேச்சில் தெரிந்தது.

“ஏம்பிலே பிரான்டி வேண்டின?”

“வேற என்ன வேண்டியதுக்கு?”

“பீர் வேண்டருதா?”

“என்ன வேண்டணும்ணு நீ சொல்லிவிட்டியோ?”

“ஒனக்குத் தெரியும்ணு நெனச்சேன்.”

“எனக்கு என்ன எழவு தெரியும்? கடைக்காரன் இதத்தான் தந்தான், வேண்டினேன்.”

“மயங்கி விழுவமா?”

“விழுந்தாலும் வீட்டில கெடக்கலாம். அம்ம இனி அந்திக்குத்தான் வருவா.”

“தலை கெறங்குமோ?”

“யாருக்குத் தெரியும்?”

“நெறைய வெள்ளம் ஊத்திக் குடிச்சா ஒண்ணும் செய்யா தாம். அப்பிடி செல்லுவினும்.”

“சர்பத் ஊற்றி குடிச்சி பாப்பமா? இனிப்பா இருக்கும்.”

“எனக்கு வேண்டாம். வாடையக் கேட்டாலே ஓங்காளமா வருது.”

சந்தர்ப்பம் பார்த்து வேகமாக உள்ளே நுழைந்த நடராசன் முறிக்குள் சென்று அவர்கள் முன்னால் நின்றான். பையன்கள் அவனை அந்த சந்தர்ப்பத்தில் அங்கே எதிர்பார்க்க வில்லை. எல்லோருக்கும் கிடுக்கம் வந்தது.

“கொம்ம அண்டி ஆபீசில கெடந்து இருட்டெ வெளுக்க சாவியா. இஞ்ச ஒனக்கு தண்ணி பார்ட்டி கேக்குதோ? இது நியாயந்தானா பிள்ள?”

“ஓய் அண்ணா, கூடப்படிச்சிய பயலுவ ஆசப்பட்டினும். இதுக்கு மின்ன யாருமே குடிச்சிற்று இல்ல. எப்படி இருக்கும்ணு சேம்பிள் பாக்கத்தான் ...”

“ஓகோ! சாவியது எப்பிடிண்ணும் சேம்பிள் பாப்பியளோ? வெளிய ஆரெங்கிலும் அறிஞ்சா எப்பிடி இருக்கும்? நீங்க எல்லாம் படிச்சிய பயலுவதானா? யாரெங்கிலும் நாள ஒங்களுக்கு பெண்ணு கெட்டித் தருவானுவளாடா?”

“அண்ணா ... ஆருட்டெயும் செல்லப்பிடாது.”

“நான் செல்லமாட்டேன்.”

“நீங்களே கொண்டு போங்க. எங்களுக்கு வேண்டாம்”

“ஏன்?”

“பயமா இருக்கு.”

“பயமா? எதுக்கு? இங்கபாருங்க, இப்பிடி விட்டு வெள்ளங் கலந்து மடக்கு மடக்குண்ணு குடிச்ச பயமா? வளந்த பிள்ளையளுக்கு நான் இதச் சொல்லித்தரணுமா?”

“அண்ணா, எங்களுக்கு நீங்க படிச்சித் தந்தா போரும். ஒம்ம நாங்க அப்பப்ப கவனிச்சிலாம்.”

“செரி டேய்.”

“எண்ணா யாரும் அறியமாட்டினுமே?”

“ஒரு பய அறியமாட்டான். நான் கேரண்டி.”

பையன்களுக்கு கொஞ்சம்போல விட்டுவைத்து விட்டு அதிகத்தையும் உறுஞ்சித் தீர்த்த நடராசன், ‘இண்ணு நெனச்சதவிட நல்ல கோளாக்கும்’ என்று மனதில் நினைத்துக் கொண்டான். வீட்டிற்கு வந்து கிணற்றில் நீரை மொண்டு தலையில் விட்டுக்கொண்டு புதிய வேட்டி சட்டையுடன் எங்கோ கிளம்பிச் சென்றான்.

கிரேசிக்கு மாமனாரின் வெறுமையான கட்டில் இழப்பின் வேதனையை அதிகமாக்கியது. அதைவிட அழுக்கு படிந்து இருட்டாகிக் கிடந்த அந்த அறையைப் பார்த்ததும் என்னவோ போல இருந்தது. ஒரு மனித ஜீவன் நஷ்டப்பட்ட பிறகு வீடும் எத்தனை சீக்கிரத்தில் அதன் ஒளியை இழந்துவிட்டது. மனித உயிர்களின் தொடர்ச்சி இல்லாவிட்டாலோ அறுந்து விடும் போதோ உலகமும் தனது அலாதியான அழகை இப்படித்தான் விரைவில் தொலைத்துவிடுமோ என்றும் நினைத்துக்கொண்டாள்.

எதிர்வீட்டினுள் பையன்கள் தங்களுக்கு ஏதோ நிகழு மென்று பயந்து பாயை இழுத்துப் போட்டு உறங்குவது போலக் கிடந்து பார்த்தனர். அவர்கள் நினைத்ததுபோல எதுவும் நடக்காததால் வெளியே வந்து கொஞ்சநேரம் தள்ளும் புள்ளும் அடித்து விளையாடினார்கள்.

“ஒனக்கு எப்பிடி டேய் இருக்கு?”

“கையும், காலும் லேசா கிடுகிடுண்ணு இருக்கு.”

“கொஞ்சம்கூட குடிச்சி பாத்திருக்கலாமோண்ணு இப்ப தோணுது.”

“அதுக்குள்ள அந்த சனியன் வந்து இடையில விழுந்துற்றான்.”

“இனி ஒருநாளு பாக்கலாம்.”

“இஞ்ச வேண்டாம். எழுவுடுப்பான் இனிமேதான் நம்மள அதிகமா கண்காணிப்பான்.”

கூவலுக்கிடையே நெடுநெடுவென வளர்ந்து நின்ற செங்கவருக்கை மாவின் உச்சியில் பழுத்துத் தொங்கிய பழங்கள் பறிக்க யாருமின்றி தொளிந்துகொண்டிருந்தன. அதில் ஏறிமறிந்த இளவட்ட கும்பல் பழம் தின்று கொட்டையை எறிந்து விளையாடிக்கொண்டிருந்தனர்.

கிரேசி கையில் தொறப்பையுடன் அடிச்சுக்கூட்டினுள் சென்றாள். வலைகளை அடித்து தூத்து துடைப்பதற்கு அதிக

நேரம் பிடித்தது. பொறுமையாக ஒரு தூசி இல்லாதபடி பெருக்கி எடுத்தவள் கிணற்றிலிருந்து தண்ணீர் மொண்டு வந்து கழுவி துடைத்து சுத்தம் செய்தாள். அதன்பிறகு குளித்துவிட்டு வந்து தென்மேற்குப் பாகம் ஒரு விளக்கை ஏற்றி வைத்தாள். வெளியே வந்து கதவை மெல்ல சாத்தியதுதான் தாமதம், அவள் உடம்பு முறுங்கி யாரோ தூக்கி உயர்த்தித் தள்ளியதுபோல இருந்தது. கால்கள் அடியெடுத்து வைக்க முடியாதபடி விறைத்து நீண்டன. 'ஓ . . .' வென்ற பேரிரைச்சலுடன் நின்றபடியே இரண்டு கைகளையும் தலைக்கு மேலே ஒன்று சேர்த்துக் கொண்டு துள்ளத்தொடங்கினாள். அங்கும் இங்கும் அலைபாய்ந்த அவள் தாளத்திற்கேற்ப பிரிந்துகிடந்த தலைமயிரும் சுழன்று ஆடியது. அவளால் தன்னைக் கட்டுப்படுத்த முடியவில்லை.

"வா . . . வா . . . வாருங்கபிலே, ஒ . . . ஒரு கை பாப்பம் பிலே . . . ய். என்ன நெ . . . நெ . . . நெனச்சியவிலே ?"

அவள் அலம்பியபடியே தலையைச் சுழற்றுவது கண்ட இளவட்ட கும்பல் ஓடிவந்தது. கேற்றைத்திறந்து உள்ளே புகுந்தவர்கள் அவள் கைகளை இருபுறமும் ஒவ்வொருவராகப் பற்றி அடக்கி நிறுத்த முயன்றனர். அவள் அமருவதாகத் தெரியவில்லை. பையன்களுக்கு அவள் தேகம்மீது கை வைப்பது இன்பமாக இருந்தது. ஒருவன் பின்புறமாக வந்து இடுப்பில் கைவைத்து சேர்த்து இறுக்கினான். அவள் திமிறியபடி அவனை உதறித் தள்ளிவிட்டு நிலத்தில் புரண்டாள்.

"எ . . . என் . . . ன யாரு பிலேய் கொ . . . கொ . . . கொன்னது? லேய், ந . . . நா . . . யே நடராசா! செல்லுபிலேய்."

அவளை நான்கு பயல்களாகச் சேர்ந்து தூக்கி வீட்டு நடைக்கு நேராகக் கொண்டுவந்தனர். அதற்குள் அவள் இயல்பான நிலைக்குத் திரும்பிவிட்டாள்.

"தொட்டிப் பயக்களே விடுங்கலே . . . ஏம்பிலே வீட்டுக்குள்ள புகுந்து என்ன தூக்கினிய ?"

அந்தப் பையன்களிடமிருந்து விடுபட்ட அவள் தனது இரண்டு கைகளையும் மார்பின் குறுக்கே பெருக்கல் அடையாளம் வைத்து மறைத்துக்கொண்டு வீட்டுக்குள் ஏறி ஓடிக் கதவை சாத்தினாள். தெருவில் பார்த்துக்கொண்டு நின்றவர்கள், 'இது விக்கனின் வேலையாக்கும்' என்று கூறிவிட்டு கலைந்து சென்றனர்.

அந்த நாடாளுமன்ற தேர்தல் வித்தியாசமானதொரு கூட்டணியை உருவாக்கி இருந்தது. நெருப்பைக் கறையான்கள்

நெருங்கமுடிவது இருக்கட்டும், நெருப்பே கறையானை அரிக்க இடங்கொடுத்த அரசியல் நிகழ்வை முதன்முதலாக சந்தித்தது வரலாறு. அது நெருப்பா அல்லது அணைந்துபோன கரித்துண்டா என்ற சந்தேகம் ஏற்கனவே சமூக ஆர்வலர்களிடம் இருந்த நிலையில் சாயம் வெளுத்துப்போன கரித்துண்டு என்று தன்னைத் தானே மக்களிடையே நிரூபித்துக்கொண்டு அந்தக் கூட்டணி அமைந்தது.

'தன்மான கழகம்' உருவாக்கி தனது மக்களிடையே உலகம் சுற்றும் தூரத்தைப் பலமுறை கடந்து அடிமைத்தனம் களைந்த தாடிக்கிழவன் இயக்கத்திற்காக சேகரித்து வைத்திருந்த சொத்துக்களைக் கொள்ளையடிக்க கட்சியைக் கைப்பற்றத் துடித்தான் அவரது சீடன் ஏ.என். கண்ணாயிரம். அதற்கு எடுபிடி வேலை செய்தவன் மூ. கருணைநாதன். கண்ணாயிரம் 'அலையன்' என்றும், கருணைநாதன் 'கலையன்' என்றும் தங்களுக்குத் தாங்களே ஒரு பட்டத்தையும் சூட்டிக்கொண்டு பெரியவரின் சிந்தனைகளைக் காக்கை கரையும் குரலில் தமிழகம் முழுக்க நீர்த்துப்போன மொழியில் கத்திக்கொண் டிருந்தனர். பெரியவர் ஒருபகுதிவரை மக்களை ஈர்ப்பதற்கு அந்த மூக்கறையான் குரல்களை அனுமதித்தார். ஆனால் அதுவே அவருக்கெதிராகவும், அவரது கொள்கைக்கெதிராகவும் மாறிப்போனது.

பெரியவர் கடவுளைத் தீவிரமாக மறுத்தார். மனித பலவீனம் கடவுள் என்ற இன்மையிலிருந்து உருவாகிறது என்பது அவரது ஆராய்ச்சியின் முடிபு. கடவுள் இருக்கும் வரை சாதியை ஒழிக்கமுடியாது என்பதால் கடவுளை அழித்தால் சாதிக் கட்டுமானம் நீங்கும் என அவர் உறுதியாக நம்பினார். 'அலையன்' ஒரு சிந்தனை மலடு. 'ஒன்றே கடவுள்' என்று பழைய சிவன் எழுதிய வார்த்தைகளைக் காப்பியடித்து தனது வாசகம்போல மக்களிடம் பரப்பினான். அவன் கைத்தடி கலையன் கலைவறடு. 'கோயில் வேண்டாம் என்று நான் சொல்லவில்லை' என நாடகவசனம் எழுதி வார்த்தை கூத்தடித் தான். இருவரின் வேரற்ற சொற்களை நம்பிய பொதுமக்கள் போலிக்கும், உண்மைக்கும் இடையிலான வித்தியாசம் காண முடியாத மனநிலையில் அவர்களைப் பெரிய மனிதர்களாக நினைத்து ஏமாந்துகொண்டிருந்தனர்.

தனது இயக்கத்தையும், சொத்துக்களையும் கண்ணீர்த்துளி பசங்களிடமிருந்து காப்பாற்றத் துடித்த பெரியவருக்கு அவரது எதிரியான நண்பர் ராச்சையா ஆலோசனை தந்து உதவினார். ராச்சையாவின் தந்தை பெரியவரின் தந்தைக்கு பல வழக்குகளில் சட்ட ஆலோசகராக இருந்ததால் பாரம்பரிய குடும்ப நட்பு

பிள்ளைகள் காலத்திலும் தொடர்ந்து கொண்டிருந்தது. ஆனால் பெரியவரின் கொள்கைகளுக்கு நேர்மாறான கருத்துக்களை ராச்சையா கொண்டிருந்ததால் அரசியல்களத்தில் தனது முதல் எதிரியாக அவரைக் கருதினார். சினேகித்து கழுத்தறுக்கும் நண்பர்களை விட கொள்கைக்காக விரோதித்து நடைமுறையில் உதவிசெய்யும் எதிரியே சிறந்தவன் என்பதைப் புரிந்துகொண்ட பெரியவர் தனது வயோதிபத்தின் துணைக்காகவும், தன் உடனிருந்தே கொல்லத்துடிக்கும் அனுகூலசத்துருக்களிட மிருந்து தன்னைப் பாதுகாப்பதற்காகவும் இயக்கத்திற்கு முழுமையாக அர்ப்பணித்துக்கொண்ட பெண்ணொருத்தியை வாழ்க்கைத் துணைவியாக ஏற்று அவள் பெயரில் சொத்துப் பத்துக்களை எல்லாம் எழுதி வைத்தார்.

இதனை ஒருபோதும் திருமணம் என்று சொல்ல முடியாது. தியாகம் என்றுதான் சொல்லவேண்டும். ஒரு இயக்கத்தைக் காப்பதற்கு தன்னை அர்ப்பணம் செய்துகொண்ட பெண்ணின் பொதுநலம் என்பதா, தான் விருப்பப்படாவிட்டாலோ, அல்லது பின்னொரு காலத்தில் தனக்கு உடன்பாடு இல்லை என்று கருதினாலோ விலக்கு செய்யும் உரிமையை எழுத்துபூர்வமாக வழங்கிய அந்த தலைமுறைத் தலைவனின் எண்ண விரிவு என்பதா, எதுவாக இருப்பினும் கண்ணியமான அந்த சமூகக் கடமையை எந்த ஒழுக்க நெறிக்கும் துளிபாதகமின்றி நிறை வேற்றிய நிகழ்ச்சியை உலகம் கண்டது. கண்ணாயிரத்துக்கும், கருணைநாதனுக்கும் இது தெரியாததல்ல. தங்கள் துரோகம் முறியடிக்கப்பட்ட வேதனையில் அதையும் அரசியலாக்கி, ‘பொருந்தா திருமணம்’ என்ற சாயம் பூசி, பொதுமக்களைத் திசை திருப்பி பிரிந்து வந்து உருவான கட்சிதான், ‘தன்மான முன்னேற்ற கழகம்.’

இப்போது அதன் தலைவர் கருணைநாதன். அவன் தமிழக அளவிலான வண்டாளம். தேசிய அளவிலான நடராசன். விஞ்ஞானரீதியிலான சில்லறை பொறுக்கி. குடும்ப அரசியல் கொடிபறத்தும் சாக்கடை பெருச்சாளி. அவன் இரப்போடு இப்போது இந்துகட்சியைப் பார்த்து நீண்டது. மத்திய அமைச் சரவையில் தனது குலக்கொழுந்துகளை நட்டு வைப்பதற்கான திட்டம் அதுவென்பதை பின்னாட்களில் சாமானிய மக்களும் புரிந்துகொண்டனர். அதற்கு அவன் கூறிய வாசகம், ‘எந்தக் கட்சியும் தீண்டத்தகாதது அல்ல’ என்பதாகும்.

நடராசனுக்கு குஷியோ குஷி. கலையனின் புண்ணியத்தால் தனது பழைய நண்பர்களோடு கைகோர்த்து தேர்தல் வேலை செய்யக் கிடைத்த பாக்கியத்தை நினைத்துப் பூரித்துப் போனான். மட்டுமல்ல, தேர்தல் சமயத்தில் கையில் புரளப்போகும்

சில்லறைகளைக் குறி வைத்து அலைய வேண்டிய அவசியம் இப்போது இல்லை என்பதில் பெரிய ஆனந்தம் அவனுக்கு. இந்துக்கட்சியின் மாநில பொறுப்பாளர் பெருமாள்சாமி தொகுதியின் தேர்தல் பொறுப்பாளராக நியமிக்கப்பட்டதே அதற்கான காரணம். நேரங்காலம் இல்லாமல் அவருடைய காரில் தொகுதியைச் சுற்றி அலைந்து திரிவதிலும், பணப்பட்டு வாடா செய்வதிலும் முழுமூச்சாக ஈடுபட்டான்.

அம்மன்கோயில் வளாகத்தில் வந்துநின்ற லோடு ஆட்டோவிலிருந்து வெள்ளை வேட்டிச் சட்டையுடன் இறங்கினான் தங்கநாடான். லோடுஆட்டோ அலங்கரிக்கப் பட்டு ஒலிப்பெருக்கி கருவிகளைப் பொருத்திக் கொண்டு தயாராக நின்றது. கோயிலில் சாமிகும்பிடச் சென்றவன் வெளிபிரகாரத்தில் இறங்கி வாசல்வரை வந்திருக்கமாட்டான், அவன் மீது ஒரு உருண்டை சாணி வந்து விழுந்தது. யாரென்று பார்க்க எண்ணியவன் முகத்தைத் தொடர்ந்து வந்த சாணி உருண்டைகள் பொதிந்து மூடலாயின. அன்றுதான் அவன் எம்.பி. தேர்தலில் இந்து வேட்பாளருக்கு எதிராக நாமினேஷன் தாக்கல் செய்யப் புறப்பட்டுக் கொண்டிருந்தான்.

வயிற்றுக்கு ரெண்டு வேளை கஞ்சி ஊற்றிய வாடகைக்கு விடும் சைக்கிள்களில் நான்கைவிற்றுக் கையில் பணமாக வைத்திருந்தான். மதபாடசாலையின் பழைய மாணவிகள் அவனது டெப்பாசிட் தொகையை நன்றி மறவாமல் சேகரித்து அளித்திருந்தனர். லோடு ஆட்டோ மாடசாமியும், நிலா சவுண்ட்ஸ் சங்கரனும் பிரச்சாரத்திற்குள்ள செலவில் ஒரு பகுதியை ஏற்க முன் வந்தனர். அவர்களின் உதவி அந்த நேரத்தில் மிகவும் பயனுடையதாக இருந்தது. இந்தத் தேர்தலில் இந்துக்களின் பெருவாரியான வாக்குளை வாங்கி இந்துக் கட்சியின் அதிகாரபூர்வமான வேட்பாளர் சீதாராமனைத் தோற்கடித்து விடவேண்டும் என்ற வெறி தங்கநாடானுக்குள் உருவேறி இருந்தது.

சீதாராமன் ஒன்றும் வேறு ஆள் அல்ல. ஆனால் அவர்களுக்கிடையே அடிப்படையில் சில வேறுபாடுகள் இருந்தன. பொதுவாக ஈத்தாமொழிக்காரர்கள் தங்களை மற்றவர்களைக் காட்டிலும் உயர்ந்த பூணூல் ஆசாமிகளாகத் தேவை இல்லாமல் பறைசாற்றிக் கொண்டிருப்பார்கள். மூடுபல்லக்கு என்பார்கள், கோக்கதவு என்பார்கள், அரசவம்சம் என்பார்கள், வெள்ளைக்குதிரையில் ஏறி திருமணம் செய்யப் போனோம் என்று கதை விடுவார்கள். ஆனால் மதியவெயிலில் வறண்டு செல்லும் வெளியாள், தவித்த வாய்க்குத் தண்ணீர் கேட்டு விடுவானோ என்ற பயத்தில் தலைவாசலை எப்போதும்

அடைத்து வைத்திருக்கும் செயலை நிஜத்தில் கடைபிடிப் பார்கள். இதனை வசமாக உள்வாங்கிக் கொண்ட தங்கநாடான் கிழக்குக்கு எதிரான பிரச்சாரமாகத் தனது தேர்தல் வியூகத்தை வளர்த்தெடுக்க நினைத்தான்.

களத்தில் இறங்கும் முன்பே பலவிதமான மிரட்டல்களை சந்தித்துப் பழக்கப்பட்ட தங்கநாடானுக்கு சாணி ஒரு பிரச்சினையாக இருக்கவில்லை. அதே முகத்தோடு தெருவில் இறங்கி நடந்தான். அவன் மீது மக்களுக்கு அனுதாபம் வந்தது. அன்று நாமினேஷன் செய்ய தனக்குப் பின்னால் இத்தனைப் பெருங்கூட்டம் திரண்டுவரும் என்பதை அவன் எதிர்பார்க்க வில்லை. அவனை நம்பி பலர் கடன் கொடுக்க முன்வந்தபோது கிடைத்ததை எல்லாம் வாங்கி சுவர் எழுத்தில் செலவழித்தான். தொகுதி முழுவதும் தங்கநாடானும் ஒரு வேட்பாளர் என்ற தகவல் ஓரளவு எல்லோருக்கும் தெரிந்தது.

தேர்தல் களம் சூடுபிடிக்கத் தொடங்கும் முன்னால் பத்மநாபன் தம்பி தங்கநாடானைத் தேடி நேரில் வந்தார். கோயில் கமிற்றி சார்பில் தன்னை சமாதானப்படுத்தி தேர்தலி லிருந்து வாபஸ் வாங்க வைக்க அவரை சீதாராமன் அனுப்பி வைத்திருக்க வேண்டும் என்று நினைத்தான். ஒருவேளை பழைய பூசாரி வேலையைத் தரலாம் என்று கூட அவர் சமாதானம் பேசலாம். தான் பிணங்கிய அந்த விஷயத்தை நேர்செய்துகொள்ளும்போது, எல்லாம் சரியாகிவிடும் என்று அவர்கள் நினைத்திருக்கக்கூடும். தான் எதற்குமே மயங்கக் கூடாது. கடைசி வரை உறுதியாக இருக்கவேண்டும் என்று நினைத்தான் தங்கநாடான்.

“நமஸ்காரம், வாங்கோ. ஏது நம்மவீடு தேடி வந்திருக் குதியோ. சொல்லிவிட்டா நானே வந்திருப்பேனே . . .”

“நிங்ஙள் இப்போ ஸ்தானார்த்தி இல்லே. ஞான் வெறும் வோட்டர் தன்னே. நாள எம்.பி. ஆயா நிங்ஙள எனிக்கு காணான் பற்றுமோ? அதாணு ஞான் இப்போள் தேடி வந்நு. எனிக்கு நிங்ஙளோடு சம்சாரிக்கான் கொறைய காரியங்கள் உண்டு.”

“ஏதோ மந்திரியிடம் மனுசமர்ப்பிக்கியதுபோல இல்லியா யாமான் பேசியது. என்ன காரியம் உண்டு?”

“ஹே . . . தங்கநாடான் ஒருநாள் மந்திரியாவுந்நது தீர்ச்சை யாணு, கேட்டோ.”

ஏதோ பெரிய தமாஷ் பேசியது போன்ற நினைப்பில் சத்தம் போட்டு சிரித்தார் தம்பி.

“அது போட்டு, தேர்தல் நிலவரம் எங்ஙன உண்டு?”

“பிரகாசமா இருக்கு. நேற்று பாருங்கோ ஒரு சுயேட்சை வேட்பாளர் எனக்கு ஆதரவு தெரிவிச்சி வாபஸ் வாங்கீட்டாரு. ஆனா, பணத்துக்கு கொஞ்சம் கஷ்டம். பூக்காரங்களுக்கு டில்லியில இருந்து பணம் வந்திருக்கு. வெள்ளம்போல வாரி இறைக்கியானுவ. எனக்கிட்ட இப்ப அஞ்சிசென்ட் வீட்டடியும், ஓலை மாடமும் மட்டும்தான் இருக்கு. மிச்சம் எல்லாம் வித்து செலவழிச்சாச்சி.”

“நிங்ஙள ஞான் சம்மதிச்சிட்டுண்டு. நம்முடெ ஆட்காரு நிங்ஙட்கு தீர்ச்சையாயிட்டு வோட் செய்யும்.”

இருகைகளையும் கூப்பி பத்மநாபன் தம்பியைத் தொழுத தங்கநாடானின் கண்களில் நீர்முட்டி நின்றது.

“அது மதி யாமானே . . .”

“பின்ன, என்றிடத்து ஒரு வலிய ஐடியா உண்டு. ஞான் பறையட்டே?”

“சும்மா சொல்லுங்க.”

“தெற்று திலிக்கருது.”

“மாட்டேன்.”

“தங்கநாடான் எந்தினா இங்ஙன வெறுதால தனட்டம் கஷ்டப்படணும்? பேசாம வாபஸ் வாங்கியாலோ?”

“வாங்கினா?”

“நின்ற கடமொக்க தீர்த்து, கூட கையில ரெண்டு லெச்சம் ரூவாயும் எண்ணித்தராம். கேட்டோ?”

“யாமானே, இதென்ன பேச்சி? மரியாத கெடாம இங்கிருந்து செல்லும். எனக்கு தேச்சியம் வந்தா தானகெடு விளி கேக்க வேண்டியதிருக்கும். அந்த பூக்கார பயலுவ ஒம்மளையா காம்பிரமைஸ் பண்ண விட்டிருக்கானுவ? எவன் வந்தாலும் இந்த தங்கநாடான் மனசு மாற மாட்டான். காலங்காலமா ஆசையோட பூசை செய்த கோயில்ல ஒரு பணி நமக்கில்லைண்ணா, பூக்கார பயக்களும் இனி நமக்கில்ல. இந்தத் தொகுதியில பூவ தள்ளிப்போடறதுதான் எனக்க மொதல் வேல. அதுக்கு கோடி கோடியா தந்தாலும் இந்த தங்கநாடான் அடங்கமாட்டான். இது சத்தியம்!”

“மதியாயா? இன்னும் உண்டா?”

“பின்ன இது என்ன யாமானே? ஒங்க ஆட்கார எனக்குத் தான் ஓட்டுப்போடுவினும்ணு செல்லீட்டு, இப்ப பூவுக்கு

ஆதரவா நான் வாபஸ் வேண்டணும்ணு பேசுதிய? ரெட்ட நாக்கு மனுஷா, எனக்கு வேலை இல்லேண்ணுசொல்லி கையில இருந்து சாவிய வாங்கம்பளே ஓம்மத் தெரியும்."

"வேற?"

"வேற என்னத்த? பூவு இந்தத்தடவ நல்லா ஜெயிக்கும்."

"தங்கநாடான்! நினக்கு இத்தற திறுதி எந்து? கொஞ்சம் சமானப்படு, கேட்டோ. நின்னோடு பூவ ஜெயிப்பிக்கான் வேண்டி ஆரு இப்போள் பறஞ்ஞது? வெறுதால தெற்று திலிக்கருது, அது வளர அபகடமாணு."

"நீரு இப்ப யாருக்காக எனக்கிட்ட பேசவந்திருக்கீரு? அதமட்டும் செல்லணும்."

"அங்ஙன சாந்தமா கேளு. எடோ, நின்னப்போல எனிக்கும் ஒருவாடு விஷமம் ஈ பூ கட்சியோடு உண்டு. ஈ பிறாவசியம் பூவ தோல்பிக்குந்நதாணு என்றெ ஆக்கிரகம். அது கொண் டாணு ஞான் இவிடெ நின்னோடு கூடி சம்சாரிக்கான் வந்நு."

"யாமான் பேசியது எனக்கு மனசிலாகல்ல."

"தங்கநாடானுக்கு ஜெயிக்கும்ணு ஒறப்புண்டோ?"

"உண்டு."

"எங்ஙன? பற."

"ஓங்களப்போல உள்ள இந்து அதிருப்தி ஓட்டுக்களையும், ஆதரவையும் வாங்கி . . ."

"வாங்கி?"

"ஜெயிக்கிலாம்ணு தோணுது."

"அது தோணலாணு, கேட்டோ. பக்ஷே, தங்கநாடான் ஜெயிக்கில்லா, இது சத்தியம்."

"ஏன்?"

"எடோ, நினக்கு கிறிஸ்தியானிகள் ஓட்டுசெய்யுவோ?"

"செய்யமாட்டினும்."

"முசல்மான்மார் ஓட்டு செய்யோ?"

"செய்யமாட்டினும்."

"பறையன், புலையன்மார் ஓட்டு கிட்டுவோ?"

"கிடைக்காது."

“பின்ன ஆருடெ ஓட்டு கிட்டும்? இவிடெ அம்மன் கோயில் சுற்றுபாட்டிலுள்ள கொறச்சி ஹிந்துநாடார் வோட்டுமட்டும் நினக்கு கிட்டும். அது கொண்டு ஜெயிக்கான் பற்றுவோ?”

“நானும் அஞ்சிலட்சம் வர செலவு செய்திருக்கேன்.”

“செய்து எந்தா பிரயோஜனம்? ஞான் சோதிக்குந்நது எந்தாணெந்து அறியில்லே? ஈ முன்சிற பிளாக்க தாண்டியா கொறச்சி சுவரெழுத்து மட்டும் நினக்கு உண்டு. அதுதவிர எத்தின ஆட்காரு நின்ன அறியும்? எத்தினவேரு நினக்கு ஓட்டு செய்யும்? நினக்கு எத்தற ஓட்டு கிட்டும்ணுள்ள விசுவாசம் உண்டு? ஒண்ணு தெறந்நு பற.”

வாய்திறந்து எதுவுமே பேசாமல் நின்ற தங்கநாடானை நெருங்கி வந்த பத்மநாபன் தம்பி ஆதரவுபோல தோளில் கையை வைத்து அருகில் சிறிது தூரம் நடத்தி வந்து கோட்டைச் சுவரின் பக்கத்தில் நிறுத்தி அணைத்தார்.

“நின்ன ஒருக்காலும் ஞான் தரந்தாழ்த்தி இதப் பறையுந் நில்லா. யதார்த்தமாணு ஞான் பறையுந்நது. நீ ஒண்ணு ஆலோசிச்சி நோக்கியா அறியாம்.”

“அப்ப நான் ஜெயிக்கமாட்டேனா?”

“ஒறப்பு”

தங்கநாடானுக்கு குப்பெனெ வியர்த்துக் கொட்டியது.

“ஈ ரங்கத்தில் இப்போள் உள்ள களி பூ கட்சிக்கும், சுத்தியல் நட்சத்திரம் அரிவாள் கட்சிக்குமாணு. நின்னப் போல, என்னப் போலுள்ளோர் கொறய ஸ்சிரமிச்சு ஓர்க் செய்தா சுத்தியல் நட்சத்திரம் ஸ்தானார்த்தி பெல்மன் தீர்ச்சையாயிட்டு ஜெயிக்கும், கேட்டோ.”

“ஈஸ்வரா . . .”

“எந்தா?”

“யாமான் கம்யூனிஸ்ட்களுக்கா ஓர்க் செய்யுதிய? இந்து கோயில் கமிற்றியில இருந்துட்டு . . .”

“பூசாரியா பணிசெய்த நீ மட்டும் ஹிந்து ஸ்தானார்த்திக் கெதிராயிட்டு எலெக்ஷனில் நிக்காமோ? அது தெற்றில்லே?”

“அதுக்காக கம்யூனிஸ்ட்கள ஆதரிக்கிறதா?”

“கம்யூனிஸ்ட் எந்நதும் எந்தினா இத்தற விஷமப்படுந்நது? நம்முடெ ஹிந்து வேதத்திலே கம்யூனிசம் உண்டு, கேட்டோ. சகாவு ஈ.எம்.எஸ். எழுதிய சரித்திரபுஸ்தகத்தின் பேரெந்தா

ணெந்நு நினக்கு அறியாமோ? 'வேதங்களின்நாடு.' அயாளு காலடிசங்கரனையும், ஹெகலையும் கம்பேரிட்டீவ் ஸ்டடி செய்தெழுதிய கட்சியாணு. நினக்கு இதொக்க எங்ஙன அறியாம் போவுந்து? நம்முடெ ஈ பாரத சங்கல்பங்ஙள அறிஞ்சவர் கம்யூனிஸ்ட்களாணுந்நு நினக்கறியாமோ?"

"எல்லாம் அறியிலாம். இந்து வேட்பாளர் மேல நம்பிக்கை இல்லேண்ணு இன்னொரு இந்துவான நான் சுயேட்சையா நிக்கியேன். யாமான் என்னதான் ஆதரிக்கணும். எனக்குத்தான் ஒங்களுக்க ஓட்டைப் போடணும்."

"நின்ன ஆதரிச்சு ஆர்க்கு எந்தா பலன்? நின்னக்கொண்டு ஜெயிக்கான் பற்றுமோ? அதாணு பெல்மன ஞான் ஜெயிப்பிக் கான் ஸ்சிரமிக்குந்நது."

"பெல்மன் கிறிஸ்தவனாக்கும்."

"சாரமில்லா. ஈ கம்யூனிஸ்ட்காரம்மார்க்கு ஈஸ்வர விசுவாசம் ஒட்டும் இல்லா. அதுகொண்டு சர்ச் அவம்மார்க்கு ஏது காலத்திலும் சப்போர்ட் செய்திட்டில்லா."

"தெய்வ விசுவாசம் உள்ள எனக்கு ஓட்டுபோடுங்க."

"நினக்கு கேஷ் வேண்டே?"

"வேண்டாம்."

தங்கநாடானிடம் பேசிப்பயனில்லை என்பதைப் புரிந்து கொண்ட பத்மநாபன் தம்பி, தான் அவனிடம் பேசிய விஷயங்களை வேறு யாரிடமும் சொல்வதில்லை என்று சத்தியம் அடித்து வாங்கிவிட்டுச் சென்றார். தங்கநாடானுக்கு அவரது போக்கு புதுமையாகவும், புரியாததாகவும் இருந்தது.

வீட்டில் வந்து சட்டையைக் கழற்றிப் போட்டுவிட்டு சாரிகசேரியில் உட்கார்ந்த அவரிடம் குடிப்பதற்கு ஆரஞ்சு பழச்சாறு கொண்டு வந்து கொடுத்த மனைவி பார்கவி தங்கச்சி பேச்சுக் கொடுத்தாள்.

"கம்மூனிஸ்ட்கார்க்கு வேண்டி நிங்ஙள் எந்தா இத்தற பிரையாசப்படுந்நது?"

"ஏடி பார்கவி, நன்னா மனசிலாக்கிக்கோ. கம்யூனிஸ்ட் ஜெயிச்சா எம்.பி. யாட்டுதன்னே இரிக்கும். பொன். சீதாராமன் ஜெயிச்சாலோ மந்திரி ஆவும், கேட்டோ. ஈ பனையேறி பூறிமக்க சென்ட்ரல் மினிஸ்டர் ஆவுந்நதா? கொள்ளாம்!"

பார்கவி அம்மாள் கணவனின் அதிபுத்திசாலித்தனத்தை வியந்தபடி உள்ளே சென்றாள்.

தேர்தல் சூடுபிடிக்கத் தொடங்கியது. ஊருக்கு ஊர் தெருவுக்குத் தெரு காரியாலயங்களை நிறுவி பூத்கமிற்றி அமைத்து பெருமாள்சாமியின் தலைமையில் தொகுதி முழுக்க தேர்தல் பணிகள் நடந்தேறின. அவனது ஆலோசனை பேரில் கிறித்தவ மக்களின் வாக்குகளை மொத்தமாக அள்ளும் பணிக்கு நடராசன் தேர்வு செய்யப்பட்டான். ரோமன் கத்தோலிக்க மக்கள் என்ன கூட்டணி வந்தாலும் பூவுக்கு வாக்களிக்க மாட்டோம் என்பதில் உறுதியாக நின்றார்கள். எனவே சி.எஸ்.ஐ. சபை போதகர்களை அணுகி திருச்சபையை மொத்தமாக வளைத்துப்பிடிக்கும் முயற்சியில் இறங்கினான் நடராசன். அதற்குத் துணையாக பழைய அவனது ஆர்.எஸ்.எஸ். நண்பர்களும், மறைமுகமாக அவனை இயக்கும் சக்திகளும் விவேகானந்தபுரத்தில் ஒன்றுகூடி வியூகம் அமைத்துக் கொடுத்தனர்.

கலையன் நாகர்கோயிலுக்கு வந்து கறாம் பிறான் குரலில் கிறித்தவ சமூகத்திற்குத் தனது தன்மானமுன்னேற்றக் கழகம் செய்த நன்மைகளைப் பட்டியலிட்டுப் பேசினான். கூடவே எஸ்றா நற்குணத்தானை அழைத்து வந்து தான் பேசியவற்றை ஆமோதிக்க வைத்தான். அவரையும் சேர்த்து ஐந்து பேராயர்கள் மேடையில் அமர்ந்திருந்த போதிலும் ஒரிஜினல் பேராயராக இருந்தவர் குமரிப் பேராயர் மட்டும்தான். தனது கழகஅரசு கிறித்தவர்களுக்கு தனி இடஒதுக்கீட்டை விரைவில் வழங்க இருப்பதாக அந்த மேடையில் அறிவித்தது பாடபேதமாகி விட்டது. இந்து பெருங்குடி மக்கள் அதற்கெதிராக ஊளை யிட்டனர். அவர்களை அமைதிபடுத்தும் படியாகப் பேசிய பொன். சீதாராமன், தங்கள் கட்சி மத்தியில் ஆட்சி அமைத்ததும் இந்துமாணவர்களுக்கும் உதவித்தொகை வழங்க ஏற்பாடு செய்யும் என்றார்.

அந்தக் கூட்டத்தில் கலையனுக்கு உதவியாளர் எடுத்துச் சென்ற டீயை வாங்கிய நடராசன் அவர் அருகே கொண்டு சென்று பவ்வியமாகக் கொடுத்தான். பெருமாள்சாமியின் தயவால் நடந்த அந்த நிகழ்ச்சியைப் படம்பிடிக்க வைத்து தவறாமல் புகைப்படக்காரரிடமிருந்து படத்தையும் பெற்றுக் கொண்டான். இந்தச் சம்பவம் அவன் நாடி நரம்புகளை முறுக்கேற்றியது. நெஞ்சை நிமிர்த்திவைத்துக்கொண்டு ஊரில் வலம்வந்தான். வலியச்சென்று பேசியவர்களிடம் கூட முகத்தை இறுக்கமாக வைத்துக்கொண்டான். ரெண்டு மூன்று நாட்களாக ஏறிய அவன் நெஞ்சு கீழிறங்க மறுத்தது.

கலையனுடன் அவனிருக்கும் படத்தைப் பெரிதாக்கி வீட்டு வரவேற்பறையில் மாட்டிப் பார்த்தான். பிறகு என்ன

நினைத்தானோ தெரியவில்லை, கழற்றி எடுத்துக்கொண்டு போய் தேர்தல் காரியாலயத்தில் வைத்தான். சாயங்கால நேரங்களில் ரோந்துவரும் போலீஸ்காரர்கள் அந்தப்படத்தை அங்கு வைத்ததிலிருந்து அவனைக் காணும் போதெல்லாம் சல்யூட் அடிப்பதை வழக்கமாகக் கடைபிடிக்கத் தொடங்கினார்கள். இதன்காரணமாக ஊரில் பலரிடமிருந்து போலீசில் வேலைவாங்கித்தருவதாகச் சொல்லி ஆயிரக் கணக்கில் அட்வான்ஸ்களை அள்ளி வாரிக்கொண்டான்.

அன்று மாலை தேர்தல் காரியாலயத்தில் நடராசன் இருந்தபோது சிவப்பு கொடிகட்டிய கம்யூனிஸ்ட் பிரச்சார வாகனம் அவனுக்கு முன்னால் வந்துநின்றது. அதிலிருந்து இறங்கிய ஸ்டீபன் மைக் பிடித்து சிறிதுநேரம் தேர்தல் பற்றிய முகவுரை ஆற்றிவிட்டு, ‘இப்போது நமது வேட்பாளர் தோழர். பெல்மன் தேர்தல் பிரச்சார உரை நிகழ்த்துவார்’ என்று அறிவித்தான். நடராசன் முகத்தில் எள்ளும், கொள்ளும் வெடித்தது.

“நம்ம காரியாலயம் முன்ன வந்து நிண்ணு நமக்கெதிரா பேசியான். இவன சும்மாவிடப்பிடாது.”

பக்கத்திலிருந்த கழகத்தொண்டனிடம் பைக் சாவியைக் கொடுத்து எங்கோ அனுப்பி வைத்தான். சற்றுநேரத்தில் மோட்டார் சைக்கிளுக்குப் பின்னால் அமர்ந்தபடி ஒரு கேமராமேன் வந்திறங்கினான்.

“கட்சி கொடி பதியணும். இவன் மைக்கில பேசியது பதியணும். எல்லாம் சேத்து படம்பிடி. கலையன் அரசாங்கம் கூட்டித்தந்த சம்பளத்தை வாங்கித் தின்னுபுட்டு கருணை நாதனுக்கெதிராகத் தேர்தல் வேலையா செய்யுற? ஒனக்க சோலிய இண்ணோட இல்லாம ஆக்கித்தாறேன்.”

நடராசன் கறுவினான்.

பெல்மன் பேசிமுடித்ததும் சென்றுவிட்டார். அடுத்து வந்த வண்டியிலிருந்து இறங்கிய ‘புதுகை பூபாளம்’ குழுவினர் கலைநிகழ்ச்சிகளை நடத்திக்கொண்டிருந்தனர். சாதாரண மக்களுக்கும் நாட்டு நடப்புக்கள் புரியும் வகையில் இசையும், கூத்துமாக நிகழ்ந்துகொண்டிருந்த அவர்களின் நடனம் உச்சகட்டத்தை எட்டியது.

“கோட்டையிலே வாஜ்பாய்க்கு கொண்டாட்டம்.
குடிக்க கஞ்சி இல்லை மக்களெல்லாம்
திண்டாட்டம்! திண்டாட்டம்!”

பூ கட்சிக்கு எதிராக அவர்களின் பக்தி பாடலான ‘குன்றத்திலே குமரனுக்கு கொண்டாட்டம்’ மெட்டில் எழுதி

பாடப்பட்ட அந்த பாடல் எல்லோரையும் வெகுவாகக் கவர்ந்தது. தான் சேகரித்து வைத்திருக்கும் வாக்குகளெல்லாம் கலைந்து விடுமோ என்ற பயத்தில் உறைந்தான் நடராஜன்.

குடம் நொறுக்கி மெதுவாக ஸ்டீபனைக் கடைக்குள் அழைத்தான். எல்லோருக்கும் டீ விளம்பிய சாக்கில் அவனிடம் பேச்சுகொடுக்கலானான்.

"பிள்ள, நடராசன் ஒன்ன படம்பிடிச்சான், கண்டியா,"

"அத அவனுட்டெ பழத்தில வச்சி விழுங்கச் சொல்லு."

"அரசாங்க சம்பளம் வேண்டியவன் அரசியல்ல ஈடுபடப் பிடாதாம். உள்ளதியானா?"

"அண்ணாச்சி, போராட்டத்தில அரெஸ்ட் ஆகி ஜெயிலுக் கெல்லாம் போயிட்டு வந்தாச்சி. இந்தக் கிடுவுதட்டிப் பயலு வளுக்க சத்தத்துக்கா பயரப் போறேன்?"

"வேலையப் பறிப்பானாம்?"

"ஆமா, இவன் தந்த வேலைதானே? பறிச்சப் போறான். சொந்த மகனுக்கு ஒரு வேலை வாங்கிக் கொடுக்க வக்கில்ல, அடுத்தவியள பிடுங்கப்போறானாம்."

இதைக் கேள்விப்பட்ட நடராசனுக்குத் தேகம் எரிந்தது. மறுநாள் அதிகாலையிலேயே பெருமாள்சாமியுடன் நாகர் கோயில் சென்று பேராயரை சந்தித்தான். அவர் மணவாள குறிச்சி ஐ.டி.ஐ.யில் நடராசனின் மகன் சுரேஷுக்கு ஒரு வேலைபோட்டுக் கொடுத்தார்.

சுந்தரி, ஆசிரியர் பயிற்சியின் செயல்முறை வகுப்புக்காக இரணியல் அருகே ஒரு பள்ளிக்கூடத்திற்குச் சென்று கொண் டிருந்தாள். திங்கள்சந்தை பேருந்து நிலையத்திலிருந்து சிறிதுநேரம் வடதிசை பார்த்து நடந்து கிழக்கில் பிரியும் சாலைவழியாகச் சென்று பள்ளிக்கூடத்தை அடையவேண்டும். அந்த சிறிதுநேர நடை தூரத்திற்கான இடைவெளிக்குப் பேருந்து வசதியோ, வேன், ஆட்டோக்களோ இல்லை என்பதால் எல்லோரும் நடந்துதான் சென்றுகொண்டிருந்தனர். அன்று நேரம் சற்று பிந்திவிட்டது என்ற அவசரத்தில் சுந்தரி வேகமாக நடந்துகொண்டிருந்தாள்.

சாலைகள் பயணிக்கத் தக்கதாக இருந்தால் நேரம் மிச்சப் பட்டிருக்கும். குண்டும் குழியுமான இடங்களில் நிறுத்தி,

குறுக்கே வரும் வண்டிகளுக்கு வழிகொடுத்து பயணிப்பதால் தான் எவ்வளவு சீக்கிரம் வீட்டிலிருந்து திரும்பினாலும் அரைமணி நேரத்திற்கும் மேல் பிந்தி விடுகிறது. ஆஜர் பதிவேடு மேசையில் இருக்குமோ, உள்ளே சென்றிருக்குமோ என்ற அவசரம் அவளுக்கு. கோர்ட் கட்டிடத்தைத் தாண்டிய இறக்கத்தில் இரண்டடி எடுத்து வைத்திருக்கமாட்டாள், அவளை யாரோ பெயர் சொல்லி அழைப்பதாகத் தெரிந்தது. வேறு யாரையாவது என்று நினைத்தாள்.

"சுந்தரி . . . சுந்தரி . . ."

அவள் திரும்பிப் பார்க்காமல் நடந்தாள்.

"நேக்கு ஒண்ணு திரும்பிப் பார்க்கப்பிடாதோ, குழந்தே . . . இங்க பாரு."

"கொழந்தையா? யாரது?"

"நான்தான்."

அந்தக் குரலின் பழக்கப்பட்ட தன்மை மந்திர ஒலியாக அவள் காதில் பதிந்ததும் திரும்பிப் பார்க்க வைத்தது.

"அய்யோ . . . நீங்களா?"

"என்ன, நம்ப முடியவில்லையா?"

"ஆமா. இங்க எதுக்கு வந்திய?"

"வரப்பிடாதோ? நீ எதுக்கு வந்திருக்கே? அதை மொதல்ல சொல்லு பாக்கலாம்."

"பள்ளிக்கூடத்துக்கு. எங்களுக்கான பயிற்சி வகுப்பு நடக்கு."

"ரொம்பநாளா நடக்குதா?"

"ஆமா, ரெண்டு மாசமா நடந்துகிட்டுத்தான் இருக்கு. தெனமும் காலைல திருச்செந்தூர் போற மொதல் பஸ்ல ஊரில இருந்து புறப்படுகிறேன். உங்களுக்கு என்ன வேலையோ இஞ்ச?"

"நான் கோர்ட்டுக்கு வந்திருக்கேன், ஒரு சின்ன வேலையா. கிட்டத்தட்ட முடிஞ்ச மாதிரிதான்."

"போலீஸ் கேசா?"

"அதெல்லாம் இல்ல."

"பெறகு?"

"சொத்து பாகம் வைக்க கோர்ட்வாயிலா செய்தா லாபத்தில முடியும்ணு சொன்னாங்க. அதான் அட்வக்கேட்ட பார்த்து பேச வந்தோம்."

“வேற யாரெயும் காணல்லே?”

“அவாள் எல்லாம் இனிமேல்தான் வரணும்.”

“ஒங்க அண்ணனா?”

“ஆமா.”

“இண்ணோட முடியுமா?”

“ரெண்டு மூணு நாளு நடக்கணும் போல இருக்கு.”

“அப்ப நாளையும் வருவிய.”

“ஆமா, ஒங்களுக்கு நேரம் ஆகல்லியா?”

“நான் இண்ணு லேட்.”

“போய்ட்டு வாங்கோ.”

அவன் எதற்கு அப்படிப் பேசினான் என்றிருந்தது சுந்தரிக்கு. ஒருவேளை போற்றிக்கு தன்னுடன் பேசுவதில் விருப்பம் கிடையாதா? என்று யோசித்தாள். அப்படி சொல்ல முடியாது. என்றால் கூப்பிட்டிருக்க மாட்டானே. இருந்தாலும் இன்னும் கொஞ்ச நேரம் தன்னுடன் அவன் பேசி இருக்கக் கூடாதா என்று நினைத்தாள். ஒருதடவை அவனைத் திரும்பிப் பார்க்க வேண்டும் போலத் தோன்றியது. வேறு எதாவது நினைத்து விடுவானோ என்று அதனைத் தவிர்த்தாள்.

சாயங்காலம் வரை அவள் உடலும், மனசும் கிறங்குவது போல ஒரு அதிர்வும், உதறலும் இருந்தது. புத்தகத்தையோ, பேனாவையோ எடுத்தால் தவறி கீழே விழுவதும், குனிந்து எடுக்கும்போது கைகள் நீளாமலும் இருந்தன. எல்லா வேலை களையும் நடுக்கத்துடன் செய்தவள், கண்கள் கலங்கிய நிலையில் வெளியே வந்தாள். அவளுக்கு என்னவோ ஆனதுபோல இருந்தது.

பள்ளிவாசலில் போற்றி நின்று கொண்டிருந்தான். அவனைக் கண்டதும் சுந்தரிக்கு காலை இயல்பாக நீட்டி அடிவைத்து நகரமுடியாமல் இருந்தது. வாய் அடைத்து தொண்டை வறண்டு பேசமுடியாமற் போய்விட்டது. அவன் ஏன் திரும்பவும் இங்கு வந்திருக்கிறான்? காலையில் தன்னைத் தொடர்ந்து வந்தவன் திரும்பிப்போகாமல் இங்கே தங்கி விட்டானா? எதற்குத் தன்னை அவன் பின் தொடர வேண்டும்? என்றெல்லாம் எண்ணினாள்.

“சுந்தரி, என்ன அப்பிடி பார்க்கிறே? இந்தப் பள்ளிக் கூடத்தில் ஒரு ஆசிரியர் எனது பால்ய நண்பர். அவர் குழந்தைக்கொரு ஜாதகம் எழுதணும்ணு ரொம்ப நாளா

கேட்டுக்கிட்டே இருந்தார். கோர்ட் வேலை எல்லாம் முடிஞ்சதும் இங்கே வந்தேன். அவர் இரண்டு நாட்கள் விடுமுறை என்று சொன்னாங்க. அப்படியே நிண்ணு என்ன செய்யலாம்ணு யோசிக்கும் போதுதான் நீ வெளியே வந்தே. ஒன்னத் திரும்பத் திரும்ப பார்க்கிறது எவ்வளவோ ஆச்சரியமா இருக்கு."

"ஆமா, நானும் அத நெனச்சேன்."

"பாத்தேளா, நமக்குள்ள எவ்வளவு ஒற்றுமை."

"போங்க"

"படிப்பெல்லாம் முடிஞ்சுதா?"

"இன்னும் ஒரு வாரம் கூட இருக்கு."

"அதுக்குப் பிறகு பாக்கிறதும் கஷ்டம்."

"அப்பிடி எல்லாம் இல்ல, சாமிகும்பிட கோயிலுக்கு வந்துதானே ஆகணும்."

"பகல் நேரங்களில பார்க்க முடியாது இல்லியோ? அப்பவும் வருவேளா?"

சுந்தரிக்கு என்ன சொல்வது என்றே தெரியவில்லை. அவன் இயல்பாகப் பேசுகிறானா, அல்லது மனதில் ஒன்றை வைத்துப் பேசுகிறானா என்று தெரியவில்லை. படிப்பு முடிந்ததும் அவனை எப்படி பழையது போல நெடுநேரம் சந்தித்து பேசிக்கொண்டிருப்போம் என்று, தான் மனதில் நினைத்து வைத்திருந்ததை அல்லவா அப்படியே அவளிடம் திருப்பிக் கேட்கிறான். இதற்கு என்ன பதில் சொல்வது?

"அதுக்கு வேற வழி வச்சிருக்கேன்."

"என்னவோ?"

"ஒரு நாள் கூட பொறுத்திடுங்க."

பள்ளியிலிருந்து வெளியே வந்ததும் பேருந்துநிலையம் நோக்கி மேற்கே நடந்துசென்று தெற்கில் திரும்ப வேண்டும். போற்றி கிழக்கே திரும்பி நடந்ததும் அவன் செல்லும் பாதை தவறென எடுத்துரைத்தாள்.

"சரியாத்தான் போறோம். ஒரு இடத்திற்குச் செல்ல ஒரு வழி மட்டும்தானா உண்டு? பல வழிகள் உண்டு. இந்த வழியில புறப்பட்டா பஸ் ஸ்டாண்டுக்கு சீக்கிரம் போகவும் செய்யலாம், அதிக தூரம் நடக்கவும் வேண்டாம்."

"ஏன், நடக்க கஷ்டமா இருக்குதோ?"

“நேக்கு எந்த சிரமமும் இல்ல. எதையும் சுலபத்தில முடிக்கிறதுதான் மனசுக்குப் பிடிக்கும்.”

“எதையுமே சுலபமா நெனச்சப்பிடாது. எதுவும் சுலபமா நடக்கவும் செய்யாது. கஷ்டப்பட்டு போராடித்தான் ஒவ்வொரு காரியத்தையும் அடையறோம். அந்த உழைப்பிலதான் கெடைக்கக்கூடிய பலனுக்குள்ள மதிப்பு இருக்கு. சும்மா கெடச்சா அதுல என்ன மதிப்பிருக்கு?”

போற்றிக்கு அவளது பேச்சு சலிப்பாக இருந்தது. கொஞ்சம் வாயைக் கௌறினா பெண்கள் ஒன்றில் சோக ஒப்பாரி வைப்பார்கள், இல்லையென்றால் புத்திமதி கூறுவார்கள். அதற்கெதிராக ஒரு சிறு முகக்குறிப்பைக் கூட வெளிப்படுத்தாமல் பக்குவமாகப் பேசினான்.

“என்ன, ஔவைப் பாட்டி ஆயிட்டேள்? பேஷ்! அருமையாத்தான் பேசறேள்.”

“நேற்று பள்ளிக்கூடத்தில் நடந்த பேச்சுப்போட்டியில் நான்தான் ஃபஸ்ட்.”

“கைகுடுங்க.”

அவள் கையைப்பற்றி அவன் குலுக்கினான். அவளுக்கு அந்தத் தொடுகை பல அர்த்தங்களைக் கொண்டதாகத் தெரியவில்லை. வெளிப்படையான செய்கையாகவே இருந்தது. அவள் தோளில் கைவைத்து அணைக்கலாமா என்றுகூட அவன் யோசித்தான். ஏற்கனவே ஒருதடவை கோயிலில் வைத்து அவ்வாறு செய்யப்போய் நிகழ்ந்ததை உணர்ந்தவன் மெதுவாக அந்த வேலையை சற்றுப்பொறுத்துச் செய்யலாம் என்று நினைத்தான்.

ரோட்டிலிருந்து விலகி தெற்குப் பக்கமாக சானல் கரையில் நடந்து கொண்டிருப்பது பேசுவதற்கும், பழகுவதற்கும் எத்தனை வசதியாக இருக்கிறது என்று நினைத்தாள். இவ்வளவு நாட்கள் இங்கு வந்த பிறகும் இப்படியெல்லாம் பாதைகள் இருப்பதை அவள் அறியவில்லையே. அவன்தானே இன்னொரு உலகத்தை அவளுக்கு காட்டிக்கொடுத்தான். இவனுக்கு எப்படி இதெல்லாம் தெரியும்? எல்லா இடங்களிலும் நன்கு பழகியவன் போல அல்லவா நடந்துகொள்கிறான். தனக்குத் தன்னை விட்டால் வேறு தெரிவது கிழவி, பிறகு அந்த வீடு. மிஞ்சிப் போனால் ஆசிரியர் பயிற்சிக் கல்லூரி. இவனுக்கு உலகமே வீடாக அல்லவா இருக்கிறது.

யாரும் காணாத இடங்களில் அவனுடன் நடந்து செல்வது எத்தனை இன்பமாக இருக்கிறது என்று நினைத்தபோது எதிரே

சானல்ஓட்டில் புறம்போக்குப் பகுதியில் இருந்த ஓலைக் குடிசையின் வாசலில் நின்று ஒரு பெண்மணி அவர்களைக் கவனிப்பதைக் கண்டாள். கைகளை அவன் பிடியிலிருந்து அவசரமாக உதறி விலக்கிக்கொண்டாள். அந்த வீட்டின் முற்றத்தில் ஒரு ஓலைப்பெட்டியைக் கமத்திப் போட்டு அதில் ஆயினிப் பழங்கள் கூறுகளாக அடுக்கி வைக்கப்பட்டிருந்தன.

"இதென்ன முள்ளுமுள்ளா இருக்குது. முள்ளுப்பழமோ?"

"முள்ளுப் பழமும் இல்ல, முள்ளம்பன்றிப் பழமும் இல்ல, ஆயினிப்பழம். ஆயினி சக்கை எண்ணும் செல்லுவினும்."

"ஆயினியா?"

"பலாமரம் போல பெரூசா வளருமே, அதுதான் ஆயினி மரம். அதிலதான் இந்தப் பழம் காய்க்குது. ஏம்மா, கூறு என்ன விலை?"

"பத்து ரூவா"

"ஒரு பழம்கூட வச்சிக் குடு."

"கட்டாது. வேணும்ணா வாங்கு."

பத்துரூபாய் கொடுத்து நான்கு பழம் வாங்கி ஒன்றைத் தோல்கழற்றி அவனிடம் கொடுத்தாள். அவன் ஒரு சுளையை வாயில் போட்டுக் கடித்ததும் அப்படியே கீழே துப்பினான்.

"அய்யே, கடிச்சித் தின்னப்பிடாது. உள்ள கொட்டை உண்டு. இங்க பாருங்க இப்படி சாப்பிடணும். கொட்டை நசுங்காம மேல் அண்ணத்தோடு சேர்த்து அழுத்தி சதைப் பற்றை மெதுவாகக் கழற்றி சுவைத்துச் சாப்பிடணும்."

ஒரு அழகான கலையைப்போல நிகழ்த்திக் காட்டி பேச்சிலும் விளக்கிய அவளது திறமையைப் பார்த்து மனதிற்குள் வியந்தான் போற்றி. வெள்ளை நிறத்திலான கொட்டைகளை மந்திரம் போல வாயிலிருந்து எடுத்து அவள் தூரப்போட்டாள்.

"இங்க பாரு, நானும் சாப்பிடப் பழகிட்டேன்."

"நல்லா இருக்கா?"

"புளிப்பும் இனிப்புமா புதிய ருசி. பல்லு லேசா கூசுது."

"கூசட்டும், ஒண்ணும் செய்யாது. இதுபோல சாப்பிடுகிற இன்னொரு பழம் உண்டு. பூவணங்காய், அதில பழுத்தும் பழுக்காத நொண்ணங்காய்களைத் தோடுஉடைச்சி உப்பும், மிளகுமா சேத்து விரவி வைத்து சாப்பிடுவோம். மேல் உண்ணாக்கு பூரா தோலு எளவிப் போவும்."

“அதென்ன நொண்ணங்காய்?”

“அண்ணாக்கில் வைத்து கொட்டைநீக்கி சாப்பிடுவதால் அண்ணங்காய், நொண்ணங்காய் ஆகி இருக்கும்.”

“பேஷா இருக்கே ஒனக்க பேச்சு.”

“இன்னும் கேளுங்க, சங்க இலக்கியத்தில வாற ஆசினிப் பலாதான் இந்த ஆயினிமரம், தெரியுமா?”

“நேக்கு என்ன தெரியும்?”

“திருமுருகாற்றுப்படையில நம்ம பழமுதிர்ச்சோலையின் இயற்கைவளம் குறித்து ஒரு காட்சிவரும். பழமுதிர்ச் சோலைண்ணா தெரியுமா உங்களுக்கு?”

“தெரியுமாவா? முருகப் பெருமானின் அறுபடை வீடு அழகர்மலைதானே?”

“அதேதான். ‘ஆசினி முதுசுளை கலாவ’ என்று நக்கீரர் திருமுருகாற்றுப்படையில் வருணித்திருப்பார். ஆயினிபழம் சிதைந்து சுளைகள் வெளிப்பட அருவிநீர் அதனை அடித்துக் கொண்டு செல்லும் என்பது இதன் பொருள். ஆசினிபலா என்பதை ‘ஈரப்பலா’ என்று தனது உரையில் தமிழறிஞர் ஒருவர் குறிப்பிட்டிருப்பார். அது ரொம்பத் தவறு. ‘ஈரப்பலா’ என்பது கூட்டு வைக்கக் கூடிய ஒருவித பலா. பச்சைநிறத்தில் இருக்கும். பழுக்கவே செய்யாது. எங்க ஊரில அதைக் ‘கறிச்சக்கை’ எனறு சொல்வார்கள். அதில கொட்டையே இருக்காது. இறைச்சிமசாலை வறுத்துப்போட்டு கறிவைத்துச் சாப்பிடுவார்கள்.”

“அப்பப்பா! என்ன ஆராய்ச்சி? சுந்தரி, ஒனக்க அறிவு நேக்கு எத்தன இன்பமா இருக்கு தெரியுமா. ஒங்கூட பழகக் கிடைத்த வாய்ப்பு தெரவியம் கிடைத்தது மாதிரி. யாராவது பொக்கிஷத்த இழக்க நினைப்பாங்களா?”

“ரொம்ப புகழாதீங்க, நான் அழுதுடுவேன்.”

“அது சுகமான அழுகை.”

வாய்க்காலில் ஓரிடத்தில் இறங்க அமைக்கப்பட்டிருந்த துறைத்தடத்தில் இறங்கி கைகளைக் கழுவி வாய் கொப்பளித்தனர். மேலே ஏறும்போது பாசிவழுக்கி கால்இடறவே அவளது இடுப்பில் கைவைத்துப் போற்றி தாங்கினான். அவளது செருப்பின் வார் அறுந்துபோனது. குனிந்து எடுத்ததுதான் தாமதம், போற்றி கரையில் ஏறி ஓடத்துவங்கினான்.

“அய்யோ . . . நில்லுங்க, எதுக்கு ஓடுதிய?”

“இப்படி செருப்பக் கையில எடுத்தா?”

“அதுக்காகவா ஓடுதிய?”

அவள் குலுங்கிக் குலுங்கிச் சிரித்தாள்.

திங்கள்சந்தை பேருந்து நிலையத்தை அடைந்த போது இருட்டிவிட்டது. அவளைப் பேருந்தில் அமர்த்திவிட்டு போற்றி வெளியே சிறிதுநேரம் நின்றான். அவனுக்கு குளச்சல் சென்று ஓரிடத்தில் கணபதிஹோமம் செய்யவேண்டும் என்று கூறி விடைபெற்றான்.

வீட்டுக்கு வந்ததும் குளியலறையில் பதுங்கிய சுந்தரி ஆடைகளைக் களைந்துவிட்டு நெடுநேரம் யோசித்தவாறு நின்றுகொண்டிருந்தாள். அவளுக்கு உடம்பில் நீரை விடுவதற்கு சற்று மடியாக இருந்தது. நேரம் அதிகம் ஆகிவிட்டதால் வெளியிலிருந்தவாறு கிழவி குரல்கொடுத்தாள்.

“சுந்தரி, இன்னும் குளிச்சித் தீரல்லியா?”

“இதோ வாறேன் அம்மா.”

அவளது முகம் வழக்கத்திற்கு அதிகமாகத் துலக்கம் பெற்றுத் திகழ்ந்தது. அதன் காரணம் இரணியல் சென்று வகுப்பெடுக்கும் வேலை இன்னும் சிலநாட்களில் முடிவடைந்து விடுவதால் இருக்கலாம் என்று கிழவி நினைத்தாள்.

“அம்மா, நாளைக்கு பீஸ் கட்டணும்.”

“எவ்வளவு?”

“ஏழாயிரம் ரூபாய்.”

“ஏழாயிரமா? என்ன செய்யது?”

இரவு முழுக்க யோசித்தவள் இறுதியில் ஒருமுடிவை எட்டி இருந்தாள். வீட்டில் அவள் படுத்துறங்கும் ஒரு தட்டுவடி இருந்தது. அதை விற்பது என்ற யோசனை வந்ததும் ஆழ்ந்த தூக்கம் அவளை சூழ்ந்து கொண்டது. மறுகணம் குறட்டைஒலி புறப்பட்டது.

காலையில் எழுந்ததும் மாம்பட்டை ஆசாரியின் பட்டறைக்குச் சென்றாள். ஆசாரி அவளுடன் வீட்டிற்கு வந்தான். தட்டுவடியின் ஒரு பாகத்தில் தேய்ப்புத்தாளால் உரசிப் பார்த்தான். ஈட்டி என்று அவன்மனம் ஊர்ஜிதம் செய்தது.

“ஒரு எட்டாயிரம் வரை கிட்டும்.”

“அப்பிடிச் சொல்லப்பிடாது ஆயாரியாரே, பத்தாயிரம் ரூவாயாவது தரணும்.”

“அதெல்லாம் கிடைக்காது. நல்லா தேய்ப்பு பிடிச்சி பாலிஷ் குடுத்தாத்தான் எனக்கு மறுவெலைக்கு விக்கமுடியும். எப்பிடியும் நாலுதச்சு கூலி மொடக்கினா எனக்கு கிட்டிய லாபம் அறு நூறு ரூவா. வண்டிகூலி ஒழிப்பிச்சா அஞ்ஞூறு மிஞ்சும்.”

அவன் எண்ணிக்கொடுத்த பணத்தை அப்படியே சுந்தரி கையில் கொடுத்தாள் கிழவி.

“மிச்சம் ஆயிரம் ரூவாய்க்கு நல்ல சீலையும், செருப்பும் வேண்டு மக்களே.”

“அதெல்லாம் பெறவு பாக்கலாம்.”

“இல்ல மொவளே.”

சுந்தரி மறுநாள் தொடுவெட்டி வந்து முதலில் கிழவிக்கு ஒரு புடவையும் ஜெம்பரும் எடுத்தாள். எல்லா பொருட்களும் வாங்கி விட்டு மதியம் போல அம்மன்கோயில் நடையில்வந்து இறங்கினாள். அவள் எதிர்பார்த்ததுபோலவே கோயிலுக்கு வெளியில் போற்றி நின்று காற்று வாங்கிக்கொண்டிருந்தான்.

“ஆ . . . இது யாரு?”

“எதிர்பாக்கல்லியா? எங்க, கண்ணமூடுங்க பார்க்கலாம்.”

போற்றி கண்ணைமூடியதும் கையில் ஒரு பார்சலை வைத்துவிட்டு ஒளித்து நின்று, ‘இனி தெறந்து பார்க்கலாம்’ என்றாள். அவனால் நம்பமுடியவில்லை விலை உயர்ந்த செல்போன் அவன் கையில் இருந்தது.

“இது எனக்கா?”

“ஆமா, உங்களுக்கேதான். கேமராசெல்லாக்கும். நாளமுதல் இதக்கொண்டு நாம ரெண்டுபேரும் பேசலாம். அதுக்காக்கும் வாங்கித் தந்திருக்கேன்.”

போற்றி செல்போனை ஆன்செய்து உயிரூட்டி இயக்கிப் பார்த்தான்.

கிழவிக்கு இரண்டு நாட்களாக காலை நீட்ட முடிய வில்லை. சுந்தரி எண்ணெய் தேய்த்து சூடுபற்ற தடவிக் கொடுத் தாள். நொச்சி இலைபோட்டு காய்ச்சி வெள்ளம் அனத்தி விட்டாள். என்ன செய்தாலும் வாதக் கோளாறு நீங்கிய பாடில்லை. நாள்முழுக்க பரம்பிலே கிடந்து நேரம் உருண்டது.

திருமணமான புதிதில் ஒருதடவை இப்படித்தான் அவளுக்கு வாதப்பிடிப்பு ஏற்பட்டது. அப்போது வண்டாளம் எங்கிருந்தோ ஒரு காஞ்சிரம்பழம் கொண்டு வந்து காலின் அடியில் வைத்தான். வாதம் பறந்து போயிற்று. காஞ்சிரம் பழத்துக்கு இப்போது எங்கு போவது? பங்கிராஸ் வைத்தியர் 'மெழுகுதைலம்' என்றொரு மருந்து வைப்பார். தெக்கன் களரி பயிற்றும் செறுப்பக்கார பயல்கள் அடி உதை பட்டுவரும் வேதனைக்காக அந்த தைலத்தைப் பயன்படுத்துவார்கள். அதில் ரெண்டுதுளி எண்ணெய் கிடைத்தால் போதும், வலி நீங்கிவிடும்.

பங்கிராஸ் வைத்தியரை நினைக்கும்போது அவளையும் அறியாமல் பெருமூச்சுக்கள் வெளிக்கிளம்பின. எத்தனை பெரிய மனிதர் அவர். அம்மன் கோயிலை நிழல் மூடிநிற்கும் ஆலமர மூட்டில் தெரியும் குளுமை ஒன்று அவள் நெஞ்சை மூடியது. மறுகணம் தொண்டை அடைத்துக்கொண்டு சோகம் நிறைந்தது. கண்களை அப்படியே மூடினாள்.

அவரது வைத்தியசாலை அதிகாலையே விழித் தெழும்பும். சீடப்பிள்ளைகளுடன் நின்று ஒடிவுக்கும், முறிவுக்கும் தடவுவார். காலையில் இரத்த ஓட்டம் அதிகமாக இருக்கும். நேரம் அறிந்து சிகிச்சையளிப்பதை அவர்கள் முறையாகச் செய்துவருகிறார்கள். வைத்தியர் அதிகமும் பாலர் சிகிச்சையில் தான் கவனம் செலுத்தினார். அந்த ஊரின் சூழல் அதையும் மீறி அவரை வர்ம சிகிச்சையையும் பார்க்கவைத்தது. எப்போதும் பனையிலிருந்தோ, தெங்கிலிருந்தோ விழுந்து முறிந்து ஆட்கள் தவறாமல் வந்துகொண்டே இருந்ததால் அவர்களுக்கும் சிகிச்சை தரவேண்டிய கட்டாயம் அவருக்கு ஏற்பட்டது. அதற்கும் நல்ல பலன்தரும் மருந்துவகைகளை அவர் செய்தெடுப்பார். மலைப்பாம்பின் நெய்யை பயன்படுத்தி ஒடிவு முறிவுக்கு அவர் மருந்துவைப்பதுண்டு. இதுதவிர ஆடு மாடுகளுக்கும் வைத்தியம் செய்வார்.

காலையில் வைத்தியசாலையின் அறையைப் பெருக்க வந்த இருளி திடுக்கிட்டு நின்றாள். கட்டிலில் முனகியபடி வண்டாளம் நொறுங்கிக் கிடந்தான். அவனது இரத்தம் படிந்த சட்டை மூலையில் கழற்றி எறியப்பட்டிருந்தது. அதைப் போலவே அவனும் உருக்குலைந்திருந்தான். பக்கத்தில் வயதான பெரியவர் ஒருவர் இன்னொரு கட்டிலில் கிடத்தப்பட்டி ருந்தார். வண்டாளத்திற்கு ஒருகால் முறிந்து மட்டை சீம்பிளி வைத்து கட்டுப் போடப்பட்டிருந்தது. மற்றவருக்கு இரண்டு கால்களும் முறிந்து நகர முடியாமல் கிடந்தார்.

பங்கிராஸ் வைத்தியர் முதலில் தடவினார். அந்தப் பக்குவம் யாரையும் சுண்டி இழுக்கும். அவரிடம் வர்ம சிகிச்சை

பயிலும் சீடர்கள் சுற்றி வளைந்து நின்று அதனைக் கவனித்துக் கொண்டிருந்தனர். அவரது கண்கள் இருளியைக் கண்டதும் அறையைப் பிறகு சுத்தம் செய்யலாம் என்று சொல்லி அவளை வெளியே போகச் செய்தார். வைத்திய சிகிச்சையின் போது நோயாளியைத் தவிர வேறு யாரையும் உள்ளே அவர் அனுமதிப்பதுஇல்லை.

பக்கத்தில் கிடந்த பெரியவரின் பெயர் ஜோசப். டெபுடி தாசில்தாராகப் பணியாற்றி ஓய்வு பெற்றவர். விரிந்த நெற்றியும், உப்பிய கன்னங்களும், இரட்டை நாடி உடல்வாகும் ஜோசப்புக்கு பண்ணையார் தோரணையை உருவாக்கித் தந்தன. அவர் தகப்பன் தங்கப்பன்நாடார் பார்வத்தியக்காரராக இருந்தபோது மஞ்சாலுமூடு பக்கம் வளைத்துப் போட்டு பட்டா நிலமாக்கி எடுத்த கணக்கில்லாத சொத்துக்களுக்கு ஒரே வாரிசாக இருந்து அனுபவித்த சொகுசை உடல் காட்டி னாலும், வாரிசு இல்லாத குறை முகத்திலும், குணத்திலும் அவருக்கு நெகிழ்ச்சியைத் தந்திருந்தது.

வண்டாளத்தை சீடர்களிடம் ஒப்படைத்த வைத்தியர், ஜோசப் பக்கமாக வந்தார். அவரது கால்களைத் தடவியவர் இருவிரல் கொண்டு அழுத்தும் போக்கிலேயே உள் உடைவின் சரியான நகர்த்தலால் ஊறிக்கிடைப்பதை உடனடியாகக் கண்டுபிடித்தார்.

“தாசில்தார் பேடிக்கண்டாம். நல்லது போல செரியாவீட்டு வருது.”

“நொம்பலம் இருக்கத்தானே செய்யி.”

“அதெப்பிடி ஒடனே மாறும்? கொஞ்சம் கொஞ்சமாத் தான் நீங்கும். உள்ளுக்கு மூணுநாளக்கி கூட மருந்திருக்கு. அது தீரும்ப நொம்பலமும் போவும்.”

சீடர்கள் வண்டாளத்தின் காலை எண்ணெய் நிறைந்த கமுகம் பாளையில் ஊறப்போட்ட நிலையில் வைத்து ஒருவர் மாற்றி ஒருவர் தடவிப் பார்த்தனர். கிடப்பு நிலையில் சரியான கைகளின் நகர்தல் கிட்டாமையைக் கவனித்த வைத்தியர் ஒரு சீடனைப் பார்த்து காலை சற்று ஏந்திப் பிடிக்குமாறு கூறினார். கைப்பெருவிரலைப் பின்னோக்கி நீட்டச் சொல்லி மற்றவிரல்களை மடக்கி அவன் காலில் அழுந்த இழுக்குமாறு கூறினார். எலும்பின் உடைவையும், மேடுபள்ளங்களையும் மெதுவாக காணவேண்டிய சீடன் பலம் பிரயோகித்துச் செய்யவே வண்டாளத்துக்கு நோவு அதிகமாகி தேகம் வியர்த்தது.

“அய்யோ . . . எக்கப்போ . . . தள்ளைய ஓழிகளே . . . எக்க காலோ, காலு . . . அய்யோ காலு . . .”

பங்கிராஸ் வைத்தியர் முகம் கறுத்தது.

"லேய், தானகெடு விளிச்சேண்ணு வச்சிக்க, பல்ல ஒடைப்பேன்."

"எக்க நல்லுயிரு போச்சுது வைத்தியரே."

அவனை அறியாமலேயே உடுத்திருந்த வேட்டியில் மூத்திரம் தன்னால் பாய்ந்தது.

"வைத்தியரே, கஞ்சா பீடியோ, ஊமத்தங்கா பீடியோ இருந்தா ஒண்ணு எடுத்துத் தாரும்."

"என்னத்துக்கு? கேட்ட தானகெடு போராதுண்ணு இனியும் கேக்கவா?"

"தாங்கமுடியல்ல. இஞ்சி சாறெங்கிலும் தரணும்."

"ஜிஞ்சர் பெரீசா? கொடலு பொத்துப்போவும் பிலே."

"ஒண்ணும் தரமாட்டீரு. எல்லாம் இந்த தாசில்தான் செஞ்ச சதி."

"சதியா?"

"செவனேண்ணு ரோட்டில போன என்ன இடிச்சி தள்ளினது சதி இல்லியா?"

"ஒன்ன இடிச்சி தள்ளீட்டு சொத்தெ அபகரிக்க செய்த சதி."

"ஓம்மாண வைத்தியரே, அப்பிடியும் இருக்கலாம்."

"அம்பிடும் செரி."

"என்ன மடையன் ஆக்கண்டாம். சொத்தில்லேண்ணா என்ன, எனக்கு ஒழச்சி தின்னக்கூடிய சாமர்த்தியம் இருக்கு."

"பரமார்த்தம். பிறகு?"

"தாசில்தாருக்கு ஒறக்கம் வாற மருந்தக் குடுத்து சோக்கேட தீப்பீரு. நம்மள பச்சையாப் போட்டு தடவுவீரு. ஓம்ம சீடப் பிள்ளைய தெரியாம அரைகுறையா எனக்க காலப்பிடிச்சி அமுக்கியானுவ."

"தாசில்தாரே, இடிச்சதுதான் இடிச்சீரு. இவன இப்பிடி அரைகுறையா விட்டுவச்சிற்றீரே?"

வைத்தியர் போய்விட்டார். அவர் தலை மறைந்ததும் இருளி உள்ளே வந்தாள். அவள் கண்கள் வண்டாளத்தைக் கண்டு கலங்கி இருந்தன. அவள் தனக்காக அழுவதை நினைத்ததும் வண்டாளத்தின் கண்களிலிருந்தும் கண்ணீர் வழிந்தது.

“எனக்கு மட்டும் எப்பளும் அடிபடணும்ணு அந்த ஆண்டவன் எந்தலையில எழுதிவச்சிருக்கான்.”

“போலீஸ்காரன் அடிச்ச உள்காயம் ஆறல்ல. அதுக்கு முன்னால முறிவு காயம். ஒரு மனுஷனுக்கு தாங்கக்கூடிய அளவு கஷ்டத்த மட்டும் அந்த ஆண்டவனுக்குத் தரப்பிடாதா?”

“ஆண்டவனே! உனக்கு கண்ணில்லாம போச்சுதா? நான் ஆயுசு அறாம கெடந்து சாவியனே ...”

வண்டாளம் மூக்கு சிந்தியதைப் போலி என உணர்ந்த ஜோசப் கேலியாக சிரித்தார். இருளியின் வேதனையை அது இன்னும் கூட்டியது.

“சிரிச்சாதியும். எலிக்கு மரணம், பூனைக்கு கொண் டாட்டமா?”

“யார் எலி? யார் பூனை?”

ஜோசப் இன்னும் உரக்கச் சிரித்தார்.

“பெண்ணே! இவன மனசிலாக்கணும்ணா நீ பத்து ஜென்மம் எடுத்தாலும் போராது, கேட்டியா?”

“மிண்டாத கெடக்கணும். அடுத்தவிய பாடு தெரியாத்த மனுஷன்.”

“ஆமா, வேற யாருக்கும் பாடு இல்ல. இவனுக்கு மட்டும் தான் பாடு. எனக்கு ரெண்டுகாலு ஒடைஞ்சிருக்கு. நானும் மரியாதியா கெடக்கியேன்.”

“பாவப்பட்ட ஆளுவ மேல வண்டியக் கொண்டு ஏத்துனா இப்பிடித்தான் ஆவும்.”

“யாரு, இவனா பாவப்பட்டவன்?”

ஜோசப் மேலும் பலமாகச் சிரித்தார்.

ஈயக்குண்டு பாறையில் இருளியிடமிருந்து பணம் கிடைத்ததும் உற்சாகமான வண்டாளம் புதுக்கடை நோக்கி விரைந்தான். மூணுமுக்கு கலுங்கு தாண்டி பனங்காட்டு விளையில் வாற்று சாராயம் விற்றுக் கொண்டிருப்பது கண்டு வரிசையில் உட்கார்ந்து குடித்தான் குடித்தான் அப்படி குடித்தான்.

“வண்டாளம்! எப்பம் நேரங்கழிஞ்சி மேல குடிச்சப் பிடாதா? இதென்ன குடிடேய்?”

“மிண்டாத வீத்து.”

"இண்ணு யாரப் பொடியிட்டியோ?"

"எனக்கு கல்யாணம் நடக்கப் போவு."

"பேசி முடிச்சாச்சா?"

"அட்வான்சும் வேண்டியாச்சி."

"அது அட்வான்ஸ் அல்ல, மொதலுக்கு முன்னதாற முன்பணம்."

"ரெண்டும் ஒண்ணுதான்."

"பெண்ணு வீடு எங்கெயோ?"

"அடுத்துதான்."

"செல்லமாட்டியா?"

"கெட்டு கழியட்டும்."

"அது ஒண்ணுதான் ஒனக்கு பாக்கி."

அங்கிருந்து எழும்பிவர ஒருபாடு பட்டான். பின் வரிசையில் இருந்தவர்கள் கை தள்ளலில் இறங்கிய பிறகே அவ்விடம் விட்டு நகர்ந்தான். ஒற்றையடிப்பாதையைக் கடக்கும் போது பாட்டுச் சத்தம் கேட்கவே நின்று கவனித்தான். அரைப் பனையில் குழல்வடிவ ஒலிபெருக்கி கட்டப்பட்டிருந்தது. நேராக கல்யாணவீட்டிற்குள் புகுந்து முதல்கழனியில் போய் சாப்பிட உட்கார்ந்தான்.

கொண்டு வைத்த இலையில் ஆயிரம் குற்றம் கண்டு கொண்டிருந்த அவனை யாரென்று தெரியாமல் எல்லோரும் பார்த்தார்கள். குடிபோதையில் இருந்ததால் மேலும் அதிகமாக யாரும் அவனிடம் பேசவில்லை. கல்யாண சாப்பாடு வேறு அவர்களைத் துன்பப்படுத்தியது. அரிசியைக் கழுவாமல் வாரிப் போட்டது மாதிரி சோற்றில் பிடிக்கொரு கல் இருந்தது. எதிரே உட்கார்ந்து சாப்பிட்டுக்கொண்டிருந்த கொத்தனார் ஒருவரை அடையாளம் கண்டு கொண்ட வண்டாளம் அவரை பேச்சால் அழைத்தான்.

"கொத்தனாரே, இஞ்ச பாரும்."

"என்ன?"

"சோற்றில எத்தன பெருக்கம் கல்லுகெடக்கு துண்ணு பாத்து சொல்லணும்."

பந்தியிலிருந்தவர்கள் சாப்பிட்டுக் கொண்டிருந்த அவஸ்தையையும் மீறி சிரித்தார்கள். அது வண்டாளத்தை மேலும் உற்சாகப்படுத்தி இருக்கவேண்டும். வாயிலிருந்த

குமாரசெல்வா

சோற்றை தூ ... தூ ... வெனத் துப்பிக் காட்டினான். அவன் எச்சில்பட்டுத் தெறித்த இலையினர் மடக்கி வைத்துவிட்டு எழும்பினார்கள். பக்கத்தில் சாப்பிட்டுக்கொண்டிருந்த இள வயதுக்காரன் எச்சிக்கையால் வண்டாளத்தின் செவுட்டில் ஒரு அடிகொடுத்தான். வண்டாளம் கைநீட்டுவதற்குள் பிடரியில் கைவைத்து ஓனாநடை நடத்தி வெளியே கொண்டுவந்து ஒரு தள்ளு தள்ளினான். கைகழுவ குட்டுவத்தில் நீர்வைக்கப்பட்டிருந்த தெங்கம்மூட்டில் போய் விழுந்து கிடந்தான் வண்டாளம்.

கைகழுவ வருவோர் போவோரெல்லாம் அவன் முகத்தில் ஒரு செரட்டை தண்ணீர் தானம் செய்துவிட்டுச் சென்றார்கள். எழும்பி தலையைக் கைகளால் துடைத்தவன் ரோட்டுக்கு நடந்து வந்து இருட்டில் பதுங்கி நின்றான். தன்னை முகங்குப்புற தள்ளியவனுக்கு இருட்டடி கொடுக்கும் எண்ணம் அவனிடம் மேலோங்கியது. ஆனால் முகம் அதற்குள் மறந்துவிட்டது. கஷ்டப்பட்டு நினைவுபடுத்திப் பார்த்தான்.

ரோட்டின் ஓரம் வண்டிக்கடையில் கால் ஊனமான ஒருவன் இருப்பதைக் கண்ட வண்டாளம் வெளிச்சத்திற்கு வந்து அவனிடம் தீப்பெட்டி கேட்டான். பீடியைக் கொழுத்தி இழுத்தவாறு அவனிடம் பேச்சு கொடுத்தான்.

"அங்ஙின கல்யாணவீட்டில அடிநடந்ததா செல்லிச் சிணுமே, தெரியுமா?"

"அடியா? ப்பூ... நீரு அடிய கண்டிருக்கீரா ஓய்?"

"நம்ம மானியம்மாரு, எந்த அடிதடிக்கும் போறதில்ல."

"ஏதோ ஒரு பொறம்போக்கு நாய் குடிச்சிற்றுவந்து பந்தல்ல ஏறி இருக்கு. டெய்லர் அண்ணன் வெரட்டீருக்காரு. இதுக்க பேரு அடியா?"

"நாட்டில குடிகாரம்மாருவளுக்க ஒவத்திரம் கூடிப்போச்சி. டெய்லர் அண்ணன சம்மதிச்சணும். ஆமா, அந்த அண்ணனுக்க பேரு என்ன?"

"எதுக்கு கேக்கிய?"

"ஒரு பாராட்டுக்குத்தான். பொறுப்பான மனுஷரும் ஒலகத்தில இருக்கினுமேண்ணு பேர அறியதில என்ன தப்பு?"

"சுந்தர்."

"நல்ல பேரு. வரட்டுமா?"

வண்டாளம் திரும்பவும் சாராயம் விற்கும் இடத்திற்குச் சென்று கண்ணுமண்ணு தெரியாமல் குடித்தான். அவன் கால்கள் நிலத்தில் பாவ மறுத்தது. நிலைகொள்ளாமல் நடந்து

ரோட்டுக்கு வந்தான். டெய்லரிங் கடை ஒன்றைக் கண்டதும் அப்படியே நின்றான்.

"இஞ்ச எவம்பிலே சுந்தர் டெயிலர்?"

"சுந்தர் டெயிலரா? அப்பிடியாரும் இல்லியே."

"நான் யாருண்ணு தெரியுமாலே? எனக்கிட்டெயா ஒனக்க வேலையக் காட்டுத?"

தையல் இயந்திரத்தின் ஓட்டத்தை நிறுத்திய டெய்லர் கையில் ஒரு கத்திரிகோலை எடுத்துக்கொண்டு வெளியே இறங்கி வந்தான். வண்டாளத்திற்கு ஏறியபோதை இறங்குவது போல இருந்தது.

"ஒனக்கு என்னலே வேணும்?"

"சுந்தர்."

"கொப்பன் நான் இல்லேண்ணு சொன்னா கேக்க மாட்டியா?"

பேசிக்கொண்டே இருந்தவன் கத்திரிகோலை அவன் வயிற்றில் சொருகும் பாவனையில் ஓங்கியபடி வந்ததும் வண்டாளம் அலறியபடி ஓடத்துவங்கினான்.

"தொலச்சிப்புடுவேன் குடிகாரப் பயலே."

கைசூண்டி முக்குவரை ஓடிவந்த வண்டாளம் ரோட்டில் சென்றுகொண்டிருந்த பேருந்தை குறுக்கே நின்று நிறுத்தினான். முன்பக்கம் வழியாக ஏறி கடைசிப் பகுதிக்கு வந்து காலியாகக் கிடந்த இருக்கைகளில் காலை நீட்டியபடி படுத்துக்கிடந்தான். கண்டக்டர் அவனை டிக்கெட் எடுக்க பலமுறை வலியுறுத்தியும் காதில் விழாத பாவனையைக் காட்டியதால் விசில் ஊதி வண்டியை நிறுத்தினார். இரண்டுபேர் அவனைத் தூக்கி ரோட்டுக்கு கீழே கிடத்தினார்கள். வண்டி புறப்பட்டது.

டெபுடி தாசில்தார் ஜோசப் ரிட்டையரானதும் அவருக்கு அதுநாள் வரைக்கும் வராத ஒரு ஆசை வந்தது. பைக் ஓட்டிப் படிப்பதே அது. முதலில் தம்பியாரின் வண்டியில் ஓட்டிப் படித்தவர் புதிய வண்டிக்கு மாறியபோது அவரது பிடிக்குள் புதிய பைக் நிற்கவில்லை. எப்போதும் முதல் கியரிலேயே உருட்டிக்கொண்டு திரிவதுபோல வண்டி ஓட்டினார். 'அண்ணன் தொடுவெட்டி போய் வந்தானென்றால் மூணு லிட்டர் பெட்ரோல் காலியாகும்' என்று தம்பி கூட கேலி பேசினான். அவர் தனது டிரைவிங் பணியை மேம்படுத்துவதற்காக தினந்தோறும் இரவு பத்துமணிக்கு மேலாக ஆட்களற்ற

ரோட்டில் தனியாக ஓட்டிப் பார்ப்பது வழக்கம். அன்றும் அதுபோல ஐரேனிபுரத்திலிருந்து காப்பிக்காட்டை நோக்கி மெதுவாக வந்துகொண்டிருந்தார். ரோடு, கழுவி வைத்த பாத்திரம்போல சுத்தமாய்க் கிடந்தது. ஜங்ஷனை நெருங்கும் சற்று தூரத்தில் துணிபோல எதுவோ ரோட்டில் கிடப்பதைக் கண்டார். கண்பார்வையில் என்னவென்று சரியாகத் தெரியாத நிலையில் ஒதுங்கமுற்படுகையில் அந்தத்துணி ஒரு உருவமாக மாறி எழுந்து நின்றதும் அதிர்ச்சியில் கைகள் விடுபட்டு மோதியதில் உருவத்திற்கு ஒரு காலும், மோதிய மனிதனுக்கு இரண்டு கால்களும் முறிந்துவிட்டன.

இருளியிடம் வண்டாளத்தின் கால்முறிந்த விதம் குறித்துப் பேச பலதடவை அவர்முயன்றார். அதற்குரிய சந்தர்ப்பம் வாய்க்காததால் மனசுக்குள் அடக்கியவாறு மௌனமாகக் கிடந்தார். அதற்குள் இருளிக்கும் வண்டாளத்திற்கும் இடையிலான நெருக்கம் மிகவும் அதிகரித்தது.

கால்கள் ஓரளவு சரியாகி ஊன்றத் தொடங்கியதும் ஒருநாள் வண்டாளம் இல்லாத நேரத்தில் வைத்தியர் தன்னைக் காணவந்த சந்தர்ப்பத்தைப் பயன்படுத்திக் கொண்ட ஜோசப் அவரிடம் வெளிப்படையாக சிலவற்றைப் பேசினார்.

“வைத்தியரே! எனக்கு ரூம் மாற்றித் தரணும்.”

“இது காற்றோட்டமா தானே இருக்கு?”.

“காற்றோட்டம் எல்லாம் இருக்கு. காதல் ஆட்டம்தான் காண சகிக்கமுடியாததா இருக்கு.”

“காதல் ஆட்டமா?”

“ஆமா. வைத்தியருக்கு மருந்து இடிச்சித்தாற ஒரு பெண்ணிருக்கே, அவளுக்கும், நம்ம ஆசாமிக்கும் தெய்வீக காதலாக்கும்.”

“ஓகோ.”

“அதுக்கு எனக்கென்னண்ணு நீங்க நெனைக்கலாம். நேற்று வீட்டில இருந்து சாப்பாடு வந்தது. ஒரு பொதிய வாங்கிப் பிரிச்சி வச்சிட்டு இவன் அவளுக்கு வாரிக் கொடுக்கிறான், அவா இவனுக்கு வாரிக் கொடுக்கிறா. பக்கத்தில ஒரு மனுஷன் பாத்துட்டு இருக்கானேண்ணு ஒரு கூச்ச நாச்சம் வேண்டாமா?”

“தாசில்தாருக்கு அவளப் பற்றி தெரியும் இல்லியா?”

“எல்லாம் தெரியும்.”

“அவளுக்கொரு வாழ்க்கை இனி கெடைக்கும்ணு உள்ளது ஒறப்பு இல்ல. இவனக் கொண்டாவது ஒரு சந்தோசம் அவளுக்கு அமையும்ணா நம்ம தடையண்டாம்.”

"அமைஞ்சா சரிதான்."

"வண்டாளம் மேல எனக்கும் சம்சயம் உண்டு. ஆனா இதவிட்டா அவளுக்கு வேற கதி ஏது? ஒரு குடும்பமாட்டாவது இருப்பாளே. தாசில்தாரு இதொண்ணும் பாக்கண்டாம். நாள முதல் அடுத்த முறியில ஒம்ம ஆக்கீருவேன்."

அறைமாறிய பிறகு ஜோசப்பை நாளில் ஒருதடவை மட்டும்தான் வண்டாளம் வந்து பார்ப்பான். அவர் மனைவி மதியமும், இரவும் அனுப்பி வைக்கும் சாப்பாடு இரண்டு பொதிகளாக வரும். வீட்டிலிருந்து கொண்டுவரும் வேலைக்காரி வண்டாளத்திற்கு ஒரு பொதியைக் கொடுத்துவிட்டுச் செல்வாள். சாப்பிட்ட உணவின் சுவையை அவரிடம் தெரிவிக்க மட்டுமே அந்த சந்திப்பு நிகழும்.

"தலைவரே, சாப்பாடு இண்ணைக்கு பிரமாதம். நாட்டுக் கோழி இறைச்சியும், தாறாக்கோழி முட்டை வறுவலும் என்னா ருசி தெரியுமா. ஒம்ம வீட்டு சாப்பாடு தின்னு நான் கொழுத்துப் போயிட்டேன்."

'ஆமா, ரோட்டில போறவாறவன் வண்டிய மறிச்சி இஞ்செ வந்து கெடந்தா ஆயுசுபூராவும் அடுத்தவன் வீட்டு ஆகாரத்த இப்பிடி தின்னு கொழுக்கலாம்' என்று அவர் தனது மனசுக்குள்ளாக நினைத்துக் கொண்டார். வெளியே சொல்லவில்லை.

அன்று மதியம் பசியுடன் பொதியை அவிழ்த்தபோது அவருக்கு சாப்பிடவே பிடிக்கவில்லை. வெறும் துவையலும், மரக்கறி கூட்டும் மட்டுமே இருந்தது. பெரும்பாலும் தனக்கு மதியந்தோறும் அப்படித்தான் சாப்பாடு கிடைக்கிறது. வீட்டுக் காரி அவ்வாறுதான் கொடுத்து அனுப்புகிறாள். ஆனால் வண்டாளம் தினந்தோறும் வந்துநின்று கோழி இறைச்சி, ஆட்டுக்கால் கறி, ஈரல் முட்டைப் பொரட்டு என்று சுவையைப் பாராட்டுகிறான். பொதி மாறுகிறது என்பதை எளிதாகப் புரிந்து கொண்டவர் அவன் யோகக்காரன் என்பதை மனசில் உணர்ந்தார்.

பொன்னையா பிரசங்கியார் வருடாந்தர கன்வென்ஷன் கூட்டத்திற்கு ஆயத்தமாகிக் கொண்டிருந்தார். அந்த ஊரிலுள்ள மிகப்பெரிய பணக்காரரான ஏசுதாஸ் முதலாளி ஏழெட்டு குடும்பங்களை விரட்டியடித்துவிட்டு பறித்தெடுத்த நிலப்

பரப்பில் வழக்கமான நற்செய்தி கூட்டம் வருடந்தோறும் நடைபெறும். முதலாளி செலவில் பந்தலும், உட்காருவதற்கு கடல்மணலும் உபயமாகக் கிட்டும். வெளியூரிலிருந்துவரும் பரிசுத்தவான்களுக்கான சாப்பாட்டு செலவும், மூன்றுநாள் தங்கும் வசதியையும் அண்டி ஆபீஸ் முதலாளி தங்கச்சன் பார்த்துக்கொள்வார். செய்த பாவங்களையெல்லாம் இதன் மூலம் அவர்கள் தீர்த்துக்கொள்ள நினைப்பதாக ஊரிலுள் ளவர்கள் பேசிக்கொள்வார்கள்.

இந்த வருடம் கன்வென்ஷன் கூட்டம் எல்லா வருடங் களையும் விட சிறப்பாகவும், இடம்மாறி வேறிடத்திலும் நடக்கிறது. அதற்கான காரணம் தெங்கேறி ரெபேக்காள் என்ற விசுவாசியாகும். அதுவரையிலும் சுயேட்சையாக நாற்பது குடும்பங்களை உள்ளடக்கி அவள் நடத்தி வந்த பெந்தெகோஸ்து ஐக்கியத்தை பொன்னையா பிரசங்கியாரின் தொடர்ந்த பேச்சு வார்த்தையால் ஏற்பட்ட ஒப்பந்தத்தை அடுத்து சீயோன் பெந்தெகோஸ்து ஐக்கியத்திற்குள் சேர்த்து அதற்கு நடத்தும் இணைப்புக்கூட்டமாகவும் அந்த கன்வென்ஷன் நடக்கிறது. தனது சபையில் வந்துசேரும் புதிய விசுவாசிகளை வரவேற்கும் விதமாக கேரளமாநிலத்திலிருந்து அவர்களின் இந்திய தலைமை பாஸ்டரான பால்கொச்சுண்ணி சிறப்பு செய்தியாளராக அழைக்கப்பட்டிருந்தார்.

ரெபேக்காளின் கையில் முப்பது சென்ட் பூமியும், இரண்டு மாடிக் கட்டிடமும், நான்கு ஊழியக்காரிகளும் இருக்கிறார்கள். ஞாயிறு தவிர வாரம் இரண்டுநாள் புதனும், வெள்ளியும் நடைபெறும் கூட்டங்களில் பிரியும் காணிக்கையும், நான்கு ஊழியக்காரிகளும் தினந்தோறும் வீடுசந்தித்துக் கொண்டுவரும் காணிக்கைப் பணமும் இனிமேல் பொன்னையா பிரசங்கி யாரையே சாரும். அதற்கு இணையாக மொத்த ஐக்கியத்தில் தனக்கொப்ப ஒரு தலைமைப் பதவியைக் கொடுப்பதாகப் பேசிப்பார்த்தார். சோற்றுப்பொதியில் பெருச்சாளி இருந்த கணக்கில் பவுலோஸ் அவளைப் பயமுறுத்தினான். எனவே ரெபேக்காள் அதற்கு மசியவில்லை. புதிதாக ஒரு அம்பாசிடர் கார் வாங்கி வந்து நிறுத்தி சாவியை பைபிள் மேல் வைத்து ஆசீர்வதித்து, 'இது ஒனக்க ஊழியத்துக்கு உதவும்' என்று கூறியதும் பிரசங்கியாரின் எல்லாவிதமான ஒப்பந்த ஷரத்துக் களையும் கையெழுத்திடாத குறையாக ரெபேக்காள் ஏற்றுக் கொண்டாள்.

பிரசங்கியாரின் ராஜதந்திரம் ஜெயித்ததாக ஊர் மக்கள் பேசிக்கொண்டாலும் தனது பரப்பு சீயோன் பெந்தெகோஸ்து சபை வாயிலாக மிகவும் விரிவடைந்து விட்டதாக அவள்

கருதினாள். பவுலோஸ் மட்டும் குறுக்கிடாமல் இருந்தானென்றால் பிரசங்கியாரின் வாரிசாகப் பின்னாளில் அவதாரம் எடுக்கலாம் என்றொரு மகாதிட்டம் அவள் அடிமனதில் படமாக இருந்தது.

ரெபேக்காளை அந்த மாவட்டத்தில் தெரியாதவர்கள் இல்லை. 'தெங்கேறி' அவள் பட்டப்பெயர். ஒரேநாளில் அவள் பிரபலமான சம்பவத்தை எப்போதும் அது உரைத்துக்கொண்டே இருக்கும்.

1978ஆம் ஆண்டு. குமரி மாவட்டத்தில் முதன்முதலாக ரெயில் நுழைந்தது. ரெயில்வே அமைச்சர் மதுதண்டவதே ஒரு பேராசிரியர். மக்களோடு மக்களாக அவர் பயணித்து ரெயிலின் முதல் ஓட்டத்தை கன்னியாகுமரியிலிருந்து துவக்கி வைத்தார். ரெயிலைக் காண்பதற்கு கூட்டம் கூட்டமாக மக்கள் திரண்டு வந்தனர்.

"எம்மாம் பெரிய நீளம் டேய், மலப்பாம்பு நெளியதுபோல இல்லியா போவுது."

"அது ஏண்டே ஊளை போடுது?"

"நான் இஞ்சோட்டு போறேண்ணு சொல்லவா இருக்கும்."

"பண்டு நம்ம ஆளுவ பனையில இருந்தது ஊளை போடுவினுமே, அதுபோலயா?"

"ஆமா லே. நிச்சயம் ரெயில கண்டுபிடிச்சவன் நாடானாத்தான் இருப்பான்."

"உள்ள வெளிக்கெறங்க கக்கூசும் உண்டாம்பில."

"கள்ளம் செல்லாதபிலே, குண்டிகழுவ வெள்ளத்துக்கு என்ன செய்வான்? வாய்க்காலா வெட்டிவிட்டிருக்கான்?"

"கன்னியாகுமரிக்கு நாப்பது பைசாதான். ஒருநாளு பெய்ப்பாப்பமாலே?"

"கெடந்து ஒறங்கீட்டே போவுலாமாம்."

"கட்டிலு போட்டிருப்பானோ?"

"இம்பிடு வேகத்தில போனா குலுக்கம் வராதா?"

"சே, பஸ்ல போறோம் இல்லியா, குலுங்குதா?"

"லே இது கொள்ள ஸ்பீடுலே."

ரெபேக்காள் அன்று பள்ளியாடியிலுள்ள தனது இல்லத்தில் ஜெபித்துக்கொண்டிருந்தாள். அவளுக்குள் ஆவியானவர் அசைவாடிக்கொண்டிருந்தார். அவள் வாயிலிருந்து தன்னையும் அறியாமல் அன்னிய பாஷையின் வரம் வந்து

விழுந்துகொண்டே இருந்தன. தூக்கி எறியப்பட்டது போன்ற உணர்வில் தனது இரண்டு கால்களையும் பின்னால் மடக்கி முட்டுகுத்தி உட்கார்ந்தவாறு இருந்தும் எழும்பியும் துள்ளிக் கொண்டிருந்தாள்.

“அசைவாடும் ஆ . . . வியே
தூய்மையின் ஆ . . . வியே
இடம் அசைய உள்ளம் நிரம்ப
இறங்கி வா . . . ருமே”

அவள் பாடல் ஆகாய பரியந்தம் உயர்ந்தது. அவள் சத்தத்தை இயேசு கேட்டார். அவளுக்குள் ஆயிரம் மெகாவாட் மின்சாரம் பாய்ந்தது. தலைவிரிக் கோலமுடன் எழும்பி நின்று துள்ளியவாறு வெளியே வந்தாள்.

அதோ இயேசு வருகிறார். அவர் வானத்திலிருந்து இறங்கி கீழே வருகிறார். அவரிடமிருந்து ஒளிபுறப்படுகிறது. அது பள்ளியாடி ரெயில்நிலையத்திற்கு அந்தப் பக்கத்திலிருந்து வீசுகிறது. ஆகாய மார்க்கமாய் அவர் கடலின் மேல் நிற்பது போல மேகங்கள் நடுவில் நிற்கிறார். வெளிச்சம் கிடைநிலையில் கிழக்கிலிருந்து மேற்கே புறப்பட்டுச் செல்கிறது. சத்தம் பெருவெள்ள இரைச்சலுடன் கேட்கிறது.

அவள் பாடினாள். அந்தப் பாடலில் அவள் மனம் ஒரு புறாவைப் போல பறந்துசென்று இயேசுநாதரின் தோளில் அமர்ந்தது. அவர் வாஞ்சையுடன் அதைக் கையில் எடுத்து முதுகைத் தடவினார். ‘என் பிரியமே, நேசப்புறாவே!’ என்றவாறு வானை நோக்கிப் பறக்க விட்டார். பாடல் வடிவம் கொண்ட புறா அவள் வாயில் வார்த்தைகளாய் சிறகடித்தது.

“மேகங்கள் நடுவே வழிபிறக்கும்.
பூதங்கள் கடந்து கடந்து போகும்.
தூதர்கள் கூட்டங்கள் சூழ்ந்துநிற்கும்.
பறந்திடுவேன் நான் பறந்திடுவேன்.”

ஆண்டவரின் வருகையின் போதுள்ள முதல்தரிசனம் அவர் உயிர்த்தெழுந்தபோது மரியாளுக்கு கிடைத்ததுபோல தனக்குத்தான் கிட்டவேண்டும் என்ற ஆவல் அவளை உந்தித் தள்ளியது. ஆனால் வானத்திற்கு எப்படி ஏறுவது என்பதை அறியாமல் நின்று திகைத்தாள். அங்கு என்ன ஹெலிபேடா கொண்டுவந்து நாட்டி இருக்கிறார்கள்? நிற்பதோ ஓங்கி வளர்ந்த தென்னைமரம். ஆவேசத்தில் அதைக் கட்டிப்பிடித்து ஏறியவள் கொண்டையில் போய் உட்கார்ந்துகொண்டாள். தூரத்தில் ஏதோ மலைப்பாம்புபோல அசைந்து வருவது தெரிந்தது. அதன் நெற்றியில் ஒரு ஒற்றைக்கண். அதிலிருந்து

தான் பாம்பின் முத்துபோல ஒளி ரொம்பதூரத்திற்கு வீசுகிறது. யதார்த்தத்தைக் கண்டதும் அவள் ஆட்டமெல்லாம் ஒருவழியாக அடங்கியது. தேகம் வியர்த்துக் கொட்ட பயஉணர்வு சூழ்ந்து கொண்டது. அய்யே, இது பிசாசுபோல இல்லியா இருக்கு? சர்ப்பம் வஞ்சனைக்குரிய ஜந்து. இதையா ஆண்டவரின் வருகை என்று நினைத்தேன்? அந்திக்கிறிஸ்து கடைசிக்காலம் அரசாள வந்துவிட்டானே. ஒளியின் தூதன் அல்லவா வெளிச்சத்தை வாரி வீசி இருக்கிறான்.

தெங்கின் மட்டையில் உட்கார்ந்திருந்த அவளைப் பார்த்து தெங்கம்பாளைகள் சிரித்தன. தனக்கு வலதுபக்கமாக ரெயில் கடந்து செல்வதையும், அதிலிருந்து ஆட்கள் தன்னை அதிசய மாகப் பார்ப்பதையும் கண்ட ரெபேக்காள் ரொம்பவும் கூச்சப்பட்டாள். ரெயிலைப் பார்க்க பொம்பள ஒருத்தி தென்னை மரத்தில் ஏறிவிட்டாள் என்ற செய்தி அக்கம் பக்கத்து ஊர்களிலெல்லாம் பரவியபோது கட்டுக் கடங்காத மக்கள் கூட்டம் அந்தவிளையில் வந்து கூடியது. தூரத்திலிருந்து கூட ஆட்கள் வண்டிபிடித்து வந்துபோய்க் கொண்டிருந்தனர்.

ரெபேக்காள் ஏதோ ஆவேசத்தில் ஏறிவிட்டாளே தவிர இறங்க வழி தெரியாமல் திண்டாடினாள். அவளை கவலை மேகங்கள் சூழ்ந்து கொண்டன. அதனைப் புரிந்து கொண்ட ஊர்க்காரர்கள் என்ன செய்தாவது கீழே இறக்கும் வழியை ஆராய்ந்தனர்.

“வண்டாளம் ஒருக்கா செஞ்ச வேலைய அறியிலாமா செல்லத்தொர?”

“தெரியாதே, பெருவெட்டர் செல்லணும்.”

“டிசம்பர் தோறும் கிறிஸ்மஸ் தாத்தாவா ஒருபையன ஒருக்கி கோயில் கோபுரத்தில் ஏற்றி விடுவினும். அப்ப மேல ஏற படிக்கெட்டெல்லாம் கெடையாதா, அடுத்த தொடுத்த ஊரெக்க பெய் ஏணியள எடுத்திட்டு வந்து ஒண்ணா எணச்சி கெட்டி தாத்தா மட்டும் உச்சிக்குப் போவாரு. அங்க நிண்ணு கொஞ்சநேரம் டேன்ஸ் ஆடீற்று பிள்ளைகளுக்கு முட்டாய்களொக்க வாரி எறிஞ்சிட்டு தாழ எறங்கி வருவாரு. ரெபேக்காள எறக்கி விடுகதுக்கு இனிமே அதுபோலத்தான் செய்யணும்.”

“தீயணச்சாம் படைய விளிச்சாலோ?”

“அதமட்டும் செய்யாங்கோ. போனவாரம் ஏலாக்கரையில ஏழெட்டு வீடுக தீப்பிடிச்சி. அப்பிடியே விட்டிருந்தா கூரை மட்டும் எரிஞ்சி தீந்திருக்கும். அந்தப் பயலுவ தீயணைச்சாம்

படைய விளிச்சினுமா, அவனுக நாலஞ்சிபேரு எரிஞ்சி தீந்த பெறவு வந்து வெள்ளம் பாய்ச்சி மண்சுவர்கள எல்லாம் கீழதள்ளிப் போட்டினும். பறயம்மாரு வாயிலெயும், வயிற்றி லெயும் அடிச்சிட்டு நிண்ணதக் கண்டு எனக்குப் பரிதாபமா வந்தது. கவர்மென்ட்காரனுவ எண்ணைக்காக்கும் மக்களுக்கு நேரு செஞ்சிருக்கான்? எல்லாம் கீறுக்கு மாறாத்தான் செய்யானுவ."

"பேச்சில வண்டாளத்துக்க கதைய மறந்திட்டீரா பெருவெட்டரே?"

"மறக்கல்ல, செல்லியேன். கிறிஸ்மஸ் தாத்தா உயர ஏறினதும் ஏணிய கொஞ்சம் நேரத்துக்கு எடுத்துமாற்றுவானுவ. வண்டாளம் பயக்கள சட்டம் கெட்டி வச்சிட்டு ஏணிய அவுத்து ஓரோருத்தனா ஓண்ண எடுத்துட்டு கம்பி நீட்டீற் றானுவ. தாத்தா எறங்க முடியாம நாலுநாளு மேல இருந்தாரு, ஒரு சொட்டு தண்ணிகூட குடிச்சமுடியாம."

"பெறவு?"

"பெறவு என்ன? மலங்காடுகள்ள பெய் கல்லுமுளையள வெட்டீற்று வந்து ஏணியாக்கி ஒண்ணு மேல ஒண்ணுவச்சி கெட்டி ஆள எறக்கினானுவ."

ரெபேக்காள் சூரியன் அணையும் முன்பே தீயணைப்பு படையினரால் மீட்கப்பட்டாள். மறுநாள் எல்லா செய்தித் தாள்களும் அந்த நிகழ்ச்சியைப் பிரசுரம் செய்து அவளை மாவட்டம் முழுவதும் பிரபலமாக்கின.

கன்வென்ஷன் கூட்டம் எதிர்பார்த்ததைவிட சிறப்பாக அமைந்தது. இரண்டாவது நாள் சிறப்பு பேருந்துகளை இயக்கும் அளவுக்கு கூட்டம் பெருகியது. இதற்கான முழு காரணமும் பவுலோஸ்தான். அவன் செய்த வாகன பிரச்சாரம் அனைவரை யும் கவர்ந்தது. 'பிசாசின் உபத்திரவமா? பில்லி சூனியக் கட்டுகளா? தீராத நோய்களா? நீங்காத கடன்பிரச்சினையா? வல்லமையான ஜெபத்தினால் எல்லாவற்றிலிருந்தும் விடுதலை அளிக்கிறோம். வாருங்கள்! வந்து பாருங்கள்! அனுமதி இலவசம்' என்று ஒலிப்பெருக்கி வாயிலாக ஊர்தோறும் முழங்கினான். ஆட்கள் கூடிநிற்கும் பகுதிகளில் வண்டியை நிறுத்திவிட்டு வெளியே இறங்கி நின்று சிறிய பிரசங்கம் செய்தான். ஆனால் கன்வென்ஷன் கூட்ட நிகழ்ச்சிகளில் அவன் ஒதுக்கி வைக்கப் பட்டு தெங்கேறி ரெபேக்காளுக்கு முக்கியத்துவம் அளிக்கப் பட்டது தெளிவாகத் தெரிந்தது.

ஸ்டீபன் முதல்நாள் கன்வென்ஷன் கூட்டத்தை சக ஆசிரியர் ஒருவரது வீட்டுமாடியிலிருந்து முழுவதுமாகக்

கவனித்தான். அப்பாவி மக்களை ஏமாற்றிப் பொருள் சேர்க்கும் தகப்பனாரின் மோசடி வித்தைகள் அவனுக்கு வெறுப்பைத் தந்தன. ஒருகாலத்தில் தனது சிறுவயதில் எவ்வளவு கண்ணிய மான, சினேகமுள்ள அப்பாவை அவன் கண்டு மகிழ்ந்திருக் கிறான். சில்லறைகளுக்கு முன்னால் அவர் மொத்த குணங்களும் அத்தனை சுலபத்தில் மாறிப்போனதே.

சென்னையிலிருந்து வந்திருந்த விசுவாசி ஒருவன் கூட்டத்தில் சாட்சி கூறியது இன்னும் வேடிக்கையாக இருந்தது. அவன் ஊழியக்காரனாகத்தான் இருக்கவேண்டும்.

“கர்த்தருக்கு ஸ்தோத்திரம். இந்த வருடம் கன்வென்ஷன் கூட்டத்திற்கு எப்படி வருவது என்று தெரியாமல் திண்டாடிக் கொண்டிருந்தேன். கையில் நயா பைசா இல்லை. ஆண்டவரிடம் பாரத்தோடு ஜெபித்தேன். என் அறைமுழுவதும் நீலநிற ஒளி பரவ இயேசு நேரில் தோன்றினார். ஆம்! ஆண்டவரை நான் முகம்முகமாகத் தரிசித்தேன். ‘என்மகனே! கலங்காதே’ என்றுசொல்லி என்னைத் தேற்றியவர், ‘தைரியமாக ரெயிலேறிச் செல்!’ என்று கூறிவிட்டு மறைந்தார். அவர் கூறியபடியே ரெயிலேறி வந்து கொண்டிருந்தேன். வழியில் டி.டி.ஆர். ஏறினார். டிக்கெட் கேட்டார். திடீரென டி.டி.ஆர். நெஞ்சில் ஒரு ஒளிபாய்ந்தது. கர்த்தர் அவரைத் தொட்டார். ‘ஆண்டவர் என்னிடம் எல்லாம் சொல்லிவிட்டார், நீ தொடர்ந்து பயணம் செய்யலாம்’ என்று கூறிவிட்டு மறைந்தார். நான் இப்போது இங்கு அது குறித்து சாட்சி கூறுகிறேன்.”

“பாத்தீங்களா சார்? கள்ள ரெயிலேறிவந்துட்டு எப்படி கப்ஸா அளக்கிறான்.”

“இதுக்கெல்லாம் ஒரு வழி பண்ணணுமே.”

ஸ்டீபன் யோசித்தான். மறுநாள் காலையில் கட்சி அலுவலகம் சென்று செயலரை சந்தித்தான். விஷயத்தை சொன்னபோது அவர் அவனை ஒரு மாதிரியாகப் பார்த்தார்.

“இங்க பாருங்க ஸ்டீபன், இது அப்பா – மகன் பிரச்சினைண்ணு தெளிவா எல்லாரும் சொல்லப்போறாங்க. கட்சிய எதுக்கு இதில இழுக்கிறிய?”

“அப்ப ‘மார்க்சிய சிந்தனை மையம்’ணு பேருபோட்டு துண்டுப்பிரசுரம் அடிக்கட்டுமா?”

“அப்பிடி கட்சிக்கு ஒரு அமைப்பு இல்லியே. நீங்க தனியாளா எப்படி ஒரு அமைப்ப கட்சியில இருந்துட்டு உருவாக்கலாம்? அதுவும் ‘மார்க்சியத்’தின் பேரால?”

146 குமாரசெல்வா

“நேற்று கன்வென்ஷன் முடிஞ்சி ரெண்டு அரிசி சாக்கு நெறைய பணக்கட்டுகள சொமந்துட்டு போனாங்க. இது மக்கள கொள்ளையடிக்கிறதா தெரியலையா?”

“ஸ்டீபன் கொஞ்சம் பொறுமைப்படுங்க. அவசரப்பட்டு எதையும் செஞ்சிடாதீங்க. எதுக்கும் ஒரு காலம் உண்டு.”

மறுநாள் கன்வென்ஷனைப் பார்க்கச் செல்லும்போது கூட இருபது இளைஞர்கள் ஸ்டீபனுடன் சென்றார்கள். மக்களை விழிப்படையச் செய்வது அவர்களின் நோக்கமாக இருந்தது. அதற்கான முயற்சிகளில் நேரடியாக ஈடுபடுவது என்ற முடிவில் அவர்கள் அனைவரும் இருந்தனர்.

அன்று பொன்னையா பிரசங்கியார் கூட்டத்தை துவக்கி வைத்துப் பேசினார். ஜெபத்துடன் ஆரம்பித்த பேச்சு வரிசையாக ‘அல்லேலூயா’ கூறிக்கொண்டுவந்து இறுதியில் அனுபவ நிகழ்ச்சியில் முடிவுற்றது.

“நேற்று நான் கன்வென்ஷன் கூட்டம் முடிந்து வீடு திரும்பிக்கொண்டிருக்கும்போது எனக்கெதிரே ஏழு வாதைகள் என்னை பட்சிக்க வந்தன. இந்தக் கையால் இப்படி ‘அல்லே லூயா’ சொன்னேன், நான்கு விழுந்தன. இந்தக் கையால் இப்படி ‘அல்லேலூயா’ சொன்னேன், மூன்று விழுந்தன. நான் ஏழுவாதைகளை வெல்ல ஏசு எனக்கு பெலன் தந்தார், அல்லேலூயா சொல்வோமா?”

“அல்லேலுயா!”

தனது வலதுகையையும், இடதுகையையும் வெட்டி வீழ்த்துவது போன்ற பாவனையில் அசைத்து அவர் ஏழு வாதைகளை வீழ்த்திய கதையை மொத்த கூட்டமும் வாய்பிளந்து அதிசயமாகக் கேட்டுக்கொண்டிருந்தது.

“கேட்டீரா, இதைத்தான் ‘புனைவு நீக்கம்’னு இலக்கிய வாதிகள் சொல்வாங்க.”

“புனைவு நீக்கமா?”

“ஆமா. நேற்றைக்கு கூட்டம் முடிஞ்சி வீட்டுக்குப் போனாரு. சும்மாவா போனாரு? இல்ல. கைல ரெண்டு மூட்டை நிறையப் பணத்தோட போனாரு. ஏழு ரௌடிகள் களவாண வந்தினும். வலதுகையால நாலுபேர அடிச்சி சாய்ச்சாரு. இடது கையால மூணுபேர சாய்ச்சிட்டாரு. இதை கன்வென்ஷன் மேடையில நிண்ணுட்டு, ‘நான் ஏழு பெரிய ரவுடிகள அடிச்சி மலத்தீட்டு வந்திருக்கேன்’ணு சொல்லமுடியுமா? அதை ஏழுவாதை களாக்கி ‘இப்படி அல்லேலூயா சொன்னேன்’ என்று

அடித்ததைப் புனைவாக்கினாரு. என்ன பவர்ஃபுல் பிரசன்டேஷன். பெந்தெகோஸ்துகாரன் பின்னால சும்மாவா ஜனங்க மயங்கிக் கெடக்கிறாங்க?"

அன்று இரவே உட்கார்ந்து மறுநாள் வினியோகம் செய்ய துண்டுப் பிரசுரம் ஒன்றை அந்த இளைஞர்கள் தயாரித்தனர். 'பெந்தேகோஸ்து பக்திமார்க்கம் – ஒரு சமூகப் புற்றுநோய்' என்று ஸ்டீபன் அதற்கு தலைப்பு வைத்தான். கீழே 'சிந்தனை யாளர் மையம்' என்று அதன் சார்பில் அச்சிடப்படுவதாகத் தெரிவிக்கப்பட்டது.

மறுநாள் கன்வென்ஷன் கூட்டத்தில் அதை வினியோகம் செய்யவிருக்கும் தகவலை பொன்னையாபிரசங்கியார் எப்படியோ மோப்பம் பிடித்துவிட்டார். தொகுதி எம்.எல்.ஏ. யைத் தொடர்புகொண்டு அமைச்சரை கடைசிநாள் கன்வென்ஷன் கூட்டத்தில் கலந்துகொள்ளும் ஏற்பாட்டைச் செய்தார். அமைச்சர் வந்தால் எஸ்.பி. வருவார். எதாவது அசம்பாவிதம் என்றால் அவர்கள் பார்த்துக் கொள்வார்கள் என்பது அவரது திட்டம்.

ஸ்டீபனும், இளைஞர்களும் கன்வென்ஷன் பந்தலுக்கு வெளியே நுழைவாயிலில் நின்றுதான் துண்டுப் பிரசுரங்களை வினியோகித்தார்கள். அமைச்சரும், கட்சி பிரமுகர்களும் வருவதற்கு முன்பே அவ்விடம் விட்டு அகன்றுவிடும் எண்ணத்துடன்தான் செயல்பட்டார்கள். ஆனால் அதற்குள்ளாக லோக்கல் இன்ஸ்பெக்டர் அவர்களை ஒருகூட்டம் போலீசாருடன் சுற்றி வளைத்தார்.

"இங்க என்ன பண்ணுறீங்க?"

"நோட்டீஸ் கொடுக்கிறோம்."

"பெர்மிஷன் வாங்கி இருக்கீங்களா?"

"நோட்டீஸ் வினியோகிக்க பெர்மிஷன் வாங்கணுமா? அத எங்க வாங்கணும்? சொல்லுங்க."

"கிண்டலா? ஒங்க எல்லாரையும் கைதுசெய்யிறோம்."

இளைஞர்கள் அனைவரும் பந்தலுக்குள் ஓடிச்சென்று புகுந்தனர். போலீசார் பிரசங்கியாரின் முகத்தைப் பார்த்தபடி வெளியே நின்றனர். அவர்கள் அனைவரும் கூடிநின்று கோஷம் எழுப்பினர்.

ஏமாற்றாதே! ஏமாற்றாதே!
ஏழை மக்களை ஏமாற்றாதே!
கொள்ளையடிக்காதே! கொள்ளையடிக்காதே!

காணிக்கை என்று அப்பாவி மக்களின்
கூலி உழைப்பைக் கொள்ளையடிக்காதே!

பிரசங்கியார் மேடையில் வந்து மைக்கைப் பிடித்தார். அவர் முகத்தில் எந்த விதமான கலவரமோ, படபடப்போ இல்லாமல் அமைதி தவழ்ந்தது. கூட்டத்தைப் பார்த்து தெளிவாகப் பேசலானார்.

"பரிசுத்தவான்களே! கிறிஸ்துவின் அன்பான ஊழியக் காரரே! பிசாசானவன் பயங்கரமாக கிரியை செய்கிறான். நாம் எல்லாரும் எழுந்து நின்று கரங்களை உயர்த்தி 'அல்லேலூயா' சொல்லுவோம்."

கூட்டத்தினரிடையே சுலபமாகப் புகுந்து கொண்ட போலீசார் போராட்டக்காரர்களை இழுத்து வந்து வேனில் ஏற்றும்வரை உரத்தகுரலில் 'அல்லேலூயா' போடவைத்தார் பிரசங்கியார். அந்த சத்தத்தில் இளைஞர்களின் முழக்கங்கள் அடங்கிவிட்டன.

தங்கநாடான் இடைப்பனையில் இருந்துகொண்டு மூச்சிரைத்தான். பனைக்கு கறுத்த நூல் கட்டியதுபோல இருந்தது அந்தத் தோற்றம். பிறகு 'தம்'கட்டி முன்னிலும் விரைவாக ஏறத்தொடங்கினான். 'சரக்' கென்ற சத்தம் தொடர, உச்சியைத் தொடுவதற்கு முன்னால் அவன் முகம் விரிந்த பாளைகளுக் கிடையே இன்னொரு பனங்காய் போல இருந்தது. கீழிருந்து பார்த்தபோது தாயின் நெஞ்சைத் தழுவிக் கிடக்கும் குழந்தை போல அவன் தெரிந்தான்.

"நோக்கடா, நம்முடெ எம்.பி. டெல்கிக்கு ஃபிளைட் கேறி போகுந்நு."

"இறங்கும் போள் மந்திரியாயிட்டு தன்னே இறங்கும்."

"இப்போள் மந்தி ஆயில்லே, போரா?"

"மந்தியோ? ஒந்தியோ?"

"இவம்மார்க்கு ஒரு வல்லிய ஆக்ரகம், ஈ நாடு பரிக்கான் வேண்டி. நாய், சீல உடுக்காம் பற்றோ?"

தனது வீட்டின் பூமுகவாசலில் சாரிகசேரியில் அமர்ந்து வீட்டிலுள்ளவர்களிடம் தங்கநாடானைப் பரிகசித்துக் கொண்டிருந்தார் பத்மநாபன் தம்பி.

தங்கநாடான் பொறுமையாகக் குனிந்து அக்கானியைக் குடுவையில் விட்டான். அவனது மகன் தினேஷ் காக்கட்டையில் சுமந்து அதனை எடுத்துச் சென்றான். அப்போது அவன் எட்டாம் வகுப்பில் படித்துக்கொண்டிருந்தான். காலையில் எழுந்து கொடிக்கு வெள்ளங்கோரி விட்டு தகப்பனுக்கும் உதவிசெய்து வந்தான். இடுப்பில் ஒரு தொவர்த்துடன் மண் வெட்டி பிடித்து வாழைக்குண்டு வெட்டுவதிலும், மரிச்சினி குண்டு பறையலிடுவதிலும் ஆள் கில்லாடி. அப்பனும், மகனுமாக எப்போதும் வேலை செய்துகொண்டிருப்பதைத்தான் எல்லோரும் கண்டார்கள்.

"பள்ளிக்கு நேரமாச்சில்லா, பிள்ள போ!"

"அம்மங்கோயில் விளைக்கு அப்பனுக்க கூட நானும் வாறேன்."

"வேண்டாம், நான் தூக்கீட்டு வரலாம்."

விளையிலிருந்து நீங்கி தார்சாலைக்கு வந்ததும் சுந்தரி பள்ளிக்கூடத்திற்குப் போய்க்கொண்டிருந்தாள். தேவசம் பள்ளியில் ஐந்தாம் வகுப்பில் படித்துக்கொண்டிருந்த சமயம் அது. அவள் பள்ளிக்குச் செல்லும் நேரத்தில்தான் தங்கநாடான் காலைப்பனையேற்றை முடித்தவாறு வந்துகொண்டிருப்பான். சிலசமயம் கேலி செய்வான். சிலசமயம் புத்திமதிகள் சொல்வான். வலுக்கட்டாயமாக அவளைப் பிடித்து நிறுத்தி பட்டையில் அக்கானி ஊற்றிக் கொடுத்து குடிக்க வைத்து அனுப்புவதும் உண்டு. எப்போதும் அவளை சீண்டிப்பார்ப்பதில் ஒரு விருப்பத்தை தங்கநாடான் வைத்திருந்தான்.

"சில்லாட்ட எங்கெயாக்கும் போவுது?"

"நான் சில்லாட்ட ஒண்ணும் இல்ல."

"பின்ன கொதும்பா?"

"நான் சுந்தரியாக்கும். பள்ளிக்குப் போறேன்."

"பள்ளிக்கா? படிச்சி பெரீய கெவர்ணர் ஆவணும், கேட்டியா மக்களே?"

"சரி மாமா."

"கொப்பனுக்க பேரையே மாத்திக்காட்டணும்."

"அந்த செத்துப்போன கள்ளன எனக்குத் தெரியாதே..."

சுந்தரி ஊளையிட்டவாறே ஓடிப்போனாள். அவள் அப்படித்தான். வண்டாளத்தைப் பற்றி யார் அவளிடம் பேச்

செடுத்தாலும் அந்த இடத்தில் நிற்கமாட்டாள். ஓடித் தப்பி விடுவாள். தனது தந்தை என்று அவனைச் சொல்வதே அவளுக்கு சித்திரவதையாக இருந்தது.

அதுதான் கடைசிப்பனை. மணி பத்தாவும் போல இருந்தது. தினேஷ் தூரத்தில் பள்ளிக்கூடம் செல்வதைப் பனையிலிருந்து பார்த்துக்கொண்டிருந்தான் தங்கநாடான். அதற்குள் தலைநிறைய எண்ணெய் தேய்த்துக் குளித்து ஒருங்கி மேல்நோக்கி தலைமயிரை இழுத்து வலப்பக்கம் சரியவிட்டு முன் நெற்றியில் குருவிக்கூடு வைத்து சீவியபடி, புத்தகக் கட்டுகளை கறுத்தவாறால் குறுக்கும் நெடுக்குமாகப் பிணைத்துக் கட்டி தோளில் சுமந்துகொண்டு பள்ளிக்கூடம் செல்லும் அவனைக் காணக்காண தகப்பனுக்கு ஆனந்தமாக இருந்தது.

"எம்பிள்ள படிச்சிதான் இனி குடும்பத்தக் கரையேற்றணும். என்னால வீடு நடுத்தெருவில வந்திற்று."

கண்களில் திரண்ட நீர்த்துளிகளை விரல்நுனி கொண்டு சுண்டி எறிந்தான்.

எம்.பி. தேர்தல் முடிவு அறிவித்தபோது தங்க நாடானுக்கு ஆறாயிரம் வாக்குகள் மட்டுமே கிடைத்தன. இந்துகட்சியின் அதிகாரபூர்வமான வேட்பாளர் பொன்.சீதாராமன் கம்யூனிஸ்ட்கட்சி வேட்பாளர் பெல்மனைக் காட்டிலும் ஒன்றரை லட்சம் வாக்குகள் அதிகம் வாங்கி வெற்றி பெற்றிருந் தார். கிறித்தவர்களின் வாக்கு பெருவாரியாக சீதாராமனுக்கு விழுந்ததே அதற்குரிய காரணம். தேவாலயங்கள் நடராசனின் பிரச்சாரத்தால் இந்துகட்சிக்கான காரியாலயங்களாக மாறிஇருந்தன.

"பாஸ்டர் ஜஸ்டின் மோசஸ், ஓட்டு போட்டீங்களா?"

"ஆமாய்யா. ராயனுக்குரியதை ராயனுக்கு கொடுத் திட்டேன் பாருங்க."

"யாருக்கு போட்டீங்க?"

"பூவுக்குதான்."

"ஆலேலூயா! நானும் பூவுக்குத்தான் போட்டேன்."

"நாம கலையருக்க முகத்த பாக்கணும் இல்லியா. சிறுபான்மையினருக்காக மெழுகுவர்த்தியா தேயறாரு."

"ஆமாங்க, மதக்கலவரத்த தடுக்கணும்ணா பூதான் ஆட்சியப் பிடிக்கணும்"

"இது கலையருக்க ராஜதந்திரமாக்கும்."

தனதுவேண்டுகோளுக்கிணங்க இந்துக்கட்சியினரின் கரத்தை வலுப்படுத்திய நாகர்கோயில் நாடார்மன்ற, இல்லை, இல்லை நாடாளுமன்ற கிறித்தவப் பெருங்குடி மக்களுக்கு வாழ்த்து தெரிவித்து அறிக்கை ஒன்றை வெளியிட்டிருந்தான் கலையன் கருணைநாதன்.

தங்கநாடனைக் கடன்காரர்கள் சூழ்ந்துகொண்டனர். அவனைக் கேரளத்திற்கு தப்பிச் செல்லுமாறு நெருங்கியவர்கள் கூறினார்கள். அதற்கு அவன் உடன்பட மறுத்தான். எதுவுமே தெரியாத அப்பாவி மனைவியையும், சிறுவயது மகனையும் கடன்காரர்கள் விட்டு வைக்கமாட்டார்கள் என்பதை நினைத்துப் பார்த்தான். வீட்டையும், ஐந்துசென்ட் நிலத்தையும் விற்று ஓரளவு சரிசெய்தான். மீதிப்பணத்தை வேலைசெய்து தீர்ப்பதாக நோட்டு எழுதிக்கொடுத்தான். யாரையும் ஏமாற்ற அவன் நினைக்கவில்லை.

மடத்துக்குளம் வாய்க்காலுக்கெதிரே ஏலா ஓட்டில் கொஞ்சம் புறம்போக்கு நிலம் யாருடைய கண்ணிலும் படாமல் கிடந்தது. ஆட்டோ மாடசாமி ஐந்துசென்ட் பூமியில் ஒரு மாடம் அமைத்து ஒதுங்கிய பிறகு மீதி கிடந்த மூணுசென்ட் பகுதியில் தங்கநாடான் வந்து ஓலைக்குடிசை போட்டுத் தங்கினான். அவனிடம் அது குறித்து யாரும், எதுவும் கேட்க வில்லை. எல்லாருக்கும் அவனது தோல்வி இவ்வளவு பெரிய வீழ்ச்சியைக் கொண்டு வரும் என்று எதிர்பார்க்கவில்லை. தனக்கு அனுதாபம் தெரிவித்தவர்களைப் பார்த்து இனி வருந்தி எனக்கு ஒன்றும் ஆகப்போவதில்லை என்று முகத்தில் அடித் தாற்போல பதில் கூறினான்.

தங்கநாடானின் இக்கட்டான நிலமையை அறிந்து உண்மையிலேயே உதவி செய்தவர் ஜெர்மானிய தேசத்து வெள்ளைக்கார மிஷனெரி ஒருவர். அவனது மகன் தினேஷை படிக்கவைக்கும் பொறுப்பை அவர் ஏற்றெடுத்தார். கிராமப்புற பெண்களுக்கு பனை ஓலைப்பொருட்கள் செய்யும் கைவினைக் கூடம் ஒன்றை நடத்தி வேலைவாய்ப்புக்களை உருவாக்கித் தந்த அவர், கூடவே பனங்கற்கண்டு உற்பத்தி செய்யும் நிலையத்தையும் நடத்தினார். பனையேற்றுத் தொழிலாளர் களை ஒருங்கிணைத்து அவர்கள் கொண்டுவரும் அக்கானிக்கு மதிப்புமிக்க விலைதந்து வாங்கினார். பனங்கற்கண்டை வெளி நாடுகளுக்கு நல்ல விலைக்கு விற்றுகிடைத்த வருமானத்தை திரும்பவும் இந்தியாவுக்கு கொண்டுவந்து பனைத் தொழிலாளர்களின் முன்னேற்றத்திற்காக செலவழித்தார். அவர்களின் சுகாதாரத்திற்கு முக்கியத்துவம் கொடுத்தவர் வீடுகளில் கழிவறைகட்டும் திட்டத்தை அறிமுகப்படுத்தி உதவிகள் செய்தார். மழைநீர் சேகரிக்கும் கொள்ளளவு மிகுந்த

கலன்களை கம்பி வலைகொண்டு காங்கிரீட் செய்யும் தொழில்நுட்பத்தால் ஏற்படுத்திக்கொடுத்தார். வறட்சி மிகுந்த பகுதிகளில் அது வரப்பிரசாதமாக விளங்கி வருடம் முழுவதும் தண்ணீர் பற்றாக்குறையைத் தீர்த்து உதவிசெய்தது. அவரது மானசீக நம்பிக்கையால்தான் அக்கம் பக்கமுள்ள பனைகளைப் பாட்டத்திற்கு எடுத்த தங்கநாடன், அக்கானியைப் பனங்கற் கண்டு நிலையத்திற்கு அளித்துவந்தான்.

தினேஷ் படிப்பதில் மிகுந்த ஆர்வம் உடையவனாக விளங்கினான். மிஷனெரி தனது பங்களாவிற்கு அழைத்துச் சென்று அலுவலக வேலைகளை அவ்வப்போது செய்ய வைப்பார். அப்போதெல்லாம் வேலைக்கான வழிமுறைகளை உத்தேசித்து படிக்கவேண்டிய விதத்தை அவனுக்கு கற்றுக் கொடுத்தார். வகுப்பில் முதல் மாணவனாக விளங்கிய காரணத் தால் அவனைத்தேடி பணக்கார குடும்பங்களிலுள்ள பையன்கள் வந்து நட்புவைத்தனர். லீவுநாட்களில் வேலைசெய்து கிடைத்த பணத்தை தந்தையிடம் கொடுத்து சில்லறைக் கடன்களை அடைப்பதற்கு துணைசெய்தான். அழிந்துபோகும் நிலையி லிருந்த அந்தக் குடும்பம் கிராமத்தில் நிகழ்ந்துவரும் மாற்றங் களைப் புரிந்துகொண்டு தங்களைப் பாதுகாத்துக்கொள்ளும் வகையில் வாழ்க்கையை நிலைநிறுத்தினர்.

புதிதாகத் தேர்ந்தெடுக்கப்பட்ட எம்.பி. சீதாராமன் நன்றி தெரிவிக்கும் விதமாக கிராமப்புறங்களில் எல்லாம் கொஞ்ச நாள் சுற்றித்திரிந்தார். அப்படி ஒருநாள் அந்த ஊருக்கு வந்தபோது மடத்துக்குளத்திற்குப் பக்கமுள்ள புறம்போக்கு நிலத்தில் அங்கன்வாடி கட்டுவதற்காக தனது தொகுதி நிதியி லிருந்து உதவிசெய்வதாக பலத்த கரகோஷத்திற்கிடையே அறிவித்தார். தகவல் அறிந்த தங்கநாடான் தன்னைக் குறிவைத்து நடத்தப்படும் தாக்குதல் இதுவென உணர்ந்தான். எம்.பி.யின் வழக்கம்போன்ற சோம்பேறித்தனத்தால் ஆறுமாதகாலமாக எந்த நடவடிக்கையும் இன்றி வெறும் அறிவிப்போடு நின்று போனது. இதனிடையே இந்துகட்சி உருவாக்கிய மந்திரி சபையில் கலையன் தனது இரத்த உறவினரான சங்கொலி தீரனை கேபினெட் மந்திரியாக்கி மத்திய அரசில் இடம் பிடித்தான்.

ஆறுமாதம் கழித்து 'மக்கள் தரிசனம்' என்றபெயரில் ஒரு நிகழ்ச்சிக்கு அந்த ஊருக்கு பொன்.சீதாராமன் வந்த போது இணைமந்திரி அந்தஸ்து அவருக்குத் தரப்பட்டிருந்தது. அந்த சுற்றுப்பயணத்தின்போது மந்திரிக்கு எல்லாமாக இருந்தது பத்மநாபன் தம்பி கோஷ்டியினர் ஆவர். தம்பிதான் திரும்பவும் அங்கன்வாடியை அவரது கவனத்திற்கு கொண்டு வந்தார்.

தங்கநாடானுக்கு எதுவுமே புரியவில்லை. சீதாராமனுக் கெதிராகப் பதுங்கி இருந்துகொண்டு கம்யூனிஸ்ட்காரர்களுக்கு வேலைசெய்தவர் தம்பி. இன்று மந்திரியோடு நெருங்கி இருந்து ஒரே வண்டியில் பயணமும் செய்கிறார். செய்துவிட்டுப் போகட்டும். தான் மாடங்கட்டி வாழும் புறம்போக்கு நிலமும் தனக்கு இல்லாதபடி நசிப்பிக்கும் எண்ணம் ஏன் அவருக்கு ஏற்பட்டது என்பதைத்தான் அவனால் அறியமுடியவில்லை.

அடுத்த சிலநாட்களில் குடிசையை மாற்றித் தரும்படியாக நோட்டீஸ் வந்தது. என்ன செய்வதென்று தெரியாமல் திகைத்த தங்கநாடானை ஆறுதல்படுத்திய தினேஷ், சட்டரீதியிலான நடவடிக்கைகளில் ஈடுபடலாமா என்று யோசித்தான். எதற்கும் மிஷனெரியைக் கலந்தாலோசிப்பது நல்லது என்ற முடிவில் தகப்பனை அழைத்துக்கொண்டு அவரைக் காண வந்தனர்.

“தங்நாட், உட்கார்.”

மிஷனெரியின் தமிழ் குழந்தை பேசுவதுபோல இருந்தது. அவரது முகத்தைக் கண்டதும் தங்கநாடானுக்குள் ஒளி பிறந்தது.

“எல்லாம் கேட்டுது. நான் உதவி செய்றேன்.”

“அய்யா, ஒங்கள நானும், எனக்க குடும்பமும் ஆயுசு முழுவதும் மறக்கமாட்டோம்.”

“உனக்கு வாச்சர் வேலை தருது. மகன் படிப்பு முடியும் வரை நீ இங்கு தங்கலாம்.”

தரையில் நெடுஞ்சாண்கிடையாக விழுந்து கிடந்த அவனை ஆச்சரியத்தோடு பார்த்தார் அந்த ஜெர்மானியர்.

“என்ன காரியம் பண்ணுது தங்நாட்? இது சரியில்ல. தங்நாட் சரியில்ல.”

தினேஷ் தகப்பனைத் தூக்கி நிறுத்தி அவரது கண்ணீரைத் துடைத்தான். அந்தக் குடும்பம் மிஷனெரியின் நிழலில் பனைமரம்போல ஓங்கி உயர்ந்தது.

அந்திப் பனையேறி முடித்துவிட்டு உடனடியாக இரவு உணவை முடிப்பது தங்கநாடான் வழக்கம். மிஷனெரி இரவு உணவை ஆறுமணிக்கே முடித்துவிடுவார். அவரிடமிருந்து அவனும் சில நல்லபாடங்களை குறுகியகாலத்தில் படித்து விட்டான். வேலை முடிந்ததும் துணிகளை நனைத்து காயப் போட்டு விட்டுதான் சாப்பிட உட்கார்வான். இரவு ஒன்பது மணிக்குப் பிறகு காவல் காக்க சென்றுவிடுவான்.

பனையோலை கொண்டு வட்டவடிவில் கட்டப்பட்ட கூண்டு ஒன்று அவன் அமர்வதற்கு ஒதுக்கப்பட்டது. அதிலிருந்து

கொண்டு பார்த்தால் அந்த சுற்றுவட்டாரம் முழுக்க ஒரு ஈ எறும்பின் அசைவுகூட தெரியும். மிஷனெரி தாமசிக்கும் பங்களாவுக்கு கிழக்குப் பாகம் மெயின் வாசலுக்கு வெளியே யாரோ அடிக்கடி வந்து தூறி வைப்பதும், காலையில் கதவைத் திறக்கும் போது தங்கநாடான் பீயில் கால்வைப்பதும் தொடர்ந்து நடந்துகொண்டே வந்தது. மிஷனெரியிடம் தனக்கு கெட்ட பெயரை உருவாக்குவதற்காக யாரோ செய்யும் விபரீத செயல் என்பதை மிக சுலபத்தில் தங்கநாடான் புரிந்துகொண்டான்.

இப்போது அவன் பனைமாடப் பரணில் உட்காரு வதில்லை. வாசற்கதவுக்கு உட்புறமாக ஒரு நாற்காலியைப் போட்டு உட்கார்ந்தான். பக்கத்தில் ஸ்டவ் அடுப்பில் வெள்ளம் கொதித்துக் கொண்டிருக்கும். இரவு தேயிலைத் தண்ணீர் குடிப்பதற்காக என்று தினேஷ் நினைத்துக்கொண்டான்.

அன்று குளிர்காற்று அதிகமாக வீசியது. உழைத்தகளைப்பும் அதனோடு சேர மெல்ல கண்ணயர்ந்த சமயம். யாரோ நடந்துவரும் காலரவம் கேட்டு தங்கநாடான் உணர்வு பெற்றான். இருட்டில் வெள்ளை வேட்டி தெரிய ஒரு உருவம் நகர்ந்து வந்து வாசலில் பின்புறம் காட்டி துணியை உயர்த்தி உட்கார்ந்த போது ஸ்டவ்வில் கொதித்துக்கொண்டிருந்த நீரை துணிபிடித்து தூக்கிய தங்கநாடான் 'கேற்'றுக்கு மேலே உயர்த்தி குண்டியடக்கி சரித்துவிட்டான். 'அய்யாப்போ . . .' என்ற அலறலுடன் ஓடியவனின் சத்தத்தை வைத்து அது நடராசன் என்பது தெரிந்தது.

அம்மன் கோயில் விளையில் பனையேறிவிட்டு மறுநாள் வந்துகொண்டிருக்கும் போது பாலத்தடி முக்கில் வைத்து நான்குபேர் அவனிடம் வலிய சண்டைக்கு வந்தனர். நிலமை மோசமென்பதை உணர்ந்த தங்கநாடான் பாளை அருவாத்தி யைக் கையில் எடுத்தான்.

"லேய், மரியாதிக்கு நான் எனக்க வழியில பெய்கிட்டி ருக்கேன். என்ன வாழவிடணும். அதுக்கு வழிஇல்லேண்ணு உண்டுமானா, நான் கொலகாரனா மாறுவேன், கேட்டியளா?"

கையை உயர்த்தியபடி அசைந்த அருவாத்தியுடன் தங்கநாடானின் நிற்பைக் கண்டதும் நான்குபேர்களும் ஆளுக்கொரு திசையைப் பார்த்தவாறு சிதறி ஓடினார்கள். வருடம் ஒன்றைத் தாண்டியும் தேர்தல் பிரச்சினை இன்னமும் ஓயவில்லை என்பது அவனுக்கு கவலையளித்தது.

மறுநாள் குடம் நொறுக்கியின் கடையில் நடராசன் அமர்ந்து கதைபேசிக் கொண்டிருக்கும் தருணத்தை எதிர் பார்த்து காத்திருந்த தங்கநாடான் எதிரில் வந்துநின்றான்.

அவனைக் கண்ட நடராசன் அங்கிருந்து மெல்ல நழுவ முயன்றான்.

"நடராசா! ஒண்ணு நிண்ணுட்டு போ, ஒனக்கிட்ட பேசவேண்டிய காரியம் இருக்கு."

"என்ன காரியமோ?"

"ஒனக்கு ஒண்ணும் தெரியாது பாரு."

"எனக்கு ஒண்ணும் தெரியண்டாம்."

"தெரியணும். தெரிஞ்சே ஆகணும். எங்க மதக்காரனுவளுக்கு இடையில உள்ள தகராறுக்கு நாங்க சண்டை போடறோம். ஒன்ன யாரு, என்ன செஞ்சினும்? ஒனக்க மதக்காரனுவளுட்ட நான் சண்டைக்கு வந்தேனா? இல்ல, ஒனக்க குடும்பக்காரன் எவனுட்டெயாவது வம்புக்குப் போனேனா? ஒனக்கு எதுக்காக்கும் எனக்கிட்ட இவ்வளவு வன்மம்?"

"நீரு எம்.பி. தேர்தல்ல நிண்ணுருக்கப்பிடாது."

"ஒனக்கிட்ட கேட்டுட்டா நான் நிக்கியதும், நிக்காத்ததும்? கோயில்ல பூசை செஞ்சிட்டு இருந்த என்ன கழுத்தப்பிடிச்சி வெளிய தள்ளம்ப ஒரு பய எனக்காகப் பேச உண்டா? சொல்லு பாக்கலாம்."

"அதியான் ஒருவாடு ஓட்டு வேண்டினீரே?"

"ஓட்டு வேண்டினதும், வேண்டாத்ததும் பற்றி நீ அறியண்டாம். நீயா எனக்கு நாமினேஷன் கெட்டின? நீயா எனக்கு ஓட்டு போட்ட? எழுதாத பக்கத்த வாசிக்காத."

"ஓய் சொந்தம் ஆட்கள விட்டுக்குடுக்கியவன் ஒருநாளும் வெளங்கமாட்டான்."

"ஒனக்கிப்ப சொந்தம் ஆட்கள் யாருடே?"

"............"

"வாயத்தெற."

"எல்லாரும் நமக்கு வேணும்."

"அப்பிடி சொல்லி தப்பிக்கண்டாம். எல்லாரையும் அப்பன்ணு விளிப்பியா?"

"..........."

"நடராசா! நான் ஒனக்கு சொல்லித்தாறேன், கேட்டுக்க. ஒனக்க சொந்தம் இப்ப வேதக்கார. அவங்க்ளுக்க கதைய

மட்டும் பாத்திட்டு இருக்கணும். அடுத்தவன நாலு ஆளுவள விட்டு அடிச்சியதோ, வாதப்படியில ஆளுவ வரக்கூடிய எடமா பாத்து தூறிவச்சியதோ எல்லாத்தையும் இண்ணோட நிறுத்தி ஒண்ணு மதியாக்கணும். இல்லாட்டா எல்லாருமா சேந்து ஒன்ன நெறுத்த வைப்போம்."

நடராசன் நெஞ்சில் சுருக்கென தைத்தது தங்கநாடான் பேச்சு. அவன் கூறியதில் உள்ள பொருளையோ, சூழலையோ கணக்கில் கொள்ளாத நடராசன் மனதில் மேலும் வன்மம் இருண்டு திரண்டது.,

காலம், மலையிலிருந்து உருளும் கற்களைப்போல வேகம் வேகமாகப் புரண்டு கொண்டிருக்கிறது. தங்கநாடான் அதில் சிக்கி மீண்டு கொண்டான் என்றுதான் சொல்லவேண்டும். பத்மநாபன் தம்பியாலோ, நடராசனாலோ அவனை எதுவும் செய்யமுடியவில்லை. மகன் தினேஷ் நன்றாகப் படித்து இன்று அமெரிக்காவில் கம்ப்யூட்டர் என்ஜினியராகப் பணியாற்று கிறான். மாசம் ஒன்றரை லட்சம் ரூபாய் சம்பளம். கேரள அரசின் உள்துறை செயலரின் மகளைத் திருமணம் செய்ய ஆலோசனை வந்தது. தங்கநாடான் அமைதியாக, 'ஆலோசிக் கலாம்' என்றுதான் சொன்னான். மகனின் விருப்பமே அவனிடம் பிரதானமாக இருந்தது.

பனங்கற்கண்டு நிலையத்தை அந்த இடத்திலிருந்து அப்புறப்படுத்தினால் மட்டுமே தங்கநாடானை வீழ்த்தமுடியும் என்பதை அறித்த நடராசன் பலமுயற்சிகள் செய்தும் தோற்றுப் போனான். கடைசியாக பெருமாள்சாமியிடம் கலந்தாலோசித் தான். அதன்படி வருடந்தோறும் கிறிஸ்மஸ் சமயம் அனாதை இல்லத்தில் துணிகள் தைக்க விடப்படும் டெண்டரைக் கொட்டேஷன் குறைத்துக் கொடுத்து எடுத்தான் பினாமி ஒருவன். பெருமாள்சாமியின் ஏற்பாட்டில் உள்ளே சென்ற தையல் தொழிலாளி அனாதை இல்லத்திலுள்ள அனைவரையும் உடைகள் தைக்க அளவெடுத்தான். ஒரு நாள் ஐந்து வயது சிறுவன் ஒருவனுக்கு அளவெடுக்கும் போது சில சந்தேகங்களைக் கேட்டான் தையல் தொழிலாளி. மிஷனெரி சிறுவனின் ஆடையில் கைவைத்து தைக்கும் விதத்தை விளக்கிச் சொன்னார். மறுநாள் அந்த சிறுவனின் உறவுக்காரர் ஒருவர் அனாதை இல்லம் வந்து பையனை வீட்டுக்கு அழைத்துச் சென்றார். பையன் பிறகு திரும்பி வரவில்லை.

இது நடந்து ஒருவாரம் கழிவதற்குள் அனாதை இல்லத்தை சோதனையிட்ட காவல்துறையினர் மிஷனெரியை கைதுசெய்து அழைத்துச் சென்றனர். மறுநாள் எல்லா நாளிதழ்களும்,

‘ஐந்து வயது சிறுவனிடம் பாலியல் குறும்பு செய்த கிறித்தவ மிஷனெரி’ என்று அவரது புகைப்படத்துடன் செய்தி வெளியிட்டன. கோர்ட்டில் கண்கண்ட சாட்சியாக நின்றவன் தையல் தொழிலாளி.

விடுதலையான பிறகு மிஷனெரி அந்த ஊருக்கு வந்தார். மாதர் சங்கங்கள் திரண்டு நின்று துடைப்பக்கட்டைகளைத் தூக்கிக் காட்டி எச்சரித்தனர். இந்து அமைப்பினர் ‘வெள்ளை மிஷனெரியே, வெளியேறு!’ என்று கோஷம் எழுப்பினர். அவருக்கெதிராக முற்றுகைப் போராட்டம் நடத்த அரசியல் கட்சிகள் களமிறங்கின.

மிஷனெரி எதையுமே தனக்கெதிரான எதிர்ப்பாகக் கருத வில்லை. மலங்காடாகக் கிடந்த அந்தப் பகுதியில் ஒற்றையடிப் பாதை கூட இல்லாத நிலையில் முதன்முதலாக நடந்துவந்த அந்த நாளை நினைத்தார். சாலைவெட்டும் பணியில் ஈடுபட்ட போது தனக்கு உதவி செய்த குடும்பங்களை நினைத்தார். வீடுகள் கட்டித்தந்த போதும், குடிநீர் தொட்டி உயர்ந்தபோதும் தன்னை வாழ்த்திய முகங்களை நினைத்தார். வெறும் மரிச்சினி கிழங்கையே ஒருவேளை மட்டும் உணவாகக் கொண்டிருந்த குடும்பங்கள் அரசிச் சோறு சாப்பிடும் அளவுக்கு உயர்ந்த வாழ்வை நினைத்தார். அவர் சோர்வுகள் எல்லாம் நீங்கி புதுமலர்ச்சி ஏற்படவே கூடி நின்ற பெண்களைப் பார்த்து புன்னகைத்தார். முகம்கறுத்த நிலையில் அனைவரும் அவரைக் காறித்துப்பினர்.

“ரொம்ப நன்றி! போய்ட்டு வாறேன்.”

அந்த மக்களைக் கும்பிட்டபடி விடைபெற்றுச் சென்ற அந்தப் புண்ணியவாளனை நினைத்ததும் தங்கநாடானைக் கவலைமேகம் வந்து சூழ்ந்துகொண்டது. அவனை அறியாம லேயே கண்கள் கலங்கின. உடல் அதிர்ந்து கொண்டது. தனது உயர்வுக்காக அந்த ஜெர்மானிய மிஷனெரி அவமான சிலுவை சுமந்தபடி இந்தியாவைவிட்டு வெளியேறிச் சென்ற சம்பவம் அவனுக்கு கசப்பு காடியைக் குடிக்கத் தந்ததுபோல இருந்தது.

பனங்கற்கண்டு நிலையம் இன்று பாசிபிடித்து ஆலமரம் முளைத்து மண்திட்டையாகக் காட்சித்தருகிறது. அதனெதிரே தங்கநாடானின் மகன்கட்டிய ரெண்டுமாடிக் கட்டிடம் ஓங்கி வளர்ந்த பனைமரம்போல உயர்ந்து காணப்படுகிறது.

தங்கநாடான் ரோட்டில் வந்ததும் சுந்தரி எதிரில் வந்து கொண்டிருப்பதைக் கண்டான். முன்பு பனையேறி முடித்து

விட்டு வரும்போது செய்யும் கேலி கிண்டலெல்லாம் இப்போது செய்யமுடியாது. அப்போது பள்ளிக்கூடம் சென்று கொண்டிருந்தவள் என்ன உயரத்திற்கு வளர்ந்துவிட்டாள் என்று எண்ணினான்.

"பிள்ள இப்ப என்ன படிச்சிய?"

"பி.எட்."

"நல்லா படிச்சணும் என்னா?

"செரி! மாமா எங்க போறிய?"

"நானா மக்கா? பேங்குக்கு போறேன். எனக்க மகன் ஒரு செக் அனுப்பி இருக்கான். அத மாற்றப் போறேன்."

வெள்ளை சட்டை, வேட்டி தரித்து கையில் ஒரு கறுத்த தோல்பையுடன் நடந்து செல்லும் தங்கநாடானை, 'இவரா அன்று பனையேறிக்கொண்டு தன்னைக் கடந்து சென்றவர்?' என்று நம்ப முடியாமல் பார்த்துக்கொண்டே நின்றாள் சுந்தரி.

பட்டப்பகல் நல்லுச்சைக்கு நடராசன் வீட்டில் படபடவென ஐந்தாறு கற்கள் வந்து விழுந்தன. வழக்கமான அந்த சத்தம் எழுப்பிய அதிர்வில் அக்கம் பக்கத்து ஜனங்கள் வெருண்டு ஓடினர். ஒரு நொடிக்குள்ளாக ரோடு வெறிச் சோடியது. தங்கள வீடுகளுக்குள் பதுங்கியவர்கள் கதவு ஜன்னல் களைப் பூட்டியவாறு பயத்துடன் என்ன நடக்கப்போகிறதோ என்ற அங்கலாய்ப்பில் தவித்துக்கொண்டிருந்தனர்.

அன்று வியாழக்கிழமை. சற்று முன்னர்தான் நடராசன் கேரளத்துக்கு யாவாரம் செய்யப் புறப்பட்டதை அனைவரும் கண்டனர். வண்டாளமும், அவனுமாகச் சேர்ந்து குடம் நொறுக்கியின் கடையில் அமர்ந்து குடித்தனர். இனிமேல் ஞாயிறு காலையில் பார்க்கலாம் என்று கூறிய நடராசனை வண்டாளம்தான் வண்டியேற்றி வழியனுப்பி வைத்துவிட்டு வந்தான்.

கிழவி ஊற்றுக்கு குளிக்கப் போயிருந்தாள். ஒன்பதுமாசக் கைக்குழந்தை தொட்டிலில் உறங்குகிறது. வழக்கமான சத்தத்தை விட அன்று பலமாக விழுந்த கற்களை நினைத்து மனதிற்குள் சிரித்தாள் கிரேசி. அவள் உள்ளம் குளிர்ந்தது.

மாசத்திற்கு ரெண்டு மூன்றுதடவை ஓட்டில் விழும் கல்லெறி சத்தம் கேட்டதும் ஊர் ஒதுங்கத் தொடங்கும். கல்லெறி மாடன் ரொம்பவும் பொல்லாதவன். யாராவது

கதவைத் திறந்தால் உள்ளே குடிபுகுந்து விடுவான் என்று அவன் திரும்பிச் செல்வதுவரை எல்லோரும் கதவை அடைத்து விட்டு கண்களையும் மூடி அரவம் காட்டாமல் இருந்துவிடுவர். ரெண்டு மூன்று மணிநேரம் கழித்து திரும்பவும் படபடவென ஐந்தாறு கல்லெறிவிழும் ஓசை கேட்கும். கல்லெறி மாடன் மலையேறிச் செல்வதற்கான குறிப்பு அது. அதன் பிறகுதான் எல்லோரும் நிம்மதிப் பெருமூச்சு விடுவார்கள்.

பெரும்பாலும் நடராசன் வீட்டில் இல்லாத நேரங்களில் தான் கல்லெறி சத்தம் கேட்கும். அது ஏனென்று யாருமே கவனிக்கவில்லை. தப்பித்தவறி ஒருநாள் அவன் வீட்டில் இருக்கும்போது ஓட்டில் கல்வந்து விழுந்தது. கதவைத் திறந்து வெளியே வந்த நடராசனை பெருங்குரலெடுத்து அழைத்து உள்ளே கொண்டுவந்து கதவைப் பூட்டினாள் கிரேசி. அன்று அதன்பிறகு கல்லெறி விழவே இல்லை. நடராசன் முன்சிறை வந்து பூஜைக்குரிய பொருட்கள் வாங்கி படுக்கை போட்ட பிறகு சிலநாட்களாக உபத்திரவம் இல்லை. அதிலும் குழந்தை உண்டான பிறகு ஒரு வருடகாலம் கல்லெறி மாடனைக் காணவே இல்லை.

அன்றைய கல்லெறி அசாத்தியமாக இருந்தது. தொடர்ந்து நான்கைந்து தடவை விட்டுவிட்டு விழுந்த எறியைக் கண்டு ஊரே நடுங்கியது. முன்வாசற்கதவை இழுத்து மூடிய கிரேசி நமட்டுச் சிரிப்புடன் வந்து அடுக்களைக்குப் பக்கம் நீர்விழும் வகையில் அமைந்த வீட்டின் உள்திறப்புக்கெதிரில் இருந்த கதவையொட்டி தலைமறைவாக நின்றுகொண்டாள். சிறிது நேரத்தில் வேப்பமர உச்சியில் வண்டாளத்தின் தலை தெரிந்தது. ஓட்டுக் கூரைமீது விழுந்து கிடக்கும் கொப்பில் கால்பதித்து ஓடு வழியாக ஊர்வதுபோல மெதுவாக இறங்கி வீட்டின் உள்முற்றத்தில் குதித்தான்.

“எப்பிடி ?”

“ஒங்க ராஜியந்தான்.”

“அப்ப ராஜா – ராணி வெளையாட்ட ஆரம்பிக்க வேண்டியது தான் பாக்கி.”

கிரேசி ஓடத் தொடங்கினாள். வீட்டின் உள்முற்றத்தை தாங்கி நின்ற தூணில் சுழன்று வந்து கொண்டிருந்தவளை விரட்டத் தொடங்கினான் வண்டாளம்.

“நில்லு, எனக்கு மூச்சிரைக்குது. கொழந்த பெத்தவா மாதிரியா இருக்கிய? சின்ன குட்டியளப் போல இல்லியா பறக்கிற. நம்மால முடியல்ல.”

"ஒமக்கு சின்னகுட்டிய வேற வேணுமாக்கும்?"

"ஒனக்கு தங்கச்சி இருந்தா கெட்டித்தாயேன்."

"ஒம்ம சாமானத்த அறுத்துப்போடுவேன்."

"செஞ்சாலும் செய்வே, ஜாக்கிரதையாத்தான் இருக்கணும்."

"ஆமா, அயிற்றம் கொண்டு வரல்லியா?"

அவன் தனது சட்டையைத் தூக்கி மேலாக உயர்த்தினான். இரண்டு குவாட்டர் பாட்டில்கள் கண்சிமிட்டின.

"வயிற்றில சாராயஷாப்பையே வச்சிட்டுத் திரியிறீரே, ஒடு வழியா குதிச்சத யாராவது பாத்திருந்தா என்ன செய்திருப்பீரு?"

"கல்லெறி மாடனைக் கண்ணுகொண்டு பாக்கிய அளவுக்கு பீஒறப்புள்ள ஒரு பய இந்த ஊரில உண்டுமாக்கும்?"

"ஒம்மள ஒரு நாளு எல்லாவனுமா சேந்து கையுங் களவுமா பிடிச்சி தர்மஅடி தாறத எங்கண்ணு காணணும்."

" ஓ... அப்பிடி எல்லாம் ஆசை இருக்கோ?"

"கில்லாடி மனுஷனய்யா நீ!"

"ஒனக்கு ஒண்ணும் தெரியாது பாரு, பச்சக்கொழந்த."

"எல்லாம் ஒம்ம அரங்கேற்றம் தானே, சும்மாவா?"

"ரொம்ப நாளாச்சு இல்லியா?"

"கைவச்சி இருத்தாதியும். கொழந்த பெத்த பெண்ணடியளுக்க தேகம் பற்றி தெரியாத்த மனுஷனா இருக்கீரே."

"கொழந்த எங்க?"

"தொட்டில்ல ஒறக்கம்."

"செரி, உள்ள போவம்."

"வந்த ஒடனே ஒமக்கு வேலை நடக்கணும். அதுக்க பெறவு எவா எக்கேடு கெட்டா நமக்கென்னா."

"அய்யோ ராசாத்தி, ஒனக்கிட்ட நான் அப்பிடியா பழகியேன்? சொல்லு."

"பின்ன எப்பிடி பழகுறீரு?"

"கொம்மைக்க கள்ள மாப்பிளையா பழகியேன்."

"தேச்சியப்படாதியும். நான் செல்லியத மரியாதியா கேளும். வீட்டுக்க பெறம நாலுசென்ட் பூமி விக்க வருது. வேண்டுவீரா?"

“எனக்கிட்ட யாது பைசா?”

“பைசா இல்லாட்டா களவாணும். அடுத்தவன் பெண்டாட்டிய களவாணத் தெரியுதில்லா. இதுமட்டும் பெருசா?”

“பாக்கலாம்.”

“பாக்கலாம்ணு இல்ல, வேண்டணும். எம் பேரில அத எழுதித் தரணும். ஒமக்கு அடிக்கடி இஞ்ச சர்க்கீட் அடிச்சவும் வசதி.”

‘இந்த சமயத்தில காரியம் பாக்கிற கலைய இந்தப் பெண்ணும் கற்றுதான் வச்சிருக்கு’ என்று வண்டாளம் மனசுக் குள்ளாக முனகினான்.

“செரி, கிளாஸ் எடுத்திட்டு வா.”

அவள் உள்ளேபோய் இரண்டு எவர்சில்வர் டம்ளர்களை எடுத்துக்கொண்டு வந்து தரையில் வைத்தாள். உள்முற்றத்து திண்ணையில் உட்கார்ந்திருந்த வண்டாளம் தனது இடுப்பி லிருந்து இரண்டு பாட்டில்களை எடுத்து கீழே வைத்தான்.

“குப்பி கிளாசு இல்லியா?”

“இதுக்கென்ன?”

“எவர்சில்வர் டம்ளர்ல குடிச்சபிடாது, கேன்சர்வரும்.”

“அப்பிடியா?”

அவள் அடுக்களைக்குச் சென்று கண்ணாடி டம்ளரைத் தேடினாள். வண்டாளம் பதுங்கிச் சென்று அவளைப் பின்புறமாகச் சேர்த்து அணைத்தான்.

“ஓய் விடும், நான் கிளாசத் தேடட்டு.”

வண்டாளம் அவளை முன்புறமாக அணைத்து தூக்கிப் பிடித்து அம்மியோடு சேர்த்து சரித்தான். நெஞ்சில் முகம் பதித்தவன் நீரில் பாசியை விலக்குவதுபோல மேலே கிடந்த ஆடையை ஒதுக்கினான்.

“அய்யே, இதென்ன வேலை?”

“நல்லாத்தான் இருக்கு.”

அவன் பிடியிலிருந்து திமிறிய அவள் விடுபட்டு நின்றாள்.

“கள்ள மனியா! கொழந்தைக்க வகைய கூட விடமாட்டீரு போல இல்லா இருக்கு. திருடன்.”

அவள் செல்லமாக அவனை அடித்தாள். அவன் ‘அய்யோ ...’ என்று பொய் அலறல் கூவியவாறு விலகி நின்று அவளைப் பார்த்தான். அவள் முகத்தில் படர்ந்து நின்ற நாணத்தின் சிவப்பை அவன் ரொம்பவே ரசித்தான்.

“மிருகத்திற்கும், மனுஷனுக்கும் டேஸ்ட் ஒண்ணுபோலத் தான் இருக்கு.”

“ரெத்தம் வேற.”

“மிருக பாலை மனுஷன் குடிக்கிறானா, இல்லையா?”

“மனுஷபாலை குடிக்கிற மிருகமும் இருக்கே.”

வண்டாளத்தை சுட்டிக் காட்டியபடி ஓடிய கிரேசியை துரத்திச் சென்றவன் அவளைத் தூக்கிக்கொண்டு வந்து தரையில் இருத்தி முத்தம் கொடுத்தான்.

“மனுஷனும் மிருகந்தான் பாரு.”

“ஒங்களப் பற்றி தனியா செல்லணுமா? எல்லாரும் அறிஞ்சது தானே?”

“புளி கொண்டுவா, உடைப்போம்.”

புரையில் நுழைந்தவள் ஒரு ஓலைப்பெட்டி நிறைய வாளப்புளியைக் கொண்டுவந்து தரையில் தட்டினாள். இருவருமாகச் சேர்ந்து உடைத்து குத்துவதில் ஈடுபட்டனர்.

“ஒரு வழியில எனக்கு கொஞ்சம் பணம் வரும்போல இருக்கு பாரு.”

“களவாணிய பிளானா?”

“இல்ல, ஏமாற்றிய பிளான்.”

“என்ன செய்வீரோ, யாது செய்வீரோ தெரியாது, எனக்க பேரில நாலு சென்ட் நிலம் ஒருமாசத்தில கைக்கு வரணும்.”

“ஒரு மாசம் கூட வேண்டாம், ஒருவாரத்தில வேண்டித் தாறேன்.”

வண்டாளம் பாட்டிலைத் திறக்கும் அழகே அழகு. இடது கையில் குப்பியின் மூடி படும்படியாக சரித்து ஒரு குலுக்கு குலுக்கி தரையில் வைப்பான். கீழிருந்து சிறு குமிழிகள் தோன்றி மேலே வந்துகொண்டிருக்கும். அவை சற்று அடங்கியதும் மூடியைத் திருகி உடைத்து இரண்டு குப்பி கிளாசிலும் கொஞ்சமாகவிட்டு நீரை சேர்த்தான். அவன் செயலைப் பார்த்தால் ரசாயன கூடத்தில் குடுவையில் பரிசோதனை

முயற்சியில் ஈடுபட்டுக் கொண்டிருக்கும் விஞ்ஞானியிடம் கூட இப்படி ஒரு லாவகம் இருக்குமா என்ற சந்தேகம் எவர்க்கும் எழும்.

ஒரு கிண்ணியில் நெத்தலிமீன் அவியல் கொண்டு வைத்து விட்டு அவனுடன் தரையில் ஒப்பத்தில் அமர்ந்த கிரேசியிடம் கிளாசை எடுத்து நீட்டிய வண்டாளம், 'கொறச்சித்தான் விட்டிருக்கு' என்று கூறினான். அவள் பிடிக்காதது போன்ற முகக்குறிப்பைக் காட்டவே தனது மடியிலிருந்து சிறுபொதியை எடுத்து அவிழ்த்தவன் இரண்டு பனங்கற்கண்டு துண்டுகளை எடுத்து அவள் வாயில் போட்டான்.

"சர்பத் கலக்கப் பிடாதா?"

"இப்ப யாது நன்னாரி? எல்லாம் கெமிக்கலு."

"கடுப்பா இருக்கு."

"மொதல்ல அப்பிடித்தான் இருக்கும்."

"இதில இனிச்சிய சாராயமா எதுவும் கெடையாதா?"

"இதுவும் ஒரு டேஸ்ட்தான். நீ நெல்லிக்கா தின்னதில்லயா? அது இனிச்சிட்டா இருக்கு? அதுபோலத்தான் இதுவும். கசப்புதான் களிப்பு தருது."

"பொல்லாத களிப்பு."

"கோடானு கோடி மக்களின் பழக்கம் பொல்லாததா? மதத்த போல இதையும் உருவாக்கினா ஒலகத்திலே பெரிய நிறுவனம் மதுவாகத்தான் இருக்கும்."

வண்டாளம் குடிப்பதுபோல நடித்தானே தவிர அவளை குடிக்க வைத்து வெறியேற்றுவதில்தான் தீவிரம் காட்டினான். அவளது கூச்ச நாச்சங்கள் பறிபோன பிறகு வெளிப்படும் உண்மையையே அவன் பெரிதும் விரும்பினான். நிஜமான பெண் உணர்வு அவன்மீது படரும்போது, அவன் போதை வயப்படாமலிருந்து அதனைக்காணவும், அனுபவிக்கவும் ஆசைப்பட்டான்.

"நெத்தலி அவியல் சூப்பர்."

"நாலு முட்டை ஒடச்சி விட்டிருக்கேன்."

"முட்டையில இல்ல, இஞ்சி சதச்சி போட்டிருக்கியே அதிலெயாக்கும் இருக்குது பாரு டேஸ்ட்."

"ஒமக்கு ஒவ்வொரு நாளும் ஒவ்வொரு டேஸ்ட். போன தடவை நல்லமொளவிலயாக்கும் டேஸ்ட்ண்ணு சொன்னீரு. நேரத்துக்கு நேரம் நெறம் மாறுவீராக்கும்?"

“கிரேசி! என் செல்லக்குட்டி இல்லியா. நான் செல்லியத கவனமா கேளு. நல்ல கருநெத்தோலிய பொடி முள்ளில்லாம உருவியெடுத்து தேங்கா எண்ணெயில வறுத்து அவியலுக்கு போல தேங்காயும், பச்சமொளவும் அரைச்சி சேத்து, சீரகம், ஈருள்ளிய மசியாக்கி, இஞ்சியும், வெள்ளப்பூடும் சதச்சிப் போட்டு ரெண்டு முட்டையும் அடிச்சி ஊற்றி கிண்டி எறக்கினா நான் ஒரு குவாட்டர் கூட உள்ளுக்குத் தள்ளுவேன். என்ன எழவானாலும் ஒனக்க கைபட்டா உசிரு வந்திருமே எனக்க ராசாத்தி . . .”

“எனக்கு தலை கெறங்கிய மாதிரி இருக்கு.”

“இப்பத்தான் பூமிக்க அசைவு நமக்குத் தெரியுது.”

அவன் அவளைக் குழந்தைபோல வாரியெடுத்து அறைக்குள் கொண்டுபோய் கட்டிலில் கிடத்தினான். கதவை மெல்ல சாத்திவிட்டு அவளுக்கு சமமாகப் படுத்தான்.

“மிருகங்க நம்மளப்போல போதை உணர்வ ரசிக்குமா?”

அவள் வண்டாளத்திடம் கேட்டாள்.

“நல்லா ரசிக்கும்.”

“எப்பிடி சொல்லுதீரு?”

“ஒருக்கா அப்பர் கோதையாறு வழியா கல்லிடைகுறிச்சிக்கு நடந்துகொண்டிருக்கும்போது வழியில ஒரு ஓலத்தி மரத்த சீவி மலங்காணி களளுவச்சிருந்தான். பெரிய கூனிப்பானை யாக்கும் கெட்டியிருந்தான். குரங்கு கூட்டம் ஒண்ணு குடிச்சிற்று கெடந்து ஆடின ஆட்டம் இருக்கே, காலத்துக்கும் என்னால மறக்கமுடியாது.”

“அப்பிடி என்ன ஆட்டம் ஆடிச்சிதுவ?”

“இன்னா நாம ஆடியோமே, அதவிடப் பயங்கரம்.”

“நேரியானா?”

“ஒஞ்சத்தியமா நான் கள்ளம் செல்லல்லியே.”

“காடாந்திரங்களுக்கும் அத்தின குடிவெறியா?”

“பின்ன இல்லாம? நீ பழவுண்ணி பாத்திருக்கியா?”

“இல்லியே,”

“மரநாயாக்கும். பனையில ஏறி நல்லா கள்ளு குடிச்சும். போதையில கீழ எறங்கமுடியாம பொத்துண்ணு விழுமா, அந்த எடத்தில போட்டு அடிச்சி எடுப்பினும். நீ பழவுண்ணி இறைச்சி தின்னிருக்கியா?”

"இல்ல."

"லேசா இனிச்சிட்டிருக்கும்."

"நேத்து பாருங்க, ராத்திரி ரெண்டு பூனைய தட்டுக்க மேல கெடந்து ஒரே அலவற விளி. கொழந்தைய கரையது போலவும் கேக்குது, செத்தவன் வீட்டில ஒப்பாரி வச்சியது போலவும் இருக்குது. சண்டையாக்கும் போடுதுண்ணு நெனச்சிட்டு நான் கையில ஒரு தொறப்பைய எடுத்துட்டு மெள்ள மேலபெய் பாத்தா . . . ஒம்மாண ஓய் . . ."

"என்ன பாத்த?"

"எனக்கு பரியெடா இருக்கு."

தலையை ஒருபக்கம் சாய்த்தவள் வண்டாளத்தின் வலப்புற தோள்மீது முகத்தை வைத்தாள்.

"என்ன பரியெடு? நாந்தானே, சும்மா சொல்லு."

"நாம செய்யதுபோல அதுவளும் செய்யுதுவ. கடுவம் பூனை மேலஏறி இருந்து ஒம்மளப் போல, ச்சீ . . . எனக்கு செல்ல வரேல்ல."

"செய்யத சொல்லப்பிடாதா? சும்மா சொல்லு. எனக்கிட்டதானே சொல்லிய. இதெல்லாம் மாப்பிளைட்டதான் சொல்லப்பிடாது, சந்தேகப்படுவான்."

"அதுவ அணையும்ப ஏன் அலவற விளிச்சிதுவ? நல்லா நோவுமோ?"

"நொட்டும். இதுகூட தெரியாதா? ஒலகத்தில ஒவ்வொரு உயிருக்கும் ஒவ்வொரு இன்பமும், ஒவ்வொரு கஷ்டமும்."

"என்ன கஷ்டம்?"

"நாய பாத்திருக்கியா, தெக்கோட்டும், வடக்கோட்டும் இழுத்திட்டு நிக்கியத?"

"ஆமா, எம்பிடு கஷ்டம்."

"ஆனைக செய்யத நீ பாக்கணுமே, மரங்கள அடைவச்சு நிறுத்தி அதுக சந்தோசப்படும்."

"ஆனைக கள்ளு குடிக்குமா?"

"அதுக சோலி பாத்தாலும் காடுதாங்காது, கள்ளு குடிச்சாலும் காடுதாங்காது."

"மனுஷன் மட்டும்தான் பாட்டு கேக்கியதுபோல எம்பிடு அமைதியா சந்தோசப்படுகான், இல்லியா?"

“அதுல என்ன ஆச்சரியம் இருக்குது? ஒருக்கா பேச்சிப் பாறை அணையில முதலைக ரெண்டு சோலி செஞ்சத எங்கண்ணால நான் பாத்தேன்.”

“கள்ளம்.”

“ஒன்னாண கள்ளம் இல்லியே.”

“அணையில முதலைக உண்டா?”

“உண்டாண்ணா கேக்கிய? ஆனியாடி மாசத்தில அணை தெறந்து விடம்ப ஆற்றில கூட மொதலைக வரும். நான் கண்டிருக்கேனே.”

“இது பச்ச கள்ளம்.”

“நம்பாட்டா போடி!”

வண்டாளம் எழும்பி கதவைத் திறந்து வெளியே வந்தான். குப்பிக்கிளாஸ்களைக் கழுவி அடுக்களையில் கொண்டு வைத்தவன் குவார்ட்டர் பாட்டில்களைக் கூரைக்கு மேலாக அடுத்த விளையில் தூக்கி எறிந்தான். அந்த சத்தம் கேட்ட ஊர்மக்கள் கல்லெறி மாடன் மலையேறுவதாகக் கருதி மேலும் பொறுமைகாத்தனர்.

“இஞ்சவாரும், கதை சொல்லித் தரணும்.”

“நீ என்ன நம்புதியோ இல்லியோ, நான் செல்லியது எல்லாமே உண்மையாக்கும்.”

“நீரு செல்லியது உண்மையோ பொய்யோ, எனக்கு ஒம்மளவிட ஒம்ம கதைகள் பிடிச்சிருக்கு.”

“பிறகு?”

“கதைய விட அத நீரு சொல்லிய முறை இருக்கே, அது இன்னும் நல்லா பிடிச்சிருக்கு.”

“அப்ப நீ எனக்கிட்ட விருப்பம் இல்ல, நான் அடிக்கிய கப்சாயில மயங்கீருக்க?”

“கப்சா வழியா ஒம்மிட்ட மயங்கீருக்கேன்.”

“செரி, கதைக்கு வாரேன். ஒரு நாளு பேச்சிப்பாறையில பாறைக்கிடையில ஒரு பெரீய முட்டை கெடந்துது. ஒவ்வொரு நாளும் பாத்துட்டே வந்தேன். ஒருநாளு அது ஒடஞ்சிது. முதலக்குஞ்சு ஊந்து பெய் வெள்ளத்தில சாடிச்சி பாரு, பாக்க ஆயிரம் கண்ணுவேணும்.”

“அதெல்லாம் இருக்கட்டு, அதுவ சோலிசெஞ்ச கதைய செல்லணும்.”

வண்டாளம் கால்வழியாக கைபோட்டு அவளது பாவாடையை உருவி வெளியே எடுத்தான். அவள் சேலை மட்டும் போர்த்திய வெற்றுடம்பில் கிடந்தாள்.

“அதுவொரு முரட்டு அனுபவம் பாரு கிரேசி. சொர சொரப்பான ஒரு கனத்த சரீரம் கொண்ட முதலை அதுபோல ஒரு கனத்த சரீரத்துக்க மேல ஏறி வாலை அசைத்து ஒதுக்கி சோலி செய்யது ஒரு பாறாங்கல்லு மேல இன்னொரு பாறாங்கல்லு ஏறி இருந்துட்டு அசையதுபோல தோணிச்சி. அந்த கம்பீரமும் பெலமும் இருக்கே, ஒன்ன அதப்போல தூக்கிப்போட்டு உருளக்கூடிய மனசக்திய எனக்கிட்ட இப்பளும் உண்டாக்குது.”

கிரேசி அவன் பேசிய வார்த்தைகளில் கிளர்ச்சி அடைந்து கண்களை மூடினாள்.

“ஒரு கதை சொல்லும் ஓய்.”

“நான் வேற பெண்ணுகளுட்டெ போன கதையா?”

“மிருகங்களெப் பற்றி சொல்லும் ஓய்.”

“மிருகங்களா?”

“செணம் சொல்லும் ஓய், எனக்கு ஒரு மாதிரி வருது.”

அவன் அவள் மீது ஏறினான்.

“கதைய சொல்லிச் சொல்லி செய்யும் ஓய்.”

“ஒனக்கிட்டெ நான் ஆன டோக்கன் கதை சொல்லி இருக்கேனா?”

“எந்த பெண்டாட்டிட்ட பெய் சென்னீரோ? எனக்கிட்ட இன்னும் செல்லலல்ல.”

“ஆங், அதச் சொல்லியேன் கேளு. ஆண்டவன் இந்த ஒலகத்த படைச்சாரு. வானத்த, பூமிய, சூரியன, சந்திரன எல்லாம் படைச்சாரு. மரஞ்செடி கொடிகள் என படைச்சி அழகுபடுத்தினாரு. மிருகங்களையும், பறவைகளையும் அதுபோல படைச்சி ஓடவும், பறக்கவும் விட்டாரு. எல்லாத்தையும் ஆணும் பெண்ணுமா படைச்சி ‘எல்லாரும் சந்தோசமா இருங்கண்’ணு சொல்லீட்டு போனாரு. எல்லா ஆம்பிள உடம்புகளும் ஓவர்ஸ்பீடா சோலியில எறங்கி பெண்ணுயிர்களுக்கெல்லாம் தாக்குப்பிடிக்க இயலாம ஆகிப் போச்சி. அதுவ எல்லாஞ் சேந்து ஆண்டவனுட்டெ பெய் முறையிட்டதுவ.”

“அய்யோ . . . அய்யோ . . . நெறுத்தாத செல்லணும்.”

"ஆண்டவன் எல்லா ஆண் உயிர்களுக்க சாதனத்தையும் ஆறுமாசத்துக்கு திரும்ப வாங்கி நம்பர்போட்டு போலீஸ் டேஷன்ல தோக்கு வச்சிருக்கியதுபோல வரிசையா அடுக்கி வச்சிட்டாரு."

"அய்யோ . . . பெறகு?"

"ஒரு மரக்கிளையில் அண்டிபோன அண்ணாவியா ஆண்குரங்கு ஒண்ணு சோகமா இருந்ததுதா, அதக் கண்டதும் பெண்குரங்குக்கு எளக்காரம் வந்தது. 'என்னா ஆட்டம் போட்டே? இப்ப என்ன ஆச்சிது பாத்தியா? சாமானம் பறிபோன பெறவு மரியாதை படிச்சியா?' அப்பிடி கேட்டுது."

"பொறுக்க முடியல்ல, அய்யோ . . ."

"ஒடனே ஆண்குரங்கு சொல்லிச்சுது, 'ஆறுமாசம் முடிய இன்னும் ரெண்டு வார காலம்தான் இருக்கு. ஒரு பெரீய ஆனை டோக்கன் வாங்கி வச்சிருக்கேன். அடுத்தது பாரு, ஒன்ன எப்பிடி கிழிக்கிறேன்'னு. டோக்கன்ல குளறுபடி செய்த குரங்கு கதை குரங்குக்கு மட்டுந்தானா? இல்ல பாரு. நமக்கு எல்லாருக்குந்தான்."

"அய்யோ . . . அத்தான் . . . எம்மா . . ."

கிரேசி உச்சபட்ச உணர்ச்சியில் வண்டாளத்தின் காதைக் கடித்துவிட்டுத் தளர்ந்தாள். கொல்லனின் ஊதுலை போல மூச்சுக் காற்று வெளியேறியது. பிணம்போல அசைவின்றி கிடந்தாள். இடதுகையால் காதைப்பொத்திய வண்டாளம் வலி தாங்கமுடியாமல் வேட்டியை வலதுகையால் பற்றி எழும்பிய போது வீட்டுமுன் கதவில் யாரோ பலமாகத் தட்டும் சத்தம் கேட்டது. பரபரப்பானவன் செயலிழந்து கிடந்த கிரேசிக்கு பாவாடையை எடுத்து உடுத்திவிட்டு சேலையைச் சுற்றி உடம்பை மறைத்தான். எந்த வழியாக வெளியே செல்வது என்பது தெரியாமல் அங்குமிங்குமாக ஓடிக்கொண்டிருந்தான்.

முன்கதவு நாலுபாழியால் ஆனது. பழங்கால சம்பிர தாயத்தின்படி பலாமரத்தால் செய்யப்பட்ட அது தனது வாழ்நாளைக் கழித்தும் விழுந்துவிடாமல் தளர்ந்து கிடந்தது. உள்ளே மேல்நோக்கிச் சொருகும் வலதுபக்க மேற்கதவின் கொண்டி வெளியே இருந்து தட்டிய தட்டில் திரும்பி கீழே விழுந்து சடாரென கதவு திறந்தது. அங்கே நெடுமால் திருமாலென நடராசன் நின்றுகொண்டிருந்தான்.

வண்டாளத்தின் முகத்தில் மொத்த உடம்பின் ரத்தமும் ஏறி குப்பென சிவந்தது. தேகம் வியர்த்து முதுகோடு சட்டை

ஒட்டியது. இந்த சந்தர்ப்பத்தில் அவன் நடராசனை அங்கே எதிர்பார்க்கவில்லை. அவனிடமிருந்து எப்படி விடுபடுவதென்ற பரபரப்பில் பார்வையைச் சுழற்றியபோது மேசையில் விரிக்கப் பட்ட பெட்ஷீட் மேல் நிமிர்த்தி வைக்கப்பட்டிருந்த தேய்ப்புப் பெட்டியைக் கண்டான். பக்கத்தில் கிரேசியின் ஜெம்பரும், பாவாடையும் தேய்த்து அடுக்கி வைக்கப்பட்டிருந்தன.

உள்ளே வந்த நடராசன் அமைதியாக அறைக்குள் நுழைந் தான். கிரேசி கண்களை இறுக மூடிக்கொண்டு படுத்திருந்தாள். அவள் தேகம் விறையல் எடுத்ததைக் கஷ்டப்பட்டு அடக்கிக் கொண்டு கிடந்தாள்.

"வண்டாளம், எனக்க பெண்டாட்டிய என்னலே செய்த?"

"அய்யோ நடராசா! ஒரு செகன்ட் தப்பி இருந்தா இண்ணைக்கு நீ இவள உயிரோட கண்டிருக்கமாட்டே."

"என்ன நடந்துது?"

"நான் ரோட்டே பெய்ட்டிருந்தேன். 'அய்யோ...'ண்ணு ஒரு அலவறவிளி. ஓம் பெண்டாட்டி சத்தம்ணுள்ளது தெரிஞ்சி போச்சி. எவனோ கள்ளன் வீட்டுக்குள்ளால புகுந்துட்டான்ணு நெனச்சி நான் அங்கணம் வழியா குதிச்சி வந்து பாத்தா..."

"ம்... பிறகு?"

"அய்யோ, அத நான் எப்பிடி சொல்வேன்?"

"என்னது?"

"தேய்ப்புப்பெட்டியில இவா துணி தேச்சம்ப கரெண்ட் அடிச்சிப் போட்டுது. கீழவிழுந்து துடியா துடிச்சியது பாத்து எனக்கு கையும் ஓடல்ல, காலும் ஓடல்ல. அக்கம் பக்கத்தில யாரெயும் விளிச்சிலாம்ணு பாத்தா ஒரு பொம்பிளையும் காணல்ல. பெறவுதான் இவளத் தூக்கி கட்டில்ல கெடத்தி முகத்தில தண்ணிய தெளிச்சி மயக்கம் கலச்சேன். இப்ப பயத்திலெயாக்கும் கெடக்கியாண்ணு தோணுது."

கிரேசி அவன் கூற்றை மெய்யாக்குவதுபோல நடித்து மெல்லக் கண்களைத் திறந்தாள். வண்டாளம் கூறியதை நம்பும் அளவுக்கு நடராசன் மடையனா என்ன? வீட்டுக்குள்ளே சுழன்று கண்களை ஓடவிட்டுப் பார்த்தான். வண்டாளம் குடித்துப்போட்ட சிகரெட் துண்டுகள் உள்முற்றத்தில் சான்றாதாரங்களாகக் கிடந்தன.

முன்பக்க அறையில் நாற்காலியில் வந்து உட்கார்ந்தபோது ரோட்டில் வண்டாளம் தூர நடந்து போவது தெரிந்தது.

ஊற்றுக்கு குளிக்கப்போன நடராசனின் தாயார் ஆற அமர நடந்து வருவதைக் கண்டதும் அவன் கோபம் தலைக்கேறியது.

"ஒரு நேரம் வீட்டில இருக்காம எப்பளும் ஊரச் சுற்றீட்டே திரி."

"என்னவிலே அதிகாரம் எடுக்கிய? நீ இதுவரைக்கும் வீட்டிலதான் இருந்தியோ?"

"கெழவீ... செப்பைய அடிச்சு பேத்துடுவேன், மரியாதிக்குப் பேசு. நான் கேரளத்துக்காக்கும் போனேன். பந்த் ஆனதினால களியக்காவிளை தாண்டி பஸ் ஒண்ணும் ஓடாத்தது கொண்டு திலிச்சி வந்திருக்கேன். ஒன்னப்போல வீட்டாந்தோறும் நாய்போல நரங்கீட்டு திரியல்ல."

கிழவி அவனிடம் வாய்கொடுத்தால் தப்பமுடியாது என்று பதுங்கியவாறு மெதுவாக உள்ளே சென்றுவிட்டாள். வீட்டுக்குள் சாராயவாடை பலமாக வீசியது. நடராசன் குடிபோதையில் இருப்பதாக ஊகித்த அவளுக்கு கிரேசியின் திருவிளையாடல் எதுவும் தெரியாமற் போனது.

உள்முற்றத்தில் துணிகளை அசையில் காயப்போடும் போது திண்ணையில் உடைத்து குத்தி வைக்கப்பட்டிருந்த புளியை அவள் கண்கள் கண்டன. மூன்றுநான்கு கிலோவுக்கு மேல் இருக்கும். அதனைப் பார்த்தபோது தெற்குப்பாகம் நிற்கும் மரத்திலுள்ள காய்கள் என்பது தெரியவந்தது. குருவியோ, நரிச்சியோ கொத்திக்கொண்டு போவதாகக் கருதி இருந்த கிழவிக்கு மரத்தில் ஏன் காய்கள் காணாமற்போகின்றன என்ற வினாவுக்கான விடை கிடைத்தது. 'கண்ணத் தெறந்து வச்சிருக்கம்ப முளியத் தோண்டி எடுக்கிற கதையா இல்லியா இருக்குது' என்று அவள் விசனப்பட்டாள். 'மாப்பிள செத்த கெழவிக்க வகையில கைவைக்க எப்பிடித்தான் தோணுதோ?' என்று அங்கலாய்க்கவும் செய்தாள். எதையுமே வெளிக்காட்டக் கூடாது என்று நினைத்தவள், கிரேசியைக் கையும் களவுமாகப் பிடிக்கும் சந்தர்ப்பத்தை எதிர்பார்த்து காத்திருந்தாள்.

சாயங்காலம் குடம்நொறுக்கியின் கடைமுன்பு வண்டாளத்திற்கும், நடராசனுக்கும் பெரிய கைதள்ளல் நடந்ததை ஊரார் கண்டனர். எதை முன்னிட்டு அவர்களுக்குள் அடிதடி நடக்கிறது என்ற விபரம்தான் யாருக்கும் தெரியவில்லை. வண்டாளத்தை அடித்த நடராசன் அவனைப் போலீசிலும் ஆக்கினான் என்ற தகவல் இரவு நேரம் கிடைத்தது. அந்த அளவுக்கு என்ன நடந்தது என்று பலரிடம் விசாரித்துப் பார்த்த குடம்நொறுக்கிக்கு சிறுதுரும்பு கூட புலனாய்வில் பெறமுடியாமற் போயிற்று.

“குடிகாரப் பயலுவளுக்குள்ள அடிதடி சண்டை புதுசா? இப்ப அடிவைப்பினும், எப்பம் கழிஞ்சா அடியில பிடிப்பினும். இவனுக கதையெல்லாம் நமக்கு என்னத்துக்கு? த்தூ ...”

அயலூரில் கொத்தவேலை பார்த்துவிட்டு கையில் அரிசி, மரக்கறி சாதனங்களுடன் பிந்தி வீடுதிரும்பிக் கொண்டிருந்த கிழவர் ஒருவர் யார்மூஞ்சியையோ நினைத்துக்கொண்டு காற்றில் உமிழ்ந்தார். ஆனால் குடம்நொறுக்கி அத்தனை சுலபத்தில் விட்டுவிடக்கூடிய காரியமாக அதனைக்கருதவில்லை.

காலை விடிந்தது. எல்லா நாட்களையும்விட அன்று நேரமே வாய்க்காலுக்கு குளிக்கப் புறப்பட்டாள் கிழவி. கடை முக்கு வந்ததும் தோப்பில் ஏறி நடந்து யாருக்கும் தெரியாமல் தனது வீட்டின் பின்பக்கம் வந்து பதுங்கி இருந்தாள். தோட்டைக் கம்பு புளியமரத்தில் உயர்வது தெரிந்தது.

“எடியே கள்ளி! எத்தின நாளா இந்த திருட்டு நடக்கு?”

“ஒனக்க வகையில என்னத்த நான் களவாண்டேன், சொல்லு?”

“பெண்ணே! இது கொப்பனுக்க வகையில்ல, எனக்க மாப்பிளைக்க வகை.”

“அது அப்ப, இது இப்ப எனக்க மாப்பிளைக்க வகை.”

அதற்குள் ஆள்கூட்டம் கூடியது. அக்கம் பக்கத்துப் பெண்களிடம் அனுதாபம் பெற நினைத்த கிழவி தனது முந்தானையை மருமகளிடம் விரித்துக்காட்டி, ‘எனக்க மாப்பிளைக்க வகையில பத்து புளி தாடி’ என்று கேட்டாள். கிரேசிக்கு அது அவளை அவமானப்படுத்துவது போலத் தோன்றவே தனது கையால் சேலையை அடிக்க ஓங்கினாள். தன்னை அடிக்க முற்படுவதாக நினைத்த கிழவி கிரேசியின் இரண்டு கரங்களையும் பற்றிப் பிடித்து தூக்கி அப்படியே ஒரு சுழற்று சுழற்றி அருகில் நின்ற நாரந்தியின் மூட்டில் கிடத்தினாள்.

“பெண்ணே! பத்து ஓணம் தின்னாலும் எனக்கிட்ட ஒன்னால கைகுடுக்கப் பற்றாது. இது பழைய காலத்து அரிசியாக்கும், தெரியுதா?”

நகர முடியாமல் அப்படியே கிடந்தாள் கிரேசி.

பங்கிராஸ் வைத்தியருக்கு இப்படி ஒரு இக்கட்டான நிலைவரும் என யாரும் கருதவில்லை. ‘வைத்தியப்புலி’ என்று

பட்டம் பெற்ற அவர் இன்று ஒரு பூனையைப் போலக்குறுகி ஊரார் முன்பு தலைகுனிந்து நிற்கவேண்டிய கதிக்கு தள்ளப் பட்டு விட்டார்.

அவர் புகழின் உச்சத்தில் இருந்த சமயம். வைத்திய சிகிச்சை குறித்த மாநாட்டிற்கு கோழிக்கோடு சென்றபோது உயர்ந்து நின்ற வீடொன்று அவர் மனதில் பதிந்தது. அதன் பாதிப்பில் அரண்மனை போன்ற அந்த வீட்டைக் கட்டியெழுப்பினார். வீடு என்று சொன்னாலும் முழுக்க இருந்தது மருந்து சாலை தான். அதனைக் கடந்து செல்பவர்களின் மனதில் இப்போதும் அந்தப் பழைய நாட்டு மருந்தின் நறுமணம் வீசத் தவறுவதில்லை.

பழைய நாலுகட்டு போல எட்டுக்கட்டு வீடு. உள்ளே காற்று மேலுங் கீழுமாக நிறையும் அளவில் மேல் திறப்பு. அதனை மூடும் வகையில் குடைபோல் பொதிந்த கும்பம். நேர் கீழே பிரம்மஸ்தானம். எந்த அறையில் இருந்தாலும் குளிர்ச்சி தரும் அளவில் வெயிலை மறைத்து எழுந்த உச்சிக் கோபுரம். அதன் பக்கவாட்டில் காற்று நுழையும் விதத்தில் அமைந்த வளைவுகள் தேக்குமரத்தில் பொன்னிறங்காட்டி மினுங்கின. அவர் கட்டியெழுப்பிய மாளிகையை தொலைவி லிருந்தும் ஆட்கள் வண்டிபிடித்து வந்து மாதக்கணக்கில் கண்டு சென்றனர்.

பால்காய்ச்சி குடியேறியநாளில் மிகப்பெரிய செலவை நடத்தினார் வைத்தியர். ஐயாயிரம் கார்டுகள் அடித்து வினியோகித்தார். அதைவிட நான்குமடங்கு ஜனங்கள் வந்தனர். செய்தித்தாள் விளம்பரம் அவரிடம் சிகிச்சை பெற்ற அனைத்து குடும்பத்தினரையும் அழைத்து வந்தது. மூன்று நான்கு தடவை உணவில் பற்றாக்குறை ஏற்பட்ட போதும் வார்ப்பில் வெள்ளம் அனத்திப் போட்டதால் உடனுக்குடன் ஆக்கிப்போட்டு சமாளிக்க முடிந்தது.

வைத்தியர் அதன்பிறகு தனது சீடர்களிடம் அடிக்கடி சொல்வார். அவரது அனுபவத்தின் ஆழத்திலிருந்து வெளிக் கிளம்பும் அந்த வார்த்தைகள் வாழ்க்கையின் பரிமாணத்தை வெளிப்படுத்தின.

“ஒரு நல்ல வைத்தியன் சித்தனைப் போன்றவன். அவனுக்கு ஆடம்பரமோ, மகிமையோ கூடாது. கொழந்த குட்டிகள் இல்லாத நான் கையில காசு கண்டதும் கொஞ்சம் மதிமயங்கி பெரிய கட்டிடம் போட்டுட்டேன். நான் செஞ்ச பெரிய தவறு அது. அதுதான் எனக்க தோல்விக்கு காரணமா போச்சி.”

வைத்தியரின் மனைவி அவரது தோல்விக்கு காரணம் இருளி என்று குற்றம்சாட்டினாள். வண்டாளத்திற்கு

அவளோடுள்ள தொடர்புதான் அந்த வைத்தியசாலை மூடுவதற்கான காரணமாகிவிட்டது என்றும் கூறுவாள்.

பங்கு சாமியார் பூசை செய்து பால்காய்ச்சும் வைபவம் காலை பத்துமணிக்கு என்று சமயம் குறிக்கப்பட்டிருந்தது. ஏழுமணிக்குப் போல வைத்தியர் மனைவி இருளியை அழைத்து அறைகளை எல்லாம் சுத்தம் செய்யுமாறு கூறினாள். அவள் உள்ளே சென்றதும் ஏற்கனவே அங்கு பதுங்கி இருந்த வண்டாளம் கதவை அடைத்து தாளிட்டான். இதனைப் பார்த்துக் கொண்டிருந்த வைத்தியரின் உறவுக்காரர் ஒருவர் கதவை வெளியில் பூட்டிவிட்டு வீட்டிலிருந்த அனைவரையும் அங்கே வரவழைத்தார்.

செய்தி வைத்தியரை சென்றடைந்தது. ஓடோடி வந்தவர் அங்கு கூடிநின்ற அனைவரிடமும் அவரவர் வேலையைப் பார்க்குமாறு கட்டளையிட்டு கலைந்து போகச் செய்தார். தனது மாணாக்கரை அழைத்து கதவைத்திறக்கச் சொன்னார். அங்கே இருளியை வண்டாளம் போதைவயப்பட்ட நிலையில் கட்டித் தழுவியவாறு நின்றுகொண்டிருந்தான்.

"கொள்ளாம்! அங்க சாமி வந்து பாலு காய்ச்சியதுக்கு மின்ன இங்க வேற பாலுகாய்ப்பு நடக்குதா?"

அதிர்ச்சியில் விடுபட்டு நின்ற அவர்களைப் புன்னகை இழையோடிய கேலியில் திணறடித்த வைத்தியர் இருளியை வெளியே போகுமாறு கட்டளையிட்டார். வண்டாளத்தைப் பரிதாபமாகப் பார்த்தபடி படியில் இறங்கி பழையவீட்டுக்குச் சென்ற இருளியின் செவிட்டில் ஓங்கியொரு அறைகொடுத்து கழுத்து குத்தி வெளியே தள்ளினாள் வைத்தியர் மனைவி.

"வாழவேண்டிய வீட வெட்ட பறத்தீட்டியே நாயே, ஒங்களுக்கு ஊரலெடுத்தா சந்தையிலபெய் ஒதுங்க வேண்டியது தானே. எனக்க வீடா அம்பலமா தெறந்து கெடக்குது?"

இருளிக்கு பேசுவதற்கு நாஎழவில்லை. என்ன பேசுவது என்றும் அவளுக்குத் தெரியவில்லை. கண்கள் மட்டும் ஆறாய் வழிந்து கொண்டிருந்தன.

"உண்ட வீட்டுக்கு ரெண்டகம் செய்கிற ஒங்கள எல்லாம் நடையில ஏற்றப்பிடாது. நாறிப் போயிடும்."

வண்டாளத்தை மட்டும் தனியே அழைத்துச்சென்ற வைத்தியர் ஒரு அறையைத் திறந்து உள்ளே கொண்டுவந்து நிறுத்தினார். இருவருக்குமான அந்தத் தனிமை ஒரு பெரிய செயலுக்கான ஆயத்தம்போல இருந்தது.

"எல்லா பெண்ணுவளையும் மாதிரி இவளையும் நெனச்சிட்டியா?"

"இல்ல"

"என்னத்த இல்ல? அவளப்பற்றி ஒனக்கு என்ன தெரியும்?"

"எல்லாம் தெரியும்."

"தெரிஞ்சா வெளையாடிய?"

"வெளையாடல்ல."

"பெறவு?"

"குடும்பம் ஆகலாம்ணு நெனக்கியேன்."

"அதுக்குள்ள தகுதி உனக்கு உண்டுண்ணு நெக்கிறியா? எண்ணா இப்ப சொல்லணும்."

"எல்லா தகுதியும் இல்லேண்ணாலும் அவள கண் கலங்காம பாத்திடுவேன்."

"அது மட்டும் போதும்."

"நான் உறுதி தாரேன்."

"சாப்பாட்டுக்குள்ள வழி?"

"வேலைக்குப் போவேன்."

"நம்பலாமா?"

"நம்பலாம்."

வீடு பால்காய்ச்சி முடிந்ததும் தனது சீடப்பிள்ளை ஒருவனை விட்டு பாச்சாடியை வரவழைத்தார் வைத்தியர். வண்டாளத்தின் உறுதிப்பாட்டைத் தெரிவித்தவர் இருளியை அவனுக்கு கட்டிக்கொடுக்க சம்மதமா என்றுமட்டும் கேட்டார். அவன் சுலபத்தில் பதில் கூறுவதாக இல்லை.

"மொவளுக்கு இஷ்டமாக்கும். அவளுட்டெ பாச்சாடி ஒண்ணு கேட்டுப் பாக்கணும்."

"அவளுக்கு ஒலகம் தெரியாது வைத்தியரே."

"அப்ப ஒனக்கு இஷ்டம் இல்ல."

"அப்பிடி சொல்லமுடியாது. எல்லாத்தையும் வைத்தியரால ஏற்றெடுக்கப் பற்றுமா?"

"எல்லாத்தையும்ணா?"

"கல்யாணத்துக்குப் பெறகு குடிச்சி மறியாம அவளுக்கு பாடுபட்டுக் குடுக்கணும்ணுள்ள நெலம மாறினா, அவன

வழிக்கு கொண்டு வாற பொறுப்ப வைத்தியரால் ஏற்றெடுக்கப் பற்றுமா?"

"அத நான் பாத்துக்கிடலாம். எனக்க வைத்திய சாலையி லேயே வேலையும் போட்டுக் குடுக்கலாம்."

"அப்ப ஒங்க இஷ்டம்."

"நீ என்ன செய்வே?"

"செய்யதா? வளையலும் மாலையுமா அஞ்சிபவுன் போடலாம். வீடிருக்கிய இடம் எனக்க காலத்துக்குப் பெறகு இவங்களுக்குத்தான். வேற..."

"வேற பணமாட்டு எதுவும்?"

"உண்டு. ஒரு ஆறாயிரம் ரூபாய் எனக்க பேரில போஸ்டாபீசில கெடக்கு. இவன் குடும்பம் நடத்தியத சீரைப் பாத்து ஒடுக்கம் நான் கொடுப்பேன்."

"அத நேரமே கையில தரவேண்டியதுதானே?"

வண்டாளம் கேட்டான்.

"அப்பிடியெல்லாம் தரமுடியாது. பாத்துதான் செய்ய முடியும்."

"எம்மேல நம்பிக்கை இல்லாமலா?"

"பெண்ண பெத்தவனால அப்பிடித்தான் செய்யமுடியும்."

வைத்தியர் கூறினார்.

"எனக்குத் தனியா வேற வீடொண்ணும் கிடையாது. ஒரு சிறிய மாடந்தான் உண்டு."

"அப்ப வண்டாளம் ஒரு காரியம் செய். பாச்சாடி ஒனக்க மாடத்தில தங்கட்டு. இவங்க ரெண்டுபேரும் ஒனக்க வீட்டில வாழட்டும். சரியா?"

"சரிதான், ஆனா எனக்கு வயசு காலத்தில மகள் மட்டுந் தான் உண்டு. என்னெயும் கவனிச்சணும்."

இதைச் சொல்லும்போது பாச்சாடியின் கண்களிலிருந்து பொலபொலவென நீர் உருண்டு விழுந்தன. இதுபோல அவன் தனது நிலைக்காக யாரிடமும் எதையும் ஒருநாள் கூடக் கேட்டவன் இல்லை. தோப்பில் தேங்காய் பறித்துக் கொண்டு நிற்கும்போது கைநீட்டி ஒரு தேங்காய் தாருங்கள் என்று ஒருநாள் கூட அவன் யாரிடமும் கேட்டுப் பெற்றதில்லை. 'தேங்காய்களைப் பொறுக்கிப் போடட்டுமா?' என்று கேட்டு விட்டு ஒரு தேங்காய் எடுப்பதையே கடைபிடிப்பான். வயதான

ஒருமனிதர் தனது இயலாமையிலும் உழைப்பின் மூலமாக ஒன்றைப் பெற நினைக்கும் அவரது துடிப்பை மெச்சும் எவரும், 'நீங்கள் பொறுக்கிப் போட வேண்டாம். உங்களுக்குத் தேவைப்பட்ட தேங்காய்களை எடுத்துச் செல்லுங்கள்' என்று பெருந்தன்மையாக விட்டுவிடுவார்கள். அதற்காக சாடி விழுந்து வாரிச் செல்லாமல் ஒரே ஒரு தேங்காயை மட்டும் எடுத்துக் கொண்டு நடையைக் காட்டுவார்.

மறுநாள் பத்திரகாளிக்கோயிலில் வைத்து அவர்களின் திருமணம் நடந்தது. மொத்தம் பத்துக்கும் குறைவானவர்கள் கலந்துகொண்ட அந்த நிகழ்ச்சியின் எல்லா செலவுகளையும் வைத்தியரே கவனித்துக்கொண்டார். பாச்சாடிக்கு முண்டும், நேரியலும், இருளிக்கு பட்டுச்சேலையும்கூட அவர் செலவுதான்.

வழிப்போக்கன் சொன்னதுபோல வண்டாளத்திற்கும், நடராசனுக்கும் இடையிலான சண்டையின் நீட்சி ஒருவாரம் கூட தாண்டும் ஆயுளைப் பெற்றிருக்கவில்லை. தனக்கு மாப்பிளைத் தோழனாக நடராசனையே நிற்கச் செய்தான் வண்டாளம்.

வைத்தியர் எடுத்துக் கொடுத்திருந்த புதுச்சட்டையும், முண்டும் வண்டாளத்திற்கு தனியொரு நிறத்தையும், பொலிவையும் கொடுத்தது. நெற்றியில் வைத்த சந்தனப் பொட்டும், வாயில் குதப்பிய வெற்றிலையும் புதுக்களையைத் தந்தன. முகூர்த்த நேரம் நெருங்கிக் கொண்டிருந்த சமயம், கோயில் முழுக்கத் தேடிப்பார்த்தும் வண்டாளத்தைக் காணவில்லை. நடராசனுடன் அம்சி குளத்தைக் கடந்து செல்லப்பன் பனையேறியின் மாட்டுத்தொழுவம் பின்னால் வந்து பதுங்கி நின்றான்.

"என்னலே வண்டாளம், இப்ப இஞ்சோட்டு ஒண்ணும் அதிகம் காணியது இல்ல. ஜெயிலுக்குப் போனியா?"

"ஒம்ம ஊட்டிய அறுத்திட்டு போனேன்."

"காணாத்தது கொண்டாக்கும் கேட்டேன்."

"எப்பளும் ஒம்ம நெழல்ல இருக்க முடியுமா?"

"என்ன விசேஷம்?"

"கோயில்ல ஒரு கெட்டு நடக்குது, அதுக்கு வந்தேன்."

"பெண்ணு வீடு எங்கெயோ?"

"தெரியல்ல."

"தெரியாத்த கல்யாணமா?"

“அப்பிடித்தான் வச்சிக்க. செணம் கொண்டுவா. மாப்பிளத் தோழன் நானாக்கும்.”

“நீயா? அப்பிடி ஒரு யோகம் ஒனக்கு வந்துட்டுதா?”

“ஏன், எனக்கென்ன குறைச்சல்? மாப்பிள நானாக்கும்ணு சொன்னாகூட நீ ஒத்துக்கமாட்ட போல இல்லா இருக்கு.”

“வண்டாளம், அதுக்கெல்லாம் ஒரு கொடுப்பினை வேணும் டேய். இன்னா ஒரு கலையம்போல கள்ளிருக்கு. பேசாம குடிச்சிற்று எடத்த காலிசெய்.”

நடராசனால் சிரிப்பை அடக்கமுடியவில்லை. அவன் விழுந்து விழுந்து சிரிப்பதுகண்ட வண்டாளத்திற்கு கோபம் கோபமாக வந்தது.

வைத்தியரின் புதுவீட்டுக் குடியேற்றம் அவரைக் கவிழ்த்துப் போட்டது. பரக்குன்று பக்கம் சின்னதொரு கிராமத்திலுள்ள குழந்தையின் வடிவில் அவரது வீழ்ச்சி வந்தது. மலம் போகாமல் வயிற்றுப் பெருமலுடன் குழந்தையைக் கொண்டு வந்திருந்தாள் அதன் தாயார். ஆயிரக்கணக்கான குழந்தைகளுக்கு குணம் கண்ட அதே சிகிச்சையைத்தான் அந்தக் குழந்தைக்கும் செய்தார். காலத்தின் சிறியநொடி இதுவரைக்கும் அவர் செய்திருந்த சாதனைகளை எல்லாம் குலைத்துப்போட்டது.

ஒரு சொட்டு எண்ணெய் நாவில் பட்டு குடலில் இறங்கியதும் வைத்திய சாலையின் முற்றத்தில் சில விநாடிகளில் மலங்கழிப்பதைத் தனது நாற்பது வருட சிகிச்சையில் அவரது கண்கள் கண்டன. அப்படித்தான் தாயின் மடியில் கிடந்த அந்தக் குழந்தைக்கும் அவர் மருந்து கொடுத்தார். அதன் மூச்சு சிறுதும்மலாக வெளிப்பட்டபோது பாசக்கயிறு குரல் வளையை ஒரு கொடிபோல சுற்றி இறுக்கியது. குழந்தை மூச்சுவிடமுடியாமல் தலையை இழுத்து நெஞ்சை உயர்த்திப் பார்த்துவிட்டுத் தளர்ந்தது. அதற்குமுன்னால் வைத்தியரின் சர்வநாடியும் ஓடுங்கியது. சிறு புட்டான் போலக் குறுகியவர் தனது சிறகுகளை அசைக்க முடியாமல் தளர்ந்து கிடந்தார்.

தொடுவெட்டியில் தனியார் மருத்துவமனை டாக்டர்கள் கூட்டம் போட்டு வைத்தியருக்கெதிராக தீர்மானம் நிறை வேற்றினர். அவரைக் கைது செய்ய வலியுறுத்தி போஸ்டர்கள் ஒட்டப்பட்டன. அலோபதி டாக்டர்களின் தொழிலை விரிவு செய்வதற்கு சிறுதடைக்கற்களாக இருந்த சித்தவைத்தியர்களை துடைத்தெடுப்பதற்கான அரியவாய்ப்பாக இதனை அவர்கள் பயன்படுத்திக் கொண்டனர்.

வெள்ளைக் கோட்டு அணிந்த பிரபல மருத்துவர் ஒருவர் வந்தார். குழந்தையின் மூச்சுக் குழாய் வழியாக சிறுகுழல் ஒன்றை நுழைத்து வெளியே எடுத்தார். ஓரத்தில் பச்சை நிறத்தில் மருந்தெண்ணெய் இருந்தது.

"கான்ஸ்டிபேஷனுக்கு வைத்தியம் மருந்தெண்ணெய். பிளடிஃபூல்! படிப்பறிவில்லாத ஜனங்கள் லைசன்ஸ் இல்லாத நாட்டு வைத்தியர்களிடம் சிகிச்சைக்குப் போயிடறாங்க. விளைவு? குழந்தையின் மரணம்."

கைதேர்ந்த நடிகனைப்போல கிராமத்தவர் முன்பு அவர் காட்டிய முகக்குறிப்பில் வைத்தியருக்கெதிராக ஆவேசப்பட்ட மக்களை ஒன்றுதிரட்டி வாகன வசதி செய்து கொடுத்து புதுக்கடைக்கு அனுப்பினார். புதிதாக கட்டப்பட்ட வைத்தியரின் வீட்டு முற்றத்தில் குழந்தையைக்கொண்டு கிடத்திய அவர்கள் வைத்தியசாலையை முற்றுகையிட்டனர்.

போலீஸ் வேனில் ஏற்றப்பட்ட பங்கிராஸ் வைத்தியர் வண்டி நகரத்தொடங்கியதும் அசையும் மரங்களைப் பார்த்தார். வீடு, கடைகளைப் பார்த்தார். அவருக்கெதிராக முழக்கம் எழுப்பிக்கொண்டு நிற்கும் ஜனங்களைப் பார்த்தார். கால மாற்றம் இரண்டு கண்களின் முன்பு ஒவ்வொரு பொருட்களின் வழியாகவும் அவருக்குத் தெரிந்தது.

சிறுவயதிலேயே தாத்தாவின் அருகில் உட்கார்ந்து வைத்தியம் படித்தவர் அவர். நலலதம்பி நாடார் என்றால் திருவிதாங்கூர் ராஜியம் முழுக்கத் தெரியும். திவான் சி.பி. ராமசாமி ஐயருக்கு அவர் வைத்தியம் செய்த சிறப்பினால் ஐயர் கையிலிருந்தே லைசன்சும் பெற்றார் என்பது உலகம் அறிந்த விஷயம். அதே உலகம் இப்போது அவருக்கெதிராகத் திரட்டப்பட்டு நிற்கிறது.

"எல்லாம் அந்த இருளியால வந்தவினை. பாலு காய்ச்சியதுக்கு முன்ன வாழிய வீட்டில ஏறி நாய்போல நடந்து கொண்டா வீடு வெளங்குமா? எக்க தாலியோட கொண்டு போவுதே நல்லுயிர..."

வேனுக்குப் பின்னால் ஓடிவந்து ரோட்டில் விழுந்து கிடந்த வைத்தியரின் மனைவி பெருங்குரலெடுத்து ஒப்பாரி வைத்தாள்.

சிறை மீண்டதும் வைத்தியர் தேசாந்தரம் சென்றார். இடுப்பில் காவி முண்டும், தோளில் ஒரு பையில் கொஞ்சம் பொருட்களும், கழுத்தில் தொவர்த்தும் மட்டுமே அவரது உடைமைகளாக இருந்தன. காலில் பாதரட்சை இல்லை.

லட்சம்பேர் வந்து பயனடைந்து சென்ற அந்த வைத்திய சாலை இன்று கடந்து செல்பவர்களின் சோகப் பெருமூச்சுக் களால் நினைவு கூரப்படும் பாக்கியம் பெற்றுத் திகழ்கிறது.

பாறையில் உலர்ந்த துணிகளைப் பொறுக்கிய இருளி இருள் மூடுவதற்கு முன்னால் பாதையை நோக்கித் தனது வீடுபார்த்து நடக்கத் தொடங்கினாள்.

ஸ்டீபன் வீட்டுக்குள் நுழைந்ததும் அவனை எதிர் கொள்ள தயாராக வீற்றிருந்தார் பொன்னையா பிரசங்கியார். அவர் முகத்தில் மகனைப் பார்த்த விதத்தில் கேலி இழையோடி னாலும் கடைசி முயற்சியாக பேச நினைக்கும் விஷயத்தை எண்ணி தாராளமுகத்தை அணிந்துகொண்டார். எனினும் ஸ்டீபனைக் கண்டவுடன் அவரையும் மீறி இயல்பான சுவாபம் வெளிப்பட்டது.

“வரணும் புரட்சித் தோழரே! நலம்தானா?”

“கன்வென்ஷன் போட்டு கலெக்ஷன் பாக்கிறவர்கள்தான் நலமாக இருக்கமுடியும். நமக்கேது நலம்?”

“அப்பிடி சொல்லப்பிடாது. பெத்த தவப்பனுக்கெதிரா சிந்தாபாத் போடுற பயக்க ஊரில இருந்தா அப்பன் எப்படி நலமாய் இருப்பான்?”

“அதுதான் போலீச விட்டு மகன உள்ளதள்ளினீரோ?”

“ஒனக்கு அப்பன் இல்லைணா எனக்கு மகன்ணு இருக்குமா?”

“அப்பிடி பைபிள் சொல்லுதோ?”

“இல்ல, காரல்மார்க்ஸ் சொல்லியாரு.”

“காசு பாக்கலாம்ணா செலபேரு காரல்மார்க்சுக்கும் சீடன் ஆவினும், தெரியாதா?”

“அதுவும் தெரியும், எந்த பிரயோஜனமும் இல்லாம காரல்மார்க்ச தூக்கீட்டுத் திரியவனுவளையும் தெரியும்.”

“பிரயோஜனத்த பணத்தில பாக்கப்பிடாது. மனுஷத் துவத்தில காட்டணும்.”

“அய்யா மனிதாபிமான குத்தகையாளரே! கல்யாணம், கங்காச்சைண்ணு என்னதெங்கிலும் ஒங்க வாழ்க்கையில இனிமே உண்டுமா? அதுவும் சிந்தாபாத் தானா?”

"எனக்கும் எல்லாரப் போல ஒரு கனவு உண்டு. அது என்னைப் போன்ற எல்லோருக்குமான லட்சியத்தைச் சார்ந்தது. அந்த உலகத்திற்குப் பொருத்தமான ஒரு வாழ்க்கையைத்தான் தேடுகிறேனே தவிர, அர்த்தமற்ற எந்த நிகழ்வும் எனது பயணத்தில் குறுக்கிட முடியாது."

"கட்சி, லட்சியம் எல்லாம் இப்ப தெரிகிற அர்த்தத்தில் எப்பவும் தெரியாது. அதுலெயும் மனமடிவுகளும், சஞ்சலங் களும் வரும். வயசு நாற்பது கழியட்டும், அப்ப என்ன மாதிரி தெரியும்ணு உள்ளது எனக்கு இப்பவே தெரியும். ஆனா லட்சியத்துக்கு அது தெரியாது. செவப்பு கண்ணாடியால ஒலகத்த பாக்கிற லட்சணமாக்கும் அது. அதுனாலத்தான் சொல்லியேன், அப்பா பேச்ச கொஞ்சமாவது காது கொடுத்துக் கேளு."

"செரி சொல்லணும், கேக்கியேன்."

"செதறாலு பக்கம் ஒரு வலிய பணக்காரன். பேரு லாசரு. ஒரே மொவா. குட்டி லட்சணமாட்டும் உண்டு. இன்னும் ரெட்சிக்கப்படல்ல."

ஸ்டீபன் பலமாகச் சிரித்தான்.

"அதுக்காக நாம பெய் சி.எஸ்.ஐ. யில கெட்டு நடத்தணும்ணு இல்ல. நம்ம அனுபவத்திற்குள் வாறதுக்கு அவங்களும் தயார். என்ன சொல்லிய?"

"என்ன சொல்ல? பைபிள்ல லாசரு ஏழை. செதறால்ல பணக்காரன். அவ்வளவுதான் என்னால சொல்லமுடியும்."

"அதெல்லாம் இப்ப என்னத்துக்காக்கும் நோண்டுக? ஒனக்க சம்மதத்த சொல்லு."

"யாருட்ட உறவு வச்சாலும் திடீர் பணக்காரங்களுட்ட எந்தத் தொடர்பும் வைக்கப்பிடாது."

"லாசர ஒனக்குத் தெரியுமா?"

"அந்த செங்கல் சூள்ள பார்ட்டி தானே?"

"ஆமா."

"ஒலகத்துக்கே தெரியும். கல்லற தோட்டத்த பொடிச்சி செங்கலாக்கி வித்து பணக்காரன் ஆனவனுக்கு விளம்பரம் வேற வேணுமாக்கும்?"

"கல்லற தோட்டத்தையா?"

"வோ! நீங்க சொன்ன லாசருக்க தகப்பனுக்கும், சிற்றப்பனுக்கும் இடையில சொத்து தகராறு. தகப்பன் செத்த

உடனே ஆத்தங்கரை கண்டத்தில புதைக்கச் சொன்னாருண்ணு இவன் கதைகட்டி அங்ஙின அடக்கம் செய்து சிற்றப்பனுக்க வகையளையும் சேத்து கையகப்படுத்தினான். சுள்ள பிஸ்னஸ் சூடு பிடிச்சதும் மண்ணுக்கு ஆவசியம் வந்துதா, சொந்த தகப்பனுக்க புதைகுழியத் தோண்டி வேற இடத்தில கொண்டு பூத்தீட்டு கல்லறத்தோட்டத்தப் பொடிச்சி செங்கலாக்கி கேரளத்துக்கு வித்து காசு பாத்தவனாக்கும் இந்த லாசரு."

"கர்த்தர் அவன ரொம்பவே ஆசீர்வதிச்சிருக்கார். யாக்கோப ஆசீர்வதிச்சது போல."

"யாக்கோபு, சகோதரன் ஏசாவ ஏமாத்தினவனாக்கும். அதுக்க பேரு ஆசீர்வாதம் இல்ல, பிடிச்சு பறி."

"கர்த்தருக்குள் பரிசுத்தவான்கள மட்டந்தட்டி பேசாதடா. ஒலகத்துல நீ மட்டும்தான் யோக்கியன்ணு நெனச்சி பேசப் பிடாது. ஆண்டவருக்க ஆசீர்வாதம் இல்லாம யாருமே முன்னேறமுடியாது, கேட்டுக்க."

"யாக்கோபு மேல இருந்த ஆசீர்வாதம், அவனுக்க அண்ணன் ஏசாமேல ஏன் இல்லேண்ணு உள்ளதாக்கும் இப்ப எனக்க கேள்வி."

"ஏசா பாவம் செய்தவன்."

"என்ன பாவம் செய்தான்? தகப்பனுக்கு வேட்டையாடி இறைச்சி சமைச்சி குடுக்கப் போனவன் பாவம் செய்தவனா? அதுக்கு முன்னால கள்ளத்தனமா சமைச்சுக் கொடுத்து எல்லாத்தையும் மொத்தமா வேண்டினவன் பாவம் செய்தவனா?"

"அது பற்றி யோசிக்கிற அளவுக்கு நமக்கெல்லாம் அறிவு கிடையாது மகனே, எல்லாம் ஆண்டவருக்க நியாயம்."

"செரட்ட நியாயம்."

"அப்பிடீண்ணா என்னது?"

"பண்டு குடிச்ச கொண்டுபோய் இருத்தி செரட்டையில சாராயம் ஊற்றிக்கொடுத்து சொத்துக்கள எழுதிவேண்டியது போல தகப்பனுக்கு சாப்பிடக் கொடுத்து ஏமாத்தி ஆசீர்வாதத்த வாங்கினான். ஏசா பசியோடு வரும்ப கஞ்சி ஊற்றிக்குடுத்து புத்திரபாகத்த வேண்டினவன் யாக்கோபு. செரட்ட நியாயம் இல்லாம இது வேற என்ன நியாயமாக்கும்?"

"அதுக்கொரு நோக்கம் உண்டு ஸ்டீபன்."

"எல்லா மதங்களின் நோக்கமும் அநியாயத்தை ஆதரிக்கிறது தான். முருகனுட்ட இருந்து ஞானப்பழத்த பிள்ளையார்

தட்டிப் பறிச்சதும் செரட்ட நியாயம்தான். நல்ல கடவுளா இருந்தா பழத்த பாதியா ரெண்டுமக்களுக்கும் பங்கு வச்சிருப்பான் தகப்பன்."

"பரிசுத்த தெய்வத்த பற்றி பேசீட்டிருக்கும்போது ஏன் பிசாசுகள இழுக்கிற நீ?"

"அப்பா, ஒங்களுக்க இந்தப் புத்திதான் நாட்டில மதக் கலவரத்த உண்டாக்குது. எனக்கு கடவுள்நம்பிக்கை கெடையாதுண்ணாலும் நாட்டில மக்களுக்க நம்பிக்கைகளை வைத்து அவர்களின் மூடநம்பிக்கைகளை மாற்றத் துடிக்கிறேன். நீங்க கடவுள் நம்பிக்கைய வச்சி அடுத்தவனுக்க நம்பிக்கைகள இழிவுபடுத்திறியளே, அவன் தன்னைக் கேவலப்படுத்தினதா நெனச்சி ஒங்களுக்கெதிரா ஆயுதம் தூக்குறான். மொதல்ல மனுஷரிட்ட எப்படி பேசணும்ணு படியுங்க. சும்மா அடுத்தவியள பாவி, பிசாசு, சாத்தான்ணு சபிக்காம இருந்தாலே போதும், நீங்க யாரையும் இங்கு ரெட்சிக்கப்பட வைத்து ஒண்ணும் செய்யண்டாம்"

"நான் உண்மைய சொல்லியேன்."

"அது ஒமக்கு மட்டுமேயான உண்மை. அடுத்தவனுக்கு அது பொய்யாட்டும் இருக்கலாம். அடுத்தவனுக்க உண்மை என்னாண்ணு ஒருநாளாவது நீங்க அறிய நெனச்சிருக்கியளா?"

"நான் கும்பிடுகிற கடவுளத்தானே நான் பேசமுடியும்."

"நீங்க கும்பிடுகிற கடவுள் யாரு?"

ஜீவனுள்ள இயேசு கிறிஸ்து."

"நீங்க இயேசுவப் பற்றியா பேசிறிய?"

"இதென்ன கேள்வி?"

"நீங்க இயேசுவப்பற்றி பேசல்ல. நீங்க மட்டுமல்ல, கிறித்தவங்க பலரும் இயேசுவுக்கு எதிராய் இருந்த மக்களப் பற்றித்தான் பேசறாங்க."

"அது யாரு?"

"யூதர்கள்."

"யூதர்கள் கர்த்தரால் ஆசீர்வதிக்கப்பட்ட ஜனம்."

"அப்படியா? யூதர்களால் நசுக்கப்படும் பாலஸ்தீனர்கள் என்ற பெலிஸ்தியர்கள் சபிக்கப்பட்ட ஜனமா?"

"நிச்சயம்! தவறென்ன?"

“இங்கதான் ஒங்களுக்கும் எனக்கும் வேறுபாடு வருது. இயேசுவ அநியாயக்காரர்களோட நீங்க தொடர்புபடுத்துறிய. நான் அடிமைப்பட்ட ஜனங்களோட சேத்துப்பார்க்கிறேன்.”

“எப்பிடியோ?”

“யூதர்களுக்கெதிராகவும், அவர்களின் மதசட்டங்களுக் கெதிராகவும் மக்கள் விடுதலைக்காகப் போராடினவர் இயேசுநாதர். அதுனாலத்தான் யூதர்களால யூத மதச் சட்டத்தின்படி அவர் கொல்லப்பட்டார். நீங்க கொல்லப் பட்ட இயேசு பக்கம் நிற்காமல், கொன்ற யூதர்களின் பக்கம் நிற்பது என்ன நியாயம்?”

“இயேசுவும் யூதர்தானே?”

“அதுக்கென்ன? காரல்மார்க்ஸ்கூட யூதர்தான்.”

“அப்படி என்ன அவர் நடபடிகளை மீறினார்?”

“நசரேயன் பிணத்தை தொடக்கூடாது. இவர் தொட்டார். மீனை கையில் எடுக்கக்கூடாது. இவர் எடுத்தார். ஓய்வுநாளில் சாப்பிடக்கூடாது. இவர் சீடர்களுடன் சாப்பிட்டார். வேறென்ன வேண்டும்?”

“இயேசுநாதர் ஒன்னப்போல கோயிலுக்குப் போகாமலா இருந்தார்?”

“ஆமாப்பா. அவர் கோயிலுக்குப் போனது மிகவும் சொற்பம்தான். போனநாட்களில் எல்லாம் கலகம்தான். யூதர்கள் அவர்மீது வைத்த குற்றப்பத்திரிகையே ‘சந்தைப் பகுதிகளில் கலகம் செய்தான்’ என்பதுதானே. ‘ராயனுக்கு வரி கொடுக்காதே’ என்று மக்களைத் தடுத்ததாகவும் அவர்மீது ஒரு குற்றச்சாட்டு உண்டு. இதெல்லாம் பைபிளில் நீங்கள் படித்ததில்லையா?”

“தேவை இல்லாததை நான் படிப்பதில்லை.”

“பைபிளில் தேவை இல்லாத பகுதிகள்தான் இன்று மிகமிகத் தேவையானவை.”

“என்வீடு ஜெபவீடு என்ற ஆண்டவரை கோயிலுக்குப் போகாதவர் என்றும், போன நாட்களில் எல்லாம் கலகம் செய்தவர் என்றும் எப்படி நீ சொல்லலாம்?”

“சின்ன வயசில தாய் தகப்பனோடு கோயிலுக்குப் போன இயேசு யூதகுருமாரோடு விவாதம் செய்தாரு. பிறகொருநாள் அவர் காணட்டும் என்று அதிகம் காணிக்கை போட்டவர் களைப் பார்த்து இரண்டு காசு போட்ட விதவைதான் நிறைய போட்டவள் என்று புகழ்ந்தாரு. அதுக்கும் பெறகு

ஒருநாள் வியாபாரிகளை அடிச்சு விரட்டினாரு. இண்ணைக்கு ஏசுவ வணங்குகிறவன் செய்ய வேண்டிய முதல் வேல என்ன தெரியுமா? கையில சாட்டை எடுத்து நாட்டில இருக்கிய அமெரிக்க வியாபார நிறுவனங்களையும், அன்னிய முதலீடுகளையும் அடிச்சு விரட்டணும். அதுக்குப் பதிலா அவன் தாற காசுகளை வாங்கி கன்வென்ஷன் கூட்டம் நடத்தினும். இதுவா கிறித்தவம்?"

"இயேசு ஆண்டவரை அரசியல்வாதி ஆக்கிப் போட்டியடா! இதெல்லாமா கிறித்தவனின் வேலை?"

"இயேசு செய்ததெல்லாம் அரசியல் போராட்டம்தான் அப்பா. தெளிவா இருக்கு."

"ஆமா! கொஞ்சம் விட்டா அவர் சிந்தாபாத்தும் போட்டாருண்ணு சொல்லுவ. போடேய்..."

"இயேசு அதுவும் செஞ்சாரு."

"சிந்தாபாத் போட்டாரா?"

"எருசலேம் நோக்கி மக்களைத் திரட்டி கழுதையில ஊர்வலம் வந்தாரே, வரலாற்றில் முதன்முதலாக மக்களை ஒருங்கிணைத்து போராட்டம் நடத்தினவர் இயேசுதான் அப்பா."

"அட கர்மமே."

"அந்தப் பேரணியில ஜனங்களெல்லாம் 'யூதரின் ராஜா வாழ்க!' என்று கோஷம் போட்டார்களே, அவர் ராஜா என்பதே அரசியல்தான் அப்பா."

"அவர் பரலோகத்தின் ராஜாடா."

"இல்லப்பா, அவர் பூலோகத்தில்தான் அரசியல் போராட்டம் நடத்தினாரு. ரோம சாம்ராஜ்யத்தின் அடிமைத்தனத்திற்கெதிராக மிகப்பெரிய எழுச்சியை மக்களிடம் உருவாக்கினார். தன்னை ராஜா என்று மக்கள் அழைத்ததை ஏற்றுக்கொண்டார். காரணம், அந்த அரியணையும், ஆட்சிப் பொறுப்பும் அவருக்குரியதாக இருந்தது."

"பைபிள இப்படியெல்லாம் பொரட்டாதடா. எங்கெயாக்கும் அவர் தன்னை ராஜாண்ணு சொல்லி இருக்காரு?"

"பைபிள ஒழுங்கா படிச்சணும். பிலாத்து இயேசுவிடம் கேட்கிறான், 'நீர் யூதரின் ராஜாவா?'ண்ணு. அவர் மௌனமாக நிற்கிறார். 'உமது தண்டனையைக் கூட்டவும், குறைக்கவும் என்னால முடியும். வாய்திறந்து பேசும். நீர் யூதரின் ராஜாவா?'

என்று திரும்பவும் கேட்கிறார். அதற்கு இயேசு என்ன சொன்னார் தெரியுமா? 'ஆம், அப்படித்தான்' என்று. திரும்ப ஒருக்கா படிச்சுப் பாக்கணும்."

பொன்னையா பிரசங்கியாருக்கு லேசாகத் தேகம் வியர்த்தது. பய பைபிள ஆழமாகப் படித்திருக்கிறான். சாமானிய மக்களப் போல இவனை ஏமாற்ற முடியாது. நமக்குப் பதில் சொல்வதற்குரிய அவகாசம்கூட இல்லாமலாக்கிப் போடுகிறதே இவனது வாதம் என்று நினைத்தவர் சிறிதுநேரம் மௌனமாக இருந்தார்.

அந்த இடைவெளி தற்பரிசோதனையாக அவருக்குள் நிகழ்ந்தது. வெறும் சத்தத்தை மையமாக வைத்து அதையே உணர்வலைகளாக மாற்றி மக்களை வெள்ளத்திலாக்கும் வித்தையைத் தான் செய்வதற்கும், அறிவென்னும் ஆயுதம் கொண்டு ஸ்டீபன் ஒன்றை அளப்பதற்கும் இடையிலான வித்தியாசத்தை பொன்னையா பிரசங்கியார் உணர்ந்தார். 'சே! நானா இப்படியெல்லாம் எண்ணிப்பார்க்கிறேன்' என்ற அதிர்ச்சியில் விடுபட்டு விழித்தார்.

"ஞாயிற்றுக்கிழமை தோறும் கிறித்தவ கோயில்களில் இயேசுவின் உண்மை குறித்து தெரியாமல் பொய்யைப் படிப்பித்துக் கொடுக்கும் வேலையைத் திருச்சபை ஒருபுறத்திலும், கன்வென்ஷன் கூட்டங்கள் மறுபுத்திலும் செவ்வனே செய்து வருகின்றன. 'கடவுள் யுத்தம் செய்கிறவர்' என்று யூதர்களின் சியோனிச பயங்கரவாதத்தையே போதகர்கள் கிறித்தவம் என்று பீடங்கள் தோறும் நின்று பேசி மக்களைத் திசை திருப்புகிறார்கள். இண்ணைக்கு இயேசு உயிரோட இருந்திருந் தால் யூதர்களின் பக்கம் நின்றிருக்கமாட்டார். ஒடுக்கப்படும் பாலஸ்தீன மக்களுக்காகப் போராடி இருப்பார்."

"நீ இயேசுவையும் கம்யூனிஸ்ட் ஆக்கிட்டியா?"

"நான் ஆக்கல்ல, அவரே சொல்லி இருக்கிறார்."

"என்னத்த சொல்லி இருக்கிறார்?"

"பத்து மணிக்கு வேலைசெய்ய வந்தவனுக்கும், பன்னிரெண்டு மணிக்கு வேலைசெய்ய வந்தவனுக்கும், மூணு மணிக்கு வேலைசெய்ய வந்தவனுக்கும் ஒரே கூலி கொடுக்கச் சொல்லி இருக்கார். காரல்மார்க்ஸ் 'உபரி மதிப்பு' பேசும் முன்பே இயேசுவிடம் அதுகுறித்த சிந்தனை ஆரம்பநிலையில் இருந்திருக்கிறது. 'தேவைக்கேற்ற கூலி' என்ற தத்துவத்தை உலகத்தில் முதன்முதலில் கூறியவர் இயேசுநாதர்தான்."

"கிறித்தவத்த அழிச்சுப் போடுவ போல இல்லியா இருக்கு. இப்பிடியெல்லாம் பேசினா நாடு வெளங்குமா?"

"அதுக்கு நான் தேவை இல்ல. ஓங்களப்போல உள்ள பிரசங்கிகளே போதும்."

"நாட்டில எழுப்புதல் செய்ய பிரசங்கிமார்கள் இல்லேண்ணா அந்த தேசமே அழிஞ்சு போகும். பைபிள்ல சோதோம் கொமாரா போல, நினிவே பட்டணம் போல நெறைய உதாரணங்கள் உண்டு."

"திரும்பவும் இயேசுவ விட்டுட்டு பழைய ஏற்பாட்டுக்குப் போறிய. அது யூதர்களின் வரலாறு அப்பா. அங்க கண்ணுக்கு கண், பல்லுக்குப் பல். இங்க கிறிஸ்துவுக்குள் கிரேக்கனென்றும், எபிரேயனென்றும் இல்லாத கண்ணோட்டம். ரெண்டையும் போட்டுக் கொழப்பியதே பிரசங்கிமாருக்கு வேலையாப் போச்சி."

"பழைய ஏற்பாடும் நம்ம பாரம்பரியம்தான்."

"அப்ப நீங்க கிறிஸ்துவின் வழிய பின்பற்ற வில்லை என்பது தெளிவு."

"கோயில அரிசி குடோனாக்கணும்ணு பேசிய கம்யூனிஸ்ட் களுட்ட இருந்துதான் நான் பைபிள் படிச்சணும். போடா ஒனக்க வேலையப் பாத்து."

"வெறுதால ஓம்மிட்ட பேசி நேரத்த வீணடிச்சிட்டேன். சாதாரண ஒரு கூலிக்காரனுட்ட இவ்வளவும் நான் பேசி இருந்தா அவன் எதாவது புரிஞ்சி என்னதாவது மாற்றம் வேணும்ணு சிந்திச்சிருப்பான். இப்படி எதுக்காக்கும் நீங்களும் கெட்டு அடுத்தவியளையும் கெடுக்கிறியளோ? தெரியல்ல."

வீட்டிற்குள் வேகமாகச் சென்ற ஸ்டீபனைப் பின் தொடர்ந்து வந்த பிரசங்கியார் அவன் கட்டிலில் உட்கார்ந்ததும் மின்விசிறியைச் சுழலவிட்டார். குடிப்பதற்குத் தண்ணீர் கொண்டு வரட்டுமா என்றுகூடக் கேட்டார். அவர் எதற்கோ பதுங்குவதுபோலத் தெரிந்தது. தன்னை போலீசை ஏவி கைது செய்ய வைத்தவர் அந்தச் சுவடுகள் மறைவதற்கு முன்பே சினேகம் வெளிப்படுத்துகிறாரென்றால் ஒரு காரணம் இருக்கும். ஸ்டீபன் மேலும் விழிப்பானான்.

"நான் கேட்ட காரியத்துக்கு நீ இன்னமும் பதில் சொல்லல்லியே?"

"ஏசுவப் பத்தியா?"

"இந்தக் குசும்புதானே வேண்டாம். அந்த லாசருக்க மகள் காரியம் . . ."

“அத லாசருதான் பாக்கணும்.”

ஏதோ பெரிய நகைச்சுவையைக் கேட்டதுபோல உரத்த குரலில் சிரித்த பிரசங்கியார் திடீரென நிறுத்திவிட்டு சீரியசானார். திரும்பவும் குழைந்தார்.

“அதுபோல எனக்க மகன் காரியத்த நான்தானே பாக்கணும், இல்லையாடா?”

“அப்படியெல்லாம் இல்ல.”

“வேற எவளையாவது பாத்து வச்சிருக்கியா?”

“இதுவரைக்கும் இல்ல.”

“அப்பிடி எதாவது செய்து போடாத. பைபிளுக்கு விரோதம். ஆண்டவரும் விரும்பமாட்டாரு.”

“ஆண்டவனுக்க விருப்பத்த கேட்டுட்டுதான் எல்லோரும் திருமணம் செய்யினும்.”

ஸ்டீபன் முணுமுணுத்தான்.

“என்னடே சொல்லிய? ஒறச்சி சொல்லு. ஸ்டீபனே! நமக்கு சொத்து, சுகம், பேருண்ணு எல்லா சம்பத்தும் இருக்கு. ஆனா காலாகாலத்தில ஒனக்கொரு கல்யாணம் நடக்காதது தான் எனக்குப் பெருங்குறையா இருக்கு. எனக்க மனப்பாரம் தீரணும்ணா லாசருக்க மகள கல்யாணம் செய்ய நீ சம்மதிக் கணும்.”

“அது நடந்தா எனக்க மனப்பாரம் கூடுமே. நான் என்ன செய்யதுக்கு?”

“மூத்தோர் சொல் முதுநெல்லிக்கனி.”

“அதுக்காக விருப்பமில்லாததை எல்லாம் ஏற்றுக் கொள்ள முடியுமா?”

“தகப்பன் போதகத்தை தள்ளாதேண்ணு பைபிள் சொல்லுது. அதன்படி நட.”

“தகப்பன் போதகம் விஷமமா இருந்தா மகன் தள்ளத்தான் செய்வான்.”

“கல்யாணம் செய்ய சொல்லியது விஷமமா?”

“ஒமக்கு எப்பளும் பணம்! பணம்! ணுதான் இருக்கு. ஒரு பாவப்பட்ட பெண்ண நான் விரும்பினா ஏற்றுக்கொள்வீரா? இதத்தான் விஷமம்ணு சொல்லியேன்.”

“வாழ்க்க வேற, போதகம் வேற. நான் மனந் தெறந்து சொல்லியேன் கேட்டுக்க. பதினெட்டு வரியம் சி.எஸ்.ஐ.

கோயில்ல செகரட்டெரியா இருந்து நல்லது செஞ்சேன். எனக்கு கெடச்ச பலன் என்னண்ணு ஒனக்குத்தான் தெரியுமே. லட்சியம் வீண்பிடிவாதம். ஒரு காலமும் அது வயிற்றுக்கு சோறு போடாது."

"ஒமக்கு எத்தன வயிறுதான் உண்டு?"

"ஒரு வயிறுக்கு போதும்ணா எரந்தும் தின்னலாம்."

"பின்ன என்னத்துக்கு செல்வம் சேக்குதீரு? இயேசு சொன்னதுபோல விற்று தரித்திரருக்கு குடுமே. காரல்மார்க்சும், மனைவியும் அதத்தானே செய்தினும்."

"அப்பன வேதனப்படுத்தாத மக்கா, சொன்னா கேளு."

"எனக்கு ஒண்ணும் வேண்டாம்."

"அப்பனும் வேண்டாம்?"

"வேண்டாம்."

"ஒறவறுத்திட்ட இல்ல? டேய், நான் இப்ப சொல்லியேன் கேட்டுக்க. இந்தக் கல்யாணம் நடக்காட்டா, ஒனக்கு ஒருநாளும் கல்யாணம் நடக்காது, பாத்துக்க."

விசனத்துடனும், வேகத்துடனும் வெளியே இறங்கிய பொன்னையா பிரசங்கியார் குளத்திலோ, குண்டிலோ விழுந்து சாகப்போகும் ஆவேசத்தைப் போல தெருவில் நடந்தார். எந்தச் சூழ்நிலையிலும் அமைதியாக இருந்து காரியம் நடத்தும் அந்த மனிதரால் மகன் பிரச்சினையில் தெளிவாக இருக்க முடியவில்லை. கலங்கிய குளம்போல மாறினார். அவர் கால்கள் எதையும் இலக்குவைக்காமல் நடந்துகொண்டிருந்தன. மனசின் வேகத்தைக் கரைத்துக்கொண்டிருந்தது அவரது நடை. அதுவரைக்கும் ஒளித்திருந்து எல்லாவற்றையும் கவனித்துக் கொண்டிருந்த பவுலோஸ், ஸ்டீபனிடம் வந்தான்.

"தோழரே, வணக்கம்!"

"வாங்க பிரதர்! என்ன வேணும்?"

"ஒங்க அப்பாட்ட பேசினத எல்லாம் கேட்டுட்டுத்தான் இருந்தேன். எனக்கு ஒங்ககூட பேசணும்ணு ரொம்பநாளா ஆசை. நீங்க அறிவோடும், ஆதாரத்தோடும்தான் எதப்பற்றி பேசினாலும் பேசுவியண்ணு எனக்கு நல்லாவே தெரியும்."

"ஒங்க ஆர்வத்த வரவேற்கிறேன். மனிதசமுதாயத்தில காணக்கூடிய எல்லா முன்னேற்றங்களும் யோசித்தும், விவாதித்தும் வளர்ந்ததுதானே. அதுனால நாம தாராளமா எதை வேண்டுமானாலும் விவாதிக்கலாம்."

“விவாதமா? ஐயையோ, அதெல்லாம் வேண்டாங்க. பைபிள் என்ன சொல்லுதுண்ணா, ‘ஞானத்தைக் கண்டடைகிற மனுஷனும், புத்தியை சம்பாதிக்கிற மனுஷனும் பாக்கியவான்கள். அதின் வர்த்தகம் வெள்ளி வர்த்தகத்திலும், அதின் ஆதாயம் பசும்பொன்னிலும் உத்தமமானது’ என்று.”

“மனிதன் தனது அறிவினால்தான் இயற்கையை அறிந்தான். உழைப்பினால் அதற்கு வடிவம் கொடுத்தான் என்றுதான் மார்க்சியமும் சொல்கிறது. ஆகவே ஞானத்தை நாங்களும் ஆதரிக்கிறோம்.”

“தோழரே, எங்க விசுவாசிகளில் சிலபேர் பேசறாங்களே தவிர செயல்ல எதையுமே காட்டறது இல்ல.”

“பிரதர், அதைத்தான் நாங்கள் ‘செயல்படாத மார்க்சியம் மலட்டுத்தனம்’ என்கிறோம்.”

“கிரியையற்ற விசுவாசம் செத்ததுண்ணு பைபிளும் அதைத்தான் சொல்லுது தோழரே!”

“தத்துவம் இல்லாத செயல்பாடு குருட்டுத்தனம் என்றும் நாங்கள் சொல்கிறோம் பிரதர்.”

“எவ்வளவு ஒற்றுமை தோழரே. பைபிளை போதிக்கும்போது சில இடங்களில் ஜனங்களை நான் கடிந்துகொள்வது உண்டு. அது பெரும்பாலான விசுவாசிகளுக்குப் பிடிப்பதில்லை. அதற்காக நான் விட்டுக் கொடுப்பதும் இல்லை.”

“ரொம்ப கரெக்ட் பிரதர். எங்க காம்ரேடுகள் மத்தியிலும் இந்தப் பிரச்சினை உண்டு. உட்கட்சி அரசியல்களில் சில விமர்சனங்களை நாம் முன்வைக்கும் போது எல்லா தோழர் களும் அதனை ஏற்பார்கள் என்று சொல்லமுடியாது.”

“பொதுச்சபையில வச்சி விவாதிப்பதையே நாங்க முக்கிய அடிப்படையா வச்சிருக்கோம் தோழர்.”

“விமர்சனமற்ற ஐக்கியம் சந்தர்ப்பவாதம்ணு இதைத்தான் நாங்க வலியுறுத்துகிறோம் பிரதர்.”

“நீங்கள் பாம்பைப்போல் வினா உள்ளவர்களாய் இருங்கள் என்று பைபிள் சொல்லுது.”

“எதையுமே சந்தேகி என்று மார்க்சியம் சொல்லுகிறது.”

“புறாவைப் போல் கபடற்றவர்களாய் இருக்க பைபிள் சொல்லுது.”

“ஒனக்கு பொதுவாழ்க்கை, தனிப்பட்ட வாழ்க்கை என இரண்டு கிடையாது. எல்லாவற்றிலும் ஒழுக்கத்தையும்,

தூய்மையையும் கடைபிடிக்க வலியுறுத்துகிறது மார்க்சிய நடைமுறை. மட்டுமல்ல, எளிமையைத் தனது தோழர்களுக்கு அடிப்படை பண்பாக வலியுறுத்துகிறது மார்க்சிய இயக்கம்."

"இயேசுவும் அதைத்தான் சொன்னார் தனது சீடர்களிடம். ஒரு ஆடை போதும் உடுத்த. பாதரட்சைகளை அவிழ்த்துப் போடுங்கள். உங்களை ஏற்றுக்கொண்டால் அவர்களுடன் புசியுங்கள். விரட்டினால் கால் தூசை உதறிக்கொண்டு வாருங்கள் என்றுதானே உபதேசித்தார். உங்களுக்குத் தெரியுமா? கர்த்தர் யோனாவைப் பார்த்து நினிவே மக்களுக்கு எதிராகப் பிரசங்கி என்று அனுப்பி வைத்ததை. மக்கள் அமிழ்ந்து கிடக்கும் அடிமைத்தனத்திலிருந்து கரையேற்ற அவர்களுக்கெதிராக உபதேசிப்பதும் தேவையாய் அல்லவா இருக்கிறது தோழர்."

"நிச்சயமாக. உலகத்திலுள்ள பல அரசாங்கங்களை எதிர்த்து மக்கள்யுத்தம் நடத்திய வரலாறு மார்க்சிஸ்ட்களுக்கு உண்டுண்ணு உங்களுக்குத் தெரியும்தானே பிரதர்."

"நாம் பிரயோஜனமா நிறைய விஷயங்கள் பேசினோம். ரொம்ப நன்றி."

விடைபெற்றுச் செல்லும்போது பவுலோசை வழியனுப்பி வைக்க வாசல்வரை வந்த ஸ்டீபன் அவனைப் பார்த்து 'வாங்க தோழர்!' என்றான். பவுலோஸ் ஸ்டீபனைப் பார்த்து 'போயிட்டு வாறேன் பிரதர்' என்றான்.

ஸ்டீபன் பிரதர் ஆனதையும, பவுலோஸ் தோழர் ஆனதையும் 'என்ன மாயம் அதற்கிடையில் நிகழ்ந்தது?' என்பதை அறியமுடியாமல் திகைத்து நின்றது வீட்டுக்கு முன்னால் கொத்துக் கொத்தாகக் காய்த்து நின்ற மாமரம்.

கடலும், கரையும் உறவாடும் அந்த ஊரின் காற்று தேகத்தை வருட எதையோ நினைத்தபடி உட்கார்ந்திருந்தான் சுரேஷ். அப்போதுதான் அவர்களின் 'ஷாகா' முடிவடைந்தது. இனி தோப்புக்குள் நடந்துசென்று கிணற்றில் குளித்துவிட்டு நள்ளிரவு வரை நீளும் கமிற்றி கூட்டத்தில் கலந்து கொள்ள வேண்டும். இன்று கட்சி நிறுவனர் நாராயணசாமி வரப் போகிறார் என்ற தகவல் ரகசியமாகக் கிடைத்தது. இதுபோல அவர் பலதடவைகள் வருகிறார் என்ற தகவல் வந்தும் வராமலேயே இருந்திருக்கிறார். அவரை நேரடியாகக் காண வேண்டும் என்ற அவா அவனுக்குள் தவம்போலக் கிடந்து தளும்பியது.

நடராசனின் முயற்சியால் மணவாளக்குறிச்சி ஐ.டி.ஐ.யில் வேலை கிடைத்தும் அவனால் தொடர்ந்து அங்கே சென்று பணிபுரிய முடியவில்லை. ஒழுங்காக வேலைக்கு வராத காரணத்தால் அவனிடம் பலமுறை எச்சரித்தும் பெருமாள் சாமியை மனதில் வைத்து வெளியே தள்ளத் தயங்கியது நிர்வாகம். இதுகுறித்து நடராசன் மனதில் மிகப்பெரிய வருத்தமும், துரந்தமும் உண்டு. ஸ்டீபனுக்கு எதிராக நிலைநிறுத்த முயன்ற வம்சாவளி இப்படி சீக்கிரத்தில் மண்ணைக் கவ்வும் என்று அவன் கருதவில்லை. ஒருநாள் நிரந்தரமாக வேலையை விட்டுத் தானே விலகிச் சென்றான் சுரேஷ்.

மணவாளக்குறிச்சியில் வேலாயுதன் நாயர் என்றொரு தீவிர இந்துத்துவவாதி இருந்தார். அவரை எல்லோரும் 'குருஜி' என்று அழைத்தார்கள். இந்து இளைஞர்களை ஒருங்கிணைத்து 'இந்து தேசப்படை' ஒன்றை நிறுவி இருந்தார். அவரது கட்டுப் பாடான அமைப்பு முறையும், பழக்க வழக்கங்களும் இந்து இளைஞர்களிடம் ஒருவிதமான ஈர்ப்பை உருவாக்கி இருந்தது. கருகருவென்ற தாடியின் நடுவே தக்காளிப்பழம் போல சிவந்த கன்னங்களும், நெற்றிப் பொட்டும், கதர்வெள்ளை சட்டையும், காவி முண்டும், நெருங்கும் போது வீசும் சந்தன வாசமும் அழகை கொடுத்துக் கொண்டிருக்கும் போதே பாம்பைப் போன்றதொரு பயங்கரமும் அதற்குள் குடிகொண் டிருந்தது. எனவே அவரை பயம் கலந்த பக்தியுடன் எல்லாரும் நோக்கினர்.

வேலாயுதன் நாயரின் தொடர்பு கிடைத்த நாள் முதலாக சுரேஷ் தனது வீட்டுக்குச் செல்வதை மறந்தான். இந்து தேசத்தை இந்துக்களுக்கான தேசமாக மாற்றும் பணியில் தன்னைக் கரைத்தான். குருஜியின் தோப்பில் நடைபெறும் 'ஷாகா'வில் தினந்தோறும் கலந்துகொண்டான். குறுகிய நாட்களில் பிறருக்கு உடற்பயிற்சி சொல்லித்தரும் அளவுக்கு உயர்ந்துவிட்டான். தேக அப்பியாசங்களுடன் அடிமுறைகளைப் படித்துக்கொடுக்க திருவனந்தபுரத்திலிருந்து பலர் வந்துபோய்க் கொண்டிருந் தார்கள். பயிற்சிபெறும் தொண்டர்கள் அனைவரும் கையில் ஒரு தடியை தோளில் சாய்த்தவாறு நடந்து சென்றனர். தேசத்தைக் காப்பாற்றவும், பாதுகாக்கவும் தங்கள் தோளில் ஏற்றிய பாரமாக அதனைக் கருதினர் போலும். பாரத தேவியை எவனாவது அசுரன் சுருட்டி கடலில் எறிந்தால் அவனை நையப்புடைக்க வேண்டும் என்பதற்கான ஒத்திகையாக அவர்களின் தடிசுழற்றல் இருந்தது.

அவன் தங்கி இருக்கும் தவசாலையும் வேலாயுதன் நாயர் ஏற்படுத்திக் கொடுத்ததுதான். தேன்கூட்டில் குழுமி இருக்கும்

தேனீக்களைப்போல படர்ந்த தாடியை வருடியவாறு பழைய வேதகாலத்தை மனதில் கொண்டு வருவான். அங்கே ரிஷிபுங்கவர்கள் மட்டுமே இருப்பார்கள். புங்கணிகளைத் தவறியும் மனதால் நினைப்பது இல்லை. அறுபது ஆண்டுகள் இங்ஙனம் பிரம்மச்சாரியம் காத்தால் வலது கண் புருவத் தினடியிலிருந்து முத்து விளைந்து உதிரும் என்று அவனுக்குப் படிப்பிக்கப்பட்டது. நூற்றிருபது ஆண்டுகள் தவமிருந்து இரண்டு கண் புருவங்களின் அடியிலிருந்தும் அவற்றை உதிரவைக்க வேண்டும் என்பது சுரேஷின் சங்கல்பம்.

அந்த மாவட்டம் முழுக்க அவர்களுக்கு இயக்கத்தின் கிளைகள் இருந்தன. கிராமங்கள் தோறும் சென்று புதிதாக கமிற்றிகள் அமைப்பதிலும், தங்கள் கருத்துக்களை வளர்த் தெடுப்பதிலும் சுரேஷ் ஈடுபட்டான். அவ்வாறு வரும்போது எப்போதாவது வீட்டுக்குச் செல்வான். அப்படிச் சென்றாலும் நடராசனை சந்திப்பதோ, பேசுவதோ கிடையாது. கிரேசியிடம் கொஞ்சநேரம் அமர்ந்து உரையாடிவிட்டுச் செல்வான்.

“என்னலே இது கோலம்? நீ சாமியார் ஆயிட்டியா?”

“சுவாமியார் இல்ல தாயே, வீரத் துறவி!”

“சாப்பாட்டுக்கு வழி?”

“இந்த பரந்துவிரிந்த பாரததேசத்தில் இத்தனைக் கோடி ஹிந்துக்கள் இருக்கும்போது என் ஒருவனின் வயிறு மட்டும் காலியாக இருக்குமா தாயே? அன்னை பாரததேவி எம்மையும், அவள் புத்திரர் அனைவரையும் பத்திரமாக காப்பாற்றி வருகிறாள்.”

“காலாகாலத்தில கல்யாணம் செய்யணும்ணெல்லாம் ஆசை கிடையாதாடா ஒனக்கு?”

“ஹிந்து தேசம் அன்னியர்களால் அடிமைப்பட்டுக் கிடக்கிறது. பசுமாமிசம் தின்னும் முசல்மானும், காளைமாடு தின்னும் கிறித்தவனும், பன்றிமாமிசம் சாப்பிடும் பறையனும் பாரதத்தாயை சிறை வைத்திருக்கிறார்கள். தாயை மீட்பதுதான் எமது முதற்கடமை. அதுமுடியும் வரையில் இந்தப் பரந்து விரிந்த பாரதத்திலுள்ள அனைத்துப் பெண்களும் எங்களுக்குத் தாயும், சகோதரிகளும் தான் அன்னையே.”

தாடியைக் கையால் கோதியவாறு ஞானியைப் போல பேசுவதும், குழி விழுந்த கண்களின் தீர்க்கமான அவனது பார்வையும் கிரேசியிடம் சிறுபயத்தை உருவாக்கி இருந்தது. எனவே பேச்சை அதிகமாக வளர்க்காமல் சுருக்கமாக முடிக்க

எண்ணினாள் கிரேசி. ஆனால் கல்லூரியில் படிக்கும் எதிர் வீட்டுக்கார இளைஞன் சுரேஷைக் கண்டதும் அருகில் வந்து உட்கார்ந்து சந்தேகம் கேட்டு இழுத்தது அவளுக்கு வெறுப்பாக இருந்தது.

"அண்ணே, ஒங்க தகவல் பிழையானது. சாயுபுமாருவ காளமாடுதான் வெட்டுவானுவ. பசுவ அவங்க கொல்ல மாட்டாங்க."

"எங்கேயோ?"

"தேங்காப்பட்டணத்தில நான் நேறாச்ச தோறும் மாட்டிறைச்சி எடுத்துட்டு வாரேன். அதினால எனக்குத் தெரியும்."

"பசுவைக் கொன்றொழிப்பதை ஒவ்வொரு முசல்மானும் தனது தேசியக்கடமையாகக் கொண்டிருப்பதை தம்பி அறியமாட்டாய்."

"பசுமாமிசம் சாப்பிடுவது ஹிந்து விரோதம் என்று சொல்வதுபோல காளைமாடு சாப்பிடுவதை ஏன் எதிர்க்கிறீர்களோ?"

"உங்கள் பேச்சு ஆரம்பத்திலிருந்தே முசல்மானைக் காப்பாற்றும் நோக்கில் இருப்பதை நான் கவனிக்கிறேன் தம்பி. காளைமாடு சிவபெருமானின் வாகனம் என்பதை மறந்துவிட்டீர்களா? காளையைக் கொல்லும் கிறித்தவர்களை உடனடியாக அமெரிக்காவுக்கு விமானம் வழியாக அனுப்பி வைக்கவேண்டும்."

"பறையன் பண்ணி தின்பதை எதற்கு எதிர்க்கிறீர்களோ?"

"பன்றி மகாவிஷ்ணு. தெய்வத்தை யாராவது கொல்வதை அனுமதிக்க முடியுமா?"

"சாயுபுமாருவ பண்ணி தின்னாதது விஷ்ணு மேல காட்டிய மரியாதையாகக் கருதலாமா?"

"அடேய் சின்னப் பயலே! என்னை வந்ததுமுதலே வம்புக்கிழுத்து சீண்டிப் பார்க்கிறாய். உனது கேலியையும், பரிகாசத்தையும் வம்பர்களிடம் வைத்துக்கொள். நான் வருகிறேன்."

"கோவப்படும்படியா அந்தப் பிள்ளை என்னதான் அப்பிடி சொல்லிப்போட்டு? லேய் நில்லு! சோறு தின்னுட்டுப் போடா."

"எமது போஜனம் வேறு, உங்கள் போஜனம் வேறு. வெந்ததைத் தின்று விதிவந்தால் சாவது எம் பழக்கத்தில் இல்லை."

“நீ வேகாததையா தின்னுவ? சோறுக்குப் பதிலா அரிசி தின்னு வெள்ளங் குடிப்பியோ?”

“குதர்க்கமாக சிந்திக்காதீர்கள். வேகாதது என்றால் இயற்கையாக விளைந்தது என்று பொருள்.”

“அப்படியா?”

“ஆம் தாயே. காய்களும், கனிகளும், இளநீரும் சாப்பிடத்தான் அந்த இறைவன் நமது பற்களை சிறியதாகவும், அவற்றை உண்ணும் மிருகங்களுக்குப் பெரியதாகவும் படைத்திருக்கிறான். தவறியும் அன்னைக்கு சமமான பசுமாமிசம் நமது இல்லங்களில் பரிமாறக்கூடாது. அது நரமாமிசம் சாப்பிடும் பண்பாட்டைக் காட்டிலும் இழிவானது, கேவலமானது.”

“மாட்டிறைச்சி தின்னாத்தாம்பிலே யாலு வரும். மண்ணு வெட்டி வேலைசெய்ய எல்லாரும் அதத்தான் தின்னினும். கொப்பன்கூட மாட்டுவாலை சூப்பு போட்டு வச்சிட்டு முதுகெலும்புக்கு நல்லதுண்ணு சொல்லிச் சொல்லி குடிப்பார் பாரு, காண ரசமா இருக்கும். நீ ஏம்பிலே தின்னப்பிடாதுண்ணு சொல்லிய? ஒனக்கு பிடிச்சேலியா?”

“கோமாதா நமக்கெல்லாம் மாதாவாக்கும். எவனொருவன் தாயைக் கொன்று தின்னக் கருதுவான்? எவனொருவன் தாயைப் பெண்டாள நினைப்பான்? இதெல்லாம் பசுமாமிசம் சாப்பிடும் மனிதர்களின் செயலுக்கு சமமானவைகள் தாயே.”

“பிலேய், நம்ம ஆளுவ காலங்காலமா மாடு வளக்கியதும், மாடு அறுக்கியதும், மாடு விக்கியதும் தொழிலா செய்துட்டு வாறானுவ. நீ மாட்ட தள்ளேண்ணு சொல்லிய. மாடாலே ஒன்னப் பெத்துது? சொந்த தாய கவனிச்சாம, கெடச்ச வேலையையும் விட்டுப்புட்டு, துறவி என்று சொல்லிக்கொண்டு, கெட்டழிஞ்ச ஒரு வேடமும் போட்டுட்டு திரியற. பயலுக்கு கிறுக்கு முற்றிப் போச்சி.”

“ஓம் . . . சாந்தி! ஓம் . . . சாந்தி!”

அங்கு நடைபெறும் சச்சரவை ரோட்டில் நின்று வேடிக்கை பார்த்துக்கொண்டிருந்த ஒருத்தி நடையேறி மேலே வந்தாள். சுரேஷின் பேச்சு அவளுக்கும் வேடிக்கையாகத் தோன்றியது. தன் பங்குக்கும் சேர்த்து சிலவற்றை அவனிடம் தெரிவித்தாள்.

“இன்னேத்து புளியந்தோப்பில வண்டாளம் ஒரு மாட்டுக்க கழுத்துதொட்டு மூணாரம் வரைக்கும் கொத்தி நொறுக்கி சாராயம் வடிச்சியதுக்கு கோடைப் பானையில ஊறல் போட்டான். பாலப்பள்ளம் வைத்தியனும் கூட உண்டு. அவன்

அரிசி வகை ஆறு, கசகசா, நறுநண்டிக் கெழங்கு, நல்லமொளவு என்று நூற்றியேழு கூட்டம் மருந்துப் பொருட்களைக் கூடப்போட்டு மண்ணில பொதச்சாம் பாரு, வடிச்சம்ப எனக்கொரு குப்பி வேணும்ணு வாறபோறவனெல்லாம் அட்வான்ஸ் குடுத்தினும். மாட்டெலும்பு சாராயம் வடிச்சிய மக்களுட்டெ வந்து நிண்ணாக்கும் தொறவி இம்பிடு நீளமா வேதாந்தம் ஓதியாரு."

"இவன் சாமத்தொறவி."

சுரேஷ் அனைவரையும் அலட்சியப்புன்னகையோடு ஒருதரம் பார்த்தான். ஒடுங்கிய கண்களில் அன்னியப்பட்ட ஒருவெறி தெரிந்தது. அதனூடே அற்பப்பிறவிகள் என்ற அலட்சியமும் தாண்டவமாடியது.

"அஞ்ஞானம் அல்ல என்றும் என் ஞானம்."

உரத்துக் கூறியவாறு அந்த இடம்விட்டு வெளியேறியவன் தான், அதன்பிறகு மருந்துக்குக்கூட சொந்த ஊரைப் பார்க்க அவன் விரும்பவில்லை.

மணவாளக்குறிச்சியில் மீன்பாடு அதிகமாக இருக்க வேண்டும். 'ஷாகா' முடித்து உட்கார்ந்ததும் தோப்பில் பீனிக்குருவிகள் கூட்டமாகத் துள்ளித் திரிவதைக் கண்டான் சுரேஷ். சந்தைகளில் மீன் அதிகமாக வரும் என்பதை இந்தக் குருவிகளின் நடமாட்டத்திலிருந்து அறியலாம் என்பதை சின்ன வயசில் அவன் பாட்டி சொல்லித்தந்து கேள்விப் பட்டிருக்கிறான். ஒரு பீனிக்குருவியைக் கண்டாலே போதும் கிழவி அரிப்பெட்டியைக் கையில் எடுத்துக்கொண்டு உடனே சந்தைக்கு கிளம்பிவிடுவாள்.

நேற்று இரவு ரொம்பவும் பிந்தி நாராயணசாமி வந்தார். அவர் வரும் வரைக்கும் நள்ளிரவுவரை கூட்டம் நடந்து கொண்டிருந்தது. நாராயணசாமி எப்போது வந்தார் என்பது யாருக்கும் தெரியவில்லை. 'இந்துதேசப்படை'யின் செயல் தலைவர் மானனீய நாராயணசாமி கொள்கை விளக்கம் தருவார் என்று வேலாயுதன் நாயர் அறிவித்தபோதுதான் சுரேஷ் அவரைக் கவனித்தான். கணத்தில் சத்ரபதி சிவாஜி தனக்கு முன்னால் வந்துநிற்கிறாரோ என்று பிரமித்துப் போனான். நாராயணசாமியின் கம்பீரத்தில் சிறு சலனம் கூட இல்லாமல் அப்படியே உறைந்துபோனது சபை.

'தற்கால இந்துதேசத்தின் அடிமைகளே! எதிர்கால பாரதத்தின் விடுதலைத் தூண்களே!' என விளித்துப் பேசத் தொடங்கிய நாராயணசாமி புராணகாலத்தில் செழித்தோங்கிய

இந்துதேசத்தின் வரைபடத்தை எல்லாருடைய இதயங்களிலும் வரைந்துகொண்டிருந்தார். இஸ்லாமிய அலையினால் நொறுங்கிப் போன கோட்டை கொத்தளங்களையும், கிறித்தவ அலையினால் சிதைக்கப்பட்ட ஆரிய நெறிமுறைகளையும் புனருத்தாரணம் செய்வதே நமது இயக்கத்தின் அடிப்படைக் கொள்கை என்று வரையறை செய்தார். இந்த முயற்சியிலிருந்து பொன்.சீதாராமனும், அவன் சார்ந்த இந்து கட்சியும் பின்வாங்கி திராவிட கட்சிகளுடன் உறவு வைத்ததால்தான் அவர்களால் இனிமேல் எதையும் செய்யமுடியாது என்று கருதி வேலாயுதன் நாயரோடு சேர்ந்து 'இந்து தேசப்படை'யை வலுவாக்கி வருவதாகக் குறிப்பிட்டார். தனது இயக்கத்திற்கான நீண்டகால, உடனடியான செயல் திட்டங்களை அறிவித்தார். இவற்றைத் தன்னோடு சேர்ந்து நிறைவேற்றுவதில் உறுதுணை யாக எந்தப் பாடுகளையும் சகித்து உடனிருப்பதாகவும், இயக்கத்தின் ரகசியங்களை உயிர்போனாலும் வெளியிட மாட்டோம் என்றும் இளைஞர்களிடம் சத்திய பிரமாணம் செய்து வாங்கிக்கொண்டார்.

'இந்து பொருளாதாரம்' என்ற கோட்பாட்டை வலியுறுத் தியவர், இந்துக்களின் பணம் இந்துக்களிடம் மட்டுமே சுழல வேண்டும் என்றார். 'கால்டுவெல் விதைத்த விஷவித்து' என்றொரு கைப்பிரதியை விநியோகித்தவர் ஒவ்வொரு உறுப்பினரும் ஆயிரம் பிரதிகள் வீதம் விற்றுத்தருமாறு வலியுறுத் தினார். எல்லா சமுதாயத்தவரிடமும் புகுந்து கலவரம் உண்டாக்கும் கலையை எப்படிச்செய்வது என்று கற்றுக் கொடுத்தார். மதமாற்றம் நிகழ இம்மிகூட இடந்தரக்கூடாதென்று கட்டளையிட்டார்.

பாதிரிமார்கள் உருவாக்கிய பள்ளிக்கூடங்களைத் தீக்கிரையாக்குவது, பொருளாதாரத்தில் உயரும் இஸ்லாமியர் களை போலி வழக்குகள் போட்டு எப்படி வீழ்த்துவது, பிறமத வழிபாட்டுக்கூடங்களை எங்ஙனம் அப்புறப்படுத்துவது என்றெல்லாம் வகுப்பெடுத்து விட்டு, கிறித்தவ, இஸ்லாமிய பெண்களை இந்து இளைஞர்கள் வசியப்படுத்தி காதலில் வீழ்த்தி திருமணம் செய்து அவர்கள் மதத்திலிருந்து வசமாக அப்புறப்படுத்தும் திட்டமொன்றை அழுத்தமாகக் குறிப்பிட்டுச் சொன்னார். அது நிறைவேறினால் சிறுபான்மை மக்களை எளிதாகத் துடைத்து எறியலாம் என்றும் குறிப்பிட்டார்.

இறுதியாக ரோமன் கத்தோலிக்க திருச்சபை, மலை ஒன்றை ஆக்கிரமித்து 'சிலுவைமலை' என்ற பெயரில் கல்வி நிறுவனங் களை நடத்திவருகிறது. அதை நாம் 'சிவன்மலை' என்று கூறி மீட்கப் போகிறோம். நாளை மறுநாள் 'குருசு உடைப்பு

போராட்டத்தை' மலையில் ஏறி நடத்த இருக்கிறோம். அதற்குப் பெருந்திரளான இந்துக்களை அணிதிரட்டுகிறோம். அதை வெற்றிகரமாக்க வேண்டியது உங்கள் கையில்தான் இருக்கிறது என்று கூறி முடித்துவிட்டு உட்கார்ந்தார்.

சுரேஷ் ஒருவித போதை மயக்கத்தில் இருந்தான். அவர் கூறியவற்றை மனம் அசை போட்டது. அவை நிறைவேறினால் இந்தியா இந்துக்களுக்கு மட்டுமேயான நாடாக மாறிவிடும். கண்களை மெல்லத்திறந்து நாராயணசாமியைத் தேடினான். அவரைக் காணவில்லை. மாயமாக வந்தது போலவே மாயமாகத் திரும்பிப்போனார்.

பீனிக்குருவிகளின் நடை இதர பறவைகளிலிருந்தும் வித்தியாசமாக இருந்தது. ஒருவித அலட்டல் அதில் தெரிந்தது. அது அவனை கவனிக்க வைத்தது. விருப்பத்தையும் தந்தது. நாராயணசாமி குறிப்பிட்டதுபோல இந்துராஜியம் அமைக்க இஸ்லாமிய பெண்ணையோ, கிறித்தவ பெண்ணையோ திருமணம் செய்துகொண்டால்தான் என்ன என்று நினைத்தான். வலக்கண் புருவத்தினடியிலிருந்து முத்தெடுப்பதை என்ன செய்ய? முத்துக்களைக் காட்டிலும் இப்போது மதிப்பு வாய்ந்தது பெண். ஆகவே ஒரு பெண்ணைத் திருமணம் செய்வதுதான் முதல்வேலை.

அவன் பீனிக்குருவிகளை ஆர்வமுடன் ரசித்தான்.

'ராதையின் நெஞ்சமே ... கண்ணனுக்கு சொந்தமே ...' என்ற ரிங்டோன் ஒலித்ததும் சுந்தரி பரபரப்பானாள். கிருஷ்ண தேவன் போற்றியின் அழைப்புக்கு மட்டுமே வைத்த பாடல் அது. அந்தப் பாடலைப்போல அவன் அழைப்பும் அவளுக்கு மயக்கம் தருவதால் அதுவே அடையாளமாகத் தட்டியெழுப்பி உறவாட விளித்தது. மனமும், உடலும் பரபரப்பாக செல் போனை கையில் எடுத்த சுந்தரி எதிரில் கிழவி நிற்பது கண்டு வெளியே வந்து கழிவறைக்குள் புகுந்தாள். கிழவி அதனை வேடிக்கையாகப் பார்த்தாள். இந்த செல்போன்களுக்கு எப்போது அழைக்க வேண்டும் என்ற விவஸ்தையே கிடையாது. சாப்பிட்டுக் கொண்டிருக்கும் போதும் அழைக்கும், கக்கூசுக்குப் போகும் போதும் அழைக்கும். அழைக்கிறவர்களுக்கு அழைக்கப் படும் மனிதர்கள் எந்த நிலையில் இருப்பார்கள் என்ற விபரம் தெரியுமா என்ன?

சுந்தரி மெல்லிய குரலில்தான் பேசினாள். கழிவறையின் அமைப்பினால் அது தெள்ளத் தெளிவாக வீட்டினுள் கனசத்த மாக ஒலிக்கும் என்பதை ஏனோ அவள் மறந்து போனாள். கிழவி அதற்குள் நம்மாட்டியைக் கையில் எடுத்துக்கொண்டு செடிகளுக்கு மூடுகிளைக்கப் போய்விட்டாள். அவள் எப்போதும் அப்படித்தான். ஏதாவது வேலை செய்யாமல் சும்மா இருப்பது அவளுக்கு சுத்தமாகப் பிடிக்காது.

“ஹலோ, எப்படி இருக்கீங்க?”

“பேஷா இருக்கேன்.”

“என்ன விசேஷம்?”

“நோக்கிட்ட பேசறதுதான் விசேஷம்.”

“பேசறது விசேஷமா?”

“நேக்கு பேசணும் போல தோணிடுத்து. அதான் பேசறேன்.”

“பேசுங்க.”

“சித்தெ நேரம் ஒன்னோட பேசீண்டிருக்கத் தோணுது. நாளை வசதிப்படுமோ?”

“எங்க, கோயில்லெயா?”

“அங்கெல்லாம் வேண்டாம். வெளியே.”

“வெளியெ எங்கெயோ?”

“நேக்குத் தோணுறத சொல்றேன், சுசீந்திரத்தில ஒரு நண்பர் இருக்கார். கோயில் போறது போல நீ வரணும். அட்றஸ் தாறேன். கண்டுபிடிச்சிருவ இல்லியோ?”

“அதெல்லாம் சிரமமில்ல, கண்டுபிடிச்சி வந்திருவேன்.”

“வீட்டில என்ன சொல்லீட்டு வருவேள்?”

“அதுக்கெல்லாம் வழி இருக்கு.”

“என்னதோ?”

“எம்பிளாய்மென்ட் ஆபீசுக்குப் போறேன்னு சொல்லலாம். கன்னியாகுமரி பஸ்ல புறப்பட்டு சுசீந்தரம் வருவேன்.”

“இதுக்கு முன்ன பெய்ருக்கேளா?”

“சாமி கும்பிட ஒருதடவை போனதுனால இடம் நல்லாவே தெரியும்.”

“வாற சனிக்கிழமை, மறக்கப்பிடாது.”

“மறக்காது! சந்திப்போம்.”

ரொம்ப நேரமாகியும் வெளியே வராத சுந்தரியை நினைத்த கிழவி வந்துநின்று கழிவறையின் கதவைத் தட்டினாள். 'இதோ வாறேன்' என்று ரெண்டு மூன்று தடவை சத்தம் கேட்டதே தவிர அவள் வெளியே இறங்குவது மாதிரி தெரியவில்லை. கிழவிக்கு பதட்டம் ஏற்பட்டது.

"அம்மா சுந்தரி, உடம்புக்கு சுகம் இல்லையா?"

பதில் இல்லை.

"சுந்தரி . . . சுந்தரி . . ."

கதவு மெல்லத் திறந்தது.

"ஏன் கெடந்து அலவற விளிச்சிய? மனுஷனுக்கு நிம்மதியா கெடந்துழைச்ச முடியல்ல."

"வயிற்றுக்கு ஏதாவது அசுகமா இருக்குமோண்ணு பதறிப் போயிட்டேன்."

"எனக்கு ஒரு கொள்ளையும் இல்ல, போதுமா?"

"அங்ஙின சருவிலோடி ஒரு அனக்கம் கேட்டுது. அந்தப் பாம்பு திரும்பவும் வந்துதோண்ணு நெனச்சித்தான் பிள்ளைய விளிச்சேன்."

"அண்ணு கண்ட பாம்பா?"

"அதுபோலத்தான் தெரியுது."

அவள் இறங்கி வந்து சரிவில் எட்டிப் பார்த்தாள். பின் உயர்ந்துநின்ற பலாமரத்தின் மூட்டில் ஒதுங்கி, தலையை நீட்டி எதாவது அசைகிறதா என்று கவனித்தாள். எங்கு ஒரு சிறு அரவம் கேட்டாலும் அதனை ஏற்க காதுகளைத் தீட்டிய வாறு அகல விரித்துக்கொண்டு நின்றாள். வெகுநேரம் கழிந்த பிறகும் எதையும் காணாமல் வந்து இருவருமாகச் சேர்ந்து படிநடையில் உட்கார்ந்தனர்.

"மாயமாத்தான் மறஞ்சி போச்சி."

"செல பாம்புவ மறஞ்சி போவவும் செய்யும். ஒனக்கு அதப்பற்றித் தெரியுமாடி?"

"தெரியாது."

"நல்லா வெளஞ்சி குறுவிக் கெடக்கிய பாம்புக பறக்ககூட செய்யும்."

"நீ பாத்திருக்கியா?"

"இல்ல, கேட்டிருக்கியேன்."

"கள்ளம்."

"உன்னாண. செல பாம்புவ வயசாக வயசாக நீளம் குறைஞ்சிட்டே வருமாம். குறுவி அரையடி நீளம் வாற பாம்பு களும் உண்டுமாம். பாறைக்க மேல ஏறி கீழவிழுந்து வருஷக் கணக்கா அப்பிடி செய்யம்ப பள்ளையில எலும்பு மொளச்சி செறகு வருமாம். ஒருநாளு அப்பிடி விழும்ப கீழ வராம செறகடிச்சி வானத்தில பறக்குமாம்."

"ஆச்சரியமா இருக்கே. இது யாரு ஒனக்குச் செல்லித் தந்தது ?"

"எனக்க அப்பனாக்கும்."

"பாச்சாடி தாத்தாவா ?"

"ஓம் மக்கா."

"வேற என்னெங்கிலும் பாம்புபற்றி செல்லீட்டு உண்டா? ஒளிச்சாத செல்லு."

"ஒருவாடு உண்டு. ஒருத்திக்கு பொக்கன் வந்தாக்கில அணலி பாம்பு ஒண்ணு அவளத் தேடி வந்தது. ரெத்த அணலியாக்கும். தேகம் முழுக்க வரிவரியா செவப்புகோடு கெடந்துதாம். அவா வேப்பம் இலையள தரையில விரிச்சி கெடந்தாளா, அந்தப் பாம்பு அனக்கம் இல்லாம வந்து கால்மாட்டில கெடந்துது. பெறவு கால் பெருவெரல்ல ஊதிச்சா, ரெத்தம் பொட்டித் தெறிச்சி பாஞ்சுது. அதுபாட்டில நக்கிக் குடிச்சிட்டே இருந்தது. பெண்ணுக்க தள்ளிக்காரி ஏதோ ஒரு உணர்வில எழும்பி வெளக்கு கொழுத்தி பாத்தாக்கில, குட்டிக்க காலுகிட்ட கறகறண்ணு ரெத்தம் பாஞ்சி கெடந்துது. 'அய்யோ ...' ண்ணு சத்தம் போட்டா. ஆளுவ கூடிச்சினுமா, பாம்பு மெள்ள ஓடத்துவங்கிச்சி. வெளியில போன ஜனங்க கம்புகளோட வந்து சுற்றி வளஞ்சினும். வால்ல ஒரு அடி விழுந்ததுதான் தாமசம், பாம்பு பறக்கத் தொடங்கிச்சி. எல்லாரும் அதிசயமா பாத்துட்டு நிக்கும் போது மாயமா எங்கோ மறைஞ்சி போச்சி."

"பிறகு ?"

"கொஞ்சம் அப்பறம் நெழலு கணக்கா கயிறுகெடந்து திருங்கின மாதிரி என்னவோ தெரிஞ்சுதாம். யாரோ அதையும் அடிச்ச போச்சினும். இது மாய வேலையாக்கும், யாரும் அடிச்சண்டாம்ண்ணு அங்ஙின நிண்ணவிய வெலக்கிச்சினுமாம்."

"பொக்கன் வந்தா இப்பிடி அணலி தேடி வருமா ?"

"பொக்கன்ல இரத்த நிறம் கட்டிய ஒருவகை உண்டு. பெரும்பாலும் தொண்டையில வரும், பெரிய அபகடமாக்கும்

அது. 'நல்லடைப்பான்' எண்ணும் செல்லுவினும். அப்படி வந்தா தேகம் பாளம்பாளமா வெடிச்சுமாம். அந்த சமயத்தில எவனுக்கு கேடு வருதோ அப்ப பாத்து அணலி பாம்பு வீடேறி வருமாம்."

"கேக்கவே பயங்கரமா இருக்குது."

மறுநாள் காலையிலேயே குளித்தொருங்கிய சுந்தரி எம்ப்ளாய்மென்டில் புதுப்பிக்கச் செல்வதாக வீட்டில் சொல்லி விட்டு சுசீந்தரம் சென்றாள். கோயிலில் அவ்வளவு கூட்டம் இல்லை. பிரகாரங்களை சுற்றியபடியே வந்து மண்டபத்திற்கு வெளியே உட்கார்ந்து போற்றிக்கு மிஸ்ட்கால் கொடுத்தாள்.

சிறிதுநேர இடைவெளியில் போற்றி பேசினான். கோயிலுக்கு மேற்குப்பாகம் வழியாக வரும்போது ஒரு நந்தவனம் தென்படும் என்றும், அதில் தான் காத்திருப்பதாகவும் தெரிவித்தான். ஆளரவமற்ற ஒதுக்குப்புறங்களில் நடப்பது சிறிதளவு திகிலை ஏற்படுத்தினாலும், யாரும் இல்லை என்ற உணர்வு சற்று நிம்மதியையும் தந்தது.

பிச்சி, முல்லை மாடங்கள் சூழ்ந்த அந்த நந்தவனம் மிகுந்த பாதுகாப்பு உணர்வை ஏற்படுத்தியது. உயர்ந்து வளர்ந்த குரோட்டன்ஸ் செடியின் மறைவில் இருவரும் சென்று அமர்ந்தனர். வெளியே தூரத்தில் வரும்போதே மனிதர்களைக் காணமுடியும் என்பதோடு நில்லாமல் கடந்துசெல்லும் எவரும் அந்த மாடத்தின் மறைவில் பதுங்கி இருக்கும் தங்களைப் பார்க்கமுடியாது என்ற விதமும் அவர்களை இயல்பான நிலைக்கு கொண்டு வந்தது. போற்றி வேறு நுழைவுவாயிலின் கதவைப்பூட்டி சாவியை இடுப்பில் சொருகி இருந்தான். இருவரும் எந்த பயமும் இன்றி ஒருவரோடொருவர் நெருங்கி உட்கார்ந்திருந்தனர்.

"ரொம்பவும் பயந்துட்டியா?"

"இல்ல."

"பக்கத்தில நான் வழக்கமா தங்குற நண்பர்வீடு இருக்கு. அங்க போகலாமாண்ணு பார்த்தேன். ஊர்க்காரங்க மதியம் மேல கதவப் பூட்டீட்டு நன்னா தூங்குவா. அப்ப பாத்துக் கலாம்ணு தோணிடுத்து."

அவன் மெதுவாக அவள் தோளில் கைவைத்துப் பார்த்தான். பிறகு மெல்ல இழுத்து அணைத்தான். வெளியூர் என்றால் அவள் கலையவும் மாட்டாள். கையை மெதுவாகத் தோளிலிருந்து கீழே இறக்கி சோதனை ஓட்டம் நடத்திப் பார்த்தான். அவள் தனது வலதுகை எடுத்து அதனைத் தடுக்கவே அவன்

அந்தக் கையையும் சேர்த்து பற்றிக்கொண்டு அவள் முகத்தைப் பார்த்தான்.

"வேண்டாங்க."

அவள் குரல் ஈனஸ்வரத்தில் ஒலித்தது.

"எம் மேல நம்பிக்கை இல்லையா?"

"சும்மா பேசிக்கிட்டிருப்போம்."

"அதான் செல்போன்ல தெனமும் பேசறேளே. சும்மா பேசிக்கிட்டிருக்க இங்க வரவேண்டிய அவசியம் இல்லையே?"

"கோபமா?"

"நேக்கு ஒம்மேலயா?"

"ஆமா."

"கிடையாது. ஏண்ணா என் சகதர்மிணிய எப்படி நான் கோபிக்க முடியும்?"

"அப்பிடீண்ணா?"

"நேக்கு ஒங்கழுத்தில் தாலிகட்ட விருப்பம்."

அவன் சைகையோடு வார்த்தைகளை உச்சரித்த விதம் அவள் நெஞ்சைத் தொட்டு கண்களில் நீர்சுரக்க வைத்தது.

"நிஜம்மாவா?"

"நிஜம்மா"

"நடக்குமா?"

"ஏன் நடக்காது?"

"ஒங்க வீட்டில ஏற்பாங்களா?"

"இல்லேண்ணா என்ன?"

"அப்ப என்ன செய்விய?"

"பேசாம ரெண்டுபேரும் நார்த்இன்டியா போயிடலாம்."

"அவ்வளவு இஷ்டமா?"

"பிறகு?"

"என்னால நம்பவே முடியல்ல."

"ஒன்னப் போல அழகும், அழகவிட அதிகமா அறிவும் உள்ள பொம்மனாட்டிய எந்த ஆம்பிள்ளதான் விரும்ப மாட்டான்? அண்ணைக்கு ஸ்கூல்ல மொதமொதலா ஒன்னப் பாத்தபோதே நெனச்சிட்டேன், நமக்கு ஏற்ற துணை நீதாண்ணு."

அவள் உணர்ச்சிப் பெருக்கில் அவன் மடியில் படுத்தாள். அவன் குனிந்து அவள் முகத்தில் தனது முகத்தை சேர்த்தான். கையை இடுப்பில் நுழைத்து வருடிக்கொடுத்தான். அவள் எந்த மறுப்பும் தெரிவிக்காமல் மயங்கிக் கிடந்தாள்.

விநோதக்குரலில் வான்வரை சீறிய விசில் சத்தம் ஒன்று திடீரெனவெடித்து புஸ்வாணமாய்த் தெறித்தது. திடுக்கிட்டு எழுந்த சுந்தரி அவன் பிடியிலிருந்து விலகி சுற்றுமுற்றும் பார்த்தாள். எங்கோ நாதஸ்வர இசை ஒலித்து மேளதாளம் முழங்கக் கேட்டது.

"பயந்துட்டேளா?"

"ஆமா. எனக்கு சின்னவயசில இருந்தே படக்குண்ணா பயமாக்கும். ஓடிப்பெய் கதவசாத்தீட்டு உள்ள இருந்திருவேன்."

"நேக்கு இடிண்ணா பயமாக்கும்."

"எனக்கும் பயம்தான். கட்டிலுக்கடியில பெய் ஒளிச் சிருவேன். மழைண்ணாலே எனக்குப் பிடிக்காது."

"பாத்தேளா நமக்குள்ள எவ்வளவு ஒற்றுமை."

"ஒங்க அம்மா அப்பா ஏற்றுக்கொள்வார்களா?"

"அவங்க தென்காசியில இருக்கிறாள். நேக்கு சொந்த வீடிருக்கு. ஒங்க ஊர்க்காரங்க ஏற்பாளோ?"

"நிச்சயம் மாட்டாங்க."

"அதுனாலத்தான் சொல்றேன். கேட்டுக்க, வீடவித்துட்டு யாருக்கும் தெரியாம நார்த் இன்டியா போய் செட்டிலா யிடலாம்."

"அங்க வேலை கிடைக்குமா?"

"நேக்கு ஹிந்தி தெரியும். பாஷை பிராப்ளம் இல்லை. உனக்கும் வேலைகிடைக்கும், படிப்பிருக்கு. அப்புறம் எதுக்கு பயப்படறே? நான் இருக்கேன்ல..."

"அம்மாவ யாரு கவனிப்பா?"

"நாம ரெண்டுபேரும் மொதல்லபோய் செட்டிலானதும் திரும்ப வந்து அவங்களையும் அழைச்சுண்டு போகலாம்."

"நிச்சயமா! அம்மா பாவம்."

அவள் கண்களில் நீர்முட்டி நின்றது.

"அய்யோ... எதுக்கு அழறே? அம்மாண்ணா அவ்வளவு பாசமா?"

அவன் அவளை இழுத்து மடியில் போட்டான். அவளுக்கு அது சுகமாக இருந்தது. அவன் விரல்கள் முதலில் விழிநீரைத் துடைத்ததும் இன்னும் அழவேண்டும் போலத் தோன்றியது. கன்னத்தின் சதைப்பகுதியை அமுக்கி உதட்டில் நிலைகொண்ட போது அழுகை நின்று மேனி சிலிர்த்தது. தொடர்ந்து அவன் கைகள் அவள் உடம்பில் பயணித்தபோது பாம்பு ஊர்ந்து செல்லும் வழுவழுப்பு ஏற்பட்டது. கிழவி சொன்ன கதை நினைவுக்கு வந்ததும் அவன் கையை உதறித் தள்ளிவிட்டு எழும்பி உட்கார்ந்தாள்.

"உங்களுக்கு பாம்புகளப் பற்றி தெரியுமா?"

"நேக்கு பாம்புண்ணா அலர்ஜி."

"ஏன்?"

"பயங்கரம். அருவெறுப்போடு கூடிய பயங்கரம். ராத்திரி தூங்கும்போது கதவ நன்னா சாத்திடுவேன். வீட்டுக்குள்ள நுழைஞ்சிடுமோண்ணு பயந்து துணியவச்சி கதவுக்க கீழ அடச்சிருவேன்."

"எனக்கு பாம்புக மேல மொதல்ல ஆசையா இருந்தது."

"ஆசையா?"

"ஆமா, அழகா இருக்கில்லியா?"

"அழகா? என்ன அழகு? கறுகறுண்ணு."

"அது கருநாகம். இன்னும் அழகு."

"கருநாகம் என்ன அழகு?"

"அதிலதான் அழகிருக்கு. காவில கருங்கல்லில் பத்திவிரித்து நிற்கும் கருநாகக் கூட்டங்களைப் பார்த்ததில்லையா நீங்க? செம்பருத்திப் பூவ வச்சி கும்பிட்டதில்லையா?"

"அதெல்லாம் சிரமணர்களின் பூஜை."

"அப்பிடீண்ணா?"

"நாகர்களும், ஆதிவாசிகளும்தான் கும்பிடுறா. ஸ்கந்தன ஆந்திரா, கர்நாடகங்களில பாம்ப கும்பிடுறா. அதெல்லாம் கல்ச்சரான சொசைட்டியில ஏத்துக்க முடியாது."

"காவுகள்ல வரிசையா நிக்கிற விதம் விதமான பாம்புகளப் பாத்தா கும்புடணும்ணு தோணாதா உங்களுக்கு?"

"அது பொம்மனாட்டியளுக்கு வாற உணர்ச்சி."

"கருநாகம் தான் அதத் தருதா?"

“தெரியாது. ஆனா பாம்போட விளையாடினா அது ஒருநாள் கொத்தாம விடாது.”

“பாம்பு எவ்வளவு அழகா, உருண்டையா, வழவழப்பா இருக்கு. ஆனா கொத்தீடுமோண்ணு உள்ள பயம்தான் நமக்கு அருவெறுப்பத் தருது. உலகத்தில கொத்தாத பாம்பு கிடையாதா?”

“பாம்பு கொத்தாம இருந்தா யாருமே அதுக்குப் பயப்பட மாட்டினும்.”

“எதுக்கு பயப்படணும்? தன்னக்கண்டு அடுத்தவிய பயப்படணும்ணு பாம்பு நெனக்கிறதே முதல்ல தப்பு. கொத்துவது அதவிடப் பெரிய தப்பு.”

“விஷமோ?”

“விஷமம்.”

அவன் ஓவென பலத்த குரலில் சிரித்தான்.

“விஷம் நல்லது.”

“நல்லதா?”

“விஷம் மருந்து.”

“இல்லை.”

“விஷம் உயிர்.”

“உயிரைப் பறிக்கும்.”

“விஷம் பொக்கிஷம்.”

“பாம்பு?”

“அருவருப்பு.”

“உமிழும் முத்து?”

“வாழ்வின் உன்னதம்.”

“அப்ப உங்களுக்கு பாம்பு வேண்டாம், அதுக்க முத்து வேணும். அப்படித்தானே?”

“பாம்பை வைத்து சுகம் வேணும்.”

“அது அடுத்தவர்களிடமிருந்து அனுபவிக்கத் துடிப்பதுதான் தவறு. வடிகட்டிய சுயநலம்.”

“பாம்பு மேல மொதல்ல ஆசையா இருந்துண்ணு சொன்னியளே, இப்ப இல்லையா?”

"அம்மா அணலி பாம்புக்க கதை சொல்லிச்சினும். அதுல இருந்து கொஞ்சம் வெறுப்பு."

"என்ன கதை?"

"அணலி பாம்புவ படுத்துக்கிடக்கும் பெண்களுக்க கால் பெருவெரல ஊதி ரெத்தம் குடிச்ச வருமாம்."

"இரத்தமா?"

"ரெத்தம் தான்."

அவள் வயிறு நொந்தது. வேதனையால் குனிந்து உட்கார்ந்தாள்.

"என்னது?"

"பீரியட் வந்திட்டு."

"நேக்கு ரொம்ப வேலைகள் இருக்கு. நீ பஸ் ஏறி ஊர்போய் சேந்துக்கோ."

"நண்பர் வீட்டுக்குப் போலாம்ணு சொன்னியளே?"

"அதுக்கெல்லாம் நேரம் கிடையாது."

போற்றியின் குரல் சத்தமாகவும், அதேசமயம் சலிப்பாகவும் அவள்மீது தெறித்தது.

நடராசன் வீட்டுமுன்பு காலையிலேயே நான்கு கூலிக்காரர்கள் வந்து நின்றார்கள். அவர்களில் ஒருவன் காணிக்கார மந்திரவாதி. தர்க்கப்பட்ட பூமிகளை அளப்பதற்கும், கட்டிடம் கட்டுவதற்கும் அந்த நான்கு பேரும் பெயர் கேட்டவர்கள் என்று பெருமாள் சாமி சொன்னதால்தான் அவனது பழக்கத்தில் அதிக கூலி பேசி அழைத்து வந்திருந்தான்.

"இதுதான் நீங்க முறிக்கப்போற வேப்பமரம்."

"இதிலதான் பேய் இருக்கா?"

"ஆமா."

"ஊரையே கிடுங்க வைக்குதா?"

"பட்டப் பகல்லயே தொந்தரவு செய்யுது."

"ஒரு செறிய படுக்க போடணும்."

"பேய்க்கு கொடுக்கப் போறியளா?"

குன்னிமுத்து

"குடுக்கத்தான் செய்யணும். குடுத்த பெறவுதான் வெரட்ட முடியும். அதுலெயும் இது பயங்கர பேயாக்கும்."

"நான் வேதக் கோயில்ல செகரெட்டரி. பகல்ல படுக்க போட்டா நாலுபேரு காணுவினு மேண்ணுதான் பாக்கியேன்."

"கண்டுட்டு போட்டுமே. கிறித்தவிய நெறையபேரு எனக் கிட்ட வந்துதான் மந்திரவாதம் செய்யினும்."

"அதில்ல, சர்ச் எலெக்ஷன் வருது. இதவச்சி எனக்கெதிரா பிரச்சாரம் செய்து போடுவானுவ."

"அப்ப படுக்க போடல்ல. அதுக்குரிய பொருட்கள் வாங்கின செலவ ஏற்றுக்கிடணும்."

"செரி."

"உடுக்கடிக்கலாமா?"

"அதத்தான் செல்லியேன். ஆளுவ காண உடுக்கடிச்சி பேய வெரட்டிய மாதிரி காட்டீற்று மரத்த முறிச்சிபோடுங்க. பெருமாள் அண்ணாச்சியும் அப்பிடித்தானே ஒங்களுட்ட சொல்லி விட்டாரு?"

"அப்பிடித்தான்."

"தொடங்குங்க."

"மரத்த முறிச்ச பெறவு வீட்டுக்க குளுமை போயிடும். வெளி பறந்துடும். வெயில் சுள்ளுண்ணு அடிக்கும்."

"அடிக்கட்டும். நமக்கிந்த மரம் வேண்டாம்."

"ஏன் முறிக்கிதிய?"

"வீட்டுக்குள்ள இலையும், சருவும். அதிலோடி சப்பும், சவறும் ஊந்திட்டு திரியுது. மனுஷனுக்கு நிம்மதியா ஒருநேரம் கண்ணடச்ச முடியல்ல."

காணி உடுக்கடித்துப் பாடத்தொடங்கியதும் ஊர்வந்து கூடியது. அவன் துள்ளிச்சாடி விழுந்துபுரண்டு மரத்தை பலமுறை சுற்றிவந்தான். அதற்குள் வேலைக்காரர்கள் ஓராள் பொக்கத்திற்கு மண்ணைத்தோண்டி அப்புறப்படுத்தினர். ஆணிவேரில் நின்றமரம் ஒரு பக்கமாக சாயத்தொடங்கியது.

"இது எங்க உள்ள வேலக்காரளோ?"

"அருமனை பக்கமாம்."

"இதுக்கு மின்ன மரம் முறிச்சி அறியாத்தவனுவ போல இல்லியா இருக்கு."

"ஏன்?"

“ஒரு கொப்பையோ, கிளையையோ வெட்டாம மூடு மட்டும் தோண்டி முறிச்சியத நான் இண்ணுதான் காணியேன்.”

“ஆமா.”

“மரத்தில ஒரு கயிறுகூட கெட்டேலியே?”

“பிள்ள, நீ ஃபாரின் போனதினால ஒனக்கு இஞ்ச உள்ள காரியங்களொக்க தெரியல்ல பாரு. இது கல்லெறிமாடன் குடிகொண்ட மரமாக்கும். ஒருத்தன் பல்லுதேச்ச ஒரு குச்சி ஒடிச்சான் பாரு, அவன் வாயில இருந்து ரெத்தம் ரெத்தமா வந்துது. இந்த சீரில ஒருத்தன் மரத்தில ஏறமுடியுமா? கொளய வெட்டமுடியுமா? தள்ளிப்போட்டுக் கொன்னுராது?”

“ஓகோ?”

“காணிய கொண்டுவந்து பேய வெரட்டீற்று மரத்த முறிச்சப்பாக்கினும்.”

“அப்பிடியா?”

மரம் சாயத் தொடங்கிய திசை நல்லவேளையாக வீட்டிற்கு எதிர்திசையாக இருந்தது. மூட்டைத் தோண்டியதும் சாய்ந்து கிடந்த கொப்புகளெல்லாம் நிமிர்ந்து மறுபுறம் கனத்து மல்லாந்தது. வேலைக்காரர்கள் மரத்தில் கைகளை வைத்து சாயும் புறமாகத் தள்ளினர். உடுக்கடித்துப் பாடிக்கொண்டி ருந்த காணி ஒரு துள்ளுதுள்ளி தரையில் விழுந்தான். மரம் பலத்த ஓசையுடன் நிலத்தில் சாய்ந்தது. மண்ணில் கிடந்த சரளைக்கற்கள் பார்த்துக்கொண்டிருந்தவர்களின் தலையிலும் நெஞ்சிலும் தெறிக்கவே அவர்கள் ரோட்டில் இறங்கி ஓடத்து வங்கினர்.

“ஓடுங்கலே, கல்லெறி மாடன் எறியத் தொடங்கீற்றான். யாருக்க உயிரு போவுதோ?”

“மரம் முறிஞ்சி வெட்டவெளி ஆயாச்சி. பேய் ஒண்ணை யாவது தீக்காம விடாது.”

“மரம் முறிஞ்சதோட எல்லாம் முடிஞ்சுதுண்ணா நெனக்கிதிய? ஒவத்திரவம் இன்னும் தொடரும்.”

மேட்டில் ஏறி நின்றவர்களில் ஒருவன் பேசியதை எந்தச் சலனமும் இல்லாமல் அமைதியாக பார்த்துக்கொண்டு நின்றான் நடராசன். அவன் தேகம் ஒருகணம் அதிர்ந்தது.

“இன்னும் தொடருமா?”

“பின்ன இல்லாம? கல்லெறிமாடன் வேற எங்கபெய் ஒதுங்குவான்?”

நடராசனுக்கு தலைசுற்றியது.

கிரேசி அன்று இரவு சாப்பிடாமல் படுத்தாள். அவளுக்குத் தூக்கம் வரமறுத்தது. கண்களைத் திறந்து வைத்திருக்கும் போது முறிக்கப்பட்ட மரம் இல்லாத வெளிகளில் வானம் தெரிந்தது. தன்னை இறுக அணைத்து மூடிய குளுமை ஒன்று நஷ்டப் பட்டதை அவள் உணர்ந்து கொண்டாள்.

கண்களை மெல்ல அடைத்திருப்பாள். வண்டாளம் வீட்டுக்கு வெளியே நின்று அழைத்தான். திறந்த ஜன்னல் வழியே முன்கதவைத் திறக்குமாறு கெஞ்சினான். அவள் பரிதாபமாக அவனைப் பார்த்தாள். தாக்கோல் நடராசனின் கையில் இருப்பதை அவனிடம் எப்படி சொல்வது? அவன் வீட்டில் இருக்கிறான். எனவே போய்விடுமாறு சைகையால் கூறினாள்.

பொழுது விடிந்தது. நடராசன் எங்கிருந்தோ ஒரு நாயைக் கயிற்றில் கட்டிக்கொண்டு வந்தான். தகப்பனின் கையைப் பிடித்து நடக்கும் பிள்ளையைப்போல அமைதியாக அவனுடன் சேர்ந்து மெல்ல அது வந்துகொண்டிருந்தது.

நேற்று யாரும் சாப்பிடாததால் மீதி இருந்த பழஞ்சியை மொத்தமாக ஒரு சட்டியில் வாரி வைத்து விரவி முன்னால் வைத்தான். அதன் ஒருவாயில் பாதிக்குமேல் உள்ளே போனது. நக்கலில் சட்டி உடைந்து விடுமோவென அஞ்சினான்.

நாய் திரும்பவும் அவன் முகத்தை ஏறிட்டது. வீட்டினுள் வேறு எதாவது சாப்பிட உண்டா என்று கவனித்தான் நடராசன். ஒரு பாத்திரத்தில் கிழங்கும், அருகில் கஞ்சித்தெளுவும் இருந்தது. இரண்டையும் கலந்து சட்டியில் ஊற்றினான். ஒரு வாயில் அமுக்கி விட்டு திரும்பவும் நாய் பார்த்தது. சட்டி நிறைய தண்ணீர் ஊற்றிக் கொடுத்தான். சளசளவென நக்கிக்குடித்து அதையும் தீர்த்தது. கொஞ்சம் மண்ணுவாரிப் போட்டால் அதையும் தின்றுதீர்க்கும் போலத் தோன்றியது.

கயிறைப் பற்றி இழுத்து வீட்டு முற்றத்தில் நின்ற தென்னைமரத்தில் கட்ட முயன்றதுதான் தாமதம், நாய் உறுமியபடி கழுத்தை அங்குமிங்குமாக அசைத்ததில் கயிறு அறுந்து அவன் தலைக்கு மேலாகக் குதித்து தெருவில் ஓடியது. நடராசன் அதனை விரட்டிக்கொண்டு பின்னால் ஓடினான்.

மூணுமுக்கு ரோட்டில் வந்ததும் வேலை இல்லாமல் ஆங்காங்கே ஒதுங்கி இருந்தவர்களெல்லாம் அவனுடன் சேர்ந்து நாயை விரட்டத் தொடங்கினார்கள். சிலர் தடிக்கம்பு களுடன் அடிக்க வந்தனர். சிலர் 'பேய்ப்பட்டி!' என்று கத்தியவாறு கற்களைத் தூக்கி எறிந்தனர்.

“பேய்ப்பட்டி இல்ல, நல்லபட்டிதான். அஞ்னூறு ரூவா குடுத்து வேண்டீற்று வந்ததாக்கும். எறிஞ்சி கொன்னு போடாதிய.”

“வளர்ப்பு நாயா?”

பாதிக்கு மேலான ஜனங்கள் சுவாரசியமின்றி ஒதுங்கி விடவே நடராசன் நம்பிக்கையை விடாமல் தொடர்ந்து விரட்டிக்கொண்டே இருந்தான். ரேஷன்கடைக்கு அடுத்து ஒரு மூத்திரசந்து இருந்தது. அதன் வெளிப்பக்கத்தில் மண்ணெண்ணெய் அளந்து கொண்டிருந்தவன் நாயைக்கண்டு பயந்து ஓட எழுந்ததுதான் தாமதம், சந்தில் புகுந்த நாயின் பின்னங்கால்களை இறுகப்பற்றிய நடராசன் சத்தம்போட, திரும்பமுடியாதவாறு அது அகப்பட்டுக்கொண்டது. ரேஷன் கடையிலிருந்து கட்டிச் சடம்பு கொண்டுவந்த ஒருவன் கால்களையும் கைகளையும் கட்டி பூமியில் கிடத்தினான். சடம்பொன்றில் கண்ணிபோட்டு வாயைக் கட்டியவன் காதோடு சேர்த்து தலையில் இறுக்கியதும் அதன் ஊளை நின்றது. ஆட்டுக்குட்டியைப்போல இருகைகளாலும் நெஞ்சோடு சேர்த்து தூக்கிக்கொண்டு நடந்த நடராசனை ஊர் கூடிநின்று வேடிக்கை பார்த்தது.

மாட்டு வைத்தியர் மோகன்ராஜ் வந்து பார்த்தார். நாயின் சீலங்கள் அவருக்கு மிகவும் பிடித்திருந்தது.

“எங்கேருந்து வேண்டின?”

“கோயில்பட்டியிலெ புதுஅப்பனேரிண்ணு ஒரு ஊர். தேவர் சாதியினர் ஏரியா. அங்க ஒரு வீட்டில இருநூறுக்கும் மேல பட்டிய. எல்லாம் ராஜபாளையம் இனம். பத்து பன்ரெண்டு மாட்டுத்தொட்டிய இருக்கு. அதில ரேஷன் அரிசிய கஞ்சி காய்ச்சி ஊத்துவான். ஒருநேரம் மட்டும்தான் ஆகாரம். பட்டிய நாப்பத்தஞ்சு நாளு உண்ணாம குடிக்காம உயிர்வாழுமாம்.”

“அப்பிடி இருக்காது. வேட்டைக்கு கொண்டு போவானா இருக்கும். மொயலுக்க கொடலு கிடலெல்லாம் தின்னியது நாய்கள்தான். பெறவு எப்பிடி ஒரு நேரத்துக்கு மேல ஆகாரம் எறங்கும்?

“இந்த நாய் வேட்டையில கெட்டியாக்கும். எனக்கு அவன் தாறதுக்க முந்தினநாள் ராத்திரி இது பதிமூணு மொயலு பிடிச்சுக் குடுத்துதாம்.”

“என்ன இனம்ணு சொன்னான்?”

“ராஜபாளையம்.”

“இல்ல. இது சிப்பிப்பாறையாக்கும். அதில ‘கன்னி’ண்ணு சொல்லிய ரகம். நல்ல வகை. கறுத்த நெறமும், மஞ்ச புருவமும், இருவத்தொண்ணு நகமும் இருக்கு. எத்தின வயசுண்ணு சொல்லித் தந்தான்?”

“ஆறுமாசம்.”

“அதுவும் தப்பு. ரெண்டு வயசு இருக்கும். இனி ஒன்னால இதத் திருத்தி எடுக்கமுடியாது. என்னவும் கைவித்தாரம் காட்டினா கடிச்ச பாயும்.”

“ஊள இடுது ஓய்.”

“வனாந்தரத்தில் கெடந்து வளந்தது இல்லியா. கூட உள்ள நாய்கள விளிக்கியதாக்கும் இந்த ஊளை. ஒரு வெற்றிலைய அரைச்சி நாக்கில தேச்சா ஊளைய நிறுத்திப் போடலாம்.”

“இது நமக்கு ஒப்பேறாது ஓய்.”

“அப்ப ஒரு காரியம் செல்லியேன் கேட்டுக்க. எனக்க எளையமவனுக்கு ஆறுகாணியில ஒரு ரப்பர் எஸ்டேட் இருக்கு. அங்க ஒரு நல்ல நாய்க்கு ஆவசியம் உண்டு. கொண்டு போட்டா?”

“செரி. இவிடத்தில இருந்து எடம் ஒழிஞ்சா போரும்.”

அன்று சாயங்காலம் ஜீப்பில் மாட்டுவைத்தியரும், மகனும் வந்து நாயைக் கொண்டு சென்றனர். மோகன் ராஜின் மகனைப்பார்த்து வாலைக் குழைத்தது நாய். அதனை எரிச்சலோடு பார்த்துக்கொண்டு நின்றான் நடராசன்.

பத்துநாள் கழித்து சந்தையில் வைத்து நடராசனைக் கண்ட வைத்தியருக்கு தாங்க முடியாத சந்தோசம். கிட்டவந்து அவன் கையைப் பற்றியவாறு பேசினார்.

“நடராசா! நாய் கொள்ளாண்டேய்.”

“பழகிச்சா?”

“கொழந்தையப்போல பழகுது.”

“நமக்குத்தான் கொடுப்பின இல்லாம போச்சி.”

“என்ன அழகா டி.வி. பாக்குது தெரியுமா?”

“வீட்டில ஏத்துவியளாக்கும்?”

“மோனுக்க கொழந்தைய அதுக்கமேல தலையவச்சி ஒறங்கினும் பாரு.”

“நமக்கிட்டெ சாவ நிண்ணுது சவம்.”

“சலிக்காத. ஒனக்கு அதுக்குள்ள ஐநூறு ரூவாய காலத்த வேண்டிய பால்கணக்கில தீத்துக்க.”

“அதுமதி.”

“எனக்க மகன் ரெண்டுலெச்சம் ரூவாய்க்கு கிரானைட் கல் எறக்கினாம் பாரு, காவலுக்கு ஆளுவச்சேல. இந்த ஒரு நாய்மட்டும்தான் உண்டு. கொரங்கு வெரட்டணும்னா இதுதான் உண்டு. வெளையில ஒருபொருள் களவுபோவாது பாரு, இந்த நாய் வந்தது முதலாய்.”

“எனக்க வயிறு பற்றி எரியுது வைத்தியரே.”

நடராசன் அதன்பிறகு பலநாய்களை வளர்த்துப் பார்த்தான். எதுவும் அவனுக்கு ஒத்துவரவில்லை. சில பெட்டை நாய்களுக்குப் பின்னால் சுற்றித்திரிந்தன. சில லாறி அடித்து செத்துப்போயின. அப்படி இருக்கும்போது செங்கவிளையில் ஒரு வீட்டில் நாயைவிட காவல்காக்கும் ஆட்டுக்கடா விற்பதைக் கேள்விப்பட்டு வாங்கிவிட்டான். அவன் எதிர்பார்ப்புக்கேற்ற காவலாளியாக அது விளங்கியது.

வாசலில் யார்வந்து நின்றாலும் கேற்றுக்கு மேலாக கால்வைத்துப் பார்க்கும். பிறகு ‘மே . . . ம் . . . மே . . .’ என்று கத்தும். ரெண்டு மூன்றுதடவை கத்திவிட்டு மௌனமாக நிற்கும். அதன்பிறகு தைரியமிருந்தால் எவனாவது உள்ளே நுழைந்து பார்க்கவேண்டும், அப்போது தெரியும். மனிதனின் பின்பக்கமும் முட்டும், முன்பக்கமும் முட்டும். முட்டி கோரித்தூக்கி எறிந்துவிடும். அந்த ஊரிலுள்ள பெரும்பாலான ஆண்களை ஓதப்பிடுக்கர்களாக மாற்றிய பெருமை அந்தக் கிடாவுக்கு உண்டு.

ஒருநாள் வண்டாளம் அழகான ஆடு ஒன்றை நடராசனின் வீட்டுக்கு முன்னால் கொண்டுவந்துவிட்டு மேய்த்துக்கொண்டிருந்தான். வீட்டுக்குள் நின்றுகொண்டிருந்த கிடா, ‘ம்முமு . . . மும்முமுமு . . .’ என்று விநோதமான குரல் ஒன்றை வெளிப்படுத்த வண்டாளத்தின் முகத்தில் புன்னகை அரும்பியது. தொடர்ந்து தலையை பக்கவாட்டில் கிடா ஆட்டுவது அதன்காதில் கட்டி இருந்த வெண்கல சலங்கை கிலுங்கியதன் வாயிலாக அறிந்துகொண்டான். சற்றுநேரத்தில் ஆட்டுக்கிடா கேற்றின் மேல் கால்களைத் தூக்கி வைத்து வெளியே பார்த்தது. ‘சுந்தரக்குட்டா! வெளிய வாடா!’ என்று தனது ஆட்டைத் தூக்கிக்காட்டி கிடாவை அழைத்தான் வண்டாளம். மெதுவாக கேற்றின் நடுவிலிருந்த கொண்டியை விலக்கி இடைவெளி ஏற்படுத்தியதுதான் தாமதம், கொம்பு வைத்து தள்ளித் திறந்த கிடா வண்டாளத்தின் பிடியிலிருந்த

ஆட்டை மறித்து மேலே ஏறப் பார்த்தது. கையிலிருந்த கயிறை அப்படியே விட்டுவிட்டு வசமாக அவன் ஒதுங்கிக் கொண்டான்.

“ஒங்க பரிபாடி நடக்கட்டும்.”

“ம்முமு . . . மம்முமுமு . . .”

“என்னது? நீ ஒனக்க சோலியப் பாத்துட்டுப் போடா நாயேண்ணா சொல்லியே? நானும் எனக்க சோலியப் பாக்கத் தாண்டா போறேன், ஒனக்க வீட்டுக்காரியோட.”

வண்டாளம் உள்ளே சென்று கதவைத் தட்டினான். கிரேசி சுற்றுமுற்றும் பார்த்துவிட்டு அவனை உள்ளே இழுத்தாள். கதவு திரும்பவும் மூடிக்கொண்டது.

“கிடா எங்கெ?”

“பேடிச்சாத. அப்பறத்து வெளையில ஒரு ஆடு கெட்டி இருந்து. அவுத்துட்டு வந்து ஜோடி சேத்தேன். ரெண்டும் இப்ப கோட்டச் செவரு ஓரமா நிண்ணு தள்ளி உந்தினும். கிடாக்க மூணலு கேக்குது பாத்தியா?”

“நீரு மன்னன். ஒம்ம ஆராலெயும் ஜெயிச்ச முடியாது, சத்தியமா.”

“வரும்ப எல்லாம் எங்கெயும் கெட்டி இருக்கிய ஒரு ஆட்டை அவுத்துக் கொண்டு வாறேன். நீ கேற்ற தெறந்து வச்சிக்க. இனிமே அதுவளுக்க பரிபாடிகளொக்க உள்ள வச்சி நடக்கட்டும்.”

“எக்கும் அதப் பாக்கணும்போல ஆசை.”

“ஆசைக்கு இல்லடி. ஒரு பாத்திரம் கொண்டு பெய் வசம்மா ஆட்டுக்க பாலக் கறந்தெடு. இனச்சேர்க்கைக்கு பீஸ் வேண்டண்டாமாக்கும்?”

“ஓய் . . . ஓய் . . .”

கிரேசியால் சிரிப்பை அடக்க முடியவில்லை. அவள் கண்களில் நீர்முட்டும் அளவுக்கு சிரித்து முடித்தாள்.

வண்டாளம்தான் அவளுக்கேற்ற ஜோடியாகத் தெரிந்தான். நடராசனுக்கு முன்பே அவன் தென்பட்டிருந்தால் அவனையே அவள் மணந்துகொண்டிருப்பாள். அவனிடம் நடராசனிடம் இல்லாத நெகிழ்ச்சி இருந்தது. பணத்தைப் பார்த்துப் பதுக்காமல் வாரி இறைக்கும் தயாளம் இருந்தது. தன்னிடம் உறவு கொள்ளும்போது கதைபேசி உணர்வைத் தீவிரப்படுத்தும் மனம் இருந்தது. அவளைப் பொறுத்தவரைக்கும் அனைத்து விஷயங்களிலும் அவன் தன்னை சிலிர்க்க வைக்கும் சிறப்பு பெற்றவனாகத் தெரிந்தான்.

கதவைத் திறந்து சுற்றுமுற்றும் பார்த்த கிரேசி வண்டாளத்தை வெளியே அனுப்பினாள். படிக்கட்டுகள் வழியாக இறங்கிச் செல்லும் அவன் முதுகைப் பார்த்துக் கொண்டு நின்றவள் திருப்தியான மனசோடு நிறைந்து மலர்ந்தாள். வெளியே அதே நிலையில் இருந்த ஆட்டுக்கிடாவும், வண்டாளம் இழுத்து வந்த ஆடும் ஒன்றன்மீது ஒன்றாகக் கவிழ்ந்து கிடந்தன. கழுத்தில் கிடந்த கயிறு இணைசேரும் போது தாறுமாறாகச் சுற்றி நகரமுடியாமல் வரிந்து போட்டது.

“ம்முமுமு . . . மும்முமுமு . . .”

“கெட்டு நடந்துதா?”

“ம்மே . . .”

“கொம்மயத் தேடுதியா ஆடு? அவுத்து விடுகேன்.”

ஆட்டின் மாரைப்பிடித்துப் பார்த்த வண்டாளம் பால் வராதது கண்டு எரிச்சலுற்றான். இளஞ்சூடாகவும், மென்மை யாகவும் இருந்த அதன் மடியைத் திரும்பவும் பிதுக்கினான்.

“காலத்த எல்லாம் கறந்திட்டாங்களா?”

“மும்முமுமு . . . மும்மு . . .”

“என்னது? ஒம் பெண்டாட்டி மாரில நான் கைபோடக் கூடாதா? ஒனக்கு ஒருத்திய கூட்டித்தந்ததுக்கு நீ எனக்கு என்னல தந்தே?”

வண்டாளத்தின் பார்வை கிடாவின் கழுத்தில் தொங்கிய வெண்கலக் கிலுக்கின் மீது பதிந்தது. கொத்தாக ஏழெட்டு மணிகள் சேர்த்துக் கட்டப்பட்ட அதன் சத்தம் கழுத்தசையும் போதெல்லாம் ஓசை எழுப்பியது.

“பொறு பூங்கொடி! சற்றே அவிழ்த்து விடுகிறேன்.”

ஏதோ பழைய சினிமாவில் கேட்ட வசனத்துடன் சேர்த்து டயலாக் பேசிய வண்டாளம் சிக்கிக் கிடந்த கயிறை அவிழ்த்து விட்டதுதான் தாமதம், ஆடு பறந்ததுபோல பாய்ந்து ஓடியது. படிகளில் குஷியோடு ஏறிச்சென்ற கிடா வீட்டுக்குள் சென்று மறைந்தது.

வண்டாளம் பத்திரகாளியம்மன் கோயிலுக்கெதிரில் அமைந்த கல்லுமண்டபத்தில் வந்து படுத்தான். அவனுக்கு சீணம் அதிகமாக இருந்ததால் கண்ணயர்ந்தும் விட்டான். உறக்கத்தில் ஏதோ ஒரு உருவம் தன்மீது நிழல் மூடுவது போன்ற ஒரு எண்ணம் தோன்றியது. அதே சமயம் அலுப்பு கண்களைத் திறக்க முடியாத சலிப்பைத் தந்தது. அதையும் மீறி ஏற்பட்ட உள்ளுணர்வு அசைக்க கண்களைத் திறந்து

பார்த்தபோது அவனுக்கு முன்னால் அந்தக் கிடா வந்து நின்றது.

“இங்க எதுக்கு வந்தே?”

“ம்முமுமு . . . மும்முமுமு . . .”

“அது ஆடோட தீந்தாச்சில்லியா?”

“மும்முமு . . . முமுமுமு . . .”

“ஓ . . . வேண்டீற்றுதான் போவ?”

வண்டாளம் எழுந்து தொடுவெட்டிக்கு வண்டியேற வந்தான். ஆண்டிநாடாரின் பாத்திரக்கடை நினைவுக்கு வந்தது. அவர்தான் பழைய வெண்கலப் பொருட்களை வாங்குவார்.

கிடா அங்கேயும் அவனைத் தொடர்ந்து வந்தது.

அதன் தலையில் கையை வைத்து தள்ளிப் பார்த்தான். கிடா உந்தியதில் இரண்டடி தள்ளிப்போய்க் கீழே விழுந்தான். ஆட்கள் அதனைக் கண்டு அவனை நோக்கி வருவது தெரிந்ததும் விரைவாய் எழுந்து மண்ரோடு வழியாக ஓடத்தொடங்கினான். குளத்தடி மதகில் கொஞ்சநேரம் பதுங்கி இருந்துவிட்டு புறப்படலாம் என எண்ணினான். அவன் முதுகில் எதுவோ இடிப்பதுபோல நெருங்கி நின்றது. திரும்பியபோது கிடா.

எழும்பி வாய்க்காலை மறுகடந்தான். விளைகளின் வழியாக குறுக்கே நடந்து வந்து குடம் நொறுக்கியின் கடையில் உட்கார்ந்தான். அந்த சமயம் சாராயம் குடிக்க வேண்டும் போலத் தோன்றவே எழுந்தபோது அங்கேயும் கிடா.

அவனை அது விடுவதாக இல்லை. அவன் போகும் இடமெல்லாம் செல்வது கண்ட குடம்நொறுக்கிக்கு சந்தேகம் எழுந்தது. இருவரையும் மாறிமாறிப் பார்த்துக்கொண்டிருந்தான்.

“வண்டாளம், கிடா ஏண்டே ஒனக்க பெறக்கால வருது?”

“வவுறு பசிச்சா இருக்கும். பழம் வேண்டிக் குடுப்பேண்ணு பாக்குது.”

“அப்பிடீண்ணா ஒடையக்காரனுட்ட இல்லியா போவும். ஒனக்கிட்ட ஏன் வருது? அதுட்டெ இருந்து என்னெங்கிலும் களவாண்டியா?”

“இல்லியே.”

கிடா தலையை அசைத்துக் காட்டியது.

“அதுக்க கழுத்தில கெடந்த மணி எங்க? எடுத்தியானா குடுத்திரு. இல்லாட்டா அது வேண்டாம விடாது.”

வண்டாளம் ரெண்டு மணிகளை எடுத்து அதன் கழுத்தில் கட்டினான். தலையை அசைத்துப் பார்த்துவிட்டு அது போகாமல் நின்றது.

"இன்னும் உண்டுண்ணு சொல்லுது."

வேண்டா வெறுப்புடன் அத்தனை மணிகளையும் அதன் கழுத்தில் கட்டிய பிறகே தலையை ஆட்டி உறுதிசெய்துவிட்டு அவ்விடம் விட்டுச் சென்றது கிடா.

கண்ணீர்த்துளி ஊற்றுக்குத் தெற்கே உயர்ந்தோங்கி நின்ற மகாகனி மரங்களில் படர்ந்து தெறித்தன குன்னி முத்துக்கள். ஒரு பாறையையே முழுசாக மூடி இரத்த மலையின் தோற்றம் தந்த அதனைப் பார்க்கும்போது கிழவிக்கு அழுகை அழுகையாக வந்தது. கண்களுக்கெட்டும் தொலைவில் அது போன்ற பாறைகள் நிறைய இருந்தாலும் குறிப்பிட்ட அந்த குன்னிமுத்துக்கள் மூடிய பாறையை மட்டும் பார்த்துக் கொண்டே இருந்தன கண்கள். பாறையின் அடிவாரம் பெருங் குகை. அதில் இறந்துபோன மனிதர்களின் எலும்புக்கூடும், மண்டையோடுகளும் கிடப்பதாக வந்து ஆட்கள் கூறுவார்கள்.

அவள் ஒரே ஒருநாள்தான் அந்தக் குகையினுள் நுழைந் திருக்கிறாள். அதன்பிறகு அந்தப் பயங்கரத்தைக் காணக்கூடிய சக்தி அவளுக்கு இல்லை. எனவேதான் அதற்கு மேலிருக்கும் பாறையைப் பார்த்துக்கொண்டிருப்பதை வழக்கமாகக் கொண்டாள். சிலநேரங்களில் அவளுக்கு அது சமாதி போலத் தெரியும். சிலநேரங்களில் மனித தலைபோலத் தெரியும். காலங்காலமாக அவள் அதைப் பார்த்து அழுதுகொண் டிருக்கிறாள். முப்பது வருடங்களுக்கு முன்பு இருளியாக இருந்து அழுதாள். இப்போது கிழவியாக இருந்து அழுகிறாள்.

அவளுக்குப் பெயரில்லை. உடல்தான் அடையாளம். தலை நரைக்காமல் இளமையான தோற்றத்தில் இருந்தபோது மற்ற பெண்களைப் போல அவள் அழகாகத்தான் இருந்தாள். நேரடிப் பார்வையில் எந்த வித்தியாசத்தையும் மற்றவர்கள் அவளிடம் காணமுடியாது. அவளிடம் குறையைக் கண்டவர்கள் 'இருளி' என்று அழைத்தபோது உலகமும் அவளை அவ்வாறு அழைத்தது. அந்தப்பெயரையும் அவள் ஏற்றாள். கிழவி என்று தற்போது அழைத்தபோதும் அதையேதான் ஏற்றுக்கொள்கிறாள்.

அந்தப் பாறையில் சிதறி இருந்த இரத்தத் துளிகளை அவளுடையதாகவே நினைத்தாள். இயற்கை அவளுக்குள்ளிருந்து

குன்னிமுத்து

இரத்தம் கக்குவதாக கற்பித்துக்கொண்டாள். அதன்மூலம் விலகிப்போன ஒன்றோடு அவள் இயைந்தாள். அந்தத்துளிகள் பாறையினடியில் நிஜத்துளிகளாக ஒருநாள் உதிர்ந்து கிடந்ததைக் கண்டபோது தனது இரத்தம்தான் என்ற உறுதி இன்னும் அதிகமாக அவளுக்குள் ஏற்பட்டது. தகப்பன் பாச்சாடியின் இரத்தம் தனது இரத்தம்தானே. தாயை அவள் கண்டதே இல்லை. பிறப்பிலேயே முடிந்துபோன உறவு அது. அப்பாவின் வியர்வைத்துளிகள் தன்னைப் போஷித்த காலத்தில் அவர்களுக் கிடையில் இருந்த உயிர்சம்பந்தம் ஒளியாகத் துளிர்த்தது. அந்த வெளிச்சத்தையே விளக்காகப் பற்றி அவள் தனது இருளை நீத்தாள். அந்த விளக்கு ஒரு நாள் அணைக்கப்பட்டது இந்தப் பாறைக்குகையின் அடியில்தான் என்பது அவள் உணர்வோடு சங்கமித்த இருளாகிப்போனது.

வண்டாளம் ஆரம்பத்தில் கொஞ்ச நாட்கள் அவளிடம் அன்பாகவே இருந்தான். திருமணமான நாட்கள் என்ற போதிலும் ஒரு வேறுபாடு தெரிந்தது. அவன் குணநலன்களில் பெரியதாக வித்தியாசம் தென்படாவிட்டாலும் குடும்ப வாழ்க்கைக்குள்ள ஒழுங்கு சிலநேரங்களில் வெளிப்பட்டதுதான் எல்லோருக்குமான ஆச்சரியம். பங்கிராஸ் வைத்தியர் போட்ட மோதிரத்தைக் கழற்றி விற்றுக் குடித்தாலும், வீட்டுக் கூரையை மாற்றி ஆஸ்பெட்டாஸ் ஷீட் போட்டான். பாதிரியார் ஒருவரைப் பலதடவைகள் நெருக்கி அவரது தயவால் கழிவறையையும் கட்டிமுடித்தான். வீட்டு வளாகத்தில் அது அமைந்த போதிலும் ஒருநாள் கூட அவன் அதனைப் பயன்படுத்தியது இல்லை. பழையதுபோல விளைகளையும், திறந்தவெளிகளையுமே நம்பினான்.

திருமணமான புதிதில் நடராசனுடனான கூட்டுக்கட்டை நிறுத்தியதான ஒரு இடைவெளி தெரிந்ததும் வீடும், உறவும் கொஞ்சம் உருப்பட்டது போன்ற தோற்றம் பெற்றது. பிறரை அவ்வளவு சீக்கிரத்தில் நல்லாக விட்டு விடுவானா நடராசன்? வீடு தேடிவந்து வண்டாளத்திடம் நட்பு பாராட்டத் தொடங்கினான். கூடவே ஜாடை மாடையாகப் பேசவும் செய்தான்.

"ஆளு முன்னையவிட கலர்வச்சிருக்கு."

"யாரு?"

"ஒன்னத்தான், வேற யாரை செல்லியேன்?"

"நான் கலர்வைக்க முடியுமா நடராசா? என்ன வேளம் சொல்லிய?"

"கல்யாணத்துக்குப் பெறகு நல்ல சாப்பாடோ?"

“இது என்னடேய் கேள்வி?”

“ஊக்கமான சாப்பாடு போலத் தெரியிது.”

“என்ன தெரியது?”

“மினுக்கம் வரவர கூடுது.”

“மினுக்கமா?”

“ஆமா. மிருக்கு வளரியது போல உள்ள மினுக்கம்.”

“நீ என்னடே செல்லிய?”

“முள்ளுமிருக்கு மினுமினுப்பு மூணுநாளுதான்னு அய்யா வைகுண்டர் பாடி இருக்காரு.”

“அத என்னத்துக்கு செல்லிய?”

“மிருக்கு பருத்தா சாளத்தடிக்குத்தான் ஒதவும்.”

“நீ சொல்லியது எதுவுமே மனசிலாகல்ல. காலத்தே தண்ணி போட்டியா?”

பிறகொருநாள் வயலங்கரையில் வைத்து இருளியை வழிமறித்த நடராசன் சிலவிஷயங்கள் பேச உள்ளதாகத் தெரிவித்தான். எதுவானாலும் வீட்டில் வந்து பேசுமாறு அவள் கூறவே முகங்கறுத்து நோக்கினான்.

அவளை விடாமல் வழிமறித்து நின்றான் அவன்.

“எனக்குப் போணும், வழிவிடுங்க.”

“ஏன், நிண்ணு பேசமாட்டியா?”

“பாக்கியவிய தப்பா நெனைப்பினும்.”

“ஒன்ன யாரும் அப்பிடி நெனச்சமாட்டினும்.”

“எனக்குப் போகணும்.”

“பெரிய யோக்கியம் காட்டாதே.”

“நான் ஒண்ணும் அப்பிடி நெனச்சல்ல.”

அவள் பேசத் தொடங்கியதும் அவன் சற்றுதளர்ந்து குழைவாகப் பேசினான். அவளை எப்படியாவது தனது வழியில் கொண்டுவந்து வீழ்த்துவது அவன் நோக்கமாக இருந்தது.

“வீட்டில சும்மா கெடக்கியதுக்கு வேலைக்கு என்னதாவது போவப்பிடாதா?”

“எனக்கு என்ன வேலை தெரியும்?”

“எல்லாரும் தெரிஞ்சிட்டா வேலைக்குப் போவினும்? பெய் படிச்ச வேண்டியதுதான்.”

“யாரு வேலை தருவா?”

“நான் தாறேன், எனக்கிட்ட வாறியா?”

“. . . . .”

“ஏன் மிண்டாத நிக்கிய?”

“எனக்கு வேண்டாம்.”

“பின்ன யாரு தருவாண்ணு கேட்டே? நான் தந்தா வேண்டாம், வேற யாராவதுண்ணா போவியா?”

“வழிய விடுங்க.”

“ஒனக்கு எந்தப் பயமும் வேண்டாம். ஏண்ணா, மற்ற பெண்ணுவ போல இல்ல நீ.”

“. . . . .”

“ஒன்ன என்ன செய்தாலும் எந்த அபகடமும் வராது. அதினால மாப்பிள அறியமாட்டான்.”

அவள் அவனை தள்ளிக்கொண்டு பாய்ந்து முன்னேறிச் சென்று வேகமாக நடந்தாள். அவளை நிற்குமாறு அவன் சத்தம்போட்டு கூறினான். அவள் காது கொடுக்காமல் ஓடித் தப்பியது மேலும் அவன் கோபத்தைக் கிளறியது.

“ஓடுடி, ஓடு. வண்டாளம் ஒன்ன எப்பிடி கெட்டினாண்ணு உள்ள விஷயம் ஒலகத்துக்கே தெரியும்டி. பெரிய இவ! எண்ணைக்காவது ஒருநாள் ஒன்ன நான் பாக்காம விட மாட்டேண்டி . . .”

அவன் பேசியதை நின்று கேட்க அருள்வாக்கா ஓதினான்? அவள் கம்பி நீட்டிவிட்டாள்.

அன்று மாலை வண்டாளம் நிறைந்த போதையோடு வீட்டுக்கு வந்தான். கதவை ஓங்கி மிதித்ததும் மீன்கறி வைத்துக் கொண்டிருந்த அவள் என்ன எதுவென்று தெரியாமல் எழும்பி நின்றாள். அவளது தலைமயிரைப் பற்றி இழுத்தவன் சரமாரியாக அடிக்கத் தொடங்கினான். ஒருவாறாக பிடியிலிருந்து விடுபட்டு ஒரு மூலையில் போய் பதுங்கிக் கொண்டாள். அவன் கையில் கிடைத்த பொருட்களை எல்லாம் தூக்கி அவள் மீது வீசி எறிந்தான். அவனிடம் அப்படி ஒரு வெறியையும், ஆவேசத்தையும் அவள் முன்னெப்போதும் கண்டதில்லை. தடுக்க வந்த அவள் தகப்பன் பாச்சாடியைக் கெட்ட வார்த்தைகளால் அர்ச்சனை செய்தான்.

“அய்யோ . . . எம்பிள்ளைய எதுக்குப் போட்டு இந்த அடி அடிக்கிதிய? எனக்கு காண பொறுக்கல்லியே . . .”

“லேய் பாச்சாடி! ஒனக்க மொவள ஒலகத்துக்கே கூட்டிக் கொடுத்துதான் வளத்தியோ?”

“இதென்ன பேசுதிய? தின்ன குடிச்ச இல்லாட்டாலும் மரியாதியாத்தானே வளத்தேன்.”

“நல்லா வளத்தே!”

“ஏன் அப்பிடி சொல்லுதிய?”

“இவா செஞ்சத சொன்னா நீயும் அடிப்பே. கையில்லாதவன் வெலைக்கு வாங்கியாவது அடிப்பான்.”

“அப்பிடி என்ன தப்பு எனக்க பிள்ள செய்திட்டு?”

“நடராசனுட்டெ பெய் எனக்கொரு வேலை தருவியாண்ணு கேட்டிருக்கா. அவன் எப்படிப்பட்டவன்ணு ஒலகத்துக்கே தெரியும். வேலைண்ணா என்னாண்ணு மனசிலாச்சா கெழவா?”

“இல்ல.”

“த்தூ . . . நாறப்பயலே! சூடிருந்து பெத்தா இல்லியா அவளுக்கும் சொணை இருக்கும். நாலு பெண்ணுவளுக்கு நடுவில நிக்க யோக்கியதை இல்லாத்த இந்த நாய்க்கு எம்பிடு கொழுப்பு இருக்க வேணும்?”

“அய்யோ, அப்பிடி நான் கேக்கல்ல. அவன்தான் என்ன வழிமறிச்சி நெறுத்தீட்டு வேலைக்குப் போகருதாண்ணு கேட்டான் பாருங்க. சத்தியமா அவனுட்டெ நான் பேசப் போகல்ல.”

“கள்ளத் தேவிடியா, அதவந்து எனக்கிட்ட நீ ஏன் சொல்லேல? அதிலே இருக்கில்லியா கிறுத்திருமம்.”

“பெரீய சண்டை வரும்ணு நெனச்சி பயந்தாக்கும் சொல்லாம இருந்தது.”

“சண்டை வரும்ணு இல்லடி, நல்ல ஒரு பொம்பளைக்கு எதுவும் நடந்தா ஒடனே தெரியும். ஆயிரம் கள்ளமாப்பிள பிடிச்சாலும் இந்த சவத்து ஒடம்பில அது வெளியத் தெரியாதுண்ணு செல்லித்தானே சும்மா இருந்தேடி?”

அவளை ஓங்கி மிதித்து வெளியே தள்ளினான். வீட்டு முற்றத்தில் உதைக்கப்பட்ட பந்துபோல சுருண்டுவந்து அவள் விழுந்தாள்.

“தள்ள இல்லாம வளந்த எக்க மவள நான் ஒருநாளு அடிச்சதில்ல. அவள இப்பிடிப் போட்டுக் கொல்ல என்ன பாவம் செஞ்சா? ஒரு காரணம் வேண்டாமா?”

“லேய் கெழவா, கரையத நெறுத்தீட்டு நான் செல்லியத கவனமா கேளு. இன்னும் நாலு நாள்ல ஆறாயிரம் ரூவாயும் எனக்க கைக்கு வரணும், கேட்டியா?”

“அதப் பெறவுதானே தருவேன்னு சென்னேன்.”

“பெறவுண்ணா எப்பம்? குழியில எறங்கின பெறவுதான் தருவியோ?”

“இது நியாயம் இல்லாத காரியம்.”

“தல்லு கொள்ளம்ப தெரியும், எது நியாயம், எது நியாயம் இல்லாத்த காரியம்ணு. அப்பனும், மொவளுமா சேந்து எனக்க வாழ்க்கைய தொலச்சிப்போட்டியளே . . .”

அவன் போலியாக ஒப்பாரி வைத்துவிட்டு வெளியே இறங்கி நடந்தான்.

அதன் பிறகு ஒருவாரகாலம் வண்டாளத்தை ஊரில் எவரும் காணவில்லை. ஏதோ கலெக்டரைக் காணாத அக்கறையில் ஊரார் பலரும் அவனைத் தேடி விசாரித்தனர். அன்றாடம் காணக்கூடிய விசேஷகாட்சிகள் பல தவறிப் போனதால் இருக்குமோ அந்த விசாரிப்புகள் என்று சிலர் நினைக்கவும் செய்தனர். நடராசன் இருளியை வழி மறித்ததையோ, வண்டாளம் அவளை அடித்த சம்பவத்தையோ எவரும் அறியவில்லை.

அந்த இடைவெளியில் நடராசன் உள்ளே புகுந்து பலகதைகளை அவிழ்த்துவிட்டான். அது ஊர்முழுக்க கனஜோராக வலம் வந்தது. கேரளாவில் கோயில் ஒன்றில் நடந்த திருவிழாவின் போது வாணவேடிக்கை நடத்தும் குழுவினருடன் சேர்ந்து வண்டாளமும் படுத்துக்கிடந்தான். யாரோ குடித்துப்போட்ட பீடித்துண்டினால் ஏற்பட்ட வெடி விபத்தில் அவன் இறந்துபோனான் என்ற தகவல் முதலில் வந்தது. பிறகு பைங்குளத்தில் இன்னொரு பெண்ணுடன் குடும்பம் நடத்துகிறான் என்ற தகவல் தொடர்ந்து வந்தது. எல்லாவற்றிலும் சுவாரசியம் கண்ட ஊர்மக்கள் அடுத்த கதை கேட்கத் தயாராக காத்திருந்தனர்.

இருளிக்கு உயிர் போய்விட்டு வந்து கொண்டிருந்தது. அவளைவிட அதிகதுக்கம் பாச்சாடிக்கு. பங்கிராஸ் வைத்தியர் பொறுப்பெடுத்துக் கொண்டதால்தான் இந்தத் திருமணத்திற்கு அவன் சம்மதித்தான். அவர் தேசாந்தரம் போனபிறகு யாரிடம் சென்று முறையிட முடியும்? அவரது மனைவி எல்லா துன்பத்திற்கும் இருளியைக் காரணமாக நினைக்கும்போது அவளை எப்படி சாட்சிக்கு அழைக்கமுடியும்? ஒருவர் முகத்தை ஒருவர் பார்த்து அழமட்டுமே அவர்களால் முடிந்தது.

ஒருவாரம் கழித்து நடராசன் வீடுதேடி வந்தான். பாச்சாடி புத்துயிர் கிடைத்ததைப் போல அவனை எதிர்பார்த்தான். புதிய தகவல் எதாவது தெரியுமா என்று கேட்டான்.

“வண்டாளம் வேற எங்கும் இல்ல. நம்ம ஊரில தான் உண்டு. காணணும்ணா எனக்ககூட வாரும்.”

“எங்க? நான் ஒடனே அவனக் காணணும்.”

“அப்பா போவண்டாம், இதில ஏதோ சூழ்ச்சி இருக்குது.”

“நீ எப்ப என்ன நம்பி இருக்கே? சந்தேகம் இருந்தா நீயும் கூட வாயேன்.”

“மக்கா, ரெண்டுவேரும் போவமே.”

“வேண்டவே வேண்டாம் அப்பா, அவரு இஞ்ச வரட்டும்.”

“பாத்தீரா ஓய், மாப்பிளைக்கு தாற மரியாதை? இப்பிடி ஒரு பெண்டாட்டி இருந்தா எவன்தான் விட்டுட்டு ஓடமாட்டான்?”

“அவா சின்னபிள்ளை, தெரியாம பேசுகா. நீங்க வாங்க. நாம ரெண்டுவேருமா பெய் மாப்பிளைய கூட்டிக்கொண்டு வரலாம்.”

“அவன் பேசியதக் கேட்டா பணம் என்னவோ நீரு பாக்கி வச்சிருக்கீராம். அதக் குடுத்தாத்தான் இனிமே இஞ்ச வருவாம் போல இருக்கு.”

“எப்பம் பிந்தி தரலாம்ணு சென்னேன். அவன் விரும்பினா ஒடனே குடுத்திரலாம். எனக்க மகள் நல்லா இருந்தா அதுவே எனக்குப் போதும்.”

நடராசனும், தகப்பனும் நடந்து செல்வதைப் பார்த்துக் கொண்டே நின்றாள் இருளி. தூரத்தில் ஒரு பிளசர் கார் நின்றது. அதில் அவர்கள் இருவரும் ஏறினர். அந்த காட்சி சிறிதுநேரத்தில் மறைந்து போனது.

அந்த இரவு நிலவில்லாத வானமாக இருந்தது. வாழ்க்கையில் முதன்முதலாக தகப்பன் இல்லாத இருளை அவள் கண்டாள். தூரக்கேட்கும் சிறுசத்தமும் அவளிடம் எதிர்பார்ப்பை வரவழைத்தது போலவே பயத்தையும் தந்தது. தகப்பனாக இருக்குமோ என்று எதிர்பார்க்கும்போதே நடராசனாக இருந்தால் என்ற முள் மனதில் தைக்கும். ஒரு ஆணை எதிர்பார்க்கும் வாழ்க்கை அவள் இருளியாக அமைந்த போதிலும் தொடர்ந்தது.

நள்ளிரவு தாண்டியபிறகு அவள் வீட்டை நோக்கி வந்து கொண்டிருந்த காலடி சத்தத்தைக் கூர்ந்து கவனித்தாள். கலவரப்பட்டு நடுங்கியபோது கதவில் கைவிரல் மறித்து தட்டப்படும் ஓசை. வந்தது ஒரு நபராகத்தான் இருக்க வேண்டும் என்ற எண்ணம் ஏற்பட்டதும் அவள் பதட்டம் அதிகமானது. நிச்சயமாக தகப்பன் இல்லை.

"வீட்டில யாரிருக்கா?"

". . . . ."

"கதவத்தெற"

நடராசன் குரல் கேட்டதும் அவள் கதறி அழுதாள்.

"இங்க வராங்கா, போயிடுங்க!"

வார்த்தைகள் குழற சத்தம் போட்டவள் மயக்கம் வரும் நிலையை அடைந்துவிட்டாள். சுவரில் கையை வைத்துக் கொண்டு நிற்கமுடியாமல் கால்கள் மடங்க ஜன்னலைப் பார்த்தாள். அங்கு நடராசனின் முகம் தெரிந்தது.

"கொப்பன பாம்பு கடிச்சிற்று."

"அப்பனையா? எங்க வச்சி?"

"ஈயக்குண்டு பாறையில செத்து கிடக்காரு."

"இருக்காது!"

அவள் அலறினாள்.

"நான் கள்ளம் செல்லேல. வண்டாளம் குகையில படுத்துக் கெடந்தத பாக்கப் போனாக்கில பாம்பு கொத்திச்சி. காதிலெயும், மூக்கிலெயும் ரெத்தம் பாய மயங்கி விழுந்தாரு. நான் பாம்ப அடிச்சிக் கொல்ல வெரட்டீற்று போனேன். அது மாயமா மறஞ்சிப் போச்சி. திலிச்சு வந்து பாத்தா பாச்சாடி செத்துக் கிடந்தார்."

"அய்யோ . . . எனக்க அப்பா! யாரு உண்டு எனக்கு?"

"கரைஞ்சி விளிச்சு ஊரக் கூட்டாத. போலீஸ் கேசாயிடும். தாகமா இருக்குது. கதவத்தெற, ஒரு கிளாஸ் வெள்ளம் குடிச்சட்டு."

அவள் தரையில் உருண்டு தலைவிரிக்கோலமுடன் கதறி அழுதாள். அந்த துயரத்தின் குரல் காட்டைத்தாண்டி வெளியே வரவில்லை. உலகம் கண்களை மூடி உறங்கிக் கிடந்தது. மிருகங்கள் இருட்டில் நடமாடிக்கொண்டிருந்தன. வெளிச்சம் வந்தாலும் அவைகளுக்கொன்றுமில்லை. யாரையும் விழுங்கத் தயாராக அலைந்து திரிந்தன.

அதிகாலையில் வெளுக்கும் முன்பு நடராசனும் வண்டாளமும் சேர்ந்து பாச்சாடியின் உடலைத் தூக்கிக் கொண்டு வந்தனர். அவள் கதவைத் திறந்ததும் உள்ளே கொண்டுவந்து கிடத்தினர். முகத்தைப் பார்த்தவள், கண்கள் அவளைக் கூர்ந்து நோக்கிக் கொண்டிருப்பதாகக் கருதினாள். கண்களின் வழியாக உயிர் பிரிந்து சென்றிருக்க வேண்டும். வாய் தன்னை 'சுந்தரி . . .' என்று அழைத்த நிலையில் அவர் மரித்தார் போலத்தோன்றியது. அவர் வியாகுலப்பட்டுதான் இறந்திருப்பார் என்ற எண்ணம் எழுந்ததும் கண்களின் வழியாக வெள்ளம்போல வடிந்தது இதயம். வெகுசிரமப்பட்டு அழுகை வெளிப்படாதவாறு பார்த்துக்கொண்டாள். வண்டாளம் அடித்துவிடுவான் என்ற பயம் அவளை சத்தம்போட்டு அழுவதற்கு விடவில்லை.

"கொப்பன பூத்தணும், பைசா என்னவும் வச்சிருக்கியாடி? கல்லுபோல இருக்கியா, கரைச்சி வருதா பாரு?"

"வண்டாளம்! அவளுட்டெ என்னத்துக்கு இப்ப சண்டைக்குப் போற? தள்ளைய பெறக்கம்பளே விழுங்கினா. இப்ப தவப்பனையும் பறிகுடுத்தாச்சி. அடுத்தது நீயாக்கும். பாத்தெடுத்து பரிமாறு."

"என்ன நொட்டுவா."

"கொப்பனுக்க பணம் என்னெங்கிலும் கையில உண்டாண்ணு கேளு. ஒருவேள கடைசி காலத்துக்குண்ணு எதாவது குடுத்து வச்சிருப்பான்."

"ஏண்டி பேசாம இருக்கிய?"

"கெழவனுக்க பெட்டி படுக்கைகள சோதிச்சு பாரு."

வண்டாளம் எல்லாவற்றையும் கடைந்து பார்த்தான். எதுவும் கிடைக்கவில்லை. கிழவனின் ரேஷன்கார்டு கண்ணில் பட்டதும் நடராசன் அதைக் கையில் எடுத்தான்.

"இது என்னத்துக்கு?"

"என்னத்துக்கா? கெழவன் செத்தாண்ணுள்ள மரண சர்ட்டிபிகேட் இதில்லாம கெடைக்குமாக்கும்?"

நடராசன் அதனை இரண்டாக மடக்கி தனது சட்டைப் பையில் வைத்தபோது வண்டாளம் எதுவும் சொல்லவில்லை. செத்துப்போனவனின் ரேஷன்கார்டு இருந்தாலென்ன, போனால் என்ன என்று நினைத்தான். இருவரும் எங்கோ கிளம்பிச் செல்வதைக் கண்ட இருளிக்கு சற்று ஆசுவாசமாக இருந்தது. தகப்பன் நெஞ்சில் தலைவைத்து குமுறிக்குமுறி அழுதாள்.

காலை ஐந்துமணிக்கு பொன்னையா பிரசங்கியாரின் வீட்டுக் கதவைத் தட்டினான் வண்டாளம். பிரசங்கியாரோ, மனைவியோ கதவைத் திறக்காததுடன் வீட்டில் இருந்ததாகக் காட்டிக் கொள்ளவில்லை. அவன் விடாமல் தட்டவே ஸ்டீபன் கதவைத் திறந்து வெளியே வந்தான்.

“என்னது இந்த நேரத்தில வந்து நிண்ணு கதவத் தட்டுதீரு? ஒமக்கென்ன வேணும்?”

“வாத்தியாரே, எனக்க மாமனாரு பாம்பு கடிச்சி இறந்துட்டாரு. ஊர் பிரிச்சிதான் அடக்கம் செய்யணும். ஒரு உதவி கேட்டு வந்திருக்கேன், சகாயிக்கணும்.”

“பாம்பு எங்கவச்சி கடிச்சி?”

“வீட்டிலத்தான். சும்மா ஒறங்கிக் கெடக்கம்ப வந்து கடிச்சிபோட்டுது.”

“ஆஸ்பத்திரிக்கொண்ணும் கொண்டு போகல்லியா?”

“அதுக்குள்ள செத்தாச்சி பாரும்.”

“ஓகோ . . .”

உள்ளே சென்ற ஸ்டீபன் மேசை டிராயரைத் திறந்து இரண்டு நூறு ரூபாய்த் தாள்களை எடுத்துக் கொண்டு வந்து வண்டாளத்தின் கையில் கொடுத்தான். வாங்கிவிட்டு பெரிய கும்பிடுகளில் இரண்டு மூன்றுவைத்து வணங்கிவிட்டு ஊரிலுள்ள மனிதர்களிடம் கையேந்த புறப்பட்டான் வண்டாளம்.

நடராசன் செத்துப்போன பாச்சாடியின் பெயரைச் சொல்லி இன்னொரு புறத்தில் பணம் பிரித்தான். இருவரும் சிலநேரங்களில் ஒருவரையொருவர் சந்திக்கவும் செய்தார்கள். இருவருக்குமே அன்று நல்ல கலெக்ஷன்.

“சம்பவம் தெரியும் இல்லியா? பாச்சாடிக்கு ஒரு உதவி செய்யுங்க.”

நடராசன் திருச்சபையைச் சேர்ந்த ஒருவரிடம் இரக்கமான குரலில் கேட்டுப்பார்த்தான்.

“கொஞ்சம் முன்னால்தான் வண்டாளம் வந்துகேட்டான். அவனுட்டெ நான் குடுத்திற்றேனே . . .”

“அவன் கள்ளன். ஒங்களுட்டெ இருந்து பைசா வேண்டீற்று பெய் தண்ணி அடிப்பான். அவனுட்டெ எதுக்கு பைசா குடுத்திய?”

வண்டாளம் வெறொரு மனிதனிடம் பணம் கேட்டபோது அவன் நடராசனிடம் நேரமே கொடுத்ததாகத் தெரிவித்தான்.

அப்போது அவனும், 'நடராசனிடம் எதுக்கு பைசா குடுத்திய? செத்தது எனக்க வீட்டாளு. அவன் தண்ணி அடிச்சி தீத்துப் போடுவானே எல்லாத்தையும்' என்று யோக்கியம் பேசினான்.

இருவரும் ஓரிடத்தில் சந்தித்தபோது நேரம் மதியத்தை தொட்டுக்கொண்டிருந்தது. அது ஒரு புளியமரத்தின் மூடு. வண்டாளம் வாங்கிக்கொண்டு வந்த மதுவை இருவருமாகச் சேர்ந்து அருந்தினர்.

"நடராசா! கலெக்ஷன் ஒருவாடு உள்ளதுபோலத் தோணுது. எம்பிடு கிட்டிச்சி?"

"ஒனக்கு எம்பிடுடேய் கிட்டிச்சி?"

"நமக்கு கொறவுதான்."

"நமக்கும் கொறவுதான். செத்துப்போனவனப் பூத்தணும்ணு கேட்டா கூட நம்ம ஜனங்களிட்டெ பணம் எளவுதில்லியே வண்டாளம்."

"நமக்குத்தான் யாரும் தரல்ல. ஒனக்கு இப்ப வேதக்கார உண்டு. வாரி தந்திருப்பினுமே?"

"வேதக்காரளா? காணிக்கை வாரிகோரி குடுப்பினும். செத்த வனுக்கோ, பசிச்சவனுக்கோ பத்து ரூவா தரமாட்டினும்ணு உள்ளது ஒனக்குத் தெரியாததா என்ன?"

"செரி ஒனக்கு கிட்டினத வச்சிக்க. கேட்டா தரப்போறியா என்ன?"

"வண்டாளம்! இது நியாயந்தானா? பாச்சாடிய நான் இல்லாட்டு நீ ஒற்றைக்கு கைகாரியம் செய்திருப்பியா? ஒனக்குப் பணமாடேய் இப்ப முக்கியமா போச்சி?"

"வாய மூடுலே நடராசா! ஒனக்கிட்டெ இப்ப நான் பணம் கேட்டனா? எல்லா செலவையும் நான் செய்யிலாம். நீ எங்கெயாவது வாயத் தெறந்தே, ரெண்டுபேரும் நாறிப் போயிடுவோம்."

உண்ணாமலைக்கடை சென்று மாம்பலகைப்பெட்டி வாங்கி துணிமணிகளோடு வீட்டுக்கு வந்தபோது ஸ்டீபன் தோழர்களோடு அமர்ந்திருப்பதைக் கண்டான் வண்டாளம். நடராசனுக்கு கொதிப்பாய் இருந்தாலும் அதனை அடக்கிக் கொண்டான். ஸ்டீபனைக் காணும் போதெல்லாம் அவன் மனதில் ஏனோ சிறிதாக ஒரு அச்சம் படர்வதை தவிர்க்க இயலவில்லை.

அன்று அங்கு ஸ்டீபன் இருந்ததால் பெரிதாக வண்டாளம் அலம்பவில்லை. நடராசனும் நேருக்கு வராமல் பதுங்கியபடியே

திரிந்தான். மரணவீட்டில் ஒரு அடி உண்டாக்கி இருளியைப் பயப்படுத்த வேண்டும் என்ற அவனது நினைப்பு நிறைவேறாமல் போய்விட்டது. ஸ்டீபன் அங்கு இருந்து அடக்கம் முடியும்வரை எல்லா காரியங்களையும் கவனித்தது இருளிக்கு மிகவும் ஆறுதலாக இருந்தது.

“வண்டாளம்! சின்னதில இருந்தே தகப்பன் அருகாமை யில் வளர்ந்த பிள்ள. இனி அவளுக்கு நீதான் உண்டு. கொஞ்சம் பொறுப்பா இருந்து கவனிச்சணும், கேட்டியா?”

“செரி தோழரே.”

“பழையதுபோல கண்டதே கோலம்ணு திரியப்பிடாது. என்னதெங்கிலும் வேலை செய்யணும். சின்னதா ஒரு கடை கூட போடலாம். நான் ஒதவி செய்யிலாம்.”

“ஓட்டு ஒங்க கட்சிக்குத்தான் போடுவேன்.”

“ஒனக்க ஓட்டைக் கொண்டு அடுப்பில போடு. அதுக்கு நான் சொல்லல்ல.”

“இருந்தாலும் நான் செய்யணும் இல்லியா.”

“மொதல்ல ஒனக்க வாழ்க்கையப் பாரு. பெறவு அடுத்ததப் பற்றி யோசிக்கலாம்.”

திரும்பிச் செல்லும்போது இருளியின் கையில் நூறு ரூபாய் கொடுத்துவிட்டுச் சென்றான். தூரத்தில் சீலாந்தி மரத்தின் நிழலில் நின்ற நடராசன் உன்னிப்பாக அதனைக் கவனித்து நமுட்டுச் சிரிப்பு சிரித்தான். ஸ்டீபனின் தலை மறைந்ததும் ஓடோடி வீட்டுக்குள் வந்தான்.

“கெழவன வெட்டிப் புதைக்க காலத்த முதல் நீ அங்கெயும் இங்கெயும் கெடந்து மெனக்கெட்டியே வண்டாளம், ஒங்கையில யாரெங்கிலும் நயா பைசா தந்தினுமா? பெட்டச்சி கையில நோட்டு நோட்டா இல்லியா ஓரோருத்தரும் கொண்டு வந்து குடுக்கினும்.”

“மாப்பிள நிக்கம்பளே குடுக்கினும்ணா, நான் இல்லாத்த நேரங்களில என்னெல்லாம் குடுத்திருப்பினும்?”

“வேண்டட்டும் ஓய் அவா, ஒமக்கு கோளுதானே?”

“இஞ்ச எடுடீ தேவ்டியா மவளே . . .”

அவள் பயந்து நடுங்கியவாறு கையில் சுருட்டிவைத்திருந்த நூறுரூபாய்த்தாளை அவனிடம் கொடுத்தாள்.

“ஒனக்கு வீட்டில இருந்தே தின்னலாம் வண்டாளம். நீ குடுத்துவச்சவன். இப்பிடி தெனம் நாலுபேரு கொண்டுவந்து அவ கையில குடுத்தா போருமே.”

“சவத்த விட்டுத்தள்ளு. நடக்கிய காரியம் பாப்போம்.”

இருவரும் வெளியே இறங்கிச் சென்றார்கள். நடையை விட்டுக் கீழே இறங்கும்போது நடராசன் அவளைப் பார்த்து கண்ணடித்து சிரித்தான். தலைகுனிந்த அவள் கண்களிலிருந்து அழுகை உதிர்ந்து விழுந்தது. அவர்கள் வீட்டில் இல்லாதது ஆறுதலைத் தந்தாலும் தனிமையும், தகப்பன் இல்லாத வெறுமையும் பயத்தை ஏற்படுத்தியது. அடுத்து வரப்போகும் நாட்களை எண்ணிய பாதுகாப்பு உணர்வு அவள் திகிலை மேலும் அதிகரித்தது.

குடம்நொறுக்கியின் கடையை அடைந்ததும் நடராசன் வண்டாளத்திடம் நூறுரூபாய் கொடுத்தான். அவன் வாழ்நாளில் அடுத்தவர்களுக்கு கொடுத்த பணம் அதுவாகத் தான் இருக்கவேண்டும். தன்னையே நம்பமுடியாமல் குடம் நொறுக்கியின் முகத்தைப் பார்த்தான் வண்டாளம். அவனுக்கும் அதனை நம்பமுடியாமல் நடராசனைப் பார்த்தான்.

“ஆயில்லியம் வைத்தியன் வீட்டில் மலைவாற்று இருக்காம். கூட பைசா போட்டு ஒரு கன்னாசு வேண்டீற்று வா. சாப்பிடவும் என்னதாவது வேண்டு.”

“வைத்தியன் எனக்குத் தரமாட்டான். கேட்டா இல்லேண்ணு சொல்லுவான்.”

“நான் மின்னகூட்டியே செல்லியாச்சு, கேட்டியா? நேத்து வாற்றீட்டு வரும்ப நாள வண்டாளம் வருவான்ணு சென்னேன். அதினால தருவான்.”

“நீயும் கூட வாயேன்.”

“நானா? எனக்கு முஞ்சிறை பக்கம் ஒரு சிறிய வேலை இருக்கு.”

“எதுக்கு?”

“ரெஜிஸ்டர் ஆபீஸ்ல வேலை செய்யிற ஒருத்தனப் பாக்கணும்.”

வண்டாளம் அதன்பிறகு அவனைப் பிரிந்து சென்றான். விழுந்தயம்பலம் பஸ்ஸில் ஏறிய நடராசனை குடம்நொறுக்கி சந்தேகத்துடன் பார்த்தான். முன்சிறை போகவில்லை என்பது தெரியவந்தது. விழுந்தயம்பலம் வந்த நடராசன் பாச்சாடியின் ரேஷன் கார்டை அடகு வைக்கும் முயற்சியில் ஈடுபட்டான். மசாலைகடை தாசையன் ஆயிரம் ரூபாய் அதிக பட்சமாகத் தருவதாகச் சொன்னான். அவனிடம் பேரம் பேசி ஆயிரத்தி இருநூறு ரூபாய் பெற்றுக்கொண்டு திரும்பினான்.

நள்ளிரவு தாண்டிய பிறகு வண்டாளமும், நடராசனும் பெருங்குரலெடுத்து பக்கத்து விளையில் சண்டை பிடிக்கும் சத்தம் இருளிக்கு கேட்டது. ஜன்னலை, பார்க்கும் இடைவெளி விட்டுத் திறந்து ஒதுங்கி நின்றபடி பார்த்தாள். பணம் பங்கு வைப்பதில் ஏற்பட்ட தகராறுபோலத் தெரிந்தது. கையை நீட்டி ஒருவரை ஒருவர் அடிக்கமுடியாத அளவுக்கு நிறை போதையில் தளும்பினர். தரையில் சம்மணமிட்டுக் கொண்டிருந்த கன்னாசில் இன்னமும் சாராயம் இருப்பதுபோலத் தெரிந்தது. வால்டியூபின் வழியாக வாய் வைத்து அடிக்கடி உறிந்து இருவரும் குடிப்பதிலிருந்து அதனைத் தெரிந்து கொண்டாள்.

சற்றுநேரத்தில் இருவரும் எழும்ப முடியாத அளவுக்கு தரையில் விழுந்து உருண்டனர். ஒருவரை ஒருவர் ஆவேசத்தில் அடிக்க முனையும்போது கை கால் எழும்பாமல் வெறும் அசைவே அரைகுறையாக வெளிப்பட்டது. வார்த்தைகள் குழறினாலும் சத்தம் கணீரென ஒலித்தது.

“லேய் வண்டாளம், நாயடமவனே! பாச்சாடிக்க பணம் ஆறாயிரம் ரூவாயில எனக்க பங்கு எங்கலே?”

“நீ ஆருபிலே பாச்சாடிக்கு?”

“லேய் நாயே, நான் யாராட்டும் இருக்கட்டு. ஒன்ன பாறைக்கூட்டத்தில பதுங்கி இருக்கச் செல்லீட்டு பாச்சாடிய வண்டிபிடிச்சி வீட்டில இருந்து கொண்டுவந்தது நாம்பிலே. அதுக்கு என்ன தந்தலேய் எனக்கு நீ?”

“பாச்சாடிய வெட்டி பூத்தணும்ணு செல்லி ஊரு பிரிச்சி எடுத்தியலே, அதுல எனக்கு நீ என்ன பங்கு தந்தே? நூறு ரூவா!”

“கெழவனுக்க சீலைய உரிஞ்சி கழுதையா நெறுத்தி அவன் அண்டிராயரு பாக்கெட்டில பாஸ்புக் இருந்தத கண்டு பிடிச்சவன் நான். எனக்கு ஆயிரம் ரூவா தரப்பிடாதலே?”

“பாஸ்புக் எடுத்தே, சரிதான். போஸ்ட் ஆபீசில சரிகட்டி பணம் எடுத்தது யாரு, கொப்பனா?”

“பெரியவரே! ஒங்க முழுசம்மதத்தோடதானே பைசா எடுக்கிதிய எண்ணு போஸ்ட்மாஸ்டர் கேட்டாக்கில பாச்சாடி ஆமாண்ணு சென்னது இருக்கட்டும், மொவா ஒருத்தி உண்டு. அவளுட்டெ கேக்கணும்ணு ஒரு வார்த்த நான் சொல்லி இருந்தேன்ணு வச்சிக்க, நீ ஒருவாடு அந்தப் பணத்த எடுத்திருப்ப.”

“அப்பளும் எனக்கு எப்பிடி எடுக்கணும்ணு தெரியும். நீ செல்லித் தரவேண்டிய அவசியம் இல்ல.”

"புளுத்தி இருப்ப நீ."

இருளிக்கு கதறி அழ வேண்டும்போல இருந்தது. பணத்துக் காக அவள் தகப்பனைக் கொன்றுவிட்டு பாம்பு கொத்தியது என்று சொல்லி நாடகமாடிய அவர்களின் ஈனச்செயல் நெஞ்சை உருக்கியது. உயிர் என்பது அவர்களுக்கு மயிர் நீப்பதுபோல என்ற எண்ணம் ஏற்பட்டதும் தன்னையும் ஒருநாள் இவ்வாறு கொன்று பணம் பிரித்து குடித்து மறிவார்கள் என்பதான ஒரு தோணல் உருவானது. அந்த இரவே அங்கிருந்து ஓடித் தப்பிவிட வேண்டும் என்ற உந்துதல் எழுந்தது.

"வண்டாளம், எல்லாம் இருக்கட்டும். பாச்சாடியக் கொன்னது யாருபிலேய்?"

"வேற யாரு? நான்தான் கொன்னேன்."

"நீ மைத்தினவிலே, நான் மண்டையில ஒருஅடி வச்சேம் பாரு, கெழவன் அதோட சுருண்டான்."

"நீ புண்டேல வச்சதெல்லாம் பெறவு. நான் கழுத்து நெட்டடக்கி மொதல்ல ஒண்ணுபோட்டேம் பாரு, கெழவன் அதுக்குப் பெறவுதான் எளிச்ச முடியாம கொளஞ்சான்."

"நெலா, வானத்தில இருக்கிய அம்புளி! வண்டாளம் செல்லியது ஒக்க கள்ளம்! பச்ச கள்ளம்! பாச்சாடியக் கொன்னது இந்த நடராசன்."

"லோகமெங்கும் திரிஞ்சி வேசத்தனம் செய்யும் நெலா! இந்தப்பய நடராசன் செல்லியத நம்பாத. பாச்சாடியக் கொன்னது நானாக்கும்."

அவர்களின் அலம்பலைப் பார்த்து வேடிக்கையாகச் சிரித்தது நிலா.

"லேய் நடராசா! பாச்சாடிய நீதான் கொன்னேண்ணு வச்சிக்க, நான் ஒனக்கொரு உபகாரம் அண்ணு செஞ்சேன். நீ அதுக்குப் பெறகு எனக்கொரு உபகாரம் இண்ணு செஞ்சே. அண்ணு நீ எனக்குப் பணம் தந்தியாலே? இண்ணும் அதுபோல நெனச்சி பேசாம இருக்கணும்."

மறுநாள் ஈயகுண்டு பாறைக்குகைக்குச் சென்று தகப்பனின் இரத்தத்துளிகள் சிதறிக்கிடப்பதைக் கண்டாள் இருளி. இன்று குன்னிமுத்துக்கள் சிதறிக்கிடப்பதைப் பார்த்து அந்த நிகழ்வின் நகலை மௌனமாக அமர்ந்து அசைபோடுகிறாள் கிழவி.

கத்திரி சுப்பையன், நாடறிந்த திருடன். அவன் செய்த திருட்டுக்களை வைத்து காவியமே இயற்றலாம். மகாபாரதம்

அளவுக்கு கிளைக்கதைகள் அவனைப் பற்றி உண்டு. அவன் அகராதியில் திருட்டு என்பதற்கு திருட்டு என்பதுதான் பொருள். சின்ன திருட்டு, பெரிய திருட்டு என்பதெல்லாம் கிடையாது.

அந்த மாவட்டத்தில் முதலிடம் பிடித்த ஒரு நகைக்கடை. அதை உடைத்து திருடிய திருட்டு அவன் மணிமகுடத்தில் வைரம் பதித்தது போன்றதாகும். பகல் முழுதும் ஒரு லாறியைக் கொண்டு வந்து கடைமுன் நிறுத்தி வேலை பார்த்தான். பழுது நீக்கும் படலம் இரவும் தொடர்ந்தது. இரும்பு ஷட்டரை உடைக்கும் சத்தம் நள்ளிரவில் ஒலித்தபோது அதையும் பழுது நீக்கும் லாறியில் நடக்கும் பணியாகவே எல்லோரும் கருதினர். மொத்த கடையும் லாறியில் ஏறி பயணம் செய்து கள்ள விலைக்குப் போனது.

மறுநாள் சாயங்காலம் டிரக்கர் வண்டியில் பயணம் செய்தபோது குழந்தையின் கையில் கிடந்த மோதிரம் ஒன்றைத் திருடும் முயற்சியில் அகப்பட்டு போலீசாரிடம் ஒப்படைக்கப் பட்டான். நகைக்கடைத்திருட்டைப் புலனாய்ந்து கண்டுபிடித்த இன்ஸ்பெக்டர் மாதையன் சுவாரசியத்தோடு சுப்பையன் முகத்தைப் பார்த்துக்கொண்டிருந்தார்.

“முந்தா நாளு கிலோ கணக்கில கடையில இருந்து கொள்ளயடிச்ச. மறுநாளு கொழந்தைக்க கையில இருந்து இருநூறு மில்லி கிராம் மோதிரம் களவாண்டிருக்கே. இதுக்கு என்ன அர்த்தம்?”

“தொழில் தர்மம் எசமான்.”

“நெறைய கையில இருக்குது. அப்பவும் ஏன் திருடத் தோணுது? அதுதான் எனக்கு விளங்கல்ல.”

“இனுசுவெட்டரே, இந்தக்களவுகேசில என்ன துப்பு துலக்கி பிடிச்சீரு. கொஞ்சங்கழிச்சி வெளிய போனா ரோட்டில மூணுபயக்க ஒரு சைக்கிள்ல போவுனும். விட்டுருவீரா?”

மொத்த ஸ்டேஷனுமே குலுங்க சிரித்தது.

“அது எனக்க டூட்டி.”

“இது எனக்க தொழில்.”

“ஆமா, இந்த திருட்டு எல்லாத்தையும் இவ்வளவு தெறமையா எப்படியாக்கும் செய்கிறே?”

“இப்பிடி.”

சுப்பையா தூக்கிக் காட்டிய கைக்கடிகாரத்தை இன்ஸ்பெக்டர் பார்த்தார். நிமிடங்களுக்கு முன்பு அவர்

கையில் கட்டப்பட்டிருந்தது. பேச்சுவாக்கில் மெதுவாகத் திருடிவிட்டான்.

சிலவருடங்களுக்கு முன் வங்கிக் கொள்ளையில் ஈடுபட்டு மிகப்பெரிய அளவில் சுருட்டிக்கொண்டு தப்பித்துவிட்டான். அதுமுதற்கொண்டு அவனைக் காணவில்லை. வடஇந்தியா சென்று செட்டிலாகிவிட்டான் என்று ஊரில் பேசிக் கொள்கிறார்கள்.

ரெபேக்காள் வருடாந்தர கன்வென்ஷனுக்கு தயாராகிக் கொண்டிருந்தாள். இந்தவருடம் அவள் ஐக்கியத்தில் இன்னும் பலபேர் இணைந்திருந்தனர். பெண்களைக் குறிவைத்து நடத்திய சேகரிப்பில் பணக்கார குடும்பங்களைச் சேர்ந்த அனேகர் பெந்தெகோஸ்துகாரர்களாக மாறினார்கள். பொன்னையா பிரசங்கி யாருக்கு அது பெருமையாக இருந்தது.

கணவன் குடிகாரனாகவோ அல்லது நோயாளியாகவோ இருப்பான். பணம் தூசுபோல புரளும். வீட்டில் நிம்மதி இருக்காது. அப்படிப்பட்ட குடும்பங்களில் போய் ஆறுதலாக ஜெபம் செய்து பற்றிக்கொள்வாள். பிறகு மூழ்கிஸ்நானம், பிரிசுத்த ஆவி, அன்னியபாஷை என்றெல்லாம் பேசி கழுத்தில் கிடக்கும் தாலியை மெல்லக் கழற்றி எடுக்கும் முயற்சியில் ஈடுபடுவார்கள். அதிலும், அந்தப் பகுதியிலுள்ள பெண்களின் கழுத்தில் நாய்த் தொடல்போல பதினெட்டு பவுன் மேலாக தாலி தொங்கும். பொன்னையா பிரசங்கியார் மதி நுட்பம் வாய்ந்தவர். தாலியைக் கழற்றி காணிக்கை கொடுத்து விசுவாசிகளாக மாற்றும் முயற்சியில் ஊழியக்காரர்களை ஈடுபட வைத்தாலும் சில கணவன்மார்கள் அதற்கு சம்மதம் தெரிவிக்காமற்போனால் தாலியோடு மூழ்கிஸ்நானம் கொடுத்து விசுவாசியாக்கிவிட்டு பிறகு மெல்ல கழற்றி எடுப்பார். இந்த விஷயத்தில் அவரது ஊழியக்காரிகள் சாராள், வசந்தா ஆகியோரைக்காட்டிலும் ரெபேக்காள் கெட்டிக்காரி.

அந்த ஊரில் வியாபாரம் செய்யும் ஒரு கோடீஸ்வரன் இருந்தான். பெயர் குசேலன். அவன் மனைவிக்கு குலசேகரம் பக்கம் சொந்த ஊர். திருமணமாகி மூன்று ஆண்டுகளாகியும் குழந்தை பாக்கியம் இல்லை. திருவனந்தபுரம் சென்று பழைய நகை வாங்கி விற்று சிறிய அளவில் தொடங்கிய வியாபாரம் இன்று சிங்கப்பூர் சென்று வைர வணிகம் செய்யும் அளவுக்கு உயர்ந்துவிட்டது. ஆனாலும் குசேலன் மனைவிக்கு நிம்மதி இல்லை. அவள் கணவனின் உறவினர்களால் வார்த்தைகள் கொண்டு குத்தப்பட்டாள். எந்த குடும்ப விழாக்களிலும் அவளுக்கு மரியாதை கிடைக்கவில்லை. வாழ்வதைவிட சாவதே

சிறப்பென எண்ணியபோதுதான் ரெபேக்காளின் அறிமுகம் அவளுக்கு கிடைத்தது.

இருவரும் நெருங்கிப் பழகுவது கண்ட குசேலனுக்கு முதலில் எரிச்சலாகத்தான் இருந்தது. ஆனால் அவள் தொடர்பு கிடைத்த சிலநாட்களில் மனைவியின் தீராத தலைவலி நீங்கிவிட்டது. வீட்டிலும் நிம்மதி பிறந்தது. நம்பிக்கையோடு வாழ்க்கையை சந்தோசமாகக் கழிக்கும் எண்ணம் வந்தது.

அதற்கு முதற்படியாக குடும்ப வீட்டிலிருந்து அவர்கள் இருவரையும் ரெபேக்காள் பிரித்தாள். அந்த மாவட்டத்தி லேயே யாரும் கட்டாத அளவுக்கு குசேலன் புதிய வீடு ஒன்றை எழுப்பினான். அதன்பிறகு ரெபேக்காளை எப்போதும் அந்த வீட்டில்தான் எல்லோரும் கண்டனர். ஜெபப் புரையில் கூட்டம் இல்லாத நேரங்களில் அங்குதான் அவள் தங்கினாள். அந்தப் பெண்ணும் ரெபேக்காளை சித்தி என்று உறவுமுறை கூட வைத்து அழைத்தாள்.

இருவரும் ஒரு பாத்திரத்தில் உண்டு ஒரு கட்டிலில் படுத்தனர். குசேலனுக்கு அது மகிழ்ச்சியாகவே இருந்தது. வீட்டில் மனைவியைத் தனியாக விட்டுவிட்டு அவன் நெடுந்தூர பயணங்களை மேற்கொண்டு வியாபாரம் செய்தான். அவன் செல்வம் மேலும் அதிகரிக்கத் தொடங்கியது. ரெபேக்காளுக்கு தனக்கு வரும் வருமானத்தில் பத்தில் ஒன்று தசமபாகம் காணிக்கை கொடுத்தான்.

சிலநாட்களில் அவள் உடம்பில் மாற்றங்கள் தெரிந்தன. பூசி மெழுகியது போன்ற தோற்றம் பெற்றாள். வயிறு தள்ளியது. குசேலன் அடைந்த ஆனந்தத்திற்கு அளவே இல்லை. ரெபேக் காளை ‘அம்மா’ என்று அழைக்கத் தொடங்கினான். அவள் அருகாமையில் இருந்து உணவு ஊட்டுவது முதல் குளிக்க வைப்பதுவரை எல்லா காரியங்களிலும் ரெபேக்காள் துணையாக இருந்தது இன்னும் அவனை சந்தோசப்படுத்தியது.

“அம்மா, அம்பாசிடர் கார் இப்ப பேஷன் இல்லை. ஊழியத்திற்காக ஒரு பென்ஸ் கார் ஒங்களுக்கு ஏற்பாடு செய்திருக்கேன். இந்தா சாவி!”

“இதெல்லாம் என்னத்துக்கு?”

“வறண்டு போன எனக்க வாழ்க்கைய வற்றாத நதி போலாக்கிய உங்களுக்கு நான் இது கூட செய்யப் பிடாதா?”

“இயேசுவின் நாமத்தில ஏற்றுக்கொள்கிறேன். தம்பி பாருங்க, வேளிமலை பக்கம் ஒரு எஸ்டேட் விலைக்கு வருதாம்.

நல்ல குளுமையான பகுதி. எனக்கொரு ஜெபகோபுரம் கட்டி கன்வென்ஷன் எடுக்கணும்ணு ஆசை உண்டு. உங்க அபிப் பிராயம் என்ன?"

"நீங்க விருப்பப்படுவது கடவுள் சித்தம். அதை நிறைவேற்ற வேண்டியது எனக்க கடமை."

மலை உச்சியில் ஐந்து ஏக்கர் நிலமும், பாதைக்காக ஒண்ணேகால் ஏக்கர் பூமியும் வாங்கிக்கொடுத்தான் குலேசன். அதை வழக்கம்போல சீயோன் பெந்தெகோஸ்தே சபை பெயரில் எழுதச் சொன்னார் பொன்னையா பிரசங்கியார். ரெபேக் காளின் எண்ணமோ வேறாக இருந்தது.

"பாஸ்டரே, இதிலெ சில சிக்கல்கள் உண்டு. ஆடிட்டர் ஏசுதாஸ் சொல்லியாரு வருமானவரி பிரச்சினை வருமாம்."

"ராயனுக்குரியதை ராயனுக்கும், கர்த்தருக்குரியதை கர்த்தருக்கும் ஒழுங்கா குடுக்கிறோமே, பிறகு என்ன பிரச்சினை நமக்கு வரப்போகுது?"

"மொத்த சபைக்குரிய சொத்துக்களையும் 'சீயோன் டிரஸ்ட்' எண்ணு ஒரு அமைப்புக்க கீழ கொண்டு வந்து நாம அஞ்சிவேரு உறுப்பினரா இருப்போம். அது கர்த்தருக்கும் நல்லது, அரசாங்கத்துக்கும் நல்லது."

அவள் எண்ண ஓட்டம் பிரசங்கியாருக்குப் புரிந்துவிட்டது. அவர் நெஞ்சு வேகமாக அடித்துக்கொண்டது.

"டிரஸ்டில அஞ்சிபேரு யாரெல்லாமோ?"

"பாஸ்டர், நான், குசேலன் மனைவி, என்னோடு வந்து சேர்ந்த ஊழியக்காரி ஒருத்தி, ஒங்க சைடில இருந்து பவுலோ சையோ வேறுயாரை வேண்டுமானாலும் போடுங்க."

"அது நடக்காது!"

பிரசங்கியார் அலறினார்.

"ஏன்?"

ரெபேக்காள் அமைதியாக சிரித்துக்கொண்டு கேட்டாள்.

"தலைமை பாஸ்டர் பால்கொச்சுண்ணி இதனை விரும்ப மாட்டார். அவருட்டெ கேக்காம என்னால ஒண்ணும் செய்யமுடியாது."

"பாஸ்டரே, நான் தெரியாமத்தான் கேக்கிறேன், நம்ம தமிழ்நாட்டு பகுதியில இருக்கிய ஐக்கியத்துக்கு கேரளாக்காரன் எதுக்கு தலைமையேற்கணும்?"

“இது கேரளா, தமிழ்நாடு எண்ணெல்லாம் கிடையாது. அகில இந்திய ஐக்கியமாக்கும்,”

“பவுலோசும், நீங்களுமா சேந்து தொடங்கினது தானே இந்த சபை? பெறகு பால் கொச்சுண்ணியிடம் பெய் எதுக்கு இத சேத்திய? அதுனால நமக்கு கெடச்ச பலன் என்ன?”

“நிறைய. அகில இந்திய அளவில் விசுவாசிகளின் தொடர்பு நமக்கு கெடச்சிருக்கு. நம்ம ஐக்கியம் வளர பல கேரள எம்.பி.க்கள் அரசாங்க உதவிகளைப் பெற்றுத் தந்திருக்கிறார்கள்.”

“அரசியல்வாதிகளுக்கு விசுவாசிகளின் ஓட்டு வேணும். அதுக்கு இங்குள்ள தமிழ்நாட்டு எம்.பி.க்களும் உதவி செய்வினுமே.”

“கேரள எம்.பி.க்களுக்குத்தான் மத்திய அரசில நெருக்கம் அதிகம். மாத்திரமல்ல, தமிழ்நாட்டு எம்.பி.க்கள் பெரும்பாலும் இந்துக்கள். நமக்கு உதவமாட்டினும்.”

“அதெல்லாம் கிடையாது. ஓட்டுண்ணா இந்து, கிறிஸ்தவன் எல்லாம் மாறிப் போகும். எனக்க ஆலோசனை என்னண்ணா, நாம் ஒரு சுயேட்சை சபையா இருப்போம். பிறகு நம்ம தலைமையில அகில இந்திய அமைப்பா மாற்றுவோம். பொன்னையா பிரசங்கியார் தலைமை பாஸ்டர்ணா எங்களுக் கெல்லாம் எவ்வளவு பெருமை பாருங்க. அதுனால நான் சொன்னபடியே நம்ம சொத்துக்களை முதலில் டிரஸ்டி யாக்குவோம்.”

அவள் கூறிய கடைசி வாக்கியம் நோக்கத்தை வெளிப் படையாகப் பறை சாற்றியது. அவள் பங்கில் மூன்றுபேர், தன்பங்கில் இரண்டுபேர். முப்பது சென்ட் பூமி, ரெண்டுமாடிக் கட்டிடம், நான்கு ஊழியக்காரிகளோடு வந்து சேர்ந்தவள் இப்போது பரம்பரையாக தனக்குள்ள பலகோடி ரூபாய் பெறுமானமுள்ள சொத்துக்களை தன்வசப்படுத்த நினைப்பதைப் புரிந்துகொண்டார். சின்னமீன் போட்டதே பெரியமீன் பிடிப்பதற்கானதென்று அவர் உணர்ந்த பிறகுதான் தெரிந்தது ஒரு அம்பாசிடர் கார்பெற்று தனது சபையை அவள் சும்மா ஒன்றும் தன்னோடு கொண்டுவந்து சேர்க்கவில்லை என்பதை. எவனோ ஒருவன் நீ அரிசி கொண்டுவா, நான் உமி கொண்டு வருகிறேன். இரண்டையும் கலந்து ஊதித்தின்னலாம் என்று சொன்ன கதை அவரது நினைவுக்கு வந்தது.

மறுநாள் யாருக்கும் தெரியாமல் சென்று தனது சொத்துக் கள் அனைத்தையும் ஸ்டீபன் பெயரில் எழுதி வைத்துவிட்டார். அதன் பிறகே அவருக்கு நிம்மதி பிறந்தது.

வேளிமலை கன்வென்ஷன் கூட்டம் வெகு சிறப்பாக நடந்தது. பொன்னையா பிரசங்கியார் போகவில்லை. பவுலோசை அனுப்பிவைத்துவிட்டு வீட்டில் முடங்கினார். மூன்றுநாட்களில் ஒருநாள்கூட அவர் முகங்காட்டாதது விசுவாசிகள் மத்தியில் பரபரப்பாகப் பேசப்பட்டது. கன்வென்ஷன் கூட்டத்திற்காக அவர் தனிமையில் அமர்ந்து உபவாச ஜெபம் ஏறெடுப்பதாகக் கூறி சமாளித்தாள் ரெபேக்கா. கடைசிநாள் கூட்டத்தில் தலைமை பாஸ்டர் பால்கொச்சுண்ணி கலந்துகொள்வார் என்று அறிவித்தாள். டெல்லியில் நடை பெறும் கிறித்தவ மதத் தலைவர்களுக்கான ஒரு கூட்டத்தில் கலந்துகொண்டு பிரதமரை சந்திக்க இருப்பதால் அவர் கலந்துகொள்ள முடியாமற் போய்விட்டதாகக் கடைசியில் சொல்லப்பட்டது.

பொன்னையா பிரசங்கியார் சற்று நிம்மதி அடைந்தாலும் அவர் மனம் வேதனையால் எரிந்தது. இதுநாள்வரை தனக்கு பக்கபலமாக இருந்த ஏசுதாஸ் முதலாளியும், அண்டிஆபீஸ் தங்கச்சனும் ரெபேக்காளுடன் கைகோர்த்து நின்று உதவிகள் செய்தது அவருக்குப் பிடிக்கவில்லை. புதுப்பணக்காரன் குசேலனின் வேலையாகத்தான் இருக்கும் என உறுதியாக நம்பினார். குசேலனின் மனைவிதான் கணவனிடம் கேட்டுக் கேட்டு அவளுக்கு உதவிகளையும், ஒத்தாசைகளும் வழங்கினாள். இவற்றையெல்லாம் கேள்விபட்ட பிரசங்கியார் தனது கைப்பிடி நழுவுவதை உணர்ந்துகொண்டார்.

கூட்டத்தின் சிறப்பு நற்செய்தியாளர் அமெரிக்காவை சேர்ந்த ஒரு வெள்ளைக்காரன். அவன் பேசுவதை குசேலனின் அண்ணன் மகன் தமிழ்ப்படுத்தினான். கல்லூரியில் படிக்கும் அந்த மாணவனுடன் வேளிமலையின் மூலை முடுக்கெல்லாம் சுற்றி ஆனந்தமடைந்தான் வெள்ளைக்காரன். திடீரென்று யாரிடமும் சொல்லாமற் கொள்ளாமல் மலையடிவாரத்தில் இறங்கிவந்து ஏழைகளின் வீடுகளில் புகுந்துவிடுவான். அவர்கள் கொடுக்கும் கிழங்கையும், மீனையும் தின்று பரவசமடைவான். அங்குள்ள மக்கள் தேவகுமாரனைப் போல அவனுக்குப் பின்னால் சென்றார்கள். அவர்களுக்கு வெளிநாட்டிலிருந்து கொண்டு வந்த மிட்டாய்கள், பலூன்கள், விளையாட்டுப் பொருட்கள் ஆகியவற்றை வழங்கினான். கன்வென்ஷன் கூட்டத்திற்கு அதிக அளவில் ஆள் சேர்ந்தது அந்த வெள்ளைக் காரனைப் பார்க்கவும், அவன் பேச்சைக் கேட்கவும்தான். அந்த மக்கள் திரளைத் தொடர்ந்து தன்பக்கம் தக்கவைக்கும் முயற்சியில் ரெபேக்காள் ஈடுபட்டாள்.

ஒருநாள் ஊர் சுற்றிக்கொண்டு வரும்போது வெள்ளைக் காரனுக்கு வயிறு கலங்கியது. விளைவழியாக அவன் ஓடுவதைக் கண்ட ஜனங்கள் என்ன ஏதோவென்று அலறியபடி ஓடிவந்தனர். வெள்ளைக்காரன் அவர்களைத் தூரப்போகுமாறு விரட்டினான். அவனால் அதற்குமேல் தாக்குப்பிடிக்க முடிய வில்லை. ஒரு விளையோரத்தில் வேலியை மறுகடந்து குத்த வைத்து உட்கார்ந்தான். அவனைப் பின்பற்றி வந்தவர்கள் விஷயம் புரிந்து அப்படியே நின்றார்கள். ஆனாலும் ஏனோ திரும்பிச் செல்லாமல் அந்தந்த இடங்களில் நின்றது ஏனென்பது வெள்ளைக்காரனுக்கு விளங்கவில்லை. அதற்குள் மொழி பெயர்ப்பாளனும் வந்துவிட்டான். வெள்ளையன் வெளியே வந்து ரோட்டில் நின்று ஜனங்களைப் பார்த்து, 'ஏன் அங்கு நிற்கிறீர்கள்?' என்றுகேட்டான். அதனை மொழிபெயர்ப்பாளன் அவர்களுக்கு மொழிபெயர்த்துச் சொன்னான்.

"ஏன் கூட்டமாக நிற்கிறீர்கள் என்று துரை கேட்கிறார்."

"நாங்களா?"

"ஆமாம்."

"நாங்கள் துரை மலங்கழித்த இடத்தைப் பார்க்கவேண்டும்."

"எதற்கு?"

"துரை வெள்ளையாக இருக்கிறார். துரையின் பீ வெள்ளை யாக இருக்குமா? கறுப்பாக இருக்குமாண்ணு பார்க்க விரும்புகிறோம்."

'அய்யே . . .' என்று அவ்விடம் விட்டு அகன்றுவிட்டான் அந்தக் கல்லூரி மாணவன்.

நற்செய்திகூட்டத்தின் கடைசிநாளன்று ரெபேக்காள் பேசிய உரையின் கேசட் யாரிடமாவது கிடைக்குமா என்று பொன்னையா பிரசங்கியார் அலைந்து திரிந்தார். அது மட்டும் கிடைத்தால் இரண்டு காது அறியாமல் அவளை உள்ளே தள்ளி விடலாம் என்று அவர் கருதினார். முதலமைச்சராக இருந்த எம்.ஜி.ஆர். குறித்து அவள் பேசியதே அதற்கு காரணம்.

"பெந்தெகோஸ்து மார்க்கத்தவரை அழிக்க பலர் முயற்சி செய்தார்கள். ஆனால் தோற்றுப் போனார்கள் என்பதுதான் வரலாறு. எனது அருமை விசுவாச ஜனமே! நமது முதலமைச்சர் எம்.ஜி.ஆர். எப்படி ஊமை ஆனார் தெரியுமா? உங்களுக் கெல்லாம் தெரியாமல் இருக்கும் பல காரியங்களை நான் வெளிப்படுத்தப்போகிறேன். அதனால எல்லாரும் மிகுந்த

பக்தியோடு வீற்றிருக்குமாறு கர்த்தரின் நாமத்தில் கேட்டுக் கொள்கிறேன். எல்லோரும் சேர்ந்து உற்சாகமாக அல்லேலுயா! சொல்லுவோம்."

"அல்லேலூயா!"

உற்சாகம் போதாது. இன்னும் சத்தமா."

"அல்லேலூயா!"

"இன்னும் சத்தமா"

"அல்லேலூயா!"

"எம்.ஜி.ஆர். தினமும் தலைமை செயலகம் வந்து உக்காந்ததும் அங்க வேலை பார்க்கிற விசுவாசிகளை எல்லாம் வரச்சொல்லுவாராம். அவங்க வந்ததும் வரிசையா நிற்கச் சொல்லி முழு முழு கெட்ட வார்த்தைகளைப் பேசுவாராம். கேட்கவே கூசுமாம். இது தெனந்தோறும் நடந்துட்டே இருந்ததாம். ஒருநாளு விசுவாசிகளெல்லாம் சேந்து ஒரு மேல் வீட்டறையில் கூடி ஒண்ணா இருந்து ஜெபிச்சாங்களாம். ஆண்டவரே! இந்தப் பிசாசின் வாயை அடையும் என்று கேட்டுக் கேட்டு ஜெபிச்சாங்களாம். கர்த்தர் எம்.ஜி.ஆரின் வாயை அடைத்தார். அல்லேலூயா!"

"அல்லேலூயா!"

விஷயம் வெள்ளைக்காரனுக்கு மொழிபெயர்த்துச் சொல்லப்பட்டது. அவன் இன்னும் உற்சாகமானான். ஆங்கிலத் தில் பேசப்பேச மொழிபெயர்ப்பாளன் அதே சுதியில் ஏற ஏறக்கத்தினான்.

"எம்.ஜி.ஆரின் வாயை அடைத்த கர்த்தருக்கு அல்லேலூயா சொல்லுவோம்."

"அல்லேலூயா!"

"அல்லேலூயா சொல்லுவோம்"

"அல்லேலூயா!"

"அடைத்த வாய் திறக்காமலிருக்க அல்லேலூயா சொல்லுவோம்."

"அல்லேலூயா!"

கூட்டம் முடிவாறாகும் சமயம். ஆக்குப்புரையிலிருந்து இறைச்சியின் மணம் ரெபேக்காளின் மூக்கில் நுழைந்தது. துரைக்கு ஸ்பெஷலாக இறைச்சி வறுக்கும் மணம். அவள்

குன்னிமுத்து

நாக்கில் நீர் சுரந்தது. அன்றைய நிகழ்ச்சிகளை விரைவாக முடிக்கும் விதத்தில் பரிசுத்த ஆவியால் நிறைந்து அன்னிய பாஷைகள் பேசத் தொடங்கினாள்.

“தும்பெல பற பற... கீற்றெல பற பற... எச்சில பற பற... அலுமினிய பாத்திரங்கள் பற... பற...”

கேட்டுக் கொண்டிருந்தவர்கள் பக்தியோடு அந்த அன்னிய பாஷையின் தாளலயங்களோடு இயைந்து துள்ளிக் கொண்டிருந்தனர். ஆனால் வீட்டின் மூலையில் நின்று கவனித்துக் கொண்டிருக்கும் வேலைக்காரர்களுக்கான உத்தரவு அதுவென்பது யாருக்கும் தெரிந்திருக்க நியாயமில்லை. இவ்வாறான சங்கேத குறிப்புக்களை அவள் மேடையிலிருந்தே தனது வேலைக்காரர்களுக்கு வழங்குவதும், நிறைவேற்றுவதும் உண்டு.

வேலைக்காரர்களுக்கும், அவளுக்குமேயான அந்தக் குறிப்பை புரியவேண்டியவர்கள் புரிந்துகொண்டனர். கூட்டம் முடியப் போகிறது. ‘தும்பெல பற... பற...’ என்றால் விசுவாசிகள் சாப்பிடுவதற்கு நல்ல தும்பு இலைகளாகப் பார்த்து கழுவி வைத்துக்கொள்ளுங்கள். ‘கீற்றெல பற... பற...’ என்றால், இலைகள் கீறி இருந்தால் ஒதுக்கி வைத்து விட்டு அவற்றை விசுவாசிகள் அல்லாதவர்களுக்கு சாப்பிடக் கொடுங்கள். ‘எச்சில பற... பற...’ என்றால், ஏழைகளை எச்சிலை பொறுக்க வையுங்கள். ‘அலுமினிய பாத்திரங்கள் பற... பற...’ என்றால், ‘சாப்பிட்டவர்கள் விட்டுச்சென்ற எச்சிலைகளைப் பொறுக்கியவர்களை வைத்து சாப்பிட்ட இடத்தை சுத்தம் செய்ய வையுங்கள். அதன்பிறகு நமது வீட்டிலுள்ள நாய்கள் சாப்பிடக் கூடிய அலுமினிய பாத்திரங்களில் அவர்களுக்கு உணவு படையுங்கள்’ என்பதுவாகும்.

கன்வென்ஷன் கூட்டங்கள் நடந்துகொண்டிருக்கும் நாட்களிலும் ரெபேக்காள் குசேலனின் வீட்டிலேயே தங்கினாள். அவனது மனைவியும், ரெபேக்காளும் ஒரே கட்டிலில் படுப்பது வழக்கம். அதனை குசேலன் ஒருபோதும் வித்தியாசமாக நினைக்கவில்லை. அவள் ‘சித்தி’ என்றும், அவன் ‘அம்மா’ என்றும் அழைக்கும் ஒருத்தி தாயாக அல்லாமல் வேறு யாராகவும் இருக்கமுடியாது என உறுதியாக நம்பினான். குழந்தை பாக்கியம் இல்லாதிருந்த தனக்கு மாபெரும் செல்வத்தை வழங்கிய அவளுக்கு எத்தனை ஜென்மம் எடுத்தாலும் தான் கடமைப்பட்டிருப்பதாகக் கருதினான். ஆனால் அன்று அவன் கண்ட ஒரு காட்சி மட்டும் எதைப் போட்டுக் கழுவினாலும் நினைவைவிட்டு நீங்க மறுத்தது.

வீட்டின் மாடி அறையில் இருந்த குசேலனுக்கு நெஞ்சு வறண்டதுபோல ஆயிற்று. ஒரு கிளாஸ் தண்ணீர் எடுத்துக் குடித்துக்கொண்டான். அவன் வெப்றாளம் ஆறவில்லை. கீழே மனைவி படுத்திருக்கும் கட்டிலை இன்றும் வந்து பார்க்க வேண்டும் போலத் தோன்றியது. மேலே ஏறிச்செல்ல அமைக்கப் பட்டிருந்த படிக்கட்டின் பக்கவாட்டில் அந்த அறையின் ஜன்னல் இருந்தது. அதன் கர்ட்டனை மெல்ல அகற்றிப் பார்த்தால் உள்ளே நடப்பது தெரியும். இரவில் படிக்கட்டுப் பகுதி விளக்கு அணைக்கப்பட்டிருப்பதால் வெளியே நின்று பார்ப்பவர்களை உள்ளே படுத்திருப்பவர்களால் காணமுடியாது. அறையில் எரியும் நீலநிற விடிவிளக்கு உட்பகுதியை வெட்ட வெளிச்சமாகக் காட்டும் இயல்பில் அமைந்திருந்தது.

அன்று குழந்தை நள்ளிரவில் கதறி அழுதது. அதன் சத்தம் மாடியில் படுத்திருந்த குசேலனைத் தொட்டது. நீண்ட நேரமாகியும் அடங்குவதாகத் தெரியவில்லை. ஒருவேளை பிந்தி உறங்கியதால் மனைவியும், ரெபேக்காளும் கண்ணயர்ந்து விட்டார்களோ எனக் கருதினான். தயங்கியவாறு மெல்ல கீழிறங்கி வந்தான். ஜன்னல் வழி அவன் கண்ட காட்சி மின்சாரத்தை தொட்டது போல அவனை உதற வைத்தது.

குசேலனின் மனைவி மல்லாந்து கிடக்க அவள் ஜெம்பரை அவிழ்த்து ரெபேக்காள் தனது இரண்டு கைகளாலும்... சே! இதென்ன பழக்கம்? கண்றாவியாக இருக்கிறது. அவன் மாடிப் படிகளில் ஏறமுடியாமல் நடந்து அறைக்கு வந்தான. மனசை யாரோ கசக்கிப் பிழிவது போல இருந்தது.

இருவருக்கிடையிலும் எவ்வளவு வயது வித்தியாசம். தனது அம்மா போன்ற தோற்றமும், நினைப்பும் அவளுக்கு ஏன் இல்லாமற் போனது? பெண்ணும், பெண்ணும் காமுறும் வகையில் இவள் மனம் ஏன் கெட்டுப் போனது? தொட்டிலில் கதறும் குழந்தையின் சத்தத்தைக் கேட்காத அளவுக்கு மலடாகி விட்டாளா? ரெபேக்காளின் அறிமுகம் கிடைத்த பிறகு அவனுடனான சேர்க்கையை அவள் விரும்பாதது அவன் நினைவுக்கு வந்தது. இந்த ஒன்றரை ஆண்டுகால இடைவெளியில் அவள் விருப்பமில்லாமல் வந்து ஒன்றோ இரண்டோ தடவைகள்தான் அவனுடன் கலந்திருக்கிறாள். இப்படியொரு கள்ள உறவு இருந்தால் கணவனை எப்படி அவளுக்குப் பிடித்துக் காணும்? இதை யாரிடம் சொல்லி ஆறுதல் காண்பது என்றுதான் அவனுக்குத் தெரியவில்லை.

ஒருவாரம் கழிந்திருக்கும். அன்றும் அவனுக்குத் தூக்கம் வரவில்லை. கீழே இறங்கி வந்து பார்க்கத் தோன்றியது. வெறுதால

எதுக்கு மனசங்கடம்? வேண்டாம் என்பதுபோலவும் இருந்தது. அவனை அறியாமலே எழுந்தான். அவனை அறியாமலே புறப்பட்டான். அவனை அறியாமலே படிக்கட்டுகளில் இறங்கினான். அவனை அறியாமலே ஜன்னல் வழியாகப் பார்த்த போது...

அவன் அறிந்தே திடுக்கிட்டான். கதறி அலற வேண்டும் போலத் தோன்றியது. கஷ்டப்பட்டு தன்னை அடக்கிக்கொண்டு படியேறி வந்தான். அவன் நாடி நரம்புகளெல்லாம் தளர்ந்து போயின. நாக்கெடுத்துப்பேச முடியாமல் குழறினான்.

தொலைபேசி வழியாக தனது நண்பன் ஜெரோமை அழைத்து விஷயத்தை சொன்னான். அதிர்ச்சியில் உறைந்த நண்பனுக்கும் முதலில் பேச்சுவரவில்லை.

"நல்லா பாத்தியா?"

"ஆமாண்டேய்."

"பிறகு வித்தியாசம் வரப்பிடாது."

"வரவே செய்யாது, நிச்சயம்தான்."

"திரும்ப ஒருதடவை கூட பெய் பாத்துட்டு வா. ஒருவேள நெனப்பா கூட இருக்கலாம். கண்பார்வை கோளாறானாலும் அப்படித் தெரியலாம்."

"எனக்கு ஒரு கோளாறும் இல்ல. எப்பிடி டேய் ஒரு பெண்ணா பெறந்தவா சாரிக்கடியில பேன்ட் போட்டிருப்பா?"

"என்ன கலரு?"

"கறுப்பு."

"பாவாடை சுருண்டொண்ணும் கெடக்கல்லியே?"

"பாவாடைக்கும், பேன்றுக்கும் உள்ள வித்தியாசம் எனக்குத் தெரியாதா?"

"பத்து நிமிஷம் பொறுத்துக்க, அறியிலாம்."

அந்த நள்ளிரவில் வீட்டை போலீஸ் முற்றுகையிட்டது. ரெபேக்காளை குசேலனின் மனைவியிடமிருந்து பிரித்துக் கொண்டு வந்து இன்னொரு அறையில் வைத்து சோதனையிட்ட போது அது ஒரு ஆண் என்பது தெரிய வந்தது.

"வெல்கம் மிஸ்டர் கத்திரி சுப்பையன்! மூன்றரை வருடம் இப்படித்தான் வேஷமா?"

இன்ஸ்பெக்டர் மாதையன் அவனிடம் கேட்டார்.

மறுநாள் காலையில் செய்தித்தாள்கள் 'தெங்கேறி ரெபேக்காள் வேடத்தில் வாழ்ந்த கத்திரி சுப்பையன் கைது' என்ற தகவலைப் பிரசுரித்தன. அவன் தெங்கேறிய செயலைவிட பரபரப்பாக விளங்கியது இந்தச் செய்தி.

வண்டாளம் கையிலிருந்த ஆறாயிரம் ரூபாய் பணத்தை அவன் என்ன செய்தான் என்பதை அறிய நடராசன் பெரிதும் முயன்றான். பாச்சாடியை போஸ்ட்ஆபீஸ் அழைத்துச்சென்று முழுப்பணத்தையும் கையெழுத்துப்போட்டு வாங்கும் வரை எல்லா காரியங்களையும், எல்லா செலவுகளையும் நடராசன் தான் பார்த்துக்கொண்டான். அதனால் தனக்குரிய பங்கையும் அவன் எதிர்பார்த்தான். பாச்சாடியை அவன் தலையில் நடராசன் சாவ அடித்தபோது திரும்பிப் பார்த்து, 'நீயுமா நடராசா?' என்று ஒரு வார்த்தைதான் கேட்டான். அதன் பொருளை நடராசன் நினைத்துப் பார்க்கவில்லை.

நடராசனுக்கு அப்போது பதினான்கு வயது. விக்கன் ரெண்டு பனையை முறித்து விற்று வைத்திருந்த பணத்தை திருடிக்கொண்டு காணாமல் போய்விட்டான். ஒருவாரம் கழித்து கையிருப்பு கரைந்ததும் ஊருக்குத் திரும்பி வந்தான் நடராசன். விக்கன் அவனை வீட்டுக்கெதிரே நின்ற சீலாந்தி மரத்தில் கட்டிவைத்து அடித்து மீற்றங்கூட்டை வாரி உடம்பில் போட்டார். மீறுகள் அவனைக கடிப்பதும், அதனால் அவன் நெளிவதையும் ஊர்கூடி நின்று பார்த்து ரசித்தது.

மறுநாள் காலையில் பாச்சாடி வயல் வேலைக்குச் செல்லும் போது தென்னந்தோப்பில் கிடந்து நடராசன் உயிர் போகாமல் சிரமப்பட்டு உருள்வதைக் கண்டான். என்ன எதுவென்றெல்லாம் பார்க்காமல் அவனை தோளில் வாரி போட்டுக் கொண்டு பிஸ்வாஸ் ஆஸ்பத்திரி நோக்கி ஓடினான் பாச்சாடி.

டாக்டர் பிஸ்வாஸ் வெளியே வந்தார்.

"டாக்கிட்டரே, அந்த பிள்ள பெழச்சுமா?"

"நீ யாரு?"

"நடராசனுக்க சொந்தக்காரன்."

"இதிலெ ஒரு கையெழுத்து போடுங்க."

"பிள்ள பெழைப்பானா அய்யா?"

"இருபத்து நான்கு மணிநேரம் கழிச்சிதான் சொல்ல முடியும். நீங்க எங்கெயும் போகாம இருங்க."

பாச்சாடி நடராசனுக்காக வேண்டாத தெய்வங்கள் இல்லை. வெட்டுமணி குருசடியில் காணிக்கை போட்டுவிட்டு வெடிவச்சாங் கோயிலில் வந்து வெடியும் வெடிச்சான்.

விக்கன், குடும்பத்தாருடன் காளை வண்டியில் வந்து இறங்கினான். பாச்சாடியைக் கண்டதும் அவன் கண்கள் குளமாயின.

"பயல தோளில போட்டுட்டு எட்டுமைல் தூரம் எப்பிடி யாக்கும் ஓடிவந்தே பாச்சாடி?"

"பிள்ள பெழச்சண்டாமா வேதமுத்து?"

மறுநாள் நடராசனிடம் முன்னேற்றம் தெரிந்தது. டாக்டர், விக்கனிடம் கூறியதை அடிக்கடி பாச்சாடியிடம் அவனைக் காணும்போதெல்லாம் சொல்லிக் கொண்டிருப்பான்.

"என்னவோ நல்லகாலம், ஒரு உயிரக்காப்பாற்ற மிருகம் போல சுமந்துகொண்டு வந்த ஒங்க சொந்தக்காரனாலத்தான் மகன் பிழைத்தான். இந்த மனிதனை ஒருகாலமும் மறக்கக் கூடாது."

"ஆமா அய்யா, இவர்தான் எங்க குடும்பத்துக்கு உண்மை யான சொந்தக்காரர்."

விக்கன் கூறினார்.

வண்டாளத்திடமிருந்த பணம் திரும்ப நடராசன் குடும்பத்தையே வந்துசேர்ந்தது. கிரேசி ஆசைப்பட்ட, வீட்டின் பின்னாலுள்ள நாலுசென்ட் நிலத்தை அவளுக்கு வாங்கிக் கொடுத்தான். அதில் கல்லெறி மாடனுக்கு கோயில் கட்ட ஊரார் மனமுவந்து பணம் கொடுத்தனர். கோயில் எழும்பியது.

அன்று பங்குனி திருவிழா. காலாட்டித் தம்புரானின் ஆவியை குடத்தில் அடைத்து திக்கணங்கோட்டிலுள்ள மந்திர வாதி ஒருவன் தலையில் சுமந்து கொண்டுவந்தான். அதைக் கோயிலில் கொண்டு விட்டதும் விக்கன் ஆவி வடிவில் வந்து அதனை நமஸ்கரித்தான். வாய்க்கால் சென்று குளித்து ஈர உடையுடன் கிரேசி நடந்துவந்தாள். விக்கன் அவள் உடலில் புகுந்ததும் அவளுக்கு ஆட்டம் வந்தது.

"லேய் . . . லே . . . லே . . . லேய் நடராசா! வெ . . . வெ . . . வெ . . . வெளங்காத பெ . . . பெ . . . பெ . . . பெயலே! வால இஞ்ச. ஒ . . . ஒ . . . ஒன்ன எனக்கு ஒண்ணு கா . . . கா . . . காணணும் பெயலே . . ."

ஊர் கூடி வந்து நின்று அவளைக் கும்பிட்டது. நடராசன் வெளிக்கதவைத் திறந்து வந்ததுதான் தாமதம், செம்பு

பானையில் கொதித்துக் கொண்டிருந்த நீரை அப்படியே தலைக்கு மேலாகத் தூக்கி பானையுடன் வீசினாள். அவன் செத்தேன், பிழைத்தேன் என்று ஓடித்தப்பினான்.

"எ ... எ ... எக்க முதுகெலும்பு மு ... மு ... மு ... முறிஞ்சிப் போச்சே ... அய்யோ! கா ... கா ... கா ... காலம சூரிய ந ... ந ... நமஸ்காரம் செஞ்சேன். வ ... வ ... வ ... வண்டாளம் எனக்க மு ... மு ... முதுகில சவுட்டினான்."

அவள் முன்னால் அருள்வாக்கு கேட்க வந்து நின்ற பெண்ணொருத்தி விஷயத்தை தூண்டித் துருவிக் கேட்டாள்.

"ஓம்மள வண்டாளமா சவுட்டினான்?"

"ஓ ... ஓ ... ஓம் மொவளே. நான் மூ ... மூ ... மூக்கு குத்தற விழுந்து செ ... செ ... செத்தேன் பிள்ள."

"யாரெங்கிலும் கண்டினுமா?"

"ஆ ... ஆ ... ஆரும் காணேல பி ... பி ... பிள்ள."

"வண்டாளம் ஒம்மள என்னத்துக்கு கொல்லணும்?"

"வ ... வ ... வண்டாளம் செஞ்சான். ந ... ந ... நடராசன் செய்ய வச்சான்."

"நடராசனா? ஒம்ம மவனா?"

"அ ... அ ... அந்த தொ ... தொ ... தொட்டிப்பய நா ... நா ... நாய்க்குப் பெறந்த பெய. எ ... எ ... எனக்குப் பெறந்தவன் இ ... இ ... இல்ல."

நடராசன் ஒம்மள என்னத்துக்கு கொல்லணும்?"

"எக்கா சோ ... சோ ... சோக்கேடுக்கு பை ... பை ... பைசா செலவாகிப் போ ... போ ... போவும்ணு கொன்னான்."

"ஒமக்கு சொத்து இருந்துதே, வித்து செலவாக்க வேண்டியது தானே?"

"அ ... அ ... அதுக்கு சுட்டித்தான் கொ ... கொன்னான்."

"கொன்னுட்டு எடுத்திற்றானே."

"எ ... என்ன கொ ... கொ ... கொன்னுட்டு எ ... எ ... எடுத்த சொத்து இவனுக்கு வெ ... வெ ... வெளங்காம போவும்."

"அவன் நல்லாத்தான் இருக்கியான்."

"ந ... நல்லாவே இ ... இ ... இருக்கமாட்டான். நான் சா ... சா ... சாவம்ப மூச்சுமுட்டி எ ... எ ... என்ன பாடு பட்டேன் தெரியுமா? அய்யோ ... எனக்கு மூச்சுவிட மு ... மு ... முடியல்லியே ..."

கிரேசி கீழே விழுந்தாள்.

அவளிடம் வார்த்தை கேட்க வந்தவர்கள் இவ்வளவு சீக்கிரத்தில் அவன் மலையேறி விடுவான் என்பதை எதிர் பார்க்கவில்லை. அவர்கள் திகைத்து நின்றபோது இன்னொருத்தி யின் மேல் வாதை வந்தது. அவள் அலறித் துடித்தாள். கொதி வெள்ளத்தை முதுகில் ஊற்றி மஞ்சள் தேய்த்துப் பார்த்தார்கள். அவளும் மூச்சுவிட முடியாமலேயே திணறினாள்.

விக்கனின் ஆவி அன்று பலர்மேல் வந்து ஆடியது. எல்லோரும் நடராசனுக்கு ஏற்படப்போகும் அழிவைக் குறித்தே வார்த்தை சொன்னார்கள். இறுதியாக ஏலாக்கரையி லிருந்து வார்த்தை கேட்கவந்த சாம்பவன் ஒருவன் மேல் வந்த கல்லெறிமாடன் கற்களை வாரி எறிய கூட்டம் கலைந்த வாறு ஆங்காங்கே நின்று பயத்துடன் பார்த்துக்கொண்டிருந்தது.

இரண்டு இரும்புச் சங்கிலி வடங்கள் நெருப்பில் காய்ந்து பழுத்து சிவப்பு நிறமேறிக் காணப்பட்டன. அதை நான்கு இளைஞர்கள் இன்னொரு இரும்புக் கம்பியால் தூக்கி இரண்டையும் இடது, வலது தோள்களில் படுக்கவைத்தனர். அவன் கைகளால் அவற்றை குறுக்கு மறுக்காகப் போட்டு பலம் பிரயோகித்து இறுக்கினான். பொடுபொடுவென்ற சத்தத்துடன் அவைகள் பொட்டித் தெறித்தன.

கல்லெறிமாடன் மலையேறும்போது கடைசியாகச் சொன்ன வார்த்தைகளை ஊரார் செவிமடுத்தனர். அவர் களுக்கே திகில் ஏற்படும் அளவுக்கு அதனை மாடன் சொல்லி விட்டுச் சென்றான்.

“நடராசா! ஒனக்கு அறுதிக்காலம் வந்தாச்சி. பெத்த தகப்பன்னு கூட பாக்காம ஒங்குடும்பத் தலைவன நீயே ஆளுவச்சி கொன்னே. ஒனக்கமுடிவும் ஒங்குடும்பத்த சேந்தவங்க கையாலத்தான் நடக்கப் போவுது.”

அந்த தடவை நடந்த சி.எஸ்.ஐ. சபை தேர்தலில் நடராசன் தோல்வியடைவது உறுதி என்று பலரும் பேசினார்கள். தகப்பனை ஆள் வைத்துக் கொன்றதற்கான தடயங்களோ, சாட்சிகளோ இல்லாத போதிலும் பேயாட்டத்தில் வெளிப் பட்ட அவனது மறைமுக செயலை கிறித்தவர்களும் நம்பினார் கள். அவன் அப்படி செய்யக் கூடியவனல்ல என்று அவர் களால் நம்பாமல் இருக்க முடியவில்லை.

தனது வீட்டு வளாகத்திலேயே பேய்க்கோயில் வைத்து கல்லெறிமாடனை வணங்கும் குடும்பத்தைச் சேர்ந்த நடராசனால் கிறித்தவ திருச்சபையில் எப்படி செயலாளராக

இருக்கமுடியும்? என்று சபை வாலிபர்கள் சேர்ந்து துண்டுப் பிரசும் அடித்து வெளியிட்டார்கள். ஆனால் அவனுக்கெதிராக உறுதிமிக்க எதிரணி இல்லாததாலும், எண்ணிக்கையில் மிகுந்த சபை உறுப்பினர்களைக் கைவசம் வைத்திருந்ததாலும் மிகக் குறைந்த வாக்குகள் வித்தியாசத்தில் நடராசன் வெற்றி பெற்றான். தள்ளி உந்திப்பெற்ற வெற்றி இது.

அன்று மாலை கூடிய டீக்கன்மார் கூட்டத்தில் இரண்டு அணியினரும் சரிசமமாக வெற்றி பெற்றதால் செயலரைத் தேர்வு செய்ய முடியாமல் தவித்தனர். அப்போது தர்மதுரை அணியைச் சேர்ந்த ஒருவர் நடராசனுக்கு உதவிசெய்து அவனை செயலாளராக்கினார். இதன் காரணமாக கிறிஸ்துராஜ் மத்தியில் நடராசன் குறித்து கொஞ்சம் மோசமான அபிப் பிராயம் ஏற்பட்டது. பெருமாள்சாமி முயற்சித்தபோதும் அந்த அதிருப்தியைப் போக்க முடியவில்லை. மீண்டும் திருச்சபை மக்களிடம் தான் நல்ல பெயரை வாங்கவேண்டும். அதற்கு என்ன முயற்சிகள் செய்யலாம் என்று யோசித்துக்கொண்டி ருந்தான் நடராசன்.

அடுத்த வருடம் பங்குனி உத்திர திருவிழா நடப்பதை நடராசன் தடுத்துப் பார்த்தான். ஊர்மக்கள் கிரேசியின் பக்கம் இருந்தார்கள். கல்லெறிமாடன் உக்கிரங்கொண்டால் வீடுகள் தரைமட்டமாகி விடும் என்று அவள் எச்சரித்தாள். திருவிழாவைத் தடுக்க வந்த தகவல் அறிந்ததும் அவனது பழைய நண்பர்கள் வந்து விசாரித்தனர்.

“என்ன டேய், வேதக்காரன் ஆனபெறவு குலதெய்வம் வேண்டாம்ணு நெனச்சிட்டியா?”

“கோயில் வந்தபெறவு நல்ல சொகம் இல்ல.”

“பெண்டாட்டி சாமி ஆடியத தடுத்தியாமே?”

“அவா கள்ளத்துக்கு ஆடியா.”

“ஒனக்கெப்பிடி அறியிலாம்?”

“என்ன சாபம் போட்டு ஆடியா.”

“ஒங்க ரெண்டு பேருக்க சண்டைய வீட்டில வச்சிடுங்க. ஆனா கோயில் விஷயத்தில குறுக்கே நிக்காத. அது சக்தியுள்ள தெய்வமாக்கும். ஊருக்கு ஒவத்திரவம் வந்துட்டுண்ணா அந்தப் பழி ஒரு காலமும் ஒன்னவிட்டு நீங்காது பாரு.”

இதற்கிடையில் கோயிலில் ஒலிப்பெருக்கி வைத்து பாட்டுப் போடுவது சம்பந்தமாக பிரச்சினை எழுந்தது. காலை ஐந்து

மணியிலிருந்து ஒன்பது மணி வரையிலும் பாட்டு போடுவது கிறித்தவர்களுக்குப் பிடிக்கவில்லை. பள்ளிக்கூடம் செல்லும் பிள்ளைகள் இரவு படிக்கலாம் என்று பார்த்தால் அப்போதும் பாட்டு போட்டார்கள். நடராசனுக்கு சபையில் நெருக்கடி அதிகமாகியது. அவனை நேருக்கு எதிர்த்துப் பேசினார்கள்.

எஸ்.எஸ்.எல்.சி. தேர்வு சமயம் ஒருநாள் விசேஷ பூஜை நடத்தி இரவுபகல் முழுவதும் பாட்டு போட்டார்கள். நடராசனுக்கு நேரடியாக எதுவும் பேசமுடியவில்லை. இரண்டு பக்கத்திலும் நெருக்குதல் அதிகரிக்கவே திருவனந்தபுரம் வந்து அரிகிருஷ்ணனை சந்தித்து ஆலோசனை செய்தான். அவரும் அதற்குரிய வழிமுறைகளை எடுத்துச் சொன்னார்.

"நடராசா! சி.எம். செல்லில ஒரு மொட்ட பெற்றிஷன் எழுதிப் போட்டிரு. ஆரும் அறியண்டாம். பெறவு எல்லாத்தையும் அவியளே பாத்திடுவினும்."

"என்ன எழுதியது?"

"வயசான ஆளுவ பாட்டு சத்தம் கேட்டு நோய் அதிகமாகி அவஸ்தைபடுவதாகவும், செத்த யாராவது ஒருத்தன் பேரப் போட்டு அவன் பாட்டு சத்தத்தில பிரஷர் ஏறி செத்ததாயிட்டும், பள்ளிப் பிள்ளைகள் படிப்புக்கு இடைஞ்சலாய் இருக்கிய தாய்ட்டும் எழுதணும். எழுதியதொக்க நான் செய்து தாறேன். ஊரில பெய் போஸ்ட் செய்துக்கா."

நடராசன் யாருடைய பெயரை அனுப்புநர் முகவரியில் வைக்கலாம் என்று யோசித்தான். அரிகிருஷ்ணன் சொல்லி அனுப்பியதுபோல மொட்டைக் கடிதம் எழுத அவன் விரும்பவில்லை. தனக்குப் பிடிக்காத ஒருத்தனின் பெயர் வைத்து அனுப்பினால்தான் ஊரில் இரண்டு பிரிவினரிடையே சண்டை நடக்கும். தான் எந்த பாதிப்பும் ஏற்படாமல் தப்பிவிடலாம் என்று நினைத்தான். அவன் நினைவுக்கு வந்த முதற்பெயர் ஸ்டீபன். அந்த அளவுக்கு அவன் மீதான வன்மம் அடிமனசில் ஒளிந்து கிடந்தது.

கடிதம் ஆங்கிலத்தில் எழுதப்பட்டிருந்தது. திருவனந்தபுரத்தில் வைத்து டைப்செய்து ஸ்டீபனின் கையெழுத்தை இடது கைகொண்டு குத்துமதிப்பாகப் போட்டு ஊருக்கு வந்து இருட்டும் வரை காத்திருந்து தபால் பெட்டியில் சேர்த்தான். ஒருமாதம் வரை எந்த அனக்கமும் இல்லை. எங்கும் போகாமல் காத்திருந்த நடராசனுக்கு ஏமாற்றமாகப் போய்விட்டது. ஒரு வியாழக்கிழமை மதியம். நடராசன் கேரளத்துக்குப் போயிருந்த நேரம். ஒரு வெள்ளைநிற அம்பா

சிடர் கார்வந்து அவன் வீட்டு முன்பு நின்றது. அதிலிருந்து நான்கு போலீஸ்காரர்கள் இறங்கினார்கள்.

"இங்க யாரிருக்கா?"

கிரேசி வெளியில் வந்தாள்.

"கோயில்ல பாட்டு போடுகது பற்றி ஒரு கம்ப்ளெய்ன்ட் வந்திருக்கு. விசாரிக்கணும்."

"அவிய வீட்டில இல்ல."

"எப்ப காணும்?"

"ஞாறாச்ச வருவினும்."

"ஸ்டேஷன்ல வந்து பாக்கச் சொல்லு."

நடராசன், குலக்கோயிலுக்கு ஆதரவாகப் பேசவேண்டும் என்று கிரேசி விரும்பினாள். திருச்சபை மக்களிடம் நல்ல பெயர் எடுக்கவேண்டும் என்பதற்காக பாட்டை நிறுத்த விரும்பினான் நடராசன். போலீஸ்டேஷன் செல்லும்போது திருச்சபை மக்கள் சிலரையும் அவன் உடன் அழைத்துச் சென்றான். அதுபோல கல்லெறிமாடன் கோயில்சார்பாகவும் ஊர்மக்கள் பலர் வந்திருந்தனர். ஓரிருவர் இன்ஸ்பெக்டர் அறையில் நிற்க, ஸ்டேஷனுக்கு வெளியே ரோட்டில் இரு தரப்பினரும் கூட்டமாக நின்றுகொண்டிருந்தனர்.

ஸ்டீபன் இன்ஸ்பெக்டருக்கு முன்னால் நாற்காலியில் அமர்ந்திருந்தான். அவனைக் கண்டதும் நடராசனுக்குள் பற்றிக்கொண்டு வந்தது. ஒரு நாற்காலி தள்ளி இன்ஸ்பெக்டருக் கெதிரே போய் உட்கார்ந்தான்.

"ஸ்டீபன்! இந்தப் புகாரை நீங்கள் எழுதவில்லை என்று சொல்கிறீர்கள். உங்கள் முகவரியில் வந்திருக்கிறதே."

"நாங்கள் போராட்டத்தை வெளிப்படையாக நடத்தி வெளிப்படையாக கைதாகி வெளிப்படையாக சிறைக்குச் செல்பவர்கள் என்று உங்களுக்கே தெரியும். இது முதுகெலும் பில்லாத ஏதோ ஒரு கோழை நேரடியாக வெளிப்பட பயந்து எனது பெயரில் புகார் எழுதி அனுப்பி இருக்கிறான்."

"அப்பிடீண்ணா இந்தப்புகாரை தள்ளுபடி செய்யலாம்ணு நினைக்கிறீர்களா?"

"அதெப்படி முடியும்? புகார் நான் அனுப்பாதது என்றா லும், அதில் குறிப்பிட்டிருக்கக்கூடிய விஷயங்கள் உண்மை தானே. பொதுமக்கள் அனுப்பிய புகாரா நெனச்சி இதன் மீது நீங்க நடவடிக்கை எடுத்தே ஆகணும்."

கிறிஸ்தவர்கள் அதனை ஆமோதிக்க கல்வெறிமாடன் கோயில் சார்பாக கலந்துகொண்டவர்கள் கசமுசத்தனர்.

“பாட்டுப் போடாம ஒரு கோயில் இருக்க முடியுமா? அந்த எடமே ஒறங்கிப் போவாதா?”

“எடம் ஒறங்கண்டாம், பாட்டு போடுங்க. ஆனா அதுக் கொரு வரைமுறை வேண்டாமா? சத்தம் கூட்டி இருட்ட வெளுக்க பாட்டு போட்டா வயசானவங்களுக்கு எவ்வளவு இடைஞ்சலா இருக்கும். வேலை செய்துட்டு நிக்கிறவங் களுக்கோ, வீட்டில பெண்களுக்கோ மாறிமாறி பேசக்கூட முடியல்ல. ஒரு குழந்தை படிநடையில இறங்குது. தாய் தையல் மிஷின்ல வேலை செய்யறா. அங்க போகாதேண்ணு வெலக் கியது கொழந்தைக்கு கேக்கல்ல. இது எவ்வளவு கஷ்டத்த உருவாக்குது பாத்தியளா?”

ஸ்டீபன் கூறியதை இன்ஸ்பெக்டரும் ஆமோதித்தார். இதற்கான முடிவையும் அவர் அவனிடமே கேட்டார்.

“இதுக்கு முடிவு என்னாண்ணா, காலத்த நாலு மணியில இருந்து ஆறுமணி வரை இரண்டு மணி நேரம், சாயங்காலம் நாலுமணியில இருந்து அஞ்சி மணிவரை ஒருமணி நேரம், மொத்தம் மூணுமணிநேரம் சத்தம் கொறச்சி பாட்டுபோட்டா யாரையும் அது பாதிக்காது.”

“விசேஷ நாட்களிலோ?”

“பாட்டு கோயிலுக்குள்ள மட்டும் கேக்கியதா சத்தங் கொறச்சி வைக்கலாம். எந்த விதத்திலும் பொதுஜனம் பாதிக்க கூடாது என்பதுதான் நம்ம அபிப்பிராயம்.”

“அப்ப சி.எஸ்.ஐ. கோயில்ல நடக்கியதோ?”

“நமக்கு கிறித்தவன், கிறித்தவன் அல்லாதவன்னு எல்லாம் கிடையாது. அவன் பாட்டு போட்டாலும் தப்புதான். சி.எஸ்.ஐ. கோயில்ல ஞாயிற்றுக்கிழமை ஒண்ணர மணிக்கூர், புதன்கிழமை சாயங்காலம் ஒரு மணிக்கூர்ணு வாரம் இரண்டரை மணிக்கூர் மட்டும்தான் ஆராதனை நடத்திய சத்தம் வெளிய கேக்குது. அதுபற்றி யாரும் புகார் செய்யல்ல. இப்ப நமக்குப் பிரச்சின கல்லெறிமாடன் கோயிலப் பற்றியாக்கும்.”

“நீங்க கம்ப்ளெய்ன்ட் எழுதல்லேண்ணு சொல்லுதிய. ஆனா அதப்பற்றி பேசணும்ணும் சொல்லுதிய. பேசிய சாக்கில எங்கள தாக்கவும் செய்திய. என்னதான் சொல்லவாறிய ஸ்டீபன்? பழைய சபைசெயலர் ஒங்க அப்பா. அதுனால கிறித்தவங்களுக்கு ஆதரவா பேசணும்ணு நெனச்சிட்டியளா?”

"அய்யா பெரியவரே! அப்பிடியெல்லாம் நான் நெனக்கல்ல. நான் எந்த மதசார்பும் இல்லாதவன். நடைமுறை உண்மைகள் இப்பிடியெல்லாம் இருக்குது. அதுனால என்ன நடவடிக்கைகள் மேற்கொள்ளலாம் என்று ஆலோசனை சொல்றேனே தவிர ஒங்க யாரையும் நான் தாக்கிப்பேச வரல்ல. நீங்க ஒரு ஒய்வுபெற்ற ஆசிரியர். ஒங்க ஆட்களுட்டெ சொல்லி திருந்த வைக்கலாம் இல்லியா?"

"அப்படி என்ன திருந்தக்கூடிய அளவுக்கு எங்க ஆட்கள் நடக்கிறாங்களோ? எனக்குத் தெரியல."

"ஒண்ணும் தெரியல? கண்ணத்தெறந்து பாருங்க, எல்லாம் தெரியும்."

"சொல்லுங்க ஸ்டீபன்?"

"கிறித்தவங்க ஊர்வலம் போனா சிங்கிள்லைனா ரோட்டுக்க ஓரத்தில பாட்டு பாடீற்று போவாங்க. ஒரு வண்டிக்கு இடைஞ்சல் இருக்காது. நீங்க ஊர்வலம் போனா ரோடை அடைச்சிட்டு போக்குவரத்த ஸ்தம்பிக்க வச்சி, ஊக்கு விளிச்சி என்ன அட்டூழியம் பண்ணுவிய. இது அநாகரிகம்ணு ஒங்களுக்குத் தெரியல்லியா?"

"சார் இங்க என்ன நடக்குது? வந்த நேரத்தில இருந்தே நீங்க எங்கமேல குற்றம் சுமத்தீட்டு இருக்கிறிய. மறுபக்கம் கிறித்தவியள புகழுறிய. கேட்டா, மதசார்பு இல்லாத்தவன்ணு சொல்லுறிய. இது போலி மதச்சார்பு. உங்க பிரசங்கதத கேக்க நாங்க வரல்ல. கிறித்தவங்க சார்பில சபை செகரெட்டரி நடராசன் இருக்காரு. அவர் பேசினா நியாயம். நீங்க யாரு சார் கிறித்தவங்க சார்பா பேசுறதுக்கு? தெரியாமத்தான் கேக்கிறேன்."

"நடராசன், நீங்க எதாவது பேசறியளா?"

"என்ன பேசியதுக்கு? வலிய குட்டிமூப்பு எடுக்கியவிய இருக்கும்ப நான் பேசினா சரிப்படுமா?"

இன்ஸ்பெக்டர் முடிவாகச் சொன்னார்.

"யாருமே குழல்வடிவ ஒலிபெருக்கி வைக்கக்கூடாது. ஒருவார டைம்தாறேன், கழற்றிடுங்க. மீறினா நாங்கவந்து கழற்றி எடுப்போம். பாட்டு காலைல ஒருமணி நேரம், சாயங் காலம் ஒருமணிநேரம் மட்டும்தான் போடணும். மீறினா கடுமையான நடவடிக்கை எடுக்க நேரிடும். தேர்வு காலங்கள்ல பள்ளிக்கூட பிள்ளைகளுக்கு இடைஞ்சலா பாட்டு போடவே கூடாது. ஸ்பாட்ட செக் பண்ண நான் அடிக்கடி வருவேன். ஞாபகம் வச்சிடுங்க, சமாதானமா சொல்லுகேன்."

கூட்டம் கசமுசாவில் பிரிந்தது.

வெளியே வரும்போது திருச்சபை மக்கள் ஸ்டீபனை வந்து சூழ்ந்து கொண்டனர். அவனுக்கு நன்றி தெரிவிக்கும் விதமாக கைகளைப் பிடித்துக் குலுக்கினர்.

"தம்பி! சபைக்கு வாருங்க. சண்டேஸ்கூல், என்டவர்ணு சின்னவயசில எவ்வளவு ஆக்டீவா இருந்திய. எப்பிடி மாறிப் பெய்ற்றிய? ஒங்கள நெனைக்கம்ப சங்கடமா வருது."

"ஒங்க அமைப்பிலே கோளாறு இருக்கு. அதெல்லாம் இங்க வச்சி பேசித்தீர்க்க முடியாத விஷயங்க. நீங்க சங்கடப்பட்டு எந்த பிரயோஜனமும் இல்ல."

"அப்பாதான் தேர்தலுக்குப் பிறகு சபைய மறந்துட்டாரு. அவர் பேரத் தூக்கி நிறுத்த நீங்களாவது சபைபணிகள்ல வந்து செயல்படக் கூடாதா தம்பி?"

"ஒலகம் ஒங்க திருச்சபைக்குள்ள மட்டும் கெடையாது. அதுக்க வெளியதான் பெரும்பாலான அளவுக்கு விரிஞ்சி கெடக்கு. நான் அதுல பறந்திட்டிருக்கேன்."

"எங்களுக்கு ஆதரவா பேசினதுக்கு ரொம்ப நன்றி."

"நான் உண்மையத்தான் பேசினேன். அதைவிட பாதிக்கப் பட்டவர்களின் பக்கமுள்ள நியாயத்தைப் பேசினேன். அதுக்காக எந்தப் பாராட்டும் எனக்கு வேண்டாம், நான் வரேன்."

படிக்கட்டில் இறங்கிச் செல்லும் ஸ்டீபனின் தலை மறையும் வரை ஸ்டேஷன் வாசலில் நின்று பார்த்துக் கொண்டே இருந்தான் நடராசன். அவனுக்கெதிராக அவன் பெயரில் தானெழுதிப் போட்ட கடிதம் அவனுக்கு ஆதரவாக மாறி விட்டதே என்று வருந்தினான். ஆனாலும் இந்துக்களிடம் அவன் மீது கொஞ்சம் அதிருப்தி இருப்பதை நினைத்து மகிழ்ச்சி அடைந்தான். இருப்பினும் திருச்சபை மக்கள் அவனுக்கு நன்றி தெரிவித்ததை நினைத்ததும் முகம்வாடியது. இப்போதுள்ள நிலையில் சபைக்குள் அவன் நுழைந்தானென்றால் அடுத்த நாளே செயலாளர் அவன்தான் என்பதை எண்ணிப் பார்த்ததும் நிலைகுலைந்தான்.

அந்த வருடம் நடராசனின் எதிர்ப்பையும் மீறி கல்லெறி மாடன் கோயில் திருவிழா நடைபெற்றது. கிரேசி வாய்க் காலுக்குச் சென்று முங்கியெழுந்து ஈரத்துணியுடன் கோயிலை நோக்கி நடந்துகொண்டிருந்தாள். ஏதோ ஒரு காரியமாக அங்கு சென்ற ஸ்டீபனைக் கண்ட வண்டாளம் குடம்நொறுக்கி யின் கடையிலிருந்துகொண்டு கேட்டான்.

“வாத்தியாரே, நீரும் ஆட்டம் பாக்கயா போறீரு?”

“ஆமா, எனக்கு வேற தொழில் இல்ல பாரு.”

“ஈரத்துணியில அங்கங்கள் குலுங்கியத வேடிக்கை காண வாக்கும் ஆளுவ போவினும். பேரு சாமியாட்டம்.”

“கெட்டின மாப்பிள்ளைக்கில்லாத அக்கறை ஒனக்கு எதுக்கு வண்டாளம்? நான் தெரியாம கேக்கியேன்.”

ஸ்டீபனின் கேள்வியில் கூடிநின்றவர்கள் குலுங்கச் சிரித்தனர்.

கோயிலுக்கு வெளியே நீண்ட தூரத்தில் முள்வேலியின் ஓரமாக நாசூக்குடன் சாய்ந்து நின்றான் நடராசன். அவனைப் பார்த்து யாரோ சத்தம் போட்டு பேசினார்கள்.

“நடராசா! அங்கெ பெண்டாட்டி ஆடியா. இஞ்ச வந்து ஏன் நீ நிக்கிதியோ?”

“கொதிச்ச வெள்ளத்த தூக்கி தலையில வீத்தீடுவா.”

ஸ்டீபன் கஷ்டப்பட்டு சிரிப்பை அடக்கிக் கொண்டான்.

கோயிலில் ஆட்டம் உக்கிரமடைந்தது. கிரேசியின் உடலில் கல்லெறிமாடன் வருவதற்கு முன்னால் விக்கன் வந்து புகுந்து விட்டான். அவன் அலறலுடன் கோபமாகப் பேசினான்.

“லே . . . லே . . . லேய் . . . நாயே நடராசா! கோ . . . கோ கோயில்ல பா . . . பாட்டு போடியது பற்றி வேற பேரில கா . . . கா . . . காயிதம் எழுதிப் போட்டு க . . . க . . . களியா காணியவிலே? நீ . . . நீ . . . நீ . . . தொலஞ்சி போ . . . போ . . . போ . . . வலே.”

ஸ்டீபன் அப்போதும் சிரிக்கத்தான் செய்தான்.

குருசு உடைப்பு போராட்டம் நடத்த அதிகாலையிலேயே சிலுவை மலையின் அடிவாரத்தில் வந்து குவிந்தனர் இந்துஎழுச்சி மக்கள். அந்த மாவட்டத்தின் கடைகோடி கிராமங்களிலிருந்து திரட்டப்பட்ட அவர்களில் பெரும்பாலானவர்கள் வயிற்றுக்கு உணவில்லாதவர்கள். தேசத்தில் கிறித்தவர்களும், இஸ்லாமியர் களும் பெருகுவதுதான் இந்துக்களின் வறுமைக்கு காரணம் என்று அவர்களுக்கு கற்பிக்கப்பட்டதால் தங்கள் வயிற்றுப் பசியைத் தீர்க்க கிறித்தவமக்களுக்கெதிராக அவர்கள் அணி திரண்டு நின்றனர். அவர்களை அணி திரட்டியதில் இந்துதேசப்

படையினர் மிகுந்த வெற்றியை ஈட்டியதாக நம்பினர். சுரேஷ் ஆனந்தமடைந்தான்.

கத்தோலிக்க பிஷப் இந்து எழுச்சி மக்களுக்கெதிராக கிறித்தவ எழுச்சி மக்களை அணிதிரட்டினார். 'சிலுவை மலையைக் காப்போம்!' என்பது அவர்களின் முழக்கமாக இருந்தது. பிஷப்புக்கு கிறித்தவர்களை அணிதிரட்டுவதில் இந்து படையினரைப்போல எந்த சிரமமும் ஏற்படவில்லை. தனது ஆளுகையின் கீழ்வரும் எல்லா கல்வி நிறுவனங்களுக்கும் ஒருநாள் விடுமுறை அளித்தார். பள்ளி கல்லூரிகளின் வாகனங் களைப் பயன்படுத்தி கிறித்தவர்களை சிலுவை மலைக்கு நேராய்க் கொண்டு வந்து குவித்தார். அவர்களில் பெரும்பாலானவர்கள் படிக்கும் மாணவமாணவியராக இருந்தனர்.

சிலுவை மலையின் அடிவாரத்தில் இருந்த சிற்றாலயத்தில் அதிகாலையிலேயே திருப்பலி ஏறெடுக்கப்பட்டது. கிறித்தவர்கள் அதில் கலந்துகொண்டு புதுநன்மை பெற்றனர். அவர்கள் மத்தியில் பேசிய பிஷப், 'நமது நிகழ்ச்சி ஒருநாள் திருப்பயணம் மட்டும்தான். ஜெபத்தோடும், தவத்தோடும் பயணப்பட்டு மலைஉச்சிக்கு செல்வோம். புற சமயத்தவர்கள் நம்மைத் தாக்கினால் ஏற்றுக்கொள்வோம். பதிலுக்கு நீங்கள் யாரையும் துன்புறுத்த வேண்டாம். ஒருநாள் முழுக்க உபவாசமிருந்து ஜெபிப்போம். கர்த்தர் நிச்சயம் நம்மோடிருப்பார். நமக்கு ஜெயம் தருவார்' என்றார்.

சிலுவை மலைப்பயணம் மேற்கொண்ட சில நிமிடங் களிலேயே மாணவி ஒருத்திக்கு தலை சுற்றி மயக்கம் வந்தது. மலை அடிவாரத்தில் இருக்கும் பொறியியல் கல்லூரியில் அவள் முதலாமாண்டு படிக்கிறாள். குடும்பத்தில் ஒரே பெண் மகள். யாரும் கடத்தி சென்றுவிடக் கூடாதென்று பொத்தி பொத்தி வளர்க்கப்பட்டாள். ஒரு சிறு துன்பத்தையும் தாங்கக் கூடிய மனவலிமை இல்லாததால் மலையில் ஏறும்போது அவள் உடலும் அதற்கு இடங்கொடுக்கவில்லை.

அவளது தாயார் தங்கலீலா டீச்சர் மலைப் பயணத்திற்கு செல்லவேண்டாம் என்று விலக்கினாள். அவளுக்கும் அதில் விருப்பம் கிடையாது. கல்லூரி நிர்வாகம் எச்சரித்ததால்தான் வேண்டா வெறுப்பாக வந்துவிட்டாள். அவள் தகப்பனார் பொதுப்பணித்துறை என்ஜினியர். லிவிங்ஸ்டன் என்றால் யாருக்கும் அவரைத் தெரியாது. லஞ்சம் லிவிங்ஸ்டன் என்றால் தான் எல்லோருக்கும் தெரியும். ஹாஸ்டலில் சேர்த்துவிட்ட அன்றுதான் மகளை அவர் கண்டது. அதன் பிறகு ஒரு நாள்கூட அவளைத் தேடி அவர் வந்தது இல்லை. வாரத்திற்கு ஒருநாள் வீட்டுக்கு வந்துவிடுவாள். தகப்பனார் மதுரையில்

வேலை பார்த்ததால் அவரை அடிக்கடி காணமுடியாது. நினைத்தால் நாகர்கோயில் வந்துசெல்வது பெரிய காரிய மொன்றும் கிடையாது. அந்த சமயத்தில் பணம் சம்பாதிக்க முடியாதென்ற கவலை அவருக்கு. தாய் மிகவும் கண்டிப் பானவள். சுடிதார் ஷால் சற்று விலகினாலும் ஊரைக் கூட்டி விடுவாள். அவளை வரைவரைந்து அதற்குள் இருத்தினாள். ஹாஸ்டலில் யாருடனும் இவள் சகஜமாகப் பழகுவதில்லை. எனவே எந்த மாணவியும் இவளைத் தங்களுடன் கூட்டு சேர்க்காமல் தவிர்த்தனர். இப்போது மயக்கம் வந்த நிலையிலும் அவளுக்கு உதவ யாரும் இல்லை. பாறை ஒன்றில் உட்கார்ந்து தனது நிலையைத் தானே எதிர்கொள்ளும் துர்பாக்கிய நிலை அவளுக்கு ஏற்பட்டது.

இந்து தேசப்படை முற்றுகை இடுவதற்குள் கிறித்தவர்கள் சிலுவையைச் சுற்றி கூட்டமாகக் குழுமி இருந்து பாடவும், ஜெபிக்கவும் செய்தார்கள். எனவே பெருமளவில் கூடி இருந்த போதிலும் இந்து எழுச்சி மக்களால் எதுவும் செய்யமுடிய வில்லை. நிலைமையை உணர்ந்துகொண்ட வேலாயுதன் நாயர் கட்சிநிறுவனர் நாராயணசாமியிடம் கலந்தாலோசித்துக் கொண்டிருக்கும்போது போலீஸ் வாகனங்கள் வந்துநின்றன. நூறு இளைஞர்களை கையில் சுத்தியலுடன் பாறைகளுக்குப் பின்னால் பதுங்குமாறு கட்டளையிட்ட வேலாயுதன் நாயர் போலீஸ் வாகனங்களை மறித்தபடி பெண்களைத் தரையில் உட்காரச் செய்தார். போலீசார் அவர்களை வேனில் ஏற்றி பக்கத்திலுள்ள கல்யாணமண்டபத்திற்கு கொண்டு சென்று அமர்த்தினர்.

நாராயணசாமி வேலாயுதன் நாயரிடத்தில் பொறுப்பை ஒப்படைத்துவிட்டு கைதாகி வேனில் ஏறினார். தலைமறைவான இளைஞர்களுடன் பதுங்கிய அவர் மலையடிவாரத்திலுள்ள குகை ஒன்றில் இருந்துகொண்டே ஆணை பிறப்பித்தார்.

மயக்கந் தெளிந்து பாறையின் நிழலில் சற்று ஆசுவாசப் பட்டு உட்கார்ந்த அந்தப் பெண்முன்னால் இளைஞன் ஒருவன் குதித்து நின்றான். பாறை மறைவு தேடி ஏறிக்குதிக்க வேண்டிய நிலை ஏற்பட்டதால் பூமியில் ‘பொத்’தென்ற ஓசையுடன் அவன் கால்கள் பதிந்தன. கூடவே ‘அய்யோ . . .’ வென்ற பெண் அலறலும் ஒலித்தது. அவன் அங்கே ஒரு அழகான பெண்ணை எதிர்பார்க்கவில்லை. அவள் திரும்பவும் மூர்ச்சை யானாள்.

காவி ஜிப்பாவுடன் நின்ற அந்த இளைஞன் முதலில் அவளைத் தொடப் பயந்தான். அவன் கைகள் நடுங்கின. சிரமப்பட்டு அவளைத் தூக்கிக் கொண்டு வந்து நிரப்பான

இடத்தில் கிடத்தினான். ஜோல்னா பையிலிருந்த தண்ணீர் பாட்டிலை எடுத்து அவள் முகத்தில் நீர்தெளித்தான். சற்று நேரத்தில் எழும்பி உட்கார்ந்த அவள் அவனை ஐயத்துடன் பார்த்தாள்.

"பயப்பட வேண்டாம், நான் . . . வந்து . . ."

"அதெல்லாம் இல்ல, ஒங்கள எங்கெயோபாத்த மாதிரி . . ."

"என்னத் தெரியுமா?"

"சுரேஷ்தானே . . ?"

"ஆமா."

"நான் யாருண்ணு தெரியல்லியா?"

"இல்லையே . . ."

"நல்லா பாருங்க."

"க்கும் . . ."

"தங்கலீலா டீச்சரத் தெரியுமா?"

"ஆமா, எனக்கு பாடம் நடத்தின கணக்கு டீச்சர்."

"அவங்க மகள்தான் நான்."

"ஓ . . . பிளெஸ்ஸியா நீ?"

"அதே பிளெஸ்ஸி தான்."

"ஆள் அடையாமே தெரியல்லியே. முன்னால் குண்டு குண்டா இருப்ப. துரும்பா மெலிஞ்சிட்டியே."

"ஒங்களையும் மொதல்ல எனக்குத் தெரியல்ல. இப்பிடி தாடியும் வளத்தீட்டு ஜிப்பாவும் போட்டா யாருக்கு அடையாளம் தெரியும்?"

"இங்க எப்படி?"

"நான் இங்கதான் என்ஜினியரிங் ஃபர்ஸ்ட் இயர் படிக்கிறேன். மலைப்பயணம் கம்பல்சரிண்ணு சொன்னதினால வரவேண்டியதாச்சி. மயக்கமா வந்து அப்படியே உட்காந்தேன். கூட வந்தவங்க விட்டுட்டுப் போயிட்டாங்க."

"அடப்பாவமே, மயக்கம் வந்த பிள்ளைய இப்பிடி விட்டுட்டா போவாங்க."

"உலகத்தில யாருக்குமே என்கிட்ட அக்கறை இல்ல பாருங்க. மனசு உடைஞ்சு போச்சு."

"காலைல சாப்பிட்டியா?"

“இல்ல”

“அதுதான் மயக்கம்.”

அவன் தனது ஜோல்னா பைக்குள் கையைவிட்டு வெளியே எடுத்தான். பொதியை அவளிடம் கொடுக்க வாங்கிப் பிரித்தவள், ‘இதென்ன?’ என்றபடி பார்த்தாள். உள்ளே உலர்ந்த திராட்சை இருந்தது.

“சாப்பிடு.”

“நீங்க இதெல்லாமா சாப்பிடுவிய?”

“ஆமா. வேக வைக்காத பொருட்களைத்தான் அதிகம் சாப்பிடுவேன். அதுதான் உடம்புக்கு நல்லது.”

“நீங்க சாமியார் ஆயிட்டதா ஊரில சொல்றாங்களே எல்லாரும், அது உண்மைதானா?”

“பொய்.”

“நேரில பாத்தாலும் சாமி போலத்தான் தெரியுது. இதென்ன தாடியும் வளத்திட்டு. முன்பெல்லாம் எவ்வளவு அழகா இருப்பிய.”

“ஒனக்குப் பிடிக்கல்லேண்ணா தாடிய எடுத்துடறேனே...”

“எனக்காகவா?”

அவளுக்கு என்னவோ போல இருந்தது. தனது வாழ்க்கையில் முதன்முதலாக ஒருவர் தனக்காக ஒன்றை இழக்க முன் வந்தது கண்களில் நீரை வரவழைத்தது.

“கேக்க மறந்துட்டனே, நீங்க எதுக்கு இங்க வந்திய?”

“நான் ஒரு ஜேர்னலிஸ்ட். இங்க ஏதோ கலவரம் நடக்குதுண்ணு கேள்விப்பட்டு நியூஸ் சேகரிக்க வந்திருக்கேன்.”

பேசியபடியே ஜோல்னாபையின் அடிப்பாகத்தில் சிலுவை உடைக்க கொண்டுவந்த இரும்பு சுத்தியல் கனக்கிறதா என்று இடக்கையால் தடவிப் பார்த்தான்.

“அப்படியா? எந்த பத்திரிகையில?”

“ஃபிரிலன்ஸ் ஜேர்னலிஸ்டா இருக்கேன். பத்திரிகைகள்ல அரவிந்தன் மணிகண்டன் என்ற புனைபெயர்ல கட்டுரைகள் எழுதறேன். நீங்க படிச்சிற்றுண்டா?”

“நான் பாட புத்தகத்த தவிர வேற எதுவுமே படிக்கியது கெடையாது. அம்மா ‘பாவம் கிட்டும்’ணு படிக்க விடமாட்டினும்.”

“தப்பினேன்.”

"என்ன சொன்னிய?"

"ரொம்ப நல்லதுண்ணு சொன்னேன்."

"இந்த கிஸ்மிஸ் பழம் நல்லா இருக்கு. வேற என்னெல்லாம் இப்பிடி வச்சிருக்கிய?"

"பஞ்சாமிர்தம் சாப்பிட்டிருக்கியா? அதுவும் வேகவைக்காத தாக்கும்."

"இல்லியே."

"நான் சொந்தமா தயாரிச்சி எடுப்பேன்."

"எனக்குத் தருவியளா?"

"ஹாஸ்டல்ல கொண்டு வந்து தரட்டுமா? அங்க நான் வந்தா பார்க்க அனுமதிப்பாங்களா?"

"சொந்தம்ணு சொன்னா விடுவாங்க."

"நீங்க அப்படி சொல்லுவியளா?"

"ஒங்கள சொந்தம்ணு சொல்ல நான்தான் குடுத்து வச்சிருக்கணும். நிச்சயம் சொல்வேன்."

ஒரு நீண்ட மௌனம் நிலவியது.

நூறுபேர்களில் ஒரு நபர் குறைவாக அனைவரும் எழுந்து நின்றனர். வேலாயுதன் நாயர் உத்தரவிட்டார். மலைக்கு மேலே சிலுவைக்கு நேராக அவர்கள் ஓடியதை சுரேஷும், பிளெஸ்ஸியும் பாறை மறைவிலிருந்து கொண்டு பார்த்தனர். முகத்தில் ஏற்பட்ட சலனங்களை எல்லாம் மறைத்துக்கொண்ட சுரேஷ் பேசினான்.

"நாகரிகம் இல்லாத ஜனங்க. இந்த இருபதாம் நூற்றாண்டின் நிறைவிலும் மதச்சண்டை நாட்டில் மறையல்ல. என்றுதான் திருந்தப் போகிறார்களோ?"

"ரொம்ப சரியா பேசறீங்க. இந்த கிறித்தவ சாமியார்கள் எவ்வளவு சுகபோகமா வாழறாங்க தெரியுமா?"

"இந்து துறவிகளும் அப்படித்தான்."

"ஜனங்கதான் அடிவச்சி சாவினும். அதெல்லாம் சரி, ஒங்க அப்பா இப்ப சபைல செகரெட்டரி. நீங்க சி.எஸ்.ஐ. கோயிலுக்கு வாறது இல்லியே, ஏன்?"

"உனக்கு எப்படி தெரியும்?"

"நான் கருணைவனம் சபை உறுப்பினர்ணு உங்களுக்குத் தெரியாதா?"

"தெரியும்."

"நான் இப்ப சண்டேஸ்கூல் டீச்சராக்கும். அதுனால ஞாறாச்ச கோயிலுக்கு யாரெல்லாம் வருனும், வரேல்ல என்பது எல்லாம் தெரியும் பாருங்க."

"நான் வெளியூர்ல இருப்பதினால வர முடியல்ல."

"வெளியூர்னா ரொம்ப தூரமா? நாகர்கோயில்தானே. வரமுடியாதாக்கும்?"

"இனி வருவேன்."

"நிச்சயமா?"

"நிச்சயம்."

"என்ன பாக்கத்தானே வருவிய?"

"இல்ல."

"பின்ன யாரப்பாக்க வருவிய?"

"என் கண்மணி பிளெஸ்ஸிய பார்க்க வருவேன்."

அவள் கண்களில் நீர்சுரந்து அவனை மறைத்தது.

வேலாயுதன் நாயர் குரலை உயர்த்தினார். கரங்கள் உயர்ந்தன. அதைவிட கூடுதலாக சுத்தியலும் உயர்ந்தது. 'உடைத் தெறியுங்கள்!' என்ற குரலைத்தாண்டி கோஷங்கள் எழுந்தன. அவை மலையில் மோதி எதிரொலித்தன.

"ஓம் ஓம் காளி! ஜெய் ஜெய் காளி!"

உச்சியிலிருந்த ஜனங்கள் சிலுவையைக் கட்டிப் பிடித்துக் கொண்டிருந்ததால் இந்துபடையினரால் உட்புக முடியவில்லை. சாமியார் கண்களைக் காட்ட எண்ணிக்கையில் பெருத்த இளைஞர்படை சுத்தியல் படையை சுற்றி வளைத்தது. மெல்ல நழுவியோடிய வேலாயுதன் நாயரை துரத்திப் பிடித்து மரத்தில் கட்டி வைத்தனர். அவரது தொடைகள் வெடுவெடுவென்று நடுங்கின.

"நாயரே, பயலுவள மரியாதியா போவச் சொல்லும். இல்லேண்ணா அடிபட்டு சாவப் போவது நீராக்கும்."

பெல்ட்களை கழற்றிக் கையிலெடுத்துக் கொண்டு ஓங்கிய படி நின்ற பத்துப் பதினைந்து பேரைக் கண்ட நாயரின் உடல் முழுக்கவும் இப்போது நடுங்கின.

"தாழப் போங்க!"

நாயரின் வாய் பதறியபடி உத்தரவிட்டது.

"அதெப்பிடி போகமுடியும்? சுத்தியல எல்லாம் ஓரிடத்தில கூட்டிவச்ச செல்லணும்."

அவர்கள் அவ்வாறே செய்தனர்.

"ஓடுங்கவிலே."

பாறை சரிவுகளின் வழியாக மூக்குகுத்தற விழுந்தடித்துக் கொண்டு பறந்து ஓடியது இந்து தேசப்படை. நாயரை வந்து மீட்டுச் சென்றது காவல்துறை.

மறுநாள் காலையிலேயே பொறியியல் கல்லூரி வாசலில் வந்து நின்று பிளெஸ்ஸியை எதிர்பார்த்துக் காத்திருந்தான் சுரேஷ். அவளுக்கு முதலில் அவனை அடையாளம் தெரிய வில்லை. நேற்று பார்த்த மனிதன்தானா இவனென்று நினைத்துக் கொண்டாள். அவனேதான். முகமெல்லாம் மழுங்கச் சிரைத்து தலைமுடியை வெட்டி கிராப் வைத்து கைநீள சட்டை, பான்ட்றுடன் கண்ணியம் மிக்க இளைஞனாய் நின்ற அவனைக் கண்டதும் அவள் ஒரு கணம் தன்னை மறந்தாள்.

கருணைவனம் சி.எஸ்.ஐ. சபையிலிருந்து அவள் திருமணம் முடிந்து அவனுடன் வெளியே வருகிறாள். கோட்டும், சூட்டும் மாட்டிய சுரேஷின் வலதுகரம் அவளது இடது கைச் சிறைக்குள் இருக்கிறது. அவள் தோளில் கிடந்த மாலையை சரிசெய்வது போல அவன் உடம்பில் கை வைக்கிறான். அவள் தேகம் சிலிர்க்கிறது. கண்களில் நீர்ததும்ப அவனைப் பார்க்கிறாள்.

"இந்தாங்க, பஞ்சாமிர்தம்."

அவன் நீட்டினான்.

"எனக்கா?"

"ஆமா. நேற்றைக்கு கேட்டியளே, அதுக்குள்ளால மறந்து போனியளா?"

"ஆமா, கேட்டேன். இவ்வளவு சீக்கிரத்தில கொண்டுவந்து தருவியண்ணு நெனச்சிப் பாக்கல்ல."

அவள் முகர்ந்து பார்த்தாள். அந்த மணம் அவளுக்குப் பிடித்திருந்தது. மூடியைத் திறந்து ஸ்பூன் கொண்டெடுத்து தின்றாள். கொள்ளை சுவையாக இனித்தது.

"நல்லா இருக்கு."

"ஒங்க இஷ்டம்போல சாப்பிடுங்க. தீர்ந்த பிறகு கொண்டு வந்து தரலாம்."

"இனிமே எனக்கு ஆகாரமே இதுதான்."

சில மாதங்களில் அவள் அழகாக மாறிவிட்டாள். வக்கு வலிஞ்சி கிடந்த தேகம் சதை பிடித்து மினுப்புற்றது. தனக்கு ஒரு துணைவன் இந்த உலகத்தில் இருக்கிறான் என்ற எண்ணம்

வந்ததும் அவள் நெஞ்சத்தில் ஆனந்தம் குடி கொண்டது. தாயார் திட்டினாலும் இப்போதெல்லாம் அவளை அது வேதனைப்படுத்தவில்லை.

அவன் அவளைப் பல இடங்களுக்கும் அழைத்துச் சென்று காட்டினான். பூந்தோட்டத்து மலர்களை நிறங்களின் வழியாக ரசித்தாள். இராமாயண உரைநடைக் கதையை சுவாரசியம் பொங்கப் படித்தாள். பல ஊர்கள் தன்னைச் சுற்றி இருப்பதை அறிந்து கொண்டாள். இத்தனை நாளும் அறியாமலிருந்த குறையை நினைத்து வருத்தம் கொண்டாள். அவன் அவளுக்கு கடலையும் அருவிகளையும், மலையையும் காட்டிக் கொடுத்தான். மனதிலிருந்த பலவீனங்களெல்லாம் உலகின் விரிவில் காய்ந்து போனது.

ஒருநாள் வழக்கம்போல தொடுவெட்டி வரை வந்து அவளை பேருந்தில் ஏற்றிவிட்டுச் சென்றாள் தங்கலீலா டீச்சர். முன்வரிசையில் அவளுடன் கல்லூரியில் படிக்கும் பெண்கள் பலர் அமர்ந்திருப்பதைக் கண்டு மெல்ல நழுவி பின்வரிசையில் இறங்கும் வழிப்பக்கமாக வந்தமர்ந்தாள். பேருந்து தக்கலை வந்ததும் சுரேஷ் கையைக்காட்டி கீழே இறங்கச் சொன்னான். கல்லூரி மாணவி ஒருத்தி அதனைக் கவனித்து விட்டாள். அவர்கள் இருவருமாக கன்னியாகுமரி செல்லும் பேருந்தில் ஏறி அமர்ந்து கொண்டனர். வண்டிகள் ஒன்றுக் கொன்று முந்திச் செல்லும்போது அவர்கள் இருவரும் நெருக்கமாக சேர்ந்து இருப்பதை அனைவரும் கண்டு கைகளை ஆட்டி குதூகலித்தனர்.

"எல்லாரும் பாத்திற்றினும், என்ன நடக்கப்போகுதோ?"

"ஒருநாளு எல்லாரும் அறியத்தானே போவினும். அதுனால பதட்டப்படாத."

"அம்மா அறிஞ்சா கொன்னுபோடுவா."

"நீ இன்னமும் சின்னக் குழந்தையா? இப்பிடிவீட்டுக் காரளுக்குப் பயந்து சாவுறியே."

"எனக்குப் பயம்."

கடற்கரையில் அவன் மார்பில் சாய்ந்திருந்து அவள் ரொம்பநேரம் அழுதாள். வழக்கமாக சனிக்கிழமை காலையில் புறப்பட்டு அவனோடு சுற்றிவிட்டு மாலையில் வீடு திரும்பும் அவள் திங்கள் காலையில் எல்லா முகங்களும் காணும்படியாகச் சென்றது தவறு என்பது இப்போது புரிந்துவிட்டது.

மாலையில் ஆறுமணிக்கு ஹாஸ்டல் வந்தபோது எதிர்பார்த்ததுபோல எந்த அசம்பாவிதமும் நிகழ்ந்துவிட

வில்லை. அவளை அன்று அவனுடன் கண்ட பெண்களும் எதுவும் சொல்லாமல் கடந்துசென்றனர். டைனிங் டேபிளில் அமர்ந்து சாப்பிடும்போதும் கவனித்தாள், யாரும் எதுவும் அறிந்தது போலக் காட்டிக் கொள்ளாமல் நகர்ந்தனர். அந்த மௌனம் அவளை மிகவும் பாதித்தது. என்னவோ நடக்கப் போகிறது என்ற அச்சம் அவளை வந்து சூழ்ந்தது.

அடுத்தநாள் வகுப்பறையில் இருக்கும்போது ஆசிரியரல் லாத ஊழியர் ஒருவர் நோட்டீஸ் கொண்டு வந்து கொடுத்தான். கல்லூரி முதல்வரைப் பார்க்கச் செல்லுமாறு அழைக்கப் பட்டாள். அவள் நெஞ்சு திமுதிமுவென அடித்துக்கொண்டது.

முதல்வர் அவளை ஏறிட்டுப் பார்த்தார்.

"ஒனக்கு வயசு எத்தனை ஆச்சு?"

"பதினெட்டு முடிஞ்சி."

"பதினெட்டு முடிஞ்சுதா? அதுதான் இவ்வளவு தைரியம். நீ ரூம காலிசெய்துட்டு வீட்டுக்குப் போ. என்ன சொன்னேன்?"

"வீட்டுக்குப் போக."

"ஆமா! வேற எங்கும் போகாத என்னா . . ."

" . . . ."

"போய் அப்பாவ வரச்சொல்லு."

"அப்பா ஊரில இல்ல."

"அம்மாவும் இல்லியா?"

"உண்டு."

"வரச்சொல்லு!"

அவளுக்கு அழுகை அழுகையாக வந்தது. கால்கள் அவளை அறியாமலேயே வீடுகொண்டு வந்து சேர்த்தது. முதல்வர் காண வரச்சொன்னதை அம்மாவிடம் சொன்னாள்.

தங்க லீலாடீச்சர் முதல்வரைப் பார்த்தாள்.

"சார் வீட்டில இல்லியா?"

"அவருக்கு மதுரையில வேல. பி.டபிள்யூ.டி. என்ஜினியர். மாசத்துக் கொருதரம்தான் ஊருக்கு வருவாங்க."

"அதுதான் பிரச்சினை."

"என்ன சார் பிரச்சினை?"

"மகள் ஒங்களுக்கெல்லாம் சிரமம் வைக்காம மருமகனத் தேடியாச்சு."

“இருக்காது! எனக்க மொவா அப்பிடி செய்ய மாட்டா. அப்பிடி நான் அவள வளக்கல்ல.”

“தேனிலவு கொண்டாட கன்னியாகுமரிக்கு கூட பெய்யாச்சி, நீங்க என்னாண்ணா அவள நான் வளக்கல்லேண்ணு சொல் லுதிய. வேறயாரு இப்பிடி வளத்தது?”

“அய்யோ . . . அபாண்டம்!”

“அபாண்டமோ? மண்பாண்டமோ? எனக்கு ஒண்ணும் தெரியாது. எங்க இன்ஸ்டிடியூஷனுக்கு ஒரு கெட்டப்பேரு வரப்பிடாது. அத நாங்க பாக்கணும் இல்லியா. மூணுமாசம் கழிச்சி அவள நீங்க ஒரு டாக்டர் சர்டிபிக்கேட்டோட கூட்டீற்று வாங்க. நான் சொல்வது புரியுதா மேடம்?”

“புரியுது.”

“அப்ப போயிற்று வாரியாளா?”

ஹாஸ்டல் வந்து விசாரித்த டீச்சர் விஷயத்தை முழுவது மாக அறிந்துகொண்டாள். சிலுவைமலை உடைப்பு போராட்டத்தில் கலந்துகொண்டவன் என்ற தகவலை வைத்து அவன் கிறித்தவன் அல்லாதவன் என்பதை அறியவந்தபோது அவள் இரத்த அழுத்தம் எக்கச்சக்கமாக ஏறியது. கணவனுக்கு அவசர தந்தி கொடுத்து உடனே வரவழைத்தாள்.

கேட் திறக்கும் சத்தம் கேட்டதும் ரூமுக்குள் படுத்துக் கிடந்த பிளௌஸிக்கு விறையல் எடுத்தது. தாயுடன் தகப்பனும் வந்துகொண்டிருப்பதை அவள் உணர்ந்துகொண்டாள். பெட்ஷீட்டை இழுத்து உடல்முழுக்கப் போர்த்திக் கொண்டு மூச்சை அடக்கியவாறு படுத்துக்கிடந்தாள்.

தங்கலீலா அறைக்குள் வந்து விளக்கைப் போட்டாள்.

“ஏம் பெண்ணே கெடக்கிய?”

அவள் குரல் அலறலாக வெடித்த அதே கணத்தில் ஆவேசத்துடன் பெட்ஷீட்டைப் பற்றி இழுத்து கிழித்தாள். ‘கிர் . . ர் . . ர் . . .ரென்ற சத்தத்துடன் பெட்ஷீட் இரண்டு துண்டாக அவள் கையில் இருந்தது.

“குடும்பமானத்த கப்பலேற்றீட்டியே தேவிடியா . . . ஒன்ன இனி எந்தப் பறையன் பெண்ணே கெட்டுவான்?”

அவள் கொண்டையைப் பற்றி இழுத்து சுவரோடு சேர்த்து வைத்து அறையின் மூலைக்குத் தள்ளினாள் தங்கலீலா.

“மண்ணெண்ணெய எடுத்துட்டு வாலே, இவா இனி உயிரோட இருக்கண்டாம், கொழுத்தீருவோம்.”

பிளெஸ்ஸியின் தம்பி அடுக்களைக்குச் சென்று மண்ணெண்ணெய் கேனைத் தூக்கிக் கொண்டு ஓடிவந்தான்.

"அய்யோ . . . தம்பி . . . என்னக் கொழுத்தண்டாம்பிலே. அம்மா . . . அய்யோ . . . நான் செத்துப் போவேன் . . ."

வாசலில் நின்று அதுவரையிலும் நடப்பதையெல்லாம் ஒரு நாடகம் போல பார்த்துக்கொண்டு நின்ற அப்பா தம்பியின் கையிலிருந்த கேனை வாங்கித் தூரத்தூக்கி எறிந்தார். அவரது கண்ணில் அப்போது பட்டுத் தொலைத்தது தனது தகப்பனார் பயன்படுத்திய வாக்கிங் ஸ்டிக்.

"அடியாதப்பா . . . அடியாத . . . அடியாத . . ."

தகப்பனாரிடமிருந்து வாங்கிய அடியினால் வாய்குழறிய அவளிடமிருந்து வார்த்தைகள் கூட ஒழுங்காக வெளிப்பட்டு வர மறுத்தன.

"ஒரு இந்து மதவெறியன் கிறித்தவ குடும்பங்கள தொலச்சிப் போட வேஷம் தரிச்சி வந்திருக்கான், அவங்கூடயா பெண்ணே ஒனக்கு சகவாசம்?"

கைத்தடி அவள் உடம்பை பதம் பார்த்தது.

"அவன் இந்துண்ணு எனக்குத் தெரியாதப்பா . . ."

"ஒனக்குத் தெரியாதா? அரவிந்தன் மணிகண்டன் பேரு. அதுக்குப் பெறவும் தெரியாதா?"

"இல்லப்பா, பேரு சுரேஷ், கிறிஸ்தவன்தான்."

"அப்பிடி சொன்னானா?"

"ஆமாப்பா."

"சொல்லியத எல்லாம் நம்பீருவியா? உம்பிளாந்த . . ."

அடி, அவள் மண்டையில் விழுந்தது.

"அடியதப்பா, அடியாத . . ."

வீட்டுக்கு வெளியில் ஊர் கூடி நிற்பதைப் பார்த்த தங்கலீலா டீச்சருக்கு ஆத்திரம் இன்னும் கூடியது. இரண்டு கைகளாலும் அவள் முதுகில் விளாசிவிட்டு நிமிர்ந்தாள்.

"வாய மூடுடி நாயே . . ."

"டீச்சரே! மொவளப்போட்டு கறிக்கு அறுக்கவா செய்திய?"

தங்கலீலா ஆவேசம் பொங்க கதவு பக்கம் வந்தாள்.

"இஞ்ச யாரெங்கிலும் சீலைய உரிஞ்சு போட்டுட்டு நிக்கினும்ணு பாக்கவா வந்திய? ஒங்க வீடுகள்ல நடக்காததா இஞ்ச நடந்து போச்சி?"

அதற்கிடையில் யாரோ ஒருவன் 'டீச்சரே... எனக்கு வையாம்!' என்று கூறியவாறு ஊளையிட்டான்.

"வாவிலே இஞ்ச! என்ன கெட்ட தாலியும், சீலையும் நல்லாக்கீட்டு வா!"

"தள்ள இப்பிடி இருந்தா, பிள்ள பெறவு எப்பிடி இருக்கும்?"

அனைவரும் கலைந்து சென்றனர்.

பிளெஸ்ஸி தரையில் அப்படியே கிடந்தாள். ஒருநாளும் தன்னிடம் அன்பு காட்டாத அப்பா. எந்தநாளும் தன்னைத் துன்புறுத்தத்தவறாத அம்மா. இப்போது அப்பா கையிலிருந்தும் அடிவாங்கியாயிற்று. தம்பி கொழுத்துவதற்கு மண்ணெண்ணெய் கேனைத் தூக்கியவாறு விரைந்து வருகிறான். குடும்பத்தில் அவளிடம் பாசம் காட்டுவதற்கு யாரும் இல்லை.

"ஒருநாள் ஒங்க எல்லாரையும் நான் அழவைப்பேன் பாருங்க!"

அவள் வாய் முணுமுணுத்தது.

ஜன்னல் வழியாக தூரத்தில் வண்டாளம் வருவதைப் பார்த்தாள் இருளி. அவன் வீட்டை விட்டுப்போய் மூன்று மாதங்களுக்கும் மேலாகி விட்டது. அவனைப் பற்றி துப்பு கேட்க கூட நாதி இல்லாதவளாகிப் போனாள் இருளி. ஒருநாள் துணிந்து குடம் நொறுக்கியின் கடைவரைக்கும் நடந்து வந்தாள். கையில் ஒரு பலாப்பழம் இருந்தது.

"மூணு ரூவாய்க்கு மேல கிட்டாது."

குடம்நொறுக்கி கூறினான்.

"கனி இல்லாத சக்கை. இருந்தாலும் அஞ்சிரூவா குடுக்கிலாம்."

ஒருவன் ஜாடையாக சொன்னதும் குடம் நொறுக்கிக்கு கோபம் பொத்துக்கொண்டு வந்தது.

"எங்கெ கனி இருக்கு, எங்கெ கனி இல்லேண்ணு பாத்துட்டு திரியதா ஒமக்க வேலை?"

"நான் சக்கைய சொன்னேன்."

"சக்கைய நொட்டின."

இருளிக்கு அவமானமாக இருந்தது. அந்த இடத்தை விட்டு சென்றுவிடலாமா என்று கூட யோசித்தாள். சாப்பாடு கண்டு

பலநாட்களாயிற்று. வேலியில் பிறுத்திப்பழமோ, பப்பாளிப் பழமோ பழுத்ததென்றால் அவைதான் அவளது உயிரைப் பிடித்து வைத்திருக்கிறது. இன்று வேரிலே பழுத்துக் கிடந்த பலாப்பழம் மணத்தது. விற்று அரிசி வாங்கிப் பொங்கலாம் என நினைத்து வந்தால் தன்னை முன்னிறுத்தி கேலிப் பேச்சுக் களும், சண்டையும். அவளால் உலகத்தில் எங்கும் புகமுடிய வில்லையே என்று வேதனைப்பட்டாள்.

அதற்குள் ஜாடைபேர்வழி முணுமுணுத்தவாறு ரோட்டில் இறங்கி நடந்தான். அவளுக்கு அது சற்று ஆசுவாசம் தந்தது. குடம் நொறுக்கி அவள் கையில் நான்கு ரூபாய் பெறுமானமுள்ள சில்லறைக் காசுகளைத் தந்தான்.

"பைசா வேண்டாம், சாதனங்க தாரும்."

"என்ன வேணும்?"

"அரைக்கிலோ அரிசி, நூறு செறுபயறு, பத்து பைசாக்கி ஈருள்ளி, அஞ்சி பைசா சீரகம், மூணு பைசா மொளவு, ரெண்டு பைசா வெளுதுள்ளி, ஒருபைசா உப்பு . . ."

"அரிசி ஒண்ணர ரூவா, பயறு இருபதுபைசா, ஒண் ணெழுபது, எல்லாம் ரெண்டு ரூவா நுப்பத்தொண்ணு பைசா ஆச்சி."

"ஒண்ணு தொண்ணூற்றி ஒரு பைசா தானே ஆச்சி?"

"சரிதான் தாயே, கவனிக்கிறியாண்ணுதான் பாத்தேன். இம்பிடு வெவரமா இருக்கிய நீ வண்டாளம் கையில எப்பிடி அம்மா சிக்கின? நாசமா போன பய . . ."

" . . . ."

"வாய் தெறந்து பேசு, நான் ஒனக்க அப்பனப் போல."

அப்பன் என்றதும் அவளுக்கு தேகம் சிலிர்த்தது. குடம் நொறுக்கியை சோகத்துடன் பார்த்தாள்.

"பைங்குளத்தில கொண்டோடிண்ணு ஒருத்தி. அவா கூடெயாக்கும் வண்டாளம் இப்ப குடும்பம் நடத்தியான்."

அவள் அதிர்ச்சியடையவில்லை. எதிர்பார்த்ததுதான். பலதடவைகள் தன்னை உடல்ரீதியாக சித்திரவதைத்து விட்டு அவன் கூறும் வார்த்தைகள் அதுதான்.

"கொப்பன் எனக்க தலையில வச்சி கெட்டீற்றான் ஒன்ன. நான் காலம்பூரா மலடனா இருப்பேன்ணு நெனச்சாத. நல்ல மொதலும் வேண்டி ஒருத்திய ஒனக்கு முன்னால கொண்டு வந்து இருத்தாட்டு எனக்க பேரு வேலையன் இல்ல."

அவன் சொன்னபடி செய்து காட்டினான்.

"இனி என்ன செய்யப் போற?"

"தெரியல்ல."

"பைங்குளத்தில கேரளாக்காரன் ஒருத்தன் அண்டி ஆபீஸ் தொடங்கியான். நல்ல சம்பளம் குடுக்கியதா வந்து அன்னளிச் சினும். போறியா?"

" . . . ."

"யோசிச்சாத. தெனம் இருவதுரூவா கிட்டும். ஒனக்கபாடு எந்தக் கவலையும் இல்லாம கழியும்."

குடம்நொறுக்கி சொன்ன ஆலோசனையின் பேரில்தான் அவள் கடந்த இரண்டு மாதங்களாக வேலைக்குப் போய் வருகிறாள். வயிற்றுப்பாட்டிற்கும் சிரமம் இல்லாமல் கழிகிறது. பகல் முழுக்க அவள் தனிமையும் போகிறது.

இருட்டி விட்டால்தான் அவளுக்குப் பயம். வண்டாளம் எப்போது வந்து தன் மீது பாய்வானோ என்று பயந்தாள். தகப்பனைப் போல தன்னையும் முடித்துவிட்டு கொண் டோடியைக் கொண்டிருத்தி அவன் மகிழலாம் என்று நினைத்தாள். அவளால் நிம்மதியாகத் தூங்கக்கூட முடிய வில்லை. தன்னோடு வண்டாளம் இருந்தபோது கஷ்டப் பட்டதைப் போலவே இல்லாதபோதும் சிரமப்பட்டாள்.

அன்று ஞாயிற்றுக்கிழமை. அவன் தூரத்தில் வரும் போதே நடையில் தள்ளாட்டம் தெரிந்தது. பகல் நேரம் என்றாலும் அந்த அத்துவானக்காட்டில் என்னதான் சத்தம் போட்டாலும் உதவிக்கு யாரும் வரமாட்டார்கள் என்று கலங்கினாள். நேரே வீட்டுக்கு வந்ததும் வாசல் கட்டளையில் இரண்டு கைகளையும் பதித்தவாறு நின்று அவளைப் பார்த்தான் வண்டாளம்.

"தேவ்டியா, மாப்பிள இல்லேண்ணு ரொம்பத்தான் துள்ளியதா கேள்வி. எவனெல்லாமோ தைரியமா வந்து போறாவனுவளாமே . . . தொழிலா பண்ணிய தொழிலு?"

"காணாத்தத சொல்லாதியோ."

"அத வேற நான் காணணுமாடி? கொஞ்சநாளு நான் இஞ்செ இல்லாத்த பெறவு வாடி வக்கு வலிஞ்சா இருக்கிய? என்ன ஊத்தம்? தெனம் ஏழெட்டு மாப்பிள மாருவ ஏறி எறங்கிலாம்ணு இல்லா இருக்கிய . . ."

“என் ஒடம்பு வேதன எனக்குத்தான் தெரியும். இப்பிடி எல்லாம் பேசாதிய. வாதத்துக்கு வெட்டுமணியில பெய் மருந்து வேண்டீற்று இருக்கியேன்.”

“சாவு! நீ எல்லாம் என்னத்துக்கு இப்பிடி ஒரு ஜென்மம் எடுத்தே? எவன் வந்தான் போனான்னு கூட வெளியத் தெரியாத இந்த ஒடம்ப வச்சிட்டு என்னத்துக்கு வாழிய? தொலைய வேண்டியது தானே ...”

“ஒதுங்கி வாழ்ந்த பெறவும் எம் மேல சந்தேகப்படவா செய்திய? நான் என்ன தப்பு செய்தேன்னு இப்பிடியெல்லாம் பேசுதிய?”

“என்ன தப்புண்ணா கேக்கிய? தேவடியா ...”

ஓங்கி அவள் கன்னத்தில் விழுந்த அடியில் கீழே விழுந்த வளை இழுத்து வீட்டுக்கு வெளியே தூக்கிப் போட்டான். அவள் எழும்ப முயன்றவாறு முடியாமல் கிடந்தாள். அவன் மிதிக்க வருவதைக் கண்டு பயந்து ஏதோ ஒரு விசையில் எழும்பி ஓடி தூர நின்றாள்.

“ஒரு மாப்பிள வீட்டில இல்ல, கஞ்சியாடி காய்ச்சிய கஞ்சி? அரிவேண்ட ஒனக்கிட்ட யாதுடி பைசா? எந்த மாப்பிளைக்க கூடக் கெடந்து நீ பைசா உண்டாக்கினே?”

அவளை மிதிக்கத் தூக்கிய காலை கஞ்சி பானையின் மீது காட்டினான். பானை உடைந்து அடுப்பை அணைத்தது. சாம்பல் பறந்து வீடுமுழுக்க சோறாய்ப் படர்ந்தது.

“காய்ச்சின கஞ்சிய குடிச்சவிடாம ஆக்கிப்போட்டியளே ...”

“அரி வேண்ட ஒனக்கு யாது பைசா? பதில் தேவை.”

“நான் பைங்குளம் அண்டி ஆபீசில வேலை செய்யப் போறேன். அதுதான் பைசா.”

“யாருட்டெ கேட்டுட்டுடீ வேலைக்குப் போன? பைங்குளம் வரை மாப்பிள பிடிச்ச போயாச்சா? கெட்டின மாப்பிள உயிரோட இருக்கம்ப இதெல்லாம் தேவைதானடி உனக்கு? கொழுப்பெடுத்த கழுத ...”

“நான் என் பசிக்கு வேலை செய்யப் போனேன்.”

“பசியாடி உனக்கு? முந்தாநாளு நடராசன் இஞ்செ வந்துட்டுப் போனதா அறிஞ்சனே ... என்னத்துக்கு வந்தான்?”

“என்ன கொல்ல வந்தான். கதவப் பூட்டீற்று உள்ள இருந்தேன். கூரையில கல்லெறிஞ்சிட்டு போயிற்றான்.”

“நான் நம்பணும் இதை. அவன் குடிச்ச வெள்ளம் கேட்டாக்கில கோரிக்குடுத்தியாமே.”

“மொதல்ல அப்பிடிக் கேட்டுதான் கதவத்தெறக்கச் சொன்னான். நான் ஒரு குப்பிகிளாசில வெள்ளம் கோரி ஜன்னல் வழியா நீட்டினேன். கையப்பிடிச்சி இழுத்தான். ஒரு பாடுபட்டு வெலகி வந்துட்டேன்.”

“த்தூ . . . சொல்லியக்கு நாணம் உண்டாடி ஒனக்கு? மாப்பிள இல்லாத்த சமயம் இன்னொருத்தன் வந்து கையப் பிடிச்சி இழுத்தான்னு என்ன ஜாலியா சொல்லிய. எல்லாம் ஒங்கொப்பன் பாச்சாடியும், அந்த வைத்தியன் பயலும் செய்த சதி. ஒருத்தன் செத்தான், ஒருத்தன் எங்கெயோ ஒழிஞ்சான். இப்ப எவனாவது எங்கையில கெடச்சணும், ரெண்டு துண்டாக் கீற்று ஜெயிலுக்குப் போயிருப்பேன் . . .”

“ஏன் இப்பிடி என்ன சித்திரவதை செய்திய?”

“நானாடி ஒன்ன சித்திரவதைக்கியேன்? என் நெஞ்சே பொட்டிப்போச்சு. நீ எனக்குச் செய்த துரோகம் அப்பிடி உண்டு. ஒன்னவச்செல்லாம் குடும்பம் நடத்த முடியாதுடி, குடும்பம் நடத்த முடியாது. அதுனால நான் ஒரு முடிவுக்கு வந்துட்டேன். நீயும் அதுக்கு சம்மதிக்கணும்.”

“ . . . . ?”

“ஒதுங்கித் தரணும். ஆமா, அதத்தான் நான் கேக்கியேன்.”

“எங்க ஒதுங்க?”

“இந்த வீட்டில நீ இருந்தா சரிப்படாது. இத நீ எம் பேருக்கு எழுதித்தரணும். இல்லாட்டா நடக்கியதே வேற.”

“ . . . .”

“ஏன் வாய்மூடீற்று இருக்கிய? எனக்க வீடு சும்மாத்தான் கெடக்கு. அங்க பெய் இரு. ஒன்ன ஆரும் ஒண்ணும் செய்ய மாட்டினும். இஞ்செ இருந்தா சரிப்பட்டு வரமாட்ட. என்ன சொல்லிய?”

“நாம சேந்திருக்கத்தான் அப்பன் இந்த வீட்ட நமக்குத் தந்தது. எனக்க காலம் கழிஞ்சபெறவுதான் ஒங்களுக்கு எண்ணாக்கும் பேச்சு.”

“அதுதான் கொப்பனுக்க காலம் கழிஞ்சு போச்சே.”

அதற்குமேல் இருளியால் அடக்கி வைத்துக்கொள்ள முடியவில்லை. அழுகை உடைந்து கதறலாக வெளிப்பட்டது.

"எனக்க அப்பன அடிச்சி கொன்னுட்டு காலம் கழிஞ்ச துண்ணா சொல்லுதிய? சாவம்ப என்ன பாடுபட்டிருப்பாரு அந்த வயசான மனுஷன்..."

"ஒப்பாரி வச்சி வாழுக வீட்ட நாசம் செய்யாதடி. எல்லாரும் ஒருநாள் சாவத்தான் போவினும்."

"இப்பிடி வங்கலையா கொன்னுபோட்டியளே..."

"நிறுத்துடி! கழுத... நான் தங்கி இருந்த மாடம் பாச்சாடிக்கிண்ணு கல்யாணத்துக்கு மின்ன வைத்தியன் பேசின பேச்சாக்கும். பேச்சு மாறப்பிடாது. கொப்பன் செத்தாச்சி. இனிமே ஒனக்கு அந்தவீடுதான்."

"இது எனக்க அப்பன் கட்டிய வீடு."

"என்னது? கொப்பன் கட்டியதா? செரச்சான். கொப்பன் கட்டியவீடு எப்பிடி இருந்துது? கல்யாணத்துக்குப் பெறவு மேல கூரை போட்டு, கக்கூஸ் குண்டு வெட்டி, பைப் வெள்ளம் எடுத்ததெல்லாம் யாருடி? ஒங்கொப்பனா?"

"வைத்தியர் போட்ட மோதிரத்த விற்றுத்தானே எல்லாம் செய்திய?"

"அப்ப அந்த வைத்தியன கொண்டுவா! ஒரு நியாயம் பேசி முடிவு செய்யலாம். வைத்தியன் ஒத்தானாமே..."

"நான் கேப்பாரும், கேள்வியும் இல்லாத்தவா."

"ஒனக்கு ஆயிரம் மாப்பிளமாரு உண்டுடி. எனக்குத்தான் ஆரும் இல்ல. வசம்மா மாட்டிக்கிட்டேன். இப்ப தலைய வெளிய உருவமுடியாம தவிக்கிறேன்."

"அப்பன அடிச்சு கொன்னுட்டு ஆறாயிரம் ரூவாயும் எடுத்துட்டு அதுக்கப்பெறவும் என்ன அடிச்சா வெரட்டுதிய? நான் ஒங்க பெண்டாட்டியா கெட்டுபட்டு வந்தவதானே... வேற யாருமா? எனக்கு துரோகம் செய்யாதீங்கோ."

"நீ என்ன கரைஞ்சி விளிச்சாலும் இஞ்ச ஒண்ணும் எடுபடாது பாத்துக்க. அந்திக்கு வரும்ப ஒன்ன நான் காணப்பிடாது. நீ இங்க இருக்கப்பிடாது."

"நான் எங்க போவேன்?"

"சாவு!"

அவன் தூர ஒரு எறும்புபோல தேய்ந்தான். இருளியின் மனதில் யானைபோல இருள் கவிந்த சோகம் வந்து நிறைந்தது. தன்னை ஒதுக்கிவிடத் துடிக்கும் அவன் துடிப்பில் குடம் நொறுக்கியின் வார்த்தைகள் நினைவுக்கு வந்தன.

குமாரசெல்வா

"கொண்டோடியக் கொண்டு இருத்த வீட்ட எழுதிக் கேப்பான், குடுத்திராத."

"நான் எங்கெ போவேன்?"

"பயராத. பயந்தா அவனுக்கு நீ இரையாயிடுவ. பயமா இருந்தாலும் முகத்தில காட்டாத. அலட்சியமா இரு. அதுக்கு மேல எந்த ஆம்பிளையாலும் ஒரு பெண்ண ஒண்ணும் செய்ய முடியாது."

"அடிச்சா என்ன செய்யது?"

"அடிச்சாலா? ரோட்டில வா! நடந்தத நாலுபேருட்ட சொல்லிப் பாரு. ஒருத்தன் நியாயம் பேச வரமாட்டானா? அப்பிடி யாரும் வராட்டா ஒரு குண்டுவெடிச்சி இந்த ஒலகமே அழிஞ்சிபோவும் பாரு."

அவளும் அப்படித்தான் நினைத்தாள். ஆனால் அவனது ஆட்டத்திற்கு முன்பு தாக்குப்பிடிக்க முடியவில்லை. தளர்ந்து போகிறாள். அந்த அளவுக்கு அவன் பேசும் வார்த்தைகள் அவளைத் தீண்டுகின்றன.

சோறு காய்ந்து உலர்ந்த சிமெண்ட் தரையில் ஒரு துணிகூட விரிக்காமல் வந்து படுத்தாள். எவ்வளவு நேரம் கிடந்திருப்பாளென்று அவளுக்கே தெரியவில்லை. கண்களைத் திறந்து பார்த்த போது இருட்டியிருந்தது. எழும்பி விளக்கைப் போடக்கூடத் தோன்றாமல் அப்படியே சோர்ந்து கிடந்தாள்.

வாசலில் இரண்டு உருவங்கள் நிழலாடின. வழக்கமான சாராய வாசனையுடன் சேர்ந்து பிச்சிப் பூவின் வாசனையும் வரவே எழுந்து வந்து விளக்கைப் போட்டாள். வண்டாளமும், அவனுக்குப் பின்னால் ஒரு பெண்ணும் நின்றுகொண்டிருந்தனர்.

"என்னடி அப்பிடி பாக்கிற? பாயை எடுத்து விரி."

சொன்னவன் நிலைகொள்ளாமல் தடுமாறியபடி உள்ளே புகுந்து அவள் செவிட்டில் ஒரு அடி கொடுத்தான்.

"வீட வச்சிருக்கிய லட்சணமாடி இது? ஒரு பொம்பள இருக்கிய வீடுண்ணு ஆரெங்கிலும் சொல்லுவினுமா? தொறப்ப எடுத்து தாருடி!"

இருளி அறையை சுத்தம் செய்துவிட்டு பாயை எடுத்து விரித்தாள். அதில் முதலில் வந்து உட்கார்ந்த வண்டாளம் இடுப்பிலிருந்து ஒரு குவார்ட்டர் பாட்டிலை எடுத்து கீழே வைத்தான்.

குன்னிமுத்து

"நீ உட்காருடி, என் ராசாத்தி!"

இருளி அவளைப் பார்த்தாள். இவள்தான் கொண் டோடியா? முகத்தைப் பார்த்த போதே முழு லட்சணமும் தெரியவந்தது. அதற்குமேல் அவளால் நிமிரமுடியாமல் தலை கவிழ்ந்தாள்.

"என்ன அப்பிடி பாக்கிய? லட்சணமா இருக்கியா இல்லியா? எனக்கு ஏத்த ஜோடி."

"கொள்ளையில போன லட்சணம்."

மனதில் நினைத்தாள்.

"இனிமே இவாதான் எனக்க வம்சத்த விருத்திசெய்யப் போறா. ஒரு பய என்ன இனி மலடன்னு சொல்லமுடியாது. எந்தப் பயமவன் அப்பிடி சொல்லுவான்?"

வண்டாளம் எழும்பி நின்று அலம்பினான்.

"சோறு ஒண்ணும் வச்சேலியா?"

"இல்ல."

"ஏன்? மாப்பிள செத்துப் போயிற்றாண்ணு நெனச்சியா?"

கொண்டோடி, தான் கொண்டுவந்த பையிலிருந்து ஒரு பொதியை எடுத்து அவனிடம் நீட்டினாள். அதை வாங்கி கீழே வைத்தவன் என்னவென்று அவளிடம் வினவினான்.

"புறோட்டாயும், எறச்சியும்."

"பாத்தியாடி! இவதான் பெண்டாட்டி. நீயும் இருக்கியே சவம் போல. மாப்பிள்ளைக்கு என்ன வேணும்ணு அறிஞ்சி அறிஞ்சி செய்யா. என் செல்லம்... தங்கம்..."

"அய்யோ... விடுங்க, அவா பாக்கியா."

"அவா ஒரு மனுஷஜென்மமா? ஒணையும், மணையும் கெட்டவா. தேகத்தில கைவச்சதும் சீலைல மோளிய பொம்பள. இவளால ஒரு புள்ளைய பெத்து குடுக்க முடியுமாடி எனக்கு? மூணுமாசம் எனக்க வாழ்க்கையே இருண்டு போச்சேடி..."

அவன் சொல்லிக் கொண்டே பாட்டிலைத் திறந்து அப்படியே கொஞ்சம் மதுவை வாயில் ஊற்றினான்.

"ஒனக்கு வேணுமா தங்கம்?"

"நான் இப்பிடி குடிச்சமாட்டேன், வெள்ளம் கலக்கினாத் தான் குடிப்பேன்."

"ஏ சவத்து முண்டம், கிளாச எடுத்துவை. எல்லாம் ஒனக்கு நான் பள்ளீல பாடம் நடத்தியதுபோல சொல்லித் தரணும். ஒண்ணும் அறிஞ்சி செய்துராத..."

அவள் போய் ஒரு குப்பி கிளாசும் செம்பு நிறைய நீரும் கொண்டுவந்து வைத்தாள். தண்ணீர் சேர்த்துக் கொடுத்த மதுவை வாங்கிக் குடித்த கொண்டோடி பார்சலை அவிழ்த்து அவன் முன் வைத்ததும் வண்டாளம் ஒருதுண்டு இறைச்சியை எடுத்து அவள் வாயில் வைத்தான்.

"என் செல்லம் இல்லியா, தின்னு..."

"அவா பாக்கியா."

"பாக்கெட்டு, ஒனக்கென்ன?"

"பெறவு எனக்கு வயிறு வலிக்குமே..."

"அய்யோ, என் தங்கத்துக்கு வயிறு வலிக்குமா? இந்த வயிறுதானே?"

வண்டாளம் கொண்டோடியின் வயிற்றைத் தடவினான்.

"எக்கு பரியெடா இருக்கு."

"பரியெடா? அன்னா ஒரு முண்டம் சொணையில்லாம நிக்குது, ஒனக்கு பரியெடாட்டா இருக்கு."

"அவள வெளிய போவச் சொல்லுங்க."

"இருளி! வெளிய போ..."

"இருட்டா இருக்குது."

"இவா பெரீய பத்தினி, இருட்டெ கண்டிருக்கவே மாட்டா. வெளியே போடி."

"பயமா இருக்குது."

அவன் எழும்பி வந்து ஒரு உதைகொடுத்து அவளை வெளியே தள்ளினான். கதவு வழியாக விழுந்த வெளிச்சத்தின் தைரியத்தில் ஒரு அனாதையைப் போல வாசலுக்கு உள்ளே நடப்பதைப் பார்த்துக் கொண்டே நின்றாள்.

வண்டாளம் கொண்டோடியைத் தூக்கி பாயில் கிடத்தினான். அவளுக்கு ஒப்பம் படுத்தவாறு வலது கால் கொண்டு பாவாடையோடு சேர்த்து சாரியை உயர்த்தினான். இருளிக்கு மனசில் ஆவேசமும், சங்கடமுமாகப் புரண்டு எழுந்தது. மறுநொடி தளர்ந்து கீழே விழுந்தாள். தன்போக்கில் மயக்கந்தெளிந்து எழுந்தபோது கதவு அடைக்கப்பட்டிருந்தது. விளக்கும் அணைக்கப்பட்டது. எங்கும் பேரிருள்.

குன்னிமுத்து

தூரத்தில் நரியின் ஊளை அவளைப் பயங்காட்டியது. கதவைத் தட்டலாமா என்று யோசித்தவள், மறுகணமே அதனைக் கைவிட்டாள். வண்டாளம் அடித்து நொறுக்கி விடுவான். வடக்குப் புறமாக வந்தவள் ஜன்னலுக்கு கீழே தரையில் அமர்ந்து வீட்டுச் சுவரில் முதுகை வைத்துச் சாய்ந்தாள். அந்த கணமே உயிர்போனால் நல்லது எனத் தோன்றியது.

வீட்டினுள் இன்பக்களியாட்டத்தின் முனகலும், புரளலும் ஓசையாக வெளிப்பட்டுக்கொண்டே இருந்தன. இருள் தனது முரட்டுக்கரங்களால் அவள் கண்களை மூடினாலும் மனத் திரையில் காட்சி தோன்றியது. அவள் இருக்கும் இடத்திற்கு மேற்கே ஓலைகட்டி மறைக்கப்பட்ட செருவையில் ஒருநாள் கறுத்த நாயொன்று எங்கிருந்தோ ஒரு சொறி நாயைக் கொண்டு வந்து ஒதுக்கி நிறுத்திப் புணர்ந்தது. அவளுக்கு கல்லெடுத்து எறிந்து விரட்டத் தோன்றியது. ஆனால் புணர்ந்த நிலையிலே அந்த கறுத்த நாய் அவளைப் பார்த்துச் சீறியது. தன்னைக் கடித்து விடுமோ என்றெண்ணி பயந்தாள். கலங்கிச் சிவந்த அதன் சீற்றம் மிக்க கண்கள் நினைவுக்கு வரவும் எழுந்தாள். ஏதோ ஒரு வெறி அவளை எங்கோ நடத்திச் சென்றது. கற்றாளை வேலி வழிமறித்து செறுக்க, அப்படியே நின்றாள்.

சின்னவயதில் பாச்சாடி அவளை கற்றாளை ஒடிக்க கூட்டிச் சென்றிருக்கிறான். பள்ளியாடியில் காவதி ஒருவன் காற்றாளைப்பட்டு நெய்யும் தறிபோட்டிருந்தான். அவன் தும்பு நிலையத்திற்கு அப்பனும் மகளுமாக கற்றாளை ஒடித்துக் கொண்டு விற்பதற்குச் செல்வார்கள். மஞ்சள் நிறத்தில் பளிச் சென்று விளங்கும் கற்றாளைப் பட்டின் முன் அசல்பட்டு தோற்றுவிடும். தொகுதி எம்.பி. முதல் பல தொழிலதிபர்கள் வரைக்கும் அதைத்தான் அணிவார்கள். எனவே நல்ல காசுக்கு விற்றுவிட்டு வருவார்கள். பச்சைத் தாமரை போல படர்ந்து முட்கரங்களை விரித்து நிற்கும் கற்றாளையின் கூம்பு போன்ற பகுதியை ஒடித்து அடுக்கி தலையில் சுமந்துசென்ற பழைய நாட்கள் அவள் கண்முன் தோன்றி மறைந்தன.

பாச்சாடி அவளை என்னவெல்லாம் தொழில்கள் உண்டோ அவ்வளவும் செய்து வளர்த்தான். தனது இரத்தத்தை யும், கண்ணீரையும் குடிக்கக் கொடுத்தான். கடைசி காலத்திற்கு சேர்த்த ஆறாயிரம் ரூபாய் பணமே அவன் வாழ்வை முடித்தது என்பதை நினைத்ததும் அவள் வெறி இன்னும் அதிகமானது.

எல்லாம் எதற்காக? தனக்காக. தனது உடல் மீதுள்ள குறைக்காக என்ற அறிதல் வந்தபோது அவள் மூளையில் ஆயிரம் கருநாகங்கள் கொட்டியதுபோன்று போதை வயப் பட்டாள். கூம்பு வடிவில் கூரிய முட்களுடன் இரண்டு

கற்றாளைகளை ஒடித்தாள். இருகரங்களிலும் ஏந்தியவாறு நடந்து வந்து வேலியோரத்தில் அமர்ந்தாள். கால்கள் இரண்டை யும் எந்த அளவுக்கு அகலமாக விரிக்கமுடியுமோ அந்த அளவுக்கு விரித்தாள். இடதுகையால் பாவாடையைத் தூக்கி வயிற்றில் சொருகினாள். அவள் தொடை இரண்டும் பளிங்கு கடைசலைப்போல அந்த இருட்டிலும் வழவழத்தன.

பற்களை இறுகக் கடித்தவாறு இரண்டு கைகளாலும் ஓங்கி தனது பெண்குறியில் சதக்! சதக்! கென்று குத்தினாள். அவளுக்கு வலிக்கவே இல்லை. வேதனையைத் தின்றது அவள் துயரம். கைகள் வலித்ததும் மூடிய கண்களைத் திறந்தாள். இரத்தம் மடைதிறந்து கொப்பளித்துப் பாய்ந்து வந்தது. கைகளிலிருந்த கற்றாளை மொட்டுக்களைப் பார்த்தாள். குத்தின குத்தலில் முட்கள் வளைந்து ஒடிந்து போயின. தூக்கித் தூர எறிந்து விட்டு குதூகலித்தாள்.

"நான் வயசுக்கு வந்துட்டேன் . . . புளியமரங்களே! நான் வயசுக்கு வந்துட்டேன். அமாவாசையே! நான் வயசுக்கு வந்துட்டேன். பனைமரமே! நான் வயசுக்கு வந்துட்டேன். நாய் நரிகளே! நான் வயசுக்கு வந்துட்டேன் . . ."

அந்தக் காடும், வெளிகளும் அவள் குரலை சுமந்து சென்று எதிரொலித்தன. அவளுக்குப் பாடவேண்டும் போல இருந்தது. ஆனால் பாட்டு வரவில்லை. அவளுக்கு ஆட வேண்டும் போல இருந்தது. ஆனால் ஆட்டம் வரவில்லை.

அவள் நடந்து சென்ற பாதைகள் முழுக்க இரத்தம். பிசிறடித்த உயிர்த்துளி மரிச்சினி செடிகளில் இரத்தப் பனி வியர்வைகளைப் போல விடர்ந்திருந்தன. கலையங்களில் அக்கானி சிவந்திருந்தது. இருட்டு இரத்த நிறத்தை கறுக்கச் சிவக்க இன்னும் அடர்த்தியாக்கிற்று.

அவள் சிரித்தாள். ஆசை தீருமட்டும் சிரித்தாள். பெருகி வழிந்த இரத்தத்தைக் கண்டதும் சந்தோஷமாக சிரித்தாள். வலக்கையை அடியில் தேய்த்து முகர்ந்து பார்த்தாள். ஆதி மண்ணின் வாசம் கமழ்ந்து மணத்தது. அவள் தலைசுற்றியது. இன்பப் போதையின் மயக்கம் வசப்படுத்தியது.

மறுநாள் காலையில் வெளிக்கிறங்க கற்றாளை வேலி பக்கம் ஒதுங்கிய பெண்கள் இருளி மயங்கிக் கிடப்பதைக் கண்டனர். அவள் பாவாடை முழுவதும் திட்டு திட்டாக உறைந்தும் பச்சையுமாய் இரத்தம் வழிந்ததைக் கண்டதும் ஊர்முழுக்க, 'இருளி சடங்காயிட்டாள்' என்று தகவல் பறந்தது. அவள் மயக்கம் தெளியாமலிருப்பதைக் கண்ட சிலர் அரசு மருத்துவமனையில் கொண்டு சேர்த்தனர்.

டாக்டர் வெளியே வந்தார்.

"இவளக் கொண்டு வந்தவங்க யாரு?"

"நாங்கதான்."

காரியமாக நான்குபேர் முன்னால் வந்து நின்றனர்.

"இந்தப் பெண்ணுக்கு ஏதோ பாலியல் வன்முறை நடந்திருக்கு."

"வன்முறையா?"

"ஆமா! இதச் செய்தவன் நிச்சயம் நார்மலான மனுஷனா இருக்க முடியாது. அவன் ஒரு மனவியாதிக் காரனாத்தான் இருக்கணும்."

"மனவியாதிக்காரனா?"

"ஆரம்பகட்ட ட்ரீட்மென்ட் செய்தாச்சி. நோயாளி மயக்கந் தெளிஞ்சி உட்காந்திருக்கு. என்ன கேட்டாலும் பேசவே மாட்டேங்குது. நீங்க என்ன பண்றீங்கண்ணா, புதுக்கடை ஸ்டேஷனுக்குப்போய் உடனடியா இன்பார்ம் பண்ணுங்க. போலீஸ் கேஸ் ஆகாம தொடர்ந்து என்னால எதுவுமே செய்யமுடியாது."

"சரி டாக்டர், ஆட்டோ பிடிச்சிற்று வாரோம்."

அவர்கள் ஓடியே போனார்கள். அதற்குப் பிறகு அங்கே நிற்கவேண்டும் என்பது அவர்களின் தலையெழுத்தா என்ன? அந்த நான்கு பேர் வழியாக இருளி வயதுக்கு வராத தகவல் திரும்ப ஊருக்குள் பரவியது.

சில நிமிடங்களில் ஆஸ்பத்திரிக்கு போலீஸ் வந்தது. டாக்டர் தகவலைத் தெரிவித்திருந்தார். இருளிக்கு அப்போது ஸ்டீபனின் ஞாபகம் வந்தது. பாச்சாடியை அடக்கம் செய்யும்போது அவன் தோழர்களுடன் வந்திருந்து செய்த உதவிகள் நினைவுக்கு வரவே டாக்டரிடம் தெரிவித்தாள்.

"ஸ்டீபன் தோழரத் தெரியுமா?"

"ஓ... நல்லா தெரியுமே, அந்த வாத்தியார்தானே?"

"ஆமா, அவர ஒண்ணு வரச்சொல்ல முடியுமா?"

"சொல்றேனே."

ஸ்டீபன் வந்து விஷயத்தை அறிந்தான். அவனுக்கு வண்டாளம் மீது கோபங்கோபமாக வந்தது.

"நான் அண்ணைக்கே அவனுக்கு உபதேசம் சொன்னேன். கேக்காதது மட்டுமல்ல, வேற ஒருத்தியக் கொண்டும் வந்திருக்கானா?"

"ஆமா."

"நான் சொல்லியத கேளு, பாச்சாடி செய்து போட்ட அஞ்சிபவுன் நகை இப்ப எங்க இருக்கு?"

"எனக்கிட்டெ தான் இருக்கு."

"எங்க?"

"வீட்டிலெ."

"வீட்டிலேண்ணா, வண்டாளம் இப்ப இருக்கிய வீட்டிலெயா?"

"ஆமா."

"களவாண்டிருப்பானோ என்னவோ? நான் சொல்லியதக் கேளு, வண்டாளம் பேரில ஒரு கம்ப்ளெயிண்ட் கொடுப்போம். போலீஸ் என்ன கேட்டாலும் பாலியல் கொடுமை அவன் செய்ததாத்தான் சொல்லணும். சொல்லுவியா?"

"சொல்லலாம்."

"எண்ணா கொண்டோடியையும் கூட்டீற்று வேற எங்கெயாம் போவான். வீட ஒருகாலமும் அவம் பேருக்கு எழுதிக் குடுத்திராத. அது ஒனக்க தகப்பன் வீடு."

காவல் நிலையத்தில் நடந்த ஒத்துதீர்ப்பில் வண்டாளம் தனது சொந்தவீட்டில் கொண்டோடியுடன் இருப்பதாகவும், ஈயகுண்டு பாறை பக்கமுள்ள இருளியின் வீட்டில் செல்வ தில்லை என்றும், விவாகரத்துக்கு ஒத்துழைப்பதாகவும் ஏற்றுக் கொண்டான். அனைத்தும் ஸ்டீபன் கூறிய ஆலோசனை.

"தோழரே, நீங்க என்ன சொன்னாலும் கேக்கியேன். அந்த கேசமட்டும் வாபஸ்வாங்க சொல்லீடுங்களேன்."

வண்டாளம் கெஞ்சினான்.

"அதெல்லாம் முடியாது. தப்பு செய்தவனுக்குத் தண்டனை தேவை. அது வழமையா நடக்கட்டும்."

கொண்டோடிக்கு வண்டாளத்தின் மாடம் பிடிக்க வில்லை. அவள் அடிக்கடி அவனுடன் சண்டை போட்டாள். அதற்கிடையில் கருவுற்றதால் ஒருவேலையும் அவளால் செய்யமுடியவில்லை. இருளியின் வீட்டில் இருந்தாலாவது

அவளை வைத்து வேலை வாங்கலாம். இப்போது அதற்கும் வழி இல்லாமற் போய்விட்டது.

வண்டாளம் யோசித்தான். இருளிக்கு தான் நேரடியாக இல்லாமல் மறைமுகமாக யாரையாவது வைத்து ஒரு அதிர்ச்சி கொடுத்தால் அந்த இடத்தை விட்டு ஓடிவிடுவாள் என்று நினைத்தான். அந்த நபர் யாரென்று யோசித்த போது நடராசன் தான் முதலில் தெரிந்தான். அவனிடம் எல்லாவற்றையும் பேசி சம்மதிக்க வைத்து களத்தில் இறக்கினான்.

ஒருநாள் படுத்துக் கிடந்த இருளியின் கண்களில் வான மும், நட்சத்திரங்களும் தெரிந்தன. இதென்ன கோளாறு? என்று கூர்மையாகப் பார்த்தபோதுதான் யாரோ ஆஸ்பெட்டாஸ் ஷீட்டைக் கழற்றி எடுத்திருப்பது தெரிய வந்தது. முதலில் ஒருதலை எட்டிப் பார்ப்பது தெரிந்தது. அவள் கிடந்த நிலையிலிருந்து எழுந்து உட்கார பார்த்தாள். கால்கள் நீளவில்லை. கூரைக்கு மேலே வானளந்த திருமால் போல ஓர் உருவம் உயர்ந்து நின்றது. அவள் அவளையும் அறியாமல் அலறினாள்.

அதன் உடம்பில் பொட்டுத் துணிகூட இல்லை. முழு அம்மணக்கட்டையாகவே நின்றது. அவள் உட்கார்ந்ததும் கழிக்கோல் கம்பில் கைவைத்து கீழே குதித்த உருவம் குறுக்கே நின்று அவளை மறிக்கப் பார்த்தது. அதற்குள் கதவைத் திறந்து வெளியே இறங்கி ஓடிவிட்டாள். நட்டநடு இரவில் ஸ்டீபனைத் தேடி வந்து விஷயத்தைக் கூறினாள்.

“நடராசன் எனக்க வீட்டில உருவம் சாடினான்.”

“உருவம் சாடினானா? வசம்மா மாட்டீற்றான், விடப் பிடாது. நேரம் பாத்து இவனத் தீத்தா வண்டாளமும் திருந்து வான். இல்லாம சீர்பட மாட்டான்.”

ஸ்டீபன் இருளியின் வீட்டில் வந்து கூரையைப் பார்த்தான். அவனோடு வந்த போலீஸ்காரரும் அதனைக்குறித்துக் கொண்டனர். தூரத்தில் பச்சைநிறத்தில் துணிபோல எதுவோ தெரிந்தது. ஒரு போலீஸ்காரன் அதனை லத்திக் கம்புகொண்டு தூக்கியபோது அது ஒரு ஆணின் நிக்கர் என்பது தெரியவந்தது. அதன் பாக்கெட்டில் ஒரு ரூபாய் துட்டும் கிடந்தது.

“நடராசன் ஒரு பிளானோடதான் வந்திருக்கான்.”

“இருளி பிடிகுடுத்திருந்தாண்ணா காய்ச்சிப்போட்டுற்று பெய்ருப்பான்.”

“அவன் சாதனத்த தறிச்சணும்.”

வழக்கு ஆதாரங்களுடன் பதிவு செய்யப்பட்டது. நடராசன் கைதுசெய்யப்பட்டான்.

மத்தியில் சந்திரசேகரின் காபந்து சர்க்கார் இருபது எம்.பி.க்களை வைத்து நொட்டிக்கொண்டிருந்த நேரம். கலையனின் அரசு டிஸ்மிஸ் செய்யப்பட்டதால் நடராசனின் அரசியல் அழுத்தங்கள் எதுவும் எடுபடாமற் போயிற்று. இந்த நிலையில் ஸ்டீபன் அனைத்திந்திய மகளிர் சங்கத்தைக் களத்தில் இறக்கி ஆர்ப்பாட்டங்கள் நடைபெறச் செய்தான். அலை சுருட்டிய துரும்பைப் போல உருத்தெரியாமல் சிதறடிக்கப்பட்டான் நடராசன்.

பதினைந்து நாட்களுக்குப் பிறகு ஜாமீனில் வெளியே வந்தவன் உடம்பில் கறிக்கொழுப்பு வற்றி உப்புபோல உருகி இருந்தான். குடம் நொறுக்கிக்கு அவனைக் காணும்போது பரிதாபமாக இருந்தாலும் உள்ளுக்குள் சந்தோசமாகவும் இருந்தது. அவன் நினைத்ததுபோல எதையும் நடத்த ஸ்டீபன் விடவில்லை. அவன் மட்டும் தட்டாமல் கொட்டாமல் இருந்திருந்தால் நடராசன் சிதலைப்போல வானபரியந்தம் ஏறி மறிந்திருப்பான் என்று நினைத்துக்கொண்டான்.

ஸ்டீபன் இருளியைத் தனது வீட்டிற்கு கூட்டிக்கொண்டு போனான். தனது தாயிடம் அவளை சிலகாலம் அங்கு தங்க இடம் கொடுக்குமாறு கேட்டான். சுகந்திக்கு அவளை மிகவும் பிடித்துப்போனது. கூடமாட உதவி ஒத்தாசைகள் செய்தது மிகவும் தேவைப்பட்டதாக இருந்தது.

ஒருநாள் வீட்டிற்கு வெளியே நின்றுகொண்டிருந்தபோது ஜெபப்புரையில் ஆராதனை நடைபெறுவதைக் கவனித்தாள் இருளி. பொன்னையா பிரசங்கியார் இயேசுவின் பாடு மரணம் குறித்து பிரசங்கித்துக் கொண்டிருந்தார். அது அவளது உள்ளத்தை தொட்டது. அவளையும் அறியாமல் கால்கள் அங்கே கொண்டு சென்றன. அவள் கதறி அழுதாள். அவ்வாறு அழ அழ மனதில் இருந்த பாரங்கள் குறைவதை உணர்ந்து கொண்டாள்.

இருளி ஜெபப்புரைக்குச் செல்வதை அறிந்த ஸ்டீபன் அவளிடம் மாயைகளைக் கண்டு ஏமாறக் கூடாது என்று அறிவுறுத்தினான். அவன் பேசுவது அவளுக்கு முதலில் புரிய வில்லை. சுகந்தியும் தனது கணவனைக் குறித்து அவளிடம் எச்சரித்தாள். அந்த நல்ல மனிதரை ஏன் அவர்கள் இவ்வாறு கூறுகிறார்கள் என்பதும் அவளுக்கு விளங்க மறுத்தது. பிரசங் கியார் அவள் தலையில் கைவைத்து ஜெபித்தபோது தனக்குள் வல்லமை இறங்கி வருவதை அவள் கண்டுகொண்டாள்.

“உனக்கு நிறைய துன்பங்கள் இருப்பதாக ஆண்டவர் எனக்கு உணர்த்துகிறார்.”

“ஆமா, நான் கஷ்டத்தில சிக்கித் தவிக்கிறேன்.”

“நீ ஒரு பாவி என்பதை உணர்கிறாயா?”

“நான் யாருக்கும் எந்த பாவமும் மனசறிய செய்ததில்ல.”

“உன் முன்னோர் செய்த பாவமாக இருக்கலாம்.”

“என் தகப்பனார் என்னைவிட சாதுவானவர்.”

“நீ பிசாச வழிபடுபவளா?”

“இல்ல, பத்திரகாளிய வழிபடுபவள்.”

“அதுதான் பாவம். பத்திரகாளி, பிசாசு. ஒன்ன பிடிச்சி அலைக்கழிக்குது. இது மாறணும்ணா நீ நகையள கழற்றி காணிக்கை தரணும். முழுகிஸ்நானம் செய்து பரிசுத்தாவியின் நல்வரங்களைப் பெற்று அன்னிய பாஷை பேசணும். அப்பதான் ஒங் கஷ்டமெல்லாம் வெலகும்.”

பிரசங்கியார் பேசிக்கொண்டிருக்கும் போதே பின்னணியில் மெதுவாக ஊழியக்காரிகள் வசந்தாவும், சாராளும் பாடல் பாடினர். இருளியை அந்தப் பாடலும் வரிகளும் மெழுகுவர்த்தி போல உருகி வழியச் செய்தன.

நிந்தனைகள் போராட்டம் வந்தும்
நீதியின் தேவன் தாங்கினாரே
நேசர்கொடி என்மேல் பறக்க
நேசருக்காய் ஜீவித்திடுவேன்.

காக்கும் கரங்கள் உண்டெனக்கு
காத்திடுவார் கிருபையாலே.
அல்லேலூயா பாடல் பாடி
அலைகளை நான் தாண்டிடுவேன்.

நம்பி வா இயேசுவை.
இயேசுவை நம்பி வா.

அந்த சாயங்கால ஆராதனையில் தன்வசம் இருந்த ஐந்து பவுன் நகைகளை அவள் ஜெபப்புரைக்கு காணிக்கையாகக் கொடுத்தாள். அடுத்தநாள் தொட்டு வெள்ளை சேலை அணியத் தொடங்கி ஜெபப்புரை கூட்டங்களில் ஒழுங்காக வந்து கலந்துகொண்டாள். அவள் மனப்புண்கள் மீது ஆண்டவர் எண்ணெயில் முக்கிய மயிலிறகால் தடவுவதாக உணர்ந்தாள். அதன் பிறகு கர்த்தர் நல்லவர் என்பதை ருசித்துப்பார்த்தாள். எல்லாவற்றிலும் பொன்னையா பிரசங்கியார்தான் அவளை

புல்லுள்ள இடங்களில் மேய்த்து அமர்ந்த தண்ணீரண்டையில் வழிநடத்தினார்.

கடைசியில் ஒருநாள் கொட்டடித்து பாட்டும் பாடிக் கொண்டு கும்பலாக ஒரு கூட்டம் ஜனங்களுடன் அவளை தாமிரவருணி நதிக்கரைக்கு அழைத்துச் சென்றார். தலையைப் பிடித்து கோழிக்குஞ்சை அமுக்குவதுபோல நீரில் ஒரு முக்கு முக்கி எடுத்தார்.

"பாக்கிய மலர்! பிதா, குமாரன், பரிசுத்த ஆவியின் பெயராலே இந்த ஞானஸ்நானம் கொடுக்கிறேன். ஆண்டவர் உன்மேல் தனது கண்களை வைத்துப் பிரகாசிக்கப் பண்ணுவாராக... ஆமென்."

இருளி அதுமுதற்கொண்டு பெந்தேகோஸ்து காரியாக மாறினாள்.

போற்றி இந்த தடவை மிகவும் கவனமாக இருந்து சுந்தரியை அடையக் கருதினான். சுசீந்தரத்தில் தன்னை அவன் புறக்கணித்த சம்பவத்தைக் கூட எண்ணாத கிறக்கத்தில் அவள் இருந்தாள். அவன் விழைவை அவள் அறியவில்லை. தனக்கு பீரியட் என்றதும் ஏன் அவன் முற்றுப்புள்ளி வைத்து உடனே அனுப்பினான் என்பதை பேருந்தில் வைத்து ஒருதடவை எண்ணிப் பார்த்தாள். விரதம், பூசை என்று ஏதாவது காரணம் இருக்கும் என்பதாக நினைத்துக்கொண்டாள்.

இன்று அவளை செல்பேசியில் அவன்தான் அழைத்தான். நேரில் பேசுவதைக் காட்டிலும் நினைவில் அவனது அருகாமை இன்னும் உவப்பாக இருந்ததால் இரண்டொரு நாட்கள் அவனிடம் அவள் பேசவில்லை. போற்றிக்கு அந்த நாட்கள் பரபரப்பாக இருந்தன. அவள் தன்னை விட்டு விலகிச் சென்று விடுவாளோ என நினைத்துப் பதறினான். அவனே அவளை அழைக்கவும் செய்தான்.

"ஹலோ சுந்தரி, நலம் தானா?"

"ஆமா."

"சுகமில்லியோ? 'டல்'லா பேசறேளே."

"அப்பிடியெல்லாம் இல்ல."

"நான் என்னமோண்ணு நெனச்சி பதறிப் போயிட்டேன். ராத்திரி முழுக்க தூக்கம் போயிட்டுது."

குன்னிமுத்து

"எதுக்கு?"

"ஒரு சொப்பனம் கண்டேன்."

"என்ன சொப்பனம்?"

"அதை எப்படி சொல்வேன் சுந்தரி, நேக்கு தேகமெல்லாம் சிலிர்த்துட்டு நிக்குது."

"அவ்வளவு பயங்கரமான சொப்பனமா?"

"ஆமா, நேரில சொன்னாதான் பயம் நீங்கும்."

"நான் பக்கத்தில இருக்கணுமா?"

"நீ பக்கத்தில இருந்தாத்தான் நேக்கு அதப்பற்றி பேசவே வரும். நான் அந்த அளவு அப்செட் ஆயிட்டேன்."

"அய்யோ . . . பாவம்."

"குமாரகோயில் பக்கம் பிரம்மபுரம்ணு ஒரு சின்ன கிராமம் இருக்கு. அங்கெ எனக்குத் தெரிஞ்ச ஒரு வீடு இருக்கு. எம்மேல ரொம்பவும் அக்கறையுள்ள குடும்பம். அவாள் வீட்டிலெ ஒக்காந்து பேசலாம், நாளை வசதிப்படுமோ?"

"வரலாம். அம்மாகிட்ட என்ன சொல்லியது?"

"வேலைவாய்ப்பு முகாம்ணு சொல்லலாமில்லியோ?"

"கரெக்ட்!"

அவள் பேசிமுடிக்கும் முன்பே கிழவி, 'சுந்தரி . . .' என்று வீட்டுக்கு வெளியில் நின்று விளிப்பது கேட்டது. வழக்கமான பதறுதல் இல்லாத ஆழ்ந்த அமைதியில் அந்தக் குரல் ஒலிப்பது கேட்ட சுந்தரிக்கு ஏதோ புதிய விஷயம் போலத் தெரியவே, விரைவாகப் பேசிமுடித்துவிட்டு வெளியே வந்தாள்.

"அன்னா பாரு, அந்தப் பாம்பு செத்துக்கிடக்கு."

கிழவி காட்டிக் கொடுத்தாள்.

"எப்பிடி செத்துது?"

"தெரியல்லியே?"

"ஆரெங்கிலும் அடிச்சி கொன்னிருக்குமோ?"

"அப்பிடியும் தெரியல்ல. ஒடம்பிலெ ஒரு முறிவு இல்ல, எப்பிடி செத்துதோ?"

உடம்பு நீளக்கிடந்த அதனைப் பார்க்க விசனமாக இருந்தது சுந்தரிக்கு. வயிற்றினடியில் தூய வெள்ளைநிறமாகவும், தேகம் மினுப்புற்ற மஞ்சளாகவும் தெரிந்த பாம்பை நீண்ட

நேரம் மவுனமாகப் பார்த்துக்கொண்டிருந்த அவள் கண்கள் ஏனோ கலங்கின.

"துள்ளத் துடிச்ச திரிஞ்ச பாம்பு எப்பிடி செத்திருக்கும்?" அவள் கேட்டாள்.

"செல பாம்புவ தன்னத்தானே கொத்தி சாவும்."

"தற்கொலையா?"

"இல்ல."

"பெறவு?"

"சிலர் பாம்பு வராம இருக்கியதுக்கு வீட்டிலெயும், தோட்டத்திலேயும் பரல் உப்பு வாரி பரத்தி வச்சிருப்பினும். இது தெரியாத பாம்பு அதுமேல ஏறி ஊரம்ப அதுக்க தேகம் உப்பு பரல் குத்தி அறுத்து ரெத்தம் பாயும். பாம்புக்கு பெறவு புற்றிலெயோ, வெளியிலேயோ கெடக்க முடியாது. அதுக்க மேலு ஒக்க புண்ணாவீடும். புண்ணுக்க மேல எறும்பு வந்திருந்து அரிக்குமா, வேதனை பொறுக்க முடியாம தனக்க மேல பாம்பு தன்னத்தானே கொத்துமாம். அதிலெ வெஷம் பரவி செத்துப் போயிடும்."

"இதுவும் தன்னத்தானே கொத்தி செத்த பாம்பா இருக்கலாமா?"

"இருக்கலாம்."

"பாவம்."

குமாரகோயில் விலக்கில் இறங்கி நடந்தபோது முன்னர் கூறி இருந்தபடி பூகட்டும் கடையில் நின்றுகொண்டிருந்தான் போற்றி. அவளை முன்னால் நடந்துசெல்லும்படி கண்சாடை காட்டியவன் பத்துநிமிட நேர தாமதத்திற்குப் பிறகு தனது டி.வி.எஸ். – 50யில் அவள் நடந்துசென்ற ரோட்டில் கடந்து சென்றான். அவள் பின்னே நிறுத்தியவன் ஏற்றிக்கொண்டு விரைந்தான்.

அவள் முதன்முதலாக சட்டை இல்லாத அவன் தோளில் கை போட்டாள். அவள் கையில் கிடந்த தங்கவளையல் போற்றியின் பஞ்சு தேகத்தில் பதிந்தபோது அவனுக்கு அது கடுமையை உணர்த்திக் காட்டுவதுபோல இருந்தது. அவன் முதுகில் கிடந்த பூணூல் அவள் கையில் உரசியபோது செத்துக் கிடந்த பாம்பு அவளது சிந்தையில் பதிந்தது.

மலையிலிருந்து விரைந்து வரும் ஓடையின் தண்ணீர் தெள்ளத் தெளிவாய் ஓடிக்கொண்டிருந்தது. குறுக்குப் பாலத் தினருகில் வண்டியை நிறுத்தியவன் அவளை இறங்கச்

குன்னிமுத்து

சொன்னான். பாலத்திலிருந்து கீழே இறங்கி மறுகரையிலுள்ள வயல் வரப்பு வழியாக முன்னால் நடந்துசென்றவனைப் பார்த்து அவள் பின்தொடர்ந்தாள். வயல்கள் சூழ்ந்த நடுப் புறத்தில் ஒரு குளம் இருந்தது. குளத்தின் கரையில் ஒரு சிறுகோயில். அதன் ஒருபுற திண்ணையில் போற்றி உட்கார, எதிர் திண்ணையில்போய் சுந்தரி அமர்ந்துகொண்டாள்.

"சித்தெ நேரம் இருந்துட்டு போகலாம்."

"சரி."

"நேக்கு ரெண்டுநாளா மனசு சரியில்ல."

"என்ன செய்யுது?"

"என்னவும் சம்பவிக்கப் போவுதோண்ணு பயமா இருக்கு. மனசுக்கு ஒரு சங்கடம்."

"எனக்கும் அப்படித்தான் இருக்கு."

"அந்த சொப்பனம் கண்டதில இருந்து என்னாலே நார்மலா இருக்கவே முடியல்ல."

"அப்பிடி என்ன கண்டிய?"

"இரு, சொல்றேன். ஒரு பெரீய நல்லபாம்பு நெளிஞ்சு ஊர்ந்து வந்துட்டே இருந்தது. அதை ஒரு மஞ்சள் நிற சாரைப் பாம்பு எடுத்து விழுங்கிப் போட்டுது. இப்போ சாரைக்க வயிற்றுக்குள்ளால நல்லபாம்பு ஒரு குட்டி போலக் கெடக்குது. திடீர்ணு சாரைப்பாம்பு அதுக்க வாலை அதுவே விழுங்கித் தொடர்ந்து வரவர அழிஞ்சி, கடைசியில இல்லாமலே போச்சிது."

"அழிஞ்சி போச்சுதா?"

"போயிடுத்து."

"இது மாதிரி எங்க வீட்டிலெயும் ஒரு சம்பவம். நீங்க கண்டது சொப்பனம், நாங்க கண்டது நிஜம்."

"அப்படியா?"

"ஆமா. ஒரு பெரீய பாம்பு வீட்டு விளாகத்தில செத்துக் கெடந்தது. யாரும் அடிச்சு கொன்னது மாதிரித் தெரியல்ல. தன்னால செத்தது போல இருந்தது."

"இப்பிடி சொப்பனம் காண்கிறது ரொம்ப ஆபத்தாக்கும், கேட்டியா. மோசமான காரியங்களெல்லாம் சம்பவிக்கும்."

"அப்படியா?"

“ஆமா. இது ஒரு அறிகுறி மட்டும்தான். இதுக்குப் பின்னால பலாபலன்கள் நெறைய உண்டு.”

“எதுனால?”

“நாக தோஷம்!”

“அப்பிடீண்ணா?”

“எல்லா தோஷத்த போல இதுவும் ஒரு தோஷமாக்கும். ரொம்ப கஷ்டப்பட்டு இத நிவிர்த்தி செய்யலாம்.”

“தோஷம் கழிக்கலாமா?”

“கழிக்கலாம், ஆனா வேண்டாம்.”

“ஏன் வேண்டாம்?”

“அதுக்கு ஒன்னப்போல ஒரு கன்னிப் பொண்ணு வேணும். நேக்கு அதச் செய்யறதில இஷ்டமில்ல.”

“கன்னிப் பெண்ண வச்சி பூசை செய்யணுமா?”

“ஆமா.”

“நான் போதுமா?”

“போதும்.”

“அப்ப என்ன வச்சி பூசை செய்யுங்களேன். நமக்கு தோஷம் கழிஞ்சா போதுமே.”

“வேண்டாம்.”

“ஏன் வேண்டாம்?”

“ஒடம்பில அங்கங்க தொடவேண்டியதிருக்கும். மட்டுமல்ல, இந்த பூஜை நடத்தும்போது முன்னால உட்கார்ந்திருக்கிற கன்னிப் பொண்ணு ஒரே ஒரு துணியோட மட்டும் தான் இருக்கணும். ஒன்னால முடியுமா?”

“ஏன் முடியாது? நான் இருக்கலாம்.”

“கன்னி பூஜையில கை தாறுமாறா அங்கங்க படுமே, பொறுத்துக்குவியா?”

“இது ஒங்களுக்கான ஒடம்பு. இதுக்க மேல எல்லா உரிமையும் ஒங்களுக்குத்தான் உண்டு. எனக்கு ஒண்ணுமே இல்ல.”

சுந்தரி தனது இரண்டு கைகளையும் விரித்து மல்லாக்கப் படுத்தது மாதிரி தனது உடலை அவனிடம் அர்ப்பணிப்பது போல காட்டிக் கொண்டாள்.

அவன் தனது இடத்தைவிட்டு எழுந்தான். அவளை அப்படியே தழுவி எடுத்து அணைக்க வேண்டும் போல ஆசை கிளர்ந்தது. ஆனால் இடம் சரியில்லை. வழிப்போக்கர் நடமாடும் பகுதி என்பதால் கஷ்டப்பட்டு தன்னைக் காத்துக் கொண்டான். இனிமேல் பத்துநிமிட நேரம்தான். அந்த வீட்டை அடைந்ததும் எல்லாம் கவனித்துக்கொள்ளலாம் என்று கருதினான்.

வீட்டுக்கு முன்னால் கூடி இருந்தவர்கள் போற்றியைக் கண்டதும் எழும்பி வந்து வரவேற்றனர். அவர்கள் கூடி இருந்த பாங்கு அசாதாரண சூழலாக இருக்கவே போற்றி காரணம் தெரியாமல் அப்படியே நின்றான்.

"திருமேனி உள்ள வரணும்."

"இது யாரடா மகனே?"

"அம்மா நான் சொன்ன ஆட்கள் இவங்கதான். இந்தப் பிள்ளைக்கு ஒரு தோஷம். அதுக்கொரு பரிகாரபூஜை செய்ய வாக்கும் போற்றி நம்ம வீட்டுக்கு வந்திருக்காரு."

"அந்த பிள்ள கூட யாரும் வரல்லியா?"

"தெரிஞ்சவங்கதான்."

"என்ன தெரிஞ்சவங்களா இருந்தாலும் அம்மாயோ, அண்ணனோ கூட வரவேண்டாமோ?"

"போற்றி கடவுளப் போல, அவர நம்பாட்டா வேற யார அம்மா நம்பியது?"

அந்த வீட்டுக்காரன் அவர்களை ஒரு அறையைத் திறந்து உள்ளே அழைத்துச் சென்றான். அது ஓலைக்குடிசையாய் இருந்தாலும் அறை விஸ்தாரமாய் இருந்தது. தரை, சாணி போட்டு மெழுகப்பட்டிருந்தது. ஒருவித இயற்கையின் வசீகர மணம் அங்கே தவழ்ந்துகொண்டிருந்தது. போற்றி தோளில் கிடந்த பையைக் கழற்றித் தரையில் வைத்துவிட்டு அதிலுள்ள பொருட்களை எடுத்து களம் வரைவதில் மும்முரமானான்.

வீட்டிற்குள்ளிருந்து ஏழு அல்லது எட்டு வயதிருக்கும் சிறுமி ஒருத்தி வெளியில் ஓடிவந்து வாந்தி எடுத்தாள். நிறுத்தாத வாந்தி. அவள் குடலே வாய் வழியாக வெளியில் வந்து விழும்போல இருந்தது அந்த வாந்தி.

சுந்தரிக்கு அந்த சிறுமியைக் காண சங்கடமாக இருந்தது. அறையிலிருந்து வெளியே வந்து அவளை எட்டிப் பார்த்தாள். அவர்களின் முகம் பரிதாபமாக இருந்ததைக் கவனித்தாள்.

அவள் தங்களுக்காக இரங்குவதை அவர்கள் அறிந்ததும் பரஸ்பரம் ஒட்டுதல் ஏற்பட்டது.

“ஆஸ்பத்திரிக்குப் போகல்லியா?”

“தர்மஆஸ்பத்திரியில ஒரு வாரமா மருந்து வேண்டீற்று தான் இருக்கியோம், தீருதில்ல.”

“வேற டாக்டருட்டெ போவப்பிடாதா?”

அவர்கள் பரிதாபமாகப் பார்ப்பதிலிருந்து அதற்கான வசதி அவர்களிடம் இல்லை என்பதைப் புரிந்துகொண்டாள்.

“சுந்தரி, அங்க என்ன பார்க்கிறே? உள்ளவா!”

“அந்தப் பிள்ளைக்கு சுகமில்ல.”

“அது அவங்க பாத்துடுவாங்க.”

போற்றி இயற்கையான பொடிகளைக் கொண்டு களம் வரைந்து செந்தூரத்தால் நிறங்காட்டி பரபரக்க வைத்தான். அது மனஅளவில் பயமூட்டக் கூடியதாகவும் இருந்தது. சுந்தரி கையில் ஒரு வேட்டியைக் கொடுத்து ஒற்றை ஆடையில் வந்து அதன்மேல் அமருமாறு கூறினான்.

வீட்டுக்கு வெளியே அந்த சிறுமிக்கு கழிச்சலாய் இருந்தது. தென்னைமரத்தின் மூட்டில் யாரோ கொண்டுவந்து அமர வைப்பது தெரிந்தது. அவளைப் பார்க்க வேண்டும் போலவும் வந்தது. போற்றி சொல்வதற்கு கட்டுப்படவும் வேண்டும். ‘குப்’பென்று வீசிய துர்நாற்றத்தால் அவன் முகஞ்சுளித்து சங்கடப்பட்டான்.

“நேக்கு இந்த ஸ்மெல் அக்கிரமம் போல இருக்கு.”

“சிறுமிக்கு ரொம்பவும் சீரியஸ் போல இருக்கு.”

“அதுக்கு நமக்கென்ன?”

“எதாவது ஆஸ்பத்திரிக்கு கொண்டு போகப் பிடாதா?”

“அது அவாள் பாத்துடுவா.”

“கையில காசு இல்ல போல இருக்கு.”

“அவங்க கதை நமக்கெதுக்கு? வந்தமா, நம்ம வேலைய முடிச்சமா எண்ணு இருக்கணும்.”

“வயிற்றோட்டம் அதிகமா இருக்கு.”

“நோக்கு ஒண்ணும் இல்லியே?”

“அய்யோ, சிறுமி கொழைஞ்சிட்டா போல இருக்கு. கை காலு எல்லாம் தளர்ந்தாச்சி. என்ன விடுங்க. நான் போய் அவங்களுக்கு உதவி செய்யணும்.”

"ச்சே, இதென்ன தொல்லையா போச்சி?"

"நம்ம பூசைய இன்னொருநாள் வச்சிடலாம். அந்தப் பிள்ளைய காப்பாத்த முடியுமாண்ணு பாருங்க."

போற்றிக்கு கோபம் தலைக்கேறியது. கையிலிருந்த தருவைப் புல்லைத் தூக்கித் தூர எறிந்தான்.

"என்ன என்ன செய்யச் சொல்றே?"

"எதாவது பணம் இருந்தா கொடுங்களேன். நான் பிறகு தாரேன்."

"நேக்கிட்டெ யாது பணம்?"

சுந்தரி ஒரு முடிவுக்கு வந்துவிட்டாள். தனது கையில் கிடந்த வளையலைக் கழற்றினாள். ஒரு உயிரைக் காக்கத் தவறிய பொருள் தன்னிடம் இருந்து என்ன பிரேயோஜனம் என்று நினைத்தாள். அவர்களிடம் கொடுப்பதற்கு வெளியே புறப்பட்டாள்.

"எங்க போறேள்?"

"இதக் கொடுக்கப போறேன். எங்கெயும் நல்ல ஆஸ்பத்திரியில கொண்டு சேத்து உயிரு பெழச்சட்டும்."

"ஒனக்கு பித்துப் பிடிச்சிற்றா? அந்தப்பிள்ளைய கவனிக்க பெற்றோர் உண்டு. ஒனக்கெதுக்கு வீண் அக்கறை?"

அதற்குள் ஓங்கி எழுந்த அழுகைக்குரல் அந்தப் பகுதியையே உலுக்கியது.

"எங்கள விட்டுட்டு போயிட்டியே மக்களே ... பெத்த எங்களால ஒன்ன காப்பாத்த முடியாத பாவி ஆயிட்டோமடி ... எங்க தாயே, இந்தப் பாவம் எங்கள சும்மா விடுமா? எங்க உயிரு போகாம என்னத்துக்கு இருக்குது ..?"

சுந்தரி நிற்கமுடியாமல் நிலைதடுமாறினாள். மயங்கி அப்படியே பூமியில் உட்கார்ந்தாள். உலகமே அவள் கண்ணுக்கு முன்னால் இருண்டு போனது. தட்டுத்தடுமாறி எழுந்தவள் முற்றத்தில் தரையில் கிடந்த சிறுமியின் உடல் மீது வந்து விழுந்தாள். அவள் கையில் வைத்திருந்த வளையல் உருண்டோடி கீழே விழுந்தது.

"கையில பொருள வச்சிட்டு ஒன்ன காப்பாற்ற முடியாத பாவி ஆயிட்டேனே தங்கச்சி... இந்தப் பாவம் என்னத்தான் சும்மா விடாது. எனக்க உயிருதான் மொதல்ல போகணும்..."

யாரோ அவளைத் தூக்கி உட்கார வைத்தார்கள். தூரத்தில் நின்று கொண்டு போற்றி கை அசைத்து அவளை எழும்பி

வருமாறு கூப்பிட்டான். அவள் எதையும் கவனித்ததாகத் தெரியவில்லை. கொஞ்சநேரம் கூட நின்று பார்த்துவிட்டு அவளை விட்டுவிட்டு போற்றி சென்றுவிட்டான்.

கடுவாயிடம் தப்பி சிங்கத்தின் வாயில் விழுந்த கதை யாயிற்று பொன்னையா பிரசங்கியாரின் நிலைமை. ரெபேக்காள் வேடத்தில் வாழ்ந்த கத்திரி சுப்பையன் ஏற்படுத்திய அவப் பெயர் நீங்குவதற்குள் மகன் பெயரில் எழுதி வைத்த சொத்துக் களை அவன் எடுத்து பயன்படுத்தத் தொடங்கியது அவரை வேதனைக் குள்ளாக்கியது. அவர் மிகவும் தளர்ந்து போனார்.

ஜெபப்புரை அமைந்திருக்கும் அறுபதுசென்ட் பகுதி பிரசங்கியாரின் பூர்வீக சொத்தல்ல. அவர் தகப்பன் வழி கிடைத்தது வெறும் நான்குசென்ட் பூமி மட்டுமே. மீதி சொத்துக்கள் 'ஆண்டவரே! அன்னியர்களை எங்கள் வசம் ஒப்புவியும்' என்று ஜெபம் செய்து அதன்காரணமாக மனச் சிதைவு ஏற்பட்டவர்களும், நோய்வாய்ப்பட்டவர்களும் தானமாகவோ, ஒன்றுக்குப் பாதி விலை கொடுத்தோ விட்டுச் சென்ற பகுதி. இதுதவிர பிரசங்கியாரின் தகப்பன் தேவசகாயம் வைத்தியர் வாழ்ந்த பழைய வீடும், வைத்தியசாலையும் இரண்டரை ஏக்கர் நிலம் கொண்டதாகும். லோன் வாங்க வில்லங்கம் பெற்றபோது தகப்பனாரின் மொத்த சொத்துக்களும் தன்பெயரில் இருப்பதை ஸ்டீபன் தெரிந்துகொண்டான். பவுலோசை ரகசியமாக வரவழைத்து நாகர்கோயில் அழைத்துச் சென்று ஆசிரியர் ஒருவர் வீட்டில் வைத்துப் பேசினான்.

"பிரதர், சொத்தெல்லாம் எம்பேருக்கு மாறி இருக்கு. அப்பா திடீர்னு இந்த முடிவை ஏன் எடுத்தாருண்ணு நான் தெரியிலாமா? எதுவானாலும் வெளிப்படையா சொல்லுங்க."

"தோழருக்கு விஷயம் தெரியாதா? ஒங்க அப்பா இத எழுதி ரெண்டு மூணு வருஷம் ஆகுதே . . ."

"எனக்கு இப்பத்தான் தெரியும்."

"சொல்லவே இல்லியா?"

"அதுதான் என் கேள்வி. எதுக்கு இரகசியமா எம் பேருக்கு எழுதி வச்சாரு?"

"தோழர்! கத்திரி சுப்பையன்தான் எல்லாத்துக்கும் காரணம். உங்களுக்குத் தெரியுமா, ரெபேக்காள் என்கிற

பேரில அவன் கைவசமிருந்த முப்பதுசென்ட் பூமியும், இரண்டு மாடி கட்டிடமும் கூட இப்ப ஒங்க பேரிலதான் இருக்குது."

"பாத்தேன்."

"எனக்கு கூட ரெபேக்கா மேல கொஞ்சம் வருத்தம் இருந்தது. ஒண்ட வந்தவா மடத்த பிடுங்கீருவாளோண்ணுள்ள பயம். ஒங்க அப்பாட்டெ எடுத்து சொல்லீட்டே இருந்தேன். அவரு காதுகுடுத்து கேக்கிறதா இல்ல."

"பிறகு?"

"ஒருநாளு அவ சுயரூபம் வெளிப்பட்டது. 'டிரஸ்ட்' அமைக்கச் சொன்னபோது அந்த தந்திரத்தைப் புரிஞ்ச பெரசங்கியாரு தலைதப்பினா தம்புரான் புண்ணியம்ணு நெனச்சி ஒடனே கச்சேரிக்குப் போய் எல்லாத்தையும் ஒங்க பேரில எழுதிட்டாரு."

"ஓகோ?"

"மொதல்ல உயில் எழுதி வைக்கத்தான் நெனச்சாரு. பெறகு என்ன தோணிச்சோ என்னவோ, இஷ்டதானம் எழுதீட்டாரு."

"காலம், வேஷங்கள எல்லாம் கலைச்சிட்டே இருக்கு. ரெபேக்காள் சுப்பையன் ஆனது எப்படி தற்செயலா இருக்க முடியாதோ, அதுபோல பிரசங்கியின் சொத்து இப்போ தோழர் கையில வந்ததும் தற்செயல் அல்ல. இனி நடக்கப் போற விஷயங்களிலும் மனித முயற்சிகளும், நிகழ்ச்சிகளும் தான் பிரதானமா அமையப் போகுது பாருங்க பிரதர்."

அடுத்த சில மாதங்களில் மரிச்சினி விளையாகக் கிடந்த அந்தப் பகுதியில் மிகப்பெரிய கட்டிடங்கள் உயர்ந்தன. அருகில் ஓடும் தாமிரவருணியின் கிளை வாய்க்கால் நீரை பயன்படுத்தி காய்கறிகள் பயிரிடப்பட்டன. பள்ளியில் வேலை பார்க்கும் வெளியூரைச் சேர்ந்த ஆசிரியர்கள் தங்கும் விடுதி வாடகைக் கட்டணம் இன்றி வழங்கப்பட்டது. அதற்கான பணத்தை ஆசிரியர்கள் தங்கள் உழைப்பால் வழங்கினார்கள். 'கல்வி இயக்கம்' என்ற பெயரில் இலவச டியூஷன்களையும், 'தன்னார்வ பயிலகம்' உருவாக்கி அரசு பணிக்கு இளைஞர்களை உருவாக்கும் பணியையும் ஆசிரியர்கள் செய்தார்கள். மண்பாண்டம், வாழை இலை போன்றவற்றை பயன்படுத்தி சமையல் செய்து 'மக்கள் உணவகம்' நடத்தப்பட்டது. அந்த வளாகத்தில் யார் உழைப்பைத் தந்தாலும் அதற்கான பலன் அறிவாகவும், உணவாகவும் திரும்பக் கிடைத்தது. பணம் அதன் வழக்கையும், புழக்கத்தையும் இழந்த போதிலும் அதனோடு தொடர்பு

கொண்ட அனைவரும் தாங்கள் வெளியே செய்த பணிக்கு கிடைக்கும் சம்பளத்தில் பத்து சதவீதத்தை அதன் வளர்ச்சிப் பணிக்கு வழங்கினார்கள். மாதந்தோறும் மிச்சம் வரும் பணம் சரியாக பகிர்ந்தளிக்கப்பட்டு மூலதனம் தேங்கவிடாமல் அழிக்கப்பட்டது. பெரிய எழுத்தில் 'சிந்தனையாளர் மையம்' என்ற பெயரைத் தாங்கி நின்ற அந்த கட்டிடமும், அதன் வளாகமும் சுற்று வட்டாரத்தில் ரொம்ப தூரம் வரை எல்லாருக்கும் தெரிந்தது. பலரை அதன் நிழலில் அழைத்து வந்து வாழ்க்கையைப் புரியவைத்ததுடன் பலவற்றையும் கற்றுக் கொடுத்தது.

'சிந்தனையாளர் மையம்' தனது முதல் எதிர்ப்பை தந்தை வாயிலாக சந்திக்கும் என எதிர்பார்த்திருந்த ஸ்டீபனுக்கு ஏமாற்றமாக இருந்தது. பொன்னையா பிரசங்கியார் வாயைத் திறக்காமல் மௌனமாக இருந்தார். கட்சி தன்னை ஆதரிக்கும் என அமோகமாக எதிர்பார்த்தான். அவர்கள் அவனை எதிரி யாகப் பார்க்கத் தொடங்கியதுதான் ஏனென்று அவனுக்குப் புரியவில்லை.

வாழ்க்கையில் எதிர்பார்ப்பதெல்லாம் நிறைவேறிவிட்டால் எவ்வளவு அமைதியாக இருக்கும் என்று எண்ணினான் ஸ்டீபன். ஆனால் அத்தனை சுலபத்தில் நிகழவிடாமல் தடுக்கும் ஒரு சக்தி இருப்பதால்தான் மனித முயற்சியும், விடாப் பிடியான நம்பிக்கையும் தொடர்ந்துகொண்டிருக்கிறதோ என்று நினைத்தான். தபால்காரன் தந்துவிட்டுச் சென்ற கடிதத்தைப் பிரித்தபோது கட்சி விரோத நடவடிக்கைகளுக்காக தாலுகா செகரெட்டரியின் பரிந்துரை பேரில் மாவட்ட செயலாளர் தன்னை விசாரணைக்கு அழைத்திருந்த தகவல் தெரிந்தது. தான் எப்போது கட்சிக்கு விரோதமாக நடந்து கொண்டேன் என்று யோசித்துப் பார்த்தான் ஸ்டீபன். அவனுக்கு எதுவுமே விளங்கவில்லை.

நாகர்கோயிலில் கட்சி அலுவலகம் தென்னந்தோப்பு களுக்கு மத்தியில் ஒதுக்குப்புறமான இடத்தில் அமைதியாக இருந்தது. பின்னணியில் தாடை எலும்பை நீட்டியபடி பரபரத்த தோற்றத்தில் லெனின் படம் வரையப்பட்டிருந்த அந்த அறையில் கட்சியின் மாவட்ட செயலாளர் ராமேந்திரன் நாயர் வீற்றிருந் தார். தோற்றத்தில் ஒரு முறுக்கான் கடை வைத்துப் பிழைக்கும் சாதாரண மனிதனைக் காட்டிலும் தாண்டவமாடும் எளிமை. அவனை அரைக்கண்ணால் பார்த்தவர் சைகையால் உட்காரு மாறு பணித்தார். அந்த இறுக்கம் ஸ்டீபனை சங்கடப்படுத்தியது.

"ஸ்டீபன், கலெக்டரேட்ல ஒரு நிகழ்ச்சிக்கு போக வேண்டியதிருக்கு. ஒரு கமிற்றி நான் ஏற்படுத்தி இருக்கிறேன்.

தாலுகா செகரெட்டரி சந்திரசேனன் நாயரும் அதிலுண்டு. தனிப்பட்ட முறையில என்னோட எதாவது உனக்குப் பேச வேண்டியதிருக்கா?”

“இந்த விசாரணை எதுக்குண்ணு புரியல்ல.”

“அது கமிற்றி கூடி பேசும் போது விளங்கும்.”

“கட்சி விரோதமா நான் எதுவும் செய்யல்ல.”

“அது கமிற்றியில பேசவேண்டிய விஷயம். வேற எதாவது என்னோடு பேச உண்டுமா?”

“இல்ல.”

வாசலில் டிரைவரின் உருவம் நிழலாட மேசையில் தனக்கு முன்னால் இருந்த ஒரு டைரியை எடுத்து கக்கத்தில் இடுக்கிய வாறு வேட்டியை மடித்துக் கட்டிக்கொண்டு அறைக்கு வெளியே இறங்கி நடந்தார் ராமேந்திரன் நாயர்.

மாவட்ட செயலாளர் உட்கார்ந்திருந்த இடத்தில் வந்து அமர்ந்தார் சந்திரசேனன் நாயர். பின்னணியில் வரையப் பட்டிருந்த லெனினின் தாடி முல்லாவின் தாடியை ஞாபகப் படுத்தியது. நாயரின் முகம் மழுங்க சிரைத்த முகம். இதொன்றும் கருதாத ஸ்டீபனின் மனம் தன்மேல் ஏன் இந்த விசாரணை என்பதை மட்டும் இப்போது அறியமுற்பட்டதாக இருந்தது.

“ஸ்டீபன், மொதல்ல இருந்தே ஒங்க பிரச்சினை குறித்து பேசலாம் என்று நினைக்கிறேன்.”

“. . . . .”

“ஒங்க அப்பா திரு.பொன்னையா அவர்கள் கன்வென்ஷன் கூட்டம் நடத்தும்போது அவருக்கெதிராக துண்டுப் பிரசுரம் வினியோகம் செய்வதற்கு பார்ட்டியில பெர்மிஷன் கேட்டீங்க. ஒங்க தனிப்பட்ட விரோதமா பார்ட்டி கருதியதால அப்படி செய்யக்கூடாதுண்ணு சொன்னோம். அதுபற்றிய ஒங்க கருத்து என்ன?”

“இது வெறும் அப்பா – மகன் பிரச்சினை அல்ல. அப்படி பாக்கவும் கூடாது. என் கண்ணுமுன்னால ஏழைத் தொழிலாளர் களை கசக்கிப் பிழிஞ்சி தசமபாகம் வாங்கி கன்வென்ஷன் நடத்தும்போது அதற்கெதிரா மக்கள் சிந்தனைய தூண்ட வேண்டியது அவசியமா இருந்தது. அதத்தான் செய்ய நெனச் சேனே தவிர எனக்க நோக்கம் வேறு எதுவும் இல்ல.”

“கட்சி தடைவிதிச்சி அப்படி செய்யக்கூடாதுண்ணு ஆலோசனை கூறிய பிறகும் தனிப்பட்ட முறையில கொஞ்சம்

இளைஞர்களையும் சேர்த்துக்கொண்டு ஏன் ஆர்ப்பாட்டத்தில இறங்கினிய?"

"கட்சி பெயரை பயன்படுத்தவில்லை நான்."

"ஸ்டீபன், இது பொறுப்பில்லாத பதில். நீங்க கட்சியில பகுதிக்குழு உறுப்பினர். கட்சியின் கிளை உறுப்பான ஆசிரியர் சங்கத்தில் செயலாளர். தலைமைக்கு கட்டுப்படாமல் சுயமான பணிகளில் ஈடுபடமுடியாது என்கிற விஷயம் நீங்கள் அறியாததா என்ன?"

"தலைமைக்கு எதிரான எந்த வேலைகளிலும் நான் ஈடுபடவில்லை. இதை என் மனசாட்சியோடு சொல்கிறேன்."

"துண்டுபிரசுரம் நீங்கள் தனிப்பட்ட முறையில் வினியோகம் செய்தாலும் அதன் பாதிப்பு கட்சி மேல் தான் வந்து விழுந்தது. அது தெரியுமா உங்களுக்கு?"

"என்னால கட்சிக்கு பாதிப்பா?"

"ஆமா! திருவெட்டார் தொகுதியில நமக்கு விழவேண்டிய ஓட்டுக்கள எல்லா பெந்தெகோஸ்துகாரர்களும் சுயேட்சைக்குப் போட்டதால காங்கிரஸ் ஈசியா ஜெயிச்சுது."

"சுயேட்சை வேட்பாளர் பெந்தெகோஸ்தா இருந்ததால பெந்தெகோஸ்து ஓட்டுக்கள் அவனுக்கு விழுந்துது."

"குதர்க்கம் பேசவேண்டாம், நான் சுதந்திரத்துக்கு முன்னால உள்ள தேர்தலையே கண்டவனாக்கும். ஒங்க பதில் நத்திங் . . ."

அவரது குரல் அதட்டலாக விழுந்தபோது ஸ்டீபன் மௌனமாக இருந்தான். அதனை மெதுவாகப் புறப்பட்ட அவரது குரல் மீண்டும் கலைக்கப் பார்த்தது.

"ஸ்டீபன், நீங்க துண்டுபிரசுரம் வினியோகித்து பந்தலுக்குள் புகுந்து அரெஸ்டாகி வெளிய வந்துட்டிய. எப்படி வெளிய வந்திய? அந்த விபரம் உங்களுக்குத் தெரியுமா?"

"ஸ்டேஷன்ல கொண்டுபோய் பேரு, முகவரியெல்லாம் எழுதி எடுத்துட்டு விட்டினும்."

"அப்படியா? டி.ஆர்., ஸ்டேஷனுக்கு போன் பண்ணினாரு. கட்சி தலையிட வேண்டிதாப் போச்சி. அப்படி ஒரு நிலைய நீங்க உருவாக்கி வச்சிட்டிய."

"தோழர். ராமசந்திரன் இடைபட்டா வெளிவந்தோம்?"

"நீங்க வெளியிட்ட துண்டுப்பிரசுரம் இதுதானா?"

ஒரு ஃபைலை அவிழ்த்த சந்திரசேனன் அந்த பிரசுரத்தை எடுத்து உயர்த்திக் காட்டினார். 'பெந்தெகோஸ்து பக்தி மார்க்கம் – ஒரு சமுகப் புற்றுநோய்' என்ற பதினாலு பாயின்ட் கட்டித் தலைப்பு தூர இருந்தே பகட்டியது.

"இதே தான்."

"இதுக்கு கௌண்டரா அவங்க வெளியிட்ட துண்டுப் பிரசுரம் குறித்து தெரியுமா உங்களுக்கு?"

"தெரியாது."

"அரைவேக்காட்டுத் தனம்!"

ஃபைலிலிருந்து இன்னொரு துண்டுப்பிரசுரத்தை எடுத்து ஸ்டீபனின் கையில் தந்தார் சந்திரசேனன். அதில் 'கொழுந்து விட்டெரியும் கொரியத் திருச்சபை' என்று எழுதப்பட்டிருந்தது.

"வாசித்துப் பாருங்க."

தென்கொரியாவிலும், சீனாவிலும் கிறித்தவ சபைகள் எழும்பி கம்யூனிஸ்டுகளின் பிடியிலிருந்து மக்களை எவ்வாறு காப்பாற்றின என்று விரிவாக அதில் எழுதப்பட்டிருந்தன. இறுதியில் இந்தியாவிலும் அவ்வாறான மாற்றங்கள் நிகழ்ந்து ஸ்டீபன் போன்ற இளைஞர்கள் மனந்திரும்பி இயேசுவை சொந்த ரட்சகராக ஏற்றுக்கொள்ளுமாறு ஜெபிக்கவும், கொடுக்கவும் வலியுறுத்தி முடிக்கப்பட்டிருந்தது.

"ஆக, நீங்க கொழுத்திப் போட்ட ஒரு தவறுதலான தீக்கனல் நம்ம மேல திருப்பி வீசப்பட்டிருக்கு. இதுக்கு நாங்க பதில் எதாவது செய்யணும்ணு விரும்புகிறீர்களா?"

"ஆமா"

"கட்சி எதுவுமே செய்யல்ல. ஏண்ணா, மதம் ஒரு புனிதமான ஆயுதம். மக்கள் நம்பிக்கை சார்ந்த காரியங்களில் ஜாக்கிரதையாதான் ஈடுபடணும். நீங்க தாறுமாறா எறங்கி சொந்தம் போக்கில செயல்பட்டிருக்கிறிய. இப்போ புரியுதா நீங்க என்ன காரியம் பண்ணீட்டு வந்து உட்காந்திருக் கீங்கண்ணு."

"புரியுது."

"அடுத்த விஷயத்திற்கு வருவோம். கட்சியில இருக்கும் போதே 'சிந்தனையாளர் மையம்'ணு ஒரு அமைப்பை உருவாக்கி செயல்படுறீங்க. கட்சிக்கு அப்படி ஒரு அமைப்பே கிடையாது. பிறகு நீங்க எப்படி ஒண்ண உருவாக்கலாம்? செயல்படலாம்?"

"இது ஒரு பொதுஜன அமைப்பு."

“அது தெரியுது. ஒங்க கட்டிடம், ஒங்க சொத்து, ஒங்க உழைப்பு, ஒங்க பணம். தன்னார்வ குழு போல தனிநபரா நிண்ணு செயல்படறீங்க. கட்சிக்குள்ள இருந்துட்டு எப்படி நீங்க இதுபோல செயல்படமுடியும்ணு விளக்கம் கேட்கிறேன், சொல்லுங்க.”

“இது கட்சி சம்பந்தப்படாத காரியம்.”

“அப்ப பார்ட்டியில இருந்து வெலகுங்க.”

“அதெப்படி முடியும்?”

“இல்லேண்ணா எல்லாத்தையும் பார்ட்டிமேல எழுதிவச்சிட்டு வாங்க.”

“முழுநேரத் தொண்டனா இப்போ எல்லாம் நான் கெடையாது பாருங்க. அப்படி ஒரு தருணம் வந்தா நிச்சயம் அதை நான் செய்வேன். மறுபேச்சுக்கே இடமில்லை.”

“இறுதியாக உங்கள் தனிப்பட்ட ஒழுக்கம் சம்பந்தப்பட்ட கேள்வி. ‘சிந்தனையாளர் மையத்’தில ‘இருளி’ என்ற பெண்ணும் தங்குகிறாளாம். ஆசிரியர் மத்தியிலேயும், கட்சி உறுப்பினர்கள் மத்தியிலும் பரபரப்பாக இந்த விஷயம் பேசப்படுது. அதனால் தான் கேட்கிறேன்.

“அவங்க என்னைவிட ரொம்பவும் மூத்தவங்க. வேற யாரும், எங்க மையத்தில உள்ளவங்க அவங்கள தப்பான கண்ணோட்டத்துல பார்க்கல்ல, பழகல்ல. நானும் அப்படித்தான்.”

“இருக்கலாம். ஆனா இது சம்பந்தமா ஒங்க பள்ளிக் கூடத்தில ஏதோ பிரச்சினையாகி மேலிடம் வரைக்கும் விவகாரம் போயிருக்கே. இந்த நிலையில அந்தப் பொம்பிளைய நீங்க ஒங்ககூட தங்க வச்சது சரிதானா?”

“சிவம்பிள்ளைண்ணு ஒரு ஹெச்.எம். அவர் அந்த அம்மாவோட தவறா பழகமுற்பட்டிருக்கிறாரு. ஏற்கனவே அவங்களுக்கு குடும்ப பிரச்சினை. ஒரு பாதுகாப்பு கருதித்தான் எங்க பார்வையில தங்க வச்சிருக்கோம்.”

“சரி, ஒங்க விசாரணைய ஒரு அறிக்கை தயார் செய்து கொடுப்போம். அதன்பிறகு கட்சி முடிவெடுக்கும்.”

வெளியே இறங்கி நடந்த ஸ்டீபன் இருட்டி விட்டதை அப்போதுதான் உணர்ந்தான். அவனைக் கண்ட கட்சி ஊழியர்கள் வந்து நின்று பேசினார்கள். அந்த நிலையிலும் தோழமையின் நெருக்கத்தை உணர்ந்து கொண்டான். அதற்குப் பாதகம் வந்து விடுமோவென்று கவலைப்பட்டான்.

வண்டாளம் கொண்டோடியிடம் குடும்பம் நடத்தத் தொடங்கிய சிலநாட்களில் இருளி பொன்னையா பிரசங்கியின் ஜெபப்புரையிலேயே தங்கிவிட்டாள். ஸ்டீபனின் தாயார் சுகந்திக்கு ஆதரவானதொரு துணையும் கிடைத்தது. வீட்டு வேலைகளில் கூடமாட நின்று ஒத்துழைத்ததில் அவளுக்கு பரமதிருப்தி. தனது மகனிடம் இருளிக்காக சிபாரிசு செய்யு மளவுக்கு அந்த நட்பு நெருக்கமாகியது.

“மோனே, ஒனக்க பள்ளியில ஒரு வேலை இவளுக்கு பாத்து கொடுக்கப் பிடாதா? புண்ணியம் கிட்டும்.”

“என்ன வேலை வேண்டிக் குடுக்கச் சொல்லுதிய?”

“தூப்புக்காரி வேலையும் மதி.”

“பிள்ளையளுக்கு ரவ கிண்டிய கெழவி சோக்கேடு பற்றி இழுத்திழுத்து வந்து வேல செய்யுதா. அவளுக்கொரு துணையா இருப்பாளாண்ணு கேளுங்க.”

“இருப்பா.”

“நான் கேட்டுப் பாக்கிறேன்.”

அப்போது பள்ளிகளில் மதிய உணவுத்திட்டம் எதுவும் இல்லாத காலம். மிஷன் பள்ளிக்கூடங்களில் வெளிநாட்டி லுள்ள தன்னார்வ குழுக்களின் நன்கொடையாக ரவையும், மாவும் வரும். அதை எண்ணெய் தாளித்து கிண்டி ஏழைப் பிள்ளைகளுக்கு மதிய உணவாகக் கொடுப்பார்கள். கையில் ஒரு உருண்டைபோல ஒவ்வொருவருக்கும் கிடைக்கும். பிள்ளைகள் கால் வயிறு கூட நிரம்பாமல் மறுகிக் கொண்டு நிற்பதைக் காண ஆசிரியர்களுக்கு வருத்தமாக இருக்கும்.

ரவை கிண்டவரும் கிழவிக்கு சம்பளம் எதுவும் கிடையாது. பள்ளிக்கூடத்திற்கு வரும் வழியிலுள்ள விளைகளிலோ, வீடுகளின் பின்புறத்திலோ கிடக்கும் சுள்ளிக் கம்புகளையும், ஓலைப்பொடிகளையும் பொறுக்கி அடுப்பெரிப்பாள். பாடம் நடத்தத் தொடங்கும் நேரமாகப் பார்த்து தீமூட்டுக் குழலால் அடுப்பை ஊதி ஊதி கண்களில் நீர்வழிய மூக்கு சீந்துவாள். பள்ளிக்கூடம் முழுவதும் புகையால் நிறைந்து குழந்தைகள் தும்முவார்கள். ‘காலையில் குளித்துவிட்டு வந்து உட்கார்ந்தால் குந்திரிக்கம் சாம்பிராணியா புகைக்கிறே?’ என்று கேலி பேசுவார் தலைமை ஆசிரியர்.

பள்ளியில் மதியம் சாப்பிடும் பிள்ளைகள் நாளுக்கு நாள் அதிகரித்துக் கொண்டே வந்தார்கள். நாட்டில் வறுமை தாண்டவமாடத் தொடங்கியது. ஓரளவுக்கு வசதி படைத்த பிள்ளைகளிடம் இரண்டு பைசா முதல் ஐந்து பைசா வரை

கொண்டு வரச்சொன்னார் தலைமை ஆசிரியர். அதைக் கொண்டு வெளிமார்க்கெட்டிலிருந்து பொருட்களை வாங்கி உணவளிக்கப் பார்த்தார். அவரால் நிலமையை சமாளிக்க முடியவில்லை. இந்த நிலையில்தான் இருளி அங்கு வேலைக்கு சேர்ந்தாள். தலைமை ஆசிரியர் தற்போது பணமாக எதுவும் அவளுக்குத் தரமுடியாது என்று சொல்லிவிட்டார். ஸ்டீபன் ஒவ்வொரு ஆசிரியர்களிடமிருந்தும் எட்டணா வசூலித்து மாசம் ஏழு ரூபாய் அவளுக்கு சம்பளமாகக் கொடுத்தான்.

இருளி வேலைக்கு சேர்ந்த ஆறுமாச காலத்தில் நிலமை வேறானது. பள்ளிக்கூடம் சுற்றிலும் பப்பாளி மரங்களையும், பிறுத்திச் செடிகளையும் அவள் நட்டாள். அந்தப் பள்ளியில் ஒரு உடற்பயிற்சி ஆசிரியர் உண்டு. கால்பந்தின் காற்றைத் திறந்துவிட்டு தலையணையாகப் பயன்படுத்திக் கொண்டு எப்போதும் அறைக்குள் தூங்குவார். பிள்ளைகள் வந்து அவரை எழுப்பினால், ‘பெய் ஆடும் புலியும் விளையாடுங்கவிலே’ என்று விரட்டுவார். அந்தப் பிள்ளைகளை அழைத்துக் கொண்டு போய் மிஷன் வீட்டுக் கிணற்றில் தண்ணீர் மொள்ளச் செய்து வளர்த்தி எடுத்தாள். கொய்யா மரங்களையும், சேம்பக்காய் மரங்களையும் நட்டாள். மரச்சீனியை ஊடுபயிராக நட்டு களையெடுத்தாள். பள்ளிக்கூடத்தின் சுற்றுப்புறங்கள் இருளியின் வரவால் வறட்சியின் பிடியிலிருந்து நீங்கப்பெற்று பசுமை கொழித்தன.

அடுத்த சில ஆண்டுகளில் அதன் பயன் வெளிப் படையாகத் தெரிந்தது. பழங்களும், கிழங்குகளும் பசித்த அவர்களின் வயிறுகளை நிரப்பின. இருளி விதைத்தவைகளை அறுவடையாக்கியவர் தலைமை ஆசிரியர் சிவம்பிள்ளை என்று சொல்லலாம். மாநிலம் முழுவதும் அவரது பெயர்தான் அத்தனை முயற்சிகளையும் குறிப்பிடப்பட்டு அறியப்பட்டது. சிறந்த ஆசிரியருக்கான விருதுக்கு அவரது பெயர் சிபாரிசு செய்யப்பட்டிருந்தது.

ஒருநாள் மதியம் உணவு பற்றாக்குறையாக இருந்தது. சற்று வளர்ந்த மாணவர்கள் பசியைப் பொறுத்துவிட்டு சிறுவர்களுக்கு அளிக்குமாறு இருளி கேட்டுக்கொண்டாள். சிறுவன் ஒருவன் தனது அலுமினிய பாத்திரத்திலிருந்த உணவை எடுத்து வளர்ந்த பையன்களுக்கு அளிப்பதைக் கண்டாள். அவனது செயல் சாடிமறிந்து உணவைக் கைப்பற்றும் பிள்ளை களுக்கு நடுவில் வித்தியாசமானதாக இருந்தது.

அதுமுதல் அந்தப் பையனை அவள் குறிப்பாக கவனிக்கத் தொடங்கினாள். கியூவில் முண்டியடித்து வாங்க முடியாத

குழந்தைகள், பெண் பிள்ளைகள், ஊனமுற்றவர்களுக்குத் தனது பங்கை வழங்கி விட்டு அவன் பசியோடு சென்றான். இருளிக்கு அவனை மிகவும் பிடித்துப் போய்விட்டது.

"பிள்ள, ஒனக்க பேரு என்ன டேய்?"

"தினேஷ்."

"அப்பா பேரு?"

"தங்க நாடான்."

"என்ன வேலை செய்யாரு?"

"கோயில்ல பூசாரி."

"எந்தக் கோயில்?"

"அம்மன் கோயில்."

"ஓ... அந்த கறுத்த ஆளுதானே?"

"ஆமா."

"அவருக்க மகனா நீ?"

சில நாட்களாக தினேஷ் மதிய உணவுக்கு வராமல் வகுப்பிலேயே இருந்துவிடுவதைக் கவனித்த இருளி அதற்கான காரணம் என்னவென்று அறியாமல் தவித்தாள். கூடப்படிக்கும் பிள்ளைகளிடம் கேட்டு விடுவதென்று முடிவு செய்தாள்.

"அந்தப் பிள்ள மட்டும் ஏன் சாப்பிட வரல்ல. அவனுக்கு சுகமில்லையா?"

"சுகமாத்தான் இருக்கான்."

"பின்ன எதுக்கு டேய் அவன் சாப்பிட வராம இருக்கான்?"

"அவனுக்கு ஒரு நிக்கறும் சட்டையும் தான் உண்டு. நிக்கர் நாலு நாளுக்கு மின்ன கிழிஞ்சி போச்சி. எழும்பி நடந்தா கேவலம்ணு வகுப்பில அப்பிடியே உக்காந்திருக்கிறான்."

இருளிக்கு இதயம் கனத்தது. இவ்வளவு நல்லகுணம் படைத்த பையன் உடல் மறைக்க எடுக்கும் சிரமத்தை எண்ணி கவலைப்பட்டாள். அவனை அறியாமல் மறைந்து நின்று கவனிக்கத் தொடங்கினாள்.

வகுப்பிலுள்ள எல்லா மாணவர்களும் சென்றபிறகு அவன் எழுந்தான். திரும்பும்போது பின்புறத்தைக் கவனித்தாள். இட்டிலி தட்டின் அடிப்பாகத்தைப்போல தள்ளி நின்ற இருபகுதி களிலும் கிழிந்து பெரிய ஓட்டை. உள்ளே வாழைமரத்தி லிருந்து கரிஇலை எடுத்து உடல் வெளியே தெரியாதவாறு மறைத்திருந்தான்.

இருளியின் மனதில் ஓர் எண்ணம் உதித்தது. நேரே ஆக்குப்புரை நோக்கி விரைந்தாள். ரவையும், கோதம்புமாவும் கொண்டுவரும் துணிச்சாக்கு மூலையில் கிடந்தது. இரண்டு மூன்று சாக்குகளைப் பொறுக்கியவள் சந்தைப் பக்கம் வந்தாள்.

“தையல்காரரே, இந்தத் துணியில ரெண்டு ஜோடி நிக்கறும், சட்டையும் தச்சித் தரணும்.”

“யாருக்கு?”

“அளவு தானே?”

“ஆமா.”

“ரெண்டாங்கிளாசில படிச்சிய பையனுக்கு.”

“எட்டணா ஆவும்.”

“கொஞ்சம் கொறச்செடுத்து போடணும்.”

“கொறச்சித்தான் போட்டிருக்கு.”

“இன்னா நாலணா இருக்கு, வச்சிடணும்.”

“மிச்சம்?”

“ஓய் இம்புடுதான் எனக்கிட்டெ இப்ப இருக்கு. ஒரு மாசத்துக்குள்ள தந்திடுவேன் பாரும்.”

“நீ தரண்டாம்.”

“ஏன்?”

“ஒரு ஒதவி எண்ணு நெனச்சிக்க.”

“எனக்கு ஆரும் ஒதவண்டாம்.”

“ஒனக்கில்ல, படிச்சிய பயலுவளுக்காக்கும் ஒதவி.”

“அப்ப செரி.”

தைத்த துணிகளை வாங்கச் செல்லும் போதுதான் இருளிக்கு டெய்லரின் உதவிக்கான இரகசியம் தெரிந்தது. மூன்று சாக்குப் பைகளைப் பிரித்து இரண்டு ஜோடி நிக்கறும், சட்டையும் கடித்துப் பிடித்து தைத்துவிட்டு மிச்சம் பிடித்த துணியில் ஒரு ஜோடி சட்டையும், நிக்கறும் தைத்து விற்பனைக்குப் போட்டிருந்தார். கீழே ‘மூன்று வயது சிறுவனுக்கான ஆடை’ என்று எழுதப்பட்டிருந்தது.

இருளி ஒன்றும் பேசாமல் வாங்கினாள்.

“இன்னும் இதுபோல இருந்தா கொண்டுவா. பைசா கொறச்சி தச்சித் தரலாம்.”

டெய்லர் கூறினார். அவள் மனதில், 'இன்னும் வெட்டி எடுத்து விற்று காசு பார்ப்பேன்' என்பதுபோல அந்த வார்த்தைகள் ஒலித்தன. மெதுவாக சிரித்துக் கொண்டாள்.

தினேஷ் அவற்றை வாங்கி அணிந்து கொண்டான். காலர் பக்கம் சாக்குப் பையில் எழுதப்பட்டிருந்த வார்த்தைகள் சட்டையில் பதிந்திருந்தன. தைக்கும் போது உட்பக்கம் ஆக்கி தைக்க எவ்வளவோ முயன்றும் டெய்லர் அடைந்த தோல்வி அது. பையன்கள் தினேஷை 'நியூஸ் பேப்பர்' என்று வட்டப் பெயர் சூட்டி விளித்தனர்.

தலைமை ஆசிரியர் சிவம் பிள்ளை யோசித்தார். இதையும் தனக்கு சாதகமாக்க கருதினார். சாக்குப் பைகளை கவனமாக சேகரித்தவர் உடைகளாக தைத்து மாற்றி எல்லா மாணாக் கரையும் அணிய வைத்தார். அவரது போதாத நேரமோ என்னவோ அந்த வருடமே சீருடை திட்டத்தை முதலமைச் சராக இருந்த காமராசர் அறிமுகப்படுத்தினார். சிவம் பிள்ளை சலித்தவரா என்ன? காமராசருக்கு இந்த திட்டத்திற்கான ஐடியா கொடுத்ததே நான்தான் என்று முதலில் மார் தட்டினார். யாரும் பொருட்படுத்தாததால் காமராசருக்கு முன்பே தமிழகத்தில் முதன்முதலாக இலவச சீருடை திட்டத்தை அறிமுகப்படுத்தியது நான் தான் என்று சொல்லிப் பார்த்தார். என்ன செய்து பார்த்தும் ரிட்டையர்டாகும் வரை அவருக்கு 'நல்லாசிரியர் விருது' கிடைக்கவில்லை என்பது வாழ்க்கையில் மிகப்பெரிய துர்பாக்கியம்.

இருளி, கிழவியான போது ஒருநாள் நான்கு நாய்கள் அவளை சுற்றி வளைப்பதாக கனவு கண்டாள். அதில் ஒரு நாயின் முகம் சிவம் பிள்ளையைப் போல இருப்பதை உணர்ந்தாள். அந்த நாய்தான் அவளைப் பார்த்து அதிகமாக நாக்கில் நீர் ஒழுக வழிந்து நின்றதும், தொல்லை செய்ததும் ஆகும். அதன் துன்புறுத்தல் அருவருப்பாக மட்டுமல்ல அசிங்கமாகவும் இருந்தது.

மேசைக்கு கீழே சில்லறை நாணயங்களைப் போட்டு விட்டு இருளியை விளித்து குனிந்து எடுக்கச் சொல்வார். அத்தனையும் பொறுக்கிவிட்டு நிமிரும் அவள் முகம் குப்பென வியர்த்திருக்கும். மெல்ல மனசை நாடி பிடித்துப் பார்ப்பார். எதுவும் புரியாமல் தலைகுனிந்தபடி நிற்கும் அவள் காதில் விழும்படியாக மட்டும் பேச்சில் கேட்பார், 'சில்லறை நன்றாக இருந்ததா?' என்று. 'த்தூ ...' எனக் காறித்துப்பத் தோன்றும். ஆனால் அப்படி எதுவும் செய்யமாட்டாள் என்பது அவரது தைரியம்.

ஒருநாள் சனிக்கிழமை மதியம் பள்ளியில் யாரும் இல்லை. தலைமை ஆசிரியர் சாப்பிட்டுக் கொண்டிருந்தார். ஆக்குப் புரையில் நின்ற இருளியை விளித்து வெற்றிலை வாங்கி வருமாறு கூறினார். காசு தனது வேட்டிச் சுருட்டில் இருப்பதாகவும், அதை எடுக்கும்படி திரும்பி உட்கார்ந்து வசதியாக காட்டினார். அவள் அவிழ்த்ததும் காசுக்குப் பதில் சீறியெழுந்தது நாகம். பயத்தாலும், அருவருப்பாலும் நடுங்கியவள் அந்த இடத்தை விட்டு உடனே அகன்று விட்டாள். திகில் உடல் முழுதும் பரவியது.

அன்று இரவு படுத்திருந்தபோது அவளுக்கு மூச்சுமுட்டி இழுப்பு வந்தது. தனது வீட்டைச் சுற்றிலும் பாம்புகள் நடமாடுவதுபோல இங்கேயும் வந்துவிடுமோ என்று நடுங்கினாள். அவள் மறுக்கத்தை யாரிடம் சொல்லி ஆறுதல் காண்பதென்று தெரியவில்லை. 'சிந்தனையாளர் மையத்'தில் அடைக்கலம் தந்த ஸ்டீபன்தான் தற்போது தனக்குள்ள ஒரே நம்பிக்கை. அவனிடம் இதெல்லாம் பேசமுடியுமா? பேசமுடிந்தாலும் தன்னால் அதனை எவ்வாறு வெளிப்படுத்த முடியும்? அவளால் மீள்வதற்குரிய வழியை அறியமுடியவில்லை. இனிமேல் தலைமை ஆசிரியர் அழைத்தால் அவர் தனியாக இருக்கும்போது செல்லக்கூடாது என்று கருதியவள் மனங் குழைந்தாள்.

அடுத்தநாள் சாயங்காலம் பள்ளிக்கூடம் விட்டு பிள்ளைகள் எல்லாரும் சென்ற பிறகு இருளி வெளியே வந்து மரம் செடி கொடிகளைப் பராமரித்துக்கொண்டிருந்தாள். பையன்கள் ஒவ்வொருவரும் ஒருபை நிறைய சாணி கொண்டு வரவேண்டும் என்று கேட்டிருந்தாள். எல்லா மாணாக்கர்களும் கொண்டுவந்து குவித்திருந்த உரத்தை வாரி செடிகளின் மூட்டில் வைத்துக்கொண்டு நின்றவளைப் பார்த்து தலைமை ஆசிரியர் வெளியே வருவதைக் கவனித்தவள் மண்வெட்டியை ஒரு மரத்தின் மூட்டில் ஒதுக்கி வைத்துவிட்டு மெதுவாக ஆக்குப் புரைக்குள் சென்று பதுங்கினாள். வாசலில் திடீரென நிழலாடுவதை உணர்ந்தவள் எழுந்து நின்றாள். தலைமை ஆசிரியர் அவள் அருகில் வந்தார்.

"இத வச்சிக்க."

அவர் கையில் பத்துரூபாய் நோட்டுத்தாள் இருந்தது.

"எதுக்கு?"

"சும்மா ஒரு இதுக்குத்தான்."

"எனக்கு வேண்டாம்."

குன்னிமுத்து

“அப்பிடி சொல்லப்பிடாது.”

கூறிக்கொண்டே அவள் வலது கையைத் தனது இடது கையால் பற்றிக்கொண்டு ஜெம்பர் வழியே கைவிட்டு பணத்தை உள்ளே வைத்தார். அவளுக்கு பாம்பு உடலில் புகுந்தது போல உதறலெடுத்து விறைத்தது. திரும்பி நின்று கை நுழைத்து எடுத்த ரூபாய்த் தாளைத் தூக்கி வீசி எறிந்தாள்.

“உதாசீனப்படுத்தீட்டியே . . .”

“எனக்கு இதெல்லாம் பிடிக்காது.”

“ஏன் பிடிக்காது?”

“. . . . .”

“பயமா?”

“. . . . .”

“நீ பயப்படவே தேவை இல்லை. ஒனக்கு ஒண்ணும் ஆவாது.”

அவர் திரும்பவும் அவளை நெருங்கி தோளில் கை வைத்தார். விலகி ஓடி வெளியே வந்தவள் திரும்பிப் பார்க்காமல் நடந்தாள்.

மறுநாள் பள்ளிக்கூடம் வந்தபோது ஆக்குப்புரையில் இன்னொரு பெண் நின்று வேலை செய்வதைக் கண்டாள். தான் உள்ளே செல்வதா, வேண்டாமா என்று யோசித்தவாறு நின்றபோது தலைமை ஆசிரியர் அவளை உள்ளே வருமாறு அழைத்தார். அவருக்கு முன்னால் இருந்த இருக்கையில் ஸ்டீபன் உட்கார்ந்திருப்பதைக் கண்டதும் இருளிக்கு சற்று நிம்மதி வந்தது. மனதில் தைரியம் ஏற்பட்டது.

“இங்க பாருங்க ஸ்டீபன், நீங்க சொன்னதினாலத்தான் இவளுக்கு நான் ஒரு மனிதாபிமான அடிப்படையில் வேலை போட்டுக் குடுத்தேன். இப்ப என்னண்ணா, இவ வேலைல எனக்கு திருப்தி இல்ல.”

“என்ன சார் சொல்லுதிய, இவங்க வேலைல திருப்தி இல்லையா? பள்ளிக்கூட வளாகம் பச்சையா இருக்குதுண்ணா இவங்கதானே சார் அதுக்கு காரணம். முன்னால எப்படி இருந்துதுண்ணு ஒங்களுக்குத் தெரியாதா என்ன?”

“அதுனால என்ன? சொல்லிய காரியங்களுக்கு ஒரு கீழ்ப்படிதல் இல்லியே? அதுதான் இப்ப பிரச்சினை.”

“அப்பிடி என்ன கீழ்ப்படியாம இருந்தாங்களோ?”

"நேற்றைக்கு சாயங்காலம் பாருங்க, வகுப்பறைகள அடைக்காம தெறந்து அப்பிடியே போட்டுட்டு பெய்ற்றாங்க. பெறகு நானாக்கும் அடைச்சி மூடினேன்."

"அப்படியா?"

"ஆமா."

இருளி தலையாட்டினாள்.

"ஏன் அப்படி போனிய?"

". . . . ."

"ஒங்களுக்கு இங்க வேலை பாக்கப் பிடிக்கல்லியா?"

". . . . ."

"சரி சார், ஒருமாச சம்பளத்தை முழுசா கொடுத்து அனுப்புங்க. அவங்களுக்கு வெளிய சொல்லமுடியாம ஏதோ பிரச்சினை போலத் தெரியிது. நான் வேற எங்கெயாவது நல்லதா ஒரு வேலை கெடைக்குமாண்ணு பாக்கியேன்."

தலைமை ஆசிரியர் மேற்கொண்டு எதுவும் வாதிடாமல் ஒருமாச சம்பளத்தை அப்படியே கையில் கொடுத்தார்.

"சார் இதைவிட நல்ல வேலை வேற எங்க அவளுக்கு கிடைக்கப்போகுது? நான் சொல்லி கீழ்ப்படியாதவங்க வேற யாருடைய சொல்லுக்கு கட்டுப்படுவாங்க?"

இருளி ரோட்டில் இறங்கி நடந்தாள். சந்தையைத் தாண்டி பேருந்துநிற்கும் இடத்திற்குச் செல்லவேண்டும். குறுக்கு வழியாக சந்து ஒன்றின் வழி கடந்தபோது ஒரு கூட்டம் மக்கள் ஒருவனைச் சுற்றி நிற்பதைக் கவனித்தாள். அப்படி என்ன அங்கே நடக்கிறது என்று கவனித்தபோது ஒருவன் ஒரு நீண்ட பாம்பை வாலில் பிடித்து தூக்கி உயர்த்தி வாய்க்குள் விட்டு விழுங்கிக் காட்டினான். பிறகு அப்படியே வெளியே தூக்கி எடுத்தான். இருளிக்கு ஓங்காளமாய் வந்தது. ஓடையில் குத்தியிருந்து வாந்தியெடுத்தாள்.

அவள் முதலிரவின் போதும் இப்படித்தான் வாந்தியெடுத்தாள். வண்டாளம் அவள் விருப்பத்தையும் மீறி அவ்வாறு நடந்துகொண்டான். அந்த சமயத்தில் அவன் வேறு குடித்திருந்தான். அந்த வாடையும் அவளுக்கு குமட்டலை ஏற்படுத்தியது. அவன் செயலும் அவளை இம்சித்தது.

நெஞ்சில் கால்முட்டு கொடுத்து கட்டிலில் தள்ளியவன் அவள் வயிற்றின் மீது கவிழ்ந்துகொண்டு குதிரையை ஓட்டுவது போலத் துள்ளினான். சற்றுநேரம் கழித்து நிறுத்திவிட்டு

அவள் முகத்தைப் பார்த்தான். அவளுக்கு அது வேடிக்கையாக இருந்தது.

“உணர்ச்சி வந்துதா?”

“ம் . . .”

“எத்தின தடவ வந்துது?”

“தெரியல்ல.”

“தெரியல்லியா? பின்ன ‘ம் . . .’ ணு ஏன் சொன்னே?”

அவன் திரும்பவும் குதிரை துள்ளல் கொஞ்ச நேரம் துள்ளினான். பிறகு இயக்கத்தை மெல்ல நிறுத்திவிட்டு திரும்பவும் அவள் முகத்தைப் பார்த்தான்.

“வந்துதா?”

“ம் . . .”

“எப்பிடி இருந்துது?”

“தெரியல்ல.”

“எழவு ஓணையும், மணையும் கெட்ட ஜென்மம். ஒண்ணும் தெரியல்ல.”

அவன் பழையதைக் காட்டிலும் வீறாப்புடன் இயங்கலானான். சற்றுநேரத்தில் அவளை இறுக்கி அணைத்துக் கொண்டு செத்ததுபோல முகத்தில் விழுந்தான். பிணம்போலக் கனத்தவனைத் தூக்கி மறிக்க முடியாமல் அவள் மூச்சுத் திணறியவாறு கிடந்தாள்.

ஸ்டீபன் இருட்டில் அந்த சாலையினோரம் நடந்து கொண்டிருந்தான். திடீரென்று விளக்குகள் அணைந்துவிட்டன. கட்சி தன்மீது நடவடிக்கை எடுக்கப்போவது உறுதியாகத் தெரிந்தது. இருளியைத் தன்னோடு இணைத்துப் பொருள் கண்ட கட்சியின் எண்ணம் உலகிற்குப் பரவ அதிக நேரம் ஆகாது என்பதை உணர்ந்தவன் உடனே ஒரு தீர்மானத்திற்கு வந்தான். வீட்டிற்கு வந்து தாயாரை சந்தித்து இருளியைத் திரும்பவும் வீட்டில் தங்க இடங்கொடுக்குமாறு கேட்டான். சுகந்தியும் அதைத்தான் விரும்பினாள். அடுத்தநாள் முதல் அவள் பொன்னையா பிரசங்கியார் வீட்டில் இரவு தங்கி பகல் முழுவதும் பழையதுபோல அண்டி ஆபீசில் வேலைக்குச் சென்றாள்.

ஒருநாள் ஜெபப்புரையில் முழுஇரவு ஜெபம் நடந்து கொண்டிருந்தது. அன்றும் பாம்பை நினைத்து அவள் மிகவும் பயந்தாள். ஏவாளை ஏமாற்றிய அந்த ஐந்துவை நினைத்து

அவள் அதிகம் பதறிக்கொண்டிருந்தபோது ஜெபக்கூட்டத்திலிருந்து அந்தப் பாடல் வந்து அவள் பயத்தைப் போக்கியது.

“சாத்தானின் அதிகாரமெல்லாம்
என் நேசர் பறித்துக் கொண்டார்.
சிலுவையில் அறைந்துவிட்டார்.
காலாலே மிதித்துவிட்டார்.
இயேசு காலாலே மிதித்துவிட்டார்...

கிறிஸ்துவுக்குள் வாழும் எனக்கு
எப்போதும் வெற்றி உண்டு.”

அவள் மிகுந்த அமைதியுடன் அன்று கண்மூடினாள். ரொம்ப நாட்களுக்குப் பிறகு அவள் நிம்மதியாகத் தூங்கி நித்திரை செய்த இரவாக அது இருந்தது.

திருவிழாவை எதிர்பார்த்துக் காத்திருந்த சுந்தரிக்கு மகிழ்ச்சி தரும் விதமாக அந்த இனிமையான நாட்கள் நெருங்கிக் கொண்டிருந்தன. குடம்நொறுக்கி கடையில் அவளுக்காக அட்வான்ஸ் கொடுக்கப்பட்ட நிலையில் நெய்க்கதலி குலையொன்று தொங்கிக் கொண்டிருந்தது. கோயில் திருவிழாவுக்கு முன்பு பழுக்காவிட்டால் உறையிலிட்டுத் தருவதாக அவன் சொல்லி இருந்தான். அவளுக்கு செயற்கையாகப் பழுக்கவைப்பதில் விருபபம் கிடையாது. மரத்தில் நின்று பழுக்கும் கனிகள் மீதே அளவு கடந்த பிரியம். அதன் சுவையும், தித்திப்பும் வேறு என்பதை அறிந்து வைத்திருந்தாள்.

கடைகளில் சென்று பார்த்த நேரியல்கள் பிடிக்க வில்லை என்று தனுவச்சபுரம் சென்று தறிகாரர்களிடம் ஸ்பெஷலாக ஆர்டர் கொடுத்து வாங்கி வைத்திருந்தாள். படுக்கையில் சாய்ந்து கிடந்தபடி முகத்தோடு சேர்த்து அதனை முகர்ந்து கொண்டாள். அதிலிருந்து வீசிய வாசம் அவளுக்குப் பிடித்திருந்தது. மூச்சை இழுத்து அதனை உள்வாங்கினாள்.

போற்றி அருகில் வரும்போது ஒருவிதமான வாசனை வீசும். அதுகுறித்து அவனிடம் கேட்டபோது ‘ஜவ்வாது’ என்றான். அந்த பெயரில் ஒருமலை இருப்பதாகவும் கூறினான். திருமணமான பிறகு ஜவ்வாது மலைக்குச் சென்று தேனிலவு கொண்டாடலாம் எனவும் சொல்லி இருந்தான். அந்த மணத்தோடு இந்த நேரியலும் சேர்ந்து கொண்டால் உருவாகும் புதிய மணத்தை அவள் நினைவில் நுகர்ந்து கொண்டிருக்கும் போது கிழவி வந்தாள்.

“காலத்தே கெடப்பு வச்சிருக்க. வேல ஒண்ணும் பாக்கண்டாமா?”

“பாக்கிலாம் மெதுவா. அத்து விழுந்தா போச்சி?”

“துணி ஒண்ணும் அலக்கி உடுத்த மாட்டியா? பெய் குளிச்செடுத்துட்டு வா!”

“குளிச்சிலாம்.”

“குளிச்சணும்ணா ஏன் ஒனக்கு இத்தின மடி?”

“மடி ஒண்ணும் இல்ல.”

“குளிமுறிக்குள்ள போனா ஒருமணிநேரம் ஆவுது வெளிய வர. சும்மா தன்னுள்ளால பேசிய, சிரிக்கிய. இதெல்லாம் நான் காணேல்ல எண்ணாக்கும் நீ நெனச்சிய.”

“அது ஒண்ணும் இல்ல.”

“என்ன நெனச்சியண்ணு யாரு கண்டா? கேட்டா ஒண்ணும் இல்லேண்ணு சொல்லிய.”

“ஆமா, மாப்பிளைய நெனச்சியேன்.”

“நீ மாப்பிளைய நெனச்சிதியோ, மயிராண்டிய நெனச் சிதியோ எனக்குத் தெரியாது. இந்தப் பாவி மட்டையப் போல ஒனக்க வாழ்க்கையும் ஆயிடப்பிடாது.”

“ஏன் சும்மா காலையிலே கெடந்து சலம்பிய? ஒழுங் கானவனா நீ பாத்திருந்தா ஒனக்கு இந்த கஷ்டம் வந்திருக்குமா? இப்ப எனக்கிட்ட காஞ்சி என்ன பிரயோஜனம்?”

“இந்த காரியத்தில ஒழுங்கானவன், ஒழுங்கில்லாத்தவன் எண்ணெல்லாம் மொதல்ல கண்ணுக்குத் தெரியாதுடி. அதுனாலத்தான் கவனமா இருக்கச் சொல்லியேன்.”

“நான் கவனமாத்தான் இருக்கியேன். திருவிழா வரப் போவுதில்லா, அதையாக்கும் நான் நெனச்சிட்டு இருந்தேன்.”

“எதுக்கு? வெட்டும், குத்தும், கொலவாதமும் நடக்கியதுக்கா திருவிழா வருது?”

“ஏம்மா இவ்வளவு கோவப்படிய? ஒருநாளும் இப்பிடி நீ பேசமாட்டியே. ஒனக்கு என்ன சம்பவிச்சி?”

“நடந்தத்தான் சொல்லியேன்.”

“நடந்தது திரும்பவும் அப்படி நடக்கணும்ணு உண்டா? ஏன் மாற்றி நடக்கப்பிடாதா? எப்பவும் மோசந்தான் நடக்குமா? நல்லதே நடக்காதா?”

"எப்பிடி நடக்கும்? ஒருகூட்டம் ஆனையளோட கடல்ல தண்ணி எடுக்கப் போறேண்ணு பெய் முஸ்லீம்களுக்க பள்ளி வாசல் முன்பு ஆடிமறிஞ்சி பெகளம் வைக்கியதுக்குப் பேரா ஆறாட்டு? அந்தக் கலவரத்த உண்டு பண்ண வாறதா திருவிழா?"

"அதெல்லாம் தப்புதான். நம்ம அதில கலந்திடல்லியே."

"என்னவோம்மா, மனசுக்குள்ள எனக்குப் பயமா வருது. நெஞ்சு படபடப்பா இருக்கு. எதுவும் சம்பவிக்கப் போறதுக்கு முன்னாலத்தான் இப்பிடி வரும். பாத்து கவனமா நடந்துக்க."

திருவிழாவுக்கு முந்தின நாள் அம்மன் கோயிலில் சாமி கும்பிட வந்திருந்த சுந்தரி, போற்றி அவசரமாக நிற்பது கண்டு பிரகார மண்டபத்தில் வந்து உட்கார்ந்தாள். அவன் மறுநாள் நடைபெறும் பூஜைக்கு தீவிரமாக இயங்கிக்கொண்டிருந்தான். கோயில் முழுக்க மின்வெளிச்ச மழையில் நனைந்து கிடப்பதைக் காண குளிர்ச்சியாக இருந்தது. சிவபெருமான் பார்வதியோடு வீற்றிருக்கும் மின் அலங்காரத்தை அவள் வெகுவாக ரசித்தாள். கணப்பொழுதில் பரமசிவன் போற்றியின் உருவத்தை அவள் மனதில் தூவ அருகிலிருக்கும் பாக்கிய உருவம் தன்னுடையதாக நினைத்துக் கொண்டாள். பார்வை விலகி பக்கத்திலிருக்கும் முருகப்பெருமான் மீது விழுந்தது. முருகனுக்கு இரண்டு மனைவிகள். இருந்தும் அவர் தனியாக விடப்பட்டிருந்தார். சுந்தரிக்கு அது வேதனையாக இருந்தாலும் இரண்டு பெண்களோடு சேர்த்து நிறுத்தப்படாதது சந்தோசமாகவும் தோன்றியது. கடவுளாக இருந்தாலும் ஒரு மனைவியோடுதான் அவர் வாழவேண்டும் எனக் கருதினாள். தனது தகப்பன் வண்டாளத்தைப்போல உலகில் யாரும் வாழக்கூடாதென்ற எதிர்ப்புணர்ச்சியின் காரணமாக அவள் மனதில் படிந்த கருத்து அது.

சுந்தரியின் வகுப்பில் சுசீலா என்றொரு மாணவி இருந்தாள். அவளைச் சுற்றி எப்போதும் பெண்கள் கூட்டம் அலைமோதும். ஆபாச கதைகளை எடுத்து விடுவதில் அவள் மகாராணியாக விளங்கினாள். அவள் கதைசொல்லும் முறையும், நிகழ்த்துதலும் அவளை முடிசூட்டி எல்லார் மனதிலும் வைத்திருந்தது. முருகப்பெருமான் குறித்து அவள் சொன்ன கதையொன்று தற்போது நினைவுக்கு வந்தது.

முருகப்பெருமான் கையில் வைத்திருந்த வைர வேலை ஏதோ ஒரு அரசியல்வாதி திருடிக்கொண்டு போய்விட்டான். வேல் இல்லாமல் மூளியாக நின்ற முருகனைப் பார்க்க வள்ளிக்கும், தெய்வானைக்கும் வேதனையாக இருந்தது. வள்ளி கூறினாள், 'மச்சான், திருச்செந்தூர் பாசஞ்சர் ரெயில்ல

நாம் சென்னைக்குப் போகலாம். அங்குள்ள மூர்மார்க்கெட்டில இருந்து ஒரு வேல் வாங்கி வச்சிருக்கலாம்.' அதற்கு முருகன் சொன்னானாம், 'வந்த வேல் போனா என்னடி, என் சொந்த வேலை வைத்து ஒங்க ரெண்டு பேரையும் நான் காப்பாத்து வேண்டி' என்று. கதையின் பொருள் தெரிந்தவர்கள் ஓங்கி சிரித்தனர். தெரியாமல் விழித்த மாணவிகளும் அந்தக் கூட்டத்தில் இருந்தனர்.

சுசீலாவின் விளக்கங்கள் தொடர்ந்து வந்துகொண்டிருந்தன. 'முருகப்பெருமானின் மூத்த பெண்டாட்டி யானை போல பருத்தவள். அவள் பெயரே தெய்வானை. அந்த டேஸ்ட் முடிஞ்ச பெறகு ஒல்லியான ஒரு பெண்ணுமேல அவருக்கு ஆசை வந்திருக்கணும். அதுதான் வள்ளிய அவர் தேடிப்பிடித்த தற்கான காரணம். வள்ளிண்ணா கொடி என்பது பொருள். அவள் கொடிபோல ஒல்லி.'

தானும் ஒல்லியானவள் என்பதை நினைத்துக்கொண்டாள் சுந்தரி. தன்னை அதனால்தான் போற்றிக்குப் பிடித்துக் கொண்டதோ என்னவோ. ஒருவேளை தெய்வானைபோல குண்டான ஒருத்தியைத் தேடி போற்றி போய் விடுவானோ என்று திடீரென நினைத்தாள். அப்படி எவளையாவது அவன் இழுத்துக்கொண்டு வரட்டும், அப்போது அவனுக்கு நான் வைத்திருக்கிறேன் கொடை என்று மனதில் கறுவினாள்.

மணி கிலுங்கியதும் எண்ணத்திலிருந்து விழித்த சுந்தரி எதிரே நின்ற போற்றியைப் பார்த்தாள். அதுதான் அவர் களுடைய சந்திப்பிற்கான சமிக்ஞை. ஆட்கள் அனேகமாக சென்றுவிட்டிருந்த நிலையில் அங்கொன்றும் இங்கொன்றுமாக நின்று கொண்டிருந்த ஜனங்களை எரிச்சல் பொங்க பார்த்துக் கொண்டு நின்றான் போற்றி. ஒருவேளை அவர்கள் அனைவரும் போய்விட்டாலும் ஒலி ஒளி நிலையத்திலிருந்து பணியாற்றும் வேலைக்காரர்களும், பந்தல் அலங்கார பணியாளர்களும் அத்தனை சுலபத்தில் ஒன்றும் சென்று விடமாட்டார்கள் என்பதைப் புரிந்துகொண்ட போற்றி அவளுடன் தொடர்பு கொள்ள முதலில் செல்பேசியைப் பயன்படுத்தலாமா என்று நினைத்தான். கண்ணுக்கெட்டும் தொலைவில் அதைவிட எளிதான ஒரு வழியைக் கண்டுபிடித்தவன் கருவறைக்குள் சென்று மறைந்தான்.

சற்றுநேரம் கழித்து வெளியே வந்த போற்றி ஆலமர விழுதில் ஒரு தாள்சுருட்டைக் கொண்டுவந்து கட்டினான். சுந்தரிக்கு எல்லாம் விளங்கியது. மெதுவாக எழுந்து வந்து ஆலம் விழுதுகளுக்கிடையில் கும்பிட்டபடியே நின்றாள்.

கணத்தில் தாள்சுருட்டைக் கைப்பற்றியவள் திரும்பியும் பார்க்காமல் கோயிலைவிட்டு வெளியே வந்தாள். ஆரம்ப சுகாதார நிலையத்தின் படிக்கட்டில் அமர்ந்து முகத்தில் பூத்த வியர்வை அரும்புகளை முந்தானை கொண்டு ஒற்றியெடுத்தாள்.

'என் கண்மணி சுந்தரிக்கு, கடைசிநாள் திருவிழாவின் போது நள்ளிரவில் கோயிலுக்கு வரவும். நாகதோஷம் நிவிர்த்தி காணும் பூஜை நடத்தலாம். தவறவிடாதே. சந்தர்ப்பம் திரும்பவும் வாய்க்காது.'

கீழே பெயர் எதுவும் போடாமல் எழுதப்பட்டிருந்த அந்தக் கடிதத்தில் எழுதி இருந்தவை அவள் நெஞ்சில் பயங் கலந்த இன்ப உணர்வை ஏற்படுத்தின. அன்று உடனே பூசை நடத்தினாலும் அதில் சென்று பங்குபெறும் மன நிலையில் அவள் இருந்தாள். இதில் வாய்ப்பைத் தவற விடும் பேச்சுக்கே இடமில்லையே. பிறகு ஏன் இவன் அப்படி எழுதினான் என்று நினைத்தாள். கடைசிநாள் திருவிழாவின் போது வாணவேடிக்கை பார்க்க எல்லோரும் கல்லூரி மைதானத்திற்குச் சென்றுவிடுவார்கள். கோயில் பக்கம் யாருமே இருக்கமாட்டார்கள். போற்றி தேர்வு செய்த நாளும், நேரமும் அவளுக்கு திருப்தியாக இருந்தது.

முகத்தை கால்முட்டுக்களில் பதித்து கண்களை மூடியபடி அவள் குனிந்து அமர்ந்திருந்தாள். அவள் கன்னத்தில் போற்றி சந்தனம் கொண்டு தடவுவதுபோல இருந்தது சுந்தரிக்கு. அவனை விரட்டிச் சென்று வேட்டியை அவள் உருவுகிறாள். அவன் லங்கோட்டில் நின்று அவஸ்தைப்படுவதைப் பார்த்துச் சிரிக்கிறாள். அவன் வேட்டியை மட்டும் ஒற்றை ஆடையாக இவள் உடுத்திக் கொண்டு அர்த்த ஜாமபூஜையில் கலந்து கொள்ளச் செல்கிறாள்.

"சுந்தரிக்குட்டி, இங்க என்ன செய்யறே?"

அவள் காட்சி திடீரெனக் கலைந்தது. மனம் பதற கடிதத்தை குனிந்த நிலையில் வாயில் போட்டு சவைத்தாள். கொவுட்டின் ஓரம் வெற்றிலையை ஒதுக்குவது போல ஆக்கி விட்டு தலை உயர்த்திப் பார்த்தாள். அவளுக்கு முன்பு தங்கநாடான் சிரித்துக் கொண்டு நின்றான்.

"எதுக்கு இந்த இருட்டிலெ தனட்டம் உக்காந்திருக்கே?"

"சும்மா."

"சும்மா இருந்தா காத்து கறுப்பில்லா வந்து பிடிச்சும். வாறியா? வீட்டுக்கு கொண்டு விடுகேன்."

“கோயிலுக்குப் போயிட்டு வந்து கொஞ்சம் நேரம் அப்பிடியே இங்க உட்காந்தேன். நான் வரும்போது வெளிச்சம் இருந்தது. நாதஸ்வர இசையில நேரம் போனதே தெரியல்ல.”

“பெந்தெகோஸ்துகாரி ஆன பெறகு அம்மா கூட வரமாட்டாளோ கோயிலுக்கு வரும்போது?”

“அப்பிடியெல்லாம் இல்ல, வருவினும்.”

“கோயிலுக்கு வந்தா வெளிய வரப்பிடாது. ரவுடிகளுக்க தொந்தரவு இப்ப அதிகம்.”

“அது எங்கெயும் உள்ளதுதானே.”

“கரெக்ட். வெளிய உள்ளத விட கோயிலுக்க உள்ளயாக்கும் ரவுடிகளுக்க தொந்தரவு அதிகம்.”

சுந்தரிக்கு ‘பக்’கென்றது. போற்றியை ஜாடை பேசுகிறாரோ என்று முதலில் நினைத்தாள். அப்போது கோயிலுக்குள்ளிருந்து வெளியே வந்துகொண்டிருந்த பத்மநாபன் தம்பி தங்கநாடானின் பேச்சைக் கேட்டு அப்படியே நின்றார்.

“தங்கநாடான் ரவுடிண்ணு பறஞ்ஞது கேட்டல்லோ?”

“தங்கநாடான் இல்ல ரவுடி. நாட்டில ரவுடிகள் அதிகம்ணு சொன்னேன். முன்ன எல்லாம் ரவுடிகள் நாகரிகம் இல்லாம அசிங்கமா வருவாங்க. இப்பெல்லாம் பளபளண்ணு அழகா வாறானுவ. ஜனங்களுக்கு நல்லவன் யாரு, கெட்டவன் யாருண்ணு திலிச்சறிய முடியல்ல.”

அப்போது விலைஉயர்ந்த கார் ஒன்று தங்கநாடான் முன்பு வந்து நின்றது. அதன் நெற்றியில் ‘ஃபார் ரெஜிஸ்ட்ரேஷன்’ என்று எழுதி ஒட்டப்பட்டிருந்தது.

“தங்கநாடானின்றெ காராணோ?”

“ஆமா.”

“கார் பளபளண்ணு அழகாய்ட்டு உண்டு.”

“அது கொண்டு கார் ரெளடியாக முடியாது.”

“ஹோ... எந்தினு வலிய தத்துவம்.”

வெளியில் பல்தெரிய சிரித்துவிட்டு மனதில் கறுத்துக் கொண்டு நடந்த பத்மநாபன் தம்பியைக் கடந்து சென்றது கார். முன்சீட்டில் சுந்தரி உட்கார்ந்திருந்தாள்.

திருவிழாவுக்கான ஆயத்தம் ரோடு முழுக்கத் தெரிந்தது. மிட்டாய் கடைகளும், விளையாட்டுப் பொருட்களுக்கான கடைகளும் வழிகளை ஆக்கிரமித்துக்கொண்டிருந்தன. அந்த

இரவிலும் நொங்குசர்பத் கடை சுறுசுறுப்பாக இயங்கிக் கொண்டிருந்தது. சற்று வசதியானவர்கள் எதிரே இருந்த பளபளப்பான கடையில் இளஞ்சிவப்பு நிறத்தில் ஏதோ ஒரு பானத்தை குழல்போட்டு உறுஞ்சிக் கொண்டிருந்தனர்.

தங்கநாடான் அந்தக் கடைக்கு முன்பு வண்டியை நிறுத்தச் சொன்னான். இறங்காமல் உட்கார்ந்து கொண்டு 'ரெண்டு ரோஸ்மில்க்!' என்று ஆர்டர் செய்தார். சுந்தரி கையில் அவர் தந்தபோது பெரிதும் மகிழ்ந்தாள். முகத்தை சிரிப்புடன் வைத்துக் கொண்டு உரிமை பொங்க வாங்கவும் செய்தாள்.

அந்த சுவை அவளுக்கு மிகவும் பிடித்தது. இளஞ்சூட்டுடன் தொண்டைக்கு இதமாகவும் இருந்தது. குறிப்பாக அதன் நிறம் அவளுக்கு மிகவும் அருமையான உணர்வைத் தந்தது. கண்ணாடி கிளாசை வாங்க வந்தவன் கையில் பத்து ரூபாய்த் தாளைக் கொடுத்தவர் அவன் திருப்பித் தந்த காசுகளை 'வேண்டாம்' என்று சொல்லி மறுத்தார்.

"மொத்தம் ரெண்டு ரூவா நாற்பது பைசாதான். மீதி நெறைய ரூவா இருக்கு சார்."

"சாரா? நான் ஒரு பனையேறி மக்கா. திருவிழாவுக்கு வச்சிக்க. படிக்கிதியா?"

"ஆமா சார். ஏழாம் வகுப்பு."

"திரும்பவும் சாரா? படிப்பு முக்கியம். எனக்க மகன் படிசசதுனால இண்ணைக்கு நான் சார் ஆயிட்டேன்."

தங்கநாடானின் கண்கள் கலங்கின.

இறங்கிச் செல்லும்போது சுந்தரி கையில் நூறுரூபாய் சலவைத்தாளைத் திணித்தார். அவள் வேண்டாம் என்று மறுத்த பிறகும் அவர் விடவில்லை. 'இருக்கட்டும்!' என்று வற்புறுத்தி சொன்னபோது போற்றிக்கு தட்சணைக்கு பணம் கிடைத்துவிட்டது என்று அவள் உள்ளுக்குள் மகிழ்ந்தாள்.

ஒவ்வொரு நாள் திருவிழாவின் போதும் அவள் அம்மனை தரிசித்தாள். போற்றியிடம் பேசுவது நடக்காத விஷயம் என்பதை அறிந்து செல்பேசியில் அழைத்துப் பார்த்தாள். அவர் தகவல் எல்லைக்கு வெளியே இருக்கிறார் என்று குரல் வந்தது. அப்படி எங்கே இருப்பார் என்று யோசித்துப் பார்த்தாள். செல் பேசியை அணைத்து வைத்திருப்பார் என்று நினைத்தாள்.

எட்டாம் கொடை அன்று வாழைக்குலையும், நேரியலும் கொண்டு போற்றியைக் காணச் சென்றாள். குலை சுமந்து வர இருந்த இருளியை வேண்டுமென்றே தவிர்த்து ஒரு

பையனுக்கு நாலணா கூலி கொடுத்துக் கொண்டுவந்தாள். தட்சணையை வாங்கிய போற்றி அவள் தலையில் புஷ்பம் தெளித்து ஆசீர்வாதம் செய்தான். சுந்தரி புளகாங்கிதம் அடைந்தாள்.

"ஸ்கூல் பக்கம் மாடிப் படியில போய் ஒக்காந்திரு, இதோ வாறேன்"

அவள் காதில் மட்டும் படும்படியாக முணு முணுத்து விட்டு அகன்று சென்றான். அவள் இருட்டில் யாரும் அறியாமல் போய் தனியே உட்கார்ந்துகொண்டாள். இதோ வருகிறேன் என்ற போற்றி ரொம்ப நேரம் கழித்து வந்தான். அதுவரையிலும் அவனுக்காக அவள் காத்திருந்தாள்.

"சுந்தரி, நாளை மறுநாள் நினைவிருக்கோ இல்லியோ?"

"இருக்கு."

"எல்லா ஏற்பாடும் செய்துட்டேன்."

"பூசை செய்யும் போது ஆட்கள் நடமாட்டம் இருக்குமே."

"யாரும் வரமாட்டா. எல்லாரும் வாணவேடிக்கை பார்க்கப் போயிடுவா."

"அம்மன் முன்னால செய்தா ஆளுவ காணத்தான் செய்வினும்."

"அம்மன நீ இண்ணைக்கு பாத்தியோ இல்லியோ?"

"அய்யாவ பார்க்க வரும்போது அம்மன எப்படிகாணத் தோணும்? நான் பார்க்கல்ல."

"போகும் போது பார்த்துட்டு போ."

"சொல்லுங்க."

"அம்மன் பின்னால மஞ்சள் நிறத்தில அகலமா ஒரு ஸ்கிரீன் போட்டிருக்கிறேன். எதுக்கு?"

"நம்ம பூசைய நடத்தியதுக்கு."

"அப்படி சொல்லு என் செல்லக்குட்டி!"

அவள் கன்னங்களை இரண்டு கைகளாலும் போற்றி அமுக்கினான்.

"கர்பக்கிரகத்திலெயா பூசை?"

"பிறகு?"

"அம்மன் இருக்கிற எடமாச்சே?"

"அந்த அம்மனக் காட்டிலும் எனக்குப் பெரியவா இந்த அம்மன்தான்."

அவள் நெஞ்சில் கை வைத்துக் காட்டிய போது தடுக்க முற்படாததை உணர்ந்து வாரி அணைத்தான். அவள் உணர்விலிருந்து விடுபட்டு அறிவுக்கு வந்து தடுத்தாள். சற்றுநேரத்தில் இருட்டில் கரைந்த போற்றியின் உருவம் திரும்பவும் வெளிச்சத்திற்கு வந்தது.

சுந்தரி ஜெம்பரையும், புடவையையும் சரிசெய்துவிட்டு கலைந்த தலையைப் பேணினாள். வெகுதூரம் வரை ஆட்களின் நடமாட்டமோ, அரவமோ எதுவும் இல்லாததைக் கவனித்தாள். திருவிழா நடக்குமிடமும், மைதானமும் வெளிச்சத்திரளாய் தொலைவில் தெரிந்தது. அங்கே பக்தி சொற்பொழிவில் ஜனங்கள் ஐக்கியமாகி இருந்தனர். போற்றியைக் கொஞ்சநேரம்கூட அனுமதித்திருக்கலாமோ என்று அவளுக்குத் தோன்றியது.

காலையில் உறக்கம் எழும்பும்போதே கிழவிக்கு படபடப்பாக இருந்தது. தலைகிறங்கிக் கொண்டு வந்தது. நெற்றியில் அமிர்தாஞ்சனம் தடவி முகர்ந்து பார்த்தாள். நெஞ்சின் வேகமான துடிப்புமட்டும் நிற்கவில்லை.

தனது தகப்பனார் கொல்லப்பட்ட அந்த இரவிலும் அவளுக்கு அப்படித்தான் இருந்தது. அவளுக்கு என்னவோ சம்பவிக்கப் போகிறது என்பதன் அறிகுறி அதுவென விளங்கினாள். கம்பக்கெட்டு பார்க்க சுந்தரியைத் தனியாக அனுப்ப அவளுக்கு விருப்பம் இல்லை. ஆனால் சுந்தரி பிடிவாதமாக இருக்கிறாள். அவளது ஆர்வத்தை முடக்கவும் எண்ணம் இல்லை. எனினும் இனம்புரியாத வேதனையும், குழப்பமும் அவளை சூழ்ந்துகொண்டது.

முந்தின நாள் தன்னுடன் படித்த மாணவிகள் சிலரை வீட்டுக்கு அழைத்து வந்தாள் சுந்தரி. அவர்களுடன் இரவு கம்பக்கெட்டு காணப்போவதாக கிழவியிடம் வந்துசென்னாள். இப்போது அவளுக்கு சற்று நிம்மதி பிறந்தது. ஆனால் இந்த விஷயம் மாணவிகளுக்குத் தெரியாது என்பதை அவள் அறியவில்லை.

சுந்தரி தனியாகத்தான் வந்தாள். எல்.ஆர். ஈஸ்வரியின் கானமேளா நடந்துகொண்டிருந்தது. 'சிப்பி இருக்குது முத்து இருக்குது திறந்து பார்க்க நேரமில்லடி ராசாத்தி...' எனப் பாடிக்கொண்டிருந்தாள் அவள். மனம் ஏனோ பாட்டில் லயிக்கவில்லை. பெண்கள் பக்கம் சுவர் ஓரமாக வந்து சாய்ந்து உட்கார்ந்திருந்து உறங்கினாள். தூக்கம் கலைந்து எழுந்த போது யாரையும் காணவில்லை.

குன்னிமுத்து

பள்ளி மைதானத்தில் கம்பக்கெட்டு நடப்பதற்கான ஆயத்தங்கள் மேற்கொள்ளப்படுவதைக் கவனித்தாள். கூட்டம் கூட்டமாக ஜனம் அங்கே சென்று கொண்டிருந்தது. சிறப்பு பேருந்துகள் இயக்கப்பட்டு திரள்திரளாக வந்து பலர் இறங்கிக் கொண்டிருந்தனர். எல்லா வருடமும் வந்து நிற்கும் தீயணைப்பு வண்டியை இந்த வருடம் காணவில்லை. காக்கிஉடையில் கோயிலுக்குப் பக்கத்தில் உள்ள மணல் தரையில் நாற்காலி களைப் போட்டு எப்போதும் அமர்ந்திருப்பார்கள். அவர்கள் வராததிலும் நன்மை இருக்கிறது என்று நினைத்தவள் கோயிலைப் பார்த்தாள். அம்மன் மட்டும் தனிமையில் இருந்தாள். அவளைக் கும்பிட ஒரு பக்தன்கூட இல்லை, சேவிக்கும் போற்றியுமா இல்லாமற் போய்விட்டான் என்று பார்த்தபோது ஆலமரத்தடியில் விரிக்கப்பட்டிருந்த கடல் மணலின் மீது துண்டைப் போட்டுக் கொண்டு ஒரு காலை நட்டு மறுகாலை அதன் மீது குறுக்காய் வைத்து அறிதுயிலில் படுத்திருந்தான்.

சுந்தரி சுற்றுமுற்றும் கவனித்தவாறு அவனருகில் வந்தாள். முழங்காற்படியிட்டு உட்கார்ந்தவள் முந்தானையை விசிறியாகப் பாவித்து அவன் முகத்தில் வீசினாள். கண்களை மெல்லத் திறந்தவன் அவளை விழித்து நோக்கினான்.

“ஒறக்கமா?”

“இல்ல, சொப்பனம்”

“என்ன சொப்பனம்?”

“ஒரு தேவதை வந்து என்னை அழைத்தாள் . . .”

“என்னது? கவிதைபோல இருக்கே.”

“ஆமா, கவிதைதான். சொப்பனக்கவிதை.”

போற்றி கிறக்கத்தில் அவளைப் பார்த்தவாறு ஒரு புதுவேட்டியை எடுத்து அவள் கையில் கொடுத்தான்.

“உள்ள போய் இதக் கட்டிக்கிட்டு ஒக்காந்திரு. நான் அப்புறம் வருகிறேன்.”

சுந்தரி வேட்டியைக் கையில் வாங்கினாள்.

“கர்ப்பக்கிரகத்தில நான் போகலாமா?”

“போகத்தானே சொல்றேன். தயங்காம உள்ள போய் ஒக்காரு. சாமி ஒண்ணும் பண்ணாது.”

மஞ்சள்திரையை விலக்கிக்கொண்டு உள்ளே சென்ற சுந்தரி மெத்தென்ற துணிப்பாய் விரிக்கப்பட்டிருப்பதைக்

கண்டாள். சிவந்த நிறத்தில் செந்தூரமும், பூஜைக்கான பொருட்களும் அருகில் வைக்கப்பட்டிருந்தன. தான் உடுத்திருந்த ஆடைகளை அவிழ்த்து மூலையில் இருந்த நாற்காலி மீது வைத்துவிட்டு துணிப்பாயில் வந்து அமர்ந்த சுந்தரிக்கு ஒற்றை ஆடையில் தனிமையாக வீற்றிருப்பது என்னவோ போல இருந்தது. அதற்குள் போற்றி உள்ளே வந்துவிட்டான். அம்மனின் தீப அலங்காரம் பட்டு வெளிச்சம் தெரிந்தாலும் உள்ளே வேற்று மனிதர் எவரும் நுழைய முடியாதபடி திரையின் கீழ்ப்பகுதியைக் கயிற்றால் அசையாதபடி இறுகக்கட்டினான்.

அவள் தலையில் ஒரு தேங்காயை வைத்து மந்திரங்களை ஓதியவன் இரண்டு கைகளாலும் அதனைப் பற்றிப் பிடிக்கச் செய்து விட்டு அவள் மீது வெண்கல செம்பிலிருந்து தீர்த்தம் எடுத்து தெளித்தான். தேங்காயை ஒருபொட்டு வைத்து தாம்பாளத்தட்டில் தூக்கிப்போட்டான். பூக்குவியலை விலக்கி உள்ளிருந்து ஒரு பழத்தை மாயத்தால் வரவழைப்பதுபோல எடுத்து அவள்முன் நீட்டினான்.

"இதச் சாப்பிடுங்கோ!"

"உங்களுக்கு?"

"எதுவுமே பேசாதேள். அப்படியே சாப்பிடுங்கோ!"

அவள் சாப்பிடும்போது இயல்பான பழம் போலன்றி சற்று கசப்பாகவும், வேறு மணம் போலவும் இருந்தது. குமட்டலையும் மீறி அப்படியே விழுங்கினாள்.

"இந்த தீர்த்தத்தையும் சாப்பிடுங்கோ!"

அவள் இரண்டு கைகளையும் ஒருங்கே கூட்டிப்பிடிக்க அவன் செம்பிலிருந்து விட்டுக் கொடுத்தான்.

"மடக் மடக்கென குடியுங்கோ."

அவள் ஆவேசத்தால் ஒருசெம்பு தண்ணியையும் அப்படியே குடித்துத் தீர்த்தாள். சாம்பிராணிப் புகையின் நறுமணமும், பிச்சிப் பூவின் வாசமும் அந்த அறை முழுவதும் கமழ அவளுக்கு செவி அடைத்துக் கொண்டே வந்து ஒலிகள் யாவும் தீர்ந்தது போல மரத்த உணர்வு ஏற்பட்டது. தொடர்ந்து 'படார்! படார்!' என்று படக்குகள் வெடிக்கத் தொடங்கின. கம்பக்கெட்டு ஆரம்பித்துவிட்டது. குண்டுகளின் முழக்கம் போல ஒலித்த சத்தம் மெல்லத் தேய்ந்து பலூன் வெடிப்பது போல அவள் காதுகளுக்கு கேட்டது. பிறகு அதுவும் கேட்க வில்லை. நீருக்குள் அமிழ்ந்து செல்வதுபோல இருக்கும் போதே மூச்சுமுட்டாமல் சுகமாகவும் இருந்தது. அப்படியே மயங்கி தரையில் சாய்ந்துபோனாள்.

போற்றி இரண்டு மூன்று தடவை அவள் பெயர் சொல்லி அழைத்துப் பார்த்தான். அவளிடம் எந்தப் பதிலும் வராமற் போகவே அவனுக்குள் எதுவோ குறுகுறுத்தது. நெஞ்சில் கட்டிவைத்திருந்த வேட்டிச் சுருக்கை அவிழ்த்து புத்தகம் திறப்பதுபோல அவளைத் திறந்தான். அவன் கண்கள் புதை யலைப் பார்த்த ஆண்டியாய் ஆச்சரியத்தில் விரிந்தன. அவன் முன் காடுகளும், மலைகளும் திறந்து கிடந்தன. மலைகளில் முகம்புதைத்து ஆனந்தம் கண்டவன் அதன் சுனைகளில் அமுதப்பாலும் உறுஞ்சிப் பார்த்தான். இன்பப்பால் குடித்தவன் அந்த வனம்பூராவும் உருண்டுபுரண்டான். கைகளால் அந்த மண்ணைப் பற்றி உயிரைப் பிசைந்து இன்புற்றான். அந்த நேரம் உலகம் என்ற ஒன்றே அவன் நினைவில் இல்லாமற் போயிற்று. அவன் மட்டும் அவனுள் இருந்தான்.

ஒரு விடுபட்ட கணத்தில் எழுந்து அவன் ஆடையைக் களைந்தான். பூணூலை இடுப்பில் அரைஞாண் கயிறாகச் சுற்றிக் கட்டினான். அவள் உடம்பில் கவிழ்ந்தவன் ரம்பம் கொண்டு மரத்தை அறுப்பதுபோல உயர்ந்தும் தாழ்ந்தான். அவன் எதிர்பார்த்தபடி சுமூகமாக அதில் ஈடுபட முடியாத தால் சிறிது நேரத்திலேயே தளர்ந்தான். அவள் உடல், நீரைப் போல மென்மையானதாக இருக்கும்போதே நீந்தக் கடினமான தாகவும் இருந்தது.

கர்ப்பக்கிரகம் எந்த சலனமும் இல்லாமல் சுழன்று கொண்டிருந்தது. அம்மன் கையிலிருந்த சூலாயுதம் அப்படியே இருந்தது. கண்களின் உக்கிரம் வெறும் காட்சிக்கு மட்டுமே என செய்து வைக்கப்பட்டதாகத் தோன்றியது. ஒரு சிறு அசைவும் இல்லாமல் நகர்ந்து கொண்டிருந்தன கணங்கள். சுந்தரியின் கால்கள் அகல விரிந்து கிடக்க அணலி பாம்பு அதில் இரத்தம் குடித்துக் கொண்டிருந்தது.

கிழவிக்கு அந்த இரவு தூங்காத பொழுதாய் நீண்டது. அவள் பசியை அறியாதவளல்ல. எனினும் இப்போதெல்லாம் அதனைத் தாங்கமுடியவில்லை. இரவு சோறு, மீன் எல்லாம் அவித்து வைத்து விட்டு மறுநாள் கஞ்சிக்கான தண்ணீரெடுக்க பஞ்சாயத்துக் கிணற்றுக்கு வந்தபோது கதவை முட்டித் தள்ளித் திறந்த நாய் ஒன்று சட்டி பானைகளைத் தூக்கிச் சென்று விளையில் கொண்டு போட்டு நக்கித்துடைத்தது. நல்லகாலம் பானை உடையவில்லை. எடுத்துக் கழுவி கமத்தி வைத்தாள்.

அம்மன் கோயிலில் கம்பக்கெட்டு நடைபெறுவது அவள் காதில் விழுந்தது. காலை நான்கு மணி வரையிலும் கேட்டுக் கொண்டிருக்கும் சத்தம் இன்று ஏன் ஒருமணி நேரம் கூட முழுவதுமாக ஒலிக்காமல் அடங்கிப் போய்விட்டது என்று

யோசித்தாள். சுந்தரி என்ன ஆனாளோ என்றொரு அங்கலாய்ப்பு அவள் மனசில் எழுந்ததும் நெஞ்சு படபடத்தது. எப்போது விடியும் என்று காத்துக்கிடந்தாள்.

சுந்தரி கண்திறந்து பார்த்தபோது தான் நிர்வாணமாய்க் கிடப்பதை அறிந்தாள். ஆடைகளை எடுத்து விரைவாக அணிந்து கொள்ளத் துடித்தவள் தொடையில் வழுவழுப்பதை உணர்ந்ததும் கைவைத்துப் பார்த்தாள். பச்சை ரத்தம் பிசுபிசுத்தது. மென்சஸ் வந்துவிட்டதோ என்று நினைத்தாள். கத்தியால் கிழிக்கப்பட்டதைப் போன்ற வலி எழுந்ததும் இது அதுவல்ல என்று உணர்ந்தவளாய் ஆடைகளை அணிந்தாள். அவளுக்கு எல்லாம் புரிந்துவிட்டது.

திரையை மாற்றிவிட்டு வெளியே வந்தவள் அம்மனின் முகத்தைப் பார்த்தாள். எந்த சலனமும் இல்லை. அவளுக்கு அழுகை அழுகையாக வந்தது. கலைந்து கிடந்த தலைமயிரை வாரிச் சுருட்டிக்கட்டினாள். போற்றிக்கு ஒருவேளை ஆயுதம் இல்லை என்றால் தூக்கிக்கொடுக்க தயாராக நின்றுகொண்டிருந்தாள் அம்மன். அவள் எப்போதும் ஆணின் பக்கம்தான்.

திடீரென்று அந்த இரவையே கலக்கிக் கொண்டு அங்குமிங்குமாக மனிதர்கள் ஓடிக்கொண்டிருந்தனர். தீயணைப்பு வண்டிகள் ஓசையெழுப்பிக் கொண்டு கீறிச்சென்றன. அதன் அலவறவிளி சுற்றுவட்டாரத்தைக் கலக்கிய போதும் சுந்தரி கல்லுபோல நின்றுகொண்டிருந்தாள். அவள் கண்கள் போற்றி எங்காவது தென்படுகிறானா என்று பார்த்துக்கொண்டே இருந்தன.

“பட்டாசு பெரையில தீப்பிடிச்சி ஏழு பேரு மரிச்சினும். ரெண்டு பேரு அடையாளந் தெரியல்ல.”

யாரோ சொல்லிக்கொண்டு ஓடினார்கள்.

சுந்தரியின் காதில் எதுவும் ஏறவில்லை. அவள் மரித்தவள் போல நடந்து வீட்டுக்கு வந்தாள். முதுகுக்குப் பின்னால் ஊரும், உலகமும் கலங்கி நிற்பதும், கண்ணீர் வடிப்பதும் அவள் மண்டையில் ஏறவில்லை.

கிழவி ரோட்டோரம் அவளைத் தேடிக் காத்து நிற்பது தெரிந்தது. சுந்தரியின் தலை தெரிந்ததும் அவளுக்கு ஆசுவாசம் வந்தது.

“கோயில்ல வெடி வெடிச்சி நெறைய பேரு செத்துப் போச்சினுமாமே, ஒனக்கு ஒண்ணும் ஆகல்ல இல்லியா மவளே!”

கிழவியை கட்டித் தழுவிக்கொண்டு சுந்தரி அழத்தொடங்கினாள். குலுங்கிக் குலுங்கி அழுதாள் அவள்.

வண்டாளத்திற்கும், கொண்டோடிக்கும் இடையிலான இணக்கமான உறவு சிலஆண்டுகளிலேயே முடிவுக்கு வந்தது. அவன் எதிர்பார்த்த பசை அவளிடம் இல்லாதிருந்தது. திருமணத்திற்கு முன்பு சாராயம் குடிக்க பணம் கொடுத்தவள் தற்போது ஒரு குழந்தை பிறந்த பிறகு அவனைத் திரும்பியும் பார்க்காமல் திரிந்தாள். அவளிடம் வாய் கொடுத்தும் மீள முடியாது, கைகொடுத்தும் மீளமுடியாது என்ற அவஸ்தையில் வண்டாளம் இருந்தான். இருளியைப்போல எதையும் வாங்கிக் கட்டிக்கொண்டு இவள் சும்மா இருக்கமாட்டாள் என்பது தெரிந்ததும் அவனுக்கு வயிறு நிறைந்தது. கலக்கம் பிறந்தது.

காலையில் எட்டுமணிக்கே சாராயம் குடிப்பாள். காசு இல்லாத நேரங்களில் குடிப்பதற்கென்று திக்கணங்கோடு சென்று குப்பி கணக்கில் மாம்பட்டை வாங்கி வீட்டில் சேமித்து வைத்திருந்தாள். வண்டாளம் ஒரு குப்பி எடுத்தாலும் அடக்கவிலையை விட அதிகமான லாப விலைக்கு அவனிட மிருந்து காசு பெற்றுக்கொண்டு கொடுத்தாள். வாயில் எப்போதும் வெற்றிலை குதப்பிக்கொண்டு சேலையைத் தொடை தெரிய இழுத்து வைத்தவாறு ஆண்களிடம் சென்று அமர்ந்து கதைகள் பேசினாள்.

வண்டாளம் இருக்கும் போதும், இல்லாத போதும் அவளைத் தேடி ஆண்கள் வீட்டுக்கு வந்தனர். முதலில் அவன் விலக்கிப் பார்த்தான். பிறகு அடித்துப் பார்த்தான். அவன் ஒரு அடிகொடுத்தால் திருப்பி அவள் இரண்டு அடி கொடுத்து விட்டுத்தான் ஓய்வாள். அவன் நிம்மதியே அவளால் பறிபோனது.

ஒருநாள் அவளை விட இளையவனான வாலிபன் ஒருவனுடன் படுத்துக் கிடப்பதைக் கண்டுவிட்டான் வண்டாளம். சத்தம் போட்டு ஊரைக் கூட்டி வீட்டுக்கு முன் நிறுத்தியவன் அவளை எல்லார் முன்பும் வைத்து அவமானப் படுத்தும் காரியத்தில் இறங்கினான்.

“வாறவன் போறவனுக்கெல்லாம் குடுத்துட்டு திரியிறா, நாய்க்குப் பெறந்த ஜென்மம். இவள வச்சி குடும்பம் நடத்தியது எப்படி ?”

“ஓய் நான் யாருக்கு குடுத்தத பாத்தீரு?”

“எங்கேருந்து பிடிச்சிற்று வாறாளோ, வீடு நெறைய மைனர் பயலுவளா நெறஞ்சி கெடக்கினும்.”

“ஓய் நான் யாருக்கும் குடுக்கல்ல.”

“யாருக்கும் குடுக்காமலா பெட்ட நாயப் போல ஒனக்க பெறக்க பெயலுவ சுத்தீற்று திரியினும்?”

“இஞ்சபாரும் ஓய், நான் யாருக்கும் குடுக்கல்ல. பத்திரமாத் தான் இருக்கு சாமானம்.”

அவள் சேலையை உயர்த்தி எல்லாருக்கும் முன்பு காட்டியதும் சுற்றி நின்றவர்கள் அனைவரும் வாயைப் பொத்திக் கொண்டு சிரித்தனர். அவளை அவமானப்படுத்தும் காரியத்தில் இறங்கிய வண்டாளம் நாறிப் போனான்.

“கிறுக்குத் தேவடியாள ஊளம்பாறையில கொண்டு தள்ளுங்க!”

“கொம்ம தேவடியா. நீ போலே ஊளம்பாறைக்கு.”

வண்டாளத்திற்கு அதற்குமேல் பொறுக்கவில்லை. அவள் செவுட்டில் ஒரு அடிகொடுத்தான். அவன் கையை வளைத்துப் பிடித்த கொண்டோடி கடித்துப் பிய்த்தாள். அவளிடமிருந்து விடுபட அவனுக்குப் பெரும் பாடாகி விட்டது.

“என்ன அடிச்சி மலத்தலாம்ணா ஓய் நெனச்சீரு? நான் காளியாக்கும். ஒறங்கிக்கெடக்கம்ப தலையில கல்லு தூக்கிப் போட்டுக் கொன்னு போடுவேன். மரியாதியா இருக்கணும்.”

“மைத்துவ!”

“மைத்தினத கண்டீரில்லியா ஓய்.”

“பெறம்போக்கு.”

“ஓமக்கெல்லாம் சாவப்பிடாதா ஓய்? பெட்டச்சி கையால அடிபட்டுட்டு இன்னும ஒரு ஜீவிதம் வேணுமா ஓமக்கு?”

வண்டாளத்திற்கு சங்கடமாக இருந்தது. இருளியைத் தூக்கிப் போட்டு எத்தனை நாள் தல்லி இருக்கிறான். ஒரு நாளாவது அவள் திரும்பி ஒரு வார்த்தை தன்னை எதிர்த்துப் பேசி இருப்பாளா? மௌனமாகத் தலைகுனிந்து அழுதபடி இருப்பாள். இவள் தன்னை சாகுமாறு சொல்கிறாள். கல்லைத் தூக்கித் தலையில் போட்டுக் கொல்லுவதாக சபதம் செய்கிறாள். இனி வீட்டில் தூங்கக்கூடாது என்ற முடிவுடன் மண்டபத்தில் வந்து படுத்தான்.

சுந்தரிக்கு அப்போது மூன்று வயது தாண்டி இருக்கும். அழுக்கு உடுப்பும் பரட்டை தலையுமாக கடையை நோக்கி அவள் ஓடிக்கொண்டிருப்பதைக் கண்டான் வண்டாளம், எழும்பி உட்காந்தவன் கைதட்டி அவளை விளித்தான்.

“எங்க போற?”

“அம்ம கடைக்கு விட்டா.”

“என்ன வேண்டணும்?”

“அரைக்கிலோ அரிசியும், நூறு செறுபயறும்.”

அவள் கையில் இரண்டு ரூபாய் இருப்பதைக் கவனித்த வண்டாளம் உள்ளுக்குள் களித்தான்.

“அந்த ரூவாய இப்பிடித்தா! அப்பா வேண்டித்தாறேன்.”

எதிர்த்த கடைக்கு அவளைக் கூட்டிக்கொண்டு போய் அஞ்சு பைசாவுக்கு மிட்டாய் வாங்கிக்கொடுத்தான். குழந்தை குஷியில் வெகுவாகத் துள்ளியது.

“எங்கெயும் போவாம அப்பிடியே நிண்ணுக்க, அப்பா இதோ வாரேன். வந்து நெறைய முட்டாய் வாங்கித் தாறேன்.”

“செரி அப்பா.”

குழந்தை, தகப்பனுக்காக காத்து நின்றது. வண்டாளம் வாய்க்கால் கரைக்குச் சென்று சாராயம் குடித்தான். ஐம்பது பைசா பற்று வைத்துவிட்டு கையிலிருந்த நாற்பத்தைந்து பைசாவில் ஐந்து பைசாவுக்கு பீடி வாங்கி இழுத்தான்.

“சுந்தரி, ஒன்னநான் ஒவ்வொரு கடையா கூட்டிக்கிட்டுப் போவேன். நீ கை நீட்டணும். ஆளுவ பைசா தருவினும். அப்பதான் முட்டாய் வேண்ட காசு கெடைக்கும். செய்வியா?”

“செய்யிலாம் அப்பா.”

ஒவ்வொரு கடையாக குழந்தையை அனுப்பி கை நீட்ட வைத்த வண்டாளம் ரோட்டில் நின்று மேற்பார்வை யிட்டான். குழந்தையின் ஏழ்மையைப் பார்த்து நிறையபேர் காசு கொடுத்தார்கள். கடையிலிருந்து திரும்பவும் ஒரு அஞ்சி பைசா மிட்டாய் வாங்கிக் கொடுத்துவிட்டு அவள் கொண்டு வந்த இரண்டு ரூபாயைத் திரும்பக் கொடுத்தான்.

“கொம்ம வேண்டச் சொன்னத வேண்டீற்று செணம் வீட்டுக்குப்போ என்செல்லம்.”

“செரி அப்பா.”

“கொம்மைட்ட செல்லாத என்னா.”

“செரி. அப்பா வீட்டுக்கு வரேலியா?”

“இல்ல மக்கா.”

“ஏன்?”

“கொம்ம அடிச்சிப்போடுவா.”

“பாவம் அப்பா.”

“மக்கா நாளையும் வருவியா?”

"வல்லாம்."

"நெறைய்ய முட்டாய் வேண்டித்தருவேன்."

"செரி அப்பா."

சுந்தரி ஒவ்வொரு நாளும் வண்டாளத்தைத் தேடி வரத் தொடங்கினாள். அவன் கைநிறைய காசுகள் தேறின. சில இடங்களில் தாள்களாகவும் விழுந்தன. அவனைத் தெரியாத பள்ளி, கல்வி நிறுவனங்களில் அவளை அழைத்துச் சென்று பெருமளவில் பணம் ஈட்டலாமா என்று ஆலோசனை செய்தான். அப்போதுதான் அந்த ஆபத்து நிகழ்ந்தது.

ஒரு ஞாயிற்றுக்கிழமை காலையில் சுந்தரி கையைப் பொத்திக் கொண்டு கடைக்குச் செல்வதைக் கண்ட வண்டாளம் அவளைக் கைகாட்டி அழைத்தான். கையில் பத்துரூபாய் நோட்டு புதுத் தாளாக சுருட்டி வைத்திருப்பதைக் கண்டான்.

"எங்க மக்கா போற?"

"கடையறைக்கு."

"என்ன வேண்ட?"

"ம்... அம்மா செல்லிச்சி ரெண்டு ரூவாய்க்கு ஒரு கிலோ அரிசியும், எட்டு ரூவாய்க்கு ஒரு கிலோ மாட்டு இறைச்சியும் வேண்டீற்று வாண்ணு."

'ஒற்றைக்கு ஒரு கிலோ மாட்டிறைச்சி வங்கில ஏறுதோ!' என்று நினைத்த வண்டாளம், 'தேவ்டியா, மாப்பிள பிடிச்சி தின்னுதான் முடிச்சியா' என்றும் கருதினான். அன்று ஞாயிற்றுக் கிழமை ஆதலால் கடைகள் திறக்காது என்பதை அறிந்தவன் சுந்தரியை வைத்துப் பிழைப்பு நடத்த முடியாததற்காக வருந்தினான். அவள் கையிலிருந்த ரூபாய் நோட்டை வாங்கி பத்திரப்படுத்தினான்.

"பிள்ள வீட்டுக்குப் போ! நான் சாமானம் எல்லாம் வேண்டீற்று வாறேன், என்னா..."

"செரி அப்பா"

"கவனமா போ!"

"செரி. அப்பா சீக்கிரம் வரணும். இல்லாட்டா அம்மா என்னையாக்கும் பறைவா."

சுந்தரி கையில் பொருள் எதுவும் இல்லாதது கண்ட கொண்டோடிக்கு என்ன நடந்தது என்ற விபரம் புரிய வில்லை. அவள் அரிசி கொண்டு வருவாள் என்று அடுப்பில்

தண்ணீர் கொதித்துக் கொண்டிருந்தது. மகளை ஆத்திரம் பொங்கப் பார்த்தாள்.

"சாமானம் எங்கட்டி?"

"ம்... அப்பா வேண்டீற்று வருவாராம்."

"யாரு, கொப்பனா? அவன் நொட்டுவான். தந்துவிட்ட பைசா எங்கட்டி?"

"அப்பா வேண்டினாரு."

அவள் குறுக்கில் பொத்துபொத்தென்று ஐந்தாறு தல்லு கொடுத்து வீட்டுக்கு வெளியே கொண்டுவந்து நிறுத்தினாள்.

"மரியாதியா அந்த நாயிட்ட இருந்து பைசாய வேண்டீற்று வரணும். இல்லேண்ணா தொலிய உரிச்சிப் போடுவேன் பாத்துக்கா!"

குழந்தை 'ஓ'வென அழுதது.

மணி உச்சைக்கு பன்னிரெண்டு ஆனது. ஒருமணி ஆனது. ஒண்ணரை ஆனது. வண்டாளம் வரவில்லை. அடுப்பில் நீர் கொதித்து மறிந்து கொண்டிருந்தது. கையில் கிடைத்த சுள்ளிக்கம்பெடுத்து தனது கோபத்தையெல்லாம் பிள்ளையின் மேல் காட்டிக்கொண்டிருந்தபோது நாலுகாலில் தவழ்ந்தபடி வீட்டுக்கு வந்தான் வண்டாளம். அவன் கையும், சட்டைப் பையும் காலியாக இருப்பதைக் கண்ட கொண்டோடிக்கு கோபம் தலைக்கேறியது.

"வாடா தேவ்டியா மோனே... ஒன்னத்தான் நான் காணணும்ணு இருக்கியேன்."

"என்னடி காணணும் ஒனக்கு? அதான் நெதமும் ஆயிரம் மாப்பிளையளக் கண்டுட்டு இருக்குதியே?"

"லேய்! வாய அடக்கிப் பேசு. நீ என்ன சொல்லி என்ன ரெஜிஸ்தர்ல கெட்டின? சொல்லு பாப்போம்."

"ஒன்ன சோலி செய்யதா சொல்லி கெட்டினேன்."

"ஒம்ம நாறச் சாமானம் எவளுக்கு ஓய் வேணும்? ஒழச்சி ஒன்ன நான் காப்பாத்துவேன்ணு சொன்னீரா? இல்லியா?"

"சொன்னேன். அதுக்கிப்ப என்ன வேணும்?"

"ஒன்னாலத்தான் ஒண்ணும் செய்ய முடியல்ல, போட்டு. என்ன ஜீவிச்ச விடணுமா, வேண்டாமா?"

"நீ ஆயிரம் மாப்பிளையளுக்க கூட ஜீவிச்சியடி!"

"அதச் சொல்லிய யோக்கியத ஒனக்கில்லடா நாயடமவனே. நான் செங்கச்சுள்ளைக்குப் பெய் தேகம் நொந்து கொண்டு வந்த காச ஒரு பொருள் வாங்க பிள்ள கையில குடுத்துவிட்டா, நீ அதையும் வேண்டி குடிச்சிய. இது என்ன நியாயம்?"

"என்னடி நியாயம் வேணும் உனக்கு? மாப்பிள வெளிய பெய்ட்டு வந்திருக்கான். அவனுக்குப் பசி எடுக்குமா, தாகம் எடுக்ககுமாண்ணு தெரியுதாடி ஒனக்கு? சோறு கொண்டு வாடி, சும்மா 'நை! நை!'ண்ணு பேசாம."

"என்னது... சோறா? நனஞ்ச மண்ணுதான் இருக்கு."

"மண்ணா? இன்னா நான் தாறேன் ஒனக்கு."

எழும்பிவந்த வண்டாளம் காலை மடக்கி அவள் மூணாரத்தில் ஒரு சவுட்டு கொடுத்தான். மூக்கு குத்தற கீழே சரிந்தவள் கைகளைத் தரையில் ஊன்றி காத்துக்கொண்டாள். வந்து தரையில் சம்மணக்கால் போட்டு காரியமாக உட்கார்ந்திருந்தான் வண்டாளம்.

"இன்னும் ரெண்டு நிமிஷத்தில சோறு எனக்க முன்னால வந்திருக்கணும். இல்லாட்டா நடக்கியதே வேற."

"கொஞ்சம் பொறு, ஒனக்குநான் கிழிச்சிவச்சி தாறேன்."

வண்டாளம் தரையைப் பார்த்தபடி போதையில் தலையைத் தொங்கப் போட்டுக்கொண்டிருந்தான். உள்ளே சென்ற கொண்டோடி கொதித்து அலம்பிக்கொண்டிருந்த சோற்றுப் பானையைத் தூக்கிக் கொண்டுவந்து வண்டாளத்தின் உடல்மீது கவிழ்த்தாள்.

"அய்யாப்போ . . . நான் செத்தேன். அம்மோ . . . கொலை! கொலை! அய்யோ . . . வ் . . ."

வெளியே சாடிவந்து நிலத்தில் விழுந்து புரண்ட வண்டாளம் வலி பொறுக்க முடியாமல் அலறினான். கைகளால் தலைமயிரைப் பற்றிப் பிய்த்தெறிந்தான். சற்று நேரத்தில் போதமிழந்து நிலத்தில் அப்படியே சாய்ந்தான். நினைவு திரும்பியபோது அரசாங்க மருத்துவமனையில் வாழை இலையில் கிடத்தப்பட்டிருந்தான். அவிச்ச இறைச்சிபோல வெந்துபோனது அவன் உடம்பு.

நடராசன் ஆஸ்பத்திரியில் அவனோடு இருந்தான். அவனுக்காகும் செலவையும், வெளியிலிருந்து வாங்கும் மருந்துகளுக்கான பணத்தையும் கணக்கு எழுதிவைத்து செலவழித்தான். ஒருநாள் பேச்சுவாக்கில் தான் செலவாக்கும் பணத்திற்கு ஈடாக வண்டாளத்தின் ஓலைக்குடிசையையும், ஐந்து சென்ட் மனையையும் தன்பேருக்கு எழுதி வைக்க வேண்டும் என்ற

உளக்கிடக்கையைத் தெரிவித்தான். வண்டாளத்திற்கு அடக்க முடியாத சிரிப்பு எழுந்தது மனதிற்குள். தான் எழுதிக் கொடுப்பதில் சிரமம் எதுவும் இருக்காது. கொண்டோடியை அவன் எப்படி வெளியேற்றுவான் என்பதில்தான் அந்த சந்தோசம் ஏற்பட்டது.

ஆஸ்பத்திரியிலிருந்து ஒருவாறாகத் தப்பிக் கரைசேர்ந்த வண்டாளத்திடம் நடராசன் கூறிய ஆலோசனை அவனுக்கும் உவப்பானதாக இருந்தது.

“இஞ்ச பாரு வண்டாளம், கொண்டோடி இருளியப் போல இல்ல ஒன்னக் கொல்லவும் துணிஞ்சவளாக்கும். அவளுக்க கூடக் கெடந்து நீ மல்லாடண்டாம். எங்கெயாவது பெய் பெழச்சியதுக்குள்ள வழியப்பாரு.”

“பாக்கலாம்.”

“பாக்கலாமா? இது சரிப்பட்டு வராது.”

“சரிப்படியதுக்குள்ள வழியச் சொல்லு.”

“ஓச்சவிளை கண்டிராக்கு நேற்று குடகில சுள்ள வேலைக்கு ஆளன்னளிச்சிட்டுத் திரிஞ்சாரு. போறியா நீ?”

கண்டிறாக்கு அட்வான்சாக இரண்டாயிரம் ரூபாய் கையில் கொடுத்தார். அதிலிருந்து நடராசனுக்குள்ள கணக்கைத் தீர்த்து சரியாக அவன் வாங்கிய பிறகு மிச்சமிருந்த பணத்தை இருவருமாகக் குடித்துத் தீர்த்தார்கள். சுள்ளை வேலைக்கு ஆட்கள் தேர்வு செய்யப்பட்டு விட்டதால் வேலை செய்பவர்களுக்கு சோறாக்கிப் போட்டால் போதும் என்று கண்டிறாக்கு கூறியது வண்டாளத்திற்கு இன்னும் பிடித்திருந்தது.

வண்டாளத்தை ஊரிலிருந்து கடத்திவிட்டது நடராசனுக்கு மிகப்பெரிய உற்சாகத்தைத் தந்தது. கிரேசிதான் பித்துப் பிடித்தது போல ஆகிவிட்டாள். வேறு யாராலும் தீர்த்துவைக்க முடியாதபடி இருந்தது அவளது துயரம். வண்டாளத்தை எண்ணி எண்ணி தினந்தோறும் தலையணையை நனைத்துக் கொண்டாள்.

நடராசன் இப்போது கொண்டோடியின் அந்தரங்க பக்தர்களில் ஒருவனாக மாறி விட்டான். எப்போதும் அவள் வீட்டிலேயே தவம் கிடந்தான். அவள் செலவைக் கவனித்துக் கொண்டதுடன் சுள்ளைக்குப் போவதை நிறுத்தவைத்தான். அவள் ஊற்றிக் கொடுக்க, இவன் குடிக்க என்று அமர்க் களமாகக் கழிந்துகொண்டிருந்தது அவளது வாழ்க்கை.

அந்த ஊரில் டி.வி. முதன்முதலாக வந்ததும் கொண் டோடிக்கும் அதன்மீது ஆசை பிறந்தது. நடராசன் தனது

வீட்டில் ஒரே நேரத்தில் தொலைபேசி இணைப்பையும், டி.வி.யையும் பெற்றுக்கொண்ட பெருமிதத்தில் திரிந்தபோது அந்த ஆர்வம் அவளையும் பற்றிக்கொண்டது.

"எருதூர்க்கடையில ஒருத்தன் அறுநூறு ரூவாய்க்கு டி.வி. செய்து தாறானாமே, உங்களுக்குத் தெரியுமா?"

"நான் வேண்டினது கம்பெனி டி.வி. யாக்கும். பிலிப்ஸ்."

"அது எத்தன ரூவா?"

"பத்தாயிரமாக்கும்."

"பத்தாயிரமா?"

கொண்டோடி வாய்பிளந்தாள்.

"ஒனக்கு வேண்டணுமா?"

"வோ."

"சொல்ல வேண்டியது தானே?"

"அறுநூறு ரூவாய்க்குள்ளது மதி."

"வேண்டித்தாறேன்."

"எனக்கு வெள்ளியாச்ச தோறும் 'ஒலியும் ஒளியும்' போடுவான் பாருங்க, அதப் பாக்க ஆசை."

மறுநாள் இரவு டி.வி. வீடு வந்து சேர்ந்தது. அவள் அடைந்த சந்தோசத்திற்கு அளவே இல்லை. நு ராசனை விழுந்து விழுந்து கவனித்தாள். மலையாளத்தில் நியூஸ் வாசிக்கும் பெண்களைப் பார்த்து கொண்டையைப் பிரித்துப் போட்டாள். கைநீளம் குறைத்தும், நீட்டியும் ஜெம்பர் தைத்து அணிந்தாள். தனது இஷ்டம் போலத் திரிந்த அவளுக்கு வண்டாளம் ஊரில் இல்லாதது ஆனந்தத்தை வரவழைத்தது. அவன் நிரந்தரமாக இல்லாமலிருந்தால் எத்தனை இன்பமாக இருக்கும் என்றும் நினைத்தாள்.

ஒருநாள் கொண்டோடி பகல்வேளை டி.வி. பார்த்துக் கொண்டிருக்கும் போது கிரேசி அவளைத் தேடிவந்தாள். ஒருநாளும் அவள் இவ்வாறு வீடுதேடி வந்ததில்லை. எதற்கு வருகிறாள் என்று ஆச்சரியத்தோடு பார்த்தாள் கொண்டோடி. வீட்டுக்கு வெளியே நின்று அவள் பேசினாள்.

"குடகிலிருந்து ஒரு போன் வந்தது..."

"எனக்கா?"

"ஆமா."

"என்னாண்ணு?"

“ஒங்க புருஷனுக்கு சுகமில்லியாம்.”

இதைச் சொல்லும்போது கிரேசிக்கு தொண்டை அடைத்தது.

“அவன் சாவட்டு! எனக்கென்ன?”

“ஆஸ்பத்திரியில கொண்டுபெய்ருக்கு.”

“அவன் செத்தொழிஞ்சாத்தான் எனக்கு நிம்மதி.”

“கூடுதலா இருக்காம்.”

கிரேசியின் கண்களிலிருந்து நீர் வழிந்தது. யாரும் காணாதபடி மெதுவாகத் துடைத்துக் கொண்டாள்.

“அவன் செத்தாண்ணா அண்ணு குளிச்சொருங்கி கோழி அறுத்து சோறு பொங்கித் தின்னுவேன். எனக்க எல்லா சங்கடமும் தீந்ததுண்ணு சொல்லி வெடிவச்சாங் கோயிலுக்குப் பெய் நூற்றியொரு வெடியும் வெடிப்பேன்.”

கிரேசியால் அதற்குமேல் அங்கு நிற்கப் பிடிக்கவில்லை. கீழே விழுந்து விடுவதைப் போலத் தடுமாறினாள். கால்கள் தளர வீட்டுக்கு வந்து கட்டிலில் விழுந்தாள். மறுகணம் குலுங்கிக் குலுங்கி அழுதாள். அவளை அவளால் கட்டுப்படுத்த முடியவில்லை.

வண்டாளம் ஒருநாள் சுமக்கமுடியாத ஒரு செந்துளுவன் குலையைத் தலையில் சுமந்துகொண்டு அவளைத் தேடி வந்தான். அதனைப் பிடித்து இறக்கி கீழே வைப்பதற்கு அவளால் இயலவில்லை. ஒவ்வொரு பழமும் புட்டுகுற்றிபோல ஊக்கமாக இருந்தது. அவள் கைகளுக்குள் அது அடங்கவில்லை.

அவன் உரித்து அவள் வாயில் வைத்தான். கால் பகுதியைக் கூட அவளால் தின்ன இயலவில்லை. பழம் முழுவதையும் தின்ன அவன் வற்புறுத்தினான். அவளால் முடியவில்லை. வயிறு நிறைந்து மூச்சு முட்டிக்கொண்டு வந்தது.

“ஒமக்கொரு ராட்சசியத்தான் கெட்டிவச்சணும்.”

“எதுக்கு?”

“அவளாலத்தான் முழு பழத்தையும் தின்னுமுடிச்ச களியும்.”

“ஏன் உன்னால முடியாதா?”

“முடியாது.”

“அப்ப நீதான் தேவதை.”

“தேவதையா?”

“ஆமா! தேவதைகள் புசிப்பும், குடிப்பும் அற்றவர்கள்.”

அவன் குரல் அவள் காதில் பலமாய் எதிரொலித்தது. தன்னை எத்தனையோ தடவைகள் கவர்ந்திழுத்த குரல் அது. தனக்குள் விதம்விதமான உணர்வலைகளை எழுப்பிய குரல் அது. தன்னை மயக்கத்தில் ஆழ்த்தி இன்பத்தை அள்ளி வாரித் தந்த குரல் அது.

"எனக்க துக்கத்த யாரு இனி தீப்பா? எனக்க பொன்னு நாயனே, என்ன விட்டுப் பெயிற்றியளே ..."

அவள் உரத்த குரலில் அழமுடியாமல் வாயில் சேலைத் தலைப்பை சுருட்டி வைத்து அழுதாள்.

"எனக்கிட்டெ ஒரு வார்த்த சொல்லாம பெயிற்றியளே ... சொல்லி இருந்தா குடகுக்கு உம்ம விட்டிருப்பனா நான்? ஏமாற்றீட்டு இல்லோ போனியளே ... நான் யாரக்கண்டு இனிமே உயிர் வாழணும்? சொல்லுங்க ..."

அவள் இருகைகளாலும் தலையில் அடித்தாள். ஒரு ஊமைப் பெண்ணின் பாவனைகளை ஒத்ததாக இருந்தன அவள் செய்கைகள் யாவும். நீருக்குள் அமிழ்ந்து அழுவது போலத் தன்னை உணர்ந்தாள்.

நடராசன் இரண்டாவதாக கொண்டோடியைத் தேடி வந்தான். அப்போது நேரம் மதியத்தை தாண்டி இருந்தது. அவள் கால்மேல் கால்போட்டுக் கொண்டு டி.வி. பார்த்த வண்ணம் இருந்தாள்.

"மனச தேத்திக்க, வண்டாளம் செத்துப் போனான்."

"எப்ப?"

"நேற்று சாயங்காலம்."

"எப்பிடி?"

"யாரோ அடிச்சி கொன்னு கெட்டித் தூக்கிச்சினும்."

"அய்யோ ... எங்கள விட்டுப் போயிற்றியளே ... எனக்கினி யாரு இரிக்கியா? நான் அறுதலி ஆயிட்டனே ..."

நடராசன் அவளைப் பரிதாபமாகப் பார்த்தான்.

"நான் பாவம் செய்தவா. எனக்க உயிரு போவப் பிடாதா? ஒரு சின்னப் பெண்ணையும் வச்சிட்டு இனி எத்தன காலம்தான் நான் உயிர் வாழணும்? நானும் சாவியேன்."

ஓடிவந்து வீட்டு முற்றத்தில் விழுந்து மண்டையைத் தரையில் மோதிக்கொண்டு அழுதாள் கொண்டோடி. நடராசனுக்கு அவளைப் பார்க்கப் பாவமாக இருந்தது. அங்கு நிற்பதற்குப் பிடிக்காமல் குடம்நொறுக்கியின் கடையில்

வந்து உட்கார்ந்தான். அவனோடு கைதள்ளல் நடத்தியதில் வண்டாளத்தின் முதுகுபட்டு ஒடிந்து விழுந்த பந்தல்முளை இப்போதும் தூக்கி நிறுத்தப்படாமல் சரிந்து கிடந்தது.

“நடராசா! சம்பவம் எப்பிடி நடந்ததுண்ணு தெரியுமா?”

“தெரியல்ல. கண்டிறாக்கு வந்த பெறவுதான் எல்லாம் தெரியும்.”

“பாடி எப்ப வரும்?”

“போஸ்ட்மார்ட்டம் கழிஞ்சி வந்து சேர எப்பிடியும் நாள சாயங்காலம் ஆயீரும்.”

“ஆரு பெய்ருக்கா?”

“இங்கேருத்து ஆரும் போகல்ல. செலவு முழுசும் கண்டிறாக்கு யாக்கியதா சொன்னாரு.”

மறுநாள் நள்ளிரவு பிணம் வந்து சேர்ந்தது. பிளாஸ்டிக் கவர் ஒன்றில் கட்டி வைக்கப்பட்டிருந்த உடல் இரத்தம் குளித்த நிலையில் உறைந்து காணப்பட்டது. நடராசன் மூட்டையை அவிழ்த்ததுதான் தாமதம், குப்பென பரவியது துர்நாற்றம். வாந்தியெடுத்துக் கொண்டு ஓடியவர்களும், மூக்கைப் பிடித்துக் கொண்டு சாடியவர்களுமாக அந்த இடமே கலவரப் பட்டு நிற்க பொதியைத் திரும்பவும் கட்டி அப்படியே பாயில் சுருட்டி மண்ணில் புதைத்தனர். குழிக்கரையில் வைத்து பணம் பிடுங்க ஒருகும்பல் கண்டிறாக்கை தாக்க முனைந்தது. நடராசன் தூண்டிவிட்டு அந்த சம்பவம், நிகழ்ந்ததாக யாரோ சொன் னார்கள். ஓச்சவிளையிலிருந்த கண்டிராக்கால் ஒரு டெம்போ நிறைய கொண்டு வரப்பட்ட ரவுடிக்கும்பல் செத்தவீடு என்றுகூட பார்க்காமல் இறங்கி விளையாடியதில் பலருக்கு காயம் ஏற்பட செம்மையாகக் கிடைத்தது. நடராசனும் அவர்களில் ஒருவன். அவனைக்கூட அவர்கள் விட்டு வைக்க வில்லை. இதன் காரணமாக கண்டிறாக்கிடமிருந்து கேட்டுப் பெறலாம் என்று நினைத்த உதவிப்பணம் கூட கொண் டோடிக்கு கிடைக்காமற் போய்விட்டது.

குடம்நொறுக்கி கடையில் சர்பத் குடிக்க வந்த போலீஸ்காரர்களிடம் கிளறியதில் கண்டிறாக்கின் பதிப்பாக அவனுக்கு கிடைத்த தகவல் இதுதான். சுள்ளையில் வேலை முடிந்ததும் முதலில் சாப்பிட இடங்கிடைக்கும் தொழிலாளர்கள் அதிகமாக கூட்டுக் கறிகளைத் தின்று தீர்த்துவிடுவார்கள். இதன் காரணமாக பின்னால் வருகிறவர்களுக்கு வெறுஞ்சோறு மட்டும்தான் கிடைக்குமாம். அவ்வாறு சரியான உணவு கிடைக்காதவர்கள் வண்டாளத்திடம் பராதி சொல்ல,

அவன் வழக்கமான தனது குணத்தால் தெண்டு முண்டாகப் பேச, பசி வெறியில் எல்லாருமாகச் சேர்ந்து அடித்ததில் அவன் செத்துப் போனான். ஒரு புளிய மரத்தில் பிணத்தைத் தொங்கவிட்டு அவன் நிக்கர் பையில் ஒரு குவாட்டர் பாட்டிலையும் சொருகி வைத்துவிட்டு தற்கொலை செய்ததாக வழக்கை முடித்துக் கொண்டார்களாம் கண்டிறாக்கின் ஆட்கள். வண்டாளத்திற்காகப் பேச யாருமே இல்லை.

இரவு நடராசனின் பதிப்பாக இன்னொரு தகவல் ஊரில் பரவியது. குடம்நொறுக்கியின் கடையிலிருந்து கொண்டு அவன் விட்ட வார்த்தைகள் சேலையும், ரவுக்கையும் கட்டிக்கொண்டு தலை விரித்தாடியபடி எங்கும் திரிந்தது.

“நடராசா! கல்லறத் தோட்டத்தில ஒனக்கும் அடிகெடச்சி தாமே, உள்ளதியானா?”

“எவஞ் சொன்னான்?”

“முக்கில நிண்ணுட்டு யாரோ செல்லிச்சினும்.”

“அவனப் பெய் அப்பாண்ணு விளி.”

“தேச்சியப்படாதடே... ஆமா, வண்டாளம் எப்பிடி செத்தாண்ணு தெரியுமா?”

“தெரியும். கண்டிறாக்கு சென்னதெல்லாம் பச்ச கள்ளம்.”

“அப்பிடியா?”

“நான் குடகிலிருந்து வநத கார் டிரைவருட்ட விசாரிச்சேன். அவன் சென்னது வேற.”

“என்னது?”

“வண்டாளம் வேலை செய்த ஸ்தலத்தில ஒரு இந்துகோயில் இருந்திருக்கு. அதில பசுமாடு ஒண்ண தானம் குடுக்க கெட்டியிருந்துது. வாறவன் ரூவாகுடுத்து வாங்கி போற்றிக்கிட்ட தானம் செய்வான். அவன் போனதும் போற்றி திரும்பவும் பசுவ பழைய எடத்தில கொண்டு வந்து கெட்டுவான். இப்பிடி ஒரு பசுவவச்சி அவன் எக்கச்சக்கமா சம்பாரிச்சான்.”

“வண்டாளத்துக்க கதைய சொல்லு.”

“அதத்தான் செல்லீட்டிருக்கேன். கேளூ. ஏன் வெப்பிறாளப் படுக? ஒரு நாளு ராத்திரி யாரும் இல்லாத நேரமா பாத்து வண்டாளம் தொழுத்தில ஏறி பசுவத் தடவி இருக்கான். ஒரு கல்லத் தூக்கிப் போட்டு நிண்ணு பசு மேல படுத்து ஜோலி செய்திருக்கான் ஓய்.”

“பசுவையா?”

“பின்ன பூனைண்ணா செல்லியேன்? பசுவத்தான். இதப் போற்றி கண்டு ஊரக் கூட்டீற்றான். ஆளுவ கல்லெடுத்து எறிஞ்சாக்கும் அவனக் கொன்னிருக்கினும்.”

வண்டாளம் இறுதியில் வங்கலையா செத்தான்.

பொன்னையா கம்பவுண்டர் சி.எஸ்.ஐ. சபையிலிருந்து மாறி ‘சீயோன் பெந்தெகோஸ்தே சபை’ உருவாக்கி பொன்னையா பிரசங்கி ஆனபிறகும் சபை ரெஜிஸ்டரில் அவரது பெயர் அப்படியேதான் இருந்தது. அதுபோல ஸ்டீபன் கம்யூனிஸ்ட் கட்சி உறுப்பினராக மாறிய பிறகும் அவன் பெயரும் சபை பதிவேட்டில் இருந்து வந்தது. சுகந்தி வருடத்திற்கொரு தரம் ஸ்தோத்திர காணிக்கை கொடுத்து பற்று தீர்த்து அந்தப் பெயர்களை திருச்சபையில் உயிர்ப்பித்துக் கொண்டிருந்தாள். ஸ்டீபனுக்கொரு திருமணம் நடக்கும்வரை திருச்சபையில் அவர்களைப் பிடித்து நிறுத்துவது தனது கடமை என்று அவள் எண்ணினாள்.

பிரசங்கியார் சி.எஸ்.ஐ. சபைக்கு காணிக்கை தரக்கூடாது என்பதைத் தாரக மந்திரமாகக் கொண்டிருந்தார். எனவே தான் அவர் அறியாமல் சுகந்தி காணிக்கை கொடுத்தாள். ‘எனக்கு ஆர்.எஸ்.எஸ். ஐ விட முதல்எதிரி சி.எஸ்.ஐ. தான்’ என்பது அடிக்கடி அவர் வாயிலிருந்து புறப்படும் வாக்கியம். அதனை பலமுறை செயலிலும் அவர் காட்டி இருக்கிறார்.

ஒரு தடவை கிறிஸ்மஸ் சமயம் கேரல்பாட அவரது ஜெபவீட்டிற்கு சி.எஸ்.ஐ. காரர்கள் சென்றனர். வெளிமுற்றத்தில் சாரிகசேரியில் அமர்ந்து பைபிள் வாசித்துக் கொண்டிருந்த பிரசங்கியார், அவர்கள் பாடி முடிக்கும் வரை அப்படியே இருந்தார். அவர்கள் ஜெபித்தபோது இவர் கண்களைத் திறந்து வைத்திருந்தார். அவர்களின் எந்த நிகழ்வோடும்தான் ஒன்ற வில்லை என்பதைத் துண்டித்து காட்டிக்கொண்டே இருந்தார். இறுதியில் கிறிஸ்துமஸ் வாழ்த்துப் பாடலைப் பாடி முடித்ததும் அவர் முன்பு சி.எஸ்.ஐ. சபை செயலராக இருந்தபோது அவரது அணியிலிருந்த தங்கமணி டீக்கனார், கையில் காணிக்கைப்பையுடன் பிரசங்கியார்முன் வந்தார்.

“கம்பவுண்டரே, காணிக்க தரணும்.”

“காணிக்கை இருக்கட்டும், எனக்கு ஒங்களுட்ட கேட்க செல கேள்விகள் இருக்கு.”

"எங்களுக்கு நெறைய்ய வீடுகள் பாடவேண்டியதிருக்கு. கேள்விகளெல்லாம் பெறவு வச்சிடும்."

"இயேசு கிறிஸ்து டிசம்பர் இருபத்தஞ்சாம் தேதி பிறந்தார்ணு ஒங்களுக்கு எப்படி தெரியும்?"

"எங்களுக்கு ஒண்ணும் தெரியண்டாம் ஓய். எப்பம் காணிக்க தந்து எங்கள வழியனுப்பும்."

"ஏசுவப் பற்றி தெரியாத பயலுவளுக்கெல்லாம் நான் காணிக்கை தாறதில்ல."

திடீரென ஜன்னலில் சுகந்தி தோன்றினாள்.

"டீக்கனாரே, இஞ்ச வரணும்."

நூறு ரூபாய்த்தாளை காணிக்கைப்பையில் போட்டாள்.

"இதுதான் ஓய் மரியாத."

தங்கமணி டீக்கனார் கூறினார்.

"அஞ்ஞானிகளுக்கும், அவிசுவாசிகளுக்கும் மரியாதை கொடுத்து எனக்குப் பழக்கமில்லை."

பிரசங்கியார் கூறினார். அதற்குள் பாட வந்தவர் தரப்பி லிருந்து யாரெல்லாமோ அவருக்கு எதிராகப் பேசமுனைந்த போது தங்கமணி டீக்கனார் அவர்களைத் தடுத்தார்.

"நீங்க யாருமே பேசப்பிடாது. நாஙும், கம்பவுண்டரும கிளாஸ்மெட்கள். அந்த உரிமையிலயாக்கும் பேசுகோம்."

"யாருக்கும் மரியாத கொடுக்கமாட்டாராம்."

"தம்பி, யாருக்கும் இல்ல, ஒங்களப் போல உள்ள சி.எஸ்.ஐ. கார அஞ்ஞானிகளுக்கும், அவிசுவாசிகளுக்கும் மரியாதை கொடுத்துப் பழக்கமில்லை என்று சொன்னேன்."

பிரசங்கியார் விளக்கம் சொன்னார்.

"கம்பவுண்டரே! யாருக்கும் நீரு மரியாதை தரண்டாம். ஒம்ம தலைமைக்கு மரியாத தெரிஞ்சாத்தானே ஒமக்கு மரியாதை பற்றித் தெரியும். பேச்ச வளக்கண்டாம். எங்களுக்கு நெறைய இடம் போணும். போயிற்று வாறோம்."

"இனி வராண்டாம்."

"இதுதான் ஒமக்க மரியாதை? வாங்க போகலாம்."

தங்கமணி டீக்கனார் எல்லோரையும் அழைத்துக் கொண்டு வெளியே வந்தார். பிரசங்கியாரை எந்த அளவுக்கு

திட்டித்தீர்க்க முடியுமோ அந்த அளவுக்கு விமர்சனம் செய்தனர் வாலிபப்பையன்கள்.

"டீக்கனார் தலைமையைப் பற்றி என்னவோ அவருட்ட சொன்னியளே, அது என்ன?"

"அதுவா? பெரிய கதை. ஒரு தடவ அண்டி ஆபீஸ் நடையில பெரசங்கியாரு ஒரு வெளிக்கூட்டம் போட்டு எல்லாரும் ரெச்சிக்கப்பட்டு முழுகிஸ்நானம் எடுக்கணும் ணெல்லாம் பேசி வெட்ட பறத்தினாரு. கூட்டம் முடிஞ்சதும் கேரளத்திலிருந்து வந்த அவங்க தலைமை பாஸ்டர் பால் கொச்சுண்ணி மைக்கில் ஓப்பனா, 'பிரத்தியேகப்பட்டவர் பேங்கரின்றெ வீட்டிலேய்க்கும், பாவப்பட்டவரொக்க பறையன் பத்றோசின்றெ வீட்டிலேய்க்கும் போகாம்' எண்ணு சொன்னாரு."

"அடக்கடவுளே!"

"பெரசங்கி என்ன சொன்னாண்ணு மனசிலாச்சிதா?"

"ஆச்சிது.

"அந்த ஜெபப்புரைக்கு வாறவியள்ல கொஞ்சம் வசதி உள்ளவன் பேங்கருக்க வீட்டில சாப்பிடப் போணுமாம். அவங்க பிரத்தியேகப்பட்டவராம். பாவப்பட்டவர்கள் பத்றோஸ் வீட்டுக்குப் போகணுமாம். அதுவும் எத்தன கீழ்த்தரமா சாதியச் சொல்லி பேசியாரு ஒரு பொதுமேடையில. இவனுவளுக்கு மண்டேல என்ன வவுதிரு இருக்குதுண்ணு பாருங்க."

"பேங்கருக்க வீட்டில பொரிச்ச கோழி இறைச்சியும், அப்பமும் கிட்டும். பத்றோஸ் வீட்டில ஒணக்க கெழங்கு துண்டும், பச்ச வெள்ளமும்தான் உண்டு."

"பெரசங்கிக்க மகன் நல்ல பையனாக்கும்."

"யாரு ஸ்டீபனா? நல்லவனா இருந்தென்ன பிரயோஜனம்? சித்தாந்தம் பேசீட்டில்லா திரியான்."

"அப்பிடி என்ன பேசினான்?"

"இயேசு கிறிஸ்து இராப்போஜனம் பண்ணின ஹோலி கம்யூனியனில் இருந்ததுதான் கம்யூனிசம் உண்டாச்சிண்ணு சொல்லீட்டுத் திரியிறான்."

"கம்யூனியன் – கம்யூனிசம், நல்ல பொருத்தம் இருக்குதே. ஒருவேள அது உண்மையா இருக்குமா டீக்கனாரே?"

"இயேசுகிறிஸ்து கம்யூனிஸ்டா?"

"தெரியல்ல."

“இதெல்லாம் சொல்லி உண்டாக்கியது. இப்ப சி.எஸ்.ஐ. காரங்களிட்டெயும் சில பிஷப்கள் இதுபோல பிரச்சாரம் செய்துட்டு திரியினும்.”

“யாரு?”

“சாமுவேல் அமிர்தம்ணு ஒருத்தரு ஹோலி கம்யூனியன எப்படி நடத்தினாரு தெரியுமா? திருச்சபை மக்கள் எல்லாரையும் சேரிமக்கள் வாழக்கூடிய பகுதியில கூட்டீற்று போனாரு. அங்க ஒரு பானையில பயறுகஞ்சி காச்சினாரு. இதை நாம் இயேசுவின் சரீரமாகவும், இரத்தமாகவும் நினைப் போம்ணு சொன்னாரு. எல்லாருக்கும் பாத்திரத்தில விட்டுக் குடுத்திற்று அவரும் குடிச்சாரு. நாம் பகிர்ந்தது கிறிஸ்துவின் சரீரமும், இரத்தமுமாய் இருக்கிறது என்று சொல்லி முடிச்சாரு.”

“ரொம்ப நல்லா இருக்கே. நம்ம சபையிலயும் இப்பிடி திருவிருந்த நடத்திப் பார்க்கலாமா?”

“என்னது, இப்பிடி நடத்தலாமாண்ணா? கொள்ளாம்! இயேசு கிறிஸ்து சோற்றுப் பானையா? சோறத் தவிர வேற எண்ணமே இல்லியா மனுஷனுக்கு? கண்றாவியா இருக்கு ஒங்க பேச்சு.”

“டீக்கனாரே, இயேசுகிறிஸ்து டிசம்பர் இருபத்தஞ்சாம் தேதி பெறக்கல்லேண்ணு அவரு சொல்லியது உண்மைதானா?”

“அவருக்கு அப்பப்ப என்னதெல்லாம் தோணுதோ, அத்தனையும் சொல்லீட்டுத் திரிவாரு. கொஞ்சநாளுக்கு மின்ன இயேசு, மாட்டுத் தொழுவத்தில பெறக்கல்லேண்ணு பேசீட்டு திரிஞ்சாரு. இப்ப டிசம்பர் மாசம் பெறக்கல் லேண்ணு சொல்லியாரு. இதெல்லாம் கதைக்கு உதவக்கூடிய காரியங்களா?”

பொன்னையா பிரசங்கியார் பெந்தெகோஸ்து ஐக்கியத் திற்குள்ளாக வந்தபிறகு தங்களுக்கென்று ஒரு அடையாளத்தை உருவாக்க விரும்பினார். அதற்காக கிறித்தவர்களின் இதர பிரிவினர்கள் மேற்கொள்ளும் நடைமுறைகளுக்கு எதிராக ஒன்றை அவர் நிறுவ முயன்றார். அது பலசமயங்களில் அவருக்கு எதிராகத் திரும்பி தொந்தரவு செய்திருக்கிறது. அதன் மூலமாக தனது இருப்பை விளம்பரப்படுத்திக் கொள்ள அவர் முயன்றார். தற்போது அவ்வாறு மேற்கொண்ட முயற்சி தனது குடும்பத்தில் விரிசலை ஏற்படுத்தும் என்று அவர் நினைக்கவில்லை.

மூழ்கிஸ்நானத்தை வலியுறுத்தி அவர் ஒரு துண்டுப் பிரசுரம் வெளியிட்டார். 'இயேசு சொன்னது தெளிப்பு ஞானஸ்நானம் அல்ல' என்பதே அதன் தலைப்பு. அதன்படி சி.எஸ்.ஐ. காரர்கள் கோயிலுக்குள் வைத்து தண்ணீரை பாத்திரத்தில் எடுத்து தலையில் தெளித்து நடத்தும் ஞானஸ்நானம் கிறிஸ்து கடை பிடித்ததல்ல என்று எழுதப்பட்டிருந்தது. இயேசுகிறிஸ்து யோர்தான் நதியில் மூழ்கி எடுத்த ஞானஸ்நானமே உண்மை யானது என்றும், தாங்கள் அதையே மேற்கொள்வதாகவும், கிறிஸ்து செய்யாத எதையும் செய்வது கிறிஸ்துவுக்கும், கிறித்தவத் திற்கும் விரோதமானது என்றும் தெரிவிக்கப்பட்டிருந்தது. அதுபோல குழந்தை ஞானஸ்நானமும் கிறித்தவத்திற்கு எதிரானது என்பதை எடுத்துரைத்தவர், 'ஞானம்' என்றால் 'அறிவு' என்றும், ஞானம் வந்தபிறகு நதியில் மூழ்கி எடுப்பதே ஞானஸ்நானம் என்றும் விளக்கினார். இயேசுகிறிஸ்து குறிப்பிட்ட வயதை அடைந்த பிறகே ஞானஸ்நானம் எடுத்ததை சுட்டிக்காட்டிய அந்தப் பிரசுரம் 'கிறித்தவ மக்களே! கிறிஸ்துவுக் கெதிராக செயல்படுகிறவர்களை அடையாளம் கண்டுகொண்டு எங்கள் சபையில் வந்து சேருங்கள்' என்று முடிக்கப்பட்டிருந்தது.

பேருந்து நிலையங்களிலும், பொது இடங்களிலும் அவரது ஊழியக்காரர்களை விட்டு மாலைநேரங்களில் அந்த துண்டுப்பிசுரத்தை வினியோகித்தார். பெற்றுக் கொண்டவர்கள் வழக்கம்போல அவரது குணத்தைப் புரிந்தவர்கள் என்பதால் அதனைப் பொருட்படுத்தாமல் விட்டுவிட்டு நடந்தார்கள். பிரசங்கியாருக்கு அது கோபத்தை ஏற்படுத்தி இருக்கவேண்டும். பிஷப்புக்கு நேரடியாக இரண்டு பிரசுரங்களைப் பதிவுத் தபாலில் அனுப்பிவைத்தார்.

அடுத்த வாரமே அவர் அனுப்பியதுபோல பதிவுத் தபாலில் ஒரு கடிதம் பிஷப்பிடமிருந்து பிரசங்கியாரை வந்தடைந்தது. அதில் திருச்சபையிலிருந்து அவர் விலக்கப்பட்ட செய்தி டைப் செய்யப்பட்டிருந்தது. பிரசங்கியார் வலதுகையில் டீயும், இடதுகையில் அந்தக் கடிதமுமாக வீட்டு முற்றத்தில் உட்கார்ந் திருந்தார். அவருக்கு அருகில் பவுலோஸ் கைகளைக் கட்டிய வாறு நின்றுகொண்டிருந்தான்.

"இந்த பிஷப் இருக்காரே, அவங்களுக்குள்ள ஆவியின் அனுபவம் இல்லாதது மாதிரி உலகியல் அறிவும் இல்லபோலத் தெரியிது. நான் சொல்லியது பவுலோசுக்குப் புரியுதா?"

"புரியுது! பாஸ்டர் சொல்லுங்க."

"நான் மூழ்கிஸ்நானம் பற்றி ஒரு திறந்த விவாதத்திற்காக அந்தப் பிரசுரத்தை பிஷப்புக்கு அனுப்பிவச்சேன். அவர்

பதிலுக்கு என்ன செய்திருக்கணும்? நாங்க செய்யிற தெளிப்பு ஞானஸ்நானம் தான் சரி என்று எனக்குப் பதில் எழுதி இருக்கணும். அப்படித்தானே?"

"ரொம்பவும் சரி பாஸ்டர்."

"இவர் என்ன செய்திருக்கிறார் தெரியுமா? என்ன சி.எஸ்.ஐ. யிலிருந்து நீக்கி விட்டாராம். இவர் யாரு என்ன நீக்கியதுக்கு? நான் அவங்க கூடயா இருக்கிறேன்?"

"பாஸ்டர், ஒங்க கேள்விக்குப் பதில் சொல்கிற அளவுக்கு ஞானமோ, திறமையோ அவங்களுக்கு இல்ல. அதுதான் பிஷப்புக்கு உங்களுட்டெ கோபம்."

"கோபம் வந்தா கல்லுல முட்டவேண்டியதுதானே. என்ன நீக்கியதுக்கு இவர்யாரு, இயேசு கிறிஸ்துவா?"

"சிந்திக்கத் தெரியாத மனுஷனுக்கு பேரு பிஷப்."

"அவர் பிஷப் அல்ல, விஷப்பூ!"

"அவர் நெனச்சா தனக்க சபையில இல்லாத ஆறு, குளம், கடல், மரம் எல்லாத்தையும் நீக்கீருவாரு போலத் தெரியுது."

"நிச்சயமா."

"இவரை எல்லாம் என்ன சொல்லியதுக்கு? உலகமே தனக்க கையிலதான் சுழல்கிறதா நினைக்கிறாரு."

"எங்க நாட்டில நாராயணத்து பிராந்தன்னு ஒரு கட்சி உண்டு. இவர் அச்சு அசல் அவனப்போல ஒரு மனுஷனாக்கும்."

"சரியா சொன்னே பவுலோஸ்."

பிஷப்பின் செய்கைக்கான பொருள் அந்த ஞாயிறு சபைக்குச் சென்ற சுகந்தி வாயிலாக அவருக்குத் தெரியவந்தது. மாசத்தின் முதல்ஞாயிறு என்பதால் திருவிருந்து எடுக்கச் சென்ற சுகந்தியை சபையிலிருந்து நீக்கிய செய்தி கோயில் பிள்ளை வாயிலாக அவளை வந்தடைந்தது. தடுத்து நிறுத்தினார் தலைமைப் போதகர். அன்று சுகந்திக்கு திருவிருந்து தரப்பட வில்லை.

கூட்டம் முடிந்ததும் சபைக்கமிற்றியிடம் வந்து நின்றாள் சுகந்தி. நடராசன் தனது பரிவாரங்களுடன் அன்று பிரிந்த காணிக்கைகளை எண்ணிக்கொண்டிருந்தான். போதகர் மதியத்துக்குப் பிறகுள்ள ஆராதனைக்கான குறிப்புகளை பைபிளிலிருந்து சேகரித்த வண்ணம் இருந்தார்.

“போதகரே, எங்க வீட்டுக்காரரை நீக்கியது சரிதான். ஆனா ஸ்டீபனும், நானும் என்ன பாவம் செஞ்சோம்ணு பிஷப் எங்கள நீக்கினாரு, சொல்லுங்க?”

“கிறிஸ்து சபைக்கு தலையாக இருப்பதுபோல புருஷன் ஸ்திரீக்கு தலையாக இருக்கிறான். குடும்பத்தலைவன் சபையி லிருந்து தள்ளப்படும் போது மனைவி பிள்ளைகளும் உடனடி யாக நீக்கப்படுவாங்க. இது ஏற்கனவே உள்ள நடைமுறைதான்.”

“இனி எந்த காரியத்திலெயும் எங்கள சேர்க்க மாட்டியளா?”

“சபைக்கு நீங்க வரலாம், போகலாம். அதுக்கு எந்தத் தடையும் இல்ல. ஆனா, சபை ஒங்க வீட்டில உள்ள எந்த நிகழ்ச்சிகளிலும் தலையிடாது. திருமணம் செய்யவோ, கல்லறைத் தோட்டத்தில் இடங்கிடைக்கவோ, குடும்ப நிகழ்வு களில் ஆராதனை நடத்தவோ எங்களால் இயலாது.”

சுகந்திக்கு ஸ்டீபனை நினைக்கும்போதுதான் அழுகையாக வந்தது. தான் வருடக்கணக்கில் பட்ட பிரயாசங்கள் யாவும் தன் கணவனால் நொடியில் வீணாகிப் போனதை எண்ணி வருந்தினாள். அவளுக்கு கோபங்கோபமாக வந்தது.

வீட்டுக்கு வந்தாள். பைபிளை மேசையின் மீது வைத்தாள். கோயிலுக்குப் போகும் போது அணிந்த சேலையை மாற்றாம லேயே கட்டிலில் படுத்தாள். தனது தந்தை வேதமணி நாட்டையர் கண்முன் வந்து நின்றார்.

“சுகந்தி, நம் வாழ்வெல்லாம் மிஷன் போட்ட பிச்சை யாக்கும். நம்ம தெறமையோ, சாமர்த்தியமோ இல்ல கேட்டியா.”

“ஆமா அப்பா.”

“அதுனால குடும்பத்தில யாராவது ஒருத்தர் நம்ம பரம்பரையில இருந்து ஊழியத்துக்கு அனுப்பணும்.”

“நல்லது அப்பா.”

“ஸ்டீபன் பி.ஏ. முடிச்சதும் அரசரடியில போதகர் படிக்க விடணும். ஒனக்க அபிப்பிராயம் என்ன?”

“எனக்க விருப்பமும் அதுதான் அப்பா.”

சுகந்தி இதனை ஸ்டீபனிடம் சொல்லி பின்னொரு நாளில் கருத்து கேட்டாள். அவனுக்கு கோபம் கோபமாக வந்தது.

“கள்ளம்மாருக்க அங்கிய நான் அணியிறதா? அதுக்கு வேற ஆளப் பாருங்க.”

“நான் சொல்லியத யோசிச்சிப் பாரு. போதகர்ணா நம்ம ஆட்கள் ஒடனே பெண்ணு தருவினும். நமக்கொரு நல்லசபையா கெடச்சா நல்லா வாழலாம்.”

“நல்ல சபைண்ணா?”

“பெரிய மிஷன் வீடுள்ள சபை. எனக்க மாமா மகன் நாகர்கோயில்ல போதகரா இருக்கம்ப அவன்வீட்டுக்குப் போயிருக்கேன். வீடா அது? பெரீய மாளிகையாக்கும். கறண்டுக்குப் பணம் கட்டண்டாம், தண்ணிக்குப் பணம் கட்டண்டாம், டெலிபோன் பில்லுக்குப் பணம் கட்டண்டாம், எல்லாம் சபை பாத்துக்கிடும். சாப்பாடு போற எடத்தில கிட்டும். சபை வளாகத்தில நிக்கிய மரங்களுக்க அனுபவம் கிட்டும். கோயில்ல வாற நெல்லில பங்கு. ஒரு குறைவும் இருக்காது பாரு.”

“வேற?”

“வேற இனியும் உண்டு. டெய்லி பத்துவீடு சந்திச்சா போரும், ஆயிரம் ரூவா கேரண்டி. அஞ்சி வருஷம் ஒரு நல்ல சபையில ஒரு போதகர் இருந்துட்டு அடுத்த சபைக்கு மாறிப் போகும்போது குறைஞ்சது அஞ்சிலட்சம் ரூபாய் கையில் கொண்டு போகலாம். இதுக்கு மேல பிரிவுபசாரம் நடத்தி சபை கொடுத்து அனுப்பிய பொருட்களே சில சமயம் ஒரு லாறி கொள்ளாது.”

“அம்மா, ஒங்களுட்டெ நான் ஒண்ணு கேட்கியேன், கோபப்படாம பதில் சொல்லுங்க. இதுக்கப் பேருதான் ஊழியமா?”

“உலகம் சொன்னா ஏற்றுக்கிட வேண்டியது தானே?”

“அப்ப இயேசு சொன்னத நீங்க ஏற்றுக்கொள்ள மாட்டிய?”

“அப்பிடி நான் சொல்ல வரல்ல ஸ்டீபன், என் பக்கமுள்ள நியாயத்த மொதல்ல நீ புரிஞ்சிட்டு பேசு.”

“எந்த நியாயம்? இயேசுகிறிஸ்து இப்படியா ஊழியம் செஞ்சாரு? சொல்லு பாக்கலாம்.”

“அது அண்ணத்த காலம். இது இண்ணத்த காலம். நாட்டில எவ்வளவோ மாற்றங்கள் வந்திருக்கு. எல்லாத்தையும் ஒண்ணு மொதல்ல நெனச்சிப்பாரு.”

“எத்தின மாற்றம் வந்தாலும், என்னதான் தலைகீழாகப் புரண்டாலும் உலகம் செல்கிற அநீதியின் வழிய ஏற்றுக்கொள்ள முடியாது. இயேசுவும் ஏற்றுக்கிடல. ‘இந்த உலகம் எனக்கு சொந்தமல்ல’ என்றுதான் சொன்னாரு.”

“பிடிவாதம் பிடிக்காதே. எதையுமே சாதாரணமா எடு. அப்பதான் வாழ்க்கை முன்னேறும்.”

“சகமனிதன் கண்ணுமுன்னால புழுபோல துடிக்கம்ப எப்படி அம்மா சாதாரணமாக இருக்க மனசு வரும்?”

“அது அப்படித்தான். அடிக்கிய காற்றுக்கெல்லாம் நமக்கு வேலிகட்ட முடியுமா? அது அது சம்பவிச்சித்தான் தீரும்.”

“சம்பவங்கள உற்று நோக்கி சீர்திருத்துகிறதுதான் மனுஷனுக்க வேலை.”

“நீ ஒண்ணும் திருத்தப் போவண்டாம். போதகருக்குப் படிச்சா போதும். மோனே, எதாவது காலேஜ் வாத்திச்சிய சம்மந்தம் முடிச்சி நமக்கு நல்லா வாழுலாம்.”

“காலேஜ் வாத்திச்சிட்ட அப்பிடி என்ன விசேஷமோ?”

“இப்ப எல்லா நாட்டயர்மாரும் அப்பிடித்தான் கெட்டி யானுவ. வாத்திச்சியளுக்கு நல்ல சம்பளம் பாத்தியா?”

ஸ்டீபன் தனது பேச்சைக் கேட்டிருந்தால் தனக்கு இப்படி ஒரு நிலைமை வந்திருக்காது என்று சுகந்தி கருதினாள். அவன் ஆசிரியர் பயிற்சி கல்லூரியில் படிக்க சைதாப்பேட்டை செல்லும்போது மனவருத்தத்துடன்தான் அனுப்பிவைத்தாள். மிஷன் பள்ளியில் வேலைகிடைத்ததும் அந்த வருத்தமெல்லாம் எங்கோ பறந்து போனது. பின்னால் நடந்த நிகழ்வுகளுக் கெல்லாம் அவன் காரணமல்ல என்பதை உணர்ந்து கொண்டவள் கம்யூனிஸ்ட் கட்சியில் சேர்ந்தது குறித்துக் கவலைப்படவில்லை. அவனுக்கு அங்கே நிறைய தோழர்கள் துணையாக இருப்பது குறித்து ஆறுதல் அடைந்தாள். அவளது கோபமெல்லாம் இப்போது பிரசங்கியாரையே மையமாகக் கொண்டு சுழன்றன.

ஒருநேரம் சும்மா இருக்காத அவரது குணம் எப்போதும் அவளுக்கு எரிச்சலூட்டிக் கொண்டிருந்தது. பிஷப்புக்கு துண்டுப்பிரசுரம் அனுப்பப்போய் இப்போது சபையை விட்டு எல்லோரும் நீங்கும் படியாக மாறிவிட்டது. இனி என்ன செய்தாலும் இதனை சரி செய்யமுடியாது என்று கருதினாள். யாரிடம் போய் என்ன உதவி கேட்கமுடியும் எனவும் அங்கலாய்த்தாள்.

அப்போதுதான் பிரசங்கியார் வீட்டில் நுழைந்தார். அவரைக் கண்டதும் சுந்தரிக்கு எரிச்சலாக வந்தது. முகம்மாறி திரும்பிக் கிடந்தாள். பிரசங்கியார் அதனை வித்தியாசமாக நினைக்கவில்லை. அடுக்களை சென்று செம்பில் இருந்த நீரை

வாயில் கவிழ்த்தவர் ஒரு நீண்ட ஏப்பம் விட்டு பிறகொரு கொட்டாவியுடன் வந்து சாரிகசேரியில் அமர்ந்தார். அவரது சர்க்கரை நோய் உடம்பில் விளையாடுவதைப் புரிந்தார்.

சாப்பாட்டு மேசையில் வந்து ரொம்ப நேரம் உட்கார்ந் திருந்தார். எதாவது சாப்பிட்டால் தெம்பாக இருக்கும் போலத் தோன்றியது. அவருக்கு வழக்கமாக சாப்பாடு எடுத்துக் கொடுக்கும் சுகந்தி அவரைக் கண்டு கொண்டதாகக் காட்டிக் கொள்ளவில்லை. பிரசங்கியார் மனதை ஏதோ ஒரு வலிவந்து கவ்வியது.

அடுக்களைக்கும், வெளிவராந்தாவுக்கும் இடையே திறந்த அறைபோலக் கிடக்கும் பகுதியில் பழைய பொருட்களும், உபயோகமற்ற சாமானங்களும் போடப்பட்டிருந்தன. அதில் ஒரு கால்முறிந்த நார்கட்டில் கிடந்தது. இருளி அந்த இடத்தில் தங்கி அதில் படுத்துறங்குவாள். பிரசங்கியார் ரொம்ப நேரமாக வந்திருப்பதைக் கவனித்தவள் எழும்பிபோய் சுகந்தி படுத்துக் கிடக்கும் அறையின் வாசலண்டைக்கு வந்தாள்.

"பாஸ்டரம்மா . . ."

" . . . ."

"தூங்கீட்டியளா?"

"இல்ல, ஏன்?"

"பிரசங்கியாரு ரொம்ப நேரமா வந்து சாப்பிட உட்கார்ந் திருக்காரு."

"நீ சாப்பிட்டியா?"

"ஆமா."

"போய் படுத்துத் தூங்கு."

"பிரசங்கியார் சாப்பிடல்லியா?"

"எழவே! ஒனக்கென்னடி புதுசா வந்துட்டு அக்கறை? யாரு சாப்பிட்டா, யாரு சாப்பிடல்லேண்ணு பாத்துட்டு திரியதா ஒனக்க வேல? போடி வெளிய."

இருளி பயந்து நடுங்கிக்கொண்டு நின்றாள்.

"ஒனக்க வேலயமட்டும் பாரு."

"சரி அம்மா."

சுகந்திக்கு கோபம் வந்து அவள் ஒரு நாள்கூட இப்படி பேசி, தான் பார்த்தது இல்லை. திடீரென்று ஏனிப்படி அவர்கள் நடந்துகொள்கிறார்களென்று அவளுக்குப் புரியவில்லை.

சுகந்தி அவளிடம் அவ்வாறு நடந்துகொள்ளும் முறை அவளுக்காக இல்லை என்பதை அவள் புரியவில்லை. ஆனால் பிரசங்கியார் அதனை உடனடியாகத் தெரிந்துகொண்டார்.

இருளி வெளியே வந்து கட்டிலில் உட்கார்ந்தாள். பிரசங்கியாரின் காலடிகள் தேய்ந்து முன்பக்கம் ஒதுங்குவதை உணர்ந்தாள். தொடர்ந்து சாரிகசேரி நரங்கும் ஓசையும், அமரும்போது துணியில் சொருகிய உருளைக்கம்பு மோதும் சத்தமும் கேட்டது.

அன்று இரவு அவர் எதுவுமே சாப்பிடவில்லை. வெளியே அடித்த தணுத்த காற்றுக்குத் தாக்குப் பிடிக்க முடியாமல் அடிக்கடி இருமினார். அந்த சத்தம் வீட்டின் அறைகளில் எதிரரொலித்த போதும் அவருக்குப் பரிவு காட்ட அங்கு யாரும்இல்லை.

அதைத்தொடர்ந்து பிரசங்கியாரை அதிரவைத்த ஒரு சம்பவம் நடந்தது. முற்றத்தில் அவர் சாரிகசேரியில் அமர்ந்தபடி உறங்கிக்கொண்டிருந்தார். ரொம்பநேரம் இருமிக் கொண்டிருந்தவர் பின்னிரவில் தன்போக்கில் அடங்கி தூக்கம் அவரை அரவணைத்தது. வீட்டின் முன்னால் ஒரு கூம்பில்லா வாழை தரையைத் தொட்டுக் குலைத்து நின்றது. ஒவ்வொரு வருடமும் அவர் வீட்டிலிருந்து ஒரு குலை வாவுபலி பொருட்காட்சிக்குச் சென்று முதற்பரிசு பெற்றுவரும். விவசாயத் திருவிழாவுக்கு வரும் சர்வ மதத்தைச் சேர்ந்த மக்களுக்கும் பொன்னையா பிரசங்கியார் குலை ரொம்ப பிரபலம். இந்த வருடமும் காட்சி சாலையில் வைக்கவென்று பிரத்யேக முயற்சி எடுத்து அதனைப் பாராமரித்து வந்தார்.

கோட்டைச்சுவர் எத்திச் சாடிய நான்கு உருவங்கள் வாழைமூட்டில் பதுங்கி இருந்து சந்தர்ப்பத்தை எதிர்பார்த்தன. பிரசங்கியாரின் குறட்டைஒலி ரெயில்என்ஜின் கணக்கில் வெளிப்பட்டபோது முதல்வெட்டு வாழைமரத்தின் கழுத்தில் விழுந்தது. தொடர்ந்து பக்கத்து வீட்டில் செத்துக்கிடந்த வெளிவிளக்கு ஜீவன் பெற்றது. ஆசாமிகள் நால்வரும் வாழை மூட்டிலேயே பதுங்கிவிட்டனர்.

பக்கத்துவீடு பிரசங்கியாரின் தம்பி பைண்டர் தாசுக்கு சொந்தமானது. அவர் பரம ஏழை என்பதால் இங்குள்ள யாரும் அவரிடம் அவ்வளவு காரியம் இல்லை. பைண்டரிடம் முகம் பார்த்துப் பேசுவதோ, அவர் வீட்டில் விசேஷம் எதாவது நடந்ததென்றால் செல்வதோ ஸ்டீபன் மட்டும்தான். சுகந்தியை அங்கு செல்லக்கூடாதென்று பிரசங்கியார் திருமணம் ஆன

காலம் முதலே தடைவிதித்ததால் அவளுக்கும் அவர்களுக்கு மிடையே எந்தத் தொடர்பும் இல்லை.

பைண்டர் தாஸ் இழுப்பு நோய்க்காரர். நோய் கொஞ்சம் குறைவாக இருக்கும் காலங்களில் பள்ளி கல்லூரிகளுக்குச் சென்று புத்தகங்களைத் திரட்டி வந்து வீட்டில் வைத்து பைண்டிங் தொழில் செய்வார். அதில் கிடைக்கும் வருவாய் அவருக்கு மருந்து வாங்கவே காணாது. அரசாங்க மருத்துவ மனைகள் அவரது நோயை மேலும் சீரழித்ததால் தனியார் மருத்துவர்களிடம் பணம் கொடுத்து சீரழியவேண்டிய கட்டாயத்திற்கு அவர் தள்ளப்பட்டார்.

வாழை இடுப்பொடிந்து சத்தம் எழுப்பியதும் அவர் இரைத்திரைத்து சுவர் பக்கமாக வந்து எட்டிப் பார்த்தார். தனது கைகளைச் சுவரில் பதித்து உந்தியவாறு நின்று யாராவது தென்படுகிறார்களா என்று கவனித்தார். பொன்னையா பிரசங்கியார் சாரிகசேரியில் அமர்ந்து தூங்குவது கண்ணில் தெரிந்தது. இவன் ஏன் வெளியில் வந்து உறங்குகிறான் என்று யோசித்துக் கொண்டு நிற்கும்போதுதான் குலையின் கழுத்தில் வெட்டு விழுந்தது. மனைவியைக் கூப்பிட்டு மின்விளக்கைப் போடச் சொன்னார்.

இங்கிருந்து வீசிய ஒளிக்கற்றையில் நான்கு கரிய நிழல்கள் வாழைகளுக்குப் பின்னால் பதுங்குவது தெரிந்தது. வெட்டுப் பட்ட குலை மண்ணில் கிடைமட்டத்திற்கு சாய்த்து வைக்கப் படடிருந்தது. அவருக்கு ஓங்கி ஒலிப்பதற்கு குரல் வரவில்லை. எனினும் சிரமம் எடுத்து தகவல் தெரிவிக்க முற்பட்டார்.

“லேய் அண்ணா . . .”

“ . . . .”

“அண்ணனே . . . ஏன் வெளிய வந்து இருக்கே? காது கேக்கல்லியா? பொன்னையா! எழும்பிலே, இதென்ன ஒறக்கம்?”

பிரசங்கியார் கண்விழித்தார். கூப்பிடுவது தம்பியின் குரல் என்று தெரிந்ததும் கண்களை இறுக்க மூடினார். காதுகளை அவ்வாறு செய்யமுடியாது என்பதால் திறந்தே வைத்திருந்தார்.

“அண்ணா, எழும்பிப் பாருலே என்ன நடக்குதுண்ணு.”

தான் நினைத்தது சரிதான். தம்பிக்கு சோக்கேடு கூடுதலாக இருக்குது. ஆஸ்பத்திரிக்கு கொண்டுபோக என்ன விளிச்சியாம் போலக் காணும். கண்டுடவே பிடாது. கண்களை மேலும் இறுக்கமாக மூடிக்கொண்டார் பிரசங்கியார்.

“லேய் பொன்னையா! நீக்கெம்புல போன ஒறக்கமாலே உனக்கு? எழும்புவிலே.”

தம்பியின் குரல் உச்சமடைந்தது.

“எனக்கு நடக்கப் பற்றல்ல லேய். எழும்பி வாலே.”

‘நடக்க முடியாட்டா சாவு’ என்று மனதுக்குள் பேசிக் கொண்டார் பிரசங்கியார். அதற்குள் கிடைமட்டமாகப் பூமியில் சாய்த்து வைக்கப்பட்டிருந்த வாழைக்குலையைத் தூக்கிக் கொண்டு நால்வரும் சுவரை மறுகடந்தனர். விளக்கை அணைத்துக் கொண்டு வீட்டுக்குள் வந்த பைண்டர் அண்ணனின் பொருளைக் காப்பாற்றமுடியாத துக்கத்தில் கட்டிலில் விழுந்தார்.

மறுநாள் காலையில்தான் பிரசங்கியாருக்கு விஷயம் புரிந்தது. தனது தம்பிக்கு இழுப்புநோய் கூடி ஆஸ்பத்திரிக்கு தன்னைக் கொண்டு செல்லுமாறு அழைக்கிறான் என தான் நினைத்தது தவறு என்று தெரிந்துகொண்டார். திருடர்கள் தனது வீட்டில் புகுந்து வாழைக்குலையை வெட்டி எடுத்துச் செல்ல முற்படும் போது அவனுக்குத் தடுக்க இயலாததால் தன்னை எழுப்பி இருக்கிறான் என்பதை அறிந்ததும் தனது தலைமீது தானே மண்வாரிப் போட்டுக் கொண்ட புத்தி யீனத்தை எண்ணி வருந்தினார். எல்லாம் கழிந்த பிறகுதான் ஞானோதயம் பிறப்பதையும் நினைத்துப் பார்த்தார்.

சுகந்தி மறுநாள் காலையிலும் பொன்னையாவைக் கண்டதாகக் காட்டிக்கொள்ளவில்லை. வீட்டில் அடுப்பும் புகையவில்லை. ஏகதேசம் செத்தவீடு போல இருந்தது அங்குள்ள நிலைமை. இருளிக்கு அங்கு தங்கவே பிடிக்கவில்லை. ஜெபப் புரையில் சாராளும், வசந்தாவும் சமைத்ததில் மீந்த பழங் கஞ்சியில் கொஞ்சம்போல தானும் சாப்பிட்டு மகள் சுந்தரிக்கும் கொடுத்தாள்.

அந்த ஞாயிற்றுக்கிழமை சபையில் ஒரு அறிவிப்பை வெளியிட்டார் பிரசங்கியார். அதன்படி தான் ஒருநேரம் மட்டும் அதுவும் ஒரு தோசையும், கொஞ்சம் தேனும், பச்சத் தண்ணியும் குடித்து உபவாச ஜெபம் இருக்கப் போவதாக அறிவித்தார். கடைசிகாலத்தில் சாது கொச்சுண்ணியும் இவ்வாறுதான் ஜெபம் கடைபிடித்து வந்ததாக தலைமை பாஸ்டர் தன்னிடம் அடிக்கடி குறிப்பிட்டதாகவும் தெரிவித்தார். அவரது உபவாச மகிமை ஊர் முழுக்க பல்வேறு விதங்களில் பரவி பலத்த சர்ச்சையைக் கிளப்பியது.

“நடராசா! பிரசங்கியார் ஒரு தோசையும், தேனும் தின்னு உயிர்வாழியது உள்ளதுதானா?”

குடம்நொறுக்கி கேட்டான்.

“உள்ளதியான்.”

“அதெப்படிடேய் முடியும்?”

“ஏன் முடியாது? நீ போவம்ப ஒரு தோசையும், தேனும் திண்ணுட்டு இருப்பாருண்ணு வச்சிக்க. கொறச்சி கழிஞ்சி நான் போவம்பளும் ஒரு தோசையும், தேனும் தின்னுட்டு இருப்பாரு. இப்பிடி ஒருநாளு அவரால எத்தன தடவை வேணும்ணாலும் ஒரு தோசையும், தேனும் தின்னு உயிர்வாழ முடியாதா?”

“முடியும்! முடியும்!”

“இனியொரு காரியம் தெரியுமா? அவரக் காணப் போறவிய ஒரு தோசையும், தேனும் கொண்டு போகணுமாம்.”

“அவரு வீட்டில சுடமாட்டினுமா?”

“விஷயம் தெரியாதா? வீட்டில பெண்டாட்டி தனிப் பொறுதி.”

“ஏன்?”

“சி.எஸ்.ஐ. சபைய விட்டு நீக்கினதும் பெண்டாட்டிக்கும் அவருக்கும் இடையில பேச்சு நிண்ணு போச்சி. ரெண்டு பேரும் ஒருத்தரையொருத்தர் மூஞ்சியில பாக்கியது கூடக் கெடையாதாம். அப்பிடியாக்கும் தகவல்.”

“ஒனக்கெப்பிடி தெரியும்?”

“கொண்டோடிக்க மொவா கூடப்படிச்ச ஒரு பிள்ளைட்ட செல்லி ஊரு முழுக்கப் பரவியாச்சி.”

“சுந்தரி எப்பிடி அறிஞ்சா?”

“அவா இப்ப இருளிக்க கூட ஜெபப்புரையிலயாக்கும் தாமசம். பிரசங்கி வீட்டில பொங்கியது கிடையாதாம். அவர் பெண்டாட்டி கடையில இருந்து வேண்டித்தின்னியாளாம்.”

“அது செரி, இப்பத்தான் ஒரு தோசை உபவாசத்துக்க பின்னணி பிடிகிட்டிச்சுது. பெரசங்கி பலே ஆளு.”

“ஸ்டீபன், வீட்டில தாமசம் இல்லியா?”

“அவன் ‘சிந்தனையாளர் மையத்’திலயாக்கும் ஒறக்கம் எல்லாம். மொத்தமா எல்லாருக்கும் சேத்து அங்க சாப்பாடு வச்சினும்.”

“கட்சி கூட்டங்களுக்குப் போறதில்லியா இப்ப? ஏன் கேக்கியேன்ணா முன்னால மைக்கையும் கையில பிடிச்சிட்டு

மேடை தோறும் நிற்பதை சாலாமாலா பாக்கலாம். இப்ப ஒரு ரெண்டு மாசங்கொண்டு ஒரு அனக்கமும் இல்லாம இல்லியா திரியான். இவனுக்கு என்ன சம்பவிச்சி?"

"நடராசா! நீ ஊருல இருக்கியேண்ணுதான் பேரு, ஒண்ணும் தெரியல்ல ஒனக்கு. கட்சி அவன ஒரு வருஷம் வெளிய தள்ளி இருக்கு."

"எதுக்கு?"

"அது தெரியல்ல, ஆனா அவன் நல்ல பயலாக்கும்."

"இருளிக்க கூட கள்ள ஒறவு அவனுக்கு உண்டு. தெரியுமா ஓய் ஒமக்கு?"

"நடராசா! அதமட்டும் விட்டுப் பேசு. எனக்கு ஒன்னையும் தெரியும், அந்தப் பிள்ளையையும் தெரியும்."

"கட்சி அதினாலத்தான் வெளிய தள்ளி இருக்கணும். சிந்தனையாளர் மையத்தில இருளியக் கொண்டு பெய் வச்சிருந்தான்."

"என்ன சொல்லிய வெவரம் இல்லாம? ரெண்டு பேருக்கும் இடையில வயசு வித்தியாசம் என்ன? பேசியதுல ஒரு தராதரம் வேண்டாமா நடராசா?"

"ஓய் அவன லேசிய எடைபோடதேயும். இருளிய சைடில வச்சிட்டு அவன் சுந்தரிய கெட்டப்போறான் பாரும். அதுதான் ரெண்டு பேரையும் கொண்டு பெய் ஜெபப்புரையில தங்க வச்சிருக்கான்."

"ச்சீ! வாயக் கழுவு."

குடம்நொறுக்கி சொல்லிமுடிப்பதற்குள் ஓட்டமும் நடையுமாக வேகத்துடன் அவர்களைத் தாண்டிச் சென்று கொண்டிருந்தான் ஸ்டீபன். எதையும் நின்று நிதானமாக இயக்கம் கொள்ளும் அவனை இவ்வளவு அவசரத்தில் என்றுமே பார்த்ததில்லை என்பதால் எல்லோரும் ஆச்சரியமாகப் பார்த்துக்கொண்டு நின்றனர்.

"ஓய், சொல்லுமுன்ன ஆளுவந்து நிண்ணாச்சி பாத்தீரா?"

"நடராசா! ஸ்டீபன் ஆயுசு கெட்டி உள்ளவனாக்கும்."

"எமனுக்கு ஏது சாவு?"

"ஒருக்கா பள்ளீல டூர் போனாக்கில வண்டி மறிஞ்சி பெழச்ச கொஞ்சம் பேரில ஸ்டீபனும் ஒருத்தன்."

"இத நீ எனக்கிட்டெ நூறுதடவ செல்லியாச்சி."

“ஒனக்கு யாண்டேய் பெரசங்கியாரு குடும்பம் மேல இத்தனை வன்மம்?”

“எனக்கு பெரசங்கி மேல எந்த வருத்தமும் இல்ல. சபைல தோத்ததோட எனக்கிட்ட மோதாம மானமா ஒதுங்கி ஜெபப்புரை நடத்த பெய்ட்டாரு. ஆனா ஸ்டீபன் அப்பிடி இல்ல. திரும்பத் திரும்ப எனக்கிட்டெ பலதடவை மோதியாச்சி. இருளிக்க மேட்டர்ல இப்ப கேசும் நடக்குது. அவன் ஒரு கிரிமினலாக்கும்.”

“வைராக்கியம் வைக்காத, அவன் படிச்சவனாக்கும்.”

“பாக்கிலாம். அவன் படிச்சதையும், நான் படிச்சதையும்.”

ஸ்டீபன் பறந்ததைப் போல ஜங்ஷனில் நின்றவர்களும் பரபரப்படைந்து ஓடுவதைக் கண்ட நடராசன் ஏதோ காரணம் இருப்பதை உணர்ந்தான். வடக்கிலிருந்து வந்து கொண்டிருந்த ஒருவனை நிறுத்தி காரணம் கேட்டான்.

“அங்க என்ன டேய் ஆட்கள் ஓடினும்?”

“ஒங்களுக்கு விஷயம் தெரியாதா? பொன்னையா பிரசங் கியார் மரிச்சிப் போனாராம்”

“யாரு, பிரசங்கியாரா? எப்ப?”

“ராத்திரி”

“எப்பிடி?”

“ஒரு மாதிரி வெப்றாளம் எளவி சத்தம் போட்டிருக்கார். யாரும் கண்டிட்டில்ல போலத் தோணுது. பைண்டர் தாஸ் சத்தங் கேட்டு வந்தாக்கில கேற்று மேல சாரி நிண்ணிருக்கியாரு. பைண்டர் தெறந்து பிடிச்சதும் தாழ இருந்தாரு. அப்பிடியே தம்பியாரு மடியில படுத்து உயிர் விட்டிருக்காரு.”

“ஹார்ட் அட்டாக்கா?”

“சுகர் எறங்கிப் போச்சாம்.”

“அந்தாக்கில பைண்டருக்கு கொஞ்சம் சீனிய வாரி வாயிலப் போடப்பிடாதா?”

“அவரே இப்ப போட்டா, அப்ப போட்டாண்ணு இருக்கியாரு. இழுத்திழுத்து அண்ணனார வந்து பிடிச்சிருக்காரு. பிரசங்கியார சுற்றி எத்தின ஆயிரம் ஜனங்கள் இருந்து என்ன பிரயோஜனம்? கடைசி நேரத்தில அவரால வெறுத்து ஒதுக்கப்பட்ட தம்பியாருக்க மடிதான் உண்டு.”

குடம்நொறுக்கியும், நடராசனும் பிரசங்கியாரின் வீட்டுக்குப் போனபோது அவ்விடம் வெறிச் சோடிக்கிடந்தது.

சோபாவில் தலை விரிக்கோலமுடன் சுகந்தி படுத்துக்கிடந்தாள். உடலை பெந்தெகோஸ்துகாரர்கள் கைப்பற்றி வைத்துக்கொண்ட தகவல் அறிந்ததும் ஜெபப்புரை நோக்கி விரைந்தனர். வெளியில் ஸ்டீபன் தோழர்களுடன் நின்றுகொண்டிருந்தான்.

"அடக்கம் எப்ப?"

குடம்நொறுக்கி கேட்டான்.

"தெரியாது."

"என்னது, அப்பாக்க அடக்கம் மகனுக்குத் தெரியாதா?"

"நானும் ஒங்களப்போல ஒரு ஆளுதான். அடக்கம் எப்ப நடக்கும்ணு அறிய வேண்டித்தான் காத்து நிக்கியேன்."

இருவரும் அங்கிருந்து விலகி வந்து சற்று தூரத்தில் ஒரு தென்னைமரத்தின் மூட்டில் ஒதுங்கி நின்றனர்.

"நடராசா! கதை எப்படி, கொழுத்துதா?"

"கொழுத்திட்டு ஓய்."

"பெந்தெகோஸ்துல அப்பனுக்கு கொள்ளி வச்ச மகனுக்கு உரிமையில்ல."

"இவன் கம்யூனிஸ்ட் கட்சியில மட்டும் என்னவாம்? கட்சிக்காரன் செத்தா ஒடம்ப பார்ட்டி கையில ஒப்படைக்கணும். அவன் மேல ஒரு செங்கொடிய போர்த்திவச்சிட்டு 'இங்குலாப் சிந்தாபாத்!' முழக்கம் போடுவான். இவங்க வெள்ள அங்கிய போர்த்தி வச்சிட்டு 'அல்லேலூயா! ஸ்தோத்திரம்' விளிக்கியானுவ. ரெண்டும் கணக்கு ஒண்ணுதான்."

"கம்யூனிஸ்ட் பார்ட்டியில இறுதிச்சடங்கு முடிஞ்ச பெறவு குடும்பத்திடம் திருப்பி ஒப்படைப்பினும். பெந்தெகோஸ்தில அது உண்டா ஓய்?"

"இல்ல"

"அதுதான் வித்தியாசம்."

"எங்க திராவிட கட்சிகளப் பாரும் ஓய், எந்த சடங்கும் இல்லாம பொதைக்கியதுதான். வலிய சித்தாந்தம் பேசின கம்யூனிஸ்ட் தலைவர்களையும் எரிக்கத்தான் செய்திருக்கினும்."

"அது மின்சார தகனம்தான் செய்திருக்கினும்."

"எரிக்க வந்த பெறவு வெறகில எரிச்சா என்னா, மின்சாரத்தில எரிச்சா என்ன, ரெண்டும் ஒண்ணுதான்."

"அப்ப கம்மூனிஸ்ட் தலைவர்கள செத்தபிறகு எரிக்கியது தப்புண்ணு சொல்லிய, அப்படித்தானே?"

“ஆமா. எரிக்கியது மேற்சாதி நடைமுறை. ஒரு கம்யூனிஸ்ட் நேதாவு திருவனந்தபுரத்தில இறந்தாரு. அவர மின்சார தகனம் செய்யம்ப கூட ஒரு சேவக் கோழியையும் வச்சி சுட்டினும்.”

“ஒங்க கட்சில இப்பிடியெல்லாம் நடக்காதா?”

“நடக்காது. அண்ணா, பெரியார் எல்லாம் பிறப்பால் இந்து என்று சொல்லப்பட்டவர்கள். இவ்வளவும் ஏன், எம்.ஜி.ஆர். யார்? நாயர் சாதிக்காரர். எல்லாரையும் அவங்க சாதிப்பழக்கத்துக்கு மாறா நாங்க புதைக்கத்தான் செய்திருக் கிறோம்.”

“நடராசன் செத்தபிறகு திராவிட முறையில அடக்கம் செய்வினுமா? இல்ல, கிறிஸ்தவ சடங்கில நடக்குமா?”

“லேய் குடம்நொறுக்கி, ஒனக்க புத்திய காட்டீற்ற பாத்தியா? தோக்கில ஏறி வெடி வச்சிற்றான்.”

“இல்ல, ஒனக்கொரு நியாயம், அடுத்தவியளுக்கு ஒரு நியாயமா? திராவிட தலைவர்களுக்கு செத்தபிறகு மெரீனா கடற்கரையில எத்தனைக் கோடி செலவில கல்லறையும், சமாதியும். இதெல்லாம் என்னத்துக்குண்ணு ஒருநாளு நீ யோசிச்சிருக்கியா நடராசா?”

“லெனின மாஸ்கோயில எத்தனக் கோடி செலவில பதப்படுத்தி வச்சிருக்கினும். மொதல்ல அதை எடுத்துப் புதைக்கச் சொல்லு பார்க்கலாம்.”

“சத்தம் போடாத, இது மரணவீடாக்கும். எங்க சாதியில இருந்து ஒருத்தன் எங்க தலைவர் நாராயணகுருவிடம் போய் செத்த பின் மனிதனை எரிப்பது சரியா? புதைப்பது சரியா?ண்ணு கேட்டான். அவரு சொன்னாரு, செக்கிலப் போட்டு ஆட்டி தென்னமரத்துக்கு உரம் வைக்கியதுதான் சரீண்ணு. செத்த பிறகு என்ன நடராசா மகிமை இருக்கு, இந்த உலகத்தில.”

மரணவீட்டில் ஏதோ கலாட்டா நடப்பதுபோலத் தோன்றியது. பவுலோஸ் தலைமையில் விசுவாசிகள் கூடிநின்று எதையோ விவாதித்துக் கொண்டிருந்தார்கள். ஆரவாரம் மிகுந்த அவர்களின் சத்தத்திற்கிடையே ஸ்டீபனின் குரல் ஆத்திரம்பொங்க ஒலித்தது.

“இவ்வளவு நேரம் நான் பொறுத்தாச்சி. சாயங்காலம் நாலுமணிக்குள்ள அடக்கம் நடத்தணும். குழிவெட்டியாச்சி. உடலை எப்ப தரப்போறிய?”

“சாராள் ஜெபத்தில இருக்கிறா. முடிஞ்சதும் வெளியவந்து சொல்லுவா.”

“அடுத்த பாஸ்டர் பவுலோஸ்தானே, அவர் சொல்ல மாட்டாரா?”

“வயசுல மூத்தவர் பவுலோஸ். ஆனா பிரசங்கியாருட்ட அடுத்த தலைமைப் பதவிக்கு சாராளையாக்கும் அண்டவர் வெளிப்படுத்தி இருக்கிறாரு.”

ஊழியக்காரி வசந்தா எடுத்துரைத்தாள்.

“பவுலோஸ் என்ன சொல்றிய?”

“நான் சொல்லியதொண்ணும் எடுபடாது. தம்பி நீங்க தலையிட்டு பாஸ்டர அடக்கம் செய்யிற வழியப்பாருங்க.”

“அதெப்படி முடியும்? ஆண்டவரு வெளிப்படுத்த வேண்டாமா?”

வசந்தா மறுத்துப் பேசினாள்.

“சாராள் எங்க?”

“அவள இப்ப பாக்கமுடியாது.”

“ஏன்?”

“ஆண்டவரோட முகம் முகமாகப் பேசுவதற்கு மன்றாடிக் கொண்டிருக்கிறாள்.”

“எப்ப அப்பாயின்ட்மென்ட் கிடைக்குமோ?”

“அதெல்லாம் சொல்லமுடியாது.”

“அதுக்குள்ள அடக்கம் செய்யாம இருந்தா உடம்பு அலங்கோலமாகிடுமே.”

“எல்லாம் ஆண்டவர் பாத்துடுவாரு.”

அதற்குமேல் ஸ்டீபனால் பொறுமையாக இருக்க முடிய வில்லை. தீர்மானமாக எதையாவது செய்யவேண்டுமென்ற எண்ணம் அவனை உந்தித் தள்ளியது. ஒரு முடிவுக்கு இப்போது வந்துவிட்டான்.

“பவுலோஸ், சாராள் எங்க இருக்கிறா?”

“மேல் வீட்டறையில்.”

“நீ அங்க பெய் இரண்டில ஒண்ணு கேட்டுட்டு வா.”

“அது முடியாது.”

வசந்தா குறுக்கிட்டாள்.

“ஏன்?”

"அது ஆண்டவர் வாசம் பண்ணுகிற இடம். அங்க எல்லாம் வேறயாரும் போகமுடியாது."

"இதென்னது, சந்திரன்லே மனுஷன் இறங்கி கால்வச்சி நாளாச்சி. மனுஷன் போகக்கூடாத இடம்ணு ஒண்ணு இருக்கா? விடுங்க, அதை நான் பாக்கணுமே ..."

மாடிப்படிகளில் தடதடவென ஏறிய ஸ்டீபன் வீட்டின் உள்கோலத்தைக் கண்டு அதிர்ந்தான். மேற்குத் தொடர்ச்சி மலையிலுள்ள அத்தனை தேக்கும், ஈட்டியும் அங்கே சங்கமித்து வழவழத்தன. தனது தகப்பனார் இஸ்ரேல், பாலஸ்தீனம் என்று ஒரு மாதகாலம் சுற்றி வந்தது எல்லாம் இயேசு நடந்த இடங்களைக் கண்டு தரிசிக்க அல்ல. அங்குள்ள கட்டிடங்களின் உள் அலங்காரங்களை நகலெடுத்து வந்து வடித்து வைத்திருக் கிறார். சுவர்களில் அகில் மரங்கள் மூடி உள்ளறை முழுக்கவும் கமகமத்தன.

பூட்டப்பட்டிருந்த கதவைத் தட்டினான். நீண்டநேரம் திறக்கவில்லை. ஓங்கி காலால் உதைத்தான். உடைக்கப்படும் எனத் தெரிந்ததும் உடனே திறந்தது.

"என்ன வேணும்?"

"ஒனக்கிட்ட இருந்து எனக்கு ஒண்ணும் வேண்டாம். அப்பாவ அடக்கம் செய்யணும். தயவுசெய்து ஒத்துழைப்பு தாருங்க."

"அடக்கமா? அவர் இறந்துபோனா தானே அடக்கம் செய்யமுடியும்?"

"இதென்ன வம்பா போச்சு? செத்து ஒருநாள் கழியப் போகுது, சாகல்லேண்ணா சொல்லிய?"

"அவர் உறங்குகிறார்."

"சபாஷ்! அப்புறம்?"

"இனி எழப்போகிறார்."

"எப்போ?"

"மூன்றாவது நாளில்."

"எனக்கொரு சந்கேம், அப்பாவுக்கு கஞ்சா பழக்கம் உண்டுண்ணும், மேல்வீட்டறையில பெய் உட்கார்ந்திருந்து பயன்படுத்துவாருண்ணும் ஊரில ஒரு பேச்சு ஒரு சமயம் உலா வந்துது. இப்ப நீ கஞ்சா போட்டிருக்கியா?"

"விசுவாசிகளை அவமரியாதை செய்தால் அது கோபாக் கினையை வரவழைக்கும்."

"சரிதான் போடி."

கீழே இறங்கி வந்த ஸ்டீபன் தோழர்களை அழைத்து அடுத்தகட்ட நடவடிக்கைகளில் இறங்கினான். விசுவாசிகள் திரண்டு வந்து அவர் உயிர்த்தெழுவதற்கான தருணத்தை எதிர்பார்த்துக் குழுமி இருந்தனர். தூத்துக்குடிவரை மூன்று மாவட்டங்களிலும் உள்ள விசுவாசிகள் கூடிவந்து அந்த ஊரையே முற்றுகையிட்டு அலறத் தொடங்கினர். அவர் உயிர்த்தெழுவதற்குரிய மன்றாட்டு வானபரியந்தம் உயர்ந்தது.

“யோனா, மீனின் வயிற்றில் மூன்றுநாட்கள் இருந்தான். இயேசு, கல்லறையில் மூன்று நாட்கள் இருந்தார். ‘மரணமே! உன் கூர் எங்கே? பாதாளமே! உன் ஜெயமெங்கே? என்று கேட்டு கிறிஸ்துநாதர் ஜெயவீரனாக எழுந்ததுபோல இன்னும் இரண்டு நாட்களில் நமது பாஸ்டர் உயிர்த்தெழப் போகும் வல்லமையை நமது கண்கள் காணப் போகிறது . . .”

சாராள் பிரசங்கித்தாள்.

ஸ்டீபன் காவல்நிலையத்தில் புகார் செய்தான். எஸ்.பி.யை போய் சந்தித்தான். முதலமைச்சருக்கு பேக்ஸ் அனுப்பினான். மதக்காரியத்தில் எப்படி தலையிடுவது என்று எல்லோரும் கைகளைப் பிசைந்து கொண்டு நின்றனர்.

பிரசங்கியாரின் உடல் நாறத்தொடங்கியது. ஸ்டீபன் விசுவாசிகளிடம் திரும்பவும் சென்று பேசினான். சாராளின் தலைமையில் முக்கியமான சிலரை மேல்வீட்டறைக்குச் சென்று திரும்பவும் ஆண்டவரிடம் பேசிப் பார்க்க அனுப்பிவைத்தான். அவர்கள் அனைவரும் உள்ளே சென்றதும் கதவை வெளியே மூடி பூட்டுப்போட்டான். வெளி உலகத்திற்கும் அவர்களுக்கு மான தொடர்பு துண்டிக்கப்பட்டது.

மூன்றுநாட்கள் கழிந்தன. பிரசங்கியார் உயிர்த்தெழவில்லை என்பதால் விசுவாசிகள் வந்து சாராளை விசாரித்தனர். பவுலோஸ் அவள் மேல் வீட்டறையைப் பூட்டுப் போட்டு பூட்டி விட்டு தப்பிச் சென்று விட்டதாக எல்லாரையும் நம்ப வைத்தான். விசுவாசிகள் அவமானம் தாங்காமல் ஒவ்வொரு வராகக் கலைந்துசென்றனர்.

அன்று இரவு தகப்பனின் உடலை எந்த சடங்கும் இல்லாமல் மண்ணில் புதைத்தான் ஸ்டீபன்.

சுந்தரிக்கு அப்போது மூன்றரை வயது. ரோட்டோரம் ஆலமரமூட்டில் எங்கே போவது என்று தெரியாமல் நின்று கொண்டிருந்தாள். அவள் கண்கள் அழுது சிவந்திருந்தன.

அவளுக்கு யாரையும் பழக்கமில்லை. பகல் முழுக்க அங்கு மிங்குமாகத் திரிந்துகொண்டிருந்தாள். அவளை யாரும் கவனித்ததாகத் தெரியவில்லை. வயிற்றுப் பசியால் அவள் துடிதுடித்தாள்.

காலையில் எல்லா நாட்களையும் போல நினைத்துதான் அவள் எழும்பினாள். வழக்கமாக பக்கத்தில் படுத்துக்கிடக்கும் அம்மாவை அன்று காணவில்லை. அவளை அழைத்த வண்ணம் வீடெங்கும் சுற்றிப் பார்த்தாள். வெளியே விளைகளில் எல்லாம் தேடினாள். எங்கும் அவள் இல்லை.

யாரிடமும் கேட்டுத் தெரியும் அறிவுக்கு அவள் இன்னும் வராததால் தெருவில் இறங்கி நடந்தாள். அவளுக்கு யாரையும் தெரியாததுபோல யாருக்கும் அவளைத் தெரியவில்லை. நேரம் இருட்டத் தொடங்கியதும் அவளைப் பயம் வந்து பிடிக்கவே உரத்தகுரலில் அழத்தொடங்கினாள்.

"இது யாது பிள்ள அழுதுற்று நிக்குது?"

"தெரியல்லியே."

"பிள்ள நீ எங்கேருந்து வாற?"

பேருந்துக்கு நின்றவர்கள் கேட்டார்கள்.

"அங்கேருந்து."

குழந்தை ஒன்றும் தெரியாமல் ஒவ்வொரு இடமாகக் காட்டியது.

"பிள்ளைக்க வீடு எங்க?"

"தெரியாது."

"அப்பா பேரு என்ன?"

"செத்துப் போச்சி."

கையை மறித்து சைகைகாட்டிப் பேசியது.

"இங்க யாரைத் தேடி வந்தே?"

"அம்மாவ"

"அம்மா எங்க?"

"காணேல."

"அம்மா கூடவா இங்க வந்தே?"

"இல்ல"

"பிறகு?"

"காலத்த ஒறக்கம் எழும்பினாக்கில அம்மையக் காணேல."

குன்னிமுத்து

ஒருவன் குழந்தையை அழைத்துக் கொண்டு எதிரில் இருந்த கடைகளின் முன்பு நிறுத்திவிட்டு அங்கிருந்தவர்களிடம் கேட்டுப் பார்த்தான்.

“யாருக்காவது இந்தக் குழந்தையத் தெரியுமா?”

ஒருவன் கடையிலிருந்து குதித்து வெளியே இறங்கி வந்து சுந்தரியைக் கூர்ந்து கவனித்தான்.

“ரெண்டுமாசம் முந்தி இந்தக் குழந்தைய வச்சி இதிலோடி ஒருத்தன் பிச்சை எடுத்திற்று திரிஞ்சான்.”

“பிச்சக்கார பிள்ளையா?”

அனைவரும் ஆர்வமின்றி கலைந்து சென்றனர்.

தனித்து விடப்பட்ட சுந்தரி அவள் வீட்டுப் பக்கம் உள்ள ஒரு வயதான மனிதனை அடையாளம் கண்டு அவரிடம் சென்றாள். வெற்றிலையில் சுண்ணாம்பு தடவிக்கொண்டு நின்ற அவர் குழந்தை தன்னிடம் எதுவோ கேட்க விரும்புவது போலத் தெரியவே குனிந்து பேசினார்.

“பிள்ளைக்கு என்ன வேணும்?”

“எனக்க அம்மாவக் கண்டியளா தாத்தா?”

“கொம்ம யாரு?”

“கொண்டோடி.”

“கொண்டோடிக்க மவளா நீ?”

“ஓம் தாத்தா.”

“கொம்ம இனி வரமாட்டா மக்கா.”

“ஏன் தாத்தா?”

“கொம்ம ஒருத்தனுக்க கூட ஓடிப் பெய்ற்றா.”

“ஏன் தாத்தா என்னக் கூட்டீற்று போவல்ல?”

“பெத்த மகளை விட அவளுக்கு கூத்தன் முக்கியம்.”

“கூத்தன்ணா யாரு தாத்தா?”

குழந்தைக்கு எப்படி அதனை விளக்குவது என்று தெரியாத அந்தக்கிழவர் யோசித்துக் கொண்டு நிற்கும்போது குழந்தையை விட்டு முன்பு கலைந்து சென்றவர்கள் திரும்பவும் வந்து கூடினர்.

“பெரியவரே! இந்தக் குழந்தையைத் தெரியுமா உங்களுக்கு? காலத்த முதலே இங்க சுத்தீட்டு திரியுது.”

“குடகில அடிச்சி கொன்னு கெட்டித் தூக்கிச்சினுமே வண்டாளம், தெரியுமா?”

“சம்பவம் கேள்விப்பட்டோம், ஆளத் தெரியாது.”

“அவனுக்க பிள்ள.”

“அது அம்மையத் தேடுது.”

“அவா இனி வரமாட்டா”

“ஏன்?”

“புருஷன் செத்து மூணுமாசம் கழியல்ல, அதுக்குமுன்ன தங்கச்சிக்க மாப்பிளைக்க கூட ஊரைவிட்டே ஓடீற்றா.”

“எந்த ஊருக்காரி?”

“பைங்குளத்துக்காரி.”

“பைங்குளமா?”

“ஆமா.”

“குழந்தைய என்ன செய்ய?”

“வண்டாளத்துக்க மூத்த பெண்டாட்டி காணும். அவளூட்ட ஒப்படைக்க வேண்டியதுதான்.”

இரண்டுபேர் சைக்கிளில் இருளியிடம் தகவல் சொல்ல சென்றனர். சற்றுநேரத்தில் இருளி விழுந்தடித்துக்கொண்டு சுந்தரியைக் காண வந்தாள்.

“மக்கா, வீட்டுக்குப் போவுலாம்.”

“நான் வரமாட்டேன்.”

“ஏம் மக்கா?”

“நீ இருளி!”

“அப்பிடி யாரு சொல்லித் தந்தா?”

“அம்மா.”

“இல்ல மக்கா, வா!”

“நீ பூச்சாண்டியாம்.”

“நானா?”

“ஆமா. நீ பிள்ளையள பிடிச்சிற்று பெய் கொன்னு போடுவியாம். அதுனால நான் வரமாட்டேன்.”

“அதெல்லாம் கள்ளம். என்னப் பாத்தா அப்பிடியா உனக்குத் தெரியிது?”

"இல்ல."

"அப்ப எனக்ககூட வரலாம் இல்லியா?"

"ஆமா."

"எனக்க செல்ல மொவா."

சுந்தரியை எடுத்து இடுப்பில் வைத்துக்கொண்டு தனது வீட்டைப் பார்த்தபடி நடந்தாள் இருளி.

அன்று இரவு பௌர்ணமியின் வெளிச்சத்தில் நனைந்த வீட்டில் அவளொரு துணையுடன் குடிபுகுந்தாள். குழந்தை அவள் இடுப்பிலிருந்து கொண்டு சோற்றுப் பானையைச் சுட்டிக் காட்டியது. இருளி அதனைப் புரிந்துகொண்டாள்.

"தங்கத்துக்கு பசிக்குதா?"

"ஆமா,"

"இண்ணு முழுக்க ஒண்ணும் தின்னு காணாதே..."

அவள் ஆவேறி விழுந்து சாப்பிட்டாள். இருளிக்கு மீதி எதுவும் இல்லை. அன்று இரவு அவள் பட்டினி.

சுந்தரி உறக்கத்தில் 'அம்மா...' என்று அழுதது. அவளால் கொண்டோடியை மறக்கமுடியவில்லை. கைகளை அவள் மேல் போட்டு ஒண்டி வைத்துக்கொண்டாள் இருளி. குழந்தை அழுவதை நிறுத்திக்கொண்டு அவளைக் கண் விழித்துப் பார்த்தது.

"இனி நான்தான் உனக்கு அம்மா."

"............"

"என்ன அம்மாண்ணு விளிப்பியா?"

குழந்தை தலையை ஆட்டியது.

"ஜீவகால பரியந்தம் இனி உனக்கு நான்தான் அம்மா. எனக்கு நீதான் மகள்."

சுந்தரியின் கண்கள் கலங்கின. அவள் கதறி அழுவதைக் கண்ட கிழவிக்கு வருத்தமாக இருந்தது.

"நெறைய பேரு வெடிவிபத்தில செத்திற்றினுமா?"

"ம்..."

"கரையாத மக்கா, ஒனக்கென்னவோ ஆச்சிண்ணு பரானப் பட்டு ஓடிவந்தேன். உயிரோடக் கண்ட பெறவுதான் மனசில பெரீய நிம்மதி வந்தது."

"அம்மா, நான் இனி உயிரோட இருந்து பிரயோஜனமே இல்ல. நான் பாவி."

"பொறுமக்கா, ஒலகத்தில இதெல்லாம் நடக்கக் கூடியது தான், மனச தேத்திக்க."

"நீ எனக்கு நல்லா புத்தி சொன்னே. நான்தான் கேக்காம போயிட்டேன்."

"நீ போனதில ஒண்ணும் இல்ல. எதுவும் ஆகாம தப்பி வந்துட்டியே, பின்ன என்னத்துக்கு கரையுத?"

"எல்லாமே ஆகிப்போச்சி அம்மா."

"அவள் அடக்கமுடியாமல் கதறினாள்.

"ஒனக்கு ஒண்ணும் ஆகல்ல."

"இனி என்ன ஆகவேண்டியதிருக்கு?"

"செத்துப்போன ஆட்களக்கண்டு பயந்திட்டியா? ராத்திரி நேரம் பாத்தியா, பிள்ளைக்கு கண்ட பயம் இன்னும் தீரல்ல போல இருக்கு."

"ம் . . ."

"இரத்தத்த கண்டியா?"

"இரத்தம் மட்டுமா? எல்லாம் கண்டாச்சி."

"அதுதான் பயம். பேடிச்சாத, துணிவா இரு."

பரம்பில் விழுந்த சுந்தரி முகங்குப்புறக் கவிழ்ந்து கிடந்து குலுங்கிக் குலுங்கி அழுது தீர்த்தாள். தலையை ஒரு பக்கம் சரித்து சுவரை வெறித்துப் பார்த்தாள். அவள் கிடப்பு கிழவிக்கு அப்போதுதான் அசாதாரணமாகத் தெரிந்தது. தரையில் உட்கார்ந்து அவள் தலையில் கைவைத்துப் பார்த்தாள். தீயாய்க் கொதித்தது.

"காய்ச்சலு அடிக்குதே, ஏன் பதற்றப்படுக?"

"பதற்றம் எல்லாம் தீந்தாச்சி."

"ஆஸ்பத்திரிக்குப் போமா? எழும்பு!"

"வேண்டாம்."

"ஒரு ஊசி போடம்ப தீரும்."

"எந்த ஊசி போட்டாலும் மனசில இருக்கியது கரையாது."

"நீ என்ன செல்லிய?"

அவளை நிமிர்த்திக் கிடத்திய கிழவி நெகிழ்ந்த பாவாடை வழி இரத்தத் திட்டுக்கள் படிந்திருப்பதைக் கவனித்தாள்.

அவளுக்கு என்னவோ சம்பவித்திருக்கிறது என்ற அறிதல் கிழவியை உலுக்கியது.

"மக்களே, இதென்ன ரெத்தம்?"

"என் தாய் ஒடம்பில இருந்து எனக்கு கெடச்ச ரெத்தம்."

"அது . . . ஏன் இப்ப . . ."

"ஏன் இப்ப வழியுதாண்ணா?"

"ஆமா."

"என் அப்பன போல ஒரு ஆண் என்ன அநியாயம் செய்து போட்டான் அம்மா."

அவள் எழும்பி உட்கார்ந்து அலறினாள்

"நான் மோசம் போயிட்டேன் அம்மா . . ."

கிழவி அவளை மார்போடு சேர்த்து அணைத்தாள்.

"என்ன வெட்டிக்கொன்னுபோடு அம்மா. . ."

"மக்களே சமானப்படு. ஆண்டவன் தந்த உயிரையும், உடம்பையும் வெட்டி எறிய நான் யாரு? இல்ல நீ நெனச்சாதான் அது நடக்குமா?"

"நான் இனி உயிரோடிருந்து பிரயோஜனமே இல்ல."

தனது பிடியிலிருந்து சுந்தரியை விலக்கிய கிழவி அவளைப் படுக்கவைத்து விட்டு எழும்பிவந்து அடுப்பை பற்றவைத்து காப்பி போட்டாள். சூடாக ஒரு கப் எடுத்து வந்து அவளைக் குடிக்கவைக்கும் முயற்சியில் ஈடுபட்டாள்.

"குடி மக்கா, நமக்கு பாடுகளுக்க மத்தியில்தான் உயிர்வாழ வேண்டியதிருக்கு."

"வேண்டாம்."

"பிடிவாதம் பிடிச்சபிடாது. பெறவு ஒன்னப் பாக்க யாரும் இருக்கமாட்டினும்."

அவள் வாங்கி கொஞ்சம் கொஞ்சமாகக் குடித்து தீர்த்தாள்.

மெதுவாக அவளைக் குளியலறைக்கு தாங்கிப்பிடித்து நடத்திக்கொண்டு சென்ற கிழவி கல்லில் உட்காரவைத்து தலையில் எண்ணெய் பூசினாள். அதைச் செய்யும் போது அவள் வாய் 'ஸ்தோத்திரம்! ஸ்தோத்திரம்!' என்று முணு முணுத்தது. ஆடைகளை அவிழ்த்து மூலையில் எறிந்து விட்டு அவளைக் குளிப்பாட்டினாள். தலையில் நீரைவிட்டதும் அவள் சிலிர்த்துக் கொண்டாள். அவள் உடம்பிலும், மனதிலும்

புத்துணர்ச்சி பரவுவதுபோல இருந்தது. அவள் குழந்தையாக இருந்தபோது குளிப்பாட்டிய உணர்வே இப்போதும் ஏற்பட்டது.

புதிய துணியை உடுத்தி திரும்பவும் பாயில் கொண்டு வந்து படுக்க வைத்தாள். பைபிளை அவள் நெஞ்சில் வைத்தவள் பிறகு தலையிலும் வைத்து ஜெபித்தாள். அவளது ஜெபம் உலகை வெல்லப்போகும் யுத்தவீரனின் முழக்கம்போல இருந்தது. பின்னர் உருக்கமுடன் பாட்டுப் பாடினாள்.

"மார்போடு அணைப்பாரே
மனக்கவலை தீர்ப்பாரே
ஒருதாய் தேற்றுவது போல்
என் நேசர் தேற்றுவார்.

ஒருபோதும் கைவிடார்.
ஒருநாளும் விலகிடார்.
ஒருதாய் தேற்றுவதுபோல்
இயேசுன்னைத் தேற்றுவார்."

சுந்தரியின் கண்ணீரெல்லாம் அழுகையில் தீர்ந்துபோனது. அவள் நெஞ்சு உயர்ந்து தாழ்ந்ததிலிருந்து ஆழ்ந்த உறக்கம் தழுவியதை அறிந்தாள். எழும்பி வந்து அரிசியைக் கழுவிப் போட்டு கஞ்சி வைத்தாள்.

சுந்தரி நீண்டநேரம் தூங்கினாள். அவள் அருகில் உட்கார்ந் திருந்த கிழவி எந்த இடுக்கண்ணும் வராதபடி காவல் காக்க கடவுளை வேண்டினாள். அவள் எழும்பியபோது முகம் சற்று தெளிவடைந்திருந்தது. கஞ்சி குடிக்கக் கொடுத்தவள் அதே தட்டில் அவளும் சாப்பிட்டாள். இடைக்கிடையே வாரியும் கொடுத்தாள். சிறுவயதில் ஒருதடவை பள்ளிக்குச் செல்லும்போது கீழே விழுந்த சுந்தரியை அன்றும் இப்படித் தான் அவள் கவனித்தாள்.

சாயங்காலம் வந்தது. இருள் சூழப்போகும் நேரம். தங்கள் அடைக்கல இடங்களைத் தேடி பறவைகள் ஆங்காங்கே பறந்துகொண்டிருந்தன. சுந்தரியை அழைத்துக்கொண்டு ரோட்டில் இறங்கிய கிழவி தீர்மானமான ஒரு முடிவுக்கு வந்தவளைப்போல நடந்துகொண்டிருந்தாள்.

"அம்மா, எங்க போறோம்?"

"பேசாம வா."

"சொல்லேன்?"

"மிண்டாத வரணும். இதுவரைக்கும் ஒனக்க விருப்பம் போல ஆடியாச்சி. இனிமே நான் செய்யத பாத்துக்கிட்டிரு."

“ஆஸ்பத்திரிக்கா என்ன கூட்டீற்று போற?”

“அடுப்பில வைக்க.”

“கிழவியிடமிருந்த கண்டிப்பை அவள் இதுநாள் வரையிலும் கண்டது இல்லை. அம்மன் கோயில் வளாகத்திற்குள் அவள் நுழைந்தபோதுதான் சுந்தரிக்கு விஷயம் புரிந்தது. அவள் தயங்கியவாறு வெளியே நின்றாள்.

“வாடி உள்ள.”

“கிழவியின் கத்தலில் போற்றி உட்பட எல்லோரும் அவளைத் திரும்பிப் பார்த்தனர். சுந்தரியும், போற்றியும் ஒருவர் முகத்தை ஒருவர் பார்த்தனர். போற்றி பார்வையைத் திடீரென விலக்கியவாறு தூரப்பார்த்தான்.

“இவளத் தெரியுதா?”

கிழவி கேட்டாள்.

“தெரியாது.”

“என்னத் தெரியாதா? நான் சுந்தரி.”

“சுந்தரியோ? மந்திரியோ? நேக்கு தெரிய வேண்டிய அவசியம் இல்ல.”

“அவசியம் இல்லியா?”

“என்ன அவசியம்?”

“அவசியம் இல்லாமலா எம் பின்னால சுற்றித் திரிஞ்சிய?”

“நீ யாருண்ணே நேக்குத் தெரியாதே.”

“இரணியல் பள்ளிக்கூடம் முன்னால ஒருநாள் முழுக்கவும் எனக்காக காத்து நிண்ணியளே, மறந்து போச்சா?”

“நான் யாருக்காகவும் இதுவரை காத்திருந்ததே கிடையாது.”

“ஒங்கழுத்தில தாலிகட்டப் போறேண்ணு சொன்னதோ?”

“ஏற்கனவே நான் ஒருத்தி கழுத்தில தாலி கெட்டி ரெண்டு குழந்தைகளும் இருக்கு எனக்கு. நானாவது, இன்னொருத்தி கழுத்தில தாலி கட்டறதாவது? கேக்கவே சகிக்கல்ல. அபச்சாரம்! அபச்சாரம்! அப்புறம் போங்கோ. இங்க நிக்காதேள்.”

போற்றி கைகளைக் கொண்டு இரண்டு காதுகளையும் பொத்தியபடி அபிநயித்தான்.

“நேக்கு ஹந்தி தெரியும். நார்த் இன்டியா போய் செட்டிலாகலாம்ணு சொன்னியளே, அதுவும் பொய்யா?”

"நேக்கு எதுவுமே கேக்கண்டாம். யாருமே இதை எல்லாம் நம்பாங்கோ. ரெண்டு பொம்மனாட்டிகள் வந்து ஃபிராடு பண்ணுதுகள்."

"யாருடா ஃபிராடு? என்ன ஏமாத்தி நாசம் பண்ணீட்டு இப்ப என்னையா ஃபிராடுண்ணு சொல்லிய?"

சுந்தரி ஆவேசத்துடன் கூக்குரலிட்டாள். கிழவி அவளை சமாதானப்படுத்தினாள். சாமி கும்பிட வந்த ஒன்றிரண்டுபேர் ஒதுங்கி நின்று வேடிக்கை பார்த்தனர். அன்று பெரிய அளவில் யாரும் வராததால் விஷயம் உடனடியாக வெளியே பரவவில்லை.

"மக்களே, இம்பிடு விவகாரம் நடந்துதா? நான் ஒண்ணுமே அறியல்லியே?"

"இன்னும் நெறைய கதைகள் உண்டு அம்மா. தட்டுவடிய விற்று நீ தந்த ரூவாய்க்கு இவனுக்கு நான் ஒரு செல்போன் வாங்கி குடுத்தேன்..."

"ரொம்ப பேசறேள். நேக்கும் பேசத்தெரியும்."

"இந்த தெண்டிப் பயலுக்கு நேரியலும், வாழக்குலையும் கொடுத்து தட்சணை வச்சிருக்கேன்."

"போடி வெளிய."

"இது கோயில். பொதுமக்களுக்குள்ள இடம். யாரையும் வெளியப் போகச் சொல்ல உமக்கு அதிகாரம் கெடையாது. மரியாதையா நடந்துக்க."

சாமிகும்பிட வந்தவர்களில் யாரோ விபரம் அறியாமல் போற்றி பக்தர்களுடன் சண்டை போடுவதாகக் கருதி வார்த்தை களைக் கடுமையாகப் பிரயோகித்ததும் அவன் நடுநடுங்கிப் போனான்.

"நாசமாப் போச்சு."

அம்மனுக்குப் பின்புறம் ஒளியப் போனவனைத் தடுத்து நிறுத்திய சுந்தரி கர்பக்கிரகத்துக்குள் நுழைந்து போற்றியை வழிமறித்தாள். போற்றி சாமிகும்பிட வந்த அந்த நபரைப் பார்த்துப் பேசலானான்.

"நோக்கு திருப்திதானே இப்போ? பொம்மனாட்டி கோயிலையே தீட்டாக்கீட்டா. பாத்துட்டு நிக்கிறியளே சும்மா?"

"எப்படி தீட்டாயிட்டு?"

சுந்தரி கேட்டாள்.

"பொம்மனாட்டிக எப்படி உள்ள வரலாம்?"

“ஏன் வரக்கூடாது?”

“விலக்கு இருப்பதால் வரக்கூடாது. இது கூடத் தெரியாத பத்தாம் பசலிகள். நியாயம் கேட்க வந்துட்டாங்க. பொல்லாத நியாயம்.”

“கர்ப்பக்கிரகத்தில பொம்மனாட்டிகள கொண்டு வச்சி மார்பைக் கசக்கிறதும், சீல் உடைக்கிறதும் ஒனக்குத் தீட்டா தெரியல்லியாடா?”

“கேக்கவே சகிக்கல்ல, சித்தெ வெளியப் போறேளா? இல்லேண்ணா தக்காரை அழைச்சுண்டு வரவேண்டியதிருக்கும்.”

“நீ கொப்பனையோ, யாரையோ கூட்டீற்றுவா. எல்லாரும் நியாயம் சொல்லட்டும், நான் கேக்கறேன்.”

“இதென்ன வம்பா போச்சு?”

“ஏம்மா, பெண்கள் கருவறையில நொழையப்பிடாதுண்ணு சொல்றாரே, நீ கொஞ்சம் வெளிய வாம்மா. நீ அங்க நிக்கிறது எங்களுக்கும் ஒரு மாதிரியா இருக்குது.”

ஏதோ ஒரு பக்தர் கூறினார்.

சுந்தரி இருளியைக் கொண்டு வந்து பொதுவில் நிறுத்தினாள். அவள் வெளியே இறங்கி வந்ததும் ஆசுவாசப்பட்ட பக்தர்கள் அம்மனைத் தரிசனம் செய்ய முன்னேறி வந்தனர். அவர்களை அனுமதிக்காமல் அவள் குறுக்கே நின்றாள்.

“எல்லாரும் ஒரு நிமிஷம் நில்லுங்க.”

அவர்கள் அவளைப் பார்த்தனர்.

“இதோ இவங்க இருளி! அம்மனப் போல இவங்களுக்கும் விலக்கு கிடையாது. எனவே தீட்டு இல்ல. கர்பக்கிரகத்தில ஏற்றுவீங்களா?”

யாருக்குமே அதற்குப் பதில்சொல்லத் தெரியவில்லை.

“டேய் போற்றி! மோசடிக்காரா, பதில்சொல்லுடா. என்னமோ கேள்வியெல்லாம் கேட்டியே? சொல்லுடா பதில்.”

“சொல்றேன், யாருட்டெ சொல்லணும்?”

“எனக்கிட்ட சொல்லு”

சுந்தரி மார்பில் தட்டிக்கொண்டு சொன்னாள்.

அவன் அவளைத் தனியே அழைத்துக்கொண்டு ஆலம் விழுதுகள் அடர்ந்த மறைவுப் பகுதிக்கு வந்தான். அவள்

துணிச்சலுடன் அவனுக்குப் பின்னால் நடந்தாள். வழக்கமாக அவர்கள் சந்திக்கும் இடம் அதுவென்பது மனசில் பதிந்ததும் அவளுக்கு தேகம் சிலிர்த்தது.

"இந்த இடம் தெரியுதா சுந்தரிக்கு?"

"அதெல்லாம் வேண்டாம்."

"முதன் முதலா நாம் சந்திச்ச இடம்."

"அதுக்கென்ன இப்ப?"

"இதுல வச்சிதான் நம்ம பிரச்சினைக்கும் ஒரு முடிவு வரப்போகுது."

"என்ன முடிவு?"

"இதென்ன சொல்லு கண்ணு?"

அவன் செல்போனைக் கையில் வைத்துக்கொண்டு உயர்த்திக் காட்டியபடி கேட்டான்.

"செல்போன். நான் உனக்கு வாங்கித் தந்தது."

"கரெக்ட். எந்தத் தப்பும் இல்ல."

"அதுக்கென்ன?"

"நான் அடிக்கடி நீ என் இதயத்தில இருக்கேண்ணு சொல்லி இருக்கேன். அது பொய். நீ இந்த செல்போன்ல இருக்கிய."

". . . . ."

"எப்படி இருக்கே தெரியுமா குழந்தே?"

"எப்படி?"

"பிறந்த மேனியா இருக்கே, பாக்குறியா?"

" . . . ."

"ஓம் மேல யாரு இருக்கா தெரியுமா? நான் இருக்கேன். எப்படி தெரியுமா? பிறந்த மேனியா."

" . . . ."

"ரொம்ப துள்ளுனேண்ணு வச்சிக்க, ஸ்டேட் ஃபுல்லா ஒரு நிமிஷத்தில பரவிவிடும். அப்புறமும் நீ துள்ளுனா தி ஹோல் கண்டிரியே ஒனக்க சாந்தி முகூர்த்தத்தைக் கண்டு களிக்கும். அப்புறம் ஒங்கூட இனியொரு சாந்தி முகூர்த்தம் நடத்த எவனும் வரமாட்டான்."

" . . . ."

"சுந்தரி, என் செல்லக்குட்டி! நான் ஒரு ஐடியா சொல்றேன். கேளு. நேக்கு யானைபோல ஒரு பெண்டாட்டி முருகனுக்கு தெய்வானை போல. வள்ளிபோல கொடியா இன்னொரு பெண்டாட்டி வேணுமோ இல்லியோ? வள்ளியப் போல ஒன்ன நான் சைடா வச்சிருக்கேன். நீயும் அப்பப்ப வந்து என்னக் கவனிச்சிடு. நேக்கு ஒடம்பும், மனசும் சாந்தி அடைஞ்சுதுண்ணா நீயும் நல்லா இருப்பே. உனக்குப் பணமும் கிடைக்கும். நேக்கு ஒத்துழைச்சா படமும் வெளியே வராம இருக்கும். என்ன சொல்றே?"

"அடேய் மடையா! நாடு முழுசும் என்ன, ஒலகம் பூரா தெரியட்டும்டா. கம்பி எண்ணப் போற விஷயத்தில் இவ்வளவு தீவிரமா நீயே இருக்கும்போது எனக்கு எவ்வளவு சுலபம்."

"உச்சி குளிர்ந்திருக்குமே, அதுக்குள்ள. விட்டுருவேனா? கர்ப்பக்கிரகம் தெரியாது. எம் முகம் தெரியாது. அட்ஜஸ்ட் பண்ணுவேன் ரொம்ப அதிபுத்திசாலி ராட்சசி..."

". . . . ."

"எப்படி? நமக்குள்ளால அட்ஜஸ்ட் பண்ணிக்கலாமா? இல்லேண்ணு வச்சிக்க, ஒம் முகம் தெரியும், கழுத்து தெரியும் அதுக்கு கீழே, அதுக்கு கீழே, அதுக்கும் கீழே... எல்லாம் தெரியும். எப்படி வசதி?"

"தெரியட்டும்டா நாயே... ஒலகத்தில யாருக்கும் இல்லாதத ஒண்ணும் புதுசா இங்க கண்டுடமாட்டினுமே யாரும். சும்மா காணட்டும். நீ எங்கெ வேணும்ணாலும் கொண்டு காட்டு."

"சொரணை ரொம்ப ஓவர்."

"ஒனக்கு ஆம்பிள சொரண ஓவர்ணா, எங்களுக்கு பொம்பள சொரண அதவிட ஓவராத்தான் இருக்கும்."

"இனிமேல் விவாஹம் உன் சேப்டர்ல இல்ல. நன்னா தெரிஞ்சுக்கோ."

"போடா டேய் போடா! எல்லா ஆம்பிளைங்களும் ஒன்னப் போல கோழைண்ணு நெனைக்கல்லடா நான். இனிவாற ஒருத்தனும் ஒன்னப்போல கோழையா இருந்தான்ணு வச்சிக்க, எனக்கு யாருமே இல்லேண்ணு எனக்க கூட வந்திருக் காளே என்னப் பெறாத அம்மா, அவளப்போல இந்த உலகத்தில நான் ஒற்றைக்குத் துணிஞ்சி வாழுவேண்டா..."

ஊக்கமாக தலையை உயர்த்திக்கொண்டு கோயிலை விட்டு வெளியே இறங்கி நடந்தாள் சுந்தரி. போற்றி அப்படியே மலைத்து நின்றான்.

வீட்டுக்கு வந்து கட்டிலில் அமர்ந்ததும் கிழவியின் முகம் தளர்ச்சி அடைந்திருந்ததைக் கவனித்த சுந்தரி அவளுக்கருகில் வந்து அமர்ந்தாள். அவள் எதையோ நினைத்துக் கலங்குவது மாதிரித் தெரிந்தது.

"அம்மா, கஞ்சி குடிக்கலாமா?"

"நீ குடி மக்கா, எனக்கு ஒண்ணும் வேண்டாம்போல இருக்கு."

"ஏன்?"

"குடிச்சத் தோணல்ல."

"கொஞ்சம் குடிப்போம்."

மகளின் வற்புறுத்தலுக்காகத்தான்அன்று இரவு அவள் உணவருந்தினாளே தவிர, மனசுக்கு கஷ்டமாக இருந்தது. தனது நிழலில் வளர்ந்த மகளும் தன்னைப்போலாகி விட்டாளே என்று வருந்தினாள். அவளையும் அறியாமல் பெருமூச்சு வெளிப்பட்டது. போற்றியை நினைக்கும் போதெல்லாம் அவனையும் முந்திக்கொண்டு அவள் மனதில் வண்டாளம் தெரிந்தான்.

அன்று சீக்கிரமே இருவரும் உறங்கப் போயினர். ஆனால் கிழவியைப் போல சுந்தரியும் அந்த இரவு தூங்கவில்லை. ஜெபப்புரையில் முழுஇரவுக்கூட்டம் நடைபெற்றுக்கொண்டிருந்தது. பவுலோஸ் பிரசங்கித்துக்கொண்டிருந்தான் பிரசங்கியார் இறந்த பிறகு சாராளை எவரும் நம்பாததால் வசந்தாவையும் கூட்டிக்கொண்டு அவள் அந்த ஊரைவிட்டே சென்றுவிட்டாள். இப்போது பழையதுபோல கூட்டம் அதிகமில்லை. பெரும் பாலான மக்கள் பக்கத்து ஊரிலிருக்கும் ஜெபப்புரையை நோக்கிப் படையெடுத்து விட்டதால் சீயோன் பெந்தெகோஸ்தே சபையில் சிலசமயங்களில் கூட்டம் ஆளில்லாமல் வெறிச் சோடியபடியே நடந்து வந்தது.

"அப்பொழுது பன்னிரெண்டு வருஷமாய்ப் பெரும் பாடுள்ள ஒரு ஸ்திரீ, அநேக வைத்தியர்களால் கை விடப்பட்டு மிகவும் வருத்தப்பட்டு தனக்கு உண்டானவைகளையெல்லாம் செலவழித்தும், சற்றாகிலும் குணமடையாமல் அதிக வருத்தப் படுகிற பொழுது, இயேசுவைக் குறித்துக் கேள்விப்பட்டு, நான் அவருடைய வஸ்திரங்களையாகிலும் தொட்டால் சொஸ்த மாவேன் என்றுசொல்லி, ஜனக்கூட்டத்துக்குள்ளே அவருக்குப் பின்னாக வந்து, அவருடைய வஸ்திரத்தைத் தொட்டாள். உடனே அவளுடைய உதிரத்தின் ஊறல் நின்று போயிற்று. அந்த வேதனை நீங்கி ஆரோக்கியமடைந்ததை

அவள் தன் சரீரத்தில் உணர்ந்தாள். உடனே இயேசு தம்மிலிருந்து வல்லமை புறப்பட்டதைத் தமக்குள் அறிந்து ஜனக்கூட்டத்துக் குள்ளே திரும்பி, 'என் வஸ்திரங்களைத் தொட்டது யார்?' என்று கேட்டார். அவருடைய சீஷர்கள் அவரை நோக்கி, 'திரளான ஜனங்கள் உம்மை நெருக்கிக்கொண்டிருக்கிறதை நீர் கண்டும், என்னைத் தொட்டது யார் என்று கேட்கிறீரே' என்றார்கள். இதைச் செய்தவளைக் காணும்படிக்கு அவர் சுற்றிலும் பார்த்தார். தன்னிடத்திலே சம்பவித்ததை அறிந்த அந்த ஸ்திரீயானவள் பயந்து, நடுங்கி, அவர் முன்பாக வந்து விழுந்து, உண்மையையெல்லாம் அவருக்குச் சொன்னாள். அவர் அவளைப் பார்த்து, 'மகளே உன் விசுவாசம் உன்னை இரட்சித்தது. நீ சமாதானத்தோடே போய், உன் வேதனை நீங்கி, சுகமாயிரு' என்றார்."

பவுலோஸ் வாசித்த வசனங்களின் வேதப் பகுதிகளை சுந்தரி தனது மனதில் குறித்துக்கொண்டாள். எழும்பி விளக்கைப் போட்டாள். அதனைக் கவனித்தபடி கிழவியும் மௌனமாகக் கிடந்தாள். அரைக்கண் திறந்து அவள் நடவடிக்கைகளைப் பார்த்தாள்.

கிழவியைத் தொட்டவாறு வலதுபக்கம் தலைமாட்டில் இருந்த பைிளை எடுத்த சுந்தரி மாற்கு எழுதின சுவிசேஷம் ஐந்தாம் அதிகாரம் இருபத்தைந்து முதல் முப்பத்துநான்கு வரையுள்ள வசனங்களைத் திரும்பத்திரும்ப படித்தாள். அவள் மனதில் ஊற்றுக்கண் பீறிட்டு ஒரு வைராக்கியம் பிறந்தது.

மனதில் ஏற்பட்ட காயங்களை பைபிள் வாசித்து அவள் மறக்கமுற்படுவதாக கிழவி நினைத்தாள். 'ஆண்டவரே அவளுக்கு ஆறுதல் கொடு!' என இதயத்தில் வேண்டியவள் ரொம்ப நேரமாக சுந்தரி விளக்கை அணைக்காமல் அமர்ந்திருப்பதைக் கண்டு அவளும் எழும்பி உட்கார்ந்தாள்.

"என்ன மக்கா, உறக்கம் வரல்லியா?"

"இல்ல அம்மா, எனக்கொரு யோசனை."

"கெணற்றில குதிக்கலாமாண்ணா?"

"போ! ஒனக்கிட்ட நான் பேசமாட்டேன்."

"பெரிய பெரிய காரியங்கள எல்லாம் நீ எனக்கிட்ட பேசி முடிவெடுத்திட்டா செய்த?"

"அய்யோ... நான் மறக்க நெனைக்கிய விஷயங்கள திரும்பத் திரும்ப ஞாபகப்படுத்தீட்டு இருக்கிறியே அம்மா."

"வேற என்ன பெறவு யோசனை?"

"நான் மதம் மாறலாம்ணு முடிவெடுத்திட்டேன்."

"எந்த மதத்தில?"

"இயேசு மதத்தில."

"ஏன்?"

"அந்தப் போற்றி விலக்கு இருப்பதால பெண்கள் சாமி இருக்கிய எடத்தில வரப்பிடாதுண்ணு நம்மள வெரட்டினானே, இன்னா பைபிள வாசிச்சி பாரு, விலக்குள்ள ஒரு பெண்ணு இயேசு சாமிய தொட்டிருக்கா. அந்த சாமி ஆம்பிள. நான் கும்பிடப்போன அம்மன் பொம்பள. பொம்பள சாமி நம்மள ஏத்துக்கல. ஆம்பிள இயேசு சாமி சொல்றாரு, 'நீ சமாதானத் தோட போம்மா. வேதன நீங்கி சுகமா போம்மா'. எனக்கு இந்த சாமி தாம்மா வேணும். என்னையும் ஜெபப்புரைக்கு கூட்டீற்று போவியா அம்மா? எனக்கு மதம் மாறணும்."

"பேசி முடிச்சிற்றியா?"

"நான் இயேசுசாமியிடம் வாறதில ஒனக்கு விருப்பம் இல்லியா அம்மா?"

"இயேசுவண்டை நீ வாறதில விருப்பம்தான். ஆனா பிரச்சினை இயேசுவை வணங்குகிற மக்களிடம்தான் இருக்கு."

"நீ பேசியது எதுவுமே எனக்குப் புரியல்ல."

"எதையுமே மேம்போக்கா பாத்து திடீர் முடிவுக்கு வந்திரப் பிடாது. அதைத்தான் சொல்ல வாறேன்."

"எதை?"

"பொன்னையா பிரசங்கியார் கதையை. எங் கையில இருந்த அஞ்சிபவுன் நகைய வாங்கீற்று மதத்தில சேத்தாரு. அவங்க வீட்டில அடைக்கலம் தந்து சோறு போட்டாரு. சரிதான், ஆனா புருஷன் பெஞ்சாதிக்குள்ள ஒருநாளு ஒற்றுமை இருந்தத நான் காணவே இல்ல பாரு."

"அதுக்கும் இயேசுசாமிக்கும் என்ன சம்பந்தம்?"

"இயேசுவுக்கு மதம் இல்ல பாரு. நீ மதத்தில இல்லாமலும் இயேசுவ ஏத்துக்கிட உன்னால முடியுது. அவங்க மதத்தில இருந்தும் இயேசுவ அறியல்ல."

"அதெப்படி சொல்லிய?"

“பிரசங்கியார் இறந்த ராத்திரி நான் முளிச்சிதான் கெடந்தேன். நீ நல்ல ஒறக்கம். ஒருவாடு காரியங்களொக்க நடந்தது பாரு. ஒன்ன நான் எழுப்பல்ல.”

“எல்லாத்தையும் சொல்லு.”

“பிரசங்கியாரும் சரிதான் அவருக்க பெண்டாட்டியும் சரிதான். ரெண்டு பேருமே திக்காரம் பிடிச்சவங்க. பேருதான் பிரசங்கி, திமிரு பிடிச்சவராக்கும். சி.எஸ்.ஐ. காரங்களத் திட்டி என்னவோ கடுதாசி எழுதிப் போட்டாராம். உடனே மொத்த குடும்பத்தையும் சபைய விட்டு நீக்கித் தள்ளிப் போட்டினுமாம். இதினால பெண்டாட்டிக்கும் அவருக்கும் இடையில பெரிய சண்டை. பெறவு கடைசி சமயத்தில பேச்சே கிடையாது.”

“அப்புறம்?”

“அந்தம்மா வீட்டில பொங்கியதோ, அவருக்கு சாப்பிடக் குடுக்கியதையோ அடியோட நெறுத்திச்சி. ஒனக்கு ஞாபகம் இருக்கா, ஊழியக்காரிய சமைச்சத கொஞ்சநாளு நாம சாப்பிடப் போனமே . . .”

“ஆமா.”

“அப்பவாக்கும் இதெல்லாம் நடந்தது.”

“நீ ஒண்ணும் எனக்கிட்ட சொல்லல்லியே?”

“நான் சொல்லாட்டாலும் நடக்கிய கூத்துக்கள எல்லாம் கவனமா பாத்துட்டுத்தான் இருந்தேன். பெரசங்கியாரு சோறு தின்ன வந்து உட்கார்ந்திருப்பாரு, நான் அவளூட்ட சொல்லப் போனா, நீ ஒனக்க சோலியப் பாத்துட்டுப் போண்ணு எனக்கிட்ட பொட்டித் தெறிப்பா பாரு. சாவிய நாளு வீட்டுக்க வெளிய கசேரியில இருந்துட்டு வெட்டு வெறையல்ல துடிச்சாரு பாரு, அவருக்கு சக்கரை நோயாம். நான் காப்பாத்த கதவத் தெறந்தேன். என்னப் பிடிச்சி வீட்டுக்குள்ள தள்ளி கதவப் பூட்டிச்சி அந்தப் பொம்பிள.”

“அய்யோ . . .”

“பிரசங்கியாரு தன் போக்கில எழும்பி விழுந்து விழுந்து கேற்றுக்க கிட்ட வந்தாரு. தம்பியாரு வந்து பிடிச்சதும் அவரு மடியில படுத்தாக்கும் மரிச்சாரு.”

“பெஞ்சாதி நெனச்சிருந்தா அவரக் காப்பாற்றி இருக்கலாம், இல்லியா?”

“நிச்சயமா. பிரசங்கியாரக் கொன்னதே அவருக்க பெண்டாட்டிதான். இது எனக்கு மட்டுந்தான் தெரியும்.”

"அப்பிடி நீ நெனச்சிட்டு இருக்கிய. ஆனா நெறைய பேருக்குத் தெரியும் அம்மா."

"எப்பிடி ?"

"நீ மட்டும்தான் கண்டேண்ணு நெனைக்கிறே. ஆனா ஒன்ன அந்தப் பொம்பள கதவப்பூட்டி உள்ள தள்ளினது, பிரசங்கியாரு மறிஞ்சி கீழ விழுந்தது எல்லாத்தையும் நானும் பாத்துட்டுத்தான் கிடந்தேன்."

"ஒனக்கு எழும்பி வந்திருக்கப் பிடாதா துணைக்கு?"

"அது எப்படி அம்மா முடியும்? அவங்க கட்டுப்பாட்டில இருக்கம்ப ஒருத்தருக்கொருத்தர் நடக்கிற சண்டையில நாம எப்படி தலையிட முடியும்? அதுதான் நான் சும்மா இருந்தேன்."

"அதுவும் சரிதான்"

"கள்ளம்மாரு கொலைய வெட்டீற்றுப் போவம்ப பிரசங்கியாருக்க தம்பி கெடந்து வெப்பிறாளப்பட்டதக் கண்டியளா? அந்த ரத்த பாசம் கூட இவங்களுக்கில்ல."

"அதையும் பாத்தியா? அதினாலத்தான் சொல்லியேன் மதவாதிகள் எல்லாருமே இப்பிடித்தான் இருப்பினும். அவங்க மதம்ணு ஒண்ண வச்சிருக்கியதே அதிகாரம் செய்யவும், அடுத்த வங்களுட்ட இருந்து பணம் பிடுங்கவும் தான்."

"சரியா சொன்ன அம்மா."

"அதுனாலத்தான் நீ மதம் மாறுகேன்ணு சொன்னாக்கில அது எனக்கு இஷ்டப்படல்ல"

"இப்பதான் புரிஞ்சுது."

"ஸ்டீபன் தம்பி அடிக்கடி சொல்வாரு, 'யாருமே மதம் மாறாதீங்க. மதங்கள விட்டு மாறுங்க'ண்ணு. அதுக்க அர்த்தம் மதத்த விட்டு மாறும்போது அதுபோல இன்னொரு மதம். மதங்கள விட்டு மாறும்போது கிடைப்பது விடுதலை."

ஸ்டீபனைக் கிழவி சொன்னதும் சுந்தரிக்கு சக்தி பிறந்தது போல இருந்தது. அவள் மனதில் புதிய வழியொன்று தோன்றியது. போற்றிக்கு பரிகாரம் அவனை வைத்துக் காண்பது என்ற முடிவுக்கு வந்தாள்.

"நாந்தான் போற்றி சொன்னதுபோல விலக்கானவ. ஒங்கள ஏன் அவன் கோயிலுக்குள்ள விடல்ல?"

"அதுவும் மத நியாயம்தான்."

“சொல்லு.”

“ஸ்டீபன் ஒருக்கா கொஞ்சம் பேர உக்கார வச்சி வகுப்பு நடத்தீட்டு இருக்கம்ப கேட்டதையாக்கும் சொல்லியேன் நான். அதுக்கு மேல எதுவும் எனக்குத் தெரியாது பாரு.”

“என்ன சொன்னாரு?”

“முன்னால எல்லாம் ஆண்களவிட உயர்ந்தவங்களா பெண்கள்தான் இருந்தாங்களாம். அதுக்கு காரணம் நம்பிக்கை. ஆண்மேல அம்புதச்சி இரத்தம் வெளியேறினா அவன் செத்துப் போவான். ஆனா பெண் இரத்தம் வெளியேறினாலும் உயிரோட இருக்கிறதப் பாத்து அவளுட்ட விசேஷமா ஏதோ சக்தி இருக்குதுண்ணு பயந்து கும்பிட்டான். இந்த வளமை இல்லாத பெண்கள் கிட்டத்தட்ட ஆண்களப் போல கீழானவங்கதான். காலம் மாறி ஆண்கள் கையில அதிகாரம் வந்ததும் பெண்கள் கீழானவங்களா ஆக்கப்பட்டாங்க. வம்சவிருத்திக்கு மட்டுமே ஆனவா பெண் என நெனச்ச பெறவு அது இல்லாத்தவா பிள்ளபெற லாயக்கு இல்லேண்ணு ஆயிட்டுதா, பின்ன எங்க எனக்கு மதிப்பிருக்கும்?”

“நீ இதெல்லாம் கவனமா கேட்டு வச்சிருக்கியே, ஒனக்கு படிப்பறிவு இல்லேண்ணாத்தான் என்ன? விஷயம் நெறையத் தெரியிதே அம்மா.”

“நான் இன்னும் விஷயத்த முடிக்கல்ல. மதத்துக்க முன்ன வளமையுள்ளவள தீட்டு என்பாங்க. அது இல்லாத்தவள வளமை இல்லாத்தவண்ணு சொல்லுவினும். இதெல்லாம் ஆணுங்களுக்க வசதிக்குத் தகுந்ததுபோல உண்டாக்கி சேத்ததாக்கும்.”

“எங்க காலேஜிக்கு பேச வாறியா?”

“நான் என்னத்த பேசுவேன்? ஸ்டீபன் சொல்லிக் கேட்டத சொன்னேன்.”

ஸ்டீபனை நாளை சந்தித்து போற்றியைப் பற்றிக் கூற வேண்டும் எனச் சொன்னாள் சுந்தரி. கிழவியும் அதனை ஆமோதித்தாள்.

நடராசன் அந்தவருடம் திருச்சபையில் நடந்த தேர்தலில் தோற்றுப் போனான். வாக்கு வித்தியாசமும்

பெருவாரியாக இருந்தது. அது அவனை ரொம்பவும் அவமானப்படுத்தியது. ஏற்கனவே தனக்கொரு பின்னடைவு ஏற்பட்டு விட்டது என்பதை சென்ற தேர்தலிலேயே உணர்ந்திருந்தான். எனவே இந்தத் தடவை அணிமாறுவது என்ற முடிவை எடுத்தபோது அவனுடன் இருந்தவர்கள் அதனை ஆதரிக்கவில்லை.

“நடராசா! போன எலெக்‌ஷன்ல நீ தர்மதொரை அணியுடன் ரகசியமா பேச்சுவார்த்தை நடத்தியபோதே அண்ணாச்சி கண்டித்தார். இப்போ எப்படி அவருக்க அணியில பெய் சேரியது? பெருமாள்சாமிக்கு இதெல்லாம் பிடிச்சாது பாத்துக்கா.”

“அது வேற காரணமாக்கும்.”

“வேறேண்ணா?”

“அண்ணாச்சிக்கு எம்மேல ஒரு கறுப்பு வந்திற்று. அதை இனி மாற்றமுடியாது.”

“நீ செய்ததும் தப்புதானே?”

“என்ன தப்பு?”

“கிறிஸ்துராஜ் அணியில இருக்கும்பளே உள்குத்து வேலையில இறங்கி இருக்கப்பிடாது.”

“அதில்லெ[illegible]ய் காரணம்.”

“அதில்லேண்ணு சொல்லி ஒன்னால தப்பிக்க முடியாது. தர்மதொரை ஒனக்க கட்சி அரசியல்வாதி ஆனதினால அவருட்டெ நீ அணையப்போறதாட்டாக்கும் எங்கும் பேச்சு.”

“பேசியவிய பேசட்டு.”

“ஆனா ஒண்ணு பாத்துக்கா, நாங்க ஒங்கூட அணி மாறமாட்டோம். எங்களுக்கு அண்ணாச்சி வேணும்.”

“கிறிஸ்துராஜ் மேல டயோசிசன்ல பலத்த அதிருப்தி. இப்போ உள்ள நிலைமையில பாசாகப் போறது எதிரிணி யாக்கும். அதையும் நாம பாக்கணும்.”

“டயோசிசன நெனச்சி சொந்தம் சபையக் கோட்டை விடாதே. அதுதான் எங்க உபதேசம்.”

அவர்கள் கூறியதுபோலவே டயோசிசன் தேர்தலில் தர்மதுரை அணியினர் வெற்றி பெற்ற போதிலும் உள்ளூர் சபையில் கிறிஸ்துராஜ் அணியினரிடம் தோற்றுப் போயினர்.

நடராசன் தான் உருவாக்கிய நபர்களாலேயே வீழ்த்தப்பட்டான். ஒரு வகையில் இந்துகட்சியினரின் நோக்கமே திரும்பவும் வெற்றி அடைந்தது.

நடராசனின் தோல்வி குறித்து திருச்சபைக்கு வெளியிலும் பலத்த சர்ச்சைகள் நடந்தேறின. குடம் நொறுக்கியின் கடை ஒரு வாரகாலமாக அந்தத் தோல்வி குறித்து ஆராயும் மேடையாகத் திகழ்ந்து கொண்டிருந்தது.

“ஒங்க அப்பாவத் தோற்கடிச்சி செயலாளரான நடராசன அதே ஆட்கள் தானே இப்ப தோற்கடிச்சிருக்கினும். நடராசனுக்க நோக்கம் என்ன வாயிருக்கும்ணு தெரியுதா ஸ்டீபன்?”

“இதில என்ன நோக்கம் வேண்டிக்கிடக்கு. ஒரே நேரத்தில ரெண்டு வள்ளத்தில ஏற நெனச்சியவனுவளுக்க கெதி இப்பிடித் தான் ஆவும்.”

“நடராசன் ஒருஅணி சார்பாதானே நிண்ணான்?”

குடம்நொறுக்கி சந்தேகம் எழுப்பினான்.

“அவன் அடிப்படையில் இந்து. கோயிலுக்குள்ள அவன அனுப்பிவச்சதே இந்து சக்திகளாக்கும். அவங்க காரியங்கள நல்ல மொறையில செய்துட்டும் இருந்தான். ஆனா எவ்வளவு கவனமா இருந்தாலும் ஒரு சின்ன பிசிறலே ஒருத்தனக் கீழத் தள்ளிப் போட்டிரும்ணு உள்ளதுக்கு நல்ல உதாரணம் நடராசன்.”

“செரிதாம் பிள்ள, அவன் ரெண்டு குதிரையிலயாக்கும் யாத்திரை செய்ய நெனச்சான்.”

“பெருமாள்சாமியப் பகைச்சதுதான் நடராசனுக்க வீழ்ச்சைக்கான முதல்காரணம்.”

“அதெப்பிடி பிள்ள விரோதம் உண்டாச்சி?”

“லஞ்சம் லிவிங்ஸ்டன் இருக்காரே, அவராக்கும் சண்டைக்கு காரணம்.”

“இதென்ன புதுசா இருக்கு?”

“புதிசில்ல கடைக்காரரே, பழைய விஷயந்தான்.”

“எண்ணாலும் அதை ஒண்ணு அறியணுமே.”

“அறியிலாம். லிவிங்ஸ்டனுக்க பெஞ்சாதி தங்கலீலா டீச்சரும் பெருமாள்சாமியும் தூரத்து சொந்தமாக்கும். அவங்க மகள் நாகர்கோயில்ல ஒரு என்ஜியரிங் காலேஜில படிச்சியா

போலத் தெரியுது. நடராசனுக்க மவன் சுரேஷ் அவளக் கூட்டீற்று எங்கெயெல்லாமோ சுற்றீருக்கான். விஷயம் தெரிஞ்சதும் பெருமாள்சாமி நடராசன விளிச்சி கண்டிச்சாராம். அதிலெ இருந்து தொடங்கிச்சி ஒடக்கு.”

“என்ன பிள்ள சொல்லிய? குனிஞ்ச தலை நிமிராம தாடியும் வளத்துட்டு கிறுக்கனப்போலத் திரிவானே, அந்தப் பயலா தங்கலீலா டீச்சருக்க மகள லவ்வு செஞ்சான்?”

“ஓய் இந்தக் காலத்தில கிறுக்கனுவளதான் பெண்ணுவ விரும்பினும். அவனுவளுக்குத்தான் லவ்வு வருது.”

“நம்பவே முடியல்லியே”

“காலேஜில தெரிஞ்சி பெண்ண வீட்டுக்கு விட்டினும். தள்ளபெய் செரியாக்கி திரும்பவும் பெண்ண படிச்சவிட்டா. இவன் மறுபடியும் பெய் அவள பைக்கில வச்சி நாகர்கோயில்ல சுற்றீருக்கான். பெருமாள், நடராசன விளிச்சி எச்சரித்து அனுப்பினார்.”

“அவரெதுக்கு அப்பிடி நடக்கணும்? நடராசனுக்க கூட்டுக் காரர்தானே பெருமாள்சாமி.”

“அங்கதான் இருக்குது விஷயம். லிவிங்ஸ்டன் லஞ்சம் வாங்கி மதுரை தொட்டு ஆரல்வாய்மொழி வரை நிறைய சொத்து சம்பாரிச்சிப் போட்டிருக்கான். பெருமாளு வேற பிளான் போட்டாரு. லிவிங்ஸ்டனுக்க ஒரே மகள தனக்க மூத்த பயலுக்கு பெண்ணெடுக்க நெனச்சார். அதாக்கும் பிரச்சினை.”

“இதெல்லாம் நடந்த பெறவும் நான் அறியல்ல. ஒருவேள வண்டாளம் உயிரோட இருந்திருந்தாண்ணா விஷயங்கள ஒண்ணுவிடாம அறிஞ்சிருப்பேன்.”

“எப்பிடியும் அந்தப் பெண்ண பெருமாள்சாமிக்க மகன் தான் கெட்டப்போறான். காற்றாலைக்கு சொத்த லிவிங்ஸ்டன் அவனுக்கு விட்டுக் குடுத்தாச்சி. நடராசனுக்க மகன் ஒண்ணு பாத்தா பாவம். தகப்பன் தலைகுடுத்து உருவமுடியாம நிக்கும் போது மகன் என்ன செய்வான்?”

தூரத்தில் நடராசன் நடந்து வருவதை சுட்டிக் காட்டிய குடம்நொறுக்கி பேச்சை நிறுத்தினான். ஸ்டீபன் கடையில் நிற்பதைக் கண்ட நடராசன் நடையை நிறுத்தாமல் தொடர்ந்து சென்றுகொண்டிருந்தான். அப்போது அவர்கள் வேறுவிஷயம் பேசிக்கொண்டிருந்தனர்.

அன்று ஞாயிற்றுக் கிழமை. இருளி பைபிளுடன் கோயிலுக்குச் சென்றுகொண்டிருந்தாள். நடராசனும் பைபிளும், ஞானப்பாட்டு கீர்த்தனைகள் அடங்கிய புத்தகத்துடன் ஒரு பெருஞ்சுமையை சுமந்துகொண்டு சென்றான். தோற்ற பிறகு பொன்னையா கம்பவுண்டரைப் போல அவன் கோயிலுக்குச் செல்வதை நிறுத்தவில்லை. இருப்பவர்களுக்குள் ஒரு குழப்பத்தை உண்டாக்கி திரும்பவும் சபைச் செயலர் பதவியை அடுத்த ஐந்து வருடங்களுக்குள் ஆற அமர்ந்து கைப்பற்றலாம் என்று நினைத்தான்.

மூணுமுக்கு ரோட்டில் வந்ததும் இருளியும், நடராசனும் ஒருவரையொருவர் சந்தித்துக்கொண்டனர். அவளை இளக்கார மாகப் பார்த்தவன் மனதில் நகைச்சுவை உணர்வு ஏற்பட்டது. அவன் வேறுவழியில் பிரிந்தால்தான் சி.எஸ்.ஐ. சபைக்குச் செல்லமுடியும். இருளி செல்லும் பாதை வழியாகச் சென்றால் அரைகிலோ மீட்டர் தூரம் நடந்து சென்றுதான் சி.எஸ்.ஐ. கோயிலை அடையமுடியும். இருளியைத் துன்புறுத்தி இன்பங்காணும் நோக்கில் அவள் பின்னால் சென்று நடக்கத் தொடங்கினான் நடராசன்.

"இருளீ..."

அவள் திரும்பிப் பார்க்காமல் நடந்தாள்.

"எங்க போற தனிமையா?"

"..........."

"மாடோழிக்க பெண்டாட்டி! திரும்பிப் பாரு."

"..........."

"பல புருஷனப் பாத்தவளே! கையில அதென்ன?"

"..........."

"பைபிள எடுக்க ஒனக்கு என்ன யோக்யத இருக்கு?"

'ஒனக்கென்ன யோக்யதை இருக்கு?' என்று திருப்பிக் கேட்க நினைத்தாள். ஆனால் எதுவும் பேசாமல் மனதை அடக்கியபடி மௌனமாய் நடந்தாள்.

"நீ ஒழுங்கா இருந்திருந்தா மாப்பிள மாட்டுக்க பெரட்டத்தில ஏறுவானாடி கள்ளீ..."

"............."

"நீயும் மாடு போலதான் இருக்கிய..."

"............"

"எல்லாம் மாடு போலத்தான் காணும்."

"............"

ரப்பர் மரங்களின் கூவல் அடர்ந்த பகுதியை அடைந்ததும் அவள் இதயம் துடித்தது. இப்போதே ஏறி மறிபவன் அந்த வளைவில் மனித நடமாட்டம் இல்லாத பகுதியில் வைத்து தன்மீது பலம் பிரயோகிப்பானோ என்று பயந்தாள். அவன் தனது முழுபலத்தையும் கால்களில் இறக்கி அவளைக் கடந்து சென்று முன்னே நின்று வழிமறிக்க முற்பட்டான். அவளுக்கு என்ன செய்வதென்று தெரியாமல் தவித்தாள்.

திடீரென்று அவள் முன்னால் ஒரு வண்டி வந்து நின்றது. அதிலிருந்து இறங்கிய பெண்களைப் பார்க்க கல்லூரி மாணவிகளைப் போல இருந்தனர். அவர்கள் ஒரு முகவரியை அவளிடம் நீட்டி விசாரித்தனர். இருளிக்கு அது தெரிந்த வீடாக இருந்ததால் அவர்களிடம் உரையாடினாள்.

"இந்த வீடு நான் போகிற கோயிலுக்குப் பக்கத்திலதான் இருக்கு. எனக்ககூட நீங்க வந்தா அங்கெ கொண்டுவிடலாம்."

"இல்ல ஆன்ட்டி, எங்ககூட காரில வாங்க."

"காரிலெயா? வேண்டாம் பிள்ள."

"ஏறுங்க."

முன்கதவைத் திறந்த ஒருத்தி இருளியை முன்னால் இருத்திவிட்டு அவள் பின்சீட்டில் வந்து அமர்ந்துகொண்டாள். கார் புறப்படத் தொடங்கியது. அவளுக்கு சொகுசாக ஊர்ந்து செல்வது மிகவும் சுகமாக இருந்தது. வாழ்க்கையில் முதன்முதலாக அவள் அன்றுதான் காரில் ஏறி இருந்தாள்.

பக்கவாட்டில் வெளியே ஒரு முகம் பார்க்கும் கண்ணாடி இருந்தது. அதில் பார்த்தபோது நடராசன் முகம் திகைத்து நிற்பது முதலில் தெரிந்தது. பிறகு பின்னால் பின்னால் நீங்கி அவன் மறைந்து போனான்.

அந்த வீட்டிலுள்ளவர்கள் இருளியையும் வரவேற்று உள்ளே அழைத்துச் சென்றனர். தனக்கு ஜெபப்புரையில் ஆராதனை இருப்பதாகக் கூறியதும் காப்பி கொடுத்து உபசரித்து அனுப்பிவைத்தனர்.

ஜெபப்புரையில் தரையில் விரிக்கப்பட்டிருந்த பாயிலிருந்து ஒரு ஈக்கில் அவள் உடம்பில் குத்தியது. வலிநீங்க மாறி

உட்கார்ந்திருந்தவள் கால்களை நீட்டி வைத்தாள். தூரத்தில் மேட்டுநிலத்தில் குஞ்சு பொரித்த கோழி ஒன்று தனது பிள்ளை களுடன் சென்று கொண்டிருந்தது. எதேச்சையாக அதனைக் கவனித்தவள் கூர்ந்து பார்க்கத் தொடங்கினாள். திடீரென மழை தூறல்போடத் தொடங்கியதும் சிறகுகளை விரித்த கோழி நனைந்தவாறு தன் குஞ்சுகளை மறைத்துப் பாதுகாத்தது.

இருளியின் கண்களில் நீர்நிறைந்து பார்வையை மறைத்தது. நடராசன் பேசிய வார்த்தைகளை அவள் மறக்க நினைத்தாள். நீருக்குள் அமுக்கிய பந்துபோல அவை மேலே கிளம்பி வந்து நின்று அவளை வதைத்தன.

“கொப்பனுக்க கூடக்கெடந்தவளே, இருளீ . . .”

பாச்சாடியை அவர்கள் குளிப்பாட்டாமல் பெட்டியில் தூக்கி வைத்தனர். வண்டாளத்தை இழுத்துக்கொண்டு நடராசன் குடிக்கப்போன இடைவெளியைப் பயன்படுத்திக் கொண்டு தனிமையில் தகப்பன் தலையில் எண்ணெய்பூசி குளிப்பாட்டி நல்ல துணிகள் போட்டு பெட்டியில் தூக்கி வைத்தாள். அப்போது தனக்குப் பலத்தையும், சக்தியையும் வழங்கியது அந்த ஆண்டவர்தான் என்று அவள் மனதில் நினைத்துக் கொண்டாள்.

“பகல்ல பெந்தெகோஸ்து, ராத்திரி சீலைய ஒயத்து.”

கண்ணீர் மடைதிறந்து பாயும் அளவுக்கு அவளை அழவைத்தது நடராசனின் உரைவீச்சு.

அவளுக்கு கிறித்தவ மதத்தைக் குறித்து எதுவும் தெரியாது. பைபிளைக் கையில் வைத்திருக்கிறாளே தவிர அதைத் திறந்து ஒரு வசனம் படிக்கத் தெரியாது. ஆனால் எல்லா நோய்க்கும் சர்வரோக நிவராணியாய் அவள் பைபிளைக் கருதினாள். பலதடவை பயன்படுத்தி குணமடைந்திருக்கிறாள். தலைவலி யால் துடிக்கும்போது அந்த கனத்த புத்தகத்தை தலையில் தூக்கி வைத்து சுகம் பெற்றிருக்கிறாள். ‘ஏசுவே . . .’ எனவிளித்து மனபாரத்தைக் குறைத்திருக்கிறாள். இதுதவிர அவளுக்கு வேறொன்றை அறியும் நிலைவரவில்லை, ஆவலும் இல்லை. அடைக்கலம் தேடி ஒதுங்கச் சென்ற இடத்தில் பிரசங்கியாரின் வீடாக அது இருந்தது. இருளியை அங்கு கூட்டிக் கொண்டு சென்ற ஸ்டீபன் தனது கொள்கையால் ஆதரிக்க முயன்றாலும், அவள் மனதில் விழுந்த பெந்தெகோஸ்தின் ஐக்கியமே தன்னை அதில் இணைத்தது. உலகில் தன்னை இழிவுபடுத்தும் பண்பு களையோ, சிறப்புறுத்தும் அம்சங்களையோ அவள் நினைத்து எதிலும் சேர்ந்தவளில்லை.

பிரசங்கியாரை அவளுக்குப் பிடிக்காவிட்டாலும் அவர் பாடும் பாடல்களில் இருளி தனது உள்ளத்தைப் பறிகொடுத் தாள். பவுலோஸ் அவ்வளவு ராகத்துடன் பாடமாட்டான் என்றாலும் அவன் பாடக்கூடிய பாடல்களின் வரிகள் அவளுக்கு ஆறுதலைத்தந்தன. ஒருதடவை ஸ்டீபனிடம் அதுகுறித்து அவள் பேசியும் இருக்கிறாள்.

"ஒங்க அப்பா பாடுகது எவ்வளவு ஆறுதலா இருக்குது."

"எந்தப் பாட்டு?"

"காக்கும் வல்ல மீட்பர் உண்டெனக்கு' என்று பாடுவாரே, நான் அதில் உருகிப் போய்விட்டேன் தம்பி."

"இதயம் இல்லாத உலகத்தில் இதயம்போல நீங்க அந்தப் பாட்டை நினைக்கிறிய. உண்மையில் அது மனுஷனுக்கான இதயம் அல்ல, செயற்கை இதயமாக்கும்."

அவன் என்ன சொல்கிறான் என்பது அவளுக்குப் புரிய வில்லை. ஆனால் என்னவோ பெரியதான ஒரு விஷயத்தை ஸ்டீபன் முன்வைக்கிறான் போல அவளுக்குத் தெரிந்தது. ஒன்றின் அனுபவமும், அது குறித்த ஒருவனின் விளக்கமும் வேறு வேறானவைகள் என்று உணர்ந்தாள். இருளிக்கு ஜெபப்புரையில் கிடைத்த ஆறுதலும், நிம்மதியும் அவள் உள்ளத்தில் போதுமானதாக இருந்தது. ஸ்டீபன் அந்த உலகம் கற்பனையானது என்கிறான். அவன் கனவு காணும் லட்சியம் இதைவிட உயர்ந்ததும் உன்னதமானதும என்று நினைப்பதால் அவளது இருப்பை எதிர்க்கவும் செய்கிறான். அவள் அதற்குள் மூழ்கிய போதே ஸ்டீபனின் ஆதரவையும், அவனிடம் அவள் செலுத்தும் அன்பையும் மேலும் அதிகமாகத் தெரிகிறாள். ஸ்டீபன் கருத்துநிலையில் அவளை எதிர்க்க வேண்டிய மனோ பாவம் கொண்டிருந்தாலும் அதனை ஒருபோதும் வெளிப்படுத் தாமல் முன்னிலும் அதிகமாகத் தனது அரவணைப்பைத் தொடர்கிறான்.

கையில் பைபிள் எடுத்த நடராசன் அவளுக்கு என்றும் இடையூறாகவே இருந்தான். கோயிலுக்கு செல்லும் நேரத்தி லாவது அவன் அதற்குரிய வழிமுறைகளில் நடக்கவில்லையே என வருந்தினாள். அவன் பேசிய வார்த்தைகள் இப்போதும் அவள் நெஞ்சில் நெருஞ்சியைப்போல புரண்டு கொண்டுதான் இருக்கின்றன.

"வண்டாளத்துக்க மகள போற்றிகூட படுக்க வச்சி பணம் சம்பாதிச்ச தேவிடியா, நீ வெளங்குவியா? இப்ப ஸ்டீபனுக்க கூடெயா ஒறக்கம்?"

பவுலோசுடன் சேர்ந்து விசுவாசிகள் ஆவியில் நிறைந்தனர். இருளியின் நெஞ்சிலும் ஒரு அனல் வீச அவளும் தனது கரங்களைத்தட்டி உடலை அங்குமிங்குமாக அசைத்தாள். அந்த இடத்தை மூடிய இரைச்சல் அவளையும் அணைத்துக் கொண்டது. அவள் வாயில் அனைவரும் வியக்கும்படியான சப்த ஒலிகள் துண்டு துண்டாகப் புறப்பட்டு வந்தன.

பிரசங்கியார் ஸ்தானத்திலிருந்து எல்லா ஒலிகளையும் ஒருங்கிணைத்து சத்தம் எழுப்பிக்கொண்டிருந்த பவுலோஸ் மேசையில் ஒரு தட்டு தட்டினான். கணத்தில் நிசப்தம் பிறந்தது.

வெளியில் மழை சற்று ஓய்ந்து துளியெடுத்தது. மழையில் நனைந்த கோழி சிறகை படக்கடித்து ஈரம் உதிர்த்தது. குஞ்சுகள் ஆங்காங்கே சிதறியபோது அபாய எச்சரிக்கைபோல ஒரு சத்தம் எழுப்பியது. திரும்பவும் ஓடிவந்து செட்டையின் மறைவில் தங்களை புகுத்திக்கொண்டன குஞ்சுகள்.

பவுலோஸ் பாடினான். விசுவாசிகள் அவனோடு சேர்ந்து உரத்த குரலில் பாடினார்கள். அவளும் அவர்களோடு சேர்ந்து தன் உள்ளத்தைக் கரைத்துப் பாடினாள்.

“ஆயிரம் பதினாயிரம்
போர்கள் உன்பக்கம் விழுந்தாலும்
அது ஒருகாலத்தும் உன்னை அணுகிடாது
உன் தேவன் உன் தாபரமே.

அது ஒரு காலத்தும் உன்னை அணுகிடாதே
உன்தேவன் உன் தாபரமே.

அவர் செட்டையின் கீழ் அடைக்கலம் புகவே
தம் சிறகுகளால் மூடுவார்.
அவர் செட்டையின் கீழ் அடைக்கலம் புகவே
தம் சிறகுகளால் மூடுவார்.

உன்னதமானவரின்
உயர் மறைவிலிருக்கிறவன்
சர்வ வல்லவரின் நிழலில் தங்குவான்
இது பரம சிலாக்கியமே.

சர்வ வல்லவரின் நிழலில் தங்குவான்
இது பரம சிலாக்கியமே.”

அவள் கண்களை விட்டுப் புறப்பட்ட கண்ணீர்த் துளிகள் பைபிளின் மேல் விழுந்து தெறித்தன. அன்று அவள் வழக்கத்தை விட அதிகமாக அழுதாள். அழுதபடியே கண்களை மூடி ஜெபித்தாள். அவள் நெஞ்சில் ஆறுதல் குடிகொண்டது.

கூட்டம் முடிந்து வெளியே வந்தாள். ஊழியக்காரி ஒருத்தி வந்து சாப்பிட்டு விட்டுப் போகுமாறு கூறினாள். இருளி கதவைத் திறந்து பக்கத்திலிருந்த சுகந்தியைப் பார்க்க அவள் வீட்டுக்கு வரும்போது இடையே மாட்டுத் தொழுவத்தின் பக்கத்தில் ஸ்டீபன் நிற்பதைக் கண்டாள். தேடிவந்த காரியம் சித்தி அடைந்ததுபோல இருந்தது அவளுக்கு.

"ஒரு காரியம் பேசணும்."

"சுந்தரி விஷயம்தானே?"

"ஸ்டீபனுக்கு எப்படித் தெரியும்?"

"ஒலகமே அறிஞ்சாச்சே."

"எப்பிடி?"

"நடராசன் ஒருத்தனே போதுமே."

"என்ன செய்யேது?"

"போற்றிய பாத்துட்டு சாயங்காலம் நேரே வீட்டுக்கு வாறேனே."

"எங்களுட்டெ சுந்தரியத் தெரியாதுண்ணு சென்னதுபோல பிள்ளைட்ட பேசினாலோ?"

"அவா யாருண்ணு தெரிய வைப்பேன்."

"எம்பிடு பித்தலாட்டக்காரனா இருந்திருக்கான். இந்தப் பிள்ள வெளுத்தத எல்லாம் பாலுண்ணு நெனச்சி அவன் பிடியில விழுந்திருக்கு. என்ன கேடு இதினால எனக்கு வருதோ, தெரியல்ல."

"இப்ப நீங்க வீட்டுக்குப் போங்க."

இருளி ரோட்டில் இறங்கி நடந்தாள். திரும்பவும் வந்த வழியே செல்ல அவள் விரும்பவில்லை. ஒருவேளை நடராசனை மீண்டும் ஒருமுறை சந்திக்க நேர்ந்தால் அவளால் தாங்கமுடியாது என்று கருதினாள். அவன் வார்த்தைகள் ஊடுருவ நெஞ்சில் குத்தும் கூர்முனை கம்பிகளாக விளங்கியதை உணர்ந்ததால் சி.எஸ்.ஐ. சபையைச் சுற்றிப்போகும் பாதை வழி நடந்து கோயில் வந்ததும் சற்றுமுன்பே திரும்பும் குறுக்கு வழியில் சென்று மறையலாம் என்று கருதி வேகமாக நடந்தாள்.

அடுத்த சந்தை எட்டும் முன்னால் தூரத்திலிருக்கும் சி.எஸ்.ஐ. கோயில் நடையில் நடராசன் தென்படுகிறானா என்று பார்த்தாள். ஊர்திரண்டு நிற்பதைக் கண்டதும் ஏதோ அசம்பாவிதம் நடந்திருக்கிறது என்பதைப் புரிந்தாள். யாரிட

மாவது கேட்டு வினவிவிட்டுப் பிறகு திரும்பலாம் என்று அப்படியே நின்றாள்.

அதற்குள் ஒரு இடிவண்டி நிறைய போலீஸ்காரர்கள் வந்து இறங்கினார்கள். திமுதிமுவென்ற சத்தத்துடன் அவர்கள் குதித்தது இருளியைக் கலவரப்படுத்தியது. பக்கத்துவீட்டில் ஒரு பெண்மணி அவளைப் பார்த்து வந்தாள்.

"ஏன் அப்பிடி பாத்துட்டு நிக்கிறிய?"

"அங்க பாருங்க."

இருளி சுண்டுவிரலை நீட்டி காட்டிக்கொடுத்தாள்.

"ஆட்களை விட அதிகம் போலீசு நிக்குது. கோயிலுக்கு மின்ன என்னெங்கிலும் நடந்துதோ?"

"தெரியில்லியே."

"அப்பிடி நடந்தாலும் இப்பதான் நடந்திருக்கணும். நான் அஞ்சி நிமிசத்துக்க மின்னதான் கோயிலுக்க அடுத்த வெளையில கெட்டி இருந்த பசுவ அவித்துட்டு வந்தேன். அதுக்குள்ள என்ன நடந்திருக்கும்?"

"நான் இதில நிக்கியேன். ஒண்ணு பாத்துட்டு வருவியளா?"

"வோ!"

"எனக்க மனசுக்குள்ள ஒருமாதிரி இருக்கு. அதான் என்ன நடந்துதுண்ணு அறியிலாமேண்ணுதான் செல்லியேன்."

"அப்ப நீங்களும் வாருங்க. ரெண்டுவேரா பெய் பாத்துட்டு வரலாமே"

அவர்கள் இருவரும் நடந்து சென்றனர்.

சுந்தரி பாயில் கிடந்தவாறு கூரையைப் பார்த்தாள். ஒரு பெரிய எலி எதைக் கண்டோ பயந்து ஆஸ்பெட்டாஸ் ஷீட் இடையில் ஓடி ஒளிந்தது. திரும்பவும் ஓட்டை வழி வந்து தலையை நீட்டி எதையோ பார்த்தது. அதன் மூஞ்சியும், மீசையும், ஒருநேரம் சும்மா இருக்காத குறுகுறுப்பும் வண்டாளத்தை ஏனோ நினைப்பூட்டியது. அவள் சிரிக்கவும் செய்தாள்.

அருகில் படுத்துறங்கும் கிழவியைப் பார்த்தவள் நெஞ்சில் இரக்கம் சுரந்தது. வாழ்நாள் முழுக்க பாடுகளை மட்டுமே

ஏற்கப் பிறந்த மனுஷியாக நிலைமை இருக்கும் போதே அதையே அவள் ஏற்று அதிலும் ஏதோ ஒரு அர்த்தம் இருப்பதாக நினைக்கிறாளே, இந்த எண்ணம் யாருக்கு வரும்? அவள் வாழ்வின் துயரங்களை ஒரு மரம்போல உள்வாங்கி பிராண வாயுவாக வெளிவிடுகிறாளே, இந்த மனம் யாருக்கு அமையும்? வண்டாளத்தின் பிடியில் சிக்கியும் சாவுக்கேதுவான எதுவும் நடக்காமல் அதனால்தான் இவள் விடுபட்டாளா? கண் பார்த்திருக்க அவன் முடிவைக் கண்டு அதன் பின்னும் தொடரும் வாழ்க்கையை அதனால்தான் இவள் அனுபவிக்கிறாளா? சுந்தரியின் மனஓட்டம் விரைந்தது.

வண்டாளத்தின் பாதிஉள்ளம் ரசிக்கத்தக்கது என்றால் மிச்சம் உள்ளது குரூரமாகும். ஸ்டீபனிடம் அவளுக்கு ரசிக்க எதுவுமே இல்லாதபோதிலும் அவன் பிறர்க்கு செய்யும் உதவிகளால் அவள் நெஞ்சில் மதிப்பானதொரு இடத்தைப் பிடித்திருந்தான். வண்டாளத்தின் பாதியும், ஸ்டீபனின் மீதியும் அமைந்து தனக்கொரு அப்பா இருந்திருந்தால் எப்படி இருக்கும் என்று நினைத்துப் பார்த்தாள். அவள் நெஞ்சில் ஒரு பூவிரிய முகம் மலர்ந்தாள்.

ஸ்டீபனிடம் வெறுக்கத்தக்க குணம் எதுவும் இருப்பதாக அவளுக்குத் தெரியவில்லை. ஆனால் எப்போதும் சீரியசானவனாக இருந்தது ஏனோ பிடிக்கவில்லை. சுவாரசியமாகத் தன்னிடம் ஒருபோதும் அவன் உரையாடியதில்லை என்றும் நினைத்துக் கொண்டாள். ஒருவேளை வேற்று நபர்களிடம் அவன் உற்சாகம் பொங்க பேசிக்கொள்வானோ என்னவோ? அப்படியும் தெரியவில்லை. முகத்தில் இறுக்கத்தை சுமந்துகொண்டு பிறந்தவனிடம் நெகிழ்ச்சியை எதிர்பார்க்கமுடியாது என்று நினைத்தாள். அவசியமில்லாமல் ஒருவார்த்தைகூடப் பேசாத கண்டிப்பை அவளால் ஏற்றுக் கொள்ளமுடியவில்லை. எப்போதும் புகைப் படம் எடுக்க போஸ் கொடுத்துக் கொண்டிருப்பதைப் போல வாழமுடியுமா?

தற்செயலாக கண்விழித்துப் பார்த்த இருளி, அவள் பார்வை மேலே நிலைகுத்தி நிற்பதைக் கண்டாள். தன்னிடம் கோபம் எதுவும் கொண்டு மூஞ்சியை ஒருமாதிரியாக வைத்துக்கொண்டு கிடக்கிறாளோ என்றும் நினைத்தாள்.

"சுந்தரீ . . ."

". . . . ."

"மக்களே . . ."

குன்னிமுத்து

"என்ன அம்மா?"

"என்ன யோசிச்சிட்டு கெடக்கிய?"

"ஒரு எலி அடிக்கடி உள்ளெயும், வெளியெயும் பெய்ட்டு வந்து நடத்திய கூத்து இருக்கே, அத ரசிச்சிட்டு கெடக்கியேன். நீயும் பாக்குதியா?"

"எனக்கு பாக்கண்டாம். அதில ரசிக்கியதுக்கு அப்பிடி என்ன இருக்குது?"

"எலிக்க மூஞ்சியப் பாத்ததும் வண்டாளத்துக்க நெனப்பு வந்துட்டுது."

"அப்பிடி சொல்லாத, ஒனக்க அப்பனாக்கும்."

"எனக்க அப்பனா? அவன் கொண்டோடிக்க மாப்பிள."

"அப்ப கொண்டோடி?"

"வண்டாளத்துக்க பெண்டாட்டி."

"நீ?"

"ஒனக்க மகள்."

"ஓகோ? அப்பனில்லாம ஜெனிச்சியா?

"எனக்கொரு அப்பன் இருந்தா அவன் யாரப்போல இருக்கணும் தெரியுமா?"

"யாரப்போல இருக்கணும்?"

"தோழர் ஸ்டீபன்."

கிழவிக்கு தலையில் இடிவிழுந்தது போல இருந்தது. அவள் மனதில் கட்டி வைத்திருந்த எண்ணங்கள் யாவும் இப்படி திடீரென்று சரிந்து விழும் என்று அவள் நினைக்க வில்லை. ஒரு வடிவம் காண நினைக்கும்போது வாழ்க்கை என்பது காற்றைப்போல இவ்வாறு எப்போதும் நழுவிச் சென்று விடுகிறதே என்றும் கருதினாள்.

"ஸ்டீபன் வயசில செறுப்பக்காரன் தானே?"

"நான் சொன்னது எனக்க மனசையாக்கும்."

"ஒருவேள ஸ்டீபன் கல்யாண ஆலோசனை கேட்டு வந்தா என்ன செய்வ?"

"நீ எனக்கு வாத்தியாராக்கும். ஒன்ன எனக்குப் பிடிச்சேலண்ணு சொல்லிப் போடுவேன்."

“அடப் பாவி!”

அவள் மனதிற்குள் புகைந்தாள். இது ஒரு ஒழுங்கிற்கு வராது என்ற எண்ணம் ஏற்பட்டதும் இதயம் வலித்தது.

நேற்று சாயங்காலம் ஒரு முழு பப்பாளிக்காயை தோல்சீவி அரிந்து நீரில் வேகவைத்து வடித்தெடுத்து அவளுக்கு குடிக்கக் கொடுத்தாள். கடந்த சிலநாட்களாக உணவில் பப்பாளியும், பிறுத்தியும் அதிகமாக இடம்பெறுகின்றன. பப்பாளிப்பழமும், பிறுத்திப்பழமும் அவளுக்கு சாப்பிடுவதில் எந்த தயக்கமும் இல்லாமல் உள்ளே போனது. பச்சையாக அவள் வைக்கும் பிறுத்திக் கூட்டும், பப்பாளிக்காய் சூப்பும்தான் மனசுக்குப் பிடிக்கவில்லை. நாக்கு ஊரலெடுத்து ஒருநாள் மிகவும் அவஸ்தைப்பட்டாள்.

“குடி பிள்ள மரியாதியா! என்னெங்கிலும் உள்ள தங்கிச்சின்னா வெளிய போட்டு.”

“ஏன் என்ன இப்பிடி சித்திரவதை செய்யிற?”

“இது சித்திரவதையா தெரியிதா? ஆசுத்திரிக்குப் பெய்ப் பாரு. சித்திரவதைண்ணா என்னாண்ணு தெரியும்.”

“பெண்ணா பெறக்கவேபிடாது.”

“பெறப்ப கேட்டு வாங்கீட்டா ஜெனிக்க முடியும்?”

“ஒன்னப் போல இருந்தா பிரச்சினையே இல்ல.”

“அப்பிடியா நெனச்சிய? நான் என்ன பாடுபட்டேண்ணு ஒனக்குத் தெரியாதாடி? நீ ஒண்ணும் கூட இருந்து காணேலியா? என்ன பேச்சு பேசிய?”

“செரி, ஒன்னப்போல இருக்கண்டாம்.”

“மக்கா, ஆண்டவன் ஒன்ன கைவிடமாட்டாரு. ஒரு நல்ல குடும்பத்தில ஒன்ன வாழ்க்கைப்பட வைக்காம நான் சாகமாட்டேன் பாரு. அதுக்குள்ள எல்லா வழியும் அறிஞ்சாச்சி. நீ சந்தோசமா இரு.”

இப்போது ஸ்டீபனை தகப்பனாக நினைக்கும் எண்ணம் ஏற்பட்ட பிறகு அவளை என்ன சொல்லி மாற்றுவது? பிடிவாதம் பிடிச்ச சவம் நான் சொல்லி என்னதான் இதுநாள் வரைக்கும் கேட்டிருக்கிறது என்றும் மனசில் நினைத்தாள். ஸ்டீபன் விஷயத்தை அவளிடம் வெளிப்படையாகப் பேசி விடலாமா என்றும் யோசித்தாள். ஒரு பெண்ணின் மனதை அறிந்தபிறகு அதற்கு மேல் ஒன்றை அவளிடம் தெரிவித்தால்

அது திணிப்பு என்றும், அவ்வாறு செய்யவேண்டாம் என்று முடிவெடுத்து எதுவும் பேசாமல் வாயை மூடி வைத்துக் கொண்டாள்.

நேற்று சாயங்காலம் சந்தைக்குப் போகும்போது தனக்குப் பின்னால் தயங்கித் தயங்கி நடந்துவந்த ஸ்டீபன் யாரும் இல்லாத இடத்தில் வைத்து அருகில் வந்து பேசத் தொடங்கினான்.

"போற்றிய எப்பிடியும் கைகாரியம் செய்யலாம். சுந்தரிக்கு என்ன பிளான் வச்சிருக்கிய?"

"பிளானா?"

"ஆமா! கல்யாணம் எடுக்கண்டாமா?"

"ஊரு முழுக்க பரவியாச்சி. இனி எந்த ஆம்பிள இவளக் கெட்டுவான்? தூரோடி எங்கேங்கிலும்தான் பாக்கணும்."

"தூர எதுக்கு? மகள் வெளியூர் போனபிறகு ஓங்கள யாரு கவனிப்பா கடைசி காலத்தில?"

"என்ன யாரும் பாக்கண்டாம். அவளுக்கு ஒரு வாழ்க்கை அமைஞ்சா செரிண்ணு நான் இருக்கியேன்."

"எல்லாம் நல்லபடியா அமையும்."

"இப்பிடி ஆன பெண்ணுக்கு என்னத்த நல்லபடியா அமையும்? இவள யாரு இனி அறிஞ்சி கெட்டுவா?"

"அதெல்லாம் கல்யாணம் செய்வினும்."

"அப்பிடிப்பட்ட மனசுள்ள ஆம்பிளைய உண்டுமா?"

"லட்சக்கணக்கில உண்டு. இன்றைய இளைஞர்களப் பற்றி தப்பா நெனைக்கிறிய. ஓங்க காலத்தப்போல உள்ளவங்க இல்ல அவங்க. இதெல்லாம் ஒரு பிரச்சினையே இல்ல."

"பேசியதுக்கு நல்லாத்தான் இருக்கும். நாள குடும்பத்தில எதாவது ஒரு பிரச்சினை வந்தா இதைத்தான் தூக்கிப் பிடிச்சி வச்சிட்டு குத்திக்காட்டுவினும்."

"எதுக்கு? தெரிஞ்சிதானே கல்யாணம் பண்ணிச்சினும். பெறவு என்னத்துக்கு குத்திக்காட்டணும்ணு கேக்கிறேன்."

"தம்பி, நீங்க எதையோ உலகம் அறியாம பேசுதிய. போனவாரம் கொளச்சலு பக்கம் இருந்து ஒரு பையன் சம்மந்தம் பாக்க வந்தான். ஊருக்குள்ள காலடி எடுத்து வைக்கும் முன்ன ஆரோ போட்டுக் குடுத்திற்றினும். அவன்

குமாரசெல்வா

சொன்னானாம், தெரியாம எச்சி இலையில சாப்பிடலாம். தெரிஞ்ச பிறகு எப்படி சாப்பிடுகிறதுண்ணு சொல்லாம கொள்ளாம போயிட்டான்."

"இங்க பாருங்க, சுந்தரி வஞ்சிக்கப்பட்ட பெண். ஒரு ஆண் உடல்ரீதியா பாலியல் நிலையில இதுமாதிரி எல்லாம் ஏமாற்றப்பட முடியாது. பெண்ணை உடம்பாக பார்க்கிறவனுக்குத்தான் அது இலையாகவும், எச்சில் படுத்தப்பட்ட பொருளாகவும் தெரியிது. என்னப் பொறுத்த வரையில் யாருமே ஒரு பெண்ணை எச்சில் படுத்த முடியாது. அவள் உடம்பை ஒருத்தன் அனுபவிச்சான்ணா சோப்பு தேச்சி நல்லா குளிச்சா போதும். இதில களங்கப்பட என்ன இருக்கு?"

"ஒங்களுக்கு இப்படிப்பட்ட ஒருபெண் நிச்சயமானா நீங்க அவள கல்யாணம் பண்ணி குடும்பம் நடத்த தயாரா? தம்பி! தயவு செய்து நான் கேட்டதை தப்பா நெனைக்க வேண்டாம். நான் எதையும் மனசில வச்சி கேக்கல்ல."

கிழவி தனது இரண்டு கைகளையும் தூக்கி அவனைப் பார்த்துக் கும்பிட்டபடி நின்றாள்.

"ஒங்க வாயில இருந்து எனக்கு வாய்ப்பா எப்ப ஒரு வார்த்தை விழும்ணாக்கும் நான் காத்திருந்தேன். என் முழு மனசார நான் சொல்லியேன், சுந்தரியைக் கல்யாணம் செய்து கொள்ள நான் தயார். நீங்க சம்மதிப்பியளா?"

"அய்யோ, நான் அந்த அர்த்தத்தில பேசல்ல."

"நான் அந்த அர்த்தத்திலதான் பேசியேன்."

"தெரியாம வாய் குடுத்திற்றேன்."

"எனக்கு அது வாய்ப்பா அமைஞ்சுது."

"தம்பி, ஒங்க குடும்பம் என்ன, எங்க குடும்பம் என்ன, மலைக்கும், மடுவுக்கும் உள்ள தூரம். எப்பிடி ஒட்டும்?"

"எல்லாரும் மனிதர்களா நெனச்சிப் பார்த்தா ஒட்டவும் செய்யலாம், உறவாடவும் செய்யலாம்."

"அதெல்லாம் நடக்குமா?"

"நான் நடத்தத்தான் சம்மதம் உங்களுட்டெ கேக்கியேன். என்னெ அந்தப் போற்றியப் போல தயவுசெய்து நெனச்சிடாங்க."

"அய்யோ, அப்படி நான் நெனைப்பேனா? எனக்கு ஆளுகளுக்க தராதரம் தெரியாதா?"

“பிறகெதுக்கு தயக்கம்?”

“தம்பி, நீங்க வாத்தியாரு. ஒங்களுக்கு சொத்துண்டு. எங்களுக்கு என்ன உண்டு?”

“நான் ஒங்களுட்ட சொத்து கேக்கல்ல. பொண்ணத்தான் கேக்கியேன்.”

“எனக்கு என்ன பதில் சொல்லியதுண்ணே தெரியல்ல தம்பி.”

“சுந்தரியும் ஆசிரியர் வேலைக்குப் படிச்சிருக்கா. எங்கெயாவது ஒரு ஸ்கூல்ல வேலை வாங்கி குடுத்திருவேன். ரெண்டுபேரும் நல்லா இருக்கலாம் பாருங்க.”

“நான் சுந்தரியிடம் மெதுவா பேசிப் பாக்கிறேன்.”

“ரொம்ப நல்லது. நாம ரெண்டுபேரும் பேசி ஒரு முடிவுக்கு வாறதுக்கு முன்னால சுந்தரிக்க சம்மதம்தான் இதில முக்கியமானது.”

இப்போது ஸ்டீபன் கேட்டால் என்ன செய்வது என்ற சங்கடம் கிழவிக்குள் உருவானது. சுந்தரி முகத்தைப் பார்த்த போது கிழவி தன்னிடம் என்னவோ கேட்க விழைவது போல இருக்கவே பேசலானாள்.

“என்ன அம்மா?”

“ஸ்டீபன ஒனக்குப் பிடிக்கல்லியா?”

“யாரு சொன்னது பிடிக்கல்லேண்ணு?”

“அப்ப கல்யாணம் செய்ய சம்மதிப்பியா?”

“அதெப்பிடி முடியும்? ஆண்டவருக்கு சமமான ஒருத்தர எப்படி நான் கல்யாணம் பண்ண சம்மதிப்பேன்? கும்பிடத் தான் முடியுமே தவிர அவருடன் குடும்பம் நடத்த முடியாது அம்மா.”

“அவன் ஆண்டவன நம்பாதவனாக்கும்.”

“ஆண்டவன், ஆண்டவன நம்பவேண்டிய அவசியம் இல்லியே.”

“ஒன்ன ஒருத்தன் கையில பிடிச்சி குடுக்கது வரைக்கும் எனக்கு நிம்மதி இல்ல பாரு.”

“என்ன நீ ஆருக்கும் குடுக்கண்டாம்.”

“ஆமா, வீட்டில பூட்டி வச்சிருக்கேன்.”

"நீ பூட்டவும் வேண்டாம், கிறுக்கவும் வேண்டாம். சாகும் வரைக்கும் ஒனக்குத் துணையா நான் கெட்டுபடாம இருக்கப் போறேன்."

"கொள்ளாம்! அப்பிடியா நெனச்சிட்டு இருக்கிய?"

"பின்ன ஒனக்கு யாரு உண்டு கடைசிக்காலம் கவனிச்சியதுக்கு?"

"எனக்கு ஆண்டவர் உண்டு."

"பெத்த அம்மா ஒருத்தன்கூட ஓடிப்போன பெறவு இந்தப் பதினேழு வருஷத்தில ஒரு சின்னக் குழந்தையா நிண்ண காலந்தொட்டு இண்ணுவர என்ன மானசீகமா தூக்கிச் சொமக்கிற தாயாக்கும் நீ. ஒனக்க வயசுகாலத்தில நான் ஒன்ன சொமக்காம வேறயாரு ஒன்னத் தாங்குவா?"

சுந்தரியின் கண்களிலிருந்து பொலபொலவென்று நீர்முத்துக்கள் உருண்டோடி விழுந்தன.

"கரையாத மக்கா. ஒனக்க நல்லமனசுக்கு ஒரு கொறையும் வராது. நீ நல்லா இருப்பே."

அவள் கண்ணீரைத் துடைத்த கிழவி கையைப் போட்டு இழுத்து வாரி அணைத்தாள்.

போற்றி டி.வி.எஸ். – 50 பைக்கில் தேரியில் ஏறமுடியாமல் வந்துகொண்டிருந்தான். பள்ளிவிளை தேரி என்றால் அவ்வளவு பெரிய மூன்றடுக்குத் தேரி. கிராம கோயில் ஒன்றில் பூசை நடத்தி விட்டு கையில் பொருட்களுடனும், மடியில் பணம் நிறைந்தும் அவன் நிம்மதியோடு ஏறமுயன்றான். வளைவில் குதித்து நின்ற ஒருவன் பைக்கின் ஹெட்லைட் அருகில் காலை வைத்து உதைத்தான்.

"ஏய், என்ன பண்றே? நேக்கு கண்ட்ரோல் பண்ண முடியல்லே?"

"நீ எண்ணைக்குடா ஒன்ன கண்ட்ரோல் பண்ணி இருக்கே?"

அடுத்த உதையில் வண்டி சரிய அவன் கீழேவிழுந்து எழும்பி நின்றான்.

"யாருடா நீ? என் வண்டி நாசமாப் போச்சி."

"அடுத்தது உன் தொந்தி நாசமாகப் போவுது."

"விளையாடறேளா?"

"ஒனக்கிட்டெ என்னடா விளையாட்டு? வாடா எங்ககூட."

"அய்யோ... கிட்நாப் செய்யறா! காப்பாத்துங்கோ."

போற்றியின் கழுத்தில் துண்டைப் போட்டு இறுக்கியவன் அவனை இழுத்துக்கொண்டு விளைக்குள் செல்ல, அங்கே தயாராக இருந்த நான்குபேர் பிரேதத்தை சுமப்பதுபோல அவனைத் தூக்கிக் கொண்டு சென்றனர்.

அந்த வீட்டினுள்ளே ஸ்டீபன் இருந்தான். அவனைக் கண்டதும் ஏதோ ஒரு விவகாரம் தன்னைச் சூழ்ந்திருப்பதாகப் புரிந்துகொண்ட போற்றி சற்று அதிர்ந்தான்.

"போற்றி நமஸ்காரம்."

ஸ்டீபன் கூறினான்.

"என்ன எதுக்கு இங்க தூக்கீட்டு வந்தேள்?"

"கொல்ல."

"கொலைகாரப் பசங்களா நீங்க?"

"போற்றிக்கு கொலைசெய்யத் தெரியாது. கற்பழிக்க மட்டுந்தான் தெரியும். அதுவும் கர்ப்பக்கிரகத்தில கடவுளுக்க ஆதரவோடு தான் செய்வாரு. இல்லையா கிருஷ்ணதேவன்?"

"இது அநியாயம்!"

"எதுடா அநியாயம்? ஒம்மேல முழு அன்புவச்சி நேரியலும், வாழைக்குலையும் கொண்டு தந்த பெண்ண பழத்தில மருந்து வச்சி மயக்கி பாலியல் வல்லுறவு செய்கிறதாடா நியாயம்? சொல்லு."

"............."

"இந்த வேட்டி யாரு வாங்கித் தந்தா?"

"சதாசிவன் பிள்ள."

"உரீங்கடா வேட்டிய."

ஒருவன் அவிழ்த்தெடுக்க மடிச்சுருளிலிருந்த ரூபாய் நோட்டுக்களுடன் செல்போன் ஒன்று தரையில் விழுந்தது. போற்றி அம்மணமாய் நின்றான்.

“அடப்பாவி! செகன்ட் பேப்பர் கிடையாதா?”

“நேக்கு வெக்கமா இருக்கு, வேட்டியக் குடுக்கிறேளா?

கீழே குனிந்து ஒருவன் செல்போனைக் கையில் எடுத்து ஸ்டீபனிடம் கொடுத்தான்.

“போற்றி, இந்த செல்போன் யாரு வாங்கித் தந்தது?”

“நேக்கு ஒருத்தர் பிரசன்ட் செய்தது.”

“ஆணா? பெண்ணா?”

போற்றி முளித்தான்.

“ஏண்டா, ஒனக்கு ஒரு அண்டிராயர் வேண்ட துப்பில்ல, அடுத்தவன் கட்டித் தந்த வீடு, அடுத்தவன் வாங்கித் தந்த பைக்கு, அடுத்தவன் தந்த வேட்டி, அடுத்த பொம்பளையளுட்டெ இருந்து செல்போன். சொந்தமா நீ வாங்கினதாட்டு காட்ட ஒனக்கிட்ட என்னடா இருக்கு?”

“. . . . .”

“இதுக்குள்ள என்ன இருக்கு?”

“அம்மணமா நிறுத்தி விசாரிக்கிறேளே, நேக்கு அவமானமா இருக்கு. வேட்டியக் குடுங்கோ!”

“ஏண்டா நீ கழுதையா நிண்ணா ஒனக்கு வெக்கமும், அவமானமுமா இருக்குதே, அடுத்த பெண்கள செல்போனில அம்மணமா படம் எடுத்து வச்சி மெரட்டுதியே, அவங்களுக்கு எப்பிடி இருக்கும்ணு நெனச்சிப்பாத்தியா?”

செல்போனைக் கழற்றிய ஸ்டீபன் உள்ளே இருந்த சிம்கார்டையும், மெமரிகார்டையும் எடுத்து சுக்கு நூறாய் உடைத்து தூரவீசினான். செல்லை பாக்கெட்டில் வைத்துவிட்டு போற்றியின் முகத்தைப் பார்த்தான்.

“போற்றி, இதுவரைக்கும் எத்தின பெண்ணுவள நீரு ரேப் செய்திருப்பீரு?”

“திரட்டன் பண்றேளா?”

“சாமானத்த வெட்டி எடுக்கப் போறோம். அது இருந்தா தானே பெண்ணுவள ரேப் செய்துட்டு திரிவீரு.”

“அவங்களே விரும்பி வாறாங்க.”

“எந்தப் பெண்ணு ஒன்ன விரும்பி வந்திருக்கு? தெய்வத்துக்க பேரச் சொல்லியோ, பூசை செய்கிறேன்ணோ,

தோஷம் கழிக்கிறேண்ணோ ஏமாற்றி, ஏமாந்த பெண்ணுகளுக்கு தீர்த்தம்ணு சாராயம் கலந்துகொடுத்து, பழத்தில மயக்கமருந்து வச்சி மயங்கச் செய்து ரேப் செய்துட்டு, இப்ப விரும்பி வாறதாட்டா சொல்லிய?"

". . . . ."

"சுந்தரி எப்பிடி ஒனக்குப் பழக்கம்?"

"நேக்கு அப்படி ஒரு பொம்மனாட்டியத் தெரியாது."

"நேக்குத் தெரியாதா? அவளுட்டெ இருந்து எல்லாம் வாங்கீட்டு தெரியாதுண்ணா சொல்லிய? இப்ப தெரிய வைக்கிறேன். இவன் காலையும், கையையும் பிடிச்சி கெட்டுங்கடா!"

வெளியே நின்ற மாமரத்திலிருந்து மீற்றங் கூட்டை அடத்து வந்து போற்றியின் தேகத்தில் விட்டெறிந்தான் ஸ்டீபன். மீறு அவன் உடலை சுற்றி வளைத்துக் கடிக்கத் தொடங்கின.

"அய்யோ . . . சொல்றேன், என்ன அவுத்துவிடுங்க."

தனது செல்போனை ரிக்கார்ட் செய்யும் வகையில் மாற்றி வைத்துக்கொண்டு அவன் வாய் அருகில் நீட்டினான்.

"இப்ப சொல்லு."

"சுந்தரி பி.எட். காலேஜில படிக்கும் போதே எனக்குப் பழக்கம். அவள நான் கல்யாணம் செய்துகொள்வதாகச் சொன்னதும் என்ன முழுமையா நம்பினா. அவள நான் பலஇடங்களுக்கும் கூட்டிச்சென்று காதலிப்பதாக காட்டிக் கொண்டேன். அவளை அனுபவிப்பதுமட்டுமே எனக்க நோக்கமா இருந்துது."

எல்லாவற்றையும் பதிவுசெய்தான் ஸ்டீபன்.

"கடைசியில நடந்தத சொல்லு."

"என்னது?"

"என்னதா? சவுட்டு கொள்ளுவ. கர்ப்பக்கிரகத்தில வச்சி நடத்தின லீலைகளச் சொல்லு."

"திருவிழாவின் கடைசிநாளு. ஜனங்க வாண வேடிக்கை பார்க்கப் போயிட்டாங்க. எனக்கு அது ரொம்ப வசதியாப் போச்சி. சுந்தரிக்கு நாகதோஷம் தீர்க்கிறேன்ணு சொல்லி கூட்டிக்கிட்டு வந்தேன்."

"என்ன தோஷம்?"

"நாகதோஷம்"

"இந்த நாகத்துக்க தோஷமா?"

ஒருவன் போற்றியின் ஆண்குறியைக் கம்பால் தூக்கி நிறுத்தினான். அது செத்த பாம்பு கணக்காய்த் திரும்பவும் கீழே விழுந்தது.

"அப்புறம்?"

"பழத்தில மயக்கமருந்து வச்சி சாப்பிடக்கொடுத்தேன். அவா மயங்கி அப்படியே சாஞ்சிட்டா."

"இதெல்லாம் கர்ப்பகிரகத்துக்க உள்ள வச்சிதான் நடந்ததா?"

"ஆமா."

"கதவ சாத்தீட்டியா?"

"இல்ல."

"பிறகு?"

"சாமி பின்னால கர்ட்டன் போட்டு மறைச்சிட்டேன்."

"மூளை."

"சுந்தரி மயங்கீட்டாளா, நான்..."

"நீ?"

"அவள கற்பழிச்சிட்டேன்."

எழும்பி வந்து போற்றியின் செவிட்டில் ஓங்கி ஒரு அறை கொடுத்தான் ஸ்டீபன்.

"என்னடா சொன்னே, கற்பழிச்சேண்ணா? அவளுக்க ஒரு மயிர நீ அழிக்கல்ல. ஒன்னால அது முடியாதுடா நாயே..."

"கெடுத்திட்டேன்."

"என்னது, சுந்தரிய நீ கெடுத்தியா?"

காலை மடக்கி அவன் பள்ளையில் மிதித்தான்.

"நீ கெடுத்தவுடன் அவள் கெட்டுப் போனாளா? சுந்தரி கெட்டுப் போகல்லடா. அவள நானாக்கும் வாழ்க்கைத் துணை ஒப்பந்தம் செய்யப் போறேன். ஒனக்க பாஷையில சொன்னா கல்யாணம்."

"சுந்தரிய நான்..."

"நீ என்ன செய்த?"

"நேக்கு தெரியல்ல."

"தெரியல்லியா? செய்வ, ஆனா சொல்லத் தெரியாதா?"

"எப்படி சொல்வேன்?"

"ஆங்கிலத்தில சொல்லு"

"சுந்தரிய நான் ரேப் செய்தேன்."

"அது போதும். அவன அவிழ்த்து விடுங்க! வேட்டிய குடு."

"இதவச்சி என்ன செய்யப் போறிய?"

"என்ன செய்யப் போறேனா? ஒரு பெண்ணுக்க அனுமதி இல்லாம அவள வல்லுறவு செய்தா என்ன தண்டனை தெரியுமா? அதை நான் ஒனக்கு வாங்கித் தரப்போறேன்."

அவன் அனைத்திந்திய மகளிர் சங்கத்தினரை சந்திக்கச் சென்றான்.

'இந்துதேசப்படை' மாவட்டம் முழுவதும் வியாபித் திருந்தது. குருஜி வேலாயுதன் நாயரின் ஒருங்கிணைப்பால் புதிய தளங்கள் உருவாகி பொலிவுபெற்றன. சிலுவை உடைப்பு போராட்டம் பிசுபிசுத்த நிகழ்வானது இந்துக்களுக்குள் ஒரு உத்வேகத்தை ஏற்படுத்திவிட்டது. உணர்ச்சியில் பிறந்த அலையை தனக்கு சாதகமாகப் பயன்படுத்திக்கொண்டார் நாயர்.

அவர்கள் அடுத்த கட்டமாக எல்லா ஊர்களிலும் கிளைகள் அமைத்து செயல்பட்டனர். கிறித்தவர்களின் நடவடிக்கைகளை மிகவும் உன்னிப்பாகக் கவனிக்கத் தொடங்கினர். கிளைச்செயலாளர்களை ஒருங்கிணைத்து அதன் வாயிலாக எதிர் நடவடிக்கைகளை நிறைவேற்றினார்கள்.

அன்று கட்சியின் பொதுக்குழு கூடி இருந்தது. அதில் தலைமைப் பாகம் வகித்த கட்சி நிறுவனர் நாராயணசாமி முக்கியமான செயல்திட்டம் ஒன்றை முன்வைத்துப் பேசினார். அந்தக் கூட்டத்தில் கலந்துகொண்ட நடராசன் மகன் சுரேஷ் அதனை வழிமொழிந்து பேசினான்.

"நமது உறுப்பினர்கள் கிறித்தவர்களின் வீடுகளை இன்னும் தீவிரமாக கண்காணிக்கவேண்டும் என்பதை நான்

வலியுறுத்த விரும்புகிறேன். எதாவது ஒரு கிறித்தவனின் வீட்டில் ரேஷன்கார்டில் பெயர் உள்ளவர்களுக்கு அதிகமான நபர்கள் கூடி இருந்து ஜெபித்தால் உடனே எங்களுக்குத் தெரியப்படுத்துங்கள். நாம் அந்த வீட்டை முற்றுகையிட்டு அவர்களின் ஐக்கியத்தை உடைக்க வேண்டும். இதுபோல எல்லாவகைகளிலும் கிறித்தவர்களின் ஒன்றிணைப்பை முறியடித்தால் வெற்றியை எப்போதும் நம்பக்கம் தக்கவைத்துக் கொள்ளலாம்."

குருஜி அடுத்ததாகப் பேசினார். அவரது உரையின் முழுப்பகுதியும் தந்திரோபாயங்களால் நெய்தெடுக்கப்பட்ட ஆடையைத் தரித்துப் புறப்பட்டதாக இருந்தது. கிறித்தவ வழிபாட்டு ஸ்தலங்களை மறைத்து பேனர்கள் வைக்க வேண்டும் என்று கூறிவிட்டு அவ்வாறு செய்யும்போது நிகழும் மோதலில் கொலை நிகழ்த்தி கிறித்தவர்களை ஒதுங்க வைக்க வேண்டும் என்றார். கிறித்தவர்களுக்கான நிதி ஆதாரங்களை எப்படி தடுக்கவேண்டும் என்று வகுப்பெடுத்தவர் வெளிநாடு களிலிருந்து உதவிபெறும் தன்னார்வதொண்டு நிறுவனங்களை அவர்கள் திரட்டும் மக்களைக் கொண்டே எவ்வாறு தகர்ப்பது என்றும் விளக்கினார். கிராமங்களில் ஓலைக்கூரை வேய்ந்த வீடுகளின் மீது தீ வைத்து எரித்துவிட்டு கிறித்தவ மதமாற்றத்தால் ஏற்படும் தீய நிகழ்வுகள் இதுவென்று கூறி அவர்களை நம்ப வைக்க வேண்டும். இதன்மூலம் கிறித்தவ மதம் பரவுவதை நம்மால் தடுக்கமுடியும் என்றார்.

கூட்டம் முடிந்தபின் நள்ளிரவில் வேலாயுதன் நாயரைக் காண இருட்டில் பதுங்கிப் பதுங்கி ஓர் உருவம் நின்று கொண்டிருந்தது. அவரை ஏற்கனவே தனது ஊரில் பார்த்திருந்த தால் சுரேஷுக்கு அடையாளம் தெரிந்தது. ஆனால் பேசிப் பழக்கமில்லாத காரணத்தால் சற்று ஒதுங்கி நின்றான். அதனைக் கவனித்த வேலாயுதன் நாயர் அந்த நபரை சுரேஷுக்கு அறிமுகப்படுத்தினார்.

"இவர் பத்மநாபன் தம்பி."

"நமஸ்காரம்."

"ஸ்வாகதம் செய்யுந்நு."

"ஏற்கனவே தெரியும். எங்க பக்கத்து ஊர்க்காரர்தான் தம்பிசார்."

"இவன்றெ அச்சன் நடராசனெ எனிக்கு செறுப்ப காலந்தொட்டு அறியாம்."

“அப்பாவும், நானும் இப்ப நல்ல நிலையில் இல்ல.”

“அதுவும் அறியாம்.”

“அவர் பொன். சீதாராமன பெரிய ஆளா நெனச்சிட்டு இருக்காரு. போன தேர்தல்ல அவருக்கு வேலைசெய்து கொஞ்சம் காசு தேத்துனாரு போல.”

“கொஞ்சம் அல்லா, நெறைய்ய . . .”

தம்பி பல்லைக்காட்டி சிரித்தார்.

“அவர் ஆதாயம் இல்லாம எதிலும் இறங்கமாட்டார். கலையருக்க கட்சியிலெயும் இருப்பாரு, பூக்காரங்களுக்கும் விசுவாசம் காட்டுவாரு.”

“அது மும்பு. இப்போள் பூக்கார பார்ட்டியோட அத்தற நல்ல டேம்ஸ் இல்லா.”

“அது ஏன் ?”

“பெருமாளு”

“ஓ . . . பெருமாள்சாமியாலதான் அப்பா தைரியமா பலகாரியங்களில இறங்கினாரு. இப்ப அதுவும் போச்சா? நான் இந்து தேசப் படையில சேர்ந்தது அப்பாவுக்கு சுத்தமா பிடிக்கல்ல.”

“எனிக்கு அதொக்க அறியாம் பிள்ள. நீ பறையண்டாம் மோனே. என்றெ ஃபுல் சப்போர்ட் நினக்கு எப்போளும் உண்டு. ஏது காரியத்திலெண்ணு அறியாமோ ?”

“தெரியாது.”

“ஆ தங்கலீலா டீச்சரின்றெ மகள் . . . பேரு எந்தா ?”

“பிளெஸ்ஸி.”

“அதே. ஆ குட்டியெ எத்றெ பெட்டெண்ணு நினக்கு விவாஹம் செய்யான் கழியுமோ, செய்யணும், கேட்டோ.”

“சரி.”

“ஞான் சப்போர்ட் செய்யும்.”

வேலாயுதன் நாயர் பத்மநாபன் தம்பியை அழைத்துச் சென்று குறிப்பிட்ட அறைக்குள் நுழைந்தார். அவர் முக்கியமான காரியங்களை அங்கு வைத்துதான் விவாதித்து ஒரு முடிவுக்கு வருவார். மறுநாள் காலைவரையிலும் கதவு திறக்கப் படாமலேயே இருந்ததை சுரேஷ் கவனித்தான்.

மறுநாள் கன்னியாகுமரி பக்கத்தில் ஒரு பணித் தளத்தில் இருக்கும்போது அவசரமாக புறப்பட்டு வரும்படி செல்போன் அழைப்பு வந்தது. மணவாளக்குறிச்சி நோக்கி விரைந்த அவனை எதிர்பார்த்து காத்திருந்தனர் வேலாயுதன் நாயரும், நாராயணசாமியும்.

குறிப்பிட்ட அறை திறந்து மூவரையும் உள்வாங்கி மூடிக்கொண்டது. எதிரே ஒரு சிங்கம் கர்ஜித்த பாவனையில் இருந்தது படத்தில். அவன் முதல்முறையாக இன்றுதான் அந்த அறைக்குள் நுழைந்திருக்கிறான். தூய்மை என்றால் அத்தனை தூய்மை. ஒரு சிறுதுகளைக் கூட பார்க்க முடிய வில்லை. ஒழுங்கின் உச்சம் கோலோச்சியது.

"முக்கியமான ஒரு பிரச்சினைய நோக்கி நம்ம இயக்கம் போய்க்கொண்டிருக்கு. இதில நாம் வெற்றி கண்டா ஒரு பெருங்கூட்ட ஜனத்திரள் நம்ம பின்னால அணிதிரண்டு வந்து நிற்கப் போகிறது."

வேலாயுதன் நாயர் பேசினார்.

"சொல்லுங்க."

"இதில நாற்பது சதவீதம் நாங்கள் செய்யும் முயற்சி என்றால், அறுபது சதவீத பங்களிப்பு உங்களுடையது."

"நானா?"

"ஆமா. இந்த பிளான்ல நீங்கதான் கதாநாயகன்."

"கதாநாயகனா? நம்ம இயக்கம்தான் எப்பவுமே கதாநாயகன். பாரதமாதாவை விடுவிக்கப் போகும் நமது செயல்பாடுகளில் நாமெல்லாம் வெறும் கருவிகள்."

"பாரதமாதா நம்முடைய சக்தி!"

நாராயணசாமி முழங்கினார்.

"ஒங்க அப்பாவும், பெருமாளும் இப்போ அன்னியமாகி விட்டார்கள். திரும்பவும் அவர்களுக்குள் ஒரு இணைப்பு வந்து விடக்கூடாது என்பதில் யார் கவனமாக இருக்கிறார் களோ இல்லையோ, பத்மநாபன் தம்பி இருக்கிறார். அவருடைய ஆதரவு உனக்கு எப்போதும் உண்டு."

"தெரியும். என்னிடமும் அதைக் கூறினார்."

"அப்படியானால் உங்கள் திருமணம் உடனே நடக்க வேண்டும். அதைப் பேசத்தான் அவரும் இங்கு வந்திருக்கிறார்."

"எனக்க கல்யாணம் பற்றி பேசவா?"

“ஆமா. அதிலதான் விஷயமே அடங்கி இருக்கு.”

“எப்படி?”

“பெருமாளை இதைவிட அதிகமாகப் பழிவாங்க முடியாது என்பது ஒரு பக்கம்.”

“அது எனக்குத் தெரியும். அப்புறம்?”

“அதன் இன்னொரு பக்கம்தான் அரசியல்.”

“யாருடைய அரசியல்?”

“நமது அரசியல். நமக்கான அரசியல்.”

“இந்துத்துவம்?”

“அது கோட்பாடு.”

“இது?”

“நடைமுறை.”

“என்னை வைத்து நடைமுறையா?”

“நம் வழிமுறை எதுவாக இருந்தாலும் அதைவைத்து காய் நகர்த்துவதுதான் அரசியல் சாணக்கியம்.”

“பலன்?”

“பெருந்திரள் ஜனக்கூட்டம்.”

“வியூகம்?”

“நாங்கள் வகுத்ததுதான். உ.பி.யில் மாயாவதி நம்போன்ற லட்சியம் கொண்டவர்களோடு இணைந்து தன் பங்கை வளர்த்தியதுபோல, நாம் அந்த மக்களோடு கலந்து அவர்கள் பலத்தில் நம்மை உயர்த்துவதுதான் வியூகம்.”

“ரொம்பவும் நல்லது.”

“இந்த சோதனை முயற்சியில் நாம் வென்று விட்டால் இதை இந்தியா முழுமைக்கும் கொண்டு சென்று நம் அமைப்பை பரவலாக்க வேண்டும். அதற்கு உலக நாடுகளில் வாழும் பல மனிதர்களும், நிறுவனங்களும் நமக்கு உதவி புரிவதாக வாக்கு தந்திருக்கின்றனர். நம்முன் இருப்பது இப்போது கடமை.”

“நான் உளமாற நிறைவேற்றுவேன்.”

கைபெருவிரல் நெஞ்சில் குத்தி நிற்க உறுதிமொழி கூறிய சுரேஷ் வெளியில் வந்தான். அவன் சென்ற பிறகும் வெகுநேரம் வரை அமர்ந்து வேலாயுதன் நாயரும், நாராயண

சாமியும் ஆலோசனையில் ஈடுபட்டனர். காலையில் பறவைகள் ஆரவாரிக்கும் போதுதான் அறையின் கதவு திறந்தது.

பெருமாள்சாமி இந்துகட்சியின் மாநில அளவிலான கொள்கை முடிவு எடுப்பவராக விளங்கியபோது அப்போது அந்தக் கட்சியில் இருந்த நாராயணசாமிக்கு அது பிடிக்க வில்லை. ஆனால் அவரது பணபலத்திற்கும், சாதிப் பின்னணிக்கும் முன்னால் நாராயணசாமியால் ஒன்றும் செய்யமுடியாமற் போயிற்று. அகில இந்திய அளவில் பெருமாள் தனது வியாபார பிடிகளை உயர்த்தியபோது நாராயணசாமிக்கு அது மேலும் பின்னடைவை ஏற்படுத்தியது. பொன்.சீதாராமன் மத்திய மந்திரி சபையில் இடம்பெற்று தனது பிடியை உறுதிபடுத்திக் கொண்டபோது வேலாயுதன் நாயரோடு அவர் கட்சியை விட்டு வெளியேறி வந்து 'இந்து தேசப்படை'யை உருவாக்கிக் கொண்டார். அது முதற்கொண்டு பெருமாள் சாமியோடுள்ள மௌன யுத்தத்தை யாரும் அறியாமல் நடத்திக் கொண்டிருந்தபோதுதான் நடராசனின் மகன் சுரேஷ் மணவாளகுறிச்சி ஐ.டி.ஐ.யில் வேலை பார்க்க வந்தான்.

நடராசனின் மகன் ரெண்டுவிதங்களில் அவர்களுக்கு முக்கியமானவனாகத் தெரிந்தான். நடராசன் பெருமாள் சாமியோடு நெருங்கியவன் என்பது முதலாவதென்றால் அவர்களுக்கெதிராக சுரேஷை உருவாக்குவதென்பது இரண்டாவதாகும். இந்த இரண்டு விஷயங்களிலும் அவர்களுக்கு அவன் முக்கியமானவனாகத் தெரிந்தான். எனவே அவனைத் தங்கள் வழியில் கொண்டுவந்தார்கள். அவன் வேலையை ராஜினாமா செய்ய வைத்தனர். அதில் தீராத மன வருத்தம் நடராசனுக்கு உண்டு. மகன் வீட்டை விட்டு வெளியேறியபோது அவன் தனிமையில் உட்கார்ந்து அழுதிருக்கிறான். தனக்கு அவனைவிட்டால் வேறுயாரும் இல்லை என்ற நிலையில் ஒருநாள் பெருமாள்சாமியோடு மணவாளக்குறிச்சி சென்று மகனைப் பார்த்தான்.

"சுரேஷ், வீட்டுக்கு வா. ஒன்ன கூட்டீற்று போக நான் வந்திருக்கேன்."

"எதுக்கு?"

"எதுக்கா? நீ எனக்க ஒரே மகன்."

"நான் வரமாட்டேன். எனக்கென்று சில லட்சியங்கள் இருக்கு. அதை முடிக்கிறதுதான் எனது பணி."

"சொன்னா கேளு, அப்பாய வேதனப்படுத்தாத."

குன்னிமுத்து

“நான் ஒம்மிட்ட சண்டைக்கோ, சச்சரவுக்கோ வாறேனா? பெறகு எதுக்கு நீரு ஒம்ம நான் வேதனப்படுத்துகேன்னு சொல்லமுடியும்?”

“வாலே வீட்டுக்கு!”

கோபாவேசம் கொண்ட நடராசன் மகனின் சட்டைக் காலரைப் பிடித்து தரதரவென்று இழுத்தான். சுரேஷ் அவன் பிடியைத் தனது கைகளால் தட்டவே நெருப்பாய் மாறிய நடராசன் செவிட்டில் படபடவென ஐந்தாறு பட்டாசுகளை வெடித்துவிட்டு கீழே தள்ளி உதைத்தான்.

எழும்பி நின்ற சுரேஷ் கோபம் பொங்க தந்தையைப் பார்த்தான். அவன் புஜங்கள் துடித்தன.

“என்னலே செறையுத?”

“திருப்பி அடிக்க நேரம் அதிகம் ஆகாது. கைய நீட்டணுமா, வேண்டாமாண்ணு யோசிக்கியேன்.”

“எங்க, நீட்டுலே பாப்பம்?”

மகன் மீது திரும்பவும் பாய்ந்த நடராசனை விலக்கி நிறுத்திய பெருமாள் அவனை அமைதியாக இருக்கச் சொல்லி விட்டு சுரேஷ் பக்கம் சென்றார்.

“தம்பி, அப்பா என்ன பாடுபட்டு எத்தினபேரு கால்ல விழுந்து ஐ.டி.ஐ.யில ஒரு வேலை வாங்கித் தந்தாரு. அதவிட்டுட்டு ஒன் வாழ்க்கைய இல்லாம ஆக்கிப்போட்டு இங்க வந்து இப்பிடி இருக்கிறியே, இதனால யாருக்கு அப்பா பிரயோஜனம்? நான் ஒனக்க வயசில இருக்கும் போதே பதினெட்டு லாறியும், ஏகப்பட்ட சொத்தும் கண்டு வாழ்க்கையில செட்டிலாயிட்டேன். நீ எதுக்கப்பா எதுவுமே இல்லாத ஒரு வாழ்க்கைக்கு நேரா பயணப்படறே?”

“கையில பணம் பாத்து எண்ணியது மட்டும் வாழ்க்கை இல்ல. அதவிட பிரயோஜனமா தேசக்கடமை இருக்கு. அதச் செய்யறவன்தான் பெரிய பணக்காரன்.”

“என்னலே ஒனக்கு பெரிய தேசக்கடமை?”

தன்மேல் புரண்ட நடராசனின் கையைப் பிடித்து வளைத்து நிறுத்திய சுரேஷ் அவன் முகத்தைப் பார்த்தபடி பற்களை கடித்துக்கொண்டு பேசினான்.

“என்ன . . . விட்டா ரொம்ப ஓவரா துள்ளுதீரு? ஒமக்கும் எனக்கும் உறவறுந்து ரெண்டு வருஷம் ஆச்சி. இங்க வந்து

இடைஞ்சல் பண்ணப் பாத்தா கையும் காலும் ஒடம்பில இருக்கும், ஆனா இயங்காது பாரும்.”

பிடித்து உந்தி ஒரு தள்ளு தள்ளினான். கீழே விழுந்த நடராசனுக்கு மொத்த உடம்பின் நரம்புகளும் வலியால் அதிர்ந்தன. மனவேதனையும் கூடி அவன் கண்களில் நீரை வரவழைத்தன.

“லேய் அருமையா ஒன்ன வளத்ததுக்கு எனக்கு நீ காட்டிய நன்றிக் கடனா இது? ஒன்னநான் சும்மா விடப் போறதில்ல. எனக்குப் பெறந்த நீ எனக்க வீட்டில இருந்ததாத்தான் மகன். இல்லேண்ணா நீ பெணம். ஒரு நாளு எங்கையாலத் தாண்டா இருக்கும் ஒம்மரணம்.”

“என்ன நடராசா பேசிய இவனுட்ட? பேசவேண்டிய எடம் வேற. அங்க போவோம்.”

பெருமாள் கீழே விழுந்து கிடந்த நடராசனை எழுப்பிக் கொண்டு வேலாயுதன் நாயரை வந்து பார்த்தார்.

“என்ன ஓய், சின்னப் பையன்களை எல்லாம் இங்க கொண்டு வந்து கெடுக்கிறீரு. ஒம்ம குடும்பத்தில இருந்தோ, சாதியில இருந்தோ ஒரு பய இங்க இருந்தா காட்டும் ஓய், பார்க்கலாம்.”

வேலாயுதன் நாயர் பதில் எதுவும் சொல்லாமல் சிரித்தார். அது சிரிப்பா? பற்கடிப்பா? வஞ்சனையா? என்று அறிய முடியாததாக இருந்தது. கைகளை பவ்வியமாக கூப்பியவர் முகத்தை இளித்து தலையை சரித்து வைத்துக்கொண்டார்.

“முதலாளி! வரணும். இரிக்கணும்.”

பெருமாள்சாமி அந்த எகத்தாளத்தைப் புரிந்துகொண்டார். அவர் இரத்தத் கொதிப்பு மேலும் உயர்ந்தது. மூளைக்கு தொடர்பில்லாமல் வார்த்தைகள் வந்து விழுந்தன.

“பண்டு மகாராஜாக்களிட்ட முண்டும், தொவர்த்தும் வேண்டி ஜெனிச்ச ஒனக்க வம்சத்த சேந்தவனுகளுட்டெ போய் இப்படி பல்லை இளி. எனக்கிட்ட காட்டினா ஒடச்சி எல்லாத்தையும் கையில தந்திருவேன்.”

“சாய தயாராகுது, முதலாளி குடிச்சிற்றுதான் போகணும். பிரஷர் ஏறினதுபோல சுகர் உண்டோ என்னவோ? சீனி போடலாமா?”

“நாயே, என்ன கேலி பேசவா செய்யற?”

"சாய குடிச்ச சொல்லியது கேலி பேசறதா? ஒருவேள சாராயம் குடிக்கிறியளாண்ணு கேட்டிருக்கணுமோ?"

"லேய், எதுவும் பேசாத நீ."

வேலாயுதன் நாயர் எதிரிலிருந்து டெலிபோன் ரிசீவரை எடுத்து காதில் வைத்தார். எண்களை டயல் செய்வதுபோல வெறுமனே சுழற்றிக் காட்டி அபிநயித்தார்.

"ஹலோ, மெண்டல் ஆஸ்பத்திரியா?"

பெருமாள்சாமி, உண்மையிலேயே மெண்டல் ஆனார். நடராசனால் அவரை அடக்க முடியவில்லை. மிகவும் சிரமப் பட்டு கட்டிப் பிடித்த நிலையில் வெளியே கொண்டுவந்தான்.

கிரேசி வந்து ஒருதடவை சுரேஷைப் பார்த்தாள். நடராசனைப்போல அல்லாமல் அவள் அவனிடம் சினேகமாக நடந்துகொண்டாள். வரும்போது மண்டைக்காடு கோயிலில் இருந்து மகனுக்கு தின்பண்டங்கள் வாங்கி வந்திருந்தாள். அவனுக்குப் பிடித்தமான தேன்குழல் தனியாக வாங்கினாள்.

அவன் தங்கும் இடத்திலிருந்து வெளியே அழைத்து வந்தவள் கோயிலுக்கெதிரே நின்ற அரசமர நிழலில் உட்கார்ந்து பேசினர். அவள் இயல்பாக இருந்தது போலவே அவனும் இருந்து கடைசிவரை எந்த சச்சரவும் இல்லாமல் பிரிந்தனர்.

"இந்த எடம் பிடிச்சிருக்கா?"

"ஆம் தாயே."

"கூட இருக்கியவங்க எல்லாம் எங்க இருந்து?"

"எல்லாரும் நமது மாவட்ட மக்களே."

"இங்க என்ன செய்திய?"

"பாரதத்தாயை மீட்கும் வேலை செய்கிறோம்."

"இது போதுமாடா வாழ்க்கைக்கு?"

"இதுதான் எங்கள் வாழ்க்கை."

"நீ ஏன் வீட்டுக்கு வரல்ல?"

"எமது லட்சியம் நிறைவேறிய பின் வீடு நோக்கி வருவோம் தாயே. அதுவரைக்கும் நாடுதான் எங்கள் வீடு."

"தலை வைக்கப்படப்புபோல காடு பிடிச்சி கெடக்கு. தாடியும் வளத்தீட்டு இதென்ன கோலம்டா? முடிவெட்டப் பிடாதா?"

“தோற்றமல்ல, தோற்றங்களுக்கு அப்பால்தான் இருக்கிறது உண்மை. தோன்றுவதெல்லாம் பொய். பொய்யால் ஒன்றை சிருஷ்டிக்கும்போது பொய்தான் உலகத்தில் உண்மையாகும். உண்மை என்பது உள்ளொளி! அதுவே மெய்ஒளி.”

“மனசிலாகல்ல. முடிவெட்டச் சொன்னா ஏம் மோனே எலியப்பற்றி பேசிய? இங்க வெள்ளெலி உண்டுமா?”

“வெள்ளெலி அல்ல உள்ளொளி!”

“நம்ம வீட்டிலெயும் பயங்கர எலிக்க சல்லியம். ஒறங்கம்ப வயிற்றில ஏறி இருந்து விளையாடுதுக. எங்கெயும் வெள்ளெலி உண்டுமானா ரெண்டு பிடிச்சி தா. கறுத்த எலிய வெரட்டிப் போடுமாமே வெள்ளெலி.”

“அய்யோ . . . அம்மா . . .”

“ஏம் மோனே மெலிஞ்சிருக்கே? தின்ன ஆகாரம் நல்லா கிட்டாதோ இஞ்செ.”

“வெறும் கொழுப்பும், சதையுமல்ல உடம்பு. நரம்பும், உணர்வும்தான் தேகம்.”

“நரம்பு தள்ளி எலும்பு தெரியிதுண்ணுதான் நானும் செல்லியேன், அதுபோவட்டு, மக்கா ஆட்சையில ஒரு நாளெங்கிலும் வீட்டுக்கு வரப்பிடாதலே ஒனக்கு?”

அவள் கண்களில் நீர்ததும்பி நின்றதைக் கவனித்த சுரேஷ் அந்த முகத்திலிருந்து பார்வையை மாற்றி மனசுக்கு வந்தான். ‘பாவம் அம்மா!’ என்று தனக்குள் சொல்லிக்கொண்டான். பாரதத்தாயை மீட்கும் பணியில் எப்போதாவது நேரம் கிடைத்தால் பெற்ற அம்மாவைப்போய் பார்க்கவேண்டும் என்று நினைத்தான்.

“தாயே! உன்னை நான் என்றும் நினைப்பேன். எம்மை ஈன்று புறந்தந்தவள் நீ. கடுமையான எனது பணிகளுக்கிடையில் ஆண்டுக்கு மூன்று முறை உன்னை நான் சந்திப்பேன். உன்னிடம் ஆசி பெறுவேன். நீ தந்தைக்கு சேவை செய்வதுபோல நான் தந்தையர் நாட்டுக்கு ஊழியம் செய்கிறேன்.”

கிரேசியிடம் வாக்களித்தது போல அவன் எப்போதாவது அந்தப்பக்கமாக வருகிறபோது அவளை வந்து சந்திப்பான். மணவாளக்குறிச்சியில் பேசியதுபோல அல்லாமல் கிரேசி தனது வேதனையை அவன்மீது கேலியாகவும், கிண்டலாகவும் வெளிப்படுத்தத் தொடங்கினாள். தனது பழக்க வழக்கங் களையும், நடைமுறைகளையும் அவள் பழிக்கத் தொடங்கியதும் வீட்டுக்கு வருவதை படிப்படியாகக் குறைத்துக்கொண்டான்.

நடராசனை நினைக்கும் போது அவனுக்கு ஆவேசம் வந்தது. 'மிருக ஜென்மம்! மிருக ஜென்மம்!' என்று அவன்மனம் அடித்துக் கொண்டது.

பெருமாள்சாமி தனது தொழிலை இந்தியா முழுவதும் விரிவுபடுத்தத் தொடங்கினார். பொன். சீதாராமனின் மந்திரிபதவி அவருக்கு கைகொடுத்தது. மாலித்தீவில் போய் தொழிற்சாலை அமைத்தார். அவருக்கு எல்லா வகைகளிலும் துணைபுரிந்தது மத்திய அரசு. தேர்தலில் கட்சிக்காகப் பணத்தை வாரி இறைத்தார். நடந்துமுடிந்த உள்ளாட்சி தேர்தலில் இந்துகட்சி மாவட்டம் முழுவதும் பெருவாரியாகப் பெற்ற வெற்றிக்கு அவரது பணமும், உழைப்பும் பிரதானமாக இருந்தன.

நாராயணசாமிக்கு அவரது தொழில் வளர்ச்சி திகிலை உண்டாக்கியது. இந்து தேசப்படையினர் அந்த தேர்தலில் ஒரு கிராம பஞ்சாயத்தைக்கூட கைப்பற்றாதது வருத்தத்தை ஏற்படுத்தியது. வேலாயுதன் நாயரோடு கலந்து வேறு வகைகளில் யோசிக்கத் தொடங்கினர்.

கடப்புறத்தில் மணல் அள்ளுவது சம்பந்தமாக பெருமாள் சாமிக்கும், மீனவர்களுக்குமிடையே மோதல் அதிகரித்து ஓய்ந்திருந்த சமயம். காய்ந்த புண்ணைக் கிளறும் வேலையில் இறங்கியது இந்து தேசப்படை. பெருமாள்சாமி கரையோர மக்களின் ஆதரவைத் தேடினார். அவர் எதிர்பார்த்ததற்கும் மேலாக அவர்களின் பின்துணை கிடைத்தது. வேலாயுதன் நாயர் இந்த சந்தர்ப்பத்தைதான் எதிர்பார்த்திருந்தார். குமரி மண்ணின் இருபெரும் சாதியினரை மோத விட்டு அதன் வாயிலாக ஆதாயந்தேடலாம் என்று நினைத்தார்.

அவருடைய எதிர்பார்ப்பு வீண் போகவில்லை. பொன். சீதாராமன் ஏற்கனவே கரையோரமக்களை அணி திரட்டி வைத்திருந்தார். அவருக்கெதிராக கடலோர மக்களைத் திருப்பிய போது அனைவரும் இந்து தேசப்படையினர் தூக்கிப் பிடித்த குடையின் கீழ் அணிதிரண்டனர். மணல் அள்ளுவதற் கெதிராகவும், சுற்றுப்புறசூழலைப் பாதுகாக்கவும் வலியுறுத்தி கடப்புறத்தில் பேரணி நடத்தினர். இடையே பசு மாமிசம் சாப்பிடுவதற்கு எதிரான பிரச்சாரத்தைப் போட்டபோது மீனவர்களிடையே அது எடுபடாமற் போனதால் அவசரமாக வாபஸ் பெற்றனர்.

பெருமாள்சாமி பின்னால் சிலநாட்கள் சுற்றித் திரிந்து நச்சாபிச்சா உதவிகளைப் பெற்ற கருங்கல் வர்க்கீஸ் கரையோர மக்களிடையே திடீர் தலைவனாக மாறினான். ஆங்காங்கே கூட்டம் போட்டு மக்களை ஒன்று சேர்த்தான். மாவட்ட

ஆட்சித் தலைவர் அலுவலகம் முன்பு மறியல் நடத்தி கைதானான். மார்த்தாண்டத்தில் ஆறாயிரம் பேரைத் திரட்டி மாபெரும் பொதுக்கூட்டம் ஒன்றை நடத்தினான். மாநாடு போலக் காணப்பட்டவர்களின் மத்தியில் உரையாற்றிய பொன். சீதாராமன் கீழ்கண்ட கேள்வியை மக்களிடம் எழுப்பினார்.

“பொது ஜனங்களே! சற்று சிந்தித்துப் பாருங்கள். நமது பெருமாள் அண்ணாச்சி இவ்வளவு பெரிய மிகவும் நீளமான கடற்கரை பகுதியில் கொஞ்சம் போல மணலை அள்ளிவிட்டால் இயற்கைக்கு நாசம் வந்துவிட்டது என்று துள்ளுகிறார்களே ... சுற்றுச்சூழல் ஆர்வலர்களே! உங்களிடம் நான் கேட்கிறேன், கரையோரப் பகுதிகளில் உள்ள இமயம் போல் உயர்ந்த மலைகளை உடைத்து கடலில் கொண்டு தள்ளுகிறீர்களே, அப்போது ஏற்படாத சுற்றுப்புற சூழல் சீர்கேடா மணலை அள்ளும்போது ஏற்பட்டுவிட்டது? உங்களுக்கொரு நியாயம், எங்களுக்கொரு நியாயமா? இதற்கு என்ன பதில் சொல்லப் போகிறீர்கள் என்று உங்களைப் பார்த்து நான் கேட்கிறேன்.”

அந்தக் கூட்டத்தில் இந்திய அரசில் பணியாற்றி. ஓய்வு பெற்ற விஞ்ஞானிகள் பலர் மேடையேற்றப்பட்டனர். கடைசிகால நேரப் போக்கிற்காக கிளப்களை நாடிச் செல்வதற்குப் பதிலாக மக்களிடம் சென்று சில கருத்துக்களைப் பேசி அதன்வாயிலாக ஒரு இராஜ்யசபா எம்.பி. சீட் கிடைத்தால் பெற்றுக் கொள்ளலாம் என்ற நப்பாசையில் இருந்த கிழம் கிண்டுகளை, கருங்கல் வர்க்கீஸ் புரிந்துகொண்டு அழைத்து வந்தான். அவர்களில் ஒருவரான இயற்கை விஞ்ஞானி லால் முத்தையா மலைகள் உடைத்து கடலில் கொண்டு போடப் பட்டால் நாட்டில் என்னென்ன விளைவுகள் ஏற்படும் என்பது குறித்து விரிவாகப் பேசினார்.

“நமது மாவட்டத்தில் மட்டுமல்ல, தமிழ்நாட்டின் பல்வேறு பகுதிகளிலும் மலைகள் இருக்கும் இடங்களில் எல்லாம் வயல் விவசாயம் நடைபெறுவதை நீங்கள் பார்த் திருப்பீர்கள். வயலுக்கும், மலைகளுக்கும் என்ன தொடர்பு? காற்று வீசும்போது மகரந்த சேர்க்கை பயிர்களில் ஏற்பட்டு நெல் விளைகிறது. மலைகள் அந்தக் காற்றைத் தடுத்து நிறுத்தி திரும்ப வீசுவதால் ஒருமுறை மட்டுமல்ல பலதடவைகள் மகரந்த சேர்க்கைகள் நிகழ்ந்து நெல் மகசூல் அதிகரிக்கிறது. எனவே விவசாயத்தை நம்பி வாழும் மக்களாகிய நீங்கள் உங்கள் பகுதிகளில் உள்ள மலைகளை உடைப்பதற்கு ஒரு போதும் அனுமதிக்காதீர்கள்.”

கடலோரமக்களிலும், கரையோர மக்களிலும் பெரும் பான்மையோர் கிறித்தவர்கள் என்பதைப் புரிந்துகொண்ட ரோமன் கத்தோலிக்க பிரிவைச் சேர்ந்த பங்குத் தந்தையர்கள் ஒன்றுகூடி ஆலோசித்தனர். நிலைமை விபரீதமாகும் போது அதன் வாயிலாகப் பலனை அனுபவிப்பது இந்து அமைப்பை சேர்ந்தவர்கள் என்ற முடிவை எட்டியதும் அதற்கெதிராக புதிய முயற்சிகளில் ஈடுபடவேண்டும் என்ற உத்வேகத்தில் இறங்கினர். திரும்பவும் ஒரு மண்டைக்காட்டை அவர்கள் விரும்பவில்லை என்பது மனநிலையில் தெரிந்தது. ‘கடலோர அமைதிக்குழு’ என்ற அமைப்பு உருவாக்கப்பட்டது. அவர்கள் சமரச முயற்சிகளில் ஈடுபட்டனர்.

கரையோர பகுதிகளிலும் இதன் தாக்கம் இன்னொரு வகையில் எதிரொலித்தது. ‘கிறிஸ்தவ ஐக்கிய இயக்கம்’ ஏற்படுத்தப்பட்டு எல்லா பிரிவை சேர்ந்த கிறித்தவ மக்களும் ஒன்றுபட்டு விழாக்களை நடத்தினர். பெருமாள்சாமி பணத்தை அள்ளி வீசி கிறித்தவ அமைப்புக்களை ஆதரித்தார். அவர் திரும்பவும் பலம் பெற்று வருவதை அறிந்த நாராயணசாமி மனங்குழைந்தார். அடுத்த முயற்சியில் ஈடுபடும் தருணத்தை எதிர்பார்த்துக்கொண்டிருந்த போதுதான் பெருமாளுக்கும் நடராசனுக்கும் இடையிலான பிணக்கை பத்மநாபன் தம்பி வாயிலாக அறிந்தார். எந்தப் பிடியும் இல்லாமல் மிதந்தவனுக்கு துரும்பு கிடைத்தாலும் பற்றும் வெறியில் அதனைக் கையில் எடுத்தார். பின்னர் அந்த விஷயம் அவருக்கு தூணாகத் தெரிந்தது.

இப்போது மூவராகச் சேர்ந்து எப்போதும் குறிப்பிட்ட அந்த அறையில் ஒதுங்குவதைக் காண முடிந்தது. நாராயணசாமி, வேலாயுதன் நாயர், பத்மநாபன் தம்பி என்ற மூவரின் கூட்டு முயற்சியில் உருவான திட்டத்தில் துருப்புச் சீட்டாக விளங்கி னான் சுரேஷ். அவனை வைத்து அதனை நடைமுறைப் படுத்துவதற்கு ஏற்ற தருணம் விரைவில் அவர்களுக்கு வாய்ப்பாகக் கிடைத்துவிட்டது.

சுரேஷ் அன்று பிளெஸ்ஸியை நாகர்கோயிலில் சந்திக்கச் சென்றபோது அவளை அங்கு காணவில்லை. ஒரு வார காலமாக ‘தகவல் எல்லைக்கு வெளியே இருப்ப’தாக செல்போன் உரைத்தது. சனிமாலை வழக்கமாக சந்திக்கும் பேருந்து நிறுத்தத்தின் பின்புறம் உள்ள வாதுமை மரநிழலில் இருட்டிய பிறகும் ரொம்ப நேரம் நின்றான். அவளைக் காணவில்லை.

பிளெஸ்ஸிக்கு ஜெயா என்ற பெயரில் தோழி ஒருத்தி இருந்தாள். தோழி என்று சொல்லமுடியாது என்றாலும் அந்த விடுதியில் அவளோடு மட்டும்தான் உரையாடுவாள் என்பதால்

அவளைப் பற்றி விசாரிக்கும் எவரிடமும் ஜெயாவின் பெயரையே அங்குள்ளவர்கள் முன்மொழிவார்கள். அவள் நாகர்கோயில் பக்கமுள்ள பெருவிளையில் தனது உறவினர் ஒருவர் வீட்டில் சனி, ஞாயிறு தினங்களில் தங்குவாள். அவளைப் போய் சந்தித்த சுரேஷுக்கு நான்கு நாட்களாக பிளெஸ்ஸி வகுப்புக்கு வரவில்லை என்ற தகவலுடன் பெற்றோர் வந்து கூட்டிச்சென்ற விவரத்தையும் கூடுதலாக அறிந்தான். வேறு ஒன்றும் அதிகமாக அறியமுடியவில்லை.

அன்று இரவு பத்மநாபன் தம்பி வழக்கம்போல இருட்டில் வந்து நிற்பதைக் கண்டான் சுரேஷ். நள்ளிரவில் அயர்ந்து தூங்கும்போது தட்டி எழுப்பிக் கொண்டுவரப்பட்ட சுரேஷ் உள்ளே செல்ல கதவு திறந்து கொடுத்தது. சிங்கத்தின் கர்ஜனை மனசுக்குள் ஒலித்தது. அங்கே மூவரும் இருந்து ஆலோசனை நடத்திக்கொண்டிருப்பதைக் கண்டதும் விஷயம் தீவிரமானது என உணர்ந்தான்.

"சரி, உட்காரு."

"சொல்லுங்க."

"பிளெஸ்ஸிக்கு திங்கட்கிழமை நிச்சயதார்த்தம்."

"ஓ."

"பெருமாள்சாமி பெரிய அளவில் திருவிழாபோல நடத்தப் போறான். சென்டர் மினிஸ்டர் எல்லாம வருனும்."

"அப்படியா?"

"ஒங்க ஊரு முழுக்க கொடியும், தோரணமும்தான். அலங்காரம் தூள் பறக்குது."

நாராயணசாமி தெரிவித்தார்.

"நினக்கு பிரேமிக்கான் அறியில்லா. ஆ பெண்குட்டியுடெ என்கேஜ்மென்ட் போலும் நம்மளூ பறைஞ்ஞோணு நீ அறியுந்நது. இங்ஙன ஆணெங்கி விவாஹம் எங்ஙன நடக்கும்? நீ பற."

பத்மநாபன் தம்பி கேட்டார்.

"எனக்கு அவள நல்லா தெரியும். இதுக்கு அவா சம்மதிச்சிருக்கவே மாட்டா. ஹாஸ்டல்ல இருந்து வற்புறுத்தி வீட்டுக்கு கொண்டுபோய் நிச்சயதார்த்தம் செய்யினும். இத எப்படியாவது தடுத்து நிறுத்தணும்."

"அதெப்படி உன்னால முடியும்? சொல்லு பார்க்கலாம்."

“முந்தினநாள் ராத்திரி கடத்த வேண்டியதுதான்.”

“மறுநாள் நிகழ்ச்சிக்கு வாறது சென்ட்ரல் மினிஸ்டராக்கும். போலீஸ் கண்காணிப்பு பலமா செய்யப்பட்டிருக்கும். அதனிடையில் ஒன்னாலயோ, நம்மாலயோ ஒண்ணும் செய்யமுடியாது.”

“அவள எப்படியாவது தொடர்புகொள்ளணும் முதல்ல. அதுக்குப் பெறகு . . .”

“எப்படி தொடர்பு கொள்ளுவ? நாள ஞாயிற்றுக்கிழமை. இருப்பது ஒரேநாளு. இப்போ ராத்திரி மணி பதினொண்ணே முக்கால். எங்க போவ? யாரை சந்திச்சு பேசுவ? சொல்லு நீ.”

“சுரேஷ் வழிதெரியாமல் நின்று விழிப்பதைப் பார்த்து மூவருக்கும் சிரிப்பு வந்தது. வேலாயுதன் நாயர் வாஞ்சையாய் அவன் முதுகைத் தடவினார்.

“நீ எதையுமே யோசிக்கண்டாம். நாங்க நல்லது போல எல்லாம் செய்திருக்கிறோம். நாங்க சொல்லித் தாறத நீ ஒழுங்கா செய்தாலே போதும். நாளைக் காலையில் பார்க்கலாம். இப்போ போய்த் தூங்கு.”

அதிகாலை நான்குமணிக்கு சுரேஷ் எழுப்பி விடப் பட்டான். வாசலில் நின்ற அம்பாசிடர் காரில் போய் உட்கார்ந்தவன் கருங்கல் தாண்டியதும் பின் சீட்டின் கீழ் அமர்ந்து தன்னை மறைத்துக்கொண்டான். அவனை அறிந் தவர்கள் அந்தப் பகுதியில் நிறையபேர் உண்டு என்பதால் அவ்வாறு செய்தான். மட்டுமல்ல, எல்லா விஷயங்களிலும் ஜாக்கிரதையாக இருந்து காரியங்களை நடத்த முனைந்தான்.

மின்னல் கண்ணன் கார்டிரைவர். திக்கணங்கோட்டை சேர்ந்தவன். எழுபதுமைல் வேகத்தில் வண்டிகளுக்கு சைட் கொடுப்பான். பெண்கடத்தல் விஷயங்களில் கைதேர்ந்தவன் என்பதால் அவனை பத்மநாபன் தம்பி பொறுக்கியெடுத்து அனுப்பி வைத்தார். புனலூரில் இதுபோல ஒரு காரியத்தில் போலீசாருக்குப் பிடிகொடுக்காமல் தப்பிவந்த செய்தியை ‘மலையாள மனோரமா’வில் வாசித்துவிட்டு அவனைத் தொடர்புகொண்டார் தம்பி.

மின்னலுக்குப் பக்கத்தில் முன்சீட்டில் அமர்ந்திருப்பவன் வெண்ணெய். பார்க்க கல்லுபோல இருப்பான். பெண்களிடம் பேசத்தொடங்கி விட்டால் அவனும் உருகி அவர்களையும் உருக்கி விடுவான். அவன் முகம் சிரைத்து மீசையை மழுங்க

வழித்து வெள்ளை ஜிப்பா அணிவிக்கப்பட்டு கையில் ஒரு பைபிள் சகிதம் அவர்களுடன் அனுப்பி வைக்கப்பட்டான். காரின் கண்ணாடிகள் ஏற்றப்பட்டு உள்ளே இருப்பவர்களைத் தெரியாதபடி கருப்பு நிறத்தில் பார்வையைத் தடுத்தன.

கருணை வனம் சி.எஸ்.ஐ. தேவாலயம் தூக்கம் கலையாத ஒட்டகம்போல நின்றது. அந்த அதிகாலைப் பொழுதில் கார் ஊரைச் சுற்றி பலமுறை வலம் வந்து தெருஅமைப்பை ஆராய்ந்தது. எங்கே தடைவந்தால் எப்படி மீள்வது என்று மின்னலின் கண்கள் மூளையாய் மாறி பார்வையிட்டன.

'ஆவாரும் நாம் எல்லாரும் கூடி மகிழ்கொண்டாடுவோம்' பாட்டில் கொட்டாவி விட்டது தேவாலயம். கார் சீட்டிற்கடியில் அமர்ந்திருந்த சுரேஷ் தலையை உயர்த்திப் பார்த்தான். தெருவில் ஆட்கள் இறங்கி நடமாடத் தொடங்கினர். கையில் இறைச்சிப் பொட்டலங்களுடன் அங்குமிங்குமாக நடந்தனர். கோயிலுக் கெதிரே ஒருவன் கறுத்த பன்றி ஒன்றை இரத்தச்சகதிபோல அறுத்துக் கிழித்துப்போட்டு உட்கார்ந்திருந்தான். சுரேஷுக்கு குமட்டிக்கொண்டு வந்தது.

தேவாலயம் தூத்து துடைக்கப்பட்டது. சூரியனின் கதிர்கள் விழத் தொடங்கியதும் கண்ணாடி ஜன்னல்கள் ஒளிர்ந்தன. அதோ ஒவ்வொருவராக வரத் தொடங்கி விட்டார்கள். விதம் விதமான சேலைகள் அசைந்து வந்தன. சூட்டும், கோட்டும் புடைசூழ காரிலிருந்து இறங்கின. போத்திசும, குமரன்பட்டு மாளிகைகளும் தேவாலயத்தைப் போர்த்தின. கல்லறைக்கல்லும், ஜாய் ஆலுக்காசும் தோரணங் களாகத் தொங்கின. நாட்டயர் ராகம் வராத ராகத்தில் பாடத்தொடங்கினார்.

"வடதிசையிலுள்ள சீ... யோன் பர்வதம்
வடிப்பமான ஸ்தானமும்,
சர்வபூமியின் மகிழ்ச்சியாய் இருக்கிறது
அது மகாராஜாவின் நகரம்.

கர்த்தர் பெரியவர் அவர் நமது
தேவனுடைய நகரத்திலும்
தமது பரிசுத்த பர்வதத்திலும்
மிகத் துதிக்கப்படத்தக்கவர்."

வெண்ணெய் பைபிளுடன் காரிலிருந்து இறங்கினான். தேவாலயத்தின் வாசலில் நின்று பார்த்தபோது எருமைக் கன்றுகுட்டி ஒன்று வெள்ளை அங்கியில் மைக்கில் பாடுவது தெரிந்தது. உள்ளே போவதா, வேண்டாமா என்று நிற்கும்போது லிவிங்ஸ்டன் குடும்பம் காரில் வந்து இறங்கியது.

வெண்ணெய் பரபரப்புடன் ஜிப்பாவிலிருந்து அந்தக் கடிதத்தை எடுத்தான். பிளெஸ்ஸியை முன்னால் விட்டு அரண்போல நடந்த தங்கலீலா டீச்சரை மீறி அதனை அவள் கையில் சேர்க்க அவனால் இயலவில்லை. ஓடிப்போய் அவளை அலாக்காகத் தூக்கிக் கொண்டு வரலாமா என்று நினைத்தான். அதற்குள் அனைவரும் உள்ளே நுழைந்து விட்டார்கள்.

பிளெஸ்ஸியை தனது வலதுபக்கமாக இருத்தி பெஞ்சின் ஓரத்தில் அமர்ந்திருந்தாள் டீச்சர். அவர்களுக்கு இடது புறத்திலான ஆண்கள் பக்கம் பெஞ்சின் ஓரத்தில் அமர்ந்த வெண்ணெய் பிளெஸ்ஸியின் அசைவுகளை உன்னிப்பாக கவனித்துக்கொண்டிருந்தான். அவள் முகம் தன்பக்கம் திரும் பாதா என்று காத்திருந்தன அவனது கண்கள்.

அன்று காலையில் குடம் நொறுக்கியின் கடையில் சர்பத் கிளாசில் ஒரு குவார்ட்டரைக் கவிழ்த்துக்கொண்டு நின்ற நடராசன் முதலில் கோயிலுக்குப் போகவேண்டாம் என்றுதான் நினைத்தான். பிறகு என்ன நினைத்தானோ தெரியாது வாய்க் காலில் போய்க் குளித்துவிட்டு புதிய சட்டையும் முண்டும் உடுத்து கையில் பைபிள், ஞானப்பாட்டு கீர்த்தனைகள் சகிதம் கோயிலுக்கு வந்துவிட்டான். நாட்டயர் எப்போது ஜெபிப்பார் உள்ளே நுழையலாம் என்று வெளியே காத்து நின்றான்.

“ஜெபம் செய்வோமாக!”

அந்தக் குரலைக் கேட்ட மாத்திரத்தில் உள்ளே நுழையத் தொடங்கினான் நடராசன். வெண்ணெய்க்கு முழங்காற் படியிட சற்று சிரமமாக இருந்தது. முதலில் பைபிளை பெஞ்சிலி ருந்து கீழே தள்ளிப்போட்டு சத்தம் உண்டாக்கிப் பார்த்தான். தங்கலீலா டீச்சர் அவனைப் பார்த்து முறைத்தாளே தவிர பிளெஸ்ஸி திரும்பியும் பார்க்கவில்லை. அவள் பாட்டில் கண்களை மூடி ஜெபித்துக் கொண்டிருந்தாள். ஜெபம் நீண்டு கொண்டே இருந்தது. பெரிய ஜெபத்தில் ஒரு தூக்கம் போட்டு எழும்பலாம் என்று தோன்றியது வெண்ணெய்க்கு. ஒருவேளை அவள் தூங்கிப் போனாளோ என்றும் நினைத்தான். இந்த சமயத்தில் அவள் உணர்வுற்றிருந்தால் கடிதத்தை சேர்த்திருக் கலாம். தகவல் அறிந்தால் பெஞ்சின் மறுபுறம் வழியாக நழுவி அவள் வெளியே வரலாம். விஷயம் எவ்வளவு சுலபமாக முடிந்திருக்கும் என்று நினைத்தான். ஆனால் இதைவிட வாய்ப்பாக வேறொரு தருணம் அமையாது என்பது நினைவுக்கு வந்ததும் அவன் மூளை மிகவும் வேகமாக இயங்கியது.

கையிலிருந்த கடிதத்தை மடித்து காக்காய் செய்தான். அதன் வயிற்றுப் பகுதியில் கட்டைவிரலும் சுண்டுவிரலுமாக

சேர்த்துப் பிடித்து வால்பகுதியில் காற்றை ஊதி பிளெஸ்ஸியை நோக்கிப் பறக்கவிட்டான். தாள்காக்காய் பறந்துசென்று அவளை ஒரு சுற்று சுற்றி கடைசியில் தங்கலீலா டீச்சரின் பனங்காய் கொண்டையில் தஞ்சம் புகுந்தது. வெண்ணெய்க்கு தேகம் வியர்த்தது. மெல்ல நழுவிவிடலாமா என்றும் யோசித்தான்.

வலதுகரத்தை உயர்த்தி பின்னந் தலையிலிருந்த காக்காயைக் கையில் பிடித்தாள் டீச்சர். வெற்றுத்தாளில் எழுதப்பட்டிருந்த இரண்டு வரிகள் பகட்டியதும் காக்கையைக் குலைத்துப் படிக்கத் தொடங்கினாள்.

"அன்புள்ள பிளெஸ்ஸி, கோயிலுக்கு வெளியில் காரில் இருக்கிறேன். உடனே வந்து ஏறு – சுரேஷ்."

தங்கலீலா டீச்சர் பிளெஸ்ஸியை இரண்டு கைகளாலும் பிடித்துக்கொண்டு அலறத் தொடங்கினாள். நாட்டயர் உடனே ஜெபத்தை நிறுத்திவிட்டு சபையில் என்ன நடக்கிறது என்று கவனித்தார். சபைமக்கள் எழும்பி நின்று கூட்டம் கூடினார்கள்.

"திருச்சபையினுள்ளே தீவிரவாதி ஒருவன் ஊடுருவி இருக்கிறான். அவனைக் கண்டுபிடிக்க சபைமக்கள் அமைதியாக தங்கள் இருக்கைகளில் சென்று அமருமாறு கேட்டுக் கொள்ளப்படுகிறார்கள்."

நாட்டயர் பீடத்தில் நின்று அறிவித்ததும் அனைவரும் தங்கள் இருக்கைகளில் அமர்ந்துகொண்டனர். கோயிலின் வாசற்கதவுகள் இழுத்து மூடப்பட்டன. தலைக்கு மேல் தொங்கிய விளக்குகள் வீரியமுடன் ஒளிபாய்ச்சின. டீக்கன் மார்கள் நாலாபுறங்களிலும் பரவி ஒவ்வொரு பெஞ்சிலுமாகச் சென்று சபைமக்கள் அல்லாத புதியவர்களை விசாரிக்கத் தொடங்கினர்.

தான் வெகு சீக்கிரத்தில் பிடிபடப் போவதை உணர்ந்த வெண்ணெய் செய்வதறியாமல் திணறினான். பக்கத்தில் தொழிலாளியைப் போலத் தெரிந்தவன் அருகில் சென்று உட்கார்ந்து பேச்சு கொடுத்தான்.

"சுகமா இருக்கியளா?"

"நீங்க யாரு?"

"என்னத் தெரியல்லியா? நாம சேந்து வேலைக்குப் போயிருக்கமே . . ."

"கேரளத்திலெயா?"

"ஆமா! மறந்துட்டியளா?"

“நான் இப்பம் வீட்டு மட்டம் ஆயாச்சு. பதினஞ்சு வருஷம் முன்புள்ள காரியங்கள் மறந்துபோச்சி.”

“ஆனாலும் இப்பிடியா மறப்பிய? ஒரே ஊரில தங்கி வேலை செய்ததையே மறந்து போயிட்டியளே.”

“பிள்ள தெற்றுதிலிக்கருது. எனக்கு பிரஷராக்கும். செல சமயம் எனக்க பேரே எனக்கு மறந்து போவுது. ஒங்கள ஞாபகம் வச்சாததுக்கு எனக்க சோக்கேடு தான் காரணம்.”

தங்கப்பன் டீக்கனார் வெண்ணெயின் பக்கம் வந்து அவனை விசாரிக்கத் தொடங்கும் முன்பே பைபிளைக் கையில் எடுத்து வைத்துக் கொண்டு பவ்வியமாக அமர்ந்துகொண்டான். அந்த சமயம் அவன் முகத்தைப் பார்த்தால் இதுபோல ஒரு பக்தியுள்ள மனிதனை உலகில் எங்கும் பார்க்க முடியாது என்பதுபோலத் தோன்றியது.

“நீங்க சொல்லுங்க, ஒங்க பேரு என்ன? எங்க இருந்து வாறிய?”

வெண்ணெய் வாய் திறப்பதற்கு முன்பு பக்கத்திலிருந்த தொழிலாளி முந்திக் கொண்டான்.

“இது கேரளத்தில கட்டப்பனையில எனக்க கூட வேலை பார்த்த மேஸ்திரியாக்கும். நல்ல ஒரு வேலைக்காரன்.”

அதற்குமேல் வெண்ணெயை யாரும் விசாரிக்கவில்லை.

பிளெஸ்ஸி பாதுகாப்பாக கோயிலின் இன்னொரு வாசல் வழியாக வெளியே கொண்டு செல்லப்பட்டாள். முன்புறம் வந்துதான் கோயிலை விட்டு ரோட்டுக்கு வரவேண்டும். எனவே அவளை ஐந்தாறுபேர் சுற்றி நின்று பாதுகாத்துக் கொண்டிருக்க வெளியே ஒரு கும்பல் சுரேஷ் எங்காவது தென்படுகிறானா என்று கவனித்துக் கொண்டே திரிந்தது. அதற்குள் செய்தி ஊர்முழுக்கப் பரவி விட லிவிங்ஸ்டனின் சொக்காரர்களும், அருவக்காரர்களும் தேவாலயம் முன்பு வந்து கூடினார்கள்.

எல்லோரும் நடராசனைக் குற்றம் சாட்டிப் பேசியதும் அவனுக்கு கோபம் கோபமாக வந்தது. மகனை ஒழுங்காக வளர்க்கத் தெரியாதவன் எல்லாம் செகரெட்டரி ஸ்தானம் எடுக்க வந்துவிட்டான் என்று அந்தநேரம் பார்த்து யாரோ ஒருவர் சபை அரசியலை ஆரோகணித்தார். சங்கடமும் கோபமும் பொங்க பைபிளை எடுத்துக்கொண்டு ரோட்டில் இறங்கி நடந்த நடராசன் தான்நட்ட காணிக்கைப் பெட்டி சூலாயுதத்தின் மறைவில் பதுங்கி நின்ற அந்த உருவத்தை

அப்போதுதான் கவனித்தான். அவன் தேகத்தில் யாரோ கொதிநீரைத் தூக்கி வீசியதுபோல இருந்தது. முகத்தை தொவர்த்து கொண்டு மூடி ஒரு ரோகியைப் போல ஒதுங்கிய வனைத் திரும்பவும் பார்த்தான். அவனுக்குள் ஆவேசம் பிறந்தது.

"லேய் இங்கெயா நீ நிக்கியே?"

அலறலுடன் அவனைப் பற்றிப் பிடித்த நடராசனைத் தூக்கி வீசிய அந்த உருவம் அப்படியே நின்றது. பைபிள் தூரப்போய் தெறித்துக் கிடந்தது.

"எனக்க வழியில நீ வராத. அப்பண்ணுகூட பாக்க மாட்டேன். எழும்பி போயிடு மரியாதியா."

"என்னலே செய்வ நீ? நான் பெத்தசாபக்கேடே! ஒன்னால எனக்கு தலை நிமிர்ந்து நடக்க முடியல்ல வெளிய."

அவனைத் திரும்பவும் பிடிக்க முனைந்தான் நடராசன்.

"வேண்டாம்! எனக்க கிட்ட வராதே... போயிடு."

கணத்தில் யாரும் எதிர்பாராதவிதமாக அந்த சம்பவம் நடந்தது. சூலாயுதத்தைப் பிடுங்கி எடுத்த சுரேஷ் வெறிபிடித்த வேகத்தில் அதனை நடராசனின் நெஞ்சில் பாய்ச்ச துடிதுடித்து அடங்கியது உயிர்.

கிழவி, நடராசனுக்குப் பயந்து சி.எஸ்.ஐ. கோயில் வழியாக வீடு திரும்பிக் கொண்டிருந்தபோது ரோட்டில் கிடந்தது அவனது சடலம்.

கட்சி ஒரு வருடகாலம் ஸ்டீபனை சஸ்பென்ட் செய் திருந்தது. நீக்கப்பட்ட காலத்தில் இயக்க நடவடிக்கைகளில் மட்டும் ஈடுபடக்கூடாது என்று அறிவிக்கப்பட்டாலும் மாதவரியை ஒழுங்காக கட்டவேண்டும் என்று அறிவுறுத்தப் பட்டது. கட்சியின் தினப் பத்திரிகை, மாதப் பத்திரிகைகளுக்கு ஆயுள் சந்தாதாரர் என்பதால் அவன் பெயருக்கு ஒழுங்காக அவை அனுப்பிவைக்கப்பட்டன. ஆனால் கட்சியின் எந்தப் பத்திரிகையிலும் அவன் எழுதும் வாசகர் கடிதம் கூட பிரசுரம் செய்யப்படாது என்பதை அனுபவபூர்வமாக ஸ்டீபன் கண்டறிந்தான்.

'அமைப்பின் சர்வாதிகாரமும், ஒன்றிணைக்கப் படாமையின் சுதந்திரமும்' என்றொரு கட்டுரையை எழுதி

கட்சியின் வார இதழான 'எண்ணப்பொறி'க்கு அனுப்பி இருந்தான். எத்தனையோ தடவை நினைவூட்டல் கடிதம் அனுப்பியும் அதன் மீதான எந்தத் தகவலையும் அவனால் பெறமுடியவில்லை. பிறகொரு வாசகர்கடிதம் எழுதினான். ஈழத்தமிழர்களுக்கு எதிராகவும் இலங்கை அரசுக்கு சார்பாகவும் கட்சி பத்திரிகையில் வெளிவந்த கட்டுரைக்கான எதிர்வினை அது. பிரசுரம் ஆகும் என்றோ, இயலாது என்றோ ஒரு தகவலை எழுதியவனுக்குத் தெரிவிக்கும் நாகரிகம் கூட இயக்கத்தில் இல்லாமற் போய்விட்டதற்காக வருந்தினான்.

எண்ணற்ற தன்னைப் போன்ற இளைஞர்களின் சிந்தனை களில் மிகப்பெரிய மாற்றங்களை ஏற்படுத்திய கட்சி வரவர குறுகிய நோக்கங்களில் முடங்கிப்போனது அவனுக்கு வேதனையைத் தந்தது. சில விஷயங்களில் கட்சியின் நோக்கம் என்னவாக இருந்தது என்பதையே அவனால் அறிய முடியவில்லை.

ஊரில் மிகப்பெரிய பணக்காரன் ஒருவன் ஏழை ஒருவனின் இரண்டரை சென்ட் நிலத்தை அபகரித்து கோட்டைச்சுவர் எழுப்பினான். ஏழை வீடற்றவனாகத் தெருவில் வந்துநின்றான். கட்சி கிளை பணக்காரனுக்கெதிராகப் போராடியபோது தாலுகா செகரெட்டரி அந்தப் போராட்டத்தை வாபஸ் பெறச் செய்தார். ஏன் என்று கேட்டபோது, தேர்தல் சமயங்களில் நமக்குப் பெரிய தொகையை நன்கொடையாகத் தருபவர் அந்த முதலாளி என்று சொன்னார். மட்டுமல்ல, 'இந்திய அளவிலான அம்பானிகளும், டாட்டாக்களும்தான் முதலாளிகளே தவிர இவரெல்லாம் சோட்டாக்கள்' என்றும் உபதேசம் செய்தார். அந்த ஏழை பக்கம் உள்ள நியாயத்தை ஏன் அங்கீகரிக்க மறுக்கிறீர்கள்? என்று கேட்டபோது அதற்குப் பதில் எதுவும் கிடைக்கவில்லை.

இவையெல்லாம் ஸ்டீபனை கட்சி அரசியல் மீது பரிசீலனை செய்யத் தூண்டியது. அமைப்பு என்பது கால் மிதித்து நிற்கும் அஸ்திவாரமே தவிர தலையில் சுமக்கும் சுமையல்ல என்று நம்பினான். தொலைவில் பலமணி நேரம் பயணம் செய்து தனிமையில் அமர்ந்து பலவற்றை யோசித்துப் பார்த்தான். சிலவற்றிற்கு உடனடியாக விடை கிடைத்தது. சில விடை தெரியாத விடுகதைகளாகத் திகழ்ந்தன.

போற்றியைக் கைாரியம் செய்து அவன் கையில் வைத்திருந்த சுந்தரி வாங்கிக்கொடுத்த செல்போனைக் கைப்பற்றி அதிலுள்ள மெமரி கார்டை இல்லாமல் நொறுக்கி அழித்து விட்டு இருளியைத் தேடி வந்துகொண்டிருந்தான் ஸ்டீபன். அவன் மனதில் இப்போது சுந்தரி இருந்தாள்.

"இனி ஒரு பிரச்சினையும் வராது. செல்போன வாங்குங்க."

இருளி வந்து வாங்கிக் கொண்டாள்.

"சுந்தரி எங்க?"

"வீட்டுக்குள்ளதான் இருக்கியா?"

"அவளுட்டெ நான் பேசலாமா?"

"பேசலாம், ஆனா வேண்டாம்."

"ஏன்?"

"வெறுதால தம்பிக்கு மனவருத்தம் என்னத்துக்கு?"

"மனவருத்தமா?"

"வோ. அவா மனசில நீங்க இல்ல. நான் நல்லா பேசிப் பார்த்தேன்."

"வேற யார் இருக்கியா?"

"யாரும் இல்ல."

"கல்யாணம் பற்றி கேட்டியளா?"

"ஆமா தம்பி. ஓங்கள அப்பா ஸ்தானத்தில வச்சி பார்க்கிறதா சொன்னா."

"சரி அப்படியே இருக்கட்டும். வெளிய வேற யாருட்டெயும் இதச் சொல்லாதிய."

அவள் மனதில் தனக்கு இடமில்லை என்பதை அறிந்த பிறகு ஸ்டீபன் மனம் உடைந்தான். எல்லாவற்றிலும் தான் வெறுமையாகிப் போனது போலத் தோன்றியது அவனுக்கு.

கடல் அலை உயர்ந்து பிரிந்தது. பின் அழிந்தன. சிதறல்கள் திரும்பவும் கடலுக்குள் சென்று ஒருங்கே கூடி மீண்டும் உயர்ந்தன. இப்போது அவனுக்கு எல்லாம் புரிந்துவிட்டது. வாழ்க்கையில் உயர்வதெல்லாம் சிதறிப் போவதற்குத்தான் என்ற மாபெரும் உண்மை.

இருட்டில் கரையின் வழியாக நடந்துகொண்டிருந்தான். அவன் மனதில் தாலுகா செகரெட்டரியின் கேள்வி ஒலித்துக் கொண்டிருந்தது.

"ஸ்டீபன், இவ்வளவு வருஷமும் கட்சிக்காக நீங்க மிகவும் அர்ப்பணிப்போடு பணியாற்றி இருக்கிறீர்கள். உங்கள் மீதான தண்டனை என்பது ஒருவருடம் பொறுத்திருந்து அமைதியாக அரசியலைக் கவனிப்பதற்குத்தான். தவறாக இதனைப் புரிந்து

கொண்டு கட்சிக்கெதிராக அறிக்கை விடவோ, வேறு கட்சியில் போய் சேரவோ நினைப்பீர்களா?"

அவன் மௌனமாகப் புன்னகைத்தான்.

"திரும்பவும் கட்சி உங்களிடமிருந்து நிறைய எதிர் பார்க்கிறது."

கடடிலில் படுத்துக்கிடந்து இடது காலை செங்குத்தாக நட்டு வலது காலை அதன்மீது பாலம் போல வைத்திருந்தான். மறுநாள் சில தீர்மானங்களை நிறைவேற்றப் போகும் மன நிலையில் அவை குறித்து மனதில் அசைபோட்டான்.

ஜெபப்புரைக்கு வெளியே ஒரு நாற்காலியும், மேசையும் போடப்பட்டது. பவுலோசும், வயதான சில விசுவாசிகளும் அவன் முகத்தைப் பார்த்தவாறு நின்றுகொண்டிருந்தனர். அவர்களை உட்காரச் சொன்னபோது கேட்கவில்லை.

"மொதல்ல கத்திரி சுப்பையன் சொத்தைப் பற்றிப் பேசுவோம்."

"கத்திரி சுப்பையனே ஒங்க அப்பா பேரில எழுதிக் கொடுத்து அப்பா ஒங்க பேரில எழுதிவச்சதால அது இப்ப ஒங்க சொத்தாக்கும்."

"நான் விலை கொடுத்து வாங்காத எதையும் எனக்க சொத்தா நினைக்கமுடியாது. அதனால முப்பது சென்ட் பூமியிலுள்ள அந்த ரெண்டுமாடிக் கட்டிடத்தை இலவச மருத்துவமனைக்காக எழுதிக் கொடுக்கிறேன்."

"நல்ல முடிவு. இந்தப் பகுதியில மருத்துவமனை ஒண்ணு கட்டாயம் அவசியமாக்கும்."

"எனது தகப்பனார் யாரிடமிருந்தெல்லாம் நகையாகவோ, பணமாகவோ எதையெல்லாம் வாங்கினாரோ, அதையெல்லாம் அப்படியே திருப்பித் தருகிறேன்."

இருளியின் பங்காக அவளது ஐந்து பவுன் நகைகளைத் திரும்பத் தந்தான் ஸ்டீபன். வாங்கிய அனைவரது கண்களிலும் நீர்சுரந்தது. அவர்கள் நன்றியுடன் அவனைப் பார்த்தனர்.

"இதில் பெரும்பாலான அணிகலன்கள் தாலியாக இருந்ததைக் கவனித்தேன். எனது தந்தை பொருளாசைபட்டு இவற்றை உங்களிடமிருந்து நாகரிகமாகக் கழற்றி வாங்கி தனது சொத்தாக வைத்துக்கொண்டார். எனவே திரும்பவும் இதனை இன்னொரு பிரசங்கியாருடைய கையில் கொண்டு போய்க் கொடுத்துவிடாதீர்கள். அதைவிட முக்கியமாக மீண்டும்

அணியாதீர்கள் என்பதைச் சொல்லவருகிறேன். இது எனது தந்தையார் சொன்ன அர்த்தத்தில் நான் சொல்லவில்லை. தாலி பெண்ணுக்கு காவல் இல்லை. ஆபத்து என்ற பொருளில் தான் கூறுகிறேன். உங்களுக்குப் புரிகிறதா?"

"நல்லாவே புரிகிறது தம்பி."

"ஜெபப்புரைய என்ன செய்யப் போறிய?"

"கட்சிக்கு குடுப்பியளா?"

"நல்ல கட்சி இருந்தா குடுத்திருப்பேன்."

"ஜெபப்புரைய அரசாங்கத்துக்கு குடுப்பியளா?"

"நல்ல அரசங்கம் இருந்தா குடுத்திருப்பேன்."

"அப்ப என்ன செய்யப் போறிய?"

"ஆதரவற்ற முதியோர் இல்லம் தொடங்கலாம்ணு நினைக்கிறேன்."

பவுலோஸ் ஸ்டீபனின் முன்பு வந்து தனது இரண்டு கைகளையும் கூப்பினான். அவன் உதடுகள் துடித்தன. அங்குள்ள அவனைப்போன்ற ஊழியக்காரிகளையும் அழைத்து வந்து ஸ்டீபன் முன்னால் நிறுத்தினான்.

"தம்பி! இதில முடிவெடுக்க கூடிய அதிகாரம் ஒங்க கையிலதான் இருக்கு. இருந்தாலும் சொல்றேன்..."

"அப்படி எல்லாம் இல்ல. ஜனநாயக நாட்டில் வெறுமனே ஒருத்தனால முடிவெடுக்க முடியாது. சும்மா சொல்லுங்க. ஒங்க ஆலோசனைக்காகத்தானே இங்க கூட்டீற்று வந்து பேசவைக்கிறேன்."

"தோழர், எங்களுக்கு யாருமே இல்ல. இங்க இருந்து வெளியப்போனா அடைக்கலம்ணு ஒரு இடம் இல்ல. அதினால நாங்க வாழுற காலம் வரை இங்கிருக்க நீங்க எங்களுக்கு அனுமதி தரணும். செய்வியளா தம்பி? ஒங்களுக்கு எதிராக நாங்க ஒருபோதும் இருக்கமாட்டோம். இது உறுதி."

"நிச்சயம் நீங்க ஒங்க காலம் வரை இங்க இருக்கலாம். நோய் நொடிக்கு மருந்துச் செலவு தொட்டு ஒங்க சாப்பாட்டுச் செலவு, துணி மணிகள், சோப்பு, எண்ணெய் வரை எல்லா செலவுகளையும் கவனிக்கிறேன். அதனால நீங்க அதைரியம் அடையத் தேவை இல்லை. ஒங்கள கண்ணியமா எங்க பூமியிலேயே அடக்கம் செய்யவும் அனுமதியளிக்கிறேன்."

குன்னிமுத்து

“அதுபோதும் எங்களுக்கு.”

அனைவரும் ஸ்டீபனின் கரத்தைப் பற்றி தங்கள் கண்களில் ஒற்றிக்கொண்டனர்.

“ஆனா ஒண்ணு ...”

“என்னது?”

“அப்பா செய்ததுபோல பொதுஜனங்கள ஏமாற்றக்கூடாது. எனக்க கொள்கை வேற, ஒங்க நோக்கம் வேற. இதில நான் நினைக்கிறத நீங்க செய்யணும்ணு நான் எதிர்பார்ப்பதா தயவுசெய்து நினைக்காதீங்க. ஆனா, வஞ்சகம் செய்து பணம் பறிச்சி வாழமுயற்சி செய்யாதீங்கண்ணுதான் நான் சொல்ல வாறேன்.”

“ஒருபோதும் அப்படி நினைக்கமாட்டோம்.”

“இத நான் எதுக்கு சொல்கிறேனென்றால் இங்க காணுகிற எல்லா வகைகளுமே பொதுமக்களுக்க சொத்து ஆகும். எனக்க அப்பா ஏமாற்றி சேர்த்த பொருளத்தான் நான் இப்ப பங்கு வைக்கிறேன். இதில எங்க பூர்வீக சொத்துண்ணு ஒரு சென்ட் நிலம்கூட கிடையாது.”

“சிந்தனையாளர் மையம் இருக்கிற இடம்?”

“அது மட்டும் தான் எங்க பூர்வீக சொத்து. எனக்க தாத்தா உழைச்சி சம்பாதிச்சது. கட்சிக்கு ஒரு சமயம் அந்த சொத்து மேல ஒரு கண்ணிருந்தது வாஸ்தவம் தான். ஏண்ணா ரோட்டுக்க கரை. நல்ல சென்டர்ல இருக்கவும் செய்யுது. எனக்க கடைசி காலம் இனி அதிலத்தான் கழியும்.”

“அம்மா கூட தங்க மாட்டியளா?”

“அம்மா எனக்க கூட வந்து தங்குவாங்கண்ணு நான் நெனக்கல்ல. அவங்க காலம்வரை அங்கெயும், இங்கெயுமா இருந்துட்டு அதுக்குப் பெறகு எனக்க வாழ்க்கையை முடிக்கிற எடம் அனேகமாக சிந்தனையாளர் மையமாகத்தான் இருக்கும்.”

“சிந்தனையாளர் மையம் தொடங்கித்தானே கட்சியில தம்பிக்கு பிரச்சினை வந்தது?”

“ஆமா. இப்பவும் நான் செய்ததில எந்தத் தவறும் இல்லேண்ணுதான் நினைக்கிறேன் பிரதர்.”

“பாத்தியளா, இரண்டு துருவங்களான நாம் ஒருவருக்கொருவர் நமது பிரச்சினைகளை விவாதிக்கிறோம். இது ஆச்சரியமாக இல்ல?”

“இல்ல பாருங்க, இப்பத்தான் நாம் ஒருத்தர ஒருத்தர் சரியா புரிஞ்சுக்கிட முயற்சி செய்கிறோம். இது கட்சியில நடக்காது. நடக்கவும் விடமாட்டாங்க.”

“ஏன் ?”

“கட்சி ஒரு ஒன்வே டிராஃபிக் மாதிரி. ஒற்றை மூலிகை போல அங்க ஒரே ஒரு தீர்வு மட்டும்தான் உண்டு. அதை எல்லாரும் சேர்ந்து நிறைவேற்றணும். ஆனா தீர்மானம் எடுக்கிறது ஒரு மனிதனாகவோ அல்லது ஆதிக்கமுள்ள ஒரு கருத்தியலாகவோ இருக்கும்.”

“வேற வேறப்பட்ட விஷயங்களுக்குப் பொதுத்தீர்வு என்பது ரொம்ப அநியாயம்.”

“பவுலோஸ் சரியா புரிஞ்சிட்டீங்க. ஓமியோபதியில ஒரு நோய்க்கு ஒரு மருந்து என்கிற கொள்கை கிடையாது. சமூக பிரச்சினைகளுக்கு நாம் மேற்கொள்ளும் முடிவுகளும் அதப் போலத்தான் இருக்கமுடியும்.”

“இது வித்தியாசங்களின் உலகம்.”

“கட்சி ஒரு பெருங்கடல். சிறுசிறு விழிப்பு பற்றி அதுக்கு கவலை இல்லை. மக்கள் கவனத்தில உள்ள விஷயங்கள் மீது அழுத்தம் செலுத்தாம சம்பந்தமில்லாத காரியங்களில் போராடி பிரயோஜனமே இல்ல.”

“அடிப்படை கல்வி நோக்க வகுபபுக்கள திரும்பவும் தொடங்கப் போறியளாண்ணு நெறைய பேரு விசாரிக்கிறாங்க. கல்வி நிலையங்களில சொல்லித்தராத விஷயங்கள் பல மாணவர்களுக்கு ரொம்பவும் பிரயோஜனமா இருந்ததாக பெற்றோர் சொன்னாங்க. அதை ஏன் நிறுத்திட்டீங்க?”

“கட்சி கட்டுப்பாடுதான் காரணம். இனிமேல் அது கிடையாது. இதுபோன்ற காரியங்கள் நிறைய இருக்கு பாருங்க. குறிப்பா நம்ம விவசாயம் பற்றி ரொம்ப அக்கறை செலுத்தப் போறேன். அடுத்து வரப்போகும் மிகப் பெரியபிரச்சினை அது.”

அவன் எழும்பி நடந்த போது இருள் ஒதுங்கிக்கொண்டது.

இருளி இப்போது கிழவி ஆகிவிட்டாள். சுருளான அவள் தலைமயிர்கள் தந்தத்தின் நிறமாகிவிட்டது. ஆனாலும்

அவள் அழகில் மெருகேறிக் கொண்டுதான் வருகிறாள். வாழ்க்கை அவளைக் கடைசல் செய்து உண்டான அழகு அது. கண்கள் பஞ்சடைந்து விட்டாலும் வாழ்க்கை குறித்த பார்வை மங்கிப் போகவில்லை. அந்த மனவெளிச்சம் கொண்டுதான் ஒவ்வொரு கணமும் இருட்டில் அவள் பாதையைத் தெரிந்தாள். இப்போது அவளை யாரும் 'இருளி' என்று அழைப்பதில்லை. கிழவி என்றே அழைத்தார்கள். வார்த்தை மாறினாலும் உடலோடுள்ள தொடர்புமட்டும் மாறவில்லை என்பது பிறர்க்கு தெரியும். அவள் எதையுமே யோசிப்பதில்லை.

அறுபதைத் தாண்டி வயதுசெல்வது காலத்திற்கு ஒருவேளை தெரியலாம். அவள் நடந்து செல்லும் பாதையைப் போல அதுவொரு சிரமமான நிலையாகும். அவளுக்கு அது தெரியாது. வாய் எப்போதும் எதையோ முணுமுணுத்துக் கொண்டிருந்தது. இனிய பாடல்கள் அவளை வழி நடத்தின. பறவைகளின் மொழியோடு கலந்து அவள் பேசிப் பார்த்தாள். அவை எங்கிருந்தெல்லாமோ அவளுக்கு செய்திகளைக் கொண்டு வந்தன.

ஈயகுண்டு பாறையில் ஏற வலுவில்லாததால் மட்டுமல்ல, அங்கு செல்ல விரும்பாததும் அவளைப் போகவிடவில்லை. எப்போதாவது ஸ்டீபனைத்தேடி வருவாள். சிந்தனையாளர் மையத்தின் வெளியே நாற்காலி போட்டு எப்போதும் யாருடனாவது பேசிக்கொண்டிருப்பதை அவள் நின்று பார்ப்பாள். அவர்கள் ஒரு வார்த்தைகூட பேசாவிட்டாலும் மனம் உரையாடிக் கொண்டுதான் இருக்கும்.

"சுந்தரி சுகமாக இருக்கிறாளா?"

"ஆமா தம்பி."

"வேலைக்கு மனுபோட்டிருக்கிறாளா?"

"தேர்வு எழுதி இருக்கிறாள்."

"சும்மா வீட்டில இருக்கப்பிடாது. எதாவது ஒரு காரியத்தில ஈடுபட்டுட்டே இருக்கணும். அப்பதான் உலகம் சுழல்வது தெரியும். மனிதர்கள் முடங்கிப்போனா உலகம் இயங்காது."

"ரொம்ப சரி தம்பி. இப்போ பக்கத்தில ஒரு நர்சரி ஸ்கூலுக்குப் போறா. பிள்ளைகளைப் பற்றி குணரீதியா எப்பவும் எனக்கிட்ட சொல்லீட்டே இருப்பா."

"குழந்தைகளின் கல்விதான் முக்கியமானதும், எல்லா வற்றையும் விட சிரமமானதும் கூட."

"அவளுக்கு அதில பெரிய நிம்மதி."

“திருப்திதான் மனுஷனுக்கு நிம்மதியத் தருது.”

ஸ்டீபன் அவளிடம் பேசுவதுபோல கிழவி நினைப்பாள். கிழவி பதில் சொல்வதுபோல ஸ்டீபன் நினைப்பான். ஆனால் இருவரும் வேறு வேலைகளில் ஈடுபட்டுக் கொண்டிருப்பார்கள்.

பக்கத்துவிளையில் ஒரு வாதுமைமரம் உயர்ந்து நின்றது. அதன் நிழலில் எப்போதும் பறவைகள் கூடி மகிழ்ந்து குரலெழுப்பிக் கொண்டிருக்கும். காலை நேரம் அங்கு போய் உட்கார்ந்திருப்பாள். சூரியன் அவள்மீது கருணை மழை பொழிவான். நங்ஙணாச்சி பறவைகள் அவளைச் சுற்றி வந்திருந்து பேசும். அவளும் அவற்றின் சத்தத்தை வார்த்தை யால் திரும்ப ஒலித்துப் பேசுவாள்.

“குர்ர்ர்ர்ரி . . .”

“குழந்தை.”

“கியாயங் . . . கியாங் . . .”

“தவழும்.”

“குரீ . . . குரீ . . .”

“கிழவி”

“முர்ர்ரா . . . முரா . . .”

“மரணம்.”

அவள் வாய்விட்டு சிரிப்பாள். தனது மரணத்தில் தாங்கள் வந்து நிற்பதாக அவளுக்குச் சொல்லும் சேதி அவளைக் குதூகலிக்கச் செய்யும். ஆசை தீர அவற்றை மானசீகமாக கையில் எடுத்துக் கொஞ்சுவாள்.

பறவைகளோடு அவள் பேசத் தொடங்கிய பிறகு கனவிலோ, நேரிலோ பாம்புகள் வருவதில்லை. அதனை அவள் நினைத்துப் பார்ப்பதும்இல்லை. நினைத்தால் தானே உருவம் தெரியும். உருவம் தெரிந்தால் நேரில் வரும்.

அன்றும் அதுபோலத்தான் மரநிழலில் அமர்ந்திருந்தாள். கோழிக்குஞ்சுபோல சிறகுகள் முளைக்காத ஒரு பறவைக் குஞ்சு அவள் மடியில் வந்து விழுந்தது. வானத்தைப் பார்த்தாள். யார் பெற்றதென்று அறியாத அதனைத் தன்னை ஒரு தாயாக்கு வதற்காக இறைவன் மேலிருந்து தனக்குப் போட்டுத் தந்ததாக நினைத்தாள். வீட்டுக்கு கொண்டு வந்து மகிழ்வோடு வளர்த்தாள். சிறகுகள் முளைத்து பறக்கத் தயாரானபோது அவளது காவலையும் மீறி ஒரு பூனை கடித்து ஒருபக்க சிறகை முறித்துப்

போட்டது. அதனை மருந்துபோட்டு எடுத்து அவள் பாதுகாத்தாள். இப்போது சிறகுமுளைத்து அது மறுபடியும் பறக்கத் தயாராகி நிற்கிறது. அதற்கொரு மரத்தைக் கண்டு பிடித்தால் அது தனது வாழ்வைக் கவனித்துக் கொள்ளும் என்ற நினைப்பு கிழவிக்கு ஏற்பட்டது.

ஒருநாள் அந்தப் பறவைக் குஞ்சுக்கு ஒதுங்க ஒரு மரம் கிடைத்தது. அது, தான் நட்டுவளர்த்த பழமரம் என்பதை அவள் கண்டுகொண்டாள். இதுபோல பலமரங்களை அவள் நட்டு பலருக்குத் தந்தவள் என்பதை இப்போது உலகம் அவளுக்கு காட்டிக்கொடுத்தது. தன்னால் உருவாக்கப்பட்ட வெளியில் தனது மடியில் வளர்ந்த குஞ்சை விட்டதும் அவள் பரவச நிலையை அடைந்தாள். கண்கள் பன்னீர்களால் அவளை அர்ச்சித்தன. ஆனந்தம் தழுவ குதூகலமடைந்தாள்.

இனி தனக்கான வாழ்க்கை வெறுமைதானா என்ற கேள்வி அவளிடம் எழவில்லை. அவள் நட்ட மரங்கள் உண்டு. அவை தரும் நிழல் உண்டு. அருகே வந்திருந்து பேச பறவைக் கூட்டங்கள் உண்டு. அவளது பொழுதுகள் ஆனந்தமாய்க் கழிந்து ஒருநாள் காற்றில் இசையாகப் பரவி திரும்பவும் களிப்பை பலருக்கு ஊட்டும் என்று கருதினாள்.

கடமை யாவும் முடிந்த பிறகு அவள் வீட்டை நோக்கி நடந்து கொண்டிருந்தாள். அது மாலை நேரமாக இருந்தது. இருள் தன்னை விழுங்கும் முன்னால் வீடுபோய் சேர்ந்து விடவேண்டும் என்ற எண்ணத்தில் வேகமாக நடந்துகொண்டி ருந்தாள். தெரு வெறிச்சோடிக் கிடந்தது. அவள் குறுக்கே எதிர்கொண்டு நடக்க ஒரு சிறு ஓணான் கூட இல்லை. மனதில் வீட்டை விட்டு வெளியே வரும் போதிருந்த உலகை அவள் அசைபோட்டாள். எத்தனை வேதனைகளை சந்தித்த காலைப்பொழுதாக அது விளங்கியது என்று யோசித்தாள்.

அவளைச் சுற்றி நான்கு நாய்கள் துள்ளி மறிந்தன. முதலில் கவனிக்காதது போல நடந்தாள். இப்போது நினைக்கும் வேளையில் மூன்று கடுவன் நாய்களும், ஒரு பெண்நாயும்தான் அவளை மிகவும் தொந்தரவு செய்தன என்பதை உணர்ந்தாள். பெண்நாய் கூட குரைக்கமட்டும்தான் செய்திருக்கிறது. எனவே தான் அந்த நாய் இப்போதும் உயிரோடு இருக்கிறது. இன்னொரு நாய் அருவருப்பான சொறிநாய். அது தன்னுடம்பில் நக்கப் பார்த்து கிடைக்காத உணர்வில் அவஸ்தைப்பட்டுக் கொண்டு நிற்கும்போது அவளாக விலகி அதன் பிடியிலிருந்து தப்பித்துவிட்டாள். அந்த சொறிநாயும் இப்போது உயிரோடு இருக்கிறது. அதை எங்காவது காணும்

போது அவளுக்கு கூச்சப்பட்டு மெல்ல நழுவிச்சென்று விடுகிறது. அவளது அருகில் வந்து முகத்தை ஏறிட்டுப் பார்க்கும் சக்தி அதற்கு இல்லை. இதர இரண்டு நாய்களில் ஒன்றிடம் தானாகப் போய் விழுந்து அவஸ்தைப்பட்ட கதையை எண்ணி மறுகினாள். அந்த நாய் தான் அவளைக் கடித்து துன்புறுத்திய நாய். தனது தந்தையைத் தன்னிடமிருந்து பறித்த நாய். அதன் முடிவும் பயங்கரமானதாக இருந்தது. அடையாளம் தெரியாத லாறியோ, வண்டியோ மோதி வங்கலையாக மரணமடைந்தது.

நான்காவது நாய் குரூரம் நிறைந்தது. சிந்தித்து சிந்தித்து அவளை சித்திரவதை செய்தது அந்த நாய். எல்லா நாய் களையும் விட மனரீதியில் அவள் அதிகம் துன்பத்தை இந்த நாயிடம் இருந்துதான் அனுபவித்தாள். இறுதியில் தனது உதிரத்தில் தோன்றிய குட்டி நாயால் குதறப்பட்டு நடுவீதியில் செத்துக் கிடந்தது அந்தப் பொறுக்கி நாய்.

நாய்களால் அலைகழிக்கப்பட்டு திக்கு தெரியாமல் அலைந்து கொண்டிருந்த காலம் முடிந்து சற்று மன நிம்மதி அடைந்த பின் ஒருநாள் தெருவில் நடக்கும்போது அவள் முன்பு ஒரு கார் வந்து நின்றது. கதவைத் திறந்து இறங்கிய அந்த இளைஞன் ஒரு கோடீஸ்வரன் வீட்டுப் பிள்ளையைப் போலத் தெரிந்தான். விலை உயர்ந்த ஆடைகள் அணிந்து பளிங்குபோல நின்ற அவன் முன்னால் அழுக்கு போல தான் நின்று கொண்டிருக்க கிழவிக்கு என்னவோ மாதிரி தோன்றியது. அவன் அவளது கரங்களைப் பற்றி முத்தமிட்டான்.

"என்னத் தெரியல்லியா அம்மா?"

"யாரு?"

"ஒங்க கையில இருந்து ஆகாரம் வாங்கித் தின்னு வளர்ந்த பிள்ள."

"நீயா?"

"ஆமா. எனக்க நிர்வாணத்த சாக்குப் பையில துணி தச்சிப்போட்டு மறைச்சியளே, மறந்துட்டியளா?"

"நெனவு வரல்லியே தம்பி"

"நான் தினேஷ்"

"யாரு? தங்கநாடான் மகனா?"

"ஆமா அம்மா."

"அய்யோ . . . ஆளையே தெரியல்லியே. தினேஷ்ணு நம்ப ஒரு அடையாளம் கூட இல்லாம என்னமா வளந்திருக்க?"

“ஏன், வளரப்பிடாதோ?”

“வளரணும் மக்கா வளரணும். நீயோ, ஒனக்க அப்பனோ யாருக்கும் ஒரு தொந்தரவு செய்யாதவிய. அதுனால வாழ்க்கையில ரொம்பவும் கஷ்டப்பட்டவிய. நீங்க வளராம வேற யாரு வளருவா? நீங்கதான் வளரணும்.”

அவன் வலுக்கட்டாயமாக அவளை வண்டியில் ஏற்றி தனது வீட்டுக்கு அழைத்துச் சென்றான். கிழவிக்கும், சுந்தரிக்கும் வாங்கிக்கொண்டு வந்த துணிமணிகளைக் கொடுத்த போது அவளால் ஏற்காமல் இருக்கமுடியவில்லை.

தங்கநாடான் சுற்றி வளைத்துப் பேச நினைக்கவில்லை. அவளிடம் நேரடியாகவே கேட்டு விட்டான்.

“பயலுக்கு ஒருவாடு சம்மந்தங்க வருது. எனக்க ஆலோசனை என்னண்ணா, சுந்தரிய ஒண்ணு ஒனக்கிட்ட கேட்டுப் பாக்கலாமாண்ணு தோணிச்சி.”

“அய்யோ . . . வேண்டவே வேண்டாம்.”

“ஏன்?”

“பொருத்தமே இல்ல.”

“பனையேறிக்க மகன் ஆயிப்போட்டாண்ணா?”

“இல்ல, நாங்க பாவங்க.”

“நான் அதவிடப் பாவமா இருந்தவன். ஒனக்கு ஏறிக் கெடக்க ஒரு மாடமாவது உண்டு. எனக்கு அது கூட இல்லாம இருந்த காலங்க உண்டு.”

“அதில்ல, வந்து . . . சுந்தரிக்கு ஒரு அவமானம் நடந்து . . .”

“அதெல்லாம் எனக்கும் தெரியும், தினேசுக்கும் தெரியும். அவனுக்கும் செரி, எனக்கும் செரி அதெல்லாம் ஒரு விஷயமே இல்ல. சுந்தரி சம்மதிப்பாளாண்ணு பாரு.”

“அவளுக்கு சம்மதிக்க என்ன கொழப்பம்?”

“அப்ப வாய மூடு. இது இண்ணு நேத்தல்ல, நான் பனையேறீட்டு வரும்ப அந்தக் குட்டி ஒரு அடியுடுப்பும் போட்டுட்டு ஓடீற்று திரியம்பளே நான் நெனச்சதாக்கும். அவதான் எனக்க மருமவண்ணு.”

கிழவி கண்கலங்கினாள்.

வெளிநாடு செல்லும்போது புதுக்கடை வரை வந்து இருவரையும் வழியனுப்பி வைத்த கிழவி என்ன நினைத்தாளோ தெரியாது தங்கநாடான் காரில் கொண்டுவிடலாம் என்று கூறியதையும் மறுத்து வண்டியிலிருந்து இறங்கி நடக்கத் தொடங்கினாள். பங்கிராஸ் வைத்தியரின் சிதிலமடைந்த வீட்டை கண்ணீர் மல்க பார்த்தாள். ஸ்டீபனின் சிந்தனையாளர் மையத்தைப் பார்த்தாள். வாதுமை மரநிழலில் அமர்ந்து பறவைகளுடன் பேசினாள். இருளுக்கு முன்புள்ள வெளிச்சத்தில் வீடுபோய் சேர இப்போது வேகமாக நடந்துகொண்டிருக்கிறாள்.

ஓதம் பற்றியவன் கழற்றி எறிந்த லங்கோட்போல நீண்டு கிடந்தது பாதை.

விளவங்கோடு வட்டார சொற்கள்

அக்கானி	-	பதநீர்
அங்கணம்	-	வீட்டின் உள்திறப்பு
அடிச்சுகூட்டு	-	வீட்டின் முன்புறம் மர அளிகளால் அடித்து கூட்டி செய்யப்பட்டிருக்கும் வராந்தா
அண்டி ஆபீஸ்	-	முந்திரித் தொழிற்சாலை
அம்பலம்	-	பாழடைந்த மண்டபம்
அரிப்பெட்டி	-	அரிசி, காய்கறிப் பொருட்களை வைக்கும் அளவிலான பனையோலைப் பெட்டி
அருவக்காரர்	-	அண்டை அயலார்
அலக்குதல்	-	துணி துவைத்தல்
அற்றம்	-	முடிவு
அனக்கம்	-	அசைவு (அனுக்கி - அசைத்து)
ஆக்குப்புரை	-	சமையல் கூடம்
இடுமுடுக்கு	-	குறுகிய சந்து
இருளி	-	குறிப்பிட்ட வயதைக் கடந்த பின்பும் பருவம் அடையாத பெண்.
உம்பிளுந்த	-	தலைப்பிரட்டை
உறையிலிடுதல்	-	வாழைக்குலையைப் புகையிட்டுப் பழுக்க வைத்தல்

ஊக்குவிளி	-	அலறல் சத்தம்
ஊட்டி	-	கழுத்து (கழுத்து பெரிதாக இருப்பதால் பன்றிக்கு 'ஊட்டி' என்பது காரணப்பெயர்)
ஊளம்பாறை	-	மனநோயாளிகளுக்கான மருத்துவமனை இருக்குமிடம் (கேரளாவில்)
எழுத்து	-	திருமண அழைப்பிதழ்
ஏத்தாப்பு	-	பெண்கள் மார்பின் மேல் குறுக்காகப் போடும் துண்டு.
ஒக்க	-	முழுவதும்
ஒடுக்கம்	-	பிறகு
ஒடையக்காரர்	-	உரிமையாளர்
ஒதங்காய்	-	பழுத்தும் பழுக்காத நிலையில் உள்ள காய்
ஒப்பம்	-	சரிசமம்
ஒலத்தி	-	ஒருவகை பெரியமரம். அதிலிருந்து கள்ளெடுப்பர்
ஒரும (ஓர்மை)	-	நினைவு
கச்சோடம்	-	வியாபாரம்
கடப்பெறத்தா	-	கடல் பகுதியைச் சார்ந்தவள் (மீனவப் பெண்)
கணை	-	குழந்தைகளைத் தாக்கும் நோய்
கம்பக்கெட்டு	-	வாண வேடிக்கை
கரிஇலை	-	வாழை இலையில் உலர்ந்த பகுதி
கரைச்சி	-	அழுகை
கவுணி	-	நேரியல்
கழுத்து நெட்டு	-	பின் கழுத்து
களிய	-	இயல
கற்கண்டு வருக்கை	-	மாம்பழ வகை
காக்கட்டை	-	பனையோலையால் செய்யப்பட்ட இரு தோண்டிகளை தோளில் சுமந்து செல்லும் வகையில் கயிறால் கட்டப்பட்டு நீர் மொண்டுகொள்ள பயன்படுவது.

காடாந்திரம்	-	வன உயிரிகள்
காலப்பழுது	-	அழிவு
கிறுத்திருமம்	-	வேண்டாத செயல்
குட்டுவம்	-	நீர் பிடித்துவைக்கச் செம்பினால் செய்யப் படும் குண்டு பாத்திரம்
குப்பி கிளாஸ்	-	கண்ணாடி டம்ளர்
குப்பி	-	பாட்டில்
கூத்தன்	-	கள்ள புருஷன் (கூத்தியின் ஆண்பால் வடிவம்)
கூரை சாய்ப்பு	-	வீட்டின் ஓலைச்சரிவு
கூவல்	-	மரங்களின் கூட்டம் நிறைந்த பகுதி
கொடி	-	வெற்றிலைக் கொடி
கொதும்பு	-	கருகிய தென்னம் பாளை
கொன்ன மொழி	-	கொச்சைத் தமிழ் (பாமரத் தமிழ்)
கோளு	-	யோகம்
கையாள்	-	கொத்தனுக்கு உதவி செய்பவன்
சக்கறம்	-	பணம்
சக்கை	-	பலாப்பழம்
சல்லியம்	-	தொந்தரவு
சலம்பல்	-	சளசளவெனப் பேசுதல்
சவுட்டு	-	உதை
சவைத்தல்	-	மெல்லுதல்
சாளத்தடி	-	மீன் பிடிக்க பயன்படுத்தும் மிருக்குத் தடி (மிருக்கு - கல்யாணிமுருங்கை)
சில்லாட்ட	-	பன்னாடை
சீட்டு	-	சிட்டித் தொழில்
சீர்	-	ஒழுக்கம்
சீலாந்தி	-	பூவரச மரம்
சீனி சட்டி	-	வாணலி
சுண்டு	-	உதடு

சுணை	-	சுரணை
சூண்டை	-	தூண்டில்
செப்ப	-	கன்னம்
செருவை	-	ஓலை மறைப்பு
செறுப்பக்காரர்	-	இளையோர்
செறுப்பகாலம்	-	சிறுவயது
சொக்காரர்	-	சொந்தக்காரர்கள்
சேம்பக்காய்	-	ஜேம்பக்காய் எனப்படும் பழம்
சேல்	-	அழகு
சோக்கேடு	-	சுகக்கேடு
தட்டுவடி	-	கட்டில் போன்ற படுத்துறங்கும் மரச்சாமான்
தப்பரவுதல்	-	தேடுதல்
தல்லுதல்	-	இடித்தல்
தள்ளும் புள்ளும்	-	கிட்டிப்புள்
தள்ளை	-	தாய்
தன்றேடம்	-	மனஉறுதி
தனட்டம்	-	தனிமை
தாக்கோல்	-	சாவி
தானகெடு	-	பாலுறுப்புக்களைப் பழிக்கும் வார்த்தைகள்
திக்காரம்	-	திமிர்
திக்காரம்	-	பிடிவாதம்
திறுதி	-	அவசரம்
துரந்தம்	-	சோகம்
துறுத்தி	-	திணித்து
தூச்சம்	-	பார்வை (தெளிவு)
தெக்கது	-	தெற்குப் பக்கமுள்ள கன்னிமூலை சார்ந்த அறை (தென்புலத்தார் விருந்தோம்பல்)
தெரசர்	-	மருத்துவர்
தொவர்த்து	-	துண்டு

தொழுத்து	-	மாட்டுத் தொழுவம்
தொறப்பை	-	விளக்குமாறு
தோட்டை	-	காய்பறிக்க உதவும் கம்பு
தோண்டி	-	மீன் வாங்க, நீர் மொள்ள பயன்படுத்தும் பனையோலை அல்லது கமுகம் பாளையில் செய்யப்பட்ட மடக்கு
நம்மாட்டி	-	மண்வெட்டி
நரிச்சி	-	வௌவால் இனத்தில் சிறியது
நல்லுச்சை	-	நண்பகல்
நாலுகட்டு	-	பழையகால வீட்டின் வகைகளில் ஒன்று
நாலுபாழி	-	நான்கு கதவுகளால் அமைந்த கட்டளை
நிலந்தல்லி	-	திம்சு கட்டை
நீக்கம்பு	-	காலரா
நேரியல்	-	அங்க வஸ்திரம்
படக்கு	-	பட்டாசு
பத்தாயம்	-	களஞ்சியம்
பதை	-	நுரை
பரம்பு	-	பாய்
பராதி	-	புகார்
பரானம்	-	பதற்றம்
பரியெடு	-	வெட்கம்
பழஞ்சி	-	பழங்கஞ்சி (பழையது)
பள்ளை	-	விலாப்புறம்
பற்றம்	-	கூட்டம்
பற்றித்தல்	-	ஏமாற்றுதல்
பாச்சாடி	-	அப்பாவித்தனமானவன்
பார்வத்தியக்காரர்	-	கிராம அலுவலர்
பிடுக்கு	-	விதைப்பை
பிறுத்தி	-	அன்னாசி பழம்

புது நன்மை	-	திருவிருந்து
பெண்ணன்	-	திருநங்கை
பெதப்பு	-	போர்வை
பெருச்சில பற்றல்	-	மரத்துப்போதல்
பொக்கன்	-	சின்னம்மை நோய்
பொட்டித் தெறிப்பு	-	உரத்த குரலில் பேசுதல்
பொழி	-	ஆறும் கடலும் சேருமிடம்
பேய்ப்பட்டி	-	வெறிநாய்
பேரை	-	கொய்யா மரம்
போற்றி	-	பூசை செய்யும் பிராமணன்
மசவல்	-	மங்கல்
மசாலை கடை	-	மளிகை கடை
மடி	-	சோம்பல்
மத்தங்காய்	-	தர்ப்பூசணி
மதி	-	போதும்
மயக்கல்	-	மசித்தல்
மரிச்சினி	-	மரவள்ளிக் கிழங்கு
மலங்காணி	-	காட்டுவாசி
மறுக்கம்	-	துயரம்
மாடம்	-	ஓலைக் குடிசை
மாம்பட்டை	-	மது கஷாயம்
மானியம்மார்	-	ஒழுக்கசீலர்
மித்ரு பேதம்	-	இணக்கமான மருத்துவ குணம்
மிருக்கு	-	கல்யாணி முருங்கை
முக்கூச்சி	-	மீன் விற்பவள் (முக்குவன் - மீன்பிடிப்பவன். அவன் மனைவி முக்கூச்சி - மீன் விற்பவள்)
முசும்பு	-	வாடை
முண்டு	-	வேட்டி
முதல்	-	வரதட்சணை

முறுக்கான்கடை	-	வெற்றிலை பாக்குக் கடை (முறுக்குதல் - மெல்லுதல்)
மூணலு	-	முனகல்
மூப்பிலு	-	வயதான பெரியவர்
யாலு	-	வலு
யாமான்	-	எஜமான் என்பதன் திரிபு
வங்கலை	-	வன்கொலை
வண்டாளம்	-	ஒட்டுண்ணி
வவுதிரு	-	அறிவு
வாதை	-	வதைக்கும் சிறுதெய்வம்
வாய்ப்பாறல்	-	புலம்பல்
வார்ப்பு	-	திருமண வீட்டில் சோறு வேகவைக்கும் பாத்திரம்; உருளி
வீட்டுக்காரர்	-	குடும்பத் தலைவர்
வெட்டோத்தி	-	வெட்டுக்கத்தி
வெண்டளயம்	-	வெளிச்சம்
வெப்றாளம்	-	பதற்றம்
வையாம்	-	நோய்

வழக்குகள்

அதுக்கு சுட்டி	-	அதற்காக
ஆண்டு பூண்டு	-	(ஆண்டு – ஆட்சி. பூண்டு – கையடக்கமாகப் பூட்டிவைத்தல்) ஆட்சி முழுவதையும் கட்டுப்பாட்டில் வைத்து ஆளுதல்
இஞ்சியாதல்	-	கோபங்கொள்ளுதல்
இடி வண்டி	-	போலீஸ் வேன்
இருட்ட வெளுக்க	-	நாள் முழுதும்
இருட்டடி	-	இருட்டில் ஒளித்திருந்து தாக்குதல்
உருவஞ்சாடுதல்	-	பெண் உறங்கிக் கிடக்கும்போது முன்னே நிர்வாணமாக ஒருவன் குதித்து நிற்றல்
ஊட்டி அறுத்தல்	-	திருடுதல்
எப்பம்	-	(எள் ஒப்பம்) கொஞ்சம்
ஒணையும் மணையும் கெட்டவா	-	உணர்வும் மணமும் அறியாதவள்
ஒனா நடை	-	கழுத்தில் கைவைத்து ஒருவனை நடத்திச் செல்லுதல்
கடித்துப் பிடித்து	-	சிரமம் எடுத்து
கதை கொழுத்தல்	-	சம்பவம் சிறப்படைதல் (விரிவடைதல்)
கழிச்சுப் போட்டவன்	-	புறக்கணிக்கப்பட்டவன்

களிகாணல்	-	குரூரமாக விளையாட்டு காட்டுதல்
கன்னிமின்னியா	-	முதன்முதலாக
காச்ச காணுதல்	-	காலையில் தூங்கி எழும்போது முதலில் காணும் பொருள்
காப்பிக் கப்பி நடத்தல்	-	காலை விரித்துவைத்து நடப்பது
காரியம் இல்லை	-	விலக்கி வைத்தல்
கிடுவு தட்டி வேலை	-	ஓலைக் கிடுவை ஓசைபட அடித்து சத்தம் எழுப்பிப் பெரிய காரியம் நடப்பது போல் காட்டும் செயல்.
கீறுக்குமாறு	-	தலைகீழாகச் செய்தல்
குட்டி மூப்பு	-	சிறயவர்கள் காட்டும் பெரியத்தனம்
கூட்டுக் கட்டு	-	நட்பு
கொப்பொடிய குளை ஒடிய	-	மிகுதியாகக் காய்த்தல்
கொமரு அழிதல்	-	கன்னிகழிதல்
கையளிச்சித் தள்ளுதல்	-	விற்பனை செய்தல்
சப்பும் சவறும்	-	பாம்பும் அதுபோன்ற விஷப் பிராணிகளும்
சாலாமாலா	-	பரவலாக
சீக்கிறி	-	சல்லியான உருவம் கொண்டவன்
செலவு செய்தல்	-	விருந்து நடத்துதல்
சேகரம்	-	இனம் (கூட்டம்)
தள்ளி உந்தி	-	சிரமப்பட்டு
தனிப்பொறுதி	-	வீட்டில் இரண்டு பிரிவாகப் பிரிந்து தனியாகச் சமையல் செய்து வாழுதல்
தெண்டு முண்டாகப் பேசுதல்	-	குதர்க்கம்
தோக்கில ஏறி வெடிவைத்தல்	-	சொல்லும் நபரையே அவரது வார்த்தைகளை வைத்து மடக்குதல்
நிண்ணு கூவி விளிகேட்டல்	-	பிசாசுகளுடன் உரையாடுதல்
நேரு சீராட்டு	-	ஒழுங்கா
படம் ஓடுதல்	-	சாராய விற்பனை நடத்தல்

பத்திரம் காட்டுதல்	-	அதிகாரக் குறிப்பு (மரியாதையாக இருக்கச் சொல்லுதல்)
பரியழிஞ்சது	-	வெட்கம் கெட்டது
பாத்தெடுத்து பரிமாறல்	-	பழகுதல்
பீக்கிறி	-	நாற்றம் பிடித்தவன்
புட்டான்	-	தட்டாரப் பூச்சி / தட்டான்
பெருவெட்டர்	-	காட்டை பெரு வெட்டு வெட்டி திருத்தி நல்ல நிலமாக்கும் கடின உழைப்பாளி.
பொடியிடல்	-	மாயஞ்செய்து ஏமாற்றுதல்
மீறு	-	எறும்பில் ஒரு வகை (மீறி நின்று கடிப்பதால் 'மீறு' ஆயிற்று)
ராவு	-	காலை (இரவி - சூரியன். சூரியன் வருவதால் ராவு காலைக்கு ஆனது)
வக்கு வலிஞ்சி	-	வாடி (மெலிந்து)
வரை வரைந்து இருத்தல்	-	அதிகம் கட்டுப்பாடு
வெட்ட பறத்தல்	-	நாசமாக்குதல்
வெடி வச்சாங் கோயில்	-	வெடி வழிபாடு நடத்தும் கோயில்
வெளிக்கிருத்தல்	-	மலங்கழித்தல்
வேதக்காரர்கள்	-	கிறித்தவர்கள் (பைபிளை 'வேதாகமம்' என்று ஆறுமுக நாவலரின் மொழிபெயர்ப்பின் தாக்கத்தால் உருவான வழக்கு.)